D1679967

திருவாழி

திருவாழி

மீரான் மைதீன் (பி. 1968)

சொந்த ஊர்: பெருவிளை, குமரி மாவட்டம். 1998இல் எழுதத் தொடங்கினார்.

இஸ்லாமிய சமூகத்தின் மைய ஓட்டத்திற்குள் அறியப்படாத முஸ்லிம்களின் வாழ்க்கைத் தளத்தில் இவரின் கதை உலகம் இயங்குகிறது. ஏராளமான சிறுகதைகளும் நாவல்களும் படைத்தளித்திருக்கிற மீரான் மைதீன், தற்சமயம் தமிழ்த் திரையுலகின் கலைஞராகவும் திரையாக்கப் பணிகளில் ஈடுபட்டுவருகிறார்.

தொடர்புக்கு: 80729 10353

மீரான் மைதீன்

திருவாழி

காலச்சுவடு பதிப்பகம்

அன்பார்ந்த வாசகருக்கு,

வணக்கம்.

காலச்சுவடு நூலை வாங்கியமைக்கு நன்றி.

நூலின் உள்ளடக்கம், உருவாக்கம், அட்டைப்படம் இன்ன பிற அம்சங்கள் பற்றிய உங்கள் கருத்துகளையும் ஆலோசனைகளையும் காலச்சுவடு வரவேற்கிறது. தகவல், எழுத்து, வாக்கியப் பிழைகள் தென்பட்டால் கட்டாயம் தெரிவித்து உதவுங்கள். நூல் தயாரிப்பில் கடும் குறைபாடு இருப்பின் மாற்றுப் பிரதி உங்களுக்குக் கிடைக்கக் காலச்சுவடு ஏற்பாடு செய்யும்.

மின்னஞ்சல்: publisher@kalachuvadu.com

காலச்சுவடு நாகர்கோவில் தலைமையகத்துக்கும் கடிதம் அனுப்பலாம்.

தங்கள்
எஸ்.ஆர். சுந்தரம் (கண்ணன்)
பதிப்பாளர் – நிர்வாக இயக்குநர்

திருவாழி ◆ நாவல் ◆ ஆசிரியர்: மீரான் மைதீன் ◆ © மீரான் மைதீன் ◆ முதல் பதிப்பு: மார்ச் 2023 ◆ வெளியீடு: காலச்சுவடு பப்ளிகேஷன்ஸ் (பி) லிட்., 669, கே.பி. சாலை, நாகர்கோவில் 629001

காலச்சுவடு பதிப்பக வெளியீடு: 1180

tiruvaazi ◆ Novel ◆ Author: Meeran Mitheen ◆ © Meeran Mitheen ◆ Language: Tamil ◆ First Edition: March 2023 ◆ Size: Demy 1 x 8 ◆ Paper: 18.6 kg maplitho ◆ Pages: 432

Published by Kalachuvadu Publications Pvt. Ltd., 669, K.P. Road, Nagercoil 629001, India ◆ Phone: 91-4652-278525 ◆ e-mail: publications@kalachuvadu.com ◆ Printed at Mani Offset, Chennai 60007

ISBN: 978-81-19034-02-4

03/2023/S.No. 1180, kcp 4316, 18.6 (1) 9ss

இலங்கையின் மூத்த படைப்பாளி
அண்ணன் எஸ்.எல்.எம். ஹனிபாவுக்கு
அன்பின் வெளிப்பாடாய்

என்னுரை

ஓதி எறியப்படாத முட்டைகள், அஜ்னபி போன்ற எனது நாவல்களின் வரிசையில் இப்போது 'திருவாழி' இணைந்திருக்கிறது. மனிதர்கள் ரொம்பவும் அபூர்வமான வாழ்வு வாழ்கின்றனர். ஒட்டுதல் விலகுதலென வாழ்வின் போக்கில் நிகழும் எல்லாத் தந்திரங்களையும் கடந்து வாழ்வு அதன் போக்கில் நிகழ்ந்துகொண்டே இருக்கிறது. மிகத் தீவிரமான அவதானிப்புகள் மனத்தில் நிறைந்து தளும்புகிறபோது, அந்த நிறைவு மறுகால் பாய்வதுபோல வசப்படும்போது எழுத்து அவ்வாழ்வைக் கலையாகக் கொண்டுவருகிறது. மனிதர்களுக்கு முன்தீர்மானங்கள் இருப்பதுபோல காலத்துக்கில்லை. எனவேதான் காலம் வாழ்வின்மீது புதிதுபுதிதாக ஒவ்வொன்றாக வரைந்து செல்கிறது. அந்த வகைமையிலுள்ள ஒன்றாகத்தான் நான் திருவாழி நாவலைச் சொல்கிறேன். இதன் அம்சங்களில் விளிம்பும் மையமும் உரசிக்கொள்கின்ற கதையுலகில் மிக அரிதான மனிதர்களே இந்தப் பலகையில் காய்களாக நகரவும் நகர்த்தவும் செய்கிறார்கள்.

ஒரு வியாபாரக் கட்டிடத்தின் பாகங்களில் வாழுபவர்கள் நேராகவும் முரண்பட்ட புள்ளிகளிலும் தங்களை வரைந்துகொள்கிறார்கள். அவர்களுக்கு விற்பனையும் பேச்சும் மையச்சரடாக இருக்கும் சொற்பப் பரப்புள்ள இந்தக் கதை மண்டலத்தில் அவர்களின் வாழ்வும் சிதைவும் உணர்வுகளும் காலத்தால் உருட்டப்படுகின்றன. இவ்வகையில் இதை உங்களிடம் தருவதில் நான் மகிழ்கிறேன்.

இந்த நாவலின் உருவாக்கத்திலுள்ள இன்னொரு சிறப்பாக நான் குறிப்பிட விரும்புவது கிட்டத்தட்ட ஒன்றரையாண்டுகளாக எனது கைப்பேசியிலேயே இதை நான் தட்டச்சு செய்திருக்கிறேன். யோசித்தால் பிரமிப்பாகவும் இப்போது அந்த பிரமிப்பு கடந்து ஓர் இனிமையாகவும் உணர முடிகிறது. எளிமையான மனிதர்களின் வாழ்வை எழுதிய இந்த நீண்ட எழுத்திலிருந்து வெளியேறுவது பெரும் கனவிலிருந்து வெளியேறுவதுபோல இருக்கிறது. அது உடலையும் உள்ளத்தையும் உருக்கியிருக்கிறது. நிறைவுபெற்ற பிறகு ஒரு வாசகனாய் வாசித்தபோது உடலும் உள்ளமும் நிறைவடைந்திருக்கிறது. இந்த நிறைவோடு நாவலின் மீதான ஆரம்ப வாசிப்புகளை நிகழ்த்திய அன்பு அண்ணன் அனந்த சுப்பிரமணியன், கவிஞர் பைசல், கவிஞர் அம்முராகவ், முனைவர் செ.மு நஸீமா பர்வீன், நூலாக்கத்தில் பங்களிப்பு செய்த இமேஜ் ஹூசைன்அலி, எழுத்தாளர் களந்தை பீர்முகம்மது, அருமை நண்பர் வள்ளியூர் வி. பெருமாள், மு. மகேஷ் ஆகியோருடன் காலச்சுவடு கண்ணன் உள்ளிட்ட அன்புத் தோழமைகளுக்கு நன்றியும் அன்பும். அட்டை வடிவமைப்பு செய்துள்ள அருமை நண்பர் றஷ்மி, இந்த நாவலுக்குப் பின்னுரையாக தனது விலாசமான பார்வையை வெளிப்படுத்தியுள்ள அன்பிற்குரிய எழுத்தாளர் முனைவர் வறீதையா கான்ஸ்தந்தின், நண்பர் ஹாமீம் முஸ்தபா, தமிழ்நாடு கலை இலக்கியப் பெருமன்றத்தின் குமரி மாவட்டத் தோழமைகள் தொடங்கி எனது நேரத்தின் மீதும் இயல்பின் மீதும் ஆதிக்கம் செய்யாத அன்பு செய்யதலி ஃபாத்திமா, நாஃபியா, முஃப்ஷிறா பர்வின், அன்புக்குரிய அமீன், மூஸா ஆகியோருக்கு எனது நிறைவான அன்பு.

நாகர்கோவில்
07.02.2023

அன்புடன்
எம். மீரான் மைதீன்

1

திருவாழிக் கட்டிடம் அமைந்திருக்கும் இந்த இடத்தின் முன்பக்கமுள்ள சாலையின் வடிவம் ஏகதேசம் இரண்டு ஆங்கில எல் எழுத்துக்களை தலைகீழாக மாற்றிவைத்துப் பொருத்திப் படுக்கப் போட்டதுபோல இருக்கும். திருவாழிக் கட்டிடத்தின் நேர் எதிரிலுள்ள கிருஷ்ணன் கடை அமைந்திருக்கும் மனையின் தெற்கு மூலையிலுள்ள ஒரு தெங்கில் தேங்காய் வெட்டிவிட்டு இறங்கிய குயிலான்தான் காணதுக்குப் பயங்கர அழகென ஏரியாவின் இந்த வடிவத்தை முதலில் வெளிப்படுத்தியவன். எத்தனையோ வெட்டுக்காரன்கள் காலகாலமாக அந்தத் தெங்கேறி வெட்டி இறங்கிச் சிவனேயென போய்விட்டபோதும் அவர்களைப் போல இல்லாமல் குயிலான் உண்மையில் நல்ல ரசனைக்காரன்தான். இல்லையென்றால் அவனால் இப்படியொரு கோணத்தைச் சொல்லியிருக்க முடியாது. திருவாழிக் கட்டிடமும் எதிரிலுள்ள கிருஷ்ணன் கடை அமைந்திருக்கும் மனையும் திருவாழிக்கடை வரிசையில் அடுத்துக்கிடக்கும் மாதவன்பிள்ளையின் மனையுமென, கடைசி அத்தத்திலுள்ள அய்யாவழி நாடாரின் பராமரிப்பிலுள்ள பழைய கோரம்பாய் குடோனுமாகச் சேர்ந்து நூறு மீட்டர் அளவிலான ஏரியாவின் கிழக்கிலும் மேற்கிலுமாக இரண்டு வளைவுகள் தாண்டிப் போனால் அங்குமிங்குமாக நல்ல வனப்பும் அழகுமுள்ள ஊர் நிறைந்து கிடக்கும். திருவாழிக் கட்டிடம் கடந்து கிழக்குப்பக்க வளைவு தாண்டிப் போகும் பாதையில் வலது பக்கமாகத்

திருப்புகிற இடத்திலிருந்து பெரியபள்ளித் தெருவும் அதன் கடைசியில் அம்மன் கோவில் தொடங்கி அங்கிருந்து மேலே போனால், இண்டு இடுக்கு முடுக்கு எனக் கடந்து நடந்தால் மேலவூர் முத்தாரம்மன் கோவிலும் அந்தப் பாதையிலிருந்துத் தொடங்கும் ரோட்டின் கடைசியில் சிஎஸ்ஐ சர்ச்சும் இருந்தது. சர்ச்சிலிருந்து கீழே ரோட்டில் இறங்கினால் திருவாழிக் கட்டிடத்தின் மேற்குப்பக்க வளைவுக்கு வந்துவிடலாம். இதிலிருந்து நேராக வடக்கு நோக்கிப்போனால், யுனிவர்சல் காலனியும் எஸ்ஆர் நகரும்! சுற்றி வரும் ரோட்டில் தெற்காகப் பயணித்தால் பழைய குளம் கடந்து சாலையில் ஏறிக்கொண்டால் திருவாழிக் கட்டிடத்தின் கிழக்குப்பக்க வளைவிலுள்ள இடப்பக்க பாதை வழியாக வந்துவிடலாம். எல்லாம் ஒரு மூன்று கிலோமீட்டர் தூரத்தில் சுற்றிவரும் இந்த ஊரின் பிரதான அடையாளங்களில் ஒன்றாகவே திருவாழிக் கட்டிடம் அமைந்திருந்தது.

மழை லேசாகத் தொடங்கி நன்றாகப் பெய்துகொண்டிருந்தது. மழையின் சாரல் வடக்கிலிருந்து திருவாழிக் கட்டிடத்தின் மீது விசிறியடித்துக் கொண்டிருந்ததால் வேகமாக ஓடிவந்து வேலுமயிலின் கடை ஷட்டரில் சாய்ந்து நின்றிருந்த அன்சாரி, விசிறியடிக்கும் மழையின் பொருட்டு மேலும் ஷட்டரோடு தன்னை ஒட்டி இணைத்துக்கொண்டபோதும், மழை அவனை நனைத்துவிடத் துரத்துவதுபோல வேகமாகப் பெய்யத் தொடங்கியது. ஐந்தாம் எண் கடையின் பூட்டிக்கிடக்கும் ஷட்டரும் அதன் நடையும் இன்னும் விசாலமானதால் முதலில் அங்கு ஒதுங்கலாமாவென யோசித்தவனுக்கு அமானுஷ்ய அச்சத்தின் காரணமாக அது இஷ்டப்படவில்லை. திறந்திருந்த நாலாம எண் கடையின் விளிம்பில் சாய்ந்து ஒதுங்கி நின்றவன் பின்னர் மெல்ல நுழைந்து கடையின் உள்ளே ஒதுங்கிக்கொண்டான். சிந்துவின் சௌந்தர்யம் நிறைந்த மாயக்கதவு அவன் லேசாக அணக்கமிட்ட பிறகும் இன்னும் திறக்கவில்லை. அவள் வேலையின் நிமித்தமாக இருப்பாளெனக் கருதிக்கொண்டே மழையை ரசித்துக் கொண்டிருந்தான். எந்த ஆணும் சட்டென நாலாம் எண் கடையினுள் நுழைந்துவிட முடியாது என்றாலும் அவளிடத்தில் அன்சாரிக்கு அப்படியான கட்டுப்பாடுகள் கடுமையானதாக இல்லை.

திருவாழிக் கட்டிடத்தின் மற்றெல்லாக் கடைகளையும்போல இல்லாமல் நாலாம் எண் கடையை சிந்து தனிப்பட்ட முறையில் அழகாக வடிவமைத்திருந்தாள். மற்ற எல்லாக் கடைகளிலும் ஷட்டரைத் தூக்கினால் அவை பப்பரப்பாவென வெட்டவெளியாக அழகற்று, தடுப்பற்று திறந்துகிடக்கும். சிந்துவின் பியூட்டிபார்லர் அவ்வாறு இல்லை. அவள் அதனை ஒவ்வொரு

கட்டடமாகப் பலவகைகளிலும் மெருகேற்றியிருந்தாள். கடையின் முன்பக்கமுள்ள ஷட்டரைத் தூக்கினால் முன்நடையிலிருந்து மூன்று அடி இடைவெளியில் இரண்டு பக்கங்களிலும் வர்ணங்கள் நிரம்பிய பூந்தொட்டியெல்லாம் வைத்து அலங்காரமாக்கி இரண்டு பக்கச் சுவர்களிலும் பல வர்ணங்களில் சித்திரம் வரைந்து அதனிடையே மற்றொரு அலங்காரமாகப் பால்வெள்ளை நிறத்தில் இரண்டு இருக்கைகளும் போட்டிருந்தாள். பிரம்பினாலான அந்த இருக்கையையொட்டி அச்சுப்போல சித்திரம் பதிக்கப்பட்ட நல்ல கனமான கண்ணாடியில் தடுப்பு ஏற்படுத்தி அதன் நடுமத்தியில் சினிமா கனவுசீன் காதல் பாடல்களிலெல்லாம் நல்ல வடிவமான கதவுகள் வண்ணமயமாக நட்டு வைத்திருப்பார்களே அதுபோன்றே ஒருதுளியும் பிசகாமல் கதவை நட்டுவைத்திருந்தாள். அந்தக் கதவுதான் சிந்துவின் பியூட்டிபார்லரின் அடையாளமாகவும் திறப்பாகவும் இருந்தது. அந்தக் கதவுக்கு உட்புறமாக ஆண்களை அவள் எக்காரணம் கொண்டும் அனுமதிக்கவில்லை. அன்சாரி எப்போதாவது இந்தப் பூந்தொட்டி கிடக்கும் இடத்திலுள்ள பால்வெள்ளை நிறத்திலான பிரம்பு இருக்கையில் மிகமிக அத்தியாவசியமான நேரங்களில் வந்து அமர்ந்திருப்பான். சிந்துவும் பலநேரங்களில் அவனை அழைத்துப் பேசிக்கொண்டிருப்பாள். அவ்வாறான நேரங்களில் சிந்து கனவுசீன் காதல் பாடல்களில் வருவதைப் போன்ற அந்தக் கதவை லேசாகத் திறந்துவைத்து அதில் தனது சவுந்தர்ய சரீரத்தை ஒருபக்கமாகச் சாய்த்து நின்றுகொண்டே பேசிக்கொண்டிருப்பாள். அவளுக்குப் பேசுகிற மனமும் ரசனையும் ஒருசேர வாய்த்துக்கொண்டால் அன்சாரி நிற்கிறானாவென எதிரிலுள்ள கிருஷ்ணன் கடையில் அவள் கண்கள் தேடத் தொடங்கிவிடும். அன்சாரிய நான் தேடுனேம்னு சொல்லுங்க என ஸ்டார்பேங்கர்ஸின் திண்டிலிருக்கும் வேதமாணிக்கத்திடமும் சொல்லுவாள். அன்சாரி மருத்துவமனையில் யாரேனும் நோயாளிகளுக்கு வழித்துணைவனாகப் பயணப்பட்டுப் போய் நாட்கள் நீண்டு போனால் அதுபோன்ற தருணங்களில் போனில் கூப்பிட்டுப் பேசுவாள். எப்படியிருக்கிறாய்... என்ன சாப்பிட்டாய்... எப்போ வருவாய்... நீ இங்கு இல்லாமல் பேச்சுத் துணைக்கு ஆளில்லாமல் இருக்கிறது. இன்று நான் வாடாமல்லிக் கலரில் ஒரு புடவை கட்டியிருக்கிறேன் என்று சிரித்துக் கொள்வாள்.

“வாடாமல்லிக் கலரா அப்படின்னா... நீங்க ஒரு ராஜகுமாரி மாதிரி இருப்பீங்களே...”

அவளின் சிரிப்புச் சத்தம் ஒரு பறவையின் குரல்போல பரவிக்கொள்ளும்.

“நான் விரைவில் வந்துவிடுவேன்” என்பான்.

"அந்த நோயாளி குணமாகிவிட்டாரா..."

"அவர் குணமாகுவதற்கான வாய்ப்பு ரொம்ப குறைவாக இருக்கிறது. இன்னும் இரண்டு மூன்று நாட்களில் இறந்துவிடுவாரென்று நம்புகிறேன். அவருக்குக் குணத்தை விட மரணம்தான் விடுதலையாக இருக்கும். விரைவில் வருவேன்."

இப்படியான உரையாடல்களும் இதற்கு நேர் எதிர்நிலை உரையாடல்களுமாக அவளுக்கு ஒன்றுமே இல்லாமல் பேசிக்கொள்ள அன்சாரி நல்ல உசிதமான கூட்டாளியாக இருந்தான். சிலமாதங்களுக்கு முனனால் பார்லரின் இரண்டு பால்வெள்ளைச் செயரிலொன்றில் அமர்ந்துகொண்ட ஒரு பொழுதில் சிந்துவிடம் அன்சாரி சொன்னான். "இன்று நீங்கள் ஒரு கிரேந்திப் பூவைப்போல அவ்வளவு பிரஷ்ஷாக இருக்கிறீர்கள் தெரியுமா..." சிந்து கலகலவெனச் சிரித்தாலும் அதில் வெட்கம் சமஅளவில் கலந்திருந்தது. சிந்துவுக்குக் கிரேந்திப்பூ என்பது சுத்தமாகப் புரியவில்லை. "கிரேந்திப்பூவா நான் அப்படியொரு பூவைக் கேள்விப்பட்டதில்லையே" என்று அவள் புருவங்களைத் தாழ்த்தியும் உயர்த்தியும் ஒருபொய்ச் சித்திரம் போல முகத்தை அபிநயித்துக்கொண்டு புரியாததுபோல பார்த்ததுமே, "இந்த கல்யாண மாலையிலெல்லாம் சேர்ப்பார்களே பார்த்ததில்லையா..." என்று அன்சாரி அவளின் முகத்தைக் கூர்ந்து நோக்கினான். அவள் இரண்டு கண்களையும் ஒருசேர பொத்தித் திறந்துகொண்டே "வெள்ளை நிறமாக... இருக்குமே அதுவா?"

"அது சம்பங்கி.... நான் சொல்வது கிரேந்தி... கட்டியான சந்தனக்கலர் இல்லேன்னா மிதமான அடர் மஞ்சள்..."

சிந்துவின் முகத்தில் பொய்ச் சித்திரம் இன்னும் இன்னும் மாறிமாறிப் போய்க்கொண்டிருந்தது. அந்த அபிநய சரஸ்வதி நன்று யோசிப்பவளைப் போல பல்வேறு முகபாவனைகளை வெளிப்படுத்திக்கொண்டிருந்தாள். ஒன்றிலிருந்து இன்னொன்றுக்குத் தாவும் அவளின் முகபாவனை நெருக்கத்தில் அதீத ஈர்ப்புடையது. அன்சாரி பதில் ஒன்றும் சொல்லாமல் மௌனமாகப் பார்த்துக்கொண்டிருக்கும்போதே... சிந்து வேகமாகத் தனது மொபைல் போனில் கடும் சிரத்தையோடு கூகுளில் ஒரு புகைப்படத்தைத் தேடிப் பிடித்து அன்சாரியிடம் காட்டிக் கேட்டாள், "இதுவா..."

அன்சாரி எட்டிப் பார்த்துவிட்டு "எக்ஸாக்ட்லி இதுதான்" என்றான்.

சிந்து சிரித்துக்கொண்டே, "இது செவ்வந்தி தலைவா... இதைப்போய் கிரேந்தி என்கிறாய். நான் உன்னிடம் தனியாகத் தமிழ் படிக்க வேண்டுமா..."

"இல்லை இல்லை... நாங்கள் இதை கிரேந்தி என்றுதான் சொல்லுவோம்..."

"நாங்கள் என்றால் யாரெல்லாம்..."

"யாரெல்லாம் கிடையாது, நான்தான்..."

"உன் இஷ்டத்துக்கு பூக்களின் பெயரை மாத்திச் சொல்லிவிட்டு சப்பைக்கட்டு கட்டாதே..."

"இல்லை இது கிரேந்திதான்..."

"ம் நீ என்ன வேணும்னாலும் சொல்லு அன்சாரி" என்றபடியே... அவள் போனில் அந்தப் பூவைப் பார்த்துப் பார்த்து புன்னகைத்துக்கொண்டே, "நான் இப்போ இந்தப் பூ போலவா இருக்கிறேன்..." அவளின் முகம் பெருமிதத்தால் நிறைந்திருந்தது. அன்சாரி புன்னகைத்துக்கொண்டே தலையை அசைத்தான்.

அவள் கண்ணாடிக் கதவில் மேலும் விசாலமாகச் சாய்ந்து நின்றுகொண்டே அதை ஒத்துக்கொள்ள விரும்பாதவள் போலவும் மறுப்பதைப் போலவும் சிரித்துக்கொண்டாள். புதிய உடை அணிந்து வரும்போது பல நேரங்களில் அவள் அன்சாரியிடம் எப்படி இருக்கிறேனெனக் கேட்பதுண்டு. நன்று. மிக நன்று என அவன் சுருக்கமாக முடிக்கக் கூடாது. நீண்ட பேச்சு பேச வேண்டும். அவள் மடக்கி மறுத்துப் பேசுவாள். ஆனாலும் கடைசிவரை அன்சாரி தொடங்கிய புள்ளியிலிருந்து மாறவே கூடாது. அன்சாரி எப்போதும் ஏதாவது ஒரு பூவோடு தன்னை ஒப்பிடுவது இந்த வாழ்வில் அவளுக்கு அபூர்வமான தருணமாக மலருகிறது.

ஏழு கடைகள் கொண்ட திருவாழிக் கட்டிடத்தின் நாலாம் எண் கடையை சிந்து பியூட்டிபார்லராக நடத்துகிறாள். அன்சாரி அவளிடம் அவ்வப்போது ரசனையாகக் கதைக்கிறான். மனம் வறட்சியாகக் கிடக்கும்போது கதைப்பவனின் வார்த்தைகளில் ஈரப்பதமிருந்தால் நேரம் நீண்டுபோய்விடுகிறது. சிந்துவுக்கும் அவனுக்குமிடையே ஏதோவொருவகையில் பேசிக்கொள்வதற்கான சிலவிசயங்கள் இருந்தன. சிந்துவின் நிஜமான பெயர் பிந்து. அன்சாரி சில முறை அவளை பிந்து என்று அழைத்தபோது, "நீ பிந்து என்று சொல்லாதே... பிந்து என்ற குரலைக் கேட்டாலே ஒரு நாய் என்னைக் கடித்துத் துரத்துவதுபோல இருக்கிறது. என்னை சிந்து என்றே கூப்பிட வேண்டு"மெனச் சொல்லிவிட்டாள். ஆனால் அன்சாரி திருவாழிக் கட்டிடத்தின் பொறுப்பாளனாக வந்த பின்னர் ஒரு தருணத்தில் கடையின் வாடகைப் பத்திரத்தைப் புதுப்பிக்க அவன் பழைய ஒப்பந்தப் பத்திரத்தைப் பிரதி எடுக்கக் கொண்டுபோன நேரத்தில் முழுவதுமாக வாசித்தபோது, அவள் பெயர் விந்து என்றும் வயது முப்பத்தெட்டு என்றும் கணவன்

பெயர் மகேசனன் என்றும் இருந்தது. அன்சாரி பிரதியைக் கொடுத்துவிட்டு சிந்துவிடம் "விந்து என பெயர் இருக்கிறதே! எழுத்துப்பிழையா"வெனப் பெயர் பற்றிக் கேட்டபோது சிந்து அவ்வளவு சுவாரஸ்யமில்லாமல், "எழுத்துப்பிழையுமில்லை. ஒரு மயிருமில்லை. அந்த எழவு சான்றிதழில் அப்படித்தான் இருக்கிறது. நான் திருவாழியிடம் திரும்பத் திரும்பச் சொன்னேன். அந்த எழவெடுத்த மனுசன் சான்றிதழில் இருப்பது போலத்தான் நொட்டுவேன் என்று எழுதி வைத்திருக்கிறான்." அன்சாரி அந்தப் பெயரை மறந்து விடவேண்டும் என்ற கோரிக்கையோடு அந்தக் கனவுசீன் பாடல் கதவை அன்று வேகமாகச் சாத்திவிட்டு சிந்து உள்ளே போய்விட்டாள்.

திருவாழிக் கட்டிடம் அமைந்துள்ள இடத்தின் மொத்த நிலப்பரப்பு ஒன்பது சென்ட்டாக இருந்தது. கடைகளுக்குப் பின்னால் கொஞ்சம் காலி மனையும், திருவாழி மனைக்கும் பொன்னம்மா மனைக்கும் பாத்தியமுள்ள பொதுவான ஒரு கிணறும், திருவாழி எப்போதாவது வந்துபோகும்போது தாமசிக்க விசாலமான அறை கொண்ட சிறிய வீடும் இருக்கிறது. ஒன்றாம் எண் கடையைப் பத்து, பனிரண்டு ஆண்டுகளுக்கும் மேலாக பூபாலன் நடத்துகிறான். முதலில் அது எஸ்.டி.டி. பூத்தாகத் தொடங்கப்பட்டது. அதன் வடிவம் மெல்லமெல்ல மாறிமாறி இப்போது ஜெராக்ஸ், போன் ரீச்சார்ஜ் என கையாடிக்கொண்டே இருக்கிறது. இந்தக் கடையில் தங்கம் வேலைக்கு இருக்கிறாள். அவளே கடையின் எல்லாவற்றையும் பார்த்துக்கொள்ள வேண்டும். பூபாலன் எப்போதாவது கணக்கு வழக்குகள் பார்க்க வருவான், போவான். தங்கம் அவனின் ஊர்க்காரியும் தூரத்தில் ஒரு சொந்தக்காரியும் கூட. நாலைந்து வருடமாகக் கடையைப் பொறுப்பாகப் பார்க்கிறாள். இனி அவளுக்குக் கல்யாணக் காட்சிகள் கைக்கூடும்போது கடைக்குப் பொருத்தமான ஆள் பார்க்க வேண்டுமெனத் திட்டமிட்டிருந்தான். கடை காலை ஒன்பது மணியிலிருந்து இரவு எட்டுமணிவரையிலும் திறந்திருக்கும். இடையில் இரண்டிலிருந்து நாலுவரை இடைவேளையென ஓய்வு நேரமுண்டு. இரண்டிலிருந்து நாலுவரையிலுமான நேரமானது பெரியளவிலான வியாபார நேரமல்ல. எனவே தங்கம் பல நேரங்களில் மதியம் ஒன்றரைக்கே பூட்டிவிட்டுப் போவாள். அவளுக்குக் கடையிலிருந்து வீடுவரை ஆறேழு கிலோமீட்டர் தூரம். பஸ்ஸில் போய்க் கொஞ்சம் நடந்துபோக வேண்டும். தபால் நிலையத்தில் வேலை பார்க்கும் கலாவதி, மதியம் அவளின் இருசக்கர வாகனத்தில் அழைத்துக் கொண்டு போவாள். மாலையில் வரும்போது தங்கத்தை அவளின் அப்பா கொண்டுவந்து விடுவார்.

ஒன்றாம் எண் கடையைவிட இரண்டாம் எண் கடை கொஞ்சம் அகலமானது. அதில்தான் பேபிகுட்டியின் ஸ்டார் பேங்கர்ஸ் இருக்கிறது. பேபிகுட்டி முன்பக்கம் ஒரு கவுண்டர் அமைத்து, கடையின் கன்னி மூலையில் நல்ல பவித்திரமான ஒரு லாக்கரை இரண்டாயிரத்து நாலில் மெயின்ரோட்டு முனையில் ஸ்டார் ரெஸ்டாரண்டை மூடிவிட்டு இங்கு வந்தபோது ஆக்னேஷ் காண்டிராக்டரின் மேற்பார்வையில் நாலைந்து பணிக்காரர்களை வைத்து நிப்பாட்டியிருந்தார். பேங்கர்ஸ் என்று அழுத்தம் திருத்தமாகச் சொல்ல வேண்டும். யாராவது பேபிகுட்டியின் காது கேட்க அடகுக்கடை என்றால் கோபப்படுவார். வார்த்தைகளில் என்ன இருக்கிறது என்றால் வார்த்தைகளில்தான் எல்லாம் இருக்கிறது என்பார். எனவே அவர் கேட்கும்படியான நேரங்களில் பேங்கர்ஸ் என்ற சொல்லுக்கு மறுசொல் வந்துவிடக்கூடாது. பெரிய வர்த்தகங்கள் நடைபெறாது. ஒருநாளில் நாலுபேர் வந்தாலே பெரிய விசயம்தான். நகைகளை எடைபோடுவது, மாற்றுப் பார்ப்பது, எழுதுவது, கேசியர் வேலை, உருப்படிகளுக்கு டேக்கா போட்டு லாக்கரில் வைப்பதென எல்லா வேலைகளையும் அவரே செய்துகொள்வார். ஒவ்வொரு வேலையிலும் அவருக்கு ஒவ்வொரு தனித்தனியான முகபாவனை உண்டு. இந்த முகபாவனையை அவர் வேண்டுமென்றே வலிந்து செய்துகொள்வார். மாற்றுப் பார்க்கும்போதும் பணம் எண்ணிக் கொடுக்கும்போதும் அவரின் தனித்த முகபாவனையை அப்பட்டமாகக் காண இயலும். பூபாலனின் கடைக்கும் ஸ்டார் பேங்கர்ஸ்க்கும் இடையே ஒருவர் அமர்வதுபோல திண்ணை திண்டுபோல நீண்டிருக்கும். அந்தத் திண்ணையில் அமர்ந்திருக்கும் வேதமாணிக்கம் திருவாழிக் கட்டிடத்தின் எதிர்ப்பக்கமுள்ள கிருஷ்ணனின் சாயாக்கடையில் அவ்வப்போது பேபிகுட்டிக்கு டீ வாங்கி வர வேண்டும். வேதமாணிக்கம் ஒரே நேரத்தில் கிருஷ்ணனிடமும் ஸ்டார் பேங்கர்ஸிலும் வேலை பார்க்கிறார். ஸ்டார் பேங்கர்ஸின் கடைநடையைத் தூத்துச் சுத்தப்படுத்தித் தண்ணீர் தெளித்துச் சவுந்தர்யமாக வைத்துக்கொள்ள வேண்டியதும் வேதமாணிக்கத்தின் வேலைதான். அதுவொரு பெரிய வேலை கிடையாது. விளக்குமாற்றை எடுத்து அப்படியொரு இழுப்பு, இப்படியொரு இழுப்பு அவ்வளவுதான், வேலை முடிந்தது. பேபிகுட்டி பார்க்கும்போது நடை ஈரம் பாய்ந்திருக்க வேண்டும். ஆறுமுகம் கெடந்து சிரிப்பான்.

“மத்தப் பிராட்டி பவுடர் அடிச்சாப்புல அடிக்கியரேவோய்” ஸ்டார் பேங்கர்ஸ் காலை பத்து பத்தரைக்குத் திறக்கும். மாலை ஐந்து மணிக்குப் பிறகு இயங்காது... நாலேமுக்காலுக்கே பூட்டைக் கையிலெடுத்துக்கொண்டு நிற்பார்.

திருவாழிக் கட்டிடத்தின் மூன்றாம் எண் கடையை வேலுமயில் தனது பேண்ட், மேள அலுவலகமாக வைத்திருக்கிறான். எப்போதும் அது திறந்திருக்காது. ஏதேனும் நிகழ்ச்சிகளுக்குப் போகும்போது, வரும்போது ஒரு அரைமணி நேரம் திறந்து வாத்தியக் கருவிகளை வண்டியில் ஏற்றுவது இறக்குவதென அவ்வப்போது தடபுடலாக இருக்கும். டிரம்பட் வாசிக்கும் பிலிப் பெரும்பாலான நேரங்களில் இங்குதான் சுற்றிக்கொண்டிருப்பான் என்பதனால் அவன் மூன்றாம் எண் கடையை அவன் சவுரியத்துக்கேற்ப திறந்து உட்கார்ந்துகொள்ள, உறங்கிக்கொள்ளவென கண்காணிக்கிறவனாகவும் இருந்தான். எப்போதாவது திருவாழி ராஜபாளையத்திலிருந்து வரும்போது பின்னாலுள்ள அறையில் தங்கும் சமயத்தில் அதுவும் அது குடிமூத்த இரவாகவிருந்தால் வேலுமயிலை எங்கிருந்தாலும் தட்டி எழுப்பித் தூக்கிக்கொண்டு வருவார்கள். அந்த இரவு விடியும்வரை கச்சேரிதான். வேலுமயில் பூமழைத்தூவி வாசித்து வாசித்தே கதறுவான். திருவாழி சொல்லுவார், “வேலுமயிலே... நீ பூமழைத்தூவி வாசிச்சிக் கேக்கதுமாதிரி சுகம் வேறொன்னுலையும் கிடையாது பாத்துக்கோ ...” அவன் ஆனந்தமாகிவிடுவான். அவனுக்குக் கொஞ்சமாகக் குடிக்கும் வாய்ப்பு அமைந்தால் அந்தநேரத்தில் “மொதலாளி வச்சிக்கவா உன்ன மட்டும் நெஞ்சுக்குள்ளே வாசிக்கவா...” என்பான். “உள் அவையமெல்லாம் ஒடைஞ்சி கிடக்க காலத்துல அத எதுக்கு வாசிக்கே? பேசாம பூமழைத் தூவியே வாசி அதுபோதும்...” விடியும்வரை பூமழைத் தூவிதான். ஸ்டார் பேங்கர்ஸ் பேபிகுட்டி இதுபோன்ற இரவுகளில் திருவாழியோடு கூடுவதுண்டு. திருவாழியின் பிரியப்பட்ட அன்சாரிதான் எல்லாவற்றையும் திருவாழிக்காகச் செய்து கொடுத்துவிட்டு செல்லம்போல நிற்பான். பாறசாலையிலிருந்து மது வாங்கி வருவதை பிலிப் பார்த்துக்கொள்வான். அவனில்லாத நேரங்களில் பேபிகுட்டி அதற்கான ஏற்பாடுகளைச் செய்வார். பேபிகுட்டி இல்லாத நேரம் வாய்த்தால் அதை மனோகரன் வாத்தியார் பார்த்துக்கொள்வார். திருவாழிக் கட்டிடத்தின் உள்ளும் புறமுமாக அன்சாரிக்கு எல்லாமுமாக ஒரு முகம் இருந்தது. கடை வாடகை வசூலிப்பது, அதன் கூடுதல் குறைவுகளைப் பார்ப்பதும் மின்சாரம், தண்ணீர் வேறு ஏதேனும் பிரச்சினைகள் என எல்லாவற்றையும் சமாளித்து வரவுகளைத் திருவாழியின் வங்கிக் கணக்கில் சேர்ப்பிப்பது, திருவாழி வரும்போது வடசேரி பேருந்து நிலையத்திற்குப் போய்க் கூட்டி வருவது, பிறகு போகும்போது கொண்டுவிடுவதென எல்லா கூட்டுக்கட்டுகளுக்கும் அவருக்கு அன்சாரிதான். யாராவது கடைபற்றி எது கேட்டாலும் திருவாழி, “எல்லாம் அன்சாரியைப் பார்த்துப் பேசினா போதும். அவன் பார்த்துப்பான்” என்று சொல்லிவிடுவார்.

திருவாழிக் கட்டிடத்தின் நாலாம் எண் கடையைத்தான் சிந்து பியூட்டிபார்லராக நடத்துகிறாள். ஐந்தாவது கடையில் இந்த உலகில் நாம் இதற்கும் முன்னால் எங்கும் கேள்விப்பட்டிராத ஒரு சிக்கல் இருப்பதாக திருவாழியே நம்புகிறார். அதன் தீராத தலைவலியும் மனஉளைச்சலும் சொல்லி மாளாது. ஸ்டார் பேங்கர்ஸின் திண்டிலிருந்தபடி வேதமாணிக்கம்தான் அடிக்கடி சொல்லுவார். “சில விஷயங்கள்ல எல்லாத்தையும் கணிக்கலாம். சிலதுல ஒரு மயிரையும் கணிக்க முடியாது.” திருவாழியும் ஐந்தாம் எண் கடை விவகாரத்தில், “சவத்த உட்டுத்தள்ளுங்கோ. வந்தா வரட்டு. இல்லான்னா அது அப்படியே கெடக்கட்டு” எனச் சொல்லிவிடுவார்.

ஆறாம் எண் கடையையும் ஏழாம் எண் கடையையும் பற்றிப் பார்த்துவிட்டால் ஓரளவுக்கு அல்லது ஓரளவுக்கும் மேலாக திருவாழிக் கட்டிடத்தின் வரைபடத்தை மனத்துக்குள் வைத்துக்கொள்ளலாம். கட்டிடத்தின் ஐந்து கடைகள் தெற்குப் பார்த்து ஒரு வரிசையிலும் மீதி இரண்டு கடைகள் கிழக்குப் பார்த்த மேனிக்கு மற்றொரு வரிசையிலும் இருக்கும். கடையின் சரியான வரைபடத்தைப் புரிந்துகொள்ள தெங்கிலிருந்து குயிலான் சொன்ன மற்றொரு குறிப்பின்படி ‘ட’ வைத் திருப்பிப்போட்டதுபோலவும் கற்பனை செய்துகொள்ளலாம்.

சாத்தான்குளத்தைச் சார்ந்த ராஜகுமார் அண்ணாச்சி ஆறாம் எண் கடையில் பலசரக்குக் கடை நடத்துகிறார். ஏழாம் எண் கடையில் மைனர் சலாம் கடந்த பத்திருபது வருடங்களாகப் பெண்கள் தையலகம் வைத்து நடத்திவருகிறான். மைனர்சலாமுக்கு முன்பாக அதில் மணியின் சலூன்கடை இருந்தது. மணியின் சலூனை ஐந்தாம் எண் கடைக்கு மாற்றிய முப்பத்தி நாலாவது நாளில் அவனின் இடதுகால் முறிந்ததால் அவன், திருவாழிக் கட்டிடத்தின் அப்போதைக்குப் பொறுப்பாளராக இருந்த பங்கிராசிடம் சண்டை போட்டுவிட்டுப் போய்விட்டான். கிருஷ்ணன் புகுந்து சில சமாதானங்களைச் சொன்னபிறகும் ஒன்றும் ஒப்பேறவில்லை. கடைகளெல்லாம் நல்ல பொலிவோடு இருக்குமென்றாலும் வியாபாரமெனப் பார்த்தால் ஆறாம் எண் கடையான அண்ணாச்சியின் பலசரக்குக் கடையில்தான் எப்போதும் வியாபாரம் நடந்தமேனிக்கு இருக்கும். ஏழாம் எண் கடையான மைனர்சலாமின் கடை பற்றிய வெளிப்பிரகாரப் பேச்சுகளும் குசினி கதைகளுமாகக் கலகலப்பும் பிரச்சினையும் பிரதானமாக இருக்கும். சிலநேரங்களில் யாராவது ஒரு பெண்ணின் கணவன் மைனர்சலாமின் கடைக்கு வெளியே நின்று கையில் தோதான கூரிய ஆயுதத்தை வைத்துக்கொண்டு மைனர்சலாமை, “உனக்கெல்லாம் எங்கேயும் உழுந்து சாவப்புடாதுமால. வெளியே

வா. உனக்க கொடல குத்தி சரிக்கேனாப் பாரு" எனக் கேவலம் கேவலமாகப் பேசும்போது பதில் பேசவோ வேறு எதிர்வினை ஆற்றவோ செய்யாத சலாம் தாக்குப்பிடிக்க முடியாத கட்டத்தில் இரட்டைக் கதவுகொண்ட கடையின் கக்கூஸ் வழியாகச் சாமர்த்தியமாக வெளியேறிப் போய்விடுவான். திருவாழி ஒரு இரவில் வேலுமயிலின் பூமழைத்தூவி வாசிப்பின் லயிப்பினிடையே அன்சாரியிடம் சொன்னார், "மைனர்சலாம் ஒரு லக்கான் கோழி... பேசாம அவன அஞ்சாமத்த கடைக்கு மாத்தி விடுவோமாடே... அவனெல்லாம் இடது காலு முறிஞ்சாதான் உருப்படுவான்..."

பேபிகுட்டி வயிறு நிறைய சிரித்துவிட்டு, "அவன் பயங்கர சாதனம்... அளவெடுக்கதுமாதிரி ஒரு தடவு தடவிருவான்..." என்றான். எல்லோரின் சிரிப்பாலும் வேலுமயிலின் பூமழைத்தூவி கொஞ்சம் பின்தங்கிக் கிடந்தது. சிரிப்பும் கும்மாளமுமாகக் கிடக்கும் அந்த இரவுகளில் எப்படியும் பேச்சு திருவாழிக் கட்டிடத்தின் ஐஞ்சாம் எண் கடைக்குப் போய்விடும். ஐந்தாம் எண் கடையில் பட்டணம் சாயிபு ஹோட்டலை மூடியபிறகு நடத்திய கிட்டத்தட்ட இருபதுபேருக்குச் சரியாக இடதுகால் முறிந்து போயிருக்கிறது என்பது ரொம்பவும் ஆச்சரியமான கதையாக ஏரியாவுக்குள் பிரபல்யம் கொண்டிருந்தது.

திருவாழிக் கட்டிடத்தின் எதிர்ப் பக்கம் பஸ் நிறுத்தத்தை ஒட்டிக்கிடந்த காலிமனையிலுள்ள பழைய ஓட்டுக் கட்டிடத்தில்தான் கிருஷ்ணனின் சாயாக்கடை இருந்தது. எண்ணெய் போட்டு வழித்து வாரிய சிகையலங்காரத்தோடு கிருஷ்ணனிடம் எப்போதும் ஐசுவரியம் இருக்கும். கடையில் காலையில் மட்டும் டிபன் உண்டு, மற்றபடி எப்போதும் சாயாதான். சாயங்காலமானால் பலகாரம் போடுவார். பஜ்ஜி, உள்ளிவடையென கிருஷ்ணனின் பலகாரக் கைவண்ணம் ருசியானது. கிருஷ்ணனின் சாயாக்கடை கட்டிடத்தின் பின்னால் காடுபிடித்ததைப் போல பரந்து விரிந்து நிறைய இடமிருந்தது. பழைய சிமெண்டு பெஞ்சு ஒன்று ஒருபக்கம் காங்க்ரீட் கல் உடைந்து கிடந்ததால் எலந்தையடித்தட்டு ரோட்டிலிருந்து எப்போதோ இங்கு கொண்டுவந்து போடப்பட்டது. இரண்டு டிராக்டர் டயர்களை அடியில் தாங்கக் கொடுத்து கிருஷ்ணன்தான் தூக்கி நிப்பாட்டியிருக்கிறார். நல்ல பளபளப்பாகவும் குளிர்ச்சியாகவும் நீட்டுவாக்கில் கிடப்பதால் பல நேரங்களில் அன்சாரி அந்த பெஞ்சில் அமர்ந்தோ படுத்தோ கிடப்பான்.

இன்று அன்சாரிக்கு இருபத்து நாலாவது பிறந்த நாளும்கூட. கிருஷ்ணனுக்கு அது நேற்றே தெரிந்திருந்தது. எனவே அவர் அன்சாரிக்கு ஒரு எவர் சில்வர் கப்பில் தளும்பத் தளும்ப போன்வீட்டா போட்டுக் கொண்டுவந்து கொடுத்தபடி, "அன்சாரி

உனக்க வாழ்க்கையில எல்லா சிறப்பும் உண்டாவட்டுடே... நீ வாழ்கடே" என்றபோது அவன் பூரித்துப்போயிருந்தான். கிருஷ்ணனுக்கு அன்சாரிமீது தனித்துவமான அளவுகடந்த அன்பிருந்தது. சில நேரங்களில் அவனை மகனைப் போலவும் இன்னும் சில நேரங்களில் நண்பனாகவும் பேச்சுக் கொடுப்பதற்கு மைதீன் கண்ணுவும் கிருஷ்ணனும் பட்டணம் சாயிபுவின் கடையில் வேலைபார்த்த காலந்தொட்டுள்ள ஆழமான பந்தம் காரணமாக இருந்தது. மைதீன் கண்ணுவின் மரணத்துக்குப் பிறகு அன்சாரியின் மீதான கருணையின் அளவு கிருஷ்ணனுக்கு அதிகமானாலும் சுவ.... இந்த நாளைச் சரியாக நினைவுவைத்துக்கொண்டு இப்படியாக அவர் வாழ்த்துவார் என்று அவன் நினைத்திருக்கவில்லை. தனக்கொரு பிறந்தநாளை ஏற்படுத்தியிருந்த வாப்பாவின் பேரன்பிற்கு முன்னால் இந்த உலகம் ஒரு தூசுபோல கிடப்பதாக அவன் நினைத்துக்கொண்டவனாய் கிருஷ்ணனின் வாழ்த்தில் இன்பம் நுகர்ந்துகொண்டே போன்வீட்டாவைக் குடித்துவிட்டுப் பின்பக்கம் பெஞ்சில் போய் அவன் சாய்ந்துகிடந்தபோதுதான் மனோகரன் வாத்தியார் அன்சாரியைத் தேடியபடி கிருஷ்ணன் கடைக்கு அவசரமாக வந்திருந்தார். "பொறத்த ஆளு உண்டு..." எனச் சொல்லிவிட்டு மனோகரன் வாத்தியாரின் வருகையை உத்தேசமாக அனுமானித்துக்கொண்டே கிருஷ்ணன் முகத்தைத் திருப்பாமலே டீப்பட்டறையில் நின்றுகொண்டு, "கட்சி உன்னத் தேடித்தான் வாரான்" அன்சாரியை நோக்கிக் குரலை அனுப்பினார். முகத்தைத் திருப்பாமல் ஒன்றைக் குறிவைத்துப் பார்க்காமல் யாருக்குப் பேசவேண்டுமோ அவரை நோக்கிச் சரியாகக் குரலை அனுப்புவதிலும் வளைப்பதிலும் கிருஷ்ணன் நல்ல தேர்ச்சி பெற்ற மனிதர். கிருஷ்ணன் கடையின் பக்கவாட்டுப் பாதை வழியாக மனோகரன் வாத்தியார் சாயாக்கடையின் பின்னால் போகும்போதே சாயாக் கிளாசைக் கையிலெடுத்துக் கொண்டே நேராகப் போய் அன்சாரி இருந்த சிமெண்ட்டு பெஞ்சின் நடுமையத்தில் அமர்ந்தபடி, "ஐஞ்சாம் நம்பர் கடைக்கு ஆள் ஒருத்தன் வாரான் பாப்போமா..." என்றுகூறிச் சத்தமாகச் சிரித்தார்.

அன்சாரிக்கு நம்ப முடியாத அளவுக்கு ஆச்சரியமாக இருந்தது. அவரின் சிரிப்பை வைத்து மனோகரன் வாத்தியார் கேலி பேசுவதாகக் கருதினான். பிறகு அவரின் முகத்தை உற்று நோக்கியவன் நம்பகத்தன்மையால் உற்சாகமானான். மனோகரன் வாத்தியார் கடைக்குப் பின்னால் வந்தபின் சொன்னதைக் கேட்ட கிருஷ்ணனும் நம்பமுடியாமல்தான் பார்த்தார். அன்சாரியின் பிறந்த நாள் அதுவுமாக நல்ல அதிர்ஷ்டம் வாய்த்திருப்பதாக நினைத்துக்கொண்டே சிரிப்போடு அவனைப் பார்த்தபோது அவன் மனோகரன் வாத்தியாரிடம், "ஆளு வெளியூர்க்காரனா.."

என்றபோது வாத்தியார் மீண்டும் சிரித்துத் தலையை ஒரு தினுசாக அசைத்துக்கொண்டே, “அன்சாரியே ... வாரவன் கடையை கண்டிப்பா எடுப்பான் ... எவன் இந்த ஏரியாவுல என்ன சொன்னாலும் நம்பமாட்டான்... அவன் கடைய எடுத்தா எனக்கு ஒருமாச வாடகை தரணும்... திருவாழி சாருட்ட போனப் போட்டுப் பேசிட்டு டப்புன்னு சொல்லு ... நான் பார்ட்டியை உடனே வரச் சொல்லியேன் ...” என்றார்.

“ஒரு சாயாக் குடிக்கியளா வாத்தியாரே ...” என்றபடி அன்சாரி எழுந்து வடக்குமூலையில் நின்ற பூவரச மரமூட்டினருகே போய் நின்று திருவாழிக்கு போன் பண்ணி விசயத்தையெல்லாம் வரிசை வரிசையாகப் பேசிவிட்டுத் திரும்ப ஒரு ஐந்து நிமிடத்துக்குள் மனோகரன் வாத்தியாரிடம் அதே வேகத்தில் வந்து, “ம் ... ஆள வரச் சொல்லுங்க.. உடனே பேசலாம் ... நீங்க சொன்ன மாதிரி எல்லாம் திருவாழி சாருக்கு ஓகேதான்.” என்றான்.

“இன்னும் முக்கா மணி நேரத்துல ஆளு வருவான்... எங்கயும் போயிராதே ...” என்றபடி மனோகரன் வாத்தியார் விறைப்பாக எழுந்து நடந்து போனார். அன்சாரிக்கு இன்னும் நம்ப முடியவில்லை. கடந்த ஆறுமாதமாகக் கடை வாடகைக்குத் தொடர்புக்கு அன்சாரியென அவன் போன் நம்பரையும் பெரிய கொட்டை எழுத்தில் ஷட்டரில் எழுதிப் போட்டிருந்தான். கேட்பார் கேள்வி இல்லாமல் அந்த போர்டு ஐந்தாம் எண் கடையின் ஷட்டரில் நாதியத்துத் தொங்கிக்கொண்டே கிடந்தது. கிருஷ்ணன்தான் போன மாதம் இதே தேதியில் சொன்னார், “நல்லதோ கெட்டதோ, நடக்க நேரத்துல கரைக்டா நடக்கும். அன்சாரி எண்ணெய்ய தேச்சிட்டு மண்ணுல கெடந்து நாய் பொறண்டால பொறண்டு ஒண்ணும் ஆவப்போவதில்லை ... ஒனக்கு ஒண்ணு சொல்லுதேன்.. இரண்டு வருசத்துக்க முன்னால கோயில் கொடையில நாடகத்துல நடிக்க வந்தவள பண்ணையாருக்க மொவன் நைசா சோலிய பெருக்கிரலாம்னு அவளுக்கு உள்ளிவடையெல்லாம் வாங்கிக் கொடுத்துப் பகல் முழுவதும் ரிகேள்சல் நடக்க எடத்துல கெடந்து பொறமாலயே நடந்தான். ஆனா அன்னைக்கு ராத்திரி ஒண்ணேமுக்கால் மணிக்கு பாத்திரம் கழுவப்போன நம்ம சவுட்டுப் பொடி இருக்காம்லா அவன் அவள சோலிய பெருக்கிட்டான் ... நெனைச்சமா ... நடக்கததுதான் நடக்கும் ...”

அன்சாரி நினைத்து நினைத்துச் சிரித்தான். அவனுக்குச் சிரித்து முடியவில்லை. பேண்டுமேளம் வேலுமயிலிடம் வாடகை வாங்கப் போகும்போது கிருஷ்ணனைக் குறிப்பிட்டுச் சவுட்டுப்பொடிக்க கதையைச் சொன்னதும், “அவன

மண்ணள்ளிப் போடு. கிருஷ்ணனெல்லாம் ஒரு வகைதான் பாத்துக்கோ... பேசுனாம்னா பேதி போவாதவனுக்கும் போயிரும்... சந்தனத்த அரைச்சிக் குண்டியில அப்புன கதைதான். தாயளி பீத்தித்தள்ளுவான். கண்ணூர்ல கலஞ்ச யானைக்க மத்தப்புடிச்சி இழுத்து நானாக்குக்கும் நிப்பாட்டினேன்னும்பான். நான் கேட்கேன், சரி ராத்திரி ஒண்ணே முக்காலுக்கு சவுட்டுப்பொடி எதுக்கு அங்க போனானாம்..?" என்றான்.

கிருஷ்ணன் தட்டிலிருந்து ஆவி பறக்க இட்டிலியைத் தட்டி, ஈரத்துணியைப் போட்டு மாவு ஊத்தியபடியே அன்சாரியிடம் சொன்னார். "வேலுமயிலா கேட்டான்... அவன் உச்சிக் கிறுக்கன் பாத்துக்கோ... மொதல்ல அவன்ட்ட பேண்டுக்கு நல்லா வார் பிடிக்கச் சொல்லு... தாயளிக்குச் சொல் புத்தியும் கெடையாது, சுயப்புத்தியும் கெடையாது. அந்தப் பல்பு வாசிக்கதுனால தப்பிப்போறான். இல்லனா அவன் கத முடிஞ்சி. எப்போ... நடிகை நாடகம் முடிஞ்சி பண்ணையாருக்க சல்லி குடோன்லதான் தங்கியிருக்கா... சவுட்டுப்பொடி அங்கென பங்சன்ல உள்ள பாத்திரங்கள கழுவிப் போடேன் மொதலாளின்னு பண்ணையார்ட்ட சொல்லிட்டு சல்லி குடோனுக்குப் போயிருக்கான்... அவன் போன நேரம் ம்ம் எல்லாம் எழுத்துல உள்ளதுதானே நடக்கும்... நடத்திட்டான்..." என்றபடி தண்ணீரைக் கோரி ஜங்சனிலுள்ள ரோட்டில் விசிறியடித்து விட்டு கிருஷ்ணன் நிமிர்ந்தபோது ரோட்டில் மைனர் சலாம் சிகப்புகலர் பைக்கில் சிகப்பு சட்டையும் சிகப்பு தொப்பியும் காலில் சிகப்பு செருப்புமாய்க் கையில் சிகப்பு வார் வாட்சும் கட்டியபடிச் சர்ரென பாய்ந்து போனான். அதைப்பார்த்துக்கொண்டே கிருஷ்ணன் அன்சாரியிடம் சொன்னார். "இன்னா தடவுக்காரன் போறான்" என்றபோது அன்சாரி சிரித்துக்கொண்டே, "எண்ணேன் நீ ஒரு சம்பவம்தாம்ணே..." என்றான். அன்சாரிக்கு நினைப்புகளுக்கு மேலாக நினைப்புகள் நின்றாலும் மனோகரன் வாத்தியார் சொன்னதுபோல ஆளைக் கொண்டு வருவாரா என்ற நினைப்பு மனதை அலைபோல புரட்டிக்கொண்டு கிடந்தது.

கிருஷ்ணன் எதையாவது சொல்லுவார். நம்பகத்தன்மை கடந்த பரிகாசமும் அதில் அடங்கிக்கிடக்கும். ஆனால் மனோகரன் வாத்தியார் அப்படியல்ல, உடம்பில் அசைவின்றிப் பேசுவார். கண்கள் பெரும்பாலும் சிமிட்டாது. அவரைவிட அவரின் குரல்தான் ஏற்ற இறக்கங்களைக் கொண்டிருக்கும். அன்சாரி சின்னவயதுக்காரன் என்றாலும் ஐந்தாம் எண் கடை விசயத்தில் அவனாலே இனம் புரியாத அளவுக்கு அவனுக்குள் அந்தக் கடை புதிய பதற்றத்தை நிறைத்திருந்தது. 'சரி எவனாவது ஒருவன் ஐந்தாம் எண் கடைக்கு வந்தால் வரட்டும். ஏன் நாம் அதுகுறித்து பதட்டம்

கொள்ளணும்' என அன்சாரி தன்னைத்தானே சமாதானப்படுத்திக் கொண்டு பெஞ்சில் நீண்ட வாக்கில் சாய்ந்துகிடந்தான்.

தெரிசனம்கோப்பு பக்கத்திலுள்ள அரசு உயர்நிலைப் பள்ளிக்கூடத்தில் டிரில் மாஸ்டராக இருக்கும் மனோகரன் வாத்தியாரின் வேலை நிமித்தங்களை கிருஷ்ணன் சொல்லிக் கேட்க ரசனையாக இருக்கும். "மனோகரன் வாத்தியாருக்குச் சோலியும் கிடையாது, ஓய்வும் கிடையாது. பள்ளிக்கூடத்துக்குப் போனா ஒரு அப் ஒரு டவுண் ஒரு ஜம்பிங்கு, அவ்வளவுதான் சோலி முடிஞ்சி. கிருஷ்ணன் சொல்வது உண்மைதான். அதற்கு மேலே அவருக்குப் பள்ளிக்கூடத்தில் வேலையில்லை. செவனேன்னு லெஸ்ஸர் ரூமில் போய்க் கெடந்து ஒரு உறக்கம். வேலை நேரம் முடிந்தால் மூஞ்சியைக் கீஞ்சியைக் அலம்பிக்கொண்டு இதுபோன்ற அல்லரசில்லறை வேலைகள்.வேலையென்றால் மனோகரன் வாத்தியாருக்கு நோகக்கூடாது. நல்ல பொருக்காக ரியல்எஸ்டேட்காரர்களோடு கள்ள உறவு; அதுவும் நேரடி உறவுமில்லை. எவனாவது புரோக்கர் என்று சொல்லிவிடக்கூடாது என்கிற அச்சம் வேறு. எல்லாம் வாய்ப்பு பார்த்துத் தட்டிக் கொள்வதுதான். மனோகரன் வாத்தியாரின் மனைவி இன்னொரு மேல்நிலைப் பள்ளியில் தலைமை ஆசிரியர். ஒரு உயர்நிலைப் பள்ளி டிரில்மாஸ்டருக்கு ஒரு மேல்நிலைப் பள்ளியின் தலைமை ஆசிரியை மனைவியாக அமைந்துவிடுவது எவ்வளவு துரதிர்ஷ்டமானது என்பதை மனோகரன்வாத்தியார் சொல்லக் கேட்க வேண்டும். பரஸ்பரம் ஒருவர் கண்ணில் இன்னொருவர் படாமல் ஒரே வீட்டில் வாழும் கலையை அவர்களிடம் கற்கலாம், அப்படியொரு ஏழாம் பொருத்தம்." கிருஷ்ணன் இவைகளைச் சொல்லும்போதெல்லாம் அன்சாரி கேட்பான், "கிருஷ்ணண்ணே எப்படியாக்கும் ஊருல உள்ளவன் கதையெல்லாம் இப்படி அத்துபடியா வச்சிருக்கியோ ?" கிருஷ்ணன் வழக்கமான சிரிப்புடன் சொல்லுவார், "எல்லாம் ஒற்ற நோட்டம் போதும்டே... உச்சைக்கு தின்ன சோத்துப் பருக்கைக்க எண்ணம் எத்தனைன்னு வர சொல்லிப்போடலாம்."

இந்த வாழ்வு அசாத்தியமானதுதான். சொன்ன வாக்குப் பிரகாரம் சரியாக எட்டரை மணிக்கு மனோகரன்வாத்தியார் பைக்கில் பின்னால் ஒருவனை இருத்தி அழைத்துக்கொண்டு வந்தார். பின்னாலிருந்தவன் அசப்பில் மலையாள நடிகர் செம்பன் வினோத்போல இருந்தான்.செம்பன் வினோத்போல இருந்தவனைக் கவனித்து அன்சாரி கிருஷ்ணனிடம் சொன்னான், "எண்ணே லேசா நோட்டம் பாருங்களேன்..." கிருஷ்ணன் அவனை சைடு லுக்கில் கவனித்துவிட்டு "அன்சாரியே... இவன் கடைய கண்டிப்பா எடுப்பான்" என்றார்.

மனோகரன் வாத்தியார் கிருஷ்ணன் கடை முன்னால் வண்டியை நிறுத்திவிட்டு அவனை நேராகப் பின்னாலுள்ள பெஞ்சருகே அழைத்துவந்து இதுபற்றிய சிரத்தை இல்லாதவனைப் போல பாவலா காட்டியபடி இருந்த அன்சாரி முன்னால் நிப்பாட்டி, “தம்பிதான் பில்டிங் இன்ஜார்ஜ் பேரு அன்சாரி... இவரு பேரு சிலங்கா... கல்ஃபீ ரிட்டன்” என்று அறிமுகம் செய்தார்.

“சிலங்கா பேரே ரொம்ப வித்தியாசமா இருக்கே! நான் இதுவரைக்கும் இப்படியொரு பேரு கேட்டதே இல்லே... சிலங்காவா ஸ்ரீலங்காவா...”

“சிலங்காதான்...”

“ஸ்ரீலங்காதான் ஓர்மையில வருது... உட்காருங்க சார்.. கிருஷ்ணண்ணே, ஒரு மூணு சாயா போடுங்க... சார் உங்களுக்கு சீனி போடலாமா...”

சிலங்கா உட்கார்ந்துகொண்டே “சீனி கொஞ்சம் கூடுதலா...” என்றான்.

“கிருஷ்ணண்ணே, ஒரு சாயா சீனி கூட்டி... நம்ம மனோகரன் வாத்தியார், சாருக்கு வித்அவுட்” எனச் சத்தமாகச் சொல்லிக்கொண்டே அன்சாரி சிமெண்ட் பெஞ்சியில் சிலங்காவை அமரவைத்துக்கொண்டு அவன் எதிரில் டிராக்டர் டயரில் அமர்ந்தான். பக்கவாட்டுச் சிலாப்புக் கல்லில் மனோகரன் வாத்தியார் அமர்ந்தபோது பரஸ்பரம் மூவரும் முகம்பார்த்துப் பேசத் தோதான அமைப்பாக அப்போது அவ்விடம் மாறியிருந்தது. அன்சாரி ரோடு பார்த்தும், சிலங்கா அன்சாரியைப் பார்த்தும், மனோகரன் வாத்தியார் இருவரையும் பார்த்தபடி கிழக்கு நோக்கியும் இருந்தார். திருவாழிக் கட்டிடத்தின் நாலாம் எண் கடையை லெக்கின்சும் பனியனும் அணிந்து வந்த சிந்து ஷட்டரைத் திறந்து கடைக்குள் போவதை ரொம்ப சிரத்தையாகக் கவனித்துக்கொண்டே சிலங்கா பார்வையை விலக்காமலிருந்தபோது, கிருஷ்ணன் அதைக் கவனித்தவராக “காலையிலேயே நல்ல ஐசுவரியமா இருக்கு... பேச்சைத் தொடங்கு” என்று சொல்வதுபோல பெஞ்சிக்கு மூணு சாயா கொண்டு வந்தார்.

சிலங்கா மீண்டும் பார்வையைச் சுற்றிக்கொண்டே அன்சாரியை, மனோகரன் வாத்தியாரை, அந்த இடத்தைச் சுற்றிலும் வரைபவனைப் போல ஒரு பார்வை பார்த்துக் கையிலிருந்த டீயையும் உறிஞ்சியபடி வாடகை எவ்வளவு என்று முதல் பேச்சாக ஆரம்பித்தபோதே அன்சாரி வாடகை இரண்டாயிர ரூபாய் என்றும் அட்வான்ஸ் நாற்பதாயிரம் என்றும்

அட்வான்ஸ் தொகையை வேண்டுமானால் திருவாழி சாரிடம் பேசி முப்பதுவரை கொண்டுவரலாம் என்றும் கூறினான்.

சிலங்கா மௌனமாகக் கூர்ந்து பார்த்து யோசித்து நிதானமாக நேரமெடுத்துப் பேசினான். அவனின் உடல் அசைவுகள் நம்பிக்கைக்கும் நம்பிக்கையின்மைக்கும் இடையிலிருந்தன. அவன் அசைவுகளிலிருந்து எந்தவிதமான உத்தேசங்களையும் கிரகிக்க முடியவில்லை.

“டஸ் நாட் எ மேட்டர்” என்றுதான் சிலங்கா மேலும் பேச்சை நீட்டினான். சிலங்காவின் குரல் நல்ல கரகரப்பான ஒரு லயத்திலிருந்தது. “சின்ன ஊர், சின்ன ஜங்சன், இரண்டாயிரம் ரூபாய் வாடகை என்பது பரவாயில்லை. ஒருவேளை அட்வான்ஸ் தொகையை இன்னும் கூடுதலாகத் தந்தால் வாடகை குறையுமா... இந்த ஊரப்பத்தி கொஞ்சம் சொல்லுங்க...”

“சிலங்கா சார் .. திருவாழி சாருக்குப் பணப்பிரச்சனை கிடையாது. அதுனால அட்வான்ஸ் தொகைக்கு ஆசைப்பட மாட்டார்... வாடகையில் மாற்றமில்லை... இந்த ஊரப்பத்தி சொல்லணும்னா... நாலாயிரத்து அறுநூற்றி சொச்சம் ஓட்டு இருக்கு... பெண்கள் ஓட்டுதான் கூடுதலு...”

சிலங்கா சத்தமாகச் சிரித்தான். ஒரு புதிய ஆலாபனை லயத்திலிருந்த அவனின் சிரிப்போசை நல்ல ராகத்திலிருந்தது. அது இயல்பான சிரிப்புமல்ல. ஆனாலும் கேட்க நன்றாக இருந்தது. கூடவே மனோகரன் வாத்தியாரும் சிரித்தார். அன்சாரிக்கு அவரின் சிரிப்பின் அர்த்தம் புரியவில்லை. முன்பொருமுறை இதே சிமெண்ட் பெஞ்சில் வைத்து, ‘பெரிய மனுசனுவ சிரிச்சா கூடவே சேந்து சிரிக்கணும் அன்சாரி’யென வகுப்பெடுத்தது ஓர்மையிலுண்டு. ஆனாலும் அவனுக்குச் சிரிப்பு வராததினால் அவன் கிருஷ்ணன் கடை இருக்கும் மனையின் தெற்கு மூலையிலுள்ள தெங்கில் குயிலான் இருப்பதைப்போலக் கற்பனை செய்து தெங்கைப் பார்த்துக் கொண்டிருந்தான். அதில் சில தேங்காய்கள் பழுத்துக்கிடந்தன. சிலங்கா சிரித்துமுடித்துவிட்டு, “ஊரப்பத்தின்னா இது இல்லே... சுற்றுப்பாடுல உள்ள வீடுகள்,போக்குவரத்து ஜனம், ஓட்டு விபரம் கேட்டுட்டு நான் எலக்சன்லயா நிக்கப் போறேன்?” என்று மீண்டும் சிரித்துக்கொண்டபோது அவன் வயிறு லேசாகக் குலுங்கியது. “சரி மொதல்ல கடையை பாத்துட்டு வந்து பேசலாம்...”

மூவரும் எழுந்துபோகும்போது அன்சாரி அர்த்தப் பாவனையோடு கிருஷ்ணனைப் பார்த்ததும், ‘எல்லாம் சரியா நடக்கும். போய் கடையத் திறந்து காட்டு’ என்பதுபோல

அவர் ஆமோதித்துத் தலையசைத்தார். அன்சாரிக்கு ஒரு நிச்சயமிருந்தது, எப்படியும் அவன் கடையை எடுப்பானென மனோகரன் வாத்தியார் சொல்லியிருந்த உத்தரவாதம். 'படச்சவனே ஒனக்க காவ'லென ஐஞ்சாம் எண் கடையை நோக்கிக் காலைவைத்து முன்னால் நடந்தான். கிருஷ்ணனின் சாயாக்கடையிலிருந்து சரியாக ஐந்தாம் எண் கடை நூறடி இருக்கும். ஆனால் அன்சாரிக்கு நீண்ட நடை நடப்பதுபோல இருந்தது. நிறையபேர் கவனிக்காதவர்கள்போல ஆங்காங்கே நின்று கவனித்துக்கொண்டிருந்தார்கள். அந்தக் கவனிப்பாளர்கள் கூட்டத்தில் குச்சானும் நின்றுகொண்டிருந்தான்.

கடை பனிரெண்டுக்கு இருபது அளவு கொண்டது. ஷட்டரின் பக்கவாட்டுகளில் இரண்டு பூட்டும் சென்டரில் ஒரு பட்டை லாக்கும் உண்டு. மூன்று தாக்கோல்களையும் ஒரு கம்பி வளையத்தில் போட்டு வைத்திருந்தான். அதை இப்போது ஆட்காட்டி விரலில் ஒரு வளையம்போல போட்டுக் கொண்டு சுற்றியபடி அன்சாரி முன்னே நடக்க மனோகரனும் சிலங்காவும் கெமையாகப் பின்னே நடந்தனர். அங்கு குழுமியிருந்த சிலபேர் அன்சாரி தலைமையிலான இந்தப் போக்கைச் சூசகமாகப் புரிந்திருந்தனர். அப்போதுதான் திறந்திருந்த பூபாலனின் ஜெராக்ஸ் கடையிலிருந்து தங்கம் வெளியே வந்து சிலங்காவைப் பரிதாபமாகப் பார்த்தாள். அங்கு எல்லார் பார்வையும் சிலங்காவின் மீது மையங் கொண்டிருந்தது. மைனர் சலாமிடம் யார் சொன்னார்கள் எனத் தெரியவில்லை, காலையிலேயே கூலிங்கிளாஸ் அணிந்தபடி மறைந்து நின்று கொண்டு சிலங்காவைப் பார்த்த சலாமின் பார்வை முழுவதும் அவளின் இடது காலை நோக்கியதாக இருந்தது. கிருஷ்ணன் கடையின் வெளிப் பிரகாரத்தில் டீ குடிக்க நின்ற இரண்டு பேர் கிருஷ்ணனிடம் நேரடியாகவே கேட்டார்கள் "ஏம்ணே ... இந்த' பலியாடு எப்படி மாட்டிச்சி"

"சாயாவக் குடிச்சிட்டுப் பேசாம உனக்க சோலிமயிர பார்த்துட்டுப் போடே ..."

இப்போது ஆறுமாதமாகத் திறக்கப்படாமல் கிடந்த கடையின் இடதுபக்கப் பூட்டை அன்சாரி சுலபமாகத் திறந்துவிட்டான். வலதுபக்கப் பூட்டின் மீது நாய் மோண்டு துருப்பிடித்திருந்ததால் அங்கு கிடந்த கட்டையால் மனோகரன் வாத்தியார் பூட்டின் மீது அப்படியும் இப்படியுமாக ஐந்தாறு தட்டு தட்டிவிட்டுச் சொன்னார் "நாய் ஒருக்க மோண்டு பழகிட்டா அந்த இடத்துலதான் திரும்பவும் மோளும் ..."பின்னால் நின்ற சிலங்கா சிரித்துக்கொண்டே சொன்னான், "மனுசப்பயலுவளும் அப்படித்தான் சார் ..."

அன்சாரி சென்டர் லாக்கைத் திறந்தபின் மூவருமாகச் சேர்ந்து ஷட்டரைத் தூக்கிவிட்டார்கள். ஐந்தாம் எண் கடையின் ஷட்டர் பசி மீறிய ஒரு மிருகத்தைப்போல மேலே கடகடவெனப் பெரும் ஓசையோடு சுருண்டுகொண்டபோது அதன் ஒலியே அன்சாரிக்குப் பயமூட்டுவதாக இருந்தது. ஓடிக்கொண்டிருக்கும் சாணை இயந்திரத்தில் கத்தி முறிந்து விழுந்ததைப் போலவோ, அறுபடுவதற்கு முந்திய கணம் வினோத ஒலி எழுப்பும் ஒரு பன்றியின் சப்தம் போலவோ ஷட்டரின் ஒலி இருந்தது.

“திறந்து ஆறுமாசத்துக்கிட்ட ஆச்சில்லே... அதான்... இரண்டு பக்கத்துலயும் நல்லா கிரீஸ் அடிச்சாலே போதும் சார்...” என அன்சாரி சொல்லிக்கொண்டிருக்கும்போதே பட்டெனப் பேச்சின் இடையில் புகுந்து தொடுத்தப்பூவ இழுத்து உருவுனதுமாதிரி சரசரன்னு பாலிசா போவுமென மனோகரன் வாத்தியார் சொன்னார்.

கடைக்குள்ளிருந்து வெக்கையான காற்றும் பூட்டிய கட்டிடத்திலிருந்து வரும் வினோத நாற்றமும் கடையினுள் பரவி இருந்தன. சிலங்கா கடையை இடதுபக்கமிருந்து வலதுபக்கமாக ஒரு சுற்றுப் பார்த்தான். பின்னர் கீழிருந்து மேலாக ஒரு சுற்றுப் பார்த்தபோது, மொத்தக் கட்டிடமும் அதில் ஐந்தாம் எண் கடையும் மெல்ல ஊர்ந்து அலைவது போல இருந்தது. நூலாம்படை, தூசி, சிலந்தி, பல்லிமுட்டையென கூடவே தென்மேற்கு மூலையில் ஒரு பாடாவதியான செல்ஃப் என எல்லாவற்றையும் சிலங்கா கவனித்துவரும்போது மனோகரன் வாத்தியார் சொன்னார், “ஒரு ஆள விட்டு எல்லாத்தையும் விர்த்தியாக்கி எடுத்துரலாம். வெள்ளையடிச்சி போர்டுமாட்டினா... நச்சுன்னு நாலு லைட்டப் போட்டா.. . கல்யாணப் பொண்ணு மாதிரி ஆக்கிரலாம் கேட்டியளா... என்ன அன்சாரி நீ சொல்லே...”

அன்சாரி மெலிதாகச் சிரித்துவைத்தான்.

கடைக்குள் சிலங்கா முதல் ஆளாகக் காலடி எடுத்து வைத்தபோது சிந்து கனவு சீன் கதவைத் திறந்து மெல்ல கடையின் வெளியே வந்தவள் கடையின் பக்கவாட்டிலிருந்து, எட்டிப் பார்த்தாள். அவள் அணிந்திருந்த காலர் வைத்த பனியன் இன்று நல்ல எடுப்பாக இருந்தது. சிலங்கா ஒரு நொடி தன்னை அறியாமலே கண்களைக் கொண்டு போய்விட்டு வந்தான். எட்டிப்பார்த்த சிந்து அன்சாரிக்கு ஹேப்பி பெர்த்டே சொல்லிவிட்டு அப்படியே சிலங்காவிடம் என்ன கடை சாரென கேட்டபோது சிலங்கா எலக்டிரிக்கல் ஸ்டோர் என்றான். அவள் மிதமாகப் புன்னகைத்துக் கொண்டே கவனிக்காதவளைப் போல மெல்ல நோட்டமிட்டாள்.

மனோகரன் வாத்தியார் கடைக்குள்ளே போய் நின்றபோதும்கூட அன்சாரி கடை ஷட்டரின் அந்தப் பக்கம் போகவே இல்லை. சிலங்கா உள்ளே நின்றவாறு கடையின் பக்கச்சுவர்களை ஆராய்ந்து சில கணக்குக் கூட்டல்களை மனத்தில் கூட்டிக் கழித்துப் பார்த்துக் கொண்டே திரும்பிச் சொன்னான், "சார் நாமோ அந்த டீக்கடையில போய் உட்கார்ந்து பேசி ஃபைனல் பண்ணிடலாமா..."

கிருஷ்ணன் இனிப்புக்கூட்டி ஒரு சாயாவும் வித்அவுட்டில் ஒரு சாயாவும் நடுத்தரமாக ஒரு சாயாவுமாக ஒரு தட்டில் வைத்துக் கடையின் பின்பக்கமுள்ள பெஞ்சுக்குக் கொண்டு வந்தார். சிமெண்ட் பெஞ்சில் மனோகரன்வாத்தியாரும் சிலங்காவும் எதிரெதிராக முகம் பார்த்தபடி இருந்தனர். எதிரே சிலாப்பு கல்லின் அருகே கிடந்த டிராக்டர் டயரின் மீது அன்சாரி சாய்ந்து நின்றான். டீயை ஒரு உறி உறிஞ்சிவிட்டு சிலங்கா நேரடியாகவே விசயத்துக்கு வந்தான். "அந்தக் கடையப்பத்தி நிறைய பேரு தப்பான அபிப்ராயம் சொல்றாவுளே... கடைசியா அந்தக் கடைய நடத்தின இரண்டு பேருக்குக் காலு முறிஞ்சிப் போச்சின்னு கேள்விப் பட்டேன்..."

டீக்கடையின் பின்னாலுள்ள பெஞ்சு மௌனமாக இருந்தது. அவ்வளவுதானென அன்சாரி மனத்தில் முடிவுசெய்து கொண்டே டிராக்டர் டயரிலிருந்து விலகி சிலாப்புக் கல்லில் அமர்ந்தான். காதை அப்பக்கமாகத் திருப்பிவைத்திருந்த கிருஷ்ணன் உள்ளே புகுந்து, "சார் அது ஒரு ஆக்ஸிடென்ட் சார்..." என்றபோது சிலங்கா தாமதமின்றி மீண்டும் கேட்டார், "இரண்டு பேருக்கும் காலு முறிஞ்சிருக்கே..."

"இரண்டுபேரும் போனது ஒரே வண்டியிலதான்... தனித்தனி ஆக்ஸிடென்ட் இல்லே... ஒரே ஆக்ஸிடென்ட்தான்."

"இரண்டு பேருக்கும் இடதுகாலு முறிஞ்சிருக்கே..."

"ம்ம் லாரிக்காரன் கரைக்ட்டா ஃலெப்ட்ல அடிச்சிட்டான்..."

சிலங்கா அமைதியாக இருந்தான். அன்சாரி பேச முயலும் போது கிருஷ்ணன் அவனைப் பேசவிடாமல் செய்து மனோகரன் வாத்தியாரைப் பேசும்படி சைகை செய்தார். வாத்தியார் பேச முயலும்போது சிலங்கா மீண்டும் கேட்டான், "அதுக்கு முன்னாடியும் ஒருத்தருக்குக் காலு முறிஞ்சதா சொன்னானுவளே... ஐஞ்சாம் நம்பரு கடைய எடுக்கவனுக்கு இடது காலு முறியும்னு ஏரியா முழுதும் குசுகுசுன்னு பேச்சா கெடக்கே..."

"சார் பேசுதவன் பலதும் பேசுவான்..."

திருவாழி ௸ 29 ௵

“இது அப்படியான பேச்சு இல்லே... தொண்ணூறுக்குப் பொறவு அந்தக் கடையே தொடர்ச்சியா ஓடலேன்னுதான் கேள்விப்பட்டேன்.”

“அப்படி முழுசா சொல்லமுடியாது...”

“வேற எப்படி சொல்லுவியோ...”

“சார்... இந்த விஞ்ஞான காலத்துல இதெல்லாம் நீங்க நம்பியளா...”

“சே... சே... நான் நம்பலே... சும்மா நடப்புகளே கேட்டேன். மூணு மாசத்துக்கு மேல அந்தக் கடைய யாருமே நடத்தலையாமே... இப்போ பூட்டிப் போட்டு ஆறுமாசமிருக்குமா...”

“சார் இந்த ஏரியாவுலே... சுக்குன்னா சக்கைன்னும்பானுவோ... நாலஞ்சி ஆளுவோ கடைக்கு வந்தாங்க... திருவாழி சாருக்குப் பிடிக்கலே... மாட்டுக்கறிக் கடைக்கு ஒருத்தன் கேட்டு வந்தான்.. இஷ்டப்படலே... மனசுக்குப் பிடிக்கணும்லா... இப்போ உங்கள பாத்ததுமே எனக்குப் பிடிச்சிட்டு.. உங்களப் பத்தி அன்சாரி திருவாழி சார்ட்ட சொன்னதும் அவருக்கும் பிடிச்சிட்டு... சார்... உங்களுக்குப் பூரண திருப்தின்னா கடைய எடுங்கோ... இல்லியன்னா விடுங்க. அவ்வளவுதானே... மனசுக்குப் பிடிக்காம ஒண்ணச் செய்யப்புடாது... ஆனா ஒண்ணு இந்தக் கடைய எடுத்தியள்னா அமோகமா வருவியோ...”

சிலங்கா அன்சாரியையும் மனோகரன் வாத்தியாரையும் மாறிமாறிப் பார்த்துவிட்டுப் பின்னர் மௌனமாக யோசித்துக் கொண்டிருந்தவன் எழுந்து நின்றபடித் தெளிவாகச் சொன்னான், “சிலங்கா ஜாதகம் ரொம்ப ஸ்ட்ராங்... எங்கிட்ட எதுவும் பலிக்காது... வா கை ஒப்பந்தப் பத்திரம் ரெடி பண்ணுங்க... அட்வான்ஸ் குறைக்க வேண்டாம். நாப்பதாயிரமே இருக்கட்டு... நம்ம பைசாதானே நிக்கட்டும்... இன்னைக்கு திங்கக்கிழமை ஒருநாளு விட்டு நான் புதன்கிழமை வாறேன் சரியா..?”

அன்சாரியின் முகத்தில் திடீரென ஒரு பிரகாசம்... “நீங்க புதன்கிழமை கண்டிப்பா வருவியள்னா... நான் திருவாழிசார வரச் சொல்லுவேன்...”

“திருவாழி சாரு எங்கே இருக்காரு..?”

“ராஜபாளையத்துல... உங்களுக்கு பிரச்சனை இல்லேன்னா... நான் ராஜபாளையத்துல போயிக் கையெழுத்து வாங்கிட்டு வருவேன்...”

"அதெல்லாம் பிரச்சனை இல்லே .. அவருக்க சொந்த ஊரே ராஜபாளையந்தானா ... இங்க நாரோயிலுலே எப்படி .. ?"

"இது அவருக்க பொஞ்சாதி ஊரு ... அது பேசுனா பெரிய கதை. இன்னொரு நாளு பேசலாம் ..."

"புதன்கிழமை உறுதியா நம்பலாமா .. ?"

சிலங்கா தலையாட்டிக்கொண்டே மனோகரன் வாத்தியாரிடம் சொன்னான். "பத்திரம் கூட இருந்து எழுதி ரெடி செய்யுங்க.. நான் போட்டா ..." என்றபடி எழுந்து அன்சாரிக்கு ஹேப்பி பெர்த்டே சொல்லிவிட்டு வெளியே வந்து சிந்துவின் பியூட்டி பார்லரை லேசாகக் கவனித்துக்கொண்டு காட்சியின் நினைப்போடு கிளம்பிப் போனான்.

திருவாழிக் கட்டிடத்தின் ஐந்தாம் எண் கடை வாடகைக்குப் போகிறது என்றும் அது எலக்ட்ரிக் கடை என்றும் ராஜகுமார் அண்ணாச்சி தனது பலசரக்குக் கடைக்கு வந்த எல்லா வாடிக்கையாளர்களிடமும் சொல்லிக் கொண்டிருந்தார். அன்று மாலை சிந்துவின் பியூட்டிபார்லருக்கு வந்த மனோகரன் வாத்தியாரின் மனைவி தலைமையாசிரியை லில்லிபாய் குஷன் கசேரியில் சாய்ந்துகொண்டே சிந்துவிடம் கேட்டாள் "ஏன் சிந்து.. பக்கத்து கடையில புதுசா கால ஒடைக்கிறதுக்கு ஒருத்தன வாறான் போல இருக்கே..."

"உங்களுக்கு எப்படி மேம் தெரியும்?"

"அந்த யூஸ்லெஸ் டிரில் மாஸ்டர் வீட்ல தனியா புலம்பிட்டிருந்தான் ..."

இருவரும் திருவாழிக் கட்டிடமே அதிருமளவுக்கு உள்ளே கிடந்து சிரித்தனர்.

2

கடை வாடகை ஒப்பந்தப் பத்திரம்

அட்வான்ஸ் ரூ.40000. மாதவாடகை ரூ.2000 (காலாவதி இன்று முதல் பதினோரு மாதங்கள் முடிய) என்ற தலைப்பைச் சத்தமாக மனோகரன் வாத்தியார் படிக்கத் தொடங்கியே போதே கிருஷ்ணன், "சார் முழுசா படிச்சிருங்கோ" என்றபோது வாத்தியார் சத்தமாகப் படிக்கலானார்.

03.07.2013 இரண்டாயிரத்து பதிமூன்றாம் வருடம் ஜூலை மாதம் மூன்றாம் தேதி கன்னியாகுமரி மாவட்டம் அகஸ்தீஸ்வரம் தாலுகா, 151, பொன்நகர் பள்ளவிளை ரோடு, ஆசாரிப்பள்ளம் என்ற முகவரியில் தாமசம் திரு வால்டர் இம்மானுவேல் நாடாரின் மகன் சிலங்கா (வியாபாரம்) வயது நாற்பத்தி நாலு வாடகை ஒப்பந்தம் எழுதிக் கொடுப்பவர் 1ஆம் நபர்.

விருதுநகர் மாவட்டம் ராஜபாளையம் தாலுகா பெரியகடை பஜார், நம்பர் 47/2இல் தாமசிக்கும் காலஞ்சென்ற தங்கமாங்கனி நாடார் மகன் திருவாழி (கிராம சேவை பணி ஓய்வு) அறுபத்தி ஏழு வயது, 2ஆம் நபருக்குச் சொந்தமான அகஸ்தீஸ்வரம் தாலுகா, இராஜாக்க மங்கலம் ஒன்றியத்தில் அமைந்துள்ள திருவாழிக் கட்டிடத்தின் ஐந்தாம் எண் கடையை வாடகை ஒப்பந்தம் எழுதி வாங்குபவர் 2ஆம் நபர்.

ஒப்பந்தப்படி என்னவென்றால் எங்களில் 1ஆம் நபர் தபசில் குறிப்பிடும் கடையை வாடகை ஒப்பந்தம் எழுதிக் கொடுப்பவரும் 2ஆம் நபர் வாடகை ஒப்பந்தம் எழுதி வாங்குபவருமாகும்.

எங்களில் 2ஆம் நபருக்குச் சொந்தமான மேற்படி விலாசத்திலுள்ள 5ஆம் எண் கடையை 1ம் நபருக்கு வாடகைக்குத் தரலாம் எனப் பேசி இருவரும் சம்மதித்து அட்வான்ஸ் தொகை நாற்பதாயிரமும் மாதவாடகை இரண்டாயிரம் ரூபாய் எனவும் பேசி இந்த வாடகை ஒப்பந்தப் பத்திரத்தின் உறப்புக்காக இன்றைய தினம் 1ஆம் நபரிடமிருந்து 2ஆம் நபர் பெற்றுக்கொண்ட அட்வான்ஸ் ரொக்கம் ரூ 40000 (நாற்பதாயிரம்)ஆகும்.

நிபந்தனைகள்:—

1) மேற்படி ஒப்பந்தத்தின் காலாவதி இன்று முதல் பதினோரு மாதமாகும்.

2) மேற்படி கடையின் மின்சாரக் கட்டணத்தை 1ஆம் நபர் செலுத்திக்கொள்ள வேண்டியது.

3) மேற்படி கடையை 1ஆம் நபர் கீழ் வாடகைக்கு கொடுக்கவோ ஆக்கப்பணிகள் செய்யவோ வேறு கைமாற்றம் செய்யவோ 1ஆம் நபருக்கு உரிமையில்லை.

4) மேற்படி கடையின் வாடகையினை ஒவ்வொரு ஆங்கில மாதமும் 5ஆம் தேதிக்குள் 1ஆம்நபர் 2ஆம் நபரிடம் கொடுத்து ரசீது பெற்றுக்கொள்ள வேண்டும்.

கிருஷ்ணன் கடையில் டீ குடித்தபடி இருந்த யுனிவர்சல் காலனி யூஜின் வேதமாணிக்கத்திடம் மெதுவாகச் சொன்னான், “திருவாழி ரசீது கொடுத்துட்டுதான் மறுவேலை பாப்பாரு...” இருவரும் ஊமைச் சிரிப்பு சிரிக்கையிலேயே மனோகரன் வாத்தியார் சவுண்டைக் கூட்டினார்.

5) வாடகையில் முடக்கம் இருப்பின் அட்வான்ஸ் ரொக்கத்தில் வகை வைத்து மீதித் தொகை கொடுக்கப்படும்.

6) மேற்படி காலாவதி முடிந்த பின்னரும் மேற்படி கடை 1ஆம் நபருக்குத் தேவைப்பட்டால் 2ஆம் நபரின் ஒப்புதலோடு வாடகை ஒப்பந்தப் பத்திரத்தைப் புதுப்பித்துக்கொள்ள வேண்டும்.

மீண்டும் யூஜின் கிசுகிசுத்தான். “மேற்படி எங்க... கீழ்படியே போவுமான்னு தெரியல...”

7) மேற்குறிப்பிட்ட காலாவதி முடியும் முன்னர் 1ஆம் நபருக்கு மேற்படி கடை தேவை இல்லாத பட்சத்திலோ, அல்லது 2ஆம் நபருக்குக் கடை தேவைப்பட்டாலோ இருவரும் பேசி மூன்று மாத முன் அறிவிப்பில் எடுக்கவோ கொடுக்கவோ செய்து கொள்ள வேண்டியது.

8) மேற்படி கடையை மின் உபகரணங்கள் விற்பனை செய்ய மட்டுமே (எலக்ட்ரிக்கல் ஸ்டோர்). அதைத் தவிர்த்து 1ஆம் நபருக்கு வேறு தொழில்கள் நடத்த அனுமதியில்லை. மேற்படியில் குறிப்பிட்ட காலாவதி முடிந்த பின்னர் மேற்படி கடையை 1ஆம் நபர் தொடராத பட்சத்தில் 2ஆம் நபர் தான் பெற்றுக்கொண்ட முன்பணத்தை 1ஆம் நபரிடம் கொடுத்தும் 1ஆம் நபர் மேற்குறிப்பிட்ட நிபந்தனைகளை அனுசரித்துக் கடையின் சாவியினை 2ஆம் நபரிடம் ஒப்படைத்துக் கொள்வது எனச் சம்மதித்து எழுதிக்கொண்ட வாடகை ஒப்பந்தப் பத்திரம்.

எழுதிக் கொடுப்பவர் எழுதி வாங்குபவர்

சாட்சி 1 : அறுகுவிளையில் தாமசிக்கும் காலம் சென்ற மைதீன் கண்ணுவின் மகன் 24 வயது அன்சாரி

சாட்சி 2 : திருவாழிக் கட்டிடத்தின் எதிர் மனையில் டீக்கடை நடத்தும் காலஞ்சென்ற சுகுமாரன் நாயரின் மகன் 64 வயது கிருஷ்ணன் நாயர்.

மனோகரன் வாத்தியார் படித்து முடித்துவிட்டுத் தலையை நிமிர்த்தி அவரே ரசித்து உச்சிக்கொட்டியபடி சொன்னார், ”பக்காவா இருக்குல்லா . . . இதவச்சி ஐநாவைவே உள்ள இழுத்துப்போடலாம்” என மூச்சுவிட்டபடி, “கிருஷ்ணன்ணே, எனக்கொரு வித்அவுட்.” யூஜின் ’தனது பிருட்டத்தைத் தட்டியபடி எழுந்துபோனதும் பக்கத்தில் பாவம்போல பார்த்துக்கொண்டிருந்த வேதமாணிக்கம் மெல்ல கேட்டார் . . . “டாக்குமென்டெல்லாம் நல்லாதான் இருக்கு ஆனா ஆளு வருவானா... உறுதியா வருவாம்னு நம்பலாமா . . ?” அன்சாரிக்குப் பட்டென மனம் உடைந்து விழுந்தது போல இருந்தது. அவசரப்பட்டு வாடகை ஒப்பந்தப் பத்திரம் ரெடி பண்ணிவிட்டோமோ எனத் தோன்றியது.குளத்து நீரில் விழுகிற மெல்லிய துரும்புகூட ஒரு நீளத்துக்கு அதிர்வை உண்டுபண்ணி விசாலமாக்குவதுபோல நம்பிக்கைகளின் மீது வசமில்லாமல் விழுகிற புதிய வார்த்தைகள் மொத்தத்தையும் குலைத்துவிடுகின்றன. சிலங்கா வருவானென மனோகரன் வாத்தியார் மீண்டும் மீண்டும் நம்பிக்கை வார்த்தைகளைச் சொல்லிக்கொண்டுதான் இருந்தார்.

வேதமாணிக்கத்தின் வார்த்தைக்குப் பிறகு அன்சாரியின் நம்பிக்கையில் பொத்தல் விழுந்ததைப் போல இருக்கிறது. நேற்று சிலங்கா பேசிவிட்டுப் போன உடனேயே கடை வாடகைக்கு என ஐந்தாம் எண் கடையின் ஷட்டர் மீது தொங்கவிடப்பட்டிருந்த

போர்டை எடுத்துவிட்டிருந்தான். அந்த போர்டு அங்கிருந்து எடுக்கப்பட்ட பிறகுதான் ஐந்தாம் எண் கடை வாடகைக்குப் போகிறது என்கிற விவரம் ஏரியாவில் பிரசித்த கானமாக மாறிப் போனது. ஆளாளுக்குப் பாடினார்கள். திருவாழிக் கட்டிடத்தின் ஐந்தாம் எண் கடையில் பாம்புப் பண்ணை வருவதாக குச்சான் ஒரு கதையைக் கட்டிவிட்டிருந்தான். அந்தக் கதை ஏரியாவில் ஊர்ந்துகொண்டும் நெளிந்துகொண்டும் கிடந்தது. கடை வாடகைக்கு என்ற போர்டை அவசரப்பட்டு எடுக்காமல் புதன்கிழமைவரை அப்படியே விட்டுவைத்திருக்கலாம் என்று அன்சாரிக்கு இப்போது தோன்றுகிறது. சும்மா போகிறவனும் வருகிறவனும் கூட ஐந்தாம் எண் கடையை ஒரு மாதிரியாகப் பார்த்துவிட்டுக் கடந்துபோகிறான்.மைனர் சலாம் நேற்றே ராஜகுமார் அண்ணாச்சியிடம்,"இதுல எவனாவது இதுக்கு முன்னால எலக்ட்டிரிக் கடை வச்சி நடத்திருக்கானுவளா..?" எனக் கேட்டானாம்.

"பதினாலு வருசமா... எனக்க அறிவுல இல்லே... ஆனா அதுக்கு முன்னால எவனாவது வச்சி நடத்துனானான்னு தெரியலே... ஷாப் கடையிருந்திருக்கு, பாத்திரக்கடை. ம்... கிருஷ்ணன்ட்ட கேட்டா தெரியும்..."

"கிருஷ்ணன்ட்ட மனுசன் பேசுவானா..?" சலாமுக்கு கிருஷ்ணனின் பேச்சை எடுத்தாலே எரியத் தொடங்கிவிடும். அப்படியொரு ஏழாம் பொருத்தம். மைனர் சலாம் போய் விட்டான்.

அன்சாரியிடமும் நாலைந்துபேர் வரிசையாகக் கேட்டுவிட்டார்கள்.

"என்னா போவுதாமே. உள்ளதா..?"

"என்ன போவுதாம்?"

"அஞ்சாம் நம்பர் கடை..."

"ஆமா அதுக்கென்னா... இப்போ..?"

"கோவப்படாதப்போ... திருவாழிக்கு நீதான் எல்லாம்..."

"அதுக்கு வேண்டி..?"

"ஒரு விஷயம்னா கேட்போமா... இல்லயா... உண்மை தானே..?"

"ஆமா..."

"சரி. கடை எடுக்கவன் நல்லா இருக்கட்டு."

இந்த நல்லா இருக்கட்டும்க்கு என்ன அர்த்தமென்று அன்சாரிக்குப் புரியவில்லை. அவன் பல்பைத் தேடினான். பல்பு குச்சானோடு பெயிண்டிங் வேலைக்குப் போயிருப்பதாகக் கேள்விப்பட்டு மீண்டும் கிருஷ்ணனிடம் வந்து, "எல்லாவனுக்கும் அளப்பு கூடிப் போச்சி..."

இந்த போர்ட கழற்றாம இருந்திருக்கலாம் என்று நேற்றிரவே அன்சாரி சொன்னபோது, "இந்த ஜங்சன்ல அளப்பு இன்னைக்கு நேத்தைக்கா? அவன் ஆளு வருவாம்டே... கடைய எடுப்பான்... நான் முப்பத்தி ஐஞ்சு வருசமா பாக்கேன்... மைனர் சலாம் இன்னைக்குலா ஊர் மான்யன்... அன்னைக்கு காலத்துல குடிச்சிட்டு ஆடுனாம்னா... அவன் ஒரு பக்கத்துல அவன் சீல ஒரு பக்கத்துல கெடக்கும்... அவன டெய்லி வீட்டுல கொண்டுவந்து சேக்கதுக்குன்னே தனியா ஒரு பாடை கட்டி வச்சிருந்தானுவோ... வல்லச்சாதியுமா பிடிச்சி அரேபியாக்கு ஏத்தி உட்டப் பொறவுல்லா... மனுச லெட்சணமானான். இருவத்தி ஐஞ்சு வருச அரேபியா வாழ்க்கை... அங்கதான அவன் டெய்லரிங் படிச்சது... இளமை முழுசையும் அரேபியா சுடுமணல்ல தொலைச்சவன்... காமம் செத்துச் சுண்ணாம்பா நீறிப் போச்சி... இங்க வந்தப் பொறவு இப்போ எட்டிப்பாக்குவு... என்ன செய்ய... காலத்துக்க போக்கு அப்படி.. பிராயம் போன பிராயத்துல கடைக்கு வரவளுவளே லேசா தடவிப் பாக்கான். சிலது அவனுக்குப் பலிக்குது சிலது அவனுக்கு வலிக்குது..." பேச்சு மைனர் சலாமின் விசயத்துக்குப் போனது.

"மைனர் சலாமுக்கு என்ன வயசு இருக்கும்..?"

"என்னைய விட நாலஞ்சி வயசு மூத்தவன்... எப்படிப் பாத்தாலும் எழுபதாவது இருக்கணும்..."

"பாத்தா தெரியலே..."

"எல்லாம் பூச்சு... அன்சாரியே... பலம் உடம்புல... ஆசை மனசுல.. இரண்டும் ஒரு புள்ளியில அப்படி நிக்கணும்.. இந்த வாழ்க்கையில ஒரு நடுத்தர பிராயத்துல எல்லாருக்கும் இந்த இரண்டும் வைரம் பாய்ஞ்சிப் போய் நிக்கும்... எல்லா மனுசனுக்கும் இந்தப் பிராயம் வரும்... அது கடந்துபோனா அதோட முன்னும் பின்னுமான நினைப்பிலேயே காலத்த ஓட்டிடணும்... இல்லன்னா மானக்கேடுதான்... சலாமெல்லாம் அத இளம் பிராயத்துல தொலைச்சவன்... அதோட உதிரிதான் இப்போது உள்ளக்கெடந்து அவன அலைகழிக்கது..."

யோசனையோடு மௌனமாக அமர்ந்திருந்த அன்சாரியைக் கிருஷ்ணன்தான் அனுப்பிவிட்டார். "சரி கிளம்பு காலையில பாக்கலாம்... வரும்போ பத்திரத்த கையில கொண்டே வந்துரு..."

சின்ன பள்ளிவாசலில் அதிகாலைத் தொழுகைக்கு பாங்கு சொல்லும்போது தொடங்கி, காலை ஒன்பது ஒன்பதரைமணிவரை, கிருஷ்ணனின் சாயாக்கடை ரொம்பப் பொலிவாக இருக்கும். பிறகு மாலை நாலுமணியிலிருந்து ஏழுமணிவரை எல்லாப் பேச்சுகளும் கரகமெடுத்து ஆடுவதற்கான இடமாக இருக்கும். காலையில் யுனிவர்சல் காலனி ஆட்கள் சிலர் நடைப்பயிற்சி முடித்து இங்கு ஒதுங்கினால் உலகப் பேச்சாகத்தானிருக்கும். மாலையில் செல்வன் கண்ட்ராக்கின் வேலையாட்கள் கூடுவார்கள். கிருஷ்ணனின் சாயாக்கடையில் இரண்டுபேர் முக்கியமானவர்கள். ஸ்டார் பேங்கர்ஸின் வாட்ச்மேன் போல இருக்கும் வேதமாணிக்கம், இன்னொருவன் ஆறுமுகம். எல்லாரும் பட்டணம் சாயிபுவின் கடையில் தனித்தனிக் காலங்களில் குடியேறி ஒன்றாக வெளியேறியவர்கள். பட்டணம் மொதலாளியின் வாக்கு கிருஷ்ணனுக்குத் தெய்வ வாக்குப் போலத்தான். 'கிருஷ்ணா போறவன் போட்டு. இங்கன நம்மள நம்பிக் கிடந்தா பாத்துக்கோ' என்ற அவரின் சொல்லின் மீதான மரியாதைக்குரிய நீட்சியாக ஒண்ணுக்குள் ஒண்ணாகக் கிடந்தார்கள். ஆறுமுகத்துக்கு குடும்பம் மக்களெல்லாம் உண்டு. அவன் அவ்வப்போது போய்வருவான். வேதமாணிக்கத்துக்குத்தான் பெரிதாகச் சொல்லிக் கொள்ளவென்று யாருமில்லை. ஆறுமுகத்துக்கும் வேதமாணிக்கத்துக்கும் கிருஷ்ணன் கடைதான் வாழ்விடம். கிருஷ்ணன் பழைய ராஜபாதையின் சானல்கரையில் கட்டியிருந்த வீட்டை இரண்டாயிரத்து பதினொன்று இறுதியில் ஆக்கிரமிப்பு என்று இடித்து அப்புறப்படுத்திய அரசாங்கம், மலையடியில் வழங்கியிருக்கும் மாற்று நிலத்தில் ஒருவீட்டைக் கட்டிக் கொண்டபிறகு தூரமென்பதால் எட்டரை மணிக்கெல்லாம் ஆறுமுகத்திடம் ஒப்படைத்துவிட்டுப் போய்விடுவார். கிருஷ்ணனின் மகன் வெளிநாட்டு வேலைக்குப் போன பிறகு அவருக்கு எல்லாம் நல்லதாகத்தான் இருக்கிறது. கடையை மூடிவிடலாமென மகன் சொன்னபிறகும் போவது வரைக்கும் போகட்டும் என்று மறுத்துவிட்டார். காலை ஐந்துமணிக்கெல்லாம் மலையடி வீட்டிலிருந்து எழுந்து நடந்தால் முப்பது நிமிடத்தில் கடைக்கு வந்துவிடலாம். அதற்கும் முன்னமே ஆறுமுகம் எல்லா பூர்வாங்க வேலையையும் செய்துவைத்துவிடுவான். இன்ன சம்பளம் இன்ன விகிதம் என்றெல்லாம் இல்லை. பட்டணம் மொதலாளியின் அருகிலிருந்து பார்த்து வளர்ந்த சூழலில் அவரின் மனம்போலவே கிருஷ்ணனும் தனது மனத்தை அமைத்துக் கொண்டதன்மையால் வார்த்தைகளும்கூட அப்படித்தான் வரும். ஆறுமுகத்தைவிட வேதமாணிக்கம் பிராயம் கூடியவர். கிருஷ்ணன் அவரை மென்மையாகக் கவனித்துக்கொள்வதோடு எந்த வேலையும் கொடுத்து அவரை ஒருபோதும் ஏவுவதில்லை.

அறுபத்து ஒன்பதில் திருவாழிக் கட்டிடம் வேலை தொடங்கிவிட்டாலும் எழுபதின் கடைசியில்தான் வேலை நிறைவுற்றது. எழுபத்தொன்றில் பட்டணம் மொதலாளி கடைதிறந்தபோதிலிருந்தே உடனிருந்த கிருஷ்ணனுக்கு அப்போது இருபதோ இருபத்தொன்று வயதோதான் பூர்த்தியாகி இருந்தது. எழுபத்தி எட்டில் வேதமாணிக்கமும் எண்பதுக்குப் பிறகு ஆறுமுகமும் மைதீன்கண்ணு சாயிபும் புகழேந்தியும் பட்டணம் மொதலாளியிடம் வந்திருந்தார்கள். இதற்கிடையே வந்து போனவர்கள் பலரும் உண்டு. சிலர் இப்போது மொதலாளிகளாக அரபுநாட்டில் நல்ல வேலையில் வாழ்க்கை மேம்பட்டவர்களாக இருக்கிறார்கள் என்றாலும் வேறு இடங்களை நோக்கி நகர விரும்பாத ஆறுமுகமும் வேதமாணிக்கமும் இங்குதான் அடைக்கலமாகிக் கிடக்கிறார்கள்.

காலை ஆறுமணிக்கு யூனிவர்சல் காலனி ஆட்கள் நடைப்பயிற்சி முடித்துவிட்டு வழக்கமாக சிலர் அரைமணி நேரமாவது சாயாக்கடை பின்னாலுள்ள பெஞ்சிலும் சிலாப்புக்கல், டயர் எனவும் கிடைத்ததில் அமர்ந்தும் நின்றும் கூடி உலகளாவிய பலவிசயங்களைப் பேசிப் பேசி ஒன்றிரெண்டு சாயாக்களைக் குடித்துப் பரபரப்பாக பொழுது போக்குவார்கள். வழக்கமாக எட்டரைக்கெல்லாம் அன்சாரி வந்துவிடுவான். ஒன்பதுமணிக்கெல்லாம் பள்ளிக்கூடத்துக்குப் போகும் முன்னால் மனோகரன் வாத்தியார் வந்தால் ஒரு வித்அவுட் அடித்துவிட்டுச் சுகசெய்திகள், நாட்டு நடப்புகளைக் கேட்டுவிட்டுப் போவார். கிருஷ்ணன் சாயாக்கடை பின்னால் பரந்து விரிந்து நிறைய இடம் பாழ்பட்டுக் கிடந்தது. மனையளவு என்று பார்த்தால் திருவாழி மனைக்கு மூன்று மடங்கு அளவில் பெரியதாக உள்நீளத்திலிருந்தது. வகைதொகையில்லாத சாதனங்கள், டிராக்டர் டயர்கள்,காலி பேரல்கள் என ஆக்கர் பொருட்களும் கட்டிட இடிபாட்டுப் பொருட்களும் கூடவே தொபியாஸ் எங்கேயோ ஒரு பழைய ராஜகொட்டாரத்தைப் பிரித்துக் கொண்டுவந்த மரப்பொருட்களும் குவிந்து கிடந்தன. மரப்பொருட்கள்மீது கிருஷ்ணனுக்கு ஒரு பயம் உண்டு. மரத்தின் விசயத்தில் அவரிடம் ஒரு நடுக்கம் வெளிப்படும். வேதமாணிக்கம்தான் சொல்லுவார். “எல்லா வாதைகளையும் மரத்துலதான் அறைவானுவோ... அதுக்குள்ள ஆளுவள வச்சி கழிப்பு கழிச்சி எடுக்கணும். வசமில்லாத பிசாசுகளா இருந்தா ஆளுவள இருக்கவுடாது...” பேபிகுட்டி பிசாசும் மயிருந்தாம்னு சிரிப்பார். பொருட்கள் மலைபோலக் குவிந்துகிடந்தன. கிருஷ்ணன் அன்சாரியிடம் ஒரு நாள் கேட்டார்,“இந்த இடத்தோட ஓணர் இருக்காம்புலா...”

“யாரு மத்த சாயிப்பா..?”

"ஆமா அவன்தான் ... அவன் ஒரு அம்மாஞ்சிக் கூதி மொவன் பாத்துக்கோ ... எவன் என்னத்த சொன்னாலும் கேக்கான்... என்ன எழவெல்லாம் பின்னால கெடக்குது பாரு... அழகா நாலு கடைய கெட்டி விடலாம். பின்னால வரிசையா வீடும் கெட்டலாம்... நல்லது சொன்னா கேக்கமாட்டான்... முந்தா நேத்துக் கூட ரப்பர் பால்க்காரன் நாப்பதம்பது டிரம்மக் கொண்டு இறக்கிப் போட்டிருக்கான்... நாத்தம் சகிக்க முடியலே..." கிருஷ்ணனின் பேச்சு ஒரு ரோடு உருளையைப் போல ஒரே தரத்தில் உருண்டுகொண்டிருக்கும். காலை ஒன்பதரை தாண்டினால் சாயாக்கடை அனக்கமூச்சு இல்லாமல் ஆழ்ந்த மௌனத்தில் கிடக்கும். காலை பதினோரு மணிக்கு பியூட்டிபார்லர் சிந்துவுக்கு ஒரு டீயும் வடையும் கொடுக்க வேண்டும். மாசப் பற்று. காலை ஒன்பதரைக்கும் மாலை நாலுமணிக்கும் இடையே கிருஷ்ணனுக்கு இந்த உலகத்திலிருக்கும் ஒரே வேலை சிந்துவுக்கு ஒரு டீயும் வடையும் கொண்டு கொடுப்பதுதான்.ஸ்டார் பேங்கர்ஸ் பேபிகுட்டி இப்போதெல்லாம் அடிக்கடி வீட்டிலிருந்தே பிளாஸ்கில் டீ கொண்டுவந்துவிடுகிறார். பகல் பதினோரு மணி கடந்தால் வேதமாணிக்கமும் ஆறுமுகமும் சாயாக்கடை பின்னாலுள்ள பெஞ்சிலும் சிலாப்புக் கல்லிலுமாகப் படுத்துப் பேசிக்கொண்டே உறங்குவார்கள். சிலங்கா காலையில் கடை வந்து பார்த்துவிட்டுப் போன நேற்று அதுபோல கிடந்த வேதமாணிக்கத்திடம் ஆறுமுகம் சொன்னான். "எங்க உள்ளவம்னு தெரியலே. பாக்க மலையாள நடிகன்போல இருக்கான்... வாத்தியார்ட்ட எப்படி சிக்கினாம்னு தெரியலே... விதி இழுத்துக்கொண்டுவந்து உட்ருக்கு ... நம்ம எவன்ட்ட போயிச் சொல்ல முடியும்?

படுத்த மேனிக்குக் கிடந்த வேதமாணிக்கம் எழுந்து கையை ஊன்றி இருந்தபடி ஆறுமுகத்திடம் சொல்லிக் கொண்டிருந்தார், "ம் எனக்கு... ஆயிரத்தி தொள்ளாரயித்தி எழுபத்தி எட்டுல இருந்து அந்த கடையத் தெரியும் பாத்துக்கோ... பட்டணம் சாயிப்புட்ட நான் அப்பதான் வந்தது. நீ எம்பத்தி ஏழுலயா வந்தே..?"

"சடார்னு விசயத்த சொல்லும்... போட்டு இழுக்காதையும்."

"வேண்டாம் உட்டுரு..." என வேதமாணிக்கம் அப்படியே சாய்ந்துகொண்டார். ஆறுமுகம் மறுபடியும் மெல்ல அவரை தாஜா பண்ணிப் பேசி எடுத்து ஒரு லெவலில் கொண்டுவந்து மீண்டும் பேச வைத்தான்...

"ம்... சொல்லும்..."

"ஆறுமுகம் நான் சொல்லதெல்லாம் நம்ப முடியாதமாதிரி இருக்கும் ... அதனால பேசாம இந்தப் பேச்ச உடு ... வேற என்னத்தையும் பேசலாம்."

"நான் நம்புவேன் ஓய்... நீரு சொல்லும்..." பிறகு வேதமாணிக்கம் தயங்கித் தயங்கிப் பேசினார்.

"எம்ஜியாரு மரிக்கதுக்குப் பத்து நாளைக்கு முன்னால எனக்கு கனவுல அவரு ஐஞ்சாம் நம்பர் கடைத் திண்ணையில இருக்காரு..."

"உண்மையா..."

"அதான் நான் சொல்லமாட்டேன்னு சொன்னேன்..."

"சரி சரி சொல்லும்."

"எம்ஜியார் ஐஞ்சாம் நம்பர் கடைதிண்ணைல இருக்காரு... நான் நம்ம பேங்கர்ஸ் திண்ணையில இருக்கேன்... அந்த சைடுவாக்குல நம் பிராட்டி நடந்து போறா... அப்போ பிராட்டி பாக்கதுக்கு நல்ல ஜம்முனு இருப்பா... நானும் அவரும்"

"அவரும்னா எம்ஜியாரா..?"

"ஆமா... நானும் அவரும் பிராட்டிய பார்க்கோம்..."

"அவ சிரிச்சிக்கிட்டே போறா..."

"பொறவு..?"

"அவரு அவருக்க கதையள பேசாரு... நான் எனக்க கதையள பேசுயேன்... நல்ல சிரிச்ச மேனிக்குதான் பேசிட்டிருந்தாரு... நான் சட்டுண்ணு எழும்பி பாக்கேன் அவர காணலே... பொறவுதான் கனவுன்னு தெரிஞ்சி... எனக்கு ரொம்ப கொழப்பமா இருந்து. எம்ஜியாருக்கும் எனக்கும் ஒரு தொடர்பும் கிடையாது. இதுல எதுக்கு எம்ஜியாரு ஐஞ்சாம் நம்பரு கடைத் திண்ணையில வந்து இருந்தார்னு ஒரே யோசனை. சரியா பத்தாமத்த நாளு தகவலு வருது எம்ஜியாரு செத்துட்டாருன்னு..."

ஆறுமுகமும் சிலாப்புக் கல்லிலிருந்து எழுந்து உட்கார்ந்து விட்டான். "இத ஏன் ஓய் இவ்வளவு நாளும் வெளியே சொல்லலே..?"

"என்னைய பைத்தியாரம்னு சொல்லுவானுவோ..."

"அதுபோலத்தான் நம்ம அன்சாரிக்க வாப்பா... மைதீன்கண்ணு... ஒரு தடவை என் கனவுல ஐந்தாம் நம்பர் கடை திண்ணையில இருந்து பீடிவலிச்சிட்டு இருந்தாரு... பொறவு பத்தாமத்த நாளுல..."

ஆறுமுகம் பயந்து போனவனைப்போல இருந்தான். பிறகு நிதானித்துக்கொண்டு... "சரி அத உடும்... இப்போ கடை எடுக்க

வந்திருக்கவன் தாக்குப் பிடிப்பானா..?"

"அவனுக்க சைச வச்சிப் பாக்கும்போ... தாக்குப் பிடிப்பான் போலத்தான் தோணுது..."

"எப்படி சொல்லியரு..?"

"நல்ல விசாரிச்சிட்டுதானே வந்திருப்பான்... நான் நினைக்கேன், எதாவது கைவசம் பண்ணிருப்பாம்னு நினக்கேன்..."

"கைவசம்னா..?"

"அதான் எதாவது செய்வினை செஞ்சிருப்பான்..."

"ம்ம்... அப்படி இருக்குமா... ஆள் பாக்க நல்ல விசயமுள்ளவனப் போலத்தான் தெரியான்... ஆனா எனக்க பார்வையல கடைய எடுக்க வரமாட்டாம்னுதான் தெரியுவு..."

"வருவான்..."

"எதவச்சி சொல்லுதியரு..."

"அவனுக்கு சைசப்பாத்தா கண்டிப்பா வருவான்..."

பேசிக் கொண்டிருந்தவர்கள் என்ன நினைத்தார்களோ தெரியவில்லை. சிமெண்டு பெஞ்சும் சிலாப்புக் கல்லும் குலுங்குமளவுக்கு விழுந்து விழுந்து சிரித்தனர். கிருஷ்ணனின் சாயாக்கடையின் பின்புறம் ரொம்ப நேரமாகச் சிரிப்புச் சத்தம் கேட்டுக்கொண்டிருந்தது.

3

புதன்கிழமை காலை எட்டுமணிக்கு முன்னமே அன்சாரி.கிருஷ்ணன் கடை பின்னாலுள்ள சிமெண்டு பெஞ்சிக்கு வந்துவிட்டான். அவனின் முகம் இரவு சரிவரத் தூங்காதவனின் முகம்போல இருந்ததைக் கவனித்துக்கொண்டு "முகமெல்லாம் ரொம்ப வாட்டமா கெடக்கே அன்சாரி... நைட்டு ஒழுங்கா ஒறங்கலியாடே" என்றபடி "இரி டீ போட்டுக்கொண்டு வாறேன்" என டீப்பட்டறையை நோக்கி நகர்ந்தார். அன்சாரிக்கு நேற்றைய இரவு உண்மையில் உறங்காத இரவுதான். அவன் பலவாறு படுக்கையில் புரண்டுகொண்டே கிடந்தான். நீண்ட நேரம் படுக்கையில் உறக்கமில்லாமல் கிடப்பது கடும் அவஸ்தையானது என்பதை அவன் அறிந்திருந்தான். திருவாழிக் கட்டிடத்தின் கதைகளையும் இந்த ஏரியாவின் பெரும்பாலான கதைகளையும் கிருஷ்ணன்தான் பல சந்தர்ப்பங்களில் சொல்லியிருக்கிறார். வரிசையாக ஒரே சீரில் கிருஷ்ணன் கதை சொல்லமாட்டார். அந்தந்தப் பேச்சுக்கொப்ப கதைகள் அவரிடமிருந்து அவசியத்துக்கு ஒரு சாரல்போல அடித்துவரும். "இடையூறு இன்றி அமைதியும் மனதும் பிணையும்போதுதான் ஞாபகப்பரப்பு விரிவடைந்து போகும். நம் மூளை மண்டலத்தின் அமைப்பும் வார்ப்பும் அப்படியாப்பட்டது" என்பார். ஒரு நினைவுதான் அது தொடர்பான எல்லா நினைவுகளையும் வரிசைப்படுத்தித்தரும். ஒருதடவை

பெஞ்சிலிருக்கும்போது மனோகரன் வாத்தியாரின் பழைய ஸ்கூல் கதைகளைப் பேசும்போதுதான் சொன்னார், டிரில் பிரியடில் ஒரு ஏழாம் வகுப்பு மாணவனின் பையிலிருந்து செக்ஸ் புக் ஒன்றைப் பறிமுதல் செய்ததாகவும் அவனை பெலம்பால் அடித்து விசாரித்தபோது டியூசன் சென்டரில் ஒரு அண்ணன் அவனுக்குக் கொடுத்ததாகச் சொன்னானெனச் சொல்லிவிட்டு இந்த உலகம் எங்கு போய் முடியப்போகிறது என்று தெரியவில்லையெனச் செல்லும்போதுதான் செக்ஸ் புக் பற்றிய பொதுவான பேச்சு வந்தது. கிருஷ்ணன் சொன்னார், "இதென்ன மயிரப்புடுங்குன புக்கு . . ." பண்டு இங்கன அதுக்க பெகளம்தான், இப்போ எவன் புக் படிக்கான் . . . டெய்லி பேப்பர் படிக்கவே ஆளு கெடையாது . . . பண்டெல்லாம் இங்குன பேப்பருக்கு ஓய்வே கிடையாது . . . ஆள்மாத்தி ஆள்மாத்தி படிக்க ஆளுவோ அலைமோதுவாவோ . . . இப்போ பேப்பரெல்லாம் சொறி நாய் மாதிரி தீண்டுவாரு இல்லாம கெடக்கு . . . எம்பத்தி ஒம்பது கடைசியில அல்லது தொண்ணூறா இருக்கும் . . . ஐஞ்சாம் நம்பரு கடையில சந்திரம்னு ஒருத்தன் பாக்க நல்லா பாகவதரு மாதிரி ஹிப்பி முடியும் வளத்தி ரொம்ப சேலா இருப்பான். சேலுன்னா அவ்வளவு லெச்சணமா இருப்பான் . . . வேட்டிக் கெட்டெல்லாம் அவ்வளவு ஸ்டைலா இருக்கும். சைக்கிள்ல அவன் வரதும் போறதும் பார்க்கவே நல்ல ஐசுவரியம்டே . . . நான் இங்க இந்த கடைய தொடங்கின புதுசுதான் . . . அவன் நல்லா பாட்டும் பாடுவான். சங்கராபரணம் படத்துல உள்ள ஓம்காரநாதானு சந்தான மௌகானமே மு சங்கரா பரணமேன்னு ஒரு பாட்ட அப்போ அவன் நல்ல சுதி பிடிச்சி பாடத நான் பலதடவ கேட்டிருக்கேன். அவன்தான் இங்க மொதமொதலா கலைமகள்லெண்டிங் லைப்ரரின்னு ஒண்ணு வச்சி நடத்தினான். மாசம் இருவது ரூபாயோ முப்பது ரூபாயோ அதுக்கு கட்டணம். இதயம், குங்குமம், குமுதம், கல்கண்டு, கல்கி, வண்ணத்திரை, நானா, ஆனந்த விகடன், ராணி, ராணிமுத்துன்னு இன்னும் நிறைய உண்டு. எல்லா எழவு புக்கையும் படிக்கத் தருவான் . . . வீடுவீடா கொண்டும் கொடுப்பான்... பொறவு கொஞ்சம் டெவலப்பான உடனே ஒரு கடை எடுக்கலாம்னு பிளானப் போட்டு அவன் நடக்கத்துலயாக்கும் திருவாழிக் கட்டிடத்தில் பட்டணம் சாயுபு கடை விட்டு ரெண்டு மாசமாயிருந்து . . . எனக்கு பேசி பட்டணந்தான் இங்கன கடைய ஏற்பாடு பண்ணித் தந்தாரு . . . திருவாழி அப்ப அந்த கடைய ஒருத்தருக்கும் கொடுக்கல . . . பட்டணம் கொணமாயி வருவாரு. கடைய அவருக்குக் கொடுக்கலாம்னா ஆறுமாசமா போட்டு வச்சிருந்தாரு . . . அப்பதான் அந்தச் சந்திரன் வந்து என்கிட்ட கேட்பான். இந்த ஐஞ்சாம் நம்பர் கடை சும்மாதான கெடக்கு எனக்குப் பேசி வாங்கித் தருவியளான்னு . . . சரி பேசிப்பாக்கேன். அவரு

தாரேன் சொன்னா நடத்திக்கோன்னு திருவாழிட்ட பேசினேன். திருவாழிக்கு இந்தப் பாட்டுக் கச்சேரின்னாலே ரொம்ப இஷ்டம். நான் சொன்னேன் சந்திரன் நல்லா பாடுவாம்னு ... உடனே ஒரு பாட்டு பாடுடே கேட்கட்டுன்னாரு ... இந்த கடையல இருந்துதான் சந்திரன் செம்மீன்ல உள்ள மானசமயிலே வருநுள்ள அந்தப் பாட்ட சூப்பரா பாடுனான். திருவாழி பாட்டுல மயங்கி உடனே சந்திரனுக்குக் கையில ஐஞ்சாம் நம்பர் கடைச் சாவியை எடுத்துக் கொடுத்தாரு ... பாதி அட்வான்ஸ் வாங்கி ... அப்படியாக்கும் ... ஐஞ்சாம் நம்பர் கடைய வாடகைக்கு எடுத்தான் . . . அவன் சைக்கிள்ல கொண்டு கொடுக்கதையும் கொடுப்பான். புதிய கஸ்டமர்கள் நிறையபேரு. இங்க கடையில வந்தும் சில ஆளுவோ படிப்பாங்க . . . உள்ளே ரெண்டு பெஞ்சியும் போட்டிருந்தான். அண்ணாச்சிக்க பலசரக்குக் கடைய அப்போ ஒரு ஜோசியரு ஜோதிட நிலையமா வச்சிருந்தாரு...மைனர் சலாம் இப்போ இருக்க கடையில அப்போ மணிக்க சலூன் இருந்திச்சி . . . இப்படியான காலத்துலயாக்கும் திடீன்னு ஈசல் இருக்கல்லா அது மாதிரி சந்திரனுக்க லெண்டிங் லைப்ரரிக் கடையில திடீர்னு செக்ஸ் புக்கு . . . செக்ஸ் புக்குன்னா ஒரு கணக்கு வழக்கு கிடையாது . . . படம் போட்டது படம் போடாததுன்னு பல தரத்துல உண்டு . . .”

“கலர் படமா . . ?”

“பிளாக் அன் வொயிட்தான் . . .”

“கிருஷ்ணண்ணேன் படிச்சிருக்கியளா . . ?”

“ம்ம் இங்கனயும் ஒரு நாலஞ்சணத்த கொண்டு வந்து போட்டானுவோ ... கதையக் கேளு.. ஜோசியரு எப்ப பாத்தாலும் சந்திரன்ட்ட இருந்து புக்கு வாங்கதும் படிக்கதுமா இருந்தாரு . . . மொதல்ல இது எனக்குப் புடிபடலே . . . ஆனா என்னமோ ஒண்ணு கசவாளித்தனம் நடக்குன்னு மட்டும் மனசிலாச்சி . . . ஆனா அப்பவும் என்னான்னு புரியலே... மணி கொஞ்சம் புக்க கொண்டு அவன் கடையில போட்டுருப்பான் போலருக்கு . . . முடிவெட்ட போற பயலுவளுக்கு ஆளுக்கொண்ணா கையில கொடுத்து இருத்திருவான் . . . ஸ்கூல் புக்கு மாதிரி பேப்பர்ல அட்டைய வேற போட்டு உட்ருக்கானுவோ . . . இதெல்லாம் மொதல்ல ஒருத்தனுக்கும் வெளிய தெரியலே . . . ஆனா அந்த புக்க படிக்கவனுவள சரியா கண்டுபிடிச்சிரலாம் . . .”

“எப்புடி . . ?”

“ஒருமாதிரி நெளிவாம்புலா ...”

“பொறவு எப்போ எல்லாருக்கும் தெரிஞ்சிது . . ?”

“சந்திரனுக்க காலு முறிஞ்சப் பொறவுதான் இதெல்லாம் ஒவ்வொண்ணா வெளியே வருது ...”

“கடை எடுத்து எவ்வளவு நாள்ல சந்திரனுக்க காலு முறிஞ்சது .. ?”

“இரண்டு மாசம் முடிஞ்சி மொதவாரத்துல ... நாள் கணக்குன்னு பாத்தா சரியா அறுபத்தி ஏழாமத்த நாள்ல ... அப்போ எங்கிட்டதான் கடை வாடகை கொண்டு தருவான். சந்திரன் அன்னா அந்த நடையில கால நீட்டி உட்கார்ந்திருக்கான். கிருஷ்ணன் கைநீட்டி நடையைக் காட்டிக் கொண்டார். இரண்டு பேரு நடைக்குக் கீழே என்னமோ பேசிட்டு நிக்கானுவோ ... கடைக்குள்ளே ரெண்டு மரபெஞ்சி போட்டிருந்தான். அதுல இரண்டு பயலுவோ என்னமோ படிச்சிட்டிருந்தானுவோ ... சந்திரன் கடைக்கு மேல நல்ல இரும்புல ஒரு போர்டு போட்டிருந்தான். போர்டுல கலைமகள் லெண்டிங் லைப்ரரி உரிமை சந்திரன்னு ... இப்போ உள்ள போர்டு போல கிடையாது ... இரும்பு போடு ... நல்ல கனம் ... உருக்குத்துண்டு மாதிரி வெயிட்டான போர்டு. சன்சைடு காங்கிரீட்ல ஆணி அடிச்சி நல்ல பலமான கட்டுக்கம்பியப் போட்டுக் கட்டிவச்சிருக்கான்போல. அன்னைக்குக் கடை நடையில கால நீட்டி வாக்கா இருந்தான் பாரு, அப்போ அந்தச் சமயத்துல கரெக்டா வந்து ஜோசியரு ஒரு புக்க அவன் கையில கொடுக்காரு ... அவன் வாங்கான், நான் இங்கயிருந்து பாத்துட்டுருக்கும்போதே போர்டும் அது தொங்கிட்டுக் கிடந்த காங்கிரீட்டு சிலாப்பும் படார்னு அடந்து மேல இருந்து பொத்துன்னு அவன் இடது காலு முட்டுக்குக் கீழே சரியா விழுந்து ... அவ்வளவுதான். சந்திரன் எம்மோ எப்போன்னு சத்தம் போடுதான். ஜோசியன் எங்கப் போனாம்னு தெரியலே ... அந்தாக்குல ஆளுவோ தூக்கிப் போட்டு ஜெயசேகரனுக்குக் கொண்டு போனானுவோ ... கையில ஜோசியன் கொடுத்த புக் இருந்துல்லா, அந்தப் பிடிய சந்திரன் விடல ... அத ஆப்ரேசன் தியேட்டர்ல நர்ஸ் வாங்கி பாத்துட்டாக்கும் பொறவு செக்ஸ் புக் கதை ஊரெல்லாம் தெரிஞ்சது.”

“அப்புறம் என்னாச்சி .. ?”

“அப்புறம் என்னா ... சந்திரனுக்க ஒரு சொந்தக்காரன் வந்து கடைய காலி பண்ணிட்டுப் போனான். திருவாழி சார் ஒருமாச வாடகைய கழிச்சிட்டு அட்வான்ஸ்ல பாக்கிய கொடுத்தாரு ... ஒரு கட்டு சரோஜா தேவி புக்க மணி வாரிட்டுப் போய் அவனுக்கு சலூன்ல போட்டான். பத்து காணும் புக்க

ஜோசியரு எடுத்தாரு . . . ஒருநாள் இங்கன டீ குடிக்க வந்த ஜோசியர்ட்ட கேட்டேன் ஓய் சந்திரன முழுங்குன கேது எப்படி கெடக்குன்னு ?"

"கேது இப்போ உச்சம்னு போனார் ..."

"அந்த அடந்து உழுந்த சிலாப்பையும் கலைமகள் லெண்டிங் லைபரரி போர்டையும் நம்ம கடைக்கு பின்னாலக் கொண்டு வந்து போட்டானுவோ ... கூட எனக்கு அஞ்சாரு புக்கும் ... எனக்க பொண்டாட்டிக்குத் தமிழ் படிக்கத் தெரியாது. நான் புக்குவளுக்க அட்டைய கிழிச்சி தூரப் போட்டுட்டு தலைமாட்டுல வச்சி ஒரே படிப்பு ..." சொல்லிவிட்டு கிருஷ்ணன் குலுங்கிக்குலுங்கிச் சிரித்தார்.

"ம் பொறவு சலூன் மணி எப்போ ஐஞ்சாமத்த கடைக்கு வந்தான்.?"

"அது எப்பம்னா" என கிருஷ்ணன் தொடங்கும்போது ...

ஆறுமுகம் அப்போது உள்ளே இருந்து வேகமாக வந்து கேட்டான், "சூல் வீட்டுக்குக் கருப்பட்டிப் பணியாரமா சர்க்கரை ரை பணியாரமா .. ?"

"ஃபுல் கருப்பட்டியில வராது. சர்க்கரை மிக்ஸிங் வேணும்... முழுசா கருப்பட்டியிலேயே பணியாரம் போடணும்னா அதுக்கு தனி ஞானம் வேணும் ... பக்குவம்ங்கது கயித்து மேல நடக்கது மாதிரி கவனம் பிசகிற கூடாது. நீ சக்கர கலந்தே போடு" என்றபடிப் பேச்சைத் தொடர முயலும்போது கிருஷ்ணனை யாரோ கூப்பிடுவார்கள், பேச்சு மாறிப் போய்விடும். அவரிடம் கதை கேட்பது கடுமையான வேலையும் கூட. அதற்காகவே மெனக்கெட வேண்டும். ஆறுமுகம் சொன்னான், "காமம் கூடிய கடுவன் பூனைபோல அவரு பின்னாலேயே தவமா தவம் கெடக்கணும். அப்பதான் காரியம் பலிதமாகும்."

நேற்றிரவு தூக்கமற்ற பாதி இரவுக்குப் பிறகு அன்சாரிக்கு லெண்டிங் லைப்ரரி சந்திரன் நினைவாகத்தான் இருந்தது. இத்தனைக்கும் அவனை நேரில் ஒருபோதும் பார்த்ததில்லை. நேரில் பாத்திராத ஒருவனின் நினைவு ஏன் இவ்விரவில் நிறைக்கிறது என்று கூட தோன்றியது. அவன் எங்கோ ஹிப்பி தலையுடன் ஓம்கார நாதானு சந்தான மௌகானமே பாடிக் கொண்டிருக்கிறான். அடர் இருளில் அவன் மட்டும் வெளிச்சமாக அசைந்து அசைந்து பாடுகிறான். சந்திரன் அடர் இருளில் பாடிக்கொண்டிருக்கும் அந்த வெளிச்சப் பிரதேசத்தினுள் சிலங்கா சட்டாக்கில் ஒரு மலைக்கும் இன்னொரு மலைக்கும்

இடையே கட்டப்பட்ட நூல் கம்பியில் வந்திறங்கிய போதுதான் அன்சாரிக்குத் திடுக்கிடும்படியாக இருந்தது. அது உறக்கமும் இல்லை, கனவும் இல்லை. ரெண்டுக்கும் இடையிலான ஒரு மனச்சித்திரமாகக் கிடந்து உழலுகிறது. சந்திரன்பற்றி கிருஷ்ணன் சொன்ன உதிரி உதிரியான விசயங்கள் ஒரு வினோத சித்திரத்தை ஏற்படுத்தியிருந்தன. சித்திர வரிசையில் இது ஒரு வினோத காட்சி வடிவ நீட்சி. சிந்துவின் சித்திரங்கள், பல்பின் சித்திரங்களென மனம் முழுவதும் பற்றிப்படர்ந்து கிடக்கும் சித்திரங்களில் அறிமுகமற்ற சந்திரன் இறுதியாக திருவனந்தபுரத்திலுள்ள ஒரு விடுதி அறையில் தற்கொலை செய்துகொண்டான் என்ற தகவலை கிருஷ்ணன் சொல்லிவிட்டு, "மனிதன் இந்த உலகில் வாழ்வதற்கு என்னவென்ன போராட்டங்களை எல்லாம் நடத்துகிறான் தெரியுமா ? ஒன்றும் சொல்லி மாளாது" என்றவர் சில வார்த்தைகளுக்கிடையே நீண்ட மௌனங்களை வைத்துக்கொண்டார்.

அன்சாரி இன்று காலை கிருஷ்ணன் கடையின் பக்கவாட்டுப் பாதையில் நுழைவதற்கு முன்னால் ஐந்தாம் நம்பர் கடையின் மேலுள்ள சிலாப்பைத்தான் பார்த்தான். அவன் திட்டமிட்டுப் பார்க்கவில்லை என்றாலும் யாரோ அங்கு நிற்பதுபோல தோன்றியபோது அது யார் என்பதுபோல பார்வை அங்குதான் போனது. சிலாப்பு புதுசாகப் பலமாகத்தான் இருக்கிறது. அன்சாரியைப் பார்த்துக்கொண்டே கிருஷ்ணன் பின்பக்கமாகச் சாயா கொண்டு வந்தார். சிமென்ட் பெஞ்சில் நல்ல வாக்காக அமர்ந்திருந்து தூக்கமற்ற நேற்றைய இரவின் சிந்தனையோடு சாயாவை உறிஞ்சிக்கொண்டிருக்கும்போதே நல்ல கடாட்சமாக வந்த மனோகரன் வாத்தியாரின் கையில்தான் வாடகை ஒப்பந்தப் பத்திரமிருந்தது. கிட்டே நடந்துவரும்போதே பேசிக்கொண்டும் வந்தார். "அன்சாரி இன்னும் பத்து நிமிசத்துல சிலங்கா வருவான். நீ அட்வான்ஸ் தொகைய வாங்கிட்டு டாக்குமென்ட்ல கையெழுத்து வாங்கு . . . நீனும் கிருஷ்ணனும் சாட்சி கையெழுத்தும் போட்டுட்டு நீ நேரா ராஜபாளையத்துக்கு பஸ் ஏறிடு . . . திருவாழி சார்ட்ட கையெழுத்து வாங்கிட்டு காபி எடுத்து கொடுத்திடலாம் . . . சரியா . . ."

அன்சாரி இப்போதும் முழுவதுமாக நம்பிக்கையில்லாமல் தான் இருந்தான். மனோகரன் வாத்தியார் தமாஷடிக்கிறாரா, இது என்ன அற்புதம் ஒன்றும் புரியவில்லையென யோசிக்கையில் கிருஷ்ணன் இப்போதும் அதே நம்பிக்கையோடு பேசினார். அன்சாரி கடையின் பின்னாலுள்ள பழைய பொருட்களில் எங்கேயாவது கலைமகள் லெண்டிங் லைப்ரரி போர்டு தென்படுகிறதா எனப் பார்வையை அலையவிட்டுக்

கொண்டிருந்தான். சந்திரன் லெண்டிங் லைப்ரரி வைத்திருந்ததாக கிருஷ்ணன் சொல்லிய காலத்தில் தனக்கு மூன்று வயதிருக்கும் என்று நினைத்துக்கொண்டவனாக ஆக்கர் பொருட்கள் மலைபோல குவிந்து கிடந்த வடக்குப்பக்கம் பார்வையால் சுற்றிக்கொண்டிருந்தவன் அங்கிருந்த மாமரத்தில் அப்பிப் படர்ந்திருந்த இத்தி இலைகளைக் கவலையோடு பார்த்தான். ஏன் அன்சாரி இப்படி இருக்கிறானென மனோகரன் வாத்தியார் யோசித்தபடி அவனின் பார்வைகள் அலைபாயும் இடத்தைக் குறிப்பிட்டு நோக்கியவராக அமர்ந்திருந்தபோதுதான் யாரோ முகம் தெரியாத ஒருவரின் பைக்கின் பின்னால் ஒருபக்கமாகப் பெண்களைப் போல இருந்தபடி சிலங்கா ஒரு ஜிப்பாவும் அணிந்து கூலிங்கிளாஸ் சகிதமாக கழுத்தெல்லாம் நல்ல பவுடர் போட்டு மணக்கமணக்க வந்திறங்கினான். சிலங்காவின் வருகையையும் அவனின் உடையலங்காரங்களையும் பார்த்தால் அவன் கொண்டாட்ட மனநிலையில் இருப்பவனாகத் தோன்றியது. எல்லாம் ரெடிதானே எனக்கேட்டவன் கிருஷ்ணனுக்கு ஒரு நல்ல தரமான வணக்கமும் வைத்துவிட்டு சிமெண்டு பெஞ்சில் வந்து உரிமையோடு அமர்ந்து புன்னகைத்தான். இரயில்வே ஸ்டேசனில் இரயில் வந்து நிற்பதும் பின்னர் புறப்படுவதும் போன்ற ஒழுங்கமைவோடு எல்லாம் வரிசைப்படி நடந்தது. மனோகரன் வாத்தியார் ஏற்ற இறக்கங்களுடன் சப்தத்தைக் கூட்டியும் குறைத்தும் ராகபாவனையுடன் வாடகை ஒப்பந்தப் பத்திரத்தைப் படித்துக் காட்டியதும் எந்த மறுப்புமின்றி ஓகே என்றபடிக் கையொப்பமிட்ட சிலங்கா கிழக்குப் பார்த்து நின்றபடி நாற்பதாயிரம் ரூபாயை நாலு நூறு ரூபாய்க் கட்டுகளாக ஒரு தினசரியில் பொதிந்து அன்சாரியிடம் கொடுத்தபோது அவ்வாறே அதே பவ்வியத்துடன் நின்ற அன்சாரி மூன்று பூட்டுகள் கொண்ட திருவாழிக் கட்டிடத்தின் ஐந்தாம் எண் கடையின் சாவியை சிலங்காவிடம் ஒப்படைக்க இரு கரம் நீட்டி வாங்கிக்கொண்டே சந்தோசத்தில் எல்லோருக்கும் ஒரு சாயா என்றபடித் தலைகளை எண்ணிவிட்டு மனோகரன் வாத்தியாரைக் காட்டி ஒரு வித்அவுட் என்றான். கிருஷ்ணன் கடையில் டிபன் சாப்பிட்டுக் கொண்டிருந்தவர்களும் ஏரியாவில் அப்போது நடமாடியவர்களில் உள்ளவர்களும் சிலங்காவைப் புதிதாக நோட்டமிடுபவர்களைப் போல பார்த்தவர்களின் பார்வைகள் பலவிதங்களிலும் சூழ்ந்து நல்லதும் கெட்டதுமாகக் கிடந்தன.

சில விசயங்கள் மனிதர்கள் விசுவாசிப்பதைவிட வேகம் வேகமாக நடந்துவிடுகின்றன. அன்சாரி அட்வான்ஸ் தொகை நாற்பதாயிரத்திலிருந்து இரண்டாயிரம் ரூபாயைப் பேசிய நாணயத்தின்படி மனோகரன் வாத்தியாரைத் தனியாக

அழைத்துப்போய் மூலைத்தெங்கினருகே வைத்துக்கொடுத்து விட்டு முப்பத்தெட்டாயிரம் ரூபாயோடு வடசேரிக்குப் போய்த் திருநெல்வேலி பஸ்ஸில் புறப்பட்டு அங்கு போனதும் அங்கிருந்து ராஜபாளையம் பஸ்ஸில் ஏறி ராஜபாளையம் சேர்ந்து திருவாழியோடு இரவில் தங்கினான். மறுநாள் காலையில் அங்கிருந்து தேனி நாகர்கோவில் வழித்தடத்திலுள்ள பஸ்ஸில் ஏறிப்புறப்பட்டு மதியத்துக்குப் பிறகு ஊருக்குள் வந்தபோது திருவாழிக் கட்டிடத்தின் ஐந்தாம் எண் கடை அவ்வளவு அலங்காரமாக மாறிப் போயிருந்தது. ஷட்டருக்கு டார்க் பிங் கலரும் பார்டருக்குச் சுற்றிலும் லேவண்டர் ஸேடோவில் பெயிண்ட்டும் பண்ணியிருந்தனர். ஐந்தாம் எண் கடை இப்போது பக்கத்திலுள்ள சிந்துவின் பியூட்டிபார்லர் முகப்பைவிட சற்றுத் தூக்கலாக இருந்தது. எல்லாம் ஒரு நோட்டமிட்டுவிட்டு டீக்கடையின் பின்னாலுள்ள பெஞ்சில் மலந்துகிடந்த அன்சாரியிடம் கிருஷ்ணன் சொன்னார். "நீ இப்படிக் கிளம்பிப் போனேல்லா ... அப்படி ஒரு ஆறுபேரு வந்தானுவோ ... சரபுரான்னு வேலை ... ஷட்டருக்கு கிரீஸ் வச்சானுவோ, பெயிண்ட அடிச்சானுவோ, உள்ளே தூசுகள அடிச்சித் தூக்கி வாரிப்போட்டுக் கழுவி ஊத்திப் பொறக்கி மினுக்கிட்டானுவோ ... நாடகத்துல மொத சீன்ல ரசிக்கத்தானே இந்த அழகுன்னு நெல்லை விஜயா பாடுவாளே அதுமாதிரி ஒரு லெட்சணம் பாத்துக்கோ ... பத்திருவத்தி ஐஞ்சு சாயாவும் எனக்கு வித்து.. சூடு சாயாவ மாம்பட்ட குடிச்சால குடிச்சானுவோ ..."

அன்சாரி பெஞ்சில் படுத்தமேனிக்குச் சிரித்துக் கொண்டே கேட்டான், "பெயிண்டர் யாரு நம்ம குச்சனா .. ?"

"குச்சாம்னா ... மண்ணள்ளிப் போட்டுருவான். சிலங்கா கொண்டு வந்த பெஞ்சமின்."

"அடுத்த புதன்கிழமை கடைத் திறப்பு விழாவாம் ..."

"உண்மையா .. ?"

"பின்னே ... பயங்கர ஸ்பீடா இருக்கானுவோ ..."

"மனோகரன் வாத்தியாரு வந்தாரா .. ?"

"சிலங்காட்டயும் இரண்டாயிரம் வாங்கிருப்பார்னு நினைக்கேன் ... நேத்துப் போனவர்தான் இந்த ஏரியாவுல இன்னும் காணலே ... அவருக்கூட விஜயகுமாருன்னு ஒரு டிராயிங் வாத்தியாரு உண்டு ... ரெண்டு பேருமா எங்கயாவது கோழியறுத்துட்டுக் கெடப்பானுவோ ..."

இருவருமாகச் சிரித்துப்பேசிப் பேச்சுப் போய்க் கொண்டிருந்தபோது சிலங்கா தன்னுடைய சட்டாக்கில்

வந்து ஏரியாவில் இறங்கிப் பின்னால் வந்துகொண்டிருந்த ஒரு டெம்போவில் போர்டு கொண்டு வந்தவன்களிடம் தகவல் சொல்லிவிட்டு கிருஷ்ணனின் சாயாக்கடை நோக்கி வந்தான். பின்னால் அன்சாரி இருப்பதைக் கவனித்துப் பக்கவாட்டு பாதை வழியாக அங்கேயே வந்து அமர்ந்தபோது அன்சாரி பெஞ்சிலிருந்து எழுந்து சிலங்காவிடம் திருவாழி கையெப்பமிட்ட வாடகை ஒப்பந்தப் பத்திரத்தின் பிரதியைக் கொடுத்தான். வாங்கிக்கொண்டே சிலங்கா கேட்டான்.

“ஏன் அன்சாரி ... அந்தக் கடையில நடக்கும்போது தொம் தொம்னு சத்தம் கேட்குது ... கீழே டேங் என்னமும் கிடக்கா ... இப்போ உபயோகத்துல இருக்கா ...” அன்சாரிக்கு அது எதுவும் புரியவில்லை, கிருஷ்ணன்தான் இடைமறித்துப் பேசினார். “ஆமாசார் ... ஒரு டேங்கு உண்டு ... அதுனால ஒண்ணுமில்லே ... பண்டு பட்டணம் சாயிப்பு ஹோட்ல் வச்சிருந்தாரு. எம்பத்தி எட்டுல பின்னால உள்ள பொன்னம்மா மனை கிணத்துல தண்ணீப் பிரச்சனை அப்போ கடையில ஒரு டேங் செட் பண்ணுனாரு ... இப்போ சும்மாதான் கெடக்கும் ... நல்ல காங்கிரீட் மூடிதான். பிரச்சனை இல்லே ...” சிலங்கா தலையாட்டிவிட்டுக் கேட்டுக்கொண்டிருக்கும்போதே அன்சாரி கேட்டான் ... “என்ன டேங்ண்ணே ...”

“காலம் எப்படி ஓடிப்போச்சு பாரு ... எழுபத்திரெண்டுல பனச்சமூட்ல இருந்து இங்க வந்தால என்னைய அலிசாயிப்பும் கோலப்பன் செட்டியாருமாட்டுதான் பட்டணம் சாயிப்புக் கடையில வேலைக்குச் சேத்து உட்டது ...” பேசிக்கொண்டிருந்த கிருஷ்ணனுக்கு ஏதோ ஒன்று ஓர்மைக் குறைவாக இருந்தது.

அன்சாரிக்கு,வாப்பா மைதீன்கண்ணு சொன்ன சில சம்பவங்கள் ஓர்மையில் உண்டு என்றாலும், “ஐஞ்சாம் நம்பர் கடையில ஹோட்டல் இப்போ இருக்கது மாதிரியா இருந்துச்சு” எனக் கேட்டான்.

“அப்போ ஐஞ்சாம் நம்பர் கடை இப்படி இல்லே பின்னால உள்ள வீடும் சேந்திருந்து ... அண்ணாச்சி பலசரக்கு கடையில இப்போ குடோன் பின்னால கெடக்குல்லா . . . அதுவும் ஹோட்டல்ல உள்ளதுதான்.” பேசிக்கொண்டிருக்கும்போதே சிலங்கா சரி என்றபடி நல்ல கட்டியான கார்பெட் வாங்கிக் கடை முழுவதும் விரிக்க இருப்பதாகச் சொல்லிக்கொண்டு அன்சாரியிடம், “தம்பி ... புதன்கிழமை திறப்பு விழா. திருவாழி சார்ட்ட சொல்லுங்க . . . வாய்ப்பிருந்தா வரச் சொல்லுங்க . . . பாத்துப் பேசுனமாதிரி இருக்கும்லா . . .” என்றபடி சிலங்கா கடையை நோக்கிப் போனான்.

ஐந்தாம் நம்பர் கடையில் போர்டை மாட்டிக் கொண்டிருந்தனர். அவர்கள் ஒத்திகைக்காக விளக்குகளை லேசாகப் போட்டுப் பார்த்தபோது எலக்ட்ரிகல்ஸ் போர்டு உள்ளே நிறைய லைட்கள் இணைந்து ரொம்பப் பிரகாசமாக இருந்தது. வெளிச்சத்தின் ஈர்ப்பில் கிருஷ்ணன் எட்டிப் பார்த்தார். "என்னண்ணேன் பாக்கியோ" யென அன்சாரி கேட்டதும் "ஒண்ணுமில்லே அன்சாரி ம் போர்டு பளபளப்பா இருக்கது முக்கியமில்லே... பலமா இருக்கணும்... பழைய லெண்டிங் லைப்ரரி சந்திரனுக்க போர்டு ஓர்மையில வருது... அதான்" என சொல்லி விட்டுச் சிரித்தார். அன்சாரி சிரித்துக்கொண்டே மேக்கமாற நடந்து போனான். திருவாழிக் கட்டிடம் புதுப்பொலிவு சூடியது போல இருந்தது.

4

சிலங்கா அளவில் சிறியது என்றாலும் நல்ல அருமையான டிசைனில் ஒரு அழைப்பிதழ் தயார் பண்ணியிருந்தான். மைனர் சலாம், அண்ணாச்சி, சிந்து, தங்கமென திருவாழிக் கட்டிடத்திலுள்ள எல்லாருக்கும் அழைப்பிதழ் கொடுத்துவிட்டு அதே போல கிருஷ்ணனிடமும் அழைப்பிதழைக் கொடுத்து, நல்லதாக பத்துஐம்பது சாயா தேவைப்படும் என்றும் நல்ல சிறப்பாக அதனைச் செய்து தரவேண்டும் என்றும் வேண்டிக்கொண்டே மனோகரன் வாத்தியாருக்கான அழைப்பையும் கிருஷ்ணனிடமே கொடுத்துவிட்டு சிலங்கா கடை வேலைகளைக் கவனிக்கப் போய்விட்டான். இதற்கு முன்னால் ஐந்தாம் எண் கடையை வைத்திருந்தவர்கள் போல ஏனோதானோ என்று இல்லாமல் சிலங்கா கடையை நன்றாகவே அலங்கரித்திருந்தான். ஒரு வியாபார நிறுவனத்துக்கு அலங்காரம்தான் முதன்மையானது என்றும் அலங்காரமின்மையால் பலகடைகள் மோசமான நிலைக்குப் போய்விடும் என்றும் யுனிவர்ஸ் காலனி யூஜின் காலையில் கிருஷ்ணன் கடையில் டீக்குடித்துக் கொண்டே பேசிக்கொண்டிருந்தது உண்மைதானென கிருஷ்ணன், கடை அலங்காரத்தைப் பார்த்ததுமே புரிந்துகொண்டார். மனிதர்களுக்கும்கூட அலங்காரம் அத்தியாவசியமானதுதான். ஆணோ பெண்ணோ அலங்காரத்தின் நிமித்தமாக தங்கள் இருப்பைப் பிரதானப்படுத்துகின்றனர். நல்ல அலங்காரம் சூடியிருக்கும் ஐந்தாம் எண் கடையை இப்போது திருவாழி பார்த்தால் நிச்சயம் பூரித்துப் போவார்.

காலம் வளர வளர மனிதர்களின் புறவயமான ரசனைகளுக்கு ஏற்ப நிறைய நிறைய புதிய பொருட்கள் கிடைத்துவிடுகின்றன. சில அழகான பட்டர் ஃபிளை ஸ்டிக்கர்களும் கடைச் சுவரை அலங்கரித்திருந்தன. அவை திருவாழிக் கட்டிடத்தின் ஐந்தாம் எண் கடையைத் தூக்கிப்பறக்க எத்தனிப்பவைபோல சிறகுகளை விரித்திருந்தன. கடையின் இரண்டு பக்கவாட்டிலும் ஷட்டர் அருகே வரும் காங்கிரீட் தூண்களிலும் கூட பிரத்தியேகமான அலங்காரம் அமைக்கப்பட்டிருந்தது. ஐந்தாம் எண் கடை இப்போது அவ்வழியே சும்மானாலும் நடப்பவர்களைப் பிடித்திழுக்கும் ஒப்பனைகளைக் கொண்டிருந்ததால் சிந்து எட்டியெட்டிப் பார்த்துவிட்டுத் திரும்பிய எல்லா பொழுதுகளிலும் அவள் முகம் அவ்வளவு உசிதமானதாக இல்லை. திருவாழிக் கட்டிடத்தில் சிந்துவின் பியூட்டிபார்லர்தான் இதற்கு முன்னால் அலங்காரம் சூடிய ஒரே கடை. மைனர் சலாம் கூட ஒன்றிரெண்டு திரைச்சீலைகளோடு சமாளித்து இருந்தான். எனவே சிந்துவுக்குத் தன்னை மிகைத்திருக்கும் இந்த அலங்காரத்தின் மீதான பொறாமையால் பிறகு அவள் அன்சாரியை மெல்ல அழைத்துக் கேட்டாள், “யாரு பெயிண்டர்? நல்லா அடிச்சிருக்கானே… கலர் எல்லாம் அவனுங்க செலக்சனா… இல்லே சிலங்காவா..?”

“ம்ம எல்லாமே பெயிண்டர்தான்... பேரு பெஞ்சமின் … நமக்குத் தெரிஞ்ச ஆளுதான் …”

மௌனமாக யோசித்துக்கொண்டே சொன்னாள். “ஒரு பத்து நாள் போனப்புறம்… பெஞ்சமின வரச் சொல்லு… நம்ம பார்லருக்கு பெயிண்ட மாத்தலாம்னு இருக்கேன்…”

“நம்ம பல்பண்ணேன் நல்ல பெயிண்டர்தான்...அவனுட்டயும் பேசலாம்.”

“அவன்ட்ட பேசாதே, அவன் ஆளும் மூஞ்சியும்” என்றபடி சிலங்காவின் கடை அலங்காரத்தைப் பார்த்துக்கொண்டிருந்த சிந்துவின் முகபாவனையிலிருந்து அவளின் உள்ளக்கிடக்கைகள் வெளிப்பட்டுக்கொண்டிருந்தன. அவள் மீண்டும் மீண்டும் அந்த வர்ண அலங்காரங்களையே கேள்விகள் கேட்டுக் கொண்டிருந்தாள். எல்லாவற்றிற்கும் மகுடமாக சிலங்கா, மேலே அமைந்திருந்த முகப்பு போர்டின் விளக்குகளாலான பிரகாசம் அவ்வளவு அற்புதமாக இருந்தது. நாளைக் கடை திறப்பு விழா இருந்தால் இன்னும் அதிகமாக சீரியல் விளக்கெல்லாம் விதவிதமாகக் கட்டித்தொங்கவிட்டிருந்தார்கள். பத்திலிருந்து பனிரெண்டு முறைக்குமேலாக சும்மானாலும் வந்து எட்டியெட்டிப் பார்த்துவிட்டுப் போன மைனர் சலாம் கூட அண்ணாச்சியிடம் போய்ப் புலம்பிக்கொண்டிருந்தான். அண்ணாச்சி மைனர்

சலாமிடம் இடதுகாலைக் காட்டிச் சிரித்தார். அந்தப் பகுதியே வினோத ரூபம் பூண்டு ஆர்ப்பரிப்போடு கிடந்தபோதுதான் மூன்றாம் எண் கடை வேலுமயிலு சிலங்காவைத் தேடி வந்து "சார்... எல்லா செட்டப்பும் பிரம்மாதமா இருக்கு... ஆனா ஒரே ஒரு குறை..." என்றார்.

"என்னது?"

"காலையில ஓப்பனிங் பண்றதுக்கு ஒருமணி நேரம் முன்னாலே நம்ம பேண்டு மேளத்த உட்டு ஒரு அரட்டு அரட்டினா ஏரியாவே அலறும்லா..."

சிலாங்கா அர்த்தபாவனையோடு வேலுமயிலைப் பார்த்தான்.

"வண்டிய பிடிக்கணும்... அத தூக்கணும் இத தூக்கணும்னு ஒண்ணுமில்லே... அந்தக் கடையில இருந்து தூக்கி இந்தக் கடை முன்னால வச்சி அடிச்சா போதாதா... சம்பளத்த கொஞ்சம் கொறைச்சிக்கிடலாம்... சும்மா அப்படியே நிறுத்திவுட்டு வார்பிடிச்சித் தாறேன்... ஆசை சவுண்ட்ஸ்ல சொல்லி நாலு பாக்ஸ் மட்டும் கட்டினா போதும்... கொளுத்திரலாம்... எரியும்... தீ பத்தி ஏரியாவே எரியும்லா..."

சிலங்கா மனசில் லேசாகக் கணக்குக் கூட்டிக் கழித்துப் பார்த்துவிட்டு இங்கு எழும் சப்தம் இந்த இடத்துக்கு வலுவானதுதான் என்பதைப் புரிந்தவனாகச் சொன்னான். "பைசா ஒரு பிரச்சனை கிடையாது... ஆனா நீங்க சொல்லது மாதிரி எரியணும்... ஏரியாவே தீ பத்தி எரியணும்... அவ்வளவுதான் ஓகேவா..."

வேலுமயிலு மூணாம் கடையின் ஷட்டரைத் தூக்கிவிட்டபடி முதலில் பல்புக்கும் பின்னர் வரிசையாக எல்லாவனுக்கும் போன் பண்ணிச் சொல்லிவிட்டான், காலையில ஏழு மணிக்கு யூனிபார்ம்ல ஆஜராகணும்ன்னு.

திருவாழிக் கட்டிடத்தின் முகப்பிலிருந்து கிருஷ்ணன் கடையைத் தாண்டிச் சின்ன பள்ளிவாசல் வளைவு வரையிலும் அந்தப் பகுதி முழுவதும் காலையில் ஏழரைக்கே இசையில் மூழ்கிக்கிடந்தது. ஒரே அலைவரிசையிலுள்ள ஒரு நாப்பது பாட்டை மிக்ஸ் பண்ணி வேலுமயிலின் குழுவில் முதன்மை இசைக் கலைஞனான டிரம்பட் வாசிக்கும் பல்பு புது உற்சாகத்துடன் அவதாரமெடுத்து பேய் எழுகியவனைப்போல அடித்து வாசித்துப் பட்டையைக் கிளப்பிக்கொண்டிருந்தான். முதன்முதலாக வேலுமயிலின் டீமுக்கு ஏரியாவுக்குள்ளே கிடைத்த வாய்ப்பாக இருந்ததால் அவன் தாறுமாறாகப் பிரித்து விளையாடினான். எங்கெல்லாமோ வாசித்திருக்கிறார்கள்

என்றாலும் இங்கே இன்றுதான் வாய்ப்பு கிட்டியிருக்கிறது. குச்சானோடு சுற்றிக்கொண்டு கிடக்கும் ஒரு அகோர முகம் கொண்ட ஒரு பெயிண்டராகத்தான் பல்பை எல்லாருக்கும் தெரியும். அவன்தான் வேலுமயிலின் டீமில் பிரதானமானவன் என்று ஏரியாவில் மெய்ப்பிக்க கிடைத்த வாய்ப்பு. சுற்றிலும் தெரிந்தவர்கள் பார்த்துக் கொண்டிருக்கிறார்கள். சிந்து நிற்கிறாள். கிருஷ்ணன் கடையிலும் நிறைய கூட்டம். வழக்கமாக நடைப்பயிற்சி முடிந்து கிருஷ்ணன் கடையில் ஒதுங்குபவர்களுக்கும் பரஸ்பரம் பேசிக்கொள்ள இயலாத அளவுக்கு இசை காதை அடைத்து நிறைத்திருந்தது. கிருஷ்ணன் வாடிக்கையாளர்களிடம் டபுள் வாய்ஸில் கத்திப் பேசிக்கொண்டும் வேலுமயிலை ஏசிக்கொண்டும் கிடந்தார். சிலங்கா கிளிப்பச்சை நிறத்தில் ஒரு ஜிப்பா அணிந்திருந்தான். அந்த ஜிப்பாவின் கழுத்திலிருந்து மார்புவரை யூ வடிவத்தில் கோல்டு கலரில் அலங்காரமான டிசைன் பூப்போல கிடந்தது. சற்றுத் தள்ளிநின்று பார்க்கையில் சிலங்கா கிளிப்பச்சை நிற ஜிப்பாவில் பழங்காலத்துத் தங்க ஆபரணம் அணிந்திருப்பவனைப் போல இருந்தான். கீழே வேட்டியிலும் கிளிபச்சைக் கலர் பட்டையும் அந்தப் பட்டையின் விளிம்பில் ஜிப்பாவிலுள்ள அதே கோல்ட் நிற அலங்காரமும் இருந்தது. சிலங்காவின் வசீகரமான உடையும் அவனின் கூலிங்கிளாசும் கூட்டத்தில் அவனைத் தனித்துக் காட்டியதால் சிந்து ஒன்றிரெண்டு முறை அவன்மீது பார்வையைக் குவித்துக் குவித்து விலக்கிக்கொண்டாள். நேரம் நகர நகர சிலங்காவின் உறவினர்கள் நண்பர்கள் எனக் கூட்டம் மெல்ல மெல்லக் கூடிக்கொண்டிருந்தது. கடையின் ஷட்டரைத் தூக்கிவிட்டபடி நடுவில் கிளிப்பச்சைக் கலர் ரிப்பன் கட்டியிருந்தார்கள். சிந்து அன்சாரியைக் கூப்பிட்டு மெல்லக் கேட்டாள், “அவனுக்குக் கிளிப்பச்சை நிறம் ராசியே . . .” அவள் கேட்ட பிறகுதான் அன்சாரி நிறத்தைக் கவனித்து விசயத்தை கிருஷ்ணன் காதுக்குக் கொண்டு போனான். கிருஷ்ணனும் கவனித்துக்கொண்டே அன்சாரியோடு பின்பக்கம் போய்... “அன்சாரியே இவன் ஆளு விசயந் தெரிஞ்சவன்... கலருக்கு சில குணம் உண்டு பாத்துக்கோ... இவன அசைக்க முடியாது. கிளிபச்சைக் கலருக்கு கெட்ட ஆவிகள் நெருங்காதுன்னு பழைய ஜோசியன் ஒருதடவை சொன்னது இப்பவாக்கும் எனக்கு ஓர்மையில் வருது... ஐஞ்சாம் நம்பர் கடைக்கு இனி வெற்றிதான்” என அவர் சொல்லிக் கொண்டிருந்தபோது பல்பு ‘வெற்றிமீது வெற்றிவந்து என்னைச் சேரும்’ பாடலை வாசிக்கத் தொடங்கினான். வேலுமயில் நடுநாயகமாக இசைக்கலைஞர்களுடன் நின்றிருந்தாலும் பல்புதான் இன்று இசைக்கூட்டத்தில் கோலோச்சிக் கொண்டிருந்தான். அவன் டிரம்பட்டைக் கையாண்ட விதமும்

உடல் அசைவும் இளம் காற்றில் ஒரு கொடிபறப்பதுபோல இருந்தது. பல்பு நின்றிருந்த பலரின் கண்ணையும் கருத்தையும் களவாடிக்கொண்டவனாகத் தன்மீது ஏரியாவில் இதற்கு முன்னால் படிந்திருந்த எல்லா முந்திய அபிப்ராயங்களையும் தகர்த்தெறிந்தான். ஒரு கால்பந்தாட்டக்காரரின் நூதனம் போல இசையின் சரடு பிடித்த அவன் உடம்பின் அசைவில் அதிநூதனம் நிறைந்திருந்தது. எல்லோரும் அவனைக் கவனிக்கும் கட்டாயத்துக்கு ஆளாகியிருந்தனர்.

ராஜபாளையத்திலிருந்து திருவாழி திறப்பு விழாவில் கலந்து கொள்ள வாய்ப்பில்லை என்று நேற்றே போனில் சொல்லிவிட்டார். ஜஸ்டஸ் பாஸ்டர் பிரேயர் பண்ணிக் கடையை ரிப்பன் வெட்டித் திறப்பதற்காக ஆட்டோவில் வந்திறங்கினார். கடைக்கு முன்னால் கம்பீரமாகச் சந்தனம் தெளிக்கப்பட்ட பஜாஜ் சட்டாக் வண்டி நின்றுகொண்டிருந்தது. கடையினுள்ளே இடது பக்கமாக இருந்த ரேக்குகளில் அலங்கார விளக்குகளும் அதன் மேல் பக்கத்தில் மின்விசிறிகளும் இருந்தன. வலதுபக்கமாக இருந்த ரேக்கின் கீழே ஒரு பகுதியில் அதைப் பாதி வெட்டினாற்போல இருந்த இடத்தில் சிலங்காவுக்கான இருக்கையும் கல்லாப்பெட்டி மேசையும் அமைக்கப்பட்டிருந்தன. நேர்ப்பார்வையிலுள்ள ரேக்கில் எலக்டிரிக்கல் உபகரணங்கள் பெட்டிபெட்டியாக அடுக்கப்பட்டிருந்தன. பாஸ்டர் பார்வையால் ஒரு சுற்றுப் பார்த்தபோது அவருக்குப் பத்து அம்சங்களும் ஏகப் பொருத்தமாய்த் தென்பட்டன. வேலுமயிலின் குழு வாசிப்பை விடவில்லை, தம்பிடித்து அடித்துத் தூக்கியது. பாஸ்டர் கேட்டுக் கொண்டதற்கிணங்க வேலுமயிலை அன்சாரிதான் அவ்வப்போது கட்டுப்படுத்தி வைத்திருந்தான். சரியாக எட்டரை மணிக்கு நல்ல சுபநேரத்தில் பிரார்த்தனையைத் தொடங்கி ஜஸ்டஸ் பாஸ்டர் ரிப்பன் வெட்டித் திறந்துவைத்து அவரே சிலங்காவை முதலாளி மேசையின் பின்னால் கிடந்த செயரில் பிடித்து இருத்திவிட்டு நிமிர்ந்தபோது இருக்கைக்கு மேலே ‘வாதை உன் கூடாரத்தை அணுகாது’ என்ற வாசகம் பொறிக்கப்பட்ட படமிருந்ததில் திருப்திப்பட்டுக்கொண்டார். உறவினர்கள் வரிசையாகக் கடைக்குள் போய்ப் பொருட்கள் வாங்கினார்கள். அப்போது அதனிடையே உள்ளே போன பேபிகுட்டி இரண்டு டியூப் லைட்கள் வாங்கி நூறு ரூபாயைக் கொடுத்துவிட்டு மீதி வாங்காமலேயே வெளியே வந்தார்.

அன்சாரி மீண்டும் பல்பை உசுப்பிவிட்டான். ஒரு உசுப்பலுக்காகக் காத்திருந்தவன்போல வேலுமயில் பல்பிடம் கண்சாடை செய்யப் பிறகு ஒன்பதரைமணிவரையிலும் வாசிப்பை நிறுத்தவில்லை. பல்பின் வாசிப்பு, கிருஷ்ணனை ரொம்பவும்

லயிப்பிலாழ்த்தியது. 'சின்ன ராசவே சித்தெரும்பு உன்னக் கடிக்குதா' பாட்டுதான் டீக் கிளாஸைத் தூக்கிப்போட்டுவிட்டு ஆடலாம் போல இருந்தது. எட்டிப்பார்த்துக்கொண்டிருந்த சிந்துவின் புருவம் பல்பின் மீது பெரும் ஆச்சரியமாக விரிந்திருந்தது. கிருஷ்ணன் கடையிலும், மூன்றாம் எண் கடை நடையிலும் கிடக்கும்போது பல்பை ஒரு பொருட்டாகக் கூட கவனித்திராத சிந்துவுக்குள் அவனின் இசை சிம்மாசனமிட்டுவிட்டது. அவள் திரும்பத்திரும்பக் கண்ணாடிக் கதவில் சாய்ந்து நின்றபடி ரசித்தாள். அவளுக்கு ஆச்சரியம் இன்னும் விலகவில்லை. பல்பின் தோற்றம் யாருக்கும் பிடிக்காது எனறாலும் அவன் இசையில் எல்லாவற்றையும் வீழ்த்தி எறிகிறான். கிருஷ்ணனும் கூட பல்பு எங்கேயோ இருக்க வேண்டியவனெனத் தன் மனத்தில் அவனைப் புகழ்ந்து ரசித்தார்.

திருவாழிக் கட்டிடத்தின் வரலாற்றில் இதற்கு முன்பு யாரும் இப்படி நடந்து கொண்டதில்லை என்பதையும் எல்லாக்கடைகளுக்கும் சிலங்கா முறைப்படி அழைப்பு வைத்த அவனின் சிறப்பையும் சிலாகித்துச் சொல்லிக்கொண்டிருந்தார். உண்மையில் சிலங்கா யாரையும் விடவில்லை. பூபாலனின் அழைப்பை தங்கத்திடம் கொடுத்துவிட்டு அங்கிருந்தே பூபாலனுக்கு போனில் பேசியபோது, பூபாலன் உடனே தங்கத்திடம் தொடர்புகொண்டு திறப்புவிழாவுக்குப் போய் ஐந்நூறு ரூபாயில் கடைக்கு உபயோகமான ஒரு பொருளை வாங்கும்படிச் சொல்லியிருந்தான். இன்று காலைக் கடைக்கு வரும்போதே நல்ல நளினமான உடை அணிந்திருந்த தங்கம் வழக்கத்தில் இல்லாத புதிய உடையில் ரொம்பவும் மினுக்கமாக இருந்தாள். சொற்பமான மாற்றங்களில் அழகை மறைக்கவும் வெளிப்படுத்தவும் பெண்களுக்கு மட்டுமே சாத்தியம் உண்டு என்று காலையில் தங்கத்தைக் கண்ட மாத்திரத்திலேயே அன்சாரி வார்த்தைகளால் வெளிப்படுத்தியபோது கிருஷ்ணனும் தங்கத்தைக் கவனித்தார். தங்கம் இன்று நேர்த்தியான உடை அணிந்து மெல்லிய அலங்காரத்தின் நிமித்தமாக ஒரு ராஜகுமாரியைப் போல ஏன் கடைக்கு வந்திருக்கிறாள்? கிருஷ்ணன் சில சூசகங்களை நன்றாக யோசிப்பவர். ராஜகுமார் அண்ணாச்சிக் கடையில் வேலை பார்க்கும் அகிலன் காலையிலிருந்து இரண்டு மூன்றுமுறை தங்கத்திடம் வந்து ரீசார்ஜ் விபரங்களைக் கேட்டு, வந்து போய்க்கொண்டிருப்பதை ரொம்ப சிரத்தையாகக் கவனித்துக்கொண்டிருந்தார். நடை, உடை, பாவனையென எல்லாவற்றிலும் திடீரென அகிலன் புதியவனாகக் கண்ணுக்குத் தெரிகிறான். சில ஆண்டுகளாக அவன் இங்கு நடமாடினாலும் இப்போது சில நாட்களாக அவன்

சில மாற்றங்களைச் சுமந்தலைவதாகத் தோன்றுகிறது. ஸ்டார் பேங்கர்ஸ் கடையின் நீண்ட திண்டிலிருந்த வேதமாணிக்கமும் அகிலனின் வருத்துப் போக்கைப் பார்த்துக்கொண்டிருந்தார். அகிலன் அரைமணி நேரத்துக்குள்ளாக ஐந்தாவது முறையாக தங்கத்திடம் வந்து கேட்டான்.

"நூறு ஜெராக்ஸ் காபி மொத்தமா எடுத்தா எதாவது டிஸ்கவுண்ட் இருக்கா ..." தன்மீது அகிலனின் பார்வை ஒரு கொடிபோல படருவதைத் தானும் விரும்புகிறவள் போலத்தான் அவளின் மறுபார்வையும் அவன்மீதிருந்தது. அவள் கேட்டாள், "அப்படி நூறு காபி என்னத்த எடுக்கணும்..?"

"எதாவது" என்றபடிப் பார்க்கிறான். அந்தச் சௌந்தர்ய உருவம் அவனை என்னமோ செய்கிறது. நவரப் பச்சிலைபோல இருக்கிறாள். அப்படியே அள்ளி எடுத்துக் கொள்ளலாமா. அவன் உடம்பில் பரவிய மெல்லிய அனலோடு மீண்டும் பார்க்கிறான்.

அவனிடம் அவளின் முகம் பார்த்துச் சொல்ல வேகமான பதில் இல்லை. அவன் எதையோ சொன்னபடி, "எதுனாலும் என்னா...நூறு காபி மொத்தமா எடுத்தா டிஸ்கவுண்ட் இருக்கா..?" என்று கேட்கிறான்.

தொடர்ச்சியாகப் பேசுவதற்கான பேச்சுஅவனிடம் இல்லை. வார்த்தைகள் அர்த்தமற்று முறிகின்றன... என்ன என்று அவள் மீண்டும் கேட்டபோது கடைசியாக அகிலன் 'கவிதைகள்' என்று சொன்னான். தங்கத்தின் ஆச்சரியமான முகபாவனையை உணர்ந்த அகிலன், "ஆமாம் கவிதைகள்" என்று மீண்டும் அழுத்தமாகச் சொல்லிவிட்டு, "நூறு காபி எடுத்தால் டிஸ்கவுண்ட் உண்டுமா..." என்று கேட்டான்.

"கவிதையா? யாருடையது..?"

"என் கவிதைதான்... டிஸ்கவுண்ட் உண்டுமா?"

"கவிதையின்னால டிஸ்கவுண்ட் உண்டு... ஒன்சைடா டபுள்சைடா..." சிரித்தாள்.

அவனுக்கு ஒன்றும் புரியவில்லை. அவளைப் பார்த்துக்கொண்டே நின்றால் கொள்ளாம்போல தோணியதால் பார்த்தமேனிக்கே நின்றான். "ம் கொண்டுவா... பத்து பைசா குறைச்சிப் போட்டு எடுத்துத் தாறேன்" என்றபடி அவனைப் பார்க்காமல் சிரித்துக்கொண்டிருந்தாள்...

அவன் மெலிதாகச் சிரித்தபடிப் போய்விட்டான். தங்கம் அலங்காரத்தை மீண்டும் லேசாகச் சரிசெய்துவிட்டு வெளியே எட்டிப்பார்த்துக் கொண்டே திண்டிலிருந்த வேதமாணிக்கத்திடம்

கடையைக் கவனித்துக்கொள்ளும்படிச் சொல்லிவிட்டு சிலங்கா கடையை நோக்கிப் போனாள். திறப்புவிழா அலங்காரங்களில் புத்தம்புதிய தோட்டம்போல பூத்துக்கிடந்த சிலங்கா கடையில் சிலர் வருவதும் போவதுமாக வியாபாரமும் கலகலப்புமாகக் கிடந்தது. திருவாழிக் கட்டிடத்தில் ஐந்தாம் எண் கடையின் இப்போதைய பொலிவையும் பவுசையும் மலைப்பாகப் பார்த்தபடி தங்கம் உள்ளே நுழையும்போது கடையினுள்ளே அன்சாரியும் நின்றான். தங்கம் அன்சாரியைப் பார்த்துச் சிரித்துக்கொண்டே தனது இடது காலைக் காட்டிச் சைகையால் சிரித்தாள். தங்கம் திருவாழிக் கட்டிடத்தின் ஒன்றாம் எண் கடையில் வேலைக்கு வந்து கிட்டத்தட்ட நாலைந்து வருடங்கள் கடந்திருக்கிறது. அவளுக்குத் தெரிந்து நாலுமுறை இதற்கு முன்பாக ஐந்தாம் எண் கடை திறப்புவிழா கண்டுள்ளது. இப்போது சிலங்கா ஐந்தாவது முறையாகத் திறக்கிறான். மூக்குத்தி மகேந்திரன் ஐஞ்சாம் எண் கடையில் முன்பு ஒரு பாத்திரக்கடை திறந்தார். அதற்கும் முன்பாக பால்வண்ணன் சிமெண்டு கடை வைத்திருந்தார். ஐந்தாம் எண் கடைக்கு சிமெண்டு லோடு இறக்க வந்த லாரியே பின்னோக்கி வரும்போது கடைநடையில் வைத்தே அவரின் இடது காலைப் பதம்பார்த்தது. இத்தனைக்கும் லாரியின் பின்னே நல்ல சுயம்பாக நின்றிருந்த ஒருவன் வரலாம் வரலாம் என கத்திக்கொண்டுவேறு இருந்தான். நடக்கவேண்டியது நடந்து முடிந்தபிறகு பால்வண்ணன் மூன்றாம் மாதமே கடையைப் பூட்டிவிட்டார். மூக்குத்தி மகேந்திரன் ஒரு இரவு பாத்திரக் கடையைப் பூட்டிவிட்டுப் போகும்போது எப்போதும் பிள்ளையார் கோயில் சப்பாத்து கடந்து குளத்துப் பாதை வழியாகப் போவான். அவனுக்கு அன்று என்ன புத்தி தோன்றியதோ தெரியவில்லை. ராஜபாதை வழியாக சானல் கரையில் போனான். காதம்பரி ஸ்கூட்டி ஓட்டிப் படித்த நிலையில் சானல் கரையில் அவரை இடித்துத் தள்ளியபோது தவறி ஆற்றில் விழுந்து இடதுகால் முறிந்ததால் கடை அத்தோடு பூட்டப்பட்டது. ஐந்தாம் எண் கடையைக் குறித்து நிறைய பேச்சுக்களை தங்கத்தின் ஒன்றாம் எண் கடை கேட்டும் பேசியும் ரசித்தும் கொண்டாடி இருக்கிறது. ‘கடை வாடகைக்கு’ போர்டை அப்போது அன்சாரி தொங்கவிட்டபோதே எட்டிப்பார்த்த தங்கம் அடுத்தது யார் என அப்போது சிரித்தாள். அவளுக்கு இப்போது ஆள் உறுதியாகிவிட்டது. இந்த உறுதிப்பாட்டின் நிமித்தமாகத் தான் அவள் அன்சாரியை இப்போது பார்க்கிறாள். அன்சாரி அவளைப் பார்ப்பதைத் தவிர்த்துச் சிரித்தபடியே சிலங்காவிடம், “சார் இது நம்ம மொதக்கடை பிள்ளை பேரு தங்கம் . . . நல்ல கைராசிக்காரி...” என்றான்.

“தெரியுமே... போன அன்னைக்கே ஒன் இயர் ரிச்சார்ஜ் பண்ணிட்டாங்களே” என்றபடிச் சிரித்துக்கொண்டே சிலங்கா,

தங்கத்தோடு வியாபாரத்தை நடத்திவிடும் கரிசனத்தோடு எமெர்ஜென்ஸி விளக்கைத் தூக்கி மேசையில் வைத்தான். "இத ஒரு இடத்துலயும் வச்சிக்கலாம்... பேட்டரி லைட் மாதிரி தூக்கிட்டும் போகலாம்..." என்றபடி வளைத்து லேசாகத் திருப்பிக் காட்டி "இப்போ இது டேபிள் லைட்டா மாறும்" என்றான். தங்கத்துக்குப் பிடித்துவிட்டது. கடையில் உதவிக்கு நின்ற சிலங்காவின் சொந்தக்காரப் பையன் எமர்ஜென்ஸி விளக்கை பார்சல் பண்ணப் பண்ண அவன் தங்கத்தை ஆர்வம் கூடிக்கூடிக் கவனிப்பதையும் விடவில்லை. அன்சாரி அவனின் ஆர்வத்தைப் புரிந்துகொண்டு தங்கத்தை மறைப்பதுபோல இடையில்போய் நின்றபடி அவளைப் பார்த்தபோது அவளின் கவனம் முழுவதும் சிலங்காவின் இடது காலின் மீதே இருந்தது. அவள் முகத்தில் சிந்தனை அப்படியே அப்பட்டமாக ஓடிக்கொண்டிருந்த அந்த நேரத்தில்தான் சிலங்கா தனது இடது காலைத் தூக்கி அங்கு கிடந்த ஸ்டுலின் மீது வைக்க அவள் அதை மேலும் கூர்ந்து நோட்டமிடுவதைக் கவனித்த அன்சாரி, இனி இங்கு நின்றால் சரிப்பட்டு வராதென மெல்ல சிலங்காவின் கடையிலிருந்து வெளியேறி கிருஷ்ணன் கடையை நோக்கிப் போனான்.

"என்னாச்சி அன்சாரி?"

"கிருஷ்ணண்ணேன் எனக்குக் கொஞ்சம் பயமா இருக்கு... இந்த பூபாலன் கடையில வேலை பாக்காளே தங்கம்... அவ சிலங்காக்க இடது காலக் காட்டிச் சிரிக்கா. என்னத்தையும் ஔறி வச்சிட்டான்னா... அங்கு நின்று சிலங்கா காலயே பாக்கா..."

கிருஷ்ணன் சாயாக்கடையின் முகப்பிலிருந்தபடியே தலையை நீட்டிப் பார்த்தபோது தங்கம் சிலங்காவின் கடையிலிருந்து எமெர்ஜென்ஸி விளக்கு பார்சலைத் தூக்கியபடி கடும் பொலிவாக வெளியே வந்தாள். "இந்த புள்ள மேக்கப் என்னமும் போடுவாளோ... இன்னைக்கு கொஞ்சம் கலரு கூடுதலா இருக்காளே... அன்சாரி கவனிச்சயா" என்றபோது சிலங்கா கடைதாண்டி நடந்துவரும் அவள் பின்னாலேயே அகிலன் அஞ்சாறு தாள்களைக் கையில் சுருட்டிவைத்துக்கொண்டு நடந்து சென்றான். அவன் கண்கள் அலைபாய்ந்துகொண்டிருந்தன. வலியாத்து மடை மறுகால் பாய்வதுபோல அவனிடம் ஒரு மினுக்கமிருந்தது. கிருஷ்ணன் கூர்மையாக ஒரு நோக்கு நோக்கி, நோட்டம் புரிந்து தலையைத் திருப்பியபடி அன்சாரியிடம் சொன்னார், "இந்த பையன் இந்த பிள்ளைய லவ் பண்ணுதாம்னு நினைக்கேன்..."

"சும்மா என்னத்தையும் சொல்லாதியோ... பொம்பள புள்ளல்லா..."

"இல்ல அன்சாரி... எனக்குக் கணிப்பு சரியா இருக்கும்."

"எண்ணே... அவன் என்னமும் பண்ணிட்டுப் போவட்டு... நம்ம ஐஞ்சாமத்த கடை விசயத்தப் பாப்போம்..."

"அன்சாரி நீ எதுக்கு கெடந்து பயப்படுதே... சிலங்காவ இங்க கொண்டு வந்தது மனோகரன் வாத்தியாரு... அவனும் எல்லாந் தெரிஞ்சிதானே வந்திருக்கான்... ஒண்ணும் ஆவாது... நீ பேசாம இரி... இந்த தங்கத்துக்க தவப்பன் இருக்கான் பாத்தியா..."

"தங்கத்துக்க கதைய விடுங்க... அவ அவன லவ் பண்ண மாட்டா... அவளுக்கு வேற லவ் இருக்கு..."

"உங்கிட்ட சொன்னாளா..."

"எங்கிட்ட எதுக்கு சொல்லப்போறா..."

"இல்லே... அன்சாரி அவ தவப்பன் இப்போ கொஞ்ச நாளாச்சி கிருஸ்தவத்துக்கு மாறிட்டான்..."

"யாரு... தங்கத்துக்க அப்பாவா..."

"ஆமங்கேன்... குடும்பமாவே மாறிட்டான்..."

"சே... சே... சர்ச்சு முன்னால பிள்ளையார் சிலை வச்ச கேசு அவன் மேல நடக்கு தெரியுமா... அவன் எங்க மாறுவான்..?"

"ஆமா அது நடந்திட்டு இருக்கு... இரண்டு மாசத்துக்கு முன்னால கேசு வாய்தாவுக்கு கோர்ட்டுக்கு போயிட்டு வந்தவன் நேரா... ஆண்டவரானவர் என்ன தெரிவு செய்து ஆசீர்வதிச்சிட்டார்னு... அஞ்சாறு நாளா பேசிட்டு நடந்திருக்கான்... இப்போ முறைப்படி கிருஸ்தவத்துக்கு மாறியாச்சின்னுதான் பேச்சு..."

அன்சாரிக்கு ஆச்சரியமாக இருந்தது. எல்லா செய்திகளும் ஊகங்களும் எப்படியாவது கிருஷ்ணனைத் தேடி வந்தடைந்துவிடுகின்றன.

திருவாழிக் கட்டிடத்தின் ஐந்தாம் எண் கடை வளைவின் வெளியே சத்தமாகக் கிடந்தது. கிருஷ்ணன் ஆறுமுகத்தை அனக்கிவிட்டபோது அவன் எட்டிப் பார்த்துவிட்டு அண்ணாச்சிக் கடையில் லோடு இறங்குவதாகச் சொன்னபோது அன்சாரியும் பின்னாலேயே போய்ப் பார்த்துவிட்டு வந்தான். வேலுமயிலும் பல்பும் பேண்டுமேளத்தைக் கடையில் ஒவ்வொன்றாகத் தூக்கி அழகாக அடுக்கிவைத்து செட்பண்ணிவிட்டு ஷட்டரைத் தாத்து மூடிவிட்டுப் போய்க்கொண்டிருந்தபோது சிலங்காவின் கடையிலும் கூட்டம் கொஞ்சம் குறைந்திருந்தது. வந்தவர்கள் ஒவ்வொருவராகப் போய்க்கொண்டிருந்தார்கள். வெளியே கிடந்த சேர்களை பெஞ்சமினின் வேலையாள் ஒருவன் அழகாகத்

தூக்கி ஓரமாக அடுக்கி வைத்திருந்தான். ஆசை சவுண்ட்ஸ்காரன் ஸ்பீக்கர்களைப் பிரித்துக்கொண்டிருந்தபோது சீரியல் செட் இந்த இரவும் கிடக்கட்டும் எனச் சொன்னதும் அவன் சீரியல் செட்டுகளை மட்டும் பிரிக்காமல் விட்டிருந்தான். அன்சாரி சுற்றிலும் பார்த்தபோது ஒரு சின்னத் திருவிழா நிறைவுபெற்று மறுசீராக்கம் நடைபெறுவதுபோலயிருந்தது. வேகவேகமாக எல்லாவற்றையும் அதனதன் இருப்பில் கொண்டுவர வேண்டுமென முனைப்புகள் நடந்துகொண்டிருக்கும்போது சிந்து கனவுசீன் கதவைத் திறந்து கொண்டு வெளியே வந்தவள் மெல்ல படியிறங்கி சிலங்கா கடையின் படியேறி உள்ளே போனாள். சிலங்காவுக்கு சிந்துவின் வருகை கொஞ்சம் அதிகமான பரவசத்தை ஏற்படுத்தியிருப்பதை அவரின் முகத்துக்கு வெளியே சிந்திக்கிடந்த புன்னகையே காட்டியது. சிந்து சிலங்காவின் கடையில் முன்னூறு ரூபாய் மதிப்பிலான ஒரு பொருளை வாங்கிக்கொண்டே சிலங்காவுக்கு வாழ்த்தும் சொல்லிவிட்டு ஒய்யாரமாக வெளியே வரும்போது அவள் கிருஷ்ணன் கடைக்கு வெளியே நின்ற அன்சாரியைப் பார்த்து உதட்டைப் பிதுக்கிச் சிரித்துவிட்டுப் போனாள். அன்சாரிக்கு ஒரு நாலைந்து நாட்கள் ஊரைவிட்டு எங்காவது போய்விட்டால் கொள்ளாம்போல இருந்தது. பின்னால் போகலாமென்றால் அங்கு டிரம்பட்டை வாசித்து வாசித்தே தளர்ந்துபோன பல்பு கிருஷ்ணன் கடைக்கு நேராக வந்து சிமெண்ட் பெஞ்சில் நீட்டிப் படுத்துக்கொண்டான். சிலங்கா கடைக்குக் கூட்டம் வருவதும் போவதுமாக இருந்தது. புதிது புதிதாக உறவினர்கள், நண்பர்களென வந்துபோய்க் கொண்டிருந்தனர். கிருஷ்ணனுக்கும் இன்று வழக்கத்தைவிட கூடுதலாக டீ வியாபாரம் நடந்துகொண்டிருந்தது. சிலங்காவின் கடை அமோகமாக வர வேண்டுமென கிருஷ்ணன் உண்மையில் பிரார்த்தனை செய்துகொண்டார். நாலு ஆட்கள் வந்துபோகும் போது இந்த இடம் நல்ல துலக்கமாகிவிடுமென அன்சாரியிடம் சொல்லிக்கொண்டிருக்கும் போது கடையிலிருந்து வெளியே வந்து ஷட்டர் நடையில் சிலங்கா நின்றபடிச் சுற்றிலும் ஒரு பார்வை பர்த்துக்கொண்டு நின்றான். அவனிடம் எதற்கும் அசராதவன் போன்ற அபரிமிதமான கம்பீரமிருந்தது. அந்தக் கம்பீரத்தோடு நின்றிருந்த அவன் சந்தனம் தெளிக்கப்பட்டுக் கடைக்கு வெளியே நின்ற தனது பஜாஜ் சட்டாக்கை நோக்கி வரும்போது மணி பனிரெண்டேகால் இருக்கும். கடையிலிருந்து வெளியே வந்த சிலங்கா மீண்டும் சில நொடிகள் சுற்றிலும் பார்த்துவிட்டுத் தனது வேட்டியை இன்னொருமுறை சரியாகக் கட்டிக்கொண்டார். வேட்டி கட்டிக்கொள்ள அவன் கிளிப்பச்சை நிறத்திலுள்ள ஜிப்பாவைத் தூக்கிவிட்டபோது அவன் கழுத்தில் போட்டிருந்த தங்கச் சங்கிலியின் டாலர் சரியாக அவனின் தொப்புள்

குழியை மூடியபடிக் கிடந்தது. ஒரு காலைப் பின்பக்கமாகத் தூக்கி வேட்டியின் தும்பை ஒரு கையில் பிடித்துக்கொண்டு மறுகையில் ஜிப்பாவின் கைகளை லேசாகச் சுருட்டிக்கொண்டே சட்டாக்கை உதைத்து அதை லேசாக உறுமவிட்டு அதில் ஏறி அமர்ந்த விதத்தில் அதி அற்புதமான ஒரு தோரணை இருந்தது. அப்படி அமர்ந்துகொண்டபிறகு கூலிங் கிளாசையும் எடுத்து மாட்டிக்கொண்டு மீண்டும் தன்னைக் கவனிப்பவர்களைச் சுற்றிலும் ஒரு கள்ளப் பார்வை பார்த்தபடி கிருஷ்ணன் கடைக்கு வெளியே நின்றிருந்த அன்சாரியை நோக்கிப் புன்னகைத்துக் கைகாட்டிக் கொண்டு ஆக்ஸிலேட்டரை மென்மையாகத் திருகியபோது அது சாலையில் மெல்ல உருண்டது. அன்சாரி பதிலுக்குச் சிரித்து நின்றபோது அவனைக் கடந்து போன வண்டி வளைவு தாண்டிப் பார்வையிலிருந்து மறைந்து மூன்று நான்கு நிமிடங்களுக்குள் பதற்றமாக ஓடிவந்த ஏரியாக்காரன் ஒருவன் மூச்சு வாங்கிக்கொண்டே சிலங்காவ லாரி இடித்துக் கால் முறிந்து மெயின் ரோட்டில் விழுந்துகிடப்பதாகச் சொன்னான். திருவாழிக் கட்டிடத்தின் எல்லாக் கடைகளிலிருந்தும் மிக வேகமாக தலைகள் வெளிப்பட்டன. பதற்றமாக கிருஷ்ணன் பார்த்தபடி நின்றிருந்தபோது ஆட்கள் சிலர் வளைவு தாண்டி ஓடிக் கொண்டிருந்தார்கள்.

5

திருவாழிக் கட்டிடத்தின் கிழக்குப் பக்கம் ஒரு பதினைந்து மீட்டர் அகலத்தில நீளவாக்கில் கிடந்த மாதவன் பிள்ளையின் காலிமனையில் ஒரு பெரிய மாமரம் நின்றது. தடிமனான பனை மரம்போல இருபது அடி உயரத்திற்கு ஒற்றைத் தடியாய் வளர்ந்து அதன்மேல் கிளைகள் படர்ந்து நின்ற பெரிய மாமரம் அது. அந்த மாமரத்தின் காய் கடும் புளிப்பாகவும் கனி கடும் மதுரமாகவும் இருக்கும். அந்த மாமரத்தைப் பிரதானமாகக் கொண்டு பத்துக்குப் பதினைந்து அளவு சதுரச் சுற்றில் நாலுஅடி உயரம் கட்டமண் சுவரும் அதற்கு மேலே ஓலைக் கூரையும் வேயப்பட்டு வடக்குப் பார்த்துக் கதவற்ற ஒரு வாசல் போன்ற ஒரு திறப்பு மட்டும் வைக்கப்பட்டிருந்த அமைப்பில் தரையும் சாணத்தால் மெழுகப்பட்டிருந்த இடத்தில்தான் முதன்முதலாக ஆயிரத்தி தொள்ளாயிரத்தி எம்பத்தி நாலுவாக்கில் ஆசீர்வாதம் சலூன் இயங்கியது. வாசல் பகுதியில் வகுந்தெடுக்காத முழு ஓலைக்கிடுவில் மறைப்பாகக் கதவுபோல கட்டியிருப்பார். அது காற்றில் விழுந்து விடாமலும் இரவு நாய்கள் போய்ப் படுத்துவிடாமலும் இருக்க அந்த ஓலைக்கிடுவை மறைத்து அதன்மீது ஒரு பனங்கம்பையும் சாத்தி வைப்பார்.

ஆசீர்வாதம், கடைக்குள் உட்கார்ந்து முடிவெட்டிக் கொள்ள ஒரு மரச்செயர் மட்டும் இருந்தது. கத்தி தீட்டுவதற்காகத் தொங்கிக்கிடக்கும் பெல்ட்டையும் இதர உபரகணங்கள் அனைத்தையும் சீனிக்காரக் கட்டி உட்பட எல்லாவற்றையும் தனது

கைவசமுள்ள துணிப் பையில் போட்டுக்கொண்டுபோய்விடுவார். மாதவன் பிள்ளை மனையில் கடைக்கான இடமிருந்தாலும்கூட ஆசீர்வாதத்தின் கடை உண்மையில் அவரின் துணிப் பையிலிருந்தது. காலையில் யாராவது இங்கு காத்திருக்கும்போது அவர் வேறெங்காவது ஒரு இடத்தில் கடை திறந்திருப்பார். ஆசீர்வாதம் சலூன் தாண்டி ஒரு நூறடிக் கடந்தால் பாதையின் வளைவு வந்துவிடும். இடையில் களம் கிடந்தது. அந்தக் களத்தில் பட்டணம் சாயிப்புவின் ஹோட்டலுக்குத் தேவையான விறகுகள் கிடக்கும். அந்த விறகுகளை வெட்டிக் கீறி ஒதும்பாடாக்குவது அப்போது வேதமாணிக்கத்தின் முக்கியமான வேலைகளில் ஒன்றாக இருந்தது.

ஆசீர்வாதம் கடை அமைத்துக்கொள்வதற்கு முன்னால் மாமரமூட்டில் வெள்ளி, ஞாயிறுகளில் தனியாக முடிவெட்டு நடந்துகொண்டிருந்தது. வண்டிக்காரப் பிள்ளையின் தயவில்தான் மாதவன் பிள்ளை மனசு வைத்து அது ஒரு கடையைப்போல மாற்றிக்கொண்டது. ஆசீர்வாதம் அப்போது தனது துணிப்பையில் சுமாரான முகம் பார்க்கும் கண்ணாடியொன்று வைத்திருந்தார். அப்போது அவரிடம் அளவில் பெரிய பொருளாக அதுதான் இருந்தது. கூடவே ஒரு சவரக்கத்தியும் ஒரு கத்திரியும் மிஷினும் ஒரு படிகாரக்கட்டியும் உண்டு. சின்ன பையன்களைக் கூட்டிவரும் தவப்பன்கள் என்ன ஸ்டைலில் வெட்டிவிடச் சொன்னாலும் ஆசீர்வாதம் பொதுவாகப் பையனுக்கு மிசின் கட்டிங் பண்ணியோ அல்லது நல்ல பத்தரப்பிடித்து வெட்டியோ தள்ளுவார். வெள்ளி, சனி, ஞாயிறுகளில் நல்ல கூட்டம் வரும். வெட்டிய முடிகளை ஒதுக்கித்தள்ள கடையின் தென்கிழக்கு மூலையில் ஒன்றுக்கு ரெண்டு ஆழத்தில் பள்ளம் அமைக்கப் பட்டிருந்தது. ஆசீர்வாதத்தைக் குறித்தும் பாயடி ஜப்பாரைக் குறித்தும் பையன்மார்கள் கட்டிய சில பாடல்களும் உண்டு.

திருவாழிக் கட்டிடத்தில் ஆசீர்வாதம் சலூன் கடை வைக்க முயன்றுகொண்டிருந்தார். திருவாழிக்கு ஆசீர்வாதத்தின் வெட்டு இஷ்டப்படவில்லை. எல்லாவனுக்கும் ஒரே சாயலில் வெட்டுவதாகக் கூறி, தனியாகப் பெரிய கடை வைத்து நடத்தும் திறன் ஆசீர்வாதத்துக்குப் போதாது என்று பார்க்கலாம் பார்க்கலாமென கடைசிவரை கடை கொடுக்கவில்லை. எம்பத்தி ஐந்து கடைசியில் ஆசீர்வாதம் உடல்நிலை சரியில்லாமல் சரிவர கடை திறக்க வராமல் போனபோது புதிதாக மணி வந்து சேர்ந்தான். மணியை பல்பும் பீரும் ஏரியாவுக்குக் கொண்டு வந்தார்கள். வண்டிக்காரப்பிள்ளை மணியைப்பார்த்துவிட்டு ஒன்றிரண்டு கேள்விகள் கேட்டுவிட்டு ஒழுங்கு மரியாதையா வேலை செய்யணுமென மாதவன் பிள்ளையிடம் சொல்லிவிட்டு,

“ஒரு பிரச்சனையும் வரப்புடாது. போய் நடத்திக்கோ” என்று சொன்னதும் ஏரியாவில் மெல்ல மெல்ல ஆசீர்வாதம் சலூன், மணி சலூனாக மாறியது. மணி விதவிதமான அலங்காரங்களுடன் தலைகளை வெட்டி அழகாக்கினான். பலரும் சொல்லுவார்கள், “ஆசீர்வாதம் சும்மா கலகலவென காதருகே பேசிக்கொண்டே கிடப்பார். மணி ரொம்ப பேசுவதில்லை. பத்து வார்த்தைகளுக்கு ஒரு வார்த்தை பேசுகிறான். வெட்டும் ஒரே மாதிரி இல்லாமல் பல ஜாலங்களில் இருக்கிறது” என்று நிறையபேர் புதிதாக வந்து போனார்கள். அவன் வந்தபிறகே நாளிதழ் வாங்கிப் போட்டிருந்தான். மதியத்துக்குப் பிறகுதான் ஏரியாவுக்குள் நாளிதழ் வரும் என்றாலும் அதைப் படித்த பிறகு துண்டுகளாகக் கிழித்துச் சவரம் செய்த மீதங்களைச் சுத்தப்படுத்தவென அது ரொம்பவும் பயனுள்ளதாக இருந்தது. திருவாழிக் கட்டிடத்தின் ஏழாம் எண் கடை காலியாகக் கிடப்பதைப் பார்த்து மணி அவரிடம் கடை கேட்டுப் பார்த்தபோது வழக்கம்போல திருவாழி பார்க்கலாம் என்று சொல்லிவிட்டார். அவரின் தொடர் முயற்சியின் விளைவாக ஆயிரத்தித் தொள்ளாயிரத்து தொன்னூற்று ஒன்றில் ராஜீவ்காந்தி கொல்லப்பட்டுச் சில மாதங்களுக்குப் பிறகுதான் மணியின் சலூன் திருவாழியின் கட்டிடத்திலுள்ள ஏழாம் எண் கடைக்கு மாறியது. அப்போது மணி தனது சலூனுக்கு பாம்பே சலூனெனப் பெயரிட்டிருந்தான். உண்மையில் மணி இரண்டு வருடங்கள்தான் மாமரமூட்டை ஒட்டிய வண்டிக்காரப் பிள்ளையின் ஏற்பாட்டிலுள்ள மாதவன் பிள்ளையின் மனைக்கடையில் சலூன் கடை நடத்தியிருந்தான்.

அந்த இடமும் சூழலும் மணிக்கு இஷ்டப்படவில்லை. அவனுக்கு அங்கு ஓயாத பிரச்சினை. சவரம் செய்ய வைத்திருக்கும் சோப்பு டப்பாவை யாராவது தூக்கிப் போய்விடுவார்கள். படிகாரக்கல்லும் காணாமல் போயிருக்கிறது. இதன் காரணமாகத்தான் தனது கடையை ஆசீர்வாதம் துணிப்பையிலேயே வைத்திருந்தார் என்று பலரும் மணிக்குச் சொன்னபோதும் அவன் அதைச் செய்ய விரும்பவில்லை. ஒரு கதவு போட்டுக்கொள்ள வண்டிக்காரப் பிள்ளையிடம் கேட்டபோது அது அந்த மனைக்குத் தோதுப்படாது என மறுத்துவிட்டார். அவன் தலைசிறந்த தொழில்க்காரன். இரண்டுவருடங்கள் முன்பே பம்பாயில் சலூன் கடையில் வேலை பார்த்த அனுபவம் உடையவன். திரும்பவும் எல்லாவற்றையும் போட்டுவிட்டு பாம்பேக்கு போய்விடலாமா என்று யோசித்துக்கொண்டிருந்தான். குடும்பச் சூழல் அவனை அசையவிடவில்லை. இங்கு ஒரு நல்ல கடை அமைந்தால் எல்லாம் சிறப்பாகிவிடும் என்ற காத்திருப்பின் அவஸ்தையில் அவன் மாமரமூட்டுக் கடையைச் செப்பனிடலாமென்றால் அது எல்லா வகையிலும் தொல்லைகள் நிரம்பியதாக ஒரு சூன்யம்

போல தொடர்கிறது. அவனுக்கு மாமரமூட்டுக் கடையில் மின்சாரமில்லை, கதவு இல்லை, காத்திருக்கும் ஆட்களை உட்கார வைக்க பெஞ்சி போட பாதுகாப்பில்லை. ரொம்ப கடினப்பட்டு பல்பையும் பீரையும் துணைக்கு வைத்துக்கொண்டு ஒருபக்கத்தில் திண்டு மாதிரி செம்மண் குழைத்து உயர்த்தியிருந்தான். அதில் மூவர் அமர்ந்துகொள்ளவும் ஒருவர் நல்ல சவுரியமாகக் காலைக்கையை நீட்டிப் படுத்துக்கொள்ளவும் இயலும்.

மணி ஒரு செவ்வாய் சென்று புதன் அதிகாலை கடையின் ஓலைக்கிடுவை நீக்கிக் கடைக்குள் நுழைந்ததுமே அவனுக்குப் புரிந்துவிட்டது, முந்திய இரவு அங்கு ஒரு ஆணும் பெண்ணும் புழங்கிச் சென்றிருப்பது. அதை உணர்ந்த அவனுக்கு வேவுலாதியாக இருந்தது. இதற்கு முன்பாகவும் இவ்வாறான சூழலின் சாராம்சங்களைஅவன் லேசாக உணர்ந்திருக்கிறான். என்றாலும் இத்துணை அப்பட்டமாக இல்லை. தென்கிழக்கு மூலையில் குவிந்திருந்த ரோமங்களிடையே ஆணுறை, பூ, பழம், உணவருந்திய பார்சல், இலையென கடை முழுவதும் பரவிக்கிடந்த அடையாளம் அவனை எள்ளி நகையாடுவதைப்போல இருந்தது. ஆட்கள் சிலர் வந்து பார்த்தார்கள். கிருஷ்ணனும் ஆறுமுகமும் ஜோசியரும் வந்து பார்த்தபோது பல்பும் பீரும் மணியின் கூடவே நின்று ஏசிக்கிழித்துக்கொண்டிருந்தனர். பூ, பழத்தொலி, சாப்பிட்ட இலை, கிழிந்த ஒரு உள்ளாடையெனப் பரவிக்கிடந்தது. இலையும் உணவுப் பார்சலும் பட்டணம் சாயுபு கடையிலிருந்து வாங்கியவையென கிருஷ்ணன் உறுதியாகச் சொன்னார். நேற்று யாருக்கெல்லாம் பார்சல் மடக்கிக் கொடுத்தோம் என்று நிறைய யோசித்தார். ஐந்தாறு ஆட்களின் முகம் ஓர்மையில் வந்தது. சிறு பிள்ளைகளை அனுப்பி வாங்கியவர்களும் இருக்கலாம். கிருஷ்ணன் நிறைய யோசித்துவிட்டுக் கள்ளன் ரொம்ப தொலைவில் இல்லை என்று யோசனையாகப் போனார். மணியும் வேதமாணிக்கமும் பல்புமாய்ச் சேர்ந்து சாணியைக் கரைத்து நன்றாக மொழுகிச் சுத்தப் படுத்தினார்கள். மணி ஊதுபத்தி சாம்பிராணி எல்லாம் போட்டு ஓரளவுக்கு சலூன் கடையைப் புனிதப்படுத்தி எடுத்திருந்தான். பல்புக்கு அப்போது இருபது வயதிருக்கும், நல்ல ஹிப்பித்தலையன். மணியின் மிகமுக்கியமான கூட்டாளியும் கூட. மற்றொரு முக்கியமான கூட்டாளி பீர் என்கிற பீர்முகம்மது.

பீரும் பல்புதான் சொன்னார்கள், “லேய் மாப்ளே நம்ம பாறையடி சிவன் கோயில் பக்கத்துல ஒருத்தன் இருக்கான். அவனப் போய் பாப்போம். அவன் வாழை இலையில மையப் போட்டு இங்க நடந்த சம்பவத்த அப்படியே காட்டுவான்... ஆளப் பாத்துட்டா கொண்டு போட்டு கையக்கால ஒடைச்சிரலாம். மணி கடுப்பில் நின்றான். அவன் கைய கால உடைச்சி என்ன மயிரப்புடுங்கதுக்கா.

ஒரு கதவப் போட்டா பாதுகாப்பா இருக்கும். கடையையும் ஜம்முன்னு வைக்கலாம்..." பல்பு மறுபடியும் சொன்னான்...

"மாப்ளே நம்மோ வண்டிக்கார பிள்ளையிட்ட போய் நேரா பேசுவோம்..."

"அதெல்லாம் சரிப்படாது மாப்ளே... நான் ஏற்கனவே பேசிப் பார்த்துட்டேன்... மனைக்கு ஆகாதும்பாரு..."

"என்ன சரிப்படாது... போய் கேட்போம்" என்று பீரும் உசுப்பியபோது பல்பு சொன்னான், "நமக்கு பேசாம மாதவன் பிள்ளைட்ட நேராப் போய்ட்டா என்ன..."

"பிரச்சினை பெரிசாயிருக்கும்... வேணும்னா வண்டிக்காரப் பிள்ளைக்கிட்ட போய் ஒருக்ககூடச் சொல்லிப் பார்க்கலாம்.

மணி வண்டிக்காரப் பிள்ளையிடம் போய் மரத்துல ஒரு கதவு போடட்டாவென மீண்டும் கேட்டபோது அவர் அதெல்லாம் ஒண்ணும் போடப்புடாது என்றுசொல்லிவிட்டார். "இடத்த விக்கதுக்குப் போட்டிருக்கோம்... நல்ல புள்ளைக்கு சொன்னால சொல்லித்தானே தந்தேன்... இப்போ வந்து கதவப் போடுகேம்னு சொல்லுதே... இருக்கது வரைக்கும் இருந்துட்டு சட்டுன்னு வேற எடத்தப் பார்"ன்னு சொல்லிவிட்டுப் பின்பக்கமாகத் தொடைக்குமேலே துணியைத் தூக்கிவிட்டபடி பிருட்டத்தைச் சொறிந்து கொண்டார்.

பீர் கேட்டான் "மணியே... உள்ள ஒரு ஜட்டி கெடந்துன்னு சொன்னியே. அது ஆம்புளைக்குள்ளதா பொம்பளைக்குள்ளதா..."

பக்கவாட்டில் சாணி மொழுகிய திண்டில் கிடந்தபடியே பல்பு ஏந்து சொன்னான், "மணி ஜட்டிய அவசரப்பட்டுத் தூரப்போடாம இருந்தாம்னா அதவச்சி ஆளத் தூக்கிருக்கலாம்..." பிறகு பல்பும் பீரும் கிடந்து உருண்டு உருண்டு சிரித்தார்கள். மணிக்கு ஒன்றும் ஓடவில்லை... எல்லோரும் பரிகாசமாகத்தான் பார்க்கிறார்கள். ஏரியா முழுவதும் அது ஒரு கேலிக்கதையாகக் கிடந்தது. கடைக்கும் வரும் சிலர் அந்தத் திண்டில் அமரும்போதே கர்மம்புடிச்சத் திண்டெனச் சொல்லிச் சிரிப்பார்கள். கடையில் திண்டு வடக்குத் தெக்காகக் கிடந்தது. யாரோ வந்து பார்த்துவிட்டு, "வடக்குத் தல வச்சிருக்கமாட்டான்... தெக்கத்தான்... அப்போ இந்த பொசிசன்லதான் கெடந்திருப்பாவோ..." உன்னிப்பாகப் பார்த்தவனுக்குக் கண்ணில் ஒரு காட்சி தெரிந்தது. மேலும் சிலர் சிரித்துக்கொண்டார்கள். புதிய காலையில் கடைக்கு வருபவர்கள், "இன்னைக்கு ஏதாவது சம்பவம் உண்டாடே..."

"அப்படி ஒன்னும் நடந்தது மாதிரி தெரியலையே..."

“தடயத்தை அழிச்சிருப்பான்...”

இப்படியே பேச்சுக்கள் போனது. ஆறுமணிக்கெல்லாம் கடையை மூடும்போது ஓலைக்கிடுவுக்கு மேலே இரண்டு கமுகுக் கம்புகளைக் குறுக்கால் பெருக்கல் குறியீடுபோல போட்டு வைப்பான். ஓலைக்கிடுவை இழுத்து மூடும்போதே எல்லோரும் அவனை ஒரு குற்றவாளிபோல பார்ப்பதும் சிரிப்பதும் அவனுக்கு ரொம்பவும் அவமானமாக இருந்தது. யாரோ அவன் பூட்டும்போது கேட்டார்கள், “மணி கடையில இப்போ ஏதோ அடிக்கடி பிரச்சனையின்னு கேள்விப்பட்டேன். என்ன பிரச்சனையென நக்கலாகச் சிரித்தபோது பல்புதான் போய் நறுக்கெனக் காதில் பதில் சொல்லிவிட்டு வந்தான். கேட்டவன் முகம் கோணலாகக் கடந்து போனபோது பல்பும் பீரும் மணியும் சிரித்துவிட்டுப் போனார்கள். கடையின் மீது ஒன்றிரண்டு வார காலமாக எல்லோரின் கவனமும் கூடுதலாக இருந்தது. வெளியில் தொடர்ச்சியான பேச்சின் காரணமாக வண்டிக்காரப் பிள்ளையிடமும் தகவல் போனது. அவரும் ஏசிக்கொண்டு கிடந்தார். பேச்சு மெல்ல மெல்ல மறைந்துபோனபிறகு இரண்டுமாதம் பிரச்சினையில்லாமல் போனது. இடையிடையே பீரும் பல்பும் சேர்ந்து காவலெல்லாம் காத்துப் பார்த்தார்கள். மணிக்குச் சிரிக்கவா அழவா என்று தெரியவில்லை. திடீரென யாராவது வந்து கேட்பார்கள், “மணியே அப்புறம் ஒண்ணும் நடக்கலியே...” மணி மௌனமாகப் பார்த்துக்கொண்டிருப்பான். அவன் அதிகமாகப் பேசுவதில்லை. பல்பும் பீரும்தான் காலை பத்துமணியிலிருந்து மணியின் கடையிலேயே கிடப்பார்கள். அந்த முடிவெட்டும் கசேரியில் விநோத கோலத்தில் பீர் சாய்ந்து கிடப்பான். பல்பும் மணியும் திண்டிலிருந்து சினிமாக்கதைகள் பேசிக்கொண்டிருப்பார்கள். யாராவது ஆட்கள் வந்தால் பீர் எழுந்து திண்டுக்கு வருவான். முடிவெட்டு நடக்கும்போது மணி மௌனியாகிவிட பல்பு மட்டும் தொடர்ந்து எரிந்துகொண்டிருப்பான்.

முதல் சம்பவம் நடந்து இரண்டேகால் மாசத்துக்குப் பிறகு அதேபோல ஒரு செவ்வாய் சென்று புதன் காலை பழையதுபோலவே ஆணும்பெண்ணும் புழங்கிச் சென்றது அப்பட்டமாக அடையாளங்களோடு இருந்தது. இத்தனைக்கும் பட்டணம் சாயுபுவின் ஹோட்டல் பக்கத்தில்தான். திருவாழிக் கட்டிடத்தின் மற்ற எல்லாக் கடைகளிலும் ஆட்கள் இரவு இல்லாவிட்டாலும் கூட ஐந்தாம் எண் கடையான ஹோட்டலில் வேதமாணிக்கமும் ஆறுமுகமும் இரவு அங்குதான் இருப்பார்கள். எல்லாம் ஒதும்பாடாக்க பத்து பன்னிரெண்டு மணியாவது ஆகிவிடும். ஒன்றும் பிடிபடவில்லை. ஏதேனும் வெளியூர்க்காரனாக இருக்கும் என்ற பேச்சு அடிப்படையிலேயே உடைந்து போனது.

வெளியூர்க்காரனுக்கு இந்த சலூனும் இப்படியான அமைப்பும் எப்படி துல்லியமாகத் தெரியும்? இது மிகத் தெரிந்த ஒரு கள்ளனைத் தவிர வேறு இல்லை. ஒருவர் மாறி ஒருவரைச் சந்தேகம் கொள்ளும்படியாக ஏரியா வினோத கோலம் பூண்டிருந்தது. இரண்டாம்முறை அப்பட்டமான தெரிதலில் மணியின் சத்தம் பெருக்கெடுக்க இம்முறையும் பலரும் வந்து ஆர்வமாகப் பார்த்தார்கள். பட்டணம் சாயிப்பு, ஆறுமுகம், கிருஷ்ணன் என வரிசையாக வந்து பார்த்துவிட்டுப் போனார்கள். மணி அடையாளங்கள் எதையும் அழிக்கவில்லை. அவன் கடையின் ஓலைக்கிடுவையைச் சரித்துத் தள்ளிவிட்டுக் கொஞ்சம் ஆவேசமாக நின்றான். பல்பும் பீரும் வந்து பார்த்துவிட்டு மானதானமில்லாமல் அறுத்துக்கிழித்தார்கள். ஒருவர் போலிசுக்குப் போவலாம் என்றார்கள். அப்போது பக்கத்து ஆசாரிப்பள்ளத்தில் புறக்காவல் நிலையம்தான் இருந்தது. பல்பு மீண்டும் சொன்னான், “வாழை இலையில் மை போட்டுப் பாக்கலாம்” என்று. பட்டணம் சாயிப்பு கேட்டார் “வெத்திலையிலதானே மை போடுவார்கள். நீ என்ன வாழை இலை என்கிறாய்?” பல்பு சொன்னான், “பிரச்சனை பெரிசு இல்லியா …” எல்லோரும் சிரித்தார்கள். அப்போது சைக்கிளில் போன போலீஸ்காரரர் அன்னமணி என்ன என்று விசாரித்த போது அவரும் உள்ளே வந்து பார்த்துவிட்டு, “இதுல என்ன கேசு எடுப்பது என்பது தெரியவில்லை” என்றார். “ஏதேனும் களவு போயிருக்கிறதா” என்றார். அப்போதுதான் மணி சரிந்துகிடந்த முடிவெட்டுச் செயரின் அருகே தொங்கிய கத்தி தீட்டும் பெல்ட் காணாமல் போயிருப்பதைக் கண்டான். “பெல்ட்டக் காணல சார்” எனச் சொல்லிக்கொண்டிருக்கும்போதே வண்டிக்காரப் பிள்ளை கேள்விப்பட்டு விறுவிறுவென வெத்திலையைச் சவைத்துத் தூதூவென துப்பியபடி வந்தவர், எல்லோரையும் விலகச் சொல்லிவிட்டு உள்ளே போய்ப் பார்த்தார். மூலையில் கசங்கிய பூவும் பழமும் கிடந்தது. கூடவே தென்கிழக்கு மூலையில் ஆசீர்வாதம் தோண்டிய பள்ளத்தில் இரண்டு ஆணுறைகள் கிடந்தன. சுற்றிலும் பார்த்துவிட்டுப் பார்வை முடியும் முன்னால் அறுத்துக் கிழித்தார். சாப்பாடு இலை கீழே ஒருபகுதியில் சரிந்து கிடக்க அதனருகே விரிக்கப்பட்டிருந்த கிழிந்த சேலைத்துண்டு கிடந்தது. சுற்றிலும் பார்த்தவர் மணியிடம், “விலை மதிப்புள்ள பொருள் எதாவது கடையில இருக்காடே” என்றார். மணி “இல்லை மொதலாளி” என்றதும். “சரி போ, இனி கடை நடத்தண்டாம்” என்றவர் விறுவிறுவென அதேபோல நடந்தார். பத்து நிமிடத்தில் திரும்ப மண்ணெண்ணெய்க் குப்பியோடு வந்தவர் கடையில் ஆங்காங்கே குப்பியிலிருந்த மண்ணெண்ணெய்யைத் தெளித்தபடித் தீக்குச்சியை உரசிப் போட்டதும் தீ கொஞ்ச நேரத்தில் மெல்லப்பரவி ஓலையில் பிடித்து மளமளவெனப்

பற்றி எரிந்தது. வெட்கை தாவிவிடாமல் விலகி நின்று எல்லோரும் பார்த்துக்கொண்டிருக்க மணி அனக்கமில்லாமல் நடந்து போனான்.

இரண்டு மூன்று நாட்களாக திருவாழியைப் பார்க்க அலைந்த மணி மூன்றாவது நாள் காலையில் பம்பாய்க்கு புறப்பட்டுப் போய்விட்டான் என்ற தகவல் ஏரியாவில் பரவி இருந்தது. இரண்டு வருடங்கள் பம்பாய்வாசியாக இருந்த காலத்தில் மணியின் உதவியோடுதான் பீர் பம்பாயில் போய் நின்று பால்ராஜ் ஏஜென்ட் உதவியோடு தெஹ்ரான் போய்ச் சேர்ந்தது. மணி பம்பாய்க்குப் போன மூணாவது மாதத்திலேயே பல்பும் லெட்டர் எழுதிப் போட்டுப் பின்னர் அவனும் புறப்பட்டுப் போனான். பல்பு அங்கிருக்கும்போதுதான் மணியின் உதவியோடு ஒரு இந்திக்காரனிடம் டிரம்பட் வாசிக்கப் படித்தான். முன்பே அவன் சாதாரண டப்பாக்களிலேயே தட்டி நல்ல சப்தங்களை உருவாக்கிப் பாடுபவர்களுக்குத் தோதாக வாசிக்கும் வல்லமை உடையவனாக இருந்த பல்புக்கு பம்பாயில் டிரம்பட் இசைக்கருவி வாசிக்கக் கிடைத்த வாய்ப்பில் நீர்ப்பிராணியைப் போல அமிழ்ந்துகிடந்தான். வேலையும் கருத்தொருமிக்கும் வல்லமை அமைந்தால் அவன் கற்கும் வேகம் ஒரு சிறுத்தையின் ஓட்டத்துக்கு ஒப்பானது என்பதுபோல பல்பு டிரம்பட் வாசிப்பதில் அபார வல்லமையுடையவனாக இருந்தான். கிருஷ்ணன் சொல்லுவார் விதி வலியது, அது எவனையும் விடாது என்று. உண்மைதான் பல்புவின் விசயத்தில் விதி வலியதாகத்தான் இருந்தது. இரண்டு வருட பம்பாய் வாழ்க்கை நீடித்திருக்குமானால் பல்புவின் வாழ்வு எப்படியெப்படியெல்லாமோ மேன்மை மிகுந்ததாக அமைந்திருக்கும். மணியும் அங்குதான் இருந்திருப்பான். பல்பு இசையின் அடுத்தடுத்த அம்சங்களைக் கடந்துகொண்டிருந்தான். இந்திக்காரன் பல்புவை ஜெர்மனிக்குக் கொண்டுபோகத் திட்டமிட்டிருந்தான். இந்திக்காரனின் தங்கை குடியாவுக்கும் பிலிப்புக்கும் திருமணம்வரை நிச்சயம் செய்திருந்திருக்கிறார்கள். பல்புவின் முன்னேற்றம் தன்னையும் இன்னொரு திசைக்குக் கொண்டுபோய்விடும் என்ற மணியின் நம்பிக்கையின் மீதும் எல்லாவற்றின் மீதும் ஒரு அடர்வர்ண பிசாசுபோல ஒன்று நிகழ்ந்து விட்டிருந்தது. மறுநிமிடத்தின் நிறமறியாத இந்த வாழ்வின்மீது இத்தனை கடினமான துயரம் கவிழுமென எந்த சமிக்கையுமின்றி நல்ல போதையில் அந்த நள்ளிரவில் பம்பாயின் அந்தேரியில் ஒரு ஒடுக்கு அறையில் தூங்கிய பல்புவை, யாரையோ கொலை செய்ய வந்த ஒரு மர்மமான கும்பல் ஆள் மாறிச் சம்பந்தமே இல்லாமல் பல்புவின் உடம்பில் இருபத்தாறு இடங்களில் கத்தியால் மிகக் கொடூரமாகக் குத்திச் சென்றது. செத்ததாகக்

கருதிக் குப்பையைப்போல இரத்தச் சகதியில் தள்ளி எறியப்பட்ட பல்புவின் உடலில் உயிர் பாய்ந்தோடிக் கொஞ்சமாக அடங்காது துடித்துக்கொண்டு கிடந்தது, அவ்வளவுதான். நான்கைந்து மாதம் அங்கு அரசாங்க மருத்துவமனையில் கிடந்து உயிர் பிழைத்தவனை அழைத்துக்கொண்டு இரண்டு வருட பம்பாய் வாழ்வை முடித்துக் கொண்டு மணி ஊருக்கு மீண்டும் வந்தான். மாமரம் பட்டு நின்றது. வண்டிக்காரப் பிள்ளை கடையைக் கொளுத்திய தீ மாமரத்தின் உள் தாவி அதன் இருப்பை மெல்லமெல்ல அர்த்தமற்றதாக மாற்றிவிட்டிருக்கிறது.

ஆயிரத்துத் தொள்ளாயிரத்து தொண்ணூற்றில் திருவாழி நீண்டகரை கிராமத்தில் கிராமச் சேவையாகப் பணியிலிருந்த காலத்தில் திருவாழிக் கட்டிடத்தின் ஆறாம் எண் கடையில் இயங்கிய பால் உற்பத்தியாளர் சங்கம், சங்கப் பிரச்சினை காரணமாக இடம் பெயர்ந்தது. ஆறாம் எண் கட்டிடத்தை திருவாழி மாற்றி வடிவமைத்ததோடு ஏழாம் எண் கடையில் ஒரு பாத்ரூம் வருவது போல மாற்றினார். ஏழாம் எண் கடைக்கு வெளியே கிணற்றுக்குச் செல்வதற்குத் தோதாக தெற்குப்பக்கமாக ஒரு சின்னப் பாதை இருந்தது. அப்போது ஏழாம் எண் கடையில் இயங்கிய லெட்சுமணனின் சைக்கிள் கடை ஆறாம் எண் கடைக்கு மாறிய அதே நேரத்தில் மணி திருவாழிக்கு முன்னால் போய் நின்றான். “மொதலாளி மனசு வைக்கணும்...” மணியை ஒரு நிமிடம் மேலும் கீழுமாகப் பார்த்துவிட்டு, “சரி நல்லா நடத்திக்கோ” என்று கடையைக் கொடுத்தார். திருவாழிக் கட்டிடத்தில் மணியின் பம்பாய் சலூன் இவ்வாறாக மையம் கொண்டது.

ஆட்கள் வருவதும்போவதுமாக அமர்க்களமாகிக் கிடந்த பம்பாய் சலூன், அப்போது ஏரியாக் கடந்தும் பிரபலமாக இருந்தது. மணி ஏழாம் எண் கடையில் பம்பாய் சலூன் திறந்த பதினைந்தாவது நாளில் வண்டிக்காரப் பிள்ளையின் பார்வையிலுள்ள மனையில் நின்ற பட்ட மாமரம் காற்றில் முறிந்து விழுந்தது. பம்பாய் சலூன் உள்ளே நுழைந்தால் முன்னும் பின்னும் கண்ணாடி, இதுபோக ஏகப்பட்ட இந்தி நடிகைகளின் கவர்ச்சிப் படங்கள். ரோலிங் சீப்பு, ஸ்னோ பவுடர், மேலே ஒரு சின்ன தொட்டி அமைத்துக் கடைக்குள்ளே ஒரு வாஷ் பேசன் வேறு வைத்திருந்தான். சவரம் செய்ய வந்த திருவாழியே அசந்து போனார். அன்று மணி திருவாழியைக் கொஞ்சம் ரோஸ் நிறத்திலாக்கி இருந்தான். தொழிலில் கில்லாடி ஹிப்பித் தலையை மணி ஒரு நோக்கு நோக்கினான் என்றாலே ஸ்டெப்புகள் அலைபோல வளைந்து கொடுக்கும். அவன் அலைபோல ரோமத்தை வளைப்பதற்கென்றே சில ஹீட்டர்களை வைத்திருந்தான். காது முழுவதும் மறைந்து முடி உள்வாங்கிச் சுருள வேண்டும். கிராப்புபோல நிசாரமாக

வெட்டித் தள்ளிவிட முடியாது. அறுவடை வயலைப் பிரித்துக் கொடுக்கும் கூறுவடியார் போல ரோமங்களைப் பிரிக்க வேண்டும். ஏழு ஸ்டெப் அலை என்றால் ஏழாகப் பிரிக்க வேண்டும்; எல்லாம் கண்அளவும் கணிப்பும்தான். தெற்குப் பக்க மூலையில் போய் ஒரு தம் பத்தி வந்தானென்றால் இரண்டு இழுப்பு இழுத்துவிட்டு நிஜாம் பாக்கை லேசாகப்போட்டு மென்றால் போதும்; அவன் மூளையில் ரோம அலைகள் புரளும். தம்மடிக்க ஒதுங்கும் நேரத்தில் பல்பும் சேருவான். பல்புவின் தழும்புகள் சரியாகி வருகிறது என்றாலும் உடல்தான் தேறவில்லை. திருவாழிக் கட்டிடத்திலுள்ள ஏழு கடைகளிலும் எப்போதும் பரபரப்பாக இருப்பதில் முதன்மையான ஐந்தாம் எண் கடையான பட்டணம் சாயிப்பின் ஹோட்டல் பூட்டப்பட்டு நான்கு மாதங்களாகி விட்ட நிலையில் இப்போது அந்தப் பரபரப்பான ஸ்தானத்தை மணியின் பாம்பே சலூன் பிடித்திருந்தது.

மணியின் கடையில் இரண்டாவதாக ஒரு சுற்றுச்செயர் போட்டு அவன் வேலைக்கு ஒருவரை வைத்திருந்தான். காது வெட்டியென அறியப்பட்ட அந்த மனிதர் மட்டுமே மணியின் கடையில் மூன்றுமாதங்கள்வரை தாக்குப் பிடித்தார். மற்றபடி மணியின் சலூனில் எந்த வேலைக்காரனாலும் பத்து நாட்களுக்கு மேலாக நீடித்து நிலைத்துநிற்க முடியவில்லை. மணி வாடிக்கையாளர்களிடம் தெய்வீக முகமும் சக பணிக்காரனிடம் ஒரு சாத்தானின் முகமும் காட்டியதாக கிருஷ்ணன் சிமென்ட் பெஞ்சில் சாய்ந்து கிடந்தபடி ஒருமுறை சொன்னார்.

மணிக்கு அப்போது ஒரு ஆண் மகன் பிறந்து இரண்டு வருடம் நான்கு மாதமாகியிருந்த காலத்தில் வெளிநாட்டிலிருந்து விடுமுறையில் வந்தபீர், மணியின் கடைக்குத் தேவையான சில நல்ல உபகரணங்களைக் கொண்டுவந்து கொடுத்தான். மைனர் சலாம் மணியின் முக்கியமான வாடிக்கையாளன். பஹ்ரைனிலிருந்து வருசத்துக்கொருமுறை விடுமுறையில் வரும்போது முடிவெட்டும் சவரமும் எல்லாம் மணியிடத்தில்தான். மைனர் சலாமுக்கும் மணியின் பாம்பே அறையில் அவனின் அரபிக்கு ஊது வாங்கிப் பரிசளிப்பதற்காக ஒரு முறை சிலதினங்கள் தங்கிச் சென்ற அனுபவம் உண்டு.

எல்லாவற்றையும் கூர்ந்து கேட்டுக்கொண்டிருந்த அன்சாரி "சரி, அதையெல்லாம் விடுங்கள் அண்ணேன்... மணி எப்படி திருவாழிக் கட்டிடத்தின் ஏழாம் எண் கடையிலிருந்து ஐந்தாம் எண் கடைக்கு வந்தான்?" என்று கேட்டான்.

"இந்த வாழ்க்கையில என்ன வேணும்னாலும் நடக்கும் அன்சாரி... பல்புவ இப்போ பாக்கேல்லா, ஆளு கொத்தும்

கொறடுமா இருக்கான்... அப்போ அவன் இந்தி நடிகர் மிதுன் சக்கரவர்த்தி மாதிரி இருப்பாம்னு சொல்லுவானுவோ... உண்மை யிலேயே எனக்கு மிதுன் சக்கரவர்த்திய போட்டோவுல கூட தெரியாது. ஆனா பல்ப எல்லாரும் அப்படித்தான் சொல்லுவா... திருவாழிக் கட்டிடத்துக்க தெக்க பொண்ணம்மா மனைக்கும் திருவாழி மனைக்கும் பொதுவான கிணறு கிடக்குல்லா, அதுமாதிரி ரோட்டுக்க மேல்மனையில ஒரு கிணறு கெடந்து இரண்டுலயும் ஒரே மாதிரி தண்ணிதான், நிறம் மணம் குணம் எல்லாம் ஒண்ணு போலவே இருக்கும்... அந்த மேல்மனைக்காரன் பவித்ரா மில்லுன்னு ஒரு ரைஸ் மில் வச்சிருந்தான்... நல்லத் தோட்டம்போல நீளத்துக்குக் கெடக்கும்."

"இது எப்போ..."

"இது ரொம்ப பழைய கத. காலமாச்சிலா . . . மில்லு அறுபத்தஞ்சி வாக்குல இருந்துன்னு கேள்விப்பட்டிருக்கேன் . . . அப்போ திருவாழிக் கட்டிடம் கிடையாது... திருவாழிக் கட்டிடம் இருந்த இடத்துல பால் உற்பத்தியாளர் சங்கம் தனியா ஒரு ஓட்டுக் கெட்டிடத்தில இருந்துச்சி..."

"ரொம்ப பழைய கதையளுக்கு போவாதைங்கோ நான் கொழம்பிடுவேன்..."

"போசாம கதைய கேளுடே . . . மில்லு மனைக்காரன் பத்பநாபன் பண்டு அவருக்கு ஆம்புளப்பிள்ளை இல்லேன்னு ஒரு மகன எடுத்து வளத்தாரு... ஆறு வருசத்துக்கு அப்புறம் அவருக்கு ஒரு ஆம்புள புள்ள பிறந்து... அவருக்கு சொந்தமா பிறந்த மகன் பதினாலு வயசுல மில்லுல கரண்டுல அடிபட்டு செத்துப்போனான். அப்புறம் மூத்தவதான் அவகாசி..."

"எடுத்து வளத்துனவனா..."

"ம்... அவன் வளந்து கல்யாணமாயி புள்ளபெத்து பொறவு அவன் பொண்டாட்டி அவன உட்டுட்டு இரண்டு பிள்ளை களையும் கொண்டுட்டுப் போயிட்டா... இவன் இடத்த எல்லாம் அவசரஅவசரமா வித்தான். இவனுக்கு விக்க உரிமையில்லைன்னு மொத்தம் மூணு வழக்கு நீதி மன்றத்துல நடந்திச்சி. வாங்குனவன் அப்புறம் மில்லு வீடெல்லாம் அடிச்சி ஒடச்சி அடையாளந் தெரியாம மாத்தி நிலமாக்குனான். அப்போ அந்தக் கிணத்த மூடிட்டாங்க. ஆச்சா அந்த கிணறு மூடுனதோட..."

"அந்த கிணத்த மூடுனது எப்போ?"

"அது எம்பத்தி எட்டு கடைசியிலே..."

"ம்..."

“கிணத்த அங்க மூடுனாம்லா, இங்க திருவாழி பில்டிங் பின்னால கிடந்த திருவாழிக்கும் பொன்னம்மாக்கும் உரிமைப்பட்ட பொதுக் கிணத்துல தண்ணி ஊத்து ஏதோ அடச்சிக்கிட்டு ... அப்போ பட்டணம் சாயிப்புக்கு ஹோட்ல்ல தண்ணிப்பிரச்சனை ... கிணத்துல தண்ணீ கோர வேலைக்கு சூளாமணின்னு ஒருத்தி இருந்தா ... அவ ஒரு பிரச்சினையில கடைய விட்டுப் போன மறுமாசமாக்கும் தண்ணீப் பிரச்சினை. அதைப்பத்தி திருவாழிட்ட போய் சொன்னதும் அவங்க ஆலோசனை பண்ணிட்டு ஹோட்டல்ல ஒரு குண்டடத்தோண்டி ஒரு டேங் கெட்டுனாங்க... ஐஞ்சடி ஆழத்துல தோண்டினாங்க... ஒரு வாரம் ஹோட்டல் விடுமுறை இருந்ததால நான் ஊருக்குப் போயிட்டேன் ... அந்த டேங் தோண்டுன மூணாம் மாசத்துல பட்டணம் சாயிப்புக்கு உடம்பு சரியில்லாம போச்சி. அப்புறம் கடைய அவரால ஒழுங்கா கவனிக்க முடியலே ... கடை வேண்டாம்னு முடிவாச்சி ...”

“எதுனால ...”

“ம் ... ஏதோ பிரச்சனை”

“சரி ... பொறவு?”

“பொறவு கடைய என்ன நடத்தச் சொன்னாரு ...”

“நீங்க ஏன் நடத்தலே .. ?”

“ஆளுவள வேலைக்கு வச்சி எதயும் செய்யதுல எனக்கு இஷ்டமில்லடே ... நம்மளால முடிஞ்சா செய்யலாம் ... காலையில டிபனு, மதியம் சாப்பாடு மறுபடியும் நைட் தோசை ஆப்பம்னு அதுக்கு கூடவே கெடந்து மாரடிக்கணும் ... நிறைய வேலை உண்டு ... அவரு ஹோட்டல புண்ணியத்துக்கு நடத்துனாரு ... எல்லாவனாலயும் அது முடியாது ... இந்த உலகத்துலயே ரொம்ப கஷ்டமான வேலை ஹோட்டல் வச்சி நடத்ததுதான் ... வேலைக்காரம்னா பிரச்சனைக் கிடையாது. சும்மா வேண்டாம்னா போயிட்டே இருப்பான். மொதலாளியால முடியாது ... ஒரு நல்லது கெட்டதுக்குப் போவ முடியாது ... அதுலயே பாத்திரம் பண்டம் கிடந்தால கெடக்கணும் ... அவருக்குக் கழியாம ஆனதோட நானும் முடியாதுன்னு சொன்னதும் எனக்கு இந்தக் கடை வைக்க கொஞ்சம் ரூவாயும் தட்டுமுட்டுச் சாதனமும் தந்தாரு ... இன்னா கிடக்கு பாத்தியா, இந்த பட்டறை மேசை இது எனக்கு பட்டணம் சாயிப்பு தந்ததுதான். இதுக்குப் பொறவு திருவாழிக் கட்டிடம் இன்னொரு மாற்றத்த சந்திச்சிது ... இந்த ஐஞ்சாம் நம்பர் கடைக்குப் பின்னால உள்ள சமையலறை, சாப்பாடு ஏரியா எல்லாத்தையும் ஒரு சுவரக் கெட்டி தனியாக்கி ஏழாமத்தக் கடை தெக்குப்பக்க பாதை வழியா ஒரு ரூமா மாத்தினாரு... அதான் அப்போ திருவாழி

வந்தாபோன தங்குற இடம். அப்புறம் ஆறுமாசம் கடை சும்மாதான் கிடந்திச்சி. திருவாழிக்கும் பட்டணத்துக்கும் ஏகமான பிரியம் உண்டு. அதுனால திருவாழி கடய வேற ஆளுக்குக் குடுக்காம ஏழெட்டு மாசம் சும்மாவே வச்சிருந்தாரு... பட்டணம் சாயிப்பு வருவாருன்னு நம்பிக்கையோட... பட்டணத்துக்குப் பொஞ்சாதி வந்து வேண்டாம் அண்ணேன் யாருக்காவது கொடுக்கன்னு சொன்ன பொறவுதான் சும்மா கிடந்த ஐஞ்சா நம்பர் கடைக்கு கலைமகள் லெண்டிங் லைப்ரரி சந்திரன் வந்து சேர்ந்தான்."

பனிரெண்டு வருட பஹ்ரைன் வாழ்க்கையை நிறைவு செய்து விட்டு மைனர் சலாம் புத்தம் புதிதாகப் பிறந்து வந்திருப்பவனைப் போல ஆயிரத்தித் தொள்ளாயிரத்துத் தொன்னூறுகளின் மத்தியில் ஊர் வந்து சேர்ந்தான். ஊரில் என்ன செய்யலாம் என்பதைக் குறித்த ஆலோசனைகள் அவனுக்குள் தோன்றி ஒன்றை ஒன்று மிகைத்தப்படியே அலைபாய்ந்துகொண்டிருந்தது. சொந்தமாக ஒரு லாரி எடுத்துக் கேரளாவுக்கு வாழைக்காய் லோடு அடிக்க நாள் வாடகைக்கு விடலாம் என உறவினர் பொறுப்பேற்ற போது, இன்னொரு உறவினர் பாறசாலை பக்கம் லாரி ஒன்று கவிழ்ந்த கதையையும் அதன்மூலமாக அந்த ஓனர் தெருவும் திண்ணையுமாகப் போன கதையையும் சலாமிடம் ஒப்புவித்ததைத் தொடர்ந்து லாரி வாங்கும் திட்டம் மௌளத்தாகிப் போனது. சொந்தமாக வேன் ஒன்றை வாங்கி நாலைந்து பொருட்களை ஏஜென்சி எடுத்துக் கடைகளுக்கு விநியோகம் பண்ணலாம் என்கிற திட்டம் நன்றாக இருப்பதாகத் தோன்றியபோது வேன் விலை விவரங்களைத் திருநெல்வேலி போய் விசாரித்துவிட்டு அப்படியே சேமியா கம்பெனி விவகாரமாக ஒட்டன்சத்திரம்வரை போய் வந்த நாலு நாட்கள் மைனர் சலாமுக்கு நீர்க்கடுப்பும் பேதியும் இடைவிடாமல் உபத்திரப் படுத்தியதால் சகுனம் சரியில்லை என இந்தத் திட்டத்தையும் கைவிட்டபடிப் பலவற்றையும் யோசித்து அலைந்துகொண்டிருந்தபோதுதான் திருவாழிக் கட்டிடத்தின் ஐந்தாம் எண் கடை வாடகைக்குக் கிடப்பதைக் கவனித்தவன் கொஞ்ச நேரமாக ஐந்தாம் எண் கடை முன்பு நின்று பார்த்தான். பக்கத்தில் வண்டிக்காரப் பிள்ளையின் பார்வையிலுள்ள காலிமனை பாழ்பட்டுக் காடுபிடித்துப் புதர்மண்டிக் கிடந்தது. மணியின் சலூன் இருந்ததற்கான எந்த அடையாளமும் தெரியவில்லை. நீண்ட நேரமாக நின்று பார்த்துக்கொண்டிருந்த சலாமுக்கு மனதுக்கு என்னவோ போல இருந்தது. இந்த வாழ்வின் நகர்தலும் அவனுக்குமான முரண்களும் இரயில் பாதையைப் போல இணைவுகள் கொண்டதை நன்கு உணர்ந்திருந்த சலாம் இப்போது தனது ஐம்பத்தி எட்டாவது வயதில் வேலை செய்யப் போகிறான் என்பதே அவனுக்கு நம்பும்படியாக இல்லை. பதினாறு பதினேழு வயதில் தொடங்கிய குடி, ஒரு மாமாங்கத்துக்கான

குடியைக் குடித்து முடித்திருக்கிறான். உழைப்பின்றி அவனுக்கு அப்போது எல்லாம் கிடைத்துக்கொண்டிருந்ததாலோ என்னமோ மைனர் சலாம் ஒரு அளவீடில்லாத ஓந்தானாக நிறம்மாறிக் கொள்ளும் வல்லமையுடையவனாக வாழ்ந்திருக்கிறான். அந்தக் காலத்திலேயே குடிபோகங்களுக்குக் கொழும்பு முதலாளியின் மகன் ஜாஹிரோடு சகவாசமும் மற்றைய தேவைகளுக்கு ஜவுளி பாயோடு ஒரு மான்யனைப் போன்ற முகப் பரிமாற்றமும் வைத்துக்கொண்டு எல்லாம் பெற்றிருந்தான். பஹ்ரைனுக்குப் போன இடத்திலும் கூட அவனுக்கு சும்மா இருப்பது போலவே வேலை அமைந்திருந்தது. கிருஷ்ணன் சொல்வார், எல்லாம் ஒரு பிராப்தம். பட்டணம் சாயுபுவின் கடையில் வைத்து ஜாஹிரோடு ஒட்டி நடந்த சலாமின் பல பரிமாணங்களைப் பார்த்திருக்கும் கிருஷ்ணனுக்கு சலாமின் மனம் ஒரு அபரிமிதமான செயல்பாடு கொண்ட எதற்கும் எப்போதும் குற்ற உணர்ச்சியே கொள்ளாத வக்ரம் நிறைந்த அலுசுவமாக அடையாளப்படுத்த முடியும்.

சலாம் இப்போது அங்குமிங்குமாக ஐந்தாறு முறை நடந்துகொண்டிருந்தவன் வண்டிக்காரப் பிள்ளையின் பராமரிப்பிலுள்ள மாதவன் பிள்ளையின் மனை முன்பாக நின்று மீண்டும் மணியின் பழைய சலூன் இருந்த மாமரம் நின்ற இடத்தைத்தான் பார்க்கிறான். முகம் தெரியாத வேசி ஒருத்தியோடு மணிக்கடையின் சாணாங்கித் திண்டில் நான்கைந்து ஆண்டுகளுக்கு முன்னால் விடுமுறையில் ஊர்வந்த போது கழித்த இரவின் காட்சிகள் அவனுக்குள் சுத்தமாக மறைந்து போயிருந்தன. வண்டிக்காரப் பிள்ளை மணியின் சலூனுக்குத் தீ வைத்த மறுவாரம் அவனுக்கு விடுமுறை முடிந்த பயணமிருந்தது. அவனுக்குத் தீ மளமளவென எரியும்போதும் அதன் தீ வெக்கையில் பச்சை மரத்தின் இலைகள் கருகிக்கொண்ட ஓசை அவன் நெஞ்சுக்குள் கேட்கவேயில்லை. அதற்கு முந்திய இரவு நேரம் அங்கிருந்த வேஸசயின் முனக்கம் அதனிலும் இனிமையாக நினைப்பில் ஓடும் அவன் மனசுக்கு ஒரு குற்ற உணர்வுமில்லை. பிறகு பாம்பேயில் மணியின் அறையில் இரண்டு மூன்று நாட்கள் உடனிருந்த போதும் கூட அப்படியொரு நிகழ்வைக் குறித்தோ அதன் கடுமை குறித்தோ அவன் சிந்திக்கவே இல்லை. ஐந்தாம் எண் கடையைக் கால்முறிந்தநிலையில் காலிபண்ணிப்போன சந்திரனைப் பற்றி விசாரித்த மைனர் சலாம்தான் அவ்வாண்டு கடைசியில் சந்திரன் தற்கொலை செய்த செய்தியை ஏரியாவில் சொன்னான்.

சலாமின் ஆலோசனைகள் நீண்டுகொண்டிருந்தன. அவனுக்கு இப்போது பெரிய பணத்தேவைகள் இல்லையென்றாலும் பழையது போல சும்மா இருக்க முடியாது. முடியாது என்பதைத் தாண்டி, கூடாது என்பதுதான் தீர்மானமாக இருந்தது. அவனின் இரண்டு

மகன்களில் மூத்தவனை பஹ்ரைனுக்குத் தன் இடத்துக்கே அனுப்பியிருந்தான். இளையவனுக்கும் மூத்தவனுக்குமிடையே பதினான்கு வயது வித்தியாசமுண்டு. அதனால் அவன் இவ்வாண்டுதான் பத்தாவது போகிறான். இரண்டு நாட்களுக்கு முன்னமே டெயிலரிங் மெட்டீரியல்கள் விற்பனையகம் என்று முடிவாக்கியிருந்த சலாம் இன்று காலையே மணியின் சலூனுக்குப் போனான். சலாம் எப்போதும் அங்கு போவதுபோல இல்லாமல் அது ஒரு புதிய இலச்சியப் போக்காக இருந்தது. சலாம் ஊர் வந்த போதே மணிக்குக் கொடுத்ததுபோக மேலும் மீதியிருந்த சில வெளிநாட்டுப் பொருட்களைப் பரிசாக அவனுக்கு மீண்டும் கொண்டு போய்க் கொடுத்துவிட்டு நலன் விசாரிப்புகளையும் அன்பையும் சொல்லிக்கொண்டான். சலூனில் கிடந்த குஷன் செயரில் சாய்ந்து லைட்டாக முடிவெட்டிக் கொண்டு முகம் மினுக்கம் செய்யும்போது பேச்சை ஆரம்பித்தான். பம்பாய் வாசத்துக்குப்பிறகு மணியிடமும் இவ்வாறான யுக்தியே இருந்தது. சவரம் செய்யும்போதுதான் அவன் மெல்ல மெல்ல ஆட்களை அனுசரித்து உரையாடுவான். இன்று அவ்வாறான அனுசரிப்பின் வசத்தில் சலாம் உரையாடினான். “மணிட்ட ஒரு விசயம் சொல்லணும்” என்று தொடங்கியவன், “எல்லாம் முடிச்சிட்டு வந்துட்டேன். இங்கயே தொழில் தொடங்கப் போறேன்... லேடிஸ் டெய்லரிங் கடை... இரண்டு பேர வேலைக்குப் பாத்துட்டேன்... நம்மளால யாரு வாழ்க்கையும் கெடப்புடாது ... முன்னால தெரியாத வயசுல இங்குன கெடந்து குடிச்சிட்டுச் சில பெகளங்கள உண்டு பண்ணுனவன்தான். ஆனாலும் எவனுக்க குடியையும் கெடுக்க மாட்டேம்லியா... என்ன எல்லாருக்கும் பிடிக்கும்னா அதுக்கு காரணமென்ன, இவரு சொல்லத அவருட்ட சொல்ல மாட்டேன் அவரு சொல்லத இவருட்ட சொல்ல மாட்டேன்...”

கதை கேட்டுக்கொண்டிருந்த அன்சாரி, கிருஷ்ணனின் முகத்தைக் கூர்ந்து பார்த்தான். உண்மையா என்பதுபோல பார்வை இருந்தது. கிருஷ்ணன் புரிந்துகொண்டு சொன்னார், “சும்மா பிராடு பய... பெருமை மயிரு பேசதுல ஒரு குறைவு கிடையாது. இங்க உள்ளத அங்க பேசது அங்க உள்ளத இங்கப் பேசது, அவங்கிட்டயும் வாண்டித் திங்கது இவன்ட்டயும் வாண்டித் திங்கது... லீவுல ஊருக்கு வருவாம்புலா அப்போ கூட எதாவது பள்ளியில விசேசம்னா உடனே ஒரு நோட்ட எடுத்துட்டு நன்கொடை பிரிப்பு... ஒன்னுக்குப் பாதி செலவு பண்ணிட்டு... நல்லா மேட்ச்சுக்கு மேட்சு வேட்டி சட்டைய இவன் எடுத்து உடுத்துட்டு நடப்பான்... அன்சாரி சொல்லேம்புனு தப்பா நினைக்காதே, உங்க ஆளுவள்லே எவ்வளவோ மேன்மையான மனுசனுவளப் பாத்திருக்கேன்... ஆன இவன மாதிரி ஒரு சூதரைய என் வாழ்க்கையில பாத்தது கிடையாது...”

சலூன் கசேரியில் பேசிவிட்டு முகம்பார்த்த சலாமை மணி மௌனமாகப் பார்த்துக்கொண்டிருந்தான். அது தன்னை ஊடுருவப் பார்க்கும் பார்வை என்று நொடியில் புரிந்த சலாம்... "மணி, பொம்பளையள வேலைக்கு வச்சா மரியாதை முக்கியம்... அவளுகள பாதுகாக்கணும்... ஒரு சொல்லு எவனாவது சொல்லிரப்புடாது பாத்தியா..." என்றான்.

"ம்ம்..."

"நான் போன வாரம் திருவாழிய நேரா போய் பாத்தேன்... கடை எனக்கு இங்கயே தாரேம்னு சொல்லிட்டாரு... ஒரு மூணு மாசம் முன்னாடின்னா ஆறாம் நம்பர் கடைய தந்திருப்பாரு... பாண்டிக்கார அண்ணாச்சி பலசரக்கு கடைக்கு முந்திட்டாரு... ஹோட்டல்ல உள்ள ரூம இடிச்சி பின்னால அண்ணாச்சிக்கு வாசல் போட்டு கடைக்கூட சேத்துக் கொடுக்கப் போறாராம்..."

"அப்போ அவருக்க ரூமு..."

"அது தெக்க தனியா கெடக்குல்லா, அங்க ஒரு ரூமு கெட்டிக்கிடுவாராம்... திருவாழி என்ன சொல்றார்னா... நானா மணிட்ட கடைப்பத்தி எதுவும் சொல்ல மாட்டேன் நீங்க உங்களுக்குள்ள பேசி ஒரு முடிவுக்கு வாங்க... நீங்க என்ன முடிவு எடுத்தாலும் எனக்குச் சம்மதந்தான்னு சொல்லிட்டாரு..."

மணிக்கு ஒன்றும் புரியவில்லை... அவன் சொன்னான், "ஐஞ்சா நம்பர் கடைதானே சும்மா கெடக்கு... இதுல எங்கிட்ட பேச என்ன இருக்கு..." பேசிக் கொண்டிருக்கும்போது யாரோ ஒருவர் சலூனுக்குள் வந்தார்கள். சலாம், "நாம் பிறகு பேசலாம்" என்று அமைதியானபோது மணி, என்ன பேச்சு இதுவென முற்றிலும் அமைதியைத் தொலைத்திருந்தான்.

அன்று மாலையே மணி சலாமைத் தேடிவந்தபோது இருவருமாக ஆனைப்பாலம்பக்கமாகத்தனியாகப்பேசிக்கொள்ளப் போனார்கள். கொஞ்சம் நேரம் அங்கிருந்து பேசியபோதும் பேச்சு அளவுக்கதிகமான சூசகமாகவே போய்க் கொண்டிருந்தது. பிறகு வலியாத்தில் பிரியும் சின்னாத்து மடையின் எதிர்ப்பக்கமுள்ள கல்பாலத்தில் போயிருந்து பேசினார்கள். மணி தீர்மானமாகக் கேட்டான். "அண்ணே இப்போ வரைக்கும் நீங்க என்னைய என்ன செய்ய சொல்லியோன்னு எனக்கு மனசிலாவலே..."

"மணி நான் என்ன சொல்லேம்புணா... ஏழாம் நம்பர் கடைய எனக்கு மாத்தித் தந்துட்டு ஐஞ்சாம் நம்பர் கடைய நீ எடுக்கணும்..."

"இப்போ நான் எல்லாத்தையும் தூக்கிட்டு அங்க போய் எல்லாம் திரும்ப செட் பண்ணி... ரொம்ப செற பிடிச்ச

வேலைண்ணேன்... நீங்க சொல்லத பாத்தா பாத்ரூம் பிரச்சனை தானே... என் கடையில இருக்கிற பாத்ரூமுக்குத் தெக்குப் பக்க பாதை வழியாட்டும் ஒரு கதவு இருக்கு. அந்த தெக்கு பக்க பாதை வழியாவும் பயன்படுத்தலாம்லா... அதுல என்ன பிரச்சனை..?"

"அது சரியா வருமா . . . ஒவ்வொரு தடவையும் பொம்பளைங்க அங்க வந்து போறது... நான் நியாயமில்லாம பேசலே மணி..."

"சரிண்ணே... இது எனக்கு தேவையில்லாத செலவுல்லா..."

"கடைய நீ இங்க மாத்தி அரேன்ஞ்சு பண்ணதுக்கு என்ன செலவாகும்..?"

"எப்படி பாத்தாலும் ஏழு எட்டு ஆயிரும்..."

"நானே எல்லாம் மாத்தி... மேல டேங்கும் வச்சி பைப் லைன் இறக்கி பகுடியா ஒரு பத்தாயிரமும் தாறேன்... போதாதா..?"

மணி பேச்சற்று அமர்ந்திருந்தான். மரங்கள் அடர்ந்திருந்த அந்த இடத்தில் இன்று காற்றுமில்லை. மரங்கள் சுற்றிலும் அசைவற்றுச் செத்த சவம்போல தொங்கிக் கிடந்தது. இந்தக் காலநிலை உடம்பை அவிப்பதுபோல இருந்தது. ஆற்றைப் பார்த்தான். வலியாற்றுத் தண்ணீரில் குப்பைக் கூளங்கள் கலந்து போய்க்கொண்டிருந்தன. பகுடி பத்தாயிரம், செலவுமில்லை. மணி ரொம்பவும் மௌனமாக இருந்தான்.

இரவு கடைக்கு வந்த பல்பிடம் மணி விசயத்தையெல்லாம் சொன்னபோது ஆலோசித்துக்கொண்டே பல்பு மணியிடம் ஒரு கேள்வியாகக் கேட்டான், "ஏன் மாப்ளே... சலாம் இந்த கடையிலதான் நேரா ஏறுவானாமா... ஏன் அங்க ஏறமாட்டானா... அவன் சள்ளபய பாத்துக்கோ ..."

"பாத்ரூம் . . . பொம்பளையள வேலைக்கு வைக்கப் போறானாமாம்... நமக்குச் செலவு இல்லே... கூட பத்தாயிரமும் தாறேம்னு சொல்லான்... அதான் நான் யோசிக்கேன்..."

"அதான் நானும் ரொம்ப யோசிக்கேன்... எனக்கு இது சரியா படலே... அப்புறம் அவனெல்லாம் நம்புற ஆளூ இல்லே..."

"நம்ம தொழிலுக்கு ஒண்ணும் பாதிக்காது . . . எனக்கு எங்கிருந்தாலும் வேலைதானே . . . நான் பத்த வாங்கிட்டு மாத்திரலாம்னு பாக்கேன்... கொஞ்சம் பைசாக்கு அவசியமிருக்கு... மொவன் சுனிலுக்கு ஒரு நேர்த்திக்கடன் உண்டு . . . சிட்டா வட்டிக்காரன தேடிட்டு இருந்தேன் . . . இப்போ சலானாவே வாரான்..."

பல்பு திருப்திப் படவில்லை. "மாப்ள நீ பாத்து செய். எனக்கு பிடிச்சி காணல... திருவாழி என்ன சொல்லாரு..."

"திருவாழி சார் சலாமுக்கும் உனக்கும் ஓகேன்னா எனக்கும் ஓகேதான்னு சொல்லியிருக்காராம்."

மேலும் இரண்டு மூன்று நாட்களாக சலாமும் மணியும் கூடிக் கூடிப் பேசினார்கள். கடைசியாக ஒரு செவ்வாய்கிழமை அன்று பாம்பன்விளை வெல்டிங்காரனும் இன்னும் இரண்டு மூன்றுபேர்களுமாக வந்து ஐந்தாம் எண் கடையில் நுழைந்து வேலைகளைத் தொடங்கினார்கள். இரவோடு இரவாக எல்லா வேலைகளையும் நிறைவுசெய்து சிறப்பாக்கிப் புதன் காலையில் மணி ஐந்தாம் எண் கடைக்கு பாம்பே சலூனை மாற்றித் திறந்தான். கடையை மாற்றித் திறந்த முதல் வாரத்திலேயே மணி தண்ணீர் வரவில்லை என்று தண்ணீர்த் தொட்டி பார்க்க மேலே ஏறியவன் இடது காலின் பெருவிரல் நகம் லேசாக அடர்ந்து ரத்தம் வடிந்துகொண்டிருந்த நிலையிலேயே தாங்கித்தாங்கி மேலிருந்து கீழே மெல்ல இறங்கி நடந்துவந்த அன்றுதான் சலாமின் டெய்லரிங் அண்ட் டெயிலரிங் மெட்டீரியல் கடை திறப்பு விழாவும் நல்ல தடபுடலாக நடந்தேறியது. வேலைக்குச் சேர்ந்திருந்த சாந்தினியின் ஏற்பாட்டிலேயே திறப்பு விழா அன்றே பத்து பதினைந்து ஒப்பனை வேலைகள் வந்திருந்தன. சலாமுக்கு ஏக சந்தோசமான மனநிலைக்குக் காரணம் இந்த வேலை, வேலை நிமித்தமான உழைப்பைத் தாண்டிப் பெண்களை அருகே இருந்து பார்ப்பதே மைனர் சலாமுக்குக் காட்சி இன்பத்தின் பேரானந்தமாக இருந்ததால் எல்லையற்ற பார்வையுடைய அவன் பெண்களை வேறொரு விசித்திரமான கண்கள் கொண்டு பார்க்கக் கூடியவனாக இருந்தான். பழைய நடிகையின் அசல் போன்ற சாயலில் வந்த ஒருத்திக்கு சாந்தினி சில அளவுகளை குறித்துக் கொண்டிருப்பதை மேற்பார்வையிட்டுக் கொண்டிருந்த மைனர் சலாமிடம் யாரோ வந்து மணிக்கு இடது காலில் நகம் உடைந்து ரத்தம் வருவதாகச் சொன்னபோது மைனர் சலாமுக்குத் தாங்க முடியாத எரிச்சலாக இருந்தது. "நான் என்னா இங்கே ஆசுத்திரியா வச்சி நடத்தேன் எங்கிட்ட வந்து சொல்லலே... போலே அப்புறம்... சப்தத்தின் கனம் தாங்காது வந்தவன் முணுமுணுத்தபடிப் போய்விட்டான். தனது கடையில் எந்த ஆணும் எதன் பொருட்டும் வந்து நுழைவதை மைனர் சலாம் ஒருபோதும் விரும்பவில்லை.

"அதவிடுங்க... மணிக்கு கால் முறிஞ்ச கதைக்கு வாங்க..."

"மணி ஐஞ்சாமத்த கடைக்கு மாறி சரியா இரண்டுமாசம் முடிஞ்சி மொதவாரத்துல... அதுஒரு செவ்வாக்கிழமை... வாரவாரம் செவ்வாக்கிழமை கடையத் தொறந்து நல்ல சுத்தமா

தூத்துவாரி சந்தனம் ஜவ்வாதெல்லாம் கலக்கித் தெளிச்சி ரொம்ப மணக்க மணக்க பக்திமயமா வச்சிருப்பான். அது மாதிரி சுத்தப்படுத்தத்தான் அவன் அன்னைக்குக் கடைய சாயங்காலம் திறந்து கிளீன் பண்ணிட்டு இருந்தான். ஆங்... அந்தச் சமயத்துல நாலமத்த கடையில ஒருத்தன் விடியோ கேசட் வாடகைக்குக் கொடுக்க கடையா வச்சிருந்தான்... பிருந்தா வீடியோஸ்னு பேரு... நூறு ரூவா வாடகைக்கு டீவியும் டெக்கும் நாலு கேசட்டும் கொடுப்பான்... ஆட்டோக்கு போவ வர நாப்பது ரூவா... ஆச்சா. பிருந்தா வீடியோஸ் கடைக்காரனும் பல்புமாட்டு பிருந்தா வீடியோஸ்ல இருக்கானுவோ. ஆறாமத்த கடை வளைவுல ஒரு டெலிபோன் போஸ்ட் நிக்கும். அதுல சாஞ்சி ஜோசியன் மேக்கமாற பாத்துட்டு நிக்கான். நான் நம்ம கடைக்கு வெளிய நிக்கேன். உனக்க வாப்பாவும் ஆறுமுகமும் நம்ம கடைக்குள்ள நிக்காவோ... மணி அவன் கடைக்கு உள்ளே கிளீனிங் பண்ணிப் பண்ணி வாசல்ல சரியா வந்து படியிறங்கி நிக்கவும் ஆக்கர் லோடு ஏத்திட்டு வந்த லோடு லாரி டேர்னிங்குல திரும்பவும் கரைக்ட்டா இருந்திச்சி... அந்த மண்ணள்ளிப்போட்ட ஆக்கர் லோடோ அடங்காத யானைய புடிச்சி சணல்லக் கட்டுன மாதிரி ஒரு பெலம் செத்தக்கெட்டு . . . யாது கூதிமொவன் கெட்டுனாம்னு தெரியாது... கொட்டாரம் பிரிச்ச பழைய மரமும் சவடே இரும்பு கம்பிப் பாரமும்... நிக்க நிலையில்லாத வருத்து தள்ளயத்தின்ன பயலுக்க லோடு லாரி கரைட்டா அங்கன வரவும் ஆக்கர் லோடு கெட்டு பிரிஞ்சி பழைய இரும்போ கம்பியோ என்ன எழவோ ஒண்ணு... அப்படி விழுந்து தெறிச்சி மணிக்க இடது கால்ல விழுந்ததும் அவன் அலறிட்டுக் கீழே விழுகான்... பிருந்தா வீடியோஸ் காரனும் பல்பும் வெளிய ஓடிவாரனுவோ... அப்படியே ஒரு சைடிருந்த ஆக்கர் லோடு மணிக்க மேலே மடமடான்னு விழுந்து கிடக்கு... பிருந்தா வீடியோஸ்காரனும் பல்பும் படார்ன்னு வெளியே சாடுனானுவோ... நானும் உனக்கு வாப்பாவும் இங்கிருந்து ஓடுனோம்... எல்லாம் ஒதுக்கி எடுத்து மணிய கோட்டார் சர்க்கார் ஆஸ்பத்திரிக்கு பல்ப்பும் ஆளுங்களும் கொண்டு போனாங்கோ. அங்க போனதுக்குப் பொறவு இடது காலு முட்டுக்குக் கீழே முறிவுன்னு ஏரியாவுக்குத் தகவல் வந்திச்சி... லாரிக்காரன விடாம இங்கப் புடிச்சி வச்சிருந்தாங்க... அவன் கெடந்து ஒரே அழுக... பாக்க மர்கடியா இருந்துச்சி... ம்... கெட்டு பிரிஞ்சதுக்கு அவன் என்ன செய்வான்? லாரிக்காரன் நம்மக் கடையில இரண்டு டீக் குடிச்சான். அவன் டீக்குடிக்கும் போதே சொல்லான் கேட்டியளா, “இவனுவோ லோடு ஏத்தும்போதே இந்த லோடு எவனோ ஒருத்தன கொல்லப் போவுதுன்னு மனசு சொல்லிச்சி... நல்ல வேளை காலோட போச்சின்னு... ஆச்சா... அதோட மணி சலூனுக்க கதை முடிஞ்சி... அப்புறம் ஐஞ்சாமத்த

கடை ஆறு மாசமா பூட்டுதான்... பொறவு மணி ஒதுக்கிட்டுப் போன பொறவு ஒருத்தன் வந்தான், மில்க் பார் வைக்கலாம்ணு... பங்கிராசு கூப்பிட்டுப்போய் திருவாழிட்ட விட்டான்..."

"அவன் கடை எப்போ திறந்தான்..?"

"அது எழவு... கதைய கேட்டியன்னா..." கிருஷ்ணன் பேச முடியாமல் சிரித்தார்.

"அவன் கடையத் திறந்தானா திறக்கலியா?"

"இல்லே அன்சாரி அவன் கடைய பாத்துட்டுப் போன மறுநாள் வந்து பிருந்தா வீடியோஸ்ல நூத்தியோரு ரூவா டோக்கன் அட்வான்ஸ் கொடுத்துட்டுப் போனவன்தான். பொறவு வரவே இல்லே."

"ஏன்..?"

"கடைய பாத்துட்டு டோக்கன் அட்வான்ஸ் கொடுத்துட்டுப் போனாம்லா... போர வழியிலேயே ஆக்ஸிடெண்ட்ல இடது காலு முறிஞ்சிட்டுன்னு ஏரியாவுல பேச்சாக் கெடந்து."

அன்சாரி கிருஷ்ணனை ஆச்சரியமாகப் பார்த்துக் கொண்டிருக்கும்போதே கிருஷ்ணன் பொறுக்க முடியாமல் சிரித்துக்கொண்டிருந்தார்.

6

திருவாழிக் கட்டிடம் அமைந்திருக்கும் ஏரியாவிலுள்ள கிழக்குக் கடைசியிலுள்ள வளைவு கடந்து கொஞ்ச தூரம் போனால் ஒரு சிறிய பள்ளிவாசல் இருக்கிறது. சின்ன பள்ளிவாசலென அறியப்படுகிற அந்தப் பள்ளியில் ஐந்து வேளை தொழுகை முடங்காமல் நடைபெறும் என்றாலும் வெள்ளிக்கிழமை ஜூம்மா தொழுகை கிடையாது. ஜூம்மா தொழுகை ஊருக்குள்ளிருக்கும் பெரிய பள்ளிவாசலில் நடைபெறும். சின்ன பள்ளிவாசலின் தொழுகைக்கான பாங்கோசை கிருஷ்ணனுக்குச் சரியாகக் கேட்பதோடு அவர் அதைக் காலக் கணக்கிடும் ஓசையாக வைத்திருந்தார். கிருஷ்ணனின் சாயாக்கடை முதலில் சாயாக்கடைக்கான கட்டுமானத்தோடு கட்டப்பட்டதல்ல. அது சிவம்பிள்ளையின் மனையிலுள்ள பழைய மாவுமில்லாக இருந்து செயல்பட்டு, பின்னர் கைவிடப்பட்ட அந்தக் கட்டிடத்தைத்தான் பட்டணம் சாயுபுவின் ஹோட்டல் முடிவுக்கு வந்தபோது அவரே முன்னின்று ஹைதரிடம் பேசிய பின்னர் கிருஷ்ணன் சில ஏற்பாட்டில் அதனைச் சாயாக்கடையாக எடுத்துக்கொண்டார். கிருஷ்ணன் பல அடுக்குகளாகச் சிறிது சிறிதாகத் தொடர்ந்து செய்து வந்த மாற்றங்களின் முயற்சியால் அதனைத் தரமான சாயாக்கடைக்கான அந்தஸ்தில் ஆக்கியிருந்தார். பத்திருபது வருடங்களுக்கும் மேலாக சாயாக்கடையாக இயங்கிவரும் அது இப்போது கிருஷ்ணனுக்கு வருமானம் தருவதையும் கடந்து அவருக்கு அது ஓர் இருப்பாக மாறியிருக்கிறது.

தனது வாழ்வின் பெரும்பகுதியை முன்னும்பின்னுமான இரண்டு மனைகளில் கழித்துக்கொண்டிருக்கும் கிருஷ்ணனுக்கு இனி இதைக் கடந்து போவது சாத்தியமற்றதாகத் தோன்றுகிறது. இந்தக் காற்றும் இந்தத் தரையும் இங்கு வியாபித்திருக்கும் இயற்கையின் இன்னபிற அம்சங்களும் அவரின் வாழ்வில் விட்டு விலகாதப் பந்தமாகக் கிடக்கின்றன.

காலை பள்ளிவாசலில் சுப்ஹூக்கு பாங்கு சொல்லும் போது கடையைத் திறந்தால் இரவு இஷா தொழுகைக்கு பாங்கு சொல்லும்போது கடையைப் பூட்டுவார். கடையைப் பூட்டும் முஸ்தீபுகளுக்குள் பிரவேசித்து ஒரு அரைமணி நேரம் ஆறுமுகத்தோடும் வேதமாணிக்கத்தோடும் கூட்டாக நின்று கழுவிப் பொறுக்கி எடுத்தாரென்றால் வேலை சுத்தமாக முடியும். இரவு கடையைப் பூட்டி வாசலில் ஒரு சூடம் கொளுத்திவிட்டுத் திரும்பிப் பார்க்காமல் ஒற்றை நடை, அவ்வளவுதான். ஆறுமுகத்துக்கும் வேதமாணிக்கத்துக்கும் வீடும் குடியும் எல்லாமும் கிருஷ்ணனின் கடையாய் இருப்பதால் பின்னாலுள்ள வாசலின் வழியே புழங்கிக்கொள்வார்கள். சின்ன பள்ளிவாசலில் அதிகாலைத் தொழுகைக்கு வரும் ஒன்றிரெண்டு தொழுகையாளிகள் அங்கிருந்தே கிருஷ்ணன் கடைக்கு நடந்து வருவார்கள். அதில் ஆக்களி சாயிப்பு தொண்ணூறு வயது பிராயம் பூர்த்தியானவர். அவர் அந்த நேரத்தில் கிருஷ்ணன் கடையிலிருந்து கிடைக்கும் சாயாவை லோகத்தின் எட்டாவது அதிசயமாகப் பார்க்கக் கூடியவர். ஏரியாவின் முகம் காலவோட்டத்தில் பலவிதமான அரிதாரங்களைப் பூசிக்கொண்டே வந்தாலும் கிருஷ்ணனின் சாயாக்கடை மட்டும் சிவம்பிள்ளையின் பழைய மாவுமில்லின் வடிவத்தில் கட்டிடம் என்கிற அளவில் எந்த மாறுதலையும் பெறாமல் இன்றளவிலும் நிலைத்திருக்கிறது. அது சிவம்பிள்ளைக்கு மருமகள் வழி சொத்து. உமையொருபாகம் பிள்ளையின் இரண்டாவது மனைவிக்கும் உமையொருபாகம் பிள்ளையின் வளர்ப்பு மகளுக்கும் நடைபெற்று வந்த நில வழக்கை சிவம்பிள்ளைதான் சில ஆண்டுகளாக மருமகளுக்காக ஏற்று நடத்தித் தனக்குச் சாதகமான நீதிமன்ற விதியான மறுவாரமே வேகவேகமாக எல்லா கடலாசுகளையும் சரி செய்து திரவியம் நாடாரின் மகன் ராமசாமிக்கு விலையாதாரம் செய்துகொடுத்து வேகவேகமாக எல்லாவற்றையும் பணமாகக் கைவசப்படுத்தினார். எல்லாம் முடிந்து கிழக்குப் பக்கமிருந்த மாட்டுத் தொழுவத்தில் இன்னொரு பிரச்சினை வர இருந்த நிலையில் ராமசாமியிடம் கூடுதல் தொகை கேட்டு சிவம்பிள்ளை மேலும் ஒரு வழக்குக்குத் தயாரான நிலையில் அது நியாயக்கேடாய் இருந்ததால் ஆவேசமுற்ற ராமசாமி இரவோடு இரவாக சிவம்பிள்ளை

வாக்கு நாணயம் மாறியதாக மாட்டுத் தொழுவம் இருந்த இடத்தைத் தரைமட்டமாக்கிப் போட்டான். அவன் அடுத்ததாக மாவுமில்லையும் இடிப்பான் என பட்டணம் சாயிப்புக் கடையில் பணிக்காரனாக நின்ற கிருஷ்ணன் அப்போது பந்தயமிட்டுச் சொன்னபோதும் என்ன காரணமோ ராமசாமி மாவுமில்லை இடிக்காமல் விட்டிருந்தான். காலத்தால் யோசிக்கும்போது கிருஷ்ணனுக்குச் சிலிர்ப்பாக இருக்கும். கடை எடுத்தபோதுதான் நினைத்தார், அன்று ராமசாமி இடிக்காமல் விட்டது இதற்காகத்தானா என்று.

சிவம்பிள்ளையின் மாட்டுத் தொழுவமானது அவருடைய சாம்ராஜ்யமாக இருந்தது. அவர் பண்டு தொந்தி வயிறு ததும்பத் ததும்ப நடைபோடுவார். சட்டையில்லாத தேகத்தில் இடுப்பு வேட்டி எப்போது நகண்டு விழும் என்று தெரியாத அளவுக்கு அடியிறங்கிக் கிடக்கும். வெத்திலை கொதப்பிய வாயிலிருந்து எவனையும் யாரையும் நோக்கி மதிப்பற்றச் சொற்கள் கனைத்துக்கொண்டே இருக்கும் அவரின் திருவாயிலிருந்து உதிர்ந்த சொற்களை இன்றெல்லாம் கற்பனை செய்துகூட பார்க்க முடியாது. எவனாக இருந்தாலும் சாதிப் பெயர்ச்சொல்லிக் கொச்சைச் சொற்களில்தான் விளிப்பார். ராமசாமியின் தகப்பனார் வாலிபத்தில் அந்த மாட்டுத் தொழுவத்தில் சாணியள்ளிக் கூலிவேலை செய்தவர் என்றும் சிவம்பிள்ளைக்கு முன்னால் முதலாளி என்று திரவியம் நாடார் இடுப்பில் துண்டு கட்டிக் கூனிக்குறுகி நின்று சேவகம் செய்த கதைகளையும் சொல்லிவந்தவர்களுக்கு சிவம்பிள்ளையின் சாம்ராஜ்யத்தை இரவோடு இரவாக ராமசாமி தகர்த்தெறிந்த கதைகள் ஊருக்குள் முக்கியத்துவமாகின. அந்த இரவில் நிறையபேர் திரண்டிருந்தனர். அது ஆயிரத்தித் தொள்ளாயிரத்தி எம்பத்தி இரண்டு காலம். ராமசாமி வெறும் எட்டுப் பேரோடுதான் வந்து நின்றான். அவன் கையில் பெரிய அருவாள் இருந்தது. கையில் அதனை அனாயசமாக வைத்துக்கொண்டு, “மொதலாளியும் மயிருந்தான்” என்றான்… அவன்குரல் பிசிறின்றிக்க கர்ஜனையாக ஒலித்தது. பண்ணையார் என அறியப்பட்ட சிவம்பிள்ளையின் கூடே ஆட்களும் பணக்காரர்களும் சுற்றி நின்றனர். அவர் இதற்கு முன்னால் இப்படி அச்சப்பட்டதில்லை. ராமசாமி அந்த மனையின் பக்கவாட்டுக் கட்டிடமான மாட்டுத்தொழுவத்தை இடிக்கச் சொன்னான். ராமசாமியின் ஆட்கள் தயங்கியபோது, “இப்ப நான்தான் இதுக்கு உடமஸ்தன். இடிலே…” என்றான். “இது பழைய காலமில்லே. யாது புண்டாச்சிக்க மொவன் வந்தாலும் வெட்டுவேன் …” என்றபடி கூட நின்றுகொண்டிருந்த ஒரு வேலைக்காரனிடமிருந்த கடப்பாரையை வாங்கி வேகமாக நடந்தவன் முதல் இடியை

இடித்துக் கொடுத்துவிட்டு நிமிர்ந்து நின்றான். ராமசாமியின் தைரியத்தைப் பார்க்கக்கூடிய கூட்டம் சிவம்பிள்ளையின் சாம்ராஜ்ய தகர்வைப் பார்க்கக்கூடிய கூட்டமென நிறைய ஆட்கள் கூடியிருந்தனர். பட்டணம் சாயிப்பின் கடையின் வெளியே நின்று கிருஷ்ணன் வேடிக்கை பார்த்துக்கொண்டிருந்தார். அப்போது சாயிப்பு சொன்னார்,“கிருஷ்ணா, எவனோட கஷ்டத்தையும் ஆர்வமா பாக்கக்கூடாது... உள்ளே போய் வேலையப்பாரு...” கிருஷ்ணன் திரும்ப உள்ளே போகும்போதுதான் குடித்துவிட்டு எங்கேயோ மானங்கெட்டு விழுந்துகிடந்த சலாமை நான்கு பேராகச் சேர்ந்து பாடையில் தூக்கிக்கொண்டு போனார்கள். ராமசாமி அடையாளத்தைத் தகர்த்தெறிந்து முழுமனையையும் கைவசப்படுத்திக்கொண்ட மறுவாரமே சிவம்பிள்ளையின் குடும்பம் வடக்கே வீட்டையும் வீட்டடி மனையையும் அடிமாட்டு விலைக்கு விற்றுவிட்டு இடம்பெயர்ந்து போனது. அதன் பிறகு ராமசாமியிடமிருந்து இரண்டு மூன்றுபேர்களுக்கு மனை கைமாறி மாறிக் கடைசியில் ஹைதர் சாயிப்புக்கு வந்தது. பெயர்கள் சில மாறி மாறி வந்தாலும் கூட இன்றும் அது சிவம்பிள்ளை மாவுமில்லுக் கடை என்றே துலங்கி நிற்கிறது. பல கைமாறியும் ஒரு நீளத்துக்கு அரை ஏக்கருக்கு மேலான அந்த இடம் இன்னும் ஒரு பொலிவான இருப்புக்கு வரவில்லை. அணைஞ்ச விளக்குப் போல கிருஷ்ணனின் சாயாக்கடை மட்டும்தான். திருவாழிக் கட்டிடம் வெளிமுகப்பு எந்த வடிவிலும் மாறாவிட்டாலும் கூட கடையின் உள் அவயவங்கள் காலத்தின் ஓட்டத்தால் பல மாறுதல்களைக் கண்டிருக்கின்றன. ஐந்தாம் எண் கடையின் ஒரு துண்டு ஏழாம் எண் கடையோடும், ஒரு துண்டு தனி அறையாகவும், பின்னர் அந்தத் தனி அறை அண்ணாச்சியின் ஆறாம் எண் கடையோடு இணைந்துகொண்டதென அதன் மாறுதல்கள் ஒரு குழந்தையின் படம் வரைதலைப்போல நிறைய உண்டு. முன்பு ஐந்தாம் எண் கடையிலிருந்து பிரிந்த தனி அறையே திருவாழிக்கான தங்குமிடமாக இருந்தது. பிறகு அது அண்ணாச்சிக் கடையோடு இணைந்த பிறகு திருவாழி பொன்னம்மா மனையின் பின்பக்கம் தனக்கு விசாலமான ஒரு அறையை ஏற்படுத்திக்கொண்டார்.

இன்று சுப்ஹூ தொழுதுவிட்டு வந்தவுடனே கிருஷ்ணனிடம் ஆக்களி சாயிப்பு கேட்டார், “பள்ளிவாசலுக்க வடக்க ஒரு பைசா வீட்டுக்குப் பின்னால உள்ள பாதை தாண்டி ஒரு டெம்போ வண்டி நிக்குது பாத்துக்கோ. அஞ்சாறு பேரு தடிமாடு மாதிரி நிக்கானுவோ... நான் நடந்து வரும்போ... புதுசா இருக்கே நீங்கல்லாம் யாருன்னு கேட்டேன்... நாங்க சோலியா வந்தோம்னு சொல்லிட்டு நீரும் போவும்ன்னா... அவனுவளப் பாத்தா ஊச்சாளியோ மாதிரி தெரியுவு...”

கிருஷ்ணன் சாயாவைத்தூக்கியடித்தபடி ஆக்களி சாயிப்பைக் கவனமாகப் பார்த்துக்கொண்டே ... பொறி தட்டியவனாக "எத்தனை பேரு நிக்கானுவோ ..." என்று கேட்டார்.

"ஒரு நாலுபேரு இருக்கும்... பின்னால இரண்டு பேரு மறைஞ்சி நிக்கது மாதிரியும் தெரிஞ்சி... எனக்கென்னமோ அவனுவளப் பாத்தா பிடிச்சிக் காணலே..."

கிருஷ்ணனுக்கு லேசாக வியர்க்கத் தொடங்கியது. யூனிவர்சல் காலனியின் நடைப்பயிற்சி ஆட்கள் கடைக்கு முன்பாக ரோட்டில் கடந்து போனார்கள். கிருஷ்ணன் சாயாவை ஆக்களி சாயிப்பிடம் கொடுத்துவிட்டுக் கேட்டார் ... "ஆளுவோ இங்க உள்ளவனுவளா... எப்படி இருக்கானுவோ ...?"

"அதான் சென்னம்புலா ... புதுசா இருக்கானுவோ ... ஊச்சாளியோ மாதிரின்னு ..."

கிருஷ்ணன் வேகமாக உள்ளே போனதும் அங்கிருந்த ஆறுமுகத்திடமும் வேதமாணிக்கத்திடமும்," என்னமும் வெளியே அனக்கம் கேட்டா உடனே வரணும்" எனச் சொல்லியபடி வெளியே வந்தபிறகும் அவருக்கு மேலும் பதற்றம் கூடியது. சிலங்காவை இன்னும் ஐசியூவிலிருந்து வெளியே கொண்டு வரவில்லை என்று நேற்று இரவே இங்கே கூடிக்கூடிப் பேசிக் கொண்டிருந்தார்கள். கிருஷ்ணன் வெளியே வந்து நின்று மேற்கும் கிழக்குமாகப் பார்த்துவிட்டுப் பின்னர் திருவாழிக் கட்டிடத்தைப் பார்த்தபோது சிலங்காவின் எலக்ட்ரிக்கல் கடை போர்டில் நேற்று கட்டியிருந்த பலூன்கள் உடைந்து பிசிறுகள் தொங்கியபடிக் கிடந்தன. பல்பு அங்கே நின்று டிரம்பட்டில் தனியாக ஒரு இந்திப் பாடலை உச்சமாக வாசித்து ஆடுவதைப்போலத் தோன்றியது. மேலும் கூர்ந்து பார்த்த கிருஷ்ணனுக்கு எல்லாம் ஒரு கனவு போல இருக்கிறது. சிலங்கா ஒரு ராஜாவைப் போல வந்து கடையைப் பார்த்தது, வேகவேகமாக எல்லாம் கைக்கூடி கடை திறந்தது, அன்று மதியமே அவசர அவசரமாக விபத்தில் சிக்கிக் கால் முறிந்ததென எல்லாம் கணக்கிட்டுப் பார்த்தால் வளர்ந்த ஒரு பச்சை மரத்தைப் படிப்படியாகத் தொடர்ச்சியாக வெட்டி அப்புறப்படுத்தியதுபோல இடம் ஹாவெனக் கிடக்கிறது. வேலுமயில்தான் மாலையே மருத்துவமனை போய்ப் பார்த்துவிட்டு வந்தான். விபத்து நடந்த பகுதியையும் சிலங்காவின் சட்டாக்கு கிடந்த கிடையையும் பார்த்தால் ஆள் உயிர் பிழைத்திருப்பானா என்ற ஐயமே முதலில் ஏற்படும் என்கிற மாதிரியே அந்த விபத்தின் கொடூரச் சூழல் இருந்தது. ஆனால் சிலங்கா உடம்பில் வேறு எங்கும் சிறு கீறல் கூட இல்லாமல் சரியாக இடது காலில் மட்டும் ஒரு முறிவு. வேலுமயில்தான் மருத்துவமனையில் சிலங்காவைப் பார்த்துவிட்டு

உடனே திருவாழிக்கு போன் பண்ணிச் சொல்லியிருக்கிறான். ஆனால் அதற்கு முன்னாலேயே அவருக்குத் தகவல் போயிருந்தது. அவர் உடனே அன்சாரியைப் போனில் கூப்பிட்டு ஏரியாவிலிருந்து நான்கைந்து நாட்களுக்கு மாறிக்கொள்ளும்படிச் சொல்லியிருந்தார். நல்ல வேளை அன்சாரிக்கு திடீரென திருவனந்தபுரம் மெடிக்கல் காலேஜ் மருத்துவமனையில் ஒரு பொதுப்பணி புக்காகி வந்து சேர்ந்தது. அவன் மதாரின் சின்னம்மாக்கு மருத்துவமனையில் பை ஸ்டேன்டராக வேலைக்கும் உபகாரத்துக்குமென போக வேண்டிய காரணமாக இடம் மாறிச்செல்ல அது தோதாக அமைந்தது. மனோகரன் வாத்தியாருக்கும் தகவல் சொல்லப்பட்டிருந்தது. சிலங்கா மருத்துவமனையிலிருந்து வெளியே வந்து இந்தப் பிரச்சினைகள் தீரும்வரை கிருஷ்ணன் கடைப் பக்கமாக நடமாட வேண்டாமென திருவாழியே சொல்லியிருந்தார். கிருஷ்ணன் எல்லாவற்றையும் யோசித்துக்கொண்டே டீக் குடித்துக்கொண்டிருந்த ஆக்களி சாயிப்பிடம் மீண்டும் வந்து பேசியபடித் திரும்பவும் வெளியே பாதையை எட்டிப் பார்க்கும்போது நேரம் பளபளவென விடியத்தொடங்கி வானம் வெளுப்பாகிக்கொண்டிருந்தது. கிழக்குப் பக்கம் வளைவிலிருந்து நல்ல கடுப்பமான உடல்வாகு கொண்ட நாலைந்து பேர், கிருஷ்ணன் கடையை நோக்கிப் பவ்யமாக நடந்துவந்துகொண்டிருந்தனர். ஆக்களி சாயிப்பு திரும்பிப் பார்த்துவிட்டு…“இன்னா வாரானுவலா இவனுவோதான்” என்றார். கிருஷ்ணனுக்கு உடம்பில் இன்னும் லேசாக நடுக்கமாவேயிருந்தது. அவர்கள் எந்தத் தயக்கமும் பதற்றமுமின்றி வந்து கொண்டிருந்தார்கள். நேராக கிருஷ்ணன் கடை முன்னால் வந்து சாப்பிட என்ன இருக்கிறது என்று விசாரித்தபோதே, “இன்னும் ரெடியாகவில்லை, இப்போது சாயா மட்டும்தான் இருக்கிறது” என்று ரொம்பவும் பணிவாகச் சொன்னார்.

“ஆளுக்கொரு டீ போடுங்க... எல்லாமே கடுப்பங்கூட்டிப் போடணும்” என்றபடிக் கடையைச் சுற்றி நின்றனர். கிருஷ்ணன் மௌனமாகச் சாயா போடும்போதே வந்தவர்களில் நடுத்தரமான ஒருவன் கேட்டான், “மனோகரன் வாத்தியார் எத்தனை மணிக்கு இங்க வருவாரு…?”

“என்ன விசயம்? எதாவது பிரச்சனையா …” தான் ஏதும் அறியாத வழிப்போக்கன் போல கிருஷ்ணனின் முகபாவனையும் பேச்சும் இருந்தது.

“சும்மா பாக்கணும்… வெளியே விசாரிச்சப்போ டெய்லி உங்க கடைக்கு காலையில வருவார்ணு சொன்னாங்க... அதான்.”

“வருவாரு... ஆனா இப்போ அஞ்சாறு நாளா வரலே…”

“நேத்து வந்ததே பாத்த ஆளு இருக்கே . . . நீரு இப்படி சொல்லியரு... ம் சரி, அவருக்க வீடு எங்கே இருக்கு தெரியுமா . . . ?”

“வீடு தெரியாது . . . ஆனா அடிக்கடி வருவாரு . . .”

“அன்சாரிய பாக்கலாமா ?”

“எந்த அன்சாரி . . . ?”

“ஊர்மாடு அன்சாரி . . . இங்கதான் கெடப்பாம்னு சொன்னாங்க... இந்த பில்டிங் மேனேஜரா அவன் . . .” கேட்டுவிட்டு அவன் திருவாழிக் கட்டிடத்தை அவ்வளவு இளக்காரமாகப் பார்த்தான்.

ஆறுமுகமும் வேதமாணிக்கமும் வெளியே வந்து கிருஷ்ணன் அருகில் நின்றுகொண்டார்கள். கிருஷ்ணனுக்குப் புரிந்து விட்டது. எல்லாம் தறவா விசாரித்து விட்டுத்தான் வந்திருக்கிறார்கள் சாயாவை பவ்யமாக ஒவ்வொருவரிடமும் கொடுத்துவிட்டு, “நான் இங்கன சாயாக் கடை வச்சி நடத்துகேன் . . . நாலுபேரு வருவா போவா . . . என் பொழப்ப பாக்கணுமில்லியா . . . வாத்தியாரு வரதா இருந்தா எட்டரை மணிக்குத்தான் வருவாரு... அன்சாரி திருவனந்தபுரம் போயிருக்கதா நானும் அறிஞ்சேன் . . . என்ன விசயமா தேடுதியோ . . ?”

“ஒமக்குத் தெரியாதா ஓய்... வயசானவராயிப் போனியரு . . .” என டீயைக் குடித்துவிட்டு முறைத்தபடி டீக்குக் காசும் கொடுக்காமல் விறுவிறுவென நடந்து போனார்கள். ஆக்களி சாயிப்பு சொன்னார், “நான்தான் மொதல்லே சொன்னம்புலா . . . பாக்க ஊச்சாளி மாதிரி இருக்கானுவோன்னு.”

அன்சாரியையும் மனோகரன் வாத்தியாரையும் அடிப்பதற்கு சிலங்கா ஊச்சாளிகளை இறக்கியிருக்கிறான் என்கிற தகவல் அரைமணி நேரத்தில் புற்றீசல் போல ஏரியா முழுவதும் பரவியது. சிந்து போன் பண்ணி லில்லிபாய்க்குச் சொன்னாள்.

“வீட்ல அடங்காதவன் வெளியிலதான் அடங்குவான்” . . . என லில்லிபாய் பதில் சொல்லிவிட்டு, “நேத்து நைட்டே காஞ்சிரக்கோடுல அவன் சொக்காரி வீட்டுக்குப் போயிட்டான்” என்றார். போனிலேயே இருவரும் சிரித்துக்கொண்டனர். லில்லிபாய் தொடர்ந்த பேச்சில், “இன்று விடுமுறை எடுத்துள்ளேன். பதினோரு மணிக்குக் கடைக்கு வருகிறேன் ... டை போட வேண்டும்” என்றாள். பதிலுக்கு சிந்து இன்று தனது டைவர்ஸ் வழக்குத் தொடர்பாக கோர்ட்டுக்குப் போக வேண்டியிருப்பதால் டை விசயத்தை இன்னொரு நாளுக்கு மாற்றிவைக்கக் கேட்டுக்கொண்டு போனைத் துண்டித்தாள்.

சிந்து காலை பதினோரு மணிக்குள்ள வழக்கமான டீயை ஒன்பதரை மணிக்கே கேட்டுவிட்டாள். கிருஷ்ணனுக்கு இன்று நிறைய பதற்றமிருந்தது. கடையில் டிபன் சாப்பிடப் புதிதாக வருகிறவனெல்லாம் சிலங்கா விசயத்தில் தன்னிடம் சண்டைக்கு வந்திருப்பவன் போலவே தோன்றியது. எனவே அவர் அவசரத்தில் சிந்துவுக்கு டீயைப் போட்டு வேலுமயில் கடை அருகே நின்றிருந்த பல்பை அழைத்து டீயை அவனிடம் கொடுத்துவிட்டபடியே, “பளிச்சின்னு உள்ளே போயிடாதே... ரொம்ப கோபப்படுவா... வெளிய நின்னு அனக்கம் கொடு. அவளே வந்து வாங்குவா...” என்றார். பல்பு டீயைத் தூக்கியபடி சிந்துவின் பியூட்டி பார்லர் வாசலில் நின்று அவளை எப்படி அழைப்பது என்று வார்த்தைகள் வசப்படாமல் குழம்பியவன் கடைசியாக, “என்னங்க... என்னங்க” என மூன்று முறை சப்தமிட்டபிறகு அவள் கனவு சீன் கதவைத் திறந்தபடி வெளியே வந்தாள். டீயோடு நிற்கும் பல்பை அவள் எதிர்பார்க்கவில்லை... “வேதமாணிக்கம், இல்லையென்றால் அன்சாரிதான் வருவான். ஏன் அவருக்கு என்னாச்சி...”

“பிஸியா இருக்காராம்... அதான் கொடுக்கச் சொன்னாரு.” அவள் பல்புக்கு நன்றி சொல்லிக்கொண்டாள்.

சிந்து நீதிமன்றத்திற்குப் புறப்படுகிற பரபரப்பாக இருந்தாலும் கூட பல்பைப் பார்த்துப் புன்னகை செய்தாள். அவள் புன்னகை புதிதாக இருந்தது. அவள் திருவாழிக் கட்டிடத்துக்கு வந்து நான்கு வருடங்களுக்கும் மேலாகிவிட்டது. இதுவரையிலும் அவள் அன்சாரியோடு சரளமாகக் கதையடிப்பதுபோல யாரிடமும் பேசிக்கொள்வதில்லை. எதாவது தேவையென்றால் வேதமாணிக்கத்திடம் சொல்லுவாள். பலமுறை பல்பு அப்படியும் இப்படியும் போய்வருகிறவன் என்றாலும் ஒருபோதும் சிந்து அவனைப் புன்னகையோடு நோக்கியது இல்லை. பல்பு வேலுமயிலின் டீமில் டிரம்பட் வாசிக்கிறவன் என்று சிலபேருக்குத் தெரிந்தாலும் கூட ஏரியாவில் அதுவும் பட்டப்பகலில் ஐந்தாம் எண் கடைமுன்னால் அவன் நேற்று வாசித்த பிறகு சிலருக்கு அவன் ஆச்சரியமான மனிதனாகிப் போனான். அவனின் அகோரமான தோற்றத்தின் மீதான பாராமுகத்தின்மீது அவனின் இசைஞானம் வசீகரமான மற்றொரு திரையை போட்டுச் சென்றது. சிந்துவின் இப்போதைய புன்னகையிலும் அந்த வசீகரத் திரைதான் ஆடிக்கொண்டிருந்தது. அவள் பல்புவை உட்காரச் சொன்னாள். தயங்கியபடி பால்வெள்ளைச் செயரில் அமர்ந்த பல்புவிடம், “உங்க பேரே பல்புதானா...” என்றாள்.

“இல்லேங்க... பிலிப்... பிலிப் போஸ்...”

“அப்புறம் ஏன் எல்லாரும் பல்புன்னு கூப்பிடுறாங்க...”

“அப்படியே கூப்பிட்டுப் பழகிட்டாங்க...”

“ம்... பிலிப்... பேரு நல்லா இருக்கே...”

பல்பு சந்தோசமாகப் புன்னகைத்தான். அழைப்புப் பெயர்கள் நன்று துலங்கிவிட்டால் அதனை மாற்றிக்கொள்வது ரொம்பவும் கடினமானது. திடீரென அவனுக்குத் தன் பெயரின்மீது ஒரு கடுமையான வெறுப்பு தோன்றியது. பிலிப்... பிலிப்... என சிலமுறை அவன் தனக்குள் சொல்லிக்கொண்டபோது சிந்து மீண்டும் தீர்மானமாகச் சொன்னாள். “இனி யாரையும் அப்படி கூப்பிட அலவ் பண்ணாதீங்க... பிலிப்.”

“சரிங்க” என்றபடி பிலிப் பியூட்டிபார்லரிலிருந்து படியிறங்கி கிருஷ்ணன் கடையை நோக்கிப் போனான். அவன் சிந்துவின் பியூட்டிபார்லருக்கு டீ கொண்டுவரும்போது இருந்தவனைப்போல இல்லாமல் திரும்பப் போகும்போது இறகுபோலாகியிருந்தான். கிருஷ்ணன் கடையின் பின்னாலுள்ள சிமெண்டு பெஞ்சில் போய்ப் படுத்துக்கிடந்த பிலிப்பின் நினைவெல்லாம் அந்தேரியில் குடியாவுக்காக இசைத்த இசை காட்சிகளெல்லாம் நிறைந்து கொண்டே இருந்தது. இந்த வாழ்க்கை நொடிப்பொழுதில் தனக்கான எல்லாவற்றையும் தகர்த்தெறிந்து தன்னை வஞ்சித்து விட்டதாக நினைவுகளில் கதறிக் கதறித் தளர்ந்துபோன பிலிப்புக்கு இனி யாரையும் பல்புன்னு கூப்பிட அலவ் பண்ணாதீங்க என்ற சிந்துவின் வார்த்தை பால்வெளியிலிருந்து ஒரு பிரளயம் போல ஒலித்துக்கொண்டிருப்பதாகத் தோன்றியது. அவன் கிருஷ்ணன் கடையின் பின்னாலுள்ள சிமெண்டு பெஞ்சில் கண்மூடிக் கிடந்தான். சிந்து பத்துமணிக்கெல்லாம் அவசர அவசரமாக சண்முகத்தின் ஆட்டோவில் கோர்ட்டுக்குப் புறப்பட்டுப் போன பிறகு ஏரியா வழக்கமான பகல் நிசப்தத்தைச் சூடத் தொடங்கிய நேரத்தில் சிமெண்ட்டு பெஞ்சில் படுத்துக்கிடக்கும் பிலிப்பைக் கடந்துபோய் டிராக்டர் டயரில் சாய்ந்து நின்று கொண்டே சாவகாசமாக கிருஷ்ணன் அன்சாரிக்கு போன் பண்ணி விசயத்தைச் சொல்லிவிட்டு அப்படியே மனோகரன் வாத்தியாருக்கும் போன் பண்ணினார். வாத்தியார் போனை எடுத்ததும் பெரும் சத்தமாகச் சிரித்துக் கொண்டே சொன்னார்... “எண்ணேன்... என்னால நம்பவே முடியலே... அவன் ஆளு சிங்கம் மாதிரி வந்தான்... வந்த வருத்துக்கு காணாதே... சே... மொத நாளே மாட்டிக்கிட்டான் பாருங்க...”

“வாத்தியாரே... கவனமா இரியும். சிலங்கா ஒம்ம இடது கால முறிக்கணும்ன்னு சபதம் போட்டுருக்கானாம்...”

“அவன் எல்லாம் தெரிஞ்சிதானே வந்தான்...”

“ஆனா நீரு அவன ஏமாத்திக் கடைய தலையில கெட்டுனதாதான் சொல்லிருக்கான்.... எதாவது வழிபண்ணிட்டு ஊருக்கு வாரும்... அடுத்தவாரம் திருவாழிசார் ஊருக்கு வாறேம்ன்னு சொல்லிருக்காருன்னு அன்சாரி சொன்னான்.” கிருஷ்ணன் அங்கிருந்த டிராக்டர் டயரில் ஒரு பலகையைத் தூக்கிப்போட்டுப் படுத்தே விட்டார். திருவாழிக் கட்டிடத்தின் ஸ்டார் பேங்கர்ஸில் யாரோ சில வாடிக்கையாளர்கள் நின்றுகொண்டிருந்தார்கள். பேபிகுட்டிக்கு வேதமாணிக்கம் சாயாக் கொண்டுபோகும்போது எதிரே அகிலன் ஒன்றிரெண்டு நாளிதழ்களோடு பூபாலனின் ஜெராக்ஸ் கடைக்குள் நுழைந்தபோது கடை வாசலில் நின்றிருந்த தங்கம் பின்னோக்கிப் போனாள். ஏழாம் எண் கடைக்கு வெளியே சாந்தினியின் கணவனோடு மைனர் சலாம், சிலங்காவின் ஆட்கள் மனோகரன் வாத்தியாரின் இடது காலைச் சற்றுமுன் வெட்டி விட்டதாகப் பரபரப்பாகப் பேசிக்கொண்டிருந்தான். மைனர் சலாமை மேலும் சிலர் சுற்றி நின்றனர். “தெரிசனங்கோப்பு ஸ்கூல் முன்னால டீக்கடையில வச்சு மூணுபேரு சேந்து வெட்டிருக்கானு வளாம்... போலிஸ் கேசாயிருக்கு.”

“உங்கள்ட்ட யாரு சொன்னா...”

“யுனிவர்சல் காலனியிலுள்ள ரிப்போர்ட்டர் இப்பத்தான் போன்ல சொன்னான். சாயங்காலம் பேப்பர்ல செய்தி வருமாம்.”

“வெட்டு எடதுகால்லயா..?”

“ஆமா . . . அவனுவோ இவர வெட்ட வரும்போ ஓடியிருக்காரு... வளஞ்சி வந்து வாக்கா வெட்டிருக்கானுவளாம்...”

ஏரியா ரொம்பவும் பரபரப்பாகக் கிடந்தது. பலசரக்குக் கடை அண்ணாச்சி நம்பாமல் பார்த்துக்கொண்டிருக்கும்போது வேதமாணிக்கம் வந்து பார்த்துவிட்டு கிருஷ்ணனிடம் போனதும் கிருஷ்ணன் மீண்டும் மனோகரன் வாத்தியாருக்குப் போன் பண்ணினார். மனோகரன் வாத்தியார் போனை எடுத்து, “ஓய் கிருஷ்ணண்ணேன் என்னா...” என்றதும், “சிலங்கா ஆளுவோ உங்க இடது கால வெட்டிப் போட்டாங்கன்னு ஏரியாவுல பேச்சாக் கெடக்கே...”

“யாரு சொன்னது..?”

“மைனர் சலாம்...”

“அவன் ஒரு வெங்கக் கூதிமொவன்...” எனச் சொல்லிச் சிரித்துவிட்டு மனோகரன் வாத்தியார் போனை வைத்தார்.

மைனர் சலாம் பற்றிய மனோகரன் வாத்தியாரின் மதிப்பீட்டைக் கேள்விப்பட்டு அன்சாரி போனில் கிருஷ்ணனோடு

சிரித்து மறிந்துகொண்டு கிடந்தான். அன்சாரியின் ஜீவிதம் ஒரு வினோத வடிவமானது. யாராலும் நம்ப முடியாத வகையில் இருக்கும்.அவன் தொடர்புகளும் அவனின் வேலைகளும் சுலபத்தில் ஒரு வரைபடத்தில் அடங்கிவிட முடியாதவை. என்ன படிச்சிருக்கே அன்சாரி என்று யாராவது எப்போதாவது கேட்டால் பல நேரங்களில் எஸ் எஸ் எல் சி என்பான். பாஸ்போர்ட் எடுக்க டீசி வாங்க பள்ளிக்கூடத்துக்குத் துணைக்குப் போன மாஹீன்தான் சொன்னான், “துக்கே எட்டாங்கிளாசே ஒழுங்கா போவலியாம்...” கேட்டுக் கேட்டு எல்லோருக்கும் ஒரே சிரிப்புதான். அன்சாரிக்குப் படிப்பு வசப்படவில்லை. மைதீன்கண்ணு எவ்வளவோ கர்ணமடித்துப் பார்த்தார், ஒன்றும் நடக்கவில்லை. பள்ளிக்கூடம் என்றாலே அன்சாரிக்கு ஒருமாதிரி அலோகிதமாகிப் போனது. ஆனால் அன்சாரியின் அறிவு பூரணத்துவமானது. திருவாழியே சொல்லுவார், “அன்சாரி நல்ல ஞானமுள்ளவன். தாயளி, இரண்டெழுத்து முறையா படிச்சிருந்தாம்னா எங்கேயோ போயிருப்பான்... ஆளும் ஸ்டெயிலும் பேச்சும்... எல்லாம் தூக்கலா இருக்க படிப்புல மண்ணள்ளிப் போட்டுட்டான். திருவாழி அன்சாரியைப் புள்ளபோல கொண்டு போவார்.” திருவாழிக் கட்டிடத்தின் பின்னாலுள்ள அவரின் அறையில் குடித்துக் கிடந்த ஒரு இரவில் கிருஷ்ணனுக்கும் திருவாழிக்கும் இப்படியொரு உரையாடல் நடந்தது. மூன்றாவது கோப்பை மதுவைக் குடித்தபின் அன்சாரியிடம் வேலுமயிலை அழைத்துக் கொண்டுவரச் சொல்லிவிட்டு கிருஷ்ணனிடம் திருவாழி சொல்லுவார்... “இந்த அன்சாரிக்க வெவரத்துக்கும் அனுசரணைக்கும் எனக்கு ஒரு மொவ இருந்தா இந்தப் பயலுக்குக் கெட்டிக் கொடுப்பன் ஓய்...”

“நான் அவன சின்னதுலேயே இந்த தோள்ல தூக்கி சுமந்திருக்கேன். மைதீக்கண்ணு பொத்தி வளத்துனான்... பட்டணம் மொதலாளியும் யாரா இருந்தாலும் படிப்புக்கு எவ்வளவு வேணும்னாலும் செலவு பண்ணுதேம்னு சொல்லி மைதீன் கண்ணுக்கு நிறைய கொடுப்பாரு... இவன் படிக்கணும்லா... ம்... சார்... அவனுக்கு பொண்ணக் கெட்டிக்கொடுப்பேன்னு சொல்வதெல்லாம் ரொம்ப கூடுதலு... பொம்பள புள்ளே இல்லேனுள்ள தைரியத்துல சார் பேசியோ... என்ன இருந்தாலும் கடைசியில அவன துலுக்கம்னு... சொல்லுவியோ...”

திருவாழி பளிச்செனக் கோவமானார். அவர் கிருஷ்ணனை எவ்வாறு பார்க்கிறாரென ஊகிக்க முடியவில்லை. ஆனாலும் வார்த்தையைத் தெளிவாகச் சொன்னார்... “அவனுவோ... எங்காளுவளுவோய்... உங்க மத்தவன்மாருவளுக்க அழிச்சாட்டியம் பொறுக்காம அங்க போனவனுவவோய்...”

கிருஷ்ணனும் லேசாகக் குடித்திருந்தார். இனி திருவாழியோடு ஏந்து பேச்சுக்குப் பேச்சு பேசுவது உசிதமானதல்ல, அவர் பழைய கதைகளுக்குப் போய்விடுவார் என்பதால், "நல்ல வேளை உங்களுக்கு இரண்டும் பைய்யன்மாரா போயிட்டானுவோ"வெனச் சிரித்துச் சமாளிக்கும்போதே வேலுமயில் பேண்ட் மேளத்தோடு அங்கு வந்துவிட்டான். அன்சாரி அனுசரணை உள்ளவன். அவனுக்குத் தெய்வத்தின் குணம். யார் எவர் என்று இல்லை, எவ்வளவு தூரங்களானாலும் மருத்துவமனை உதவிக்காகக் கூடச் சென்று விடுகிறான். இத்தனைக்கும் கூலி என்று எதுவும் கறார் கிடையாது. கொடுத்தாலும் கொடுக்காவிட்டாலும் அவனுக்கு ஒரே முகம். பீயும் மூத்திரமும் படுக்கையில் கழியும் ஒரு நோயாளியின் அருகே நெருக்கமான உறவினர்களே போகத் தயங்குகிறபோது முகமாற்றமின்றி அவர்களைப் புரட்டியும் உருட்டியும் தோளில் தாங்கி நெஞ்சில் சரித்து அவன் உறவாடுவதைப் பார்க்கும் யாருக்கும் அவன் தெய்வத்தின் சாயலைக் கொண்டவனாகத் தெரிந்துவிடும். திருவாழியின் அப்பா மருத்துவமனையிலிருந்த போது மதுரையில் ஒரு மாதத்திற்கும் மேலாக அன்சாரியின் துணை அவருக்கு அத்துணை நெருக்கமானது. தங்கமாங்கனி நாடார் கடைசியில் அன்சாரியின் மடியில் கிடந்துதான் மரணமடைந்தார். இத்தனைக்கும் அப்போது அன்சாரிக்குப் பதினெட்டு வயதுகூட பூர்த்தியாகி இருக்கவில்லை. திருவாழிக்கு நிறைய சொத்தும் பத்தும் இருந்தும்கூட இந்த வாழ்வில் சமீபகாலமாக மாபெரும் வெறுப்பு சூழ்ந்து போய்க் கிடக்கிறது. பிள்ளைகளைப் பார்த்துப் பார்த்துப் படிக்க வைத்து அமெரிக்காவில் ஒருவனும் ஆஸ்திரேலியாவில் ஒருவனுமாகக் கடந்துபோனபிறகும் அப்பாவின் மரணம், மனைவியின் மரணம் எனக் காலம் தனிமைப்படுத்திப் போட்டிருக்கிறது. எல்லாவற்றையும் விற்று முதலாக்கிவிட்டு ஓய்வெடுக்க வேண்டும் என்கிற கோரிக்கையைச் சொல்கிற பிள்ளைகளுக்கு அதன் ஆதியையும் அந்தத்தையும் எந்த மொழியில் புரிய வைப்பது என்று திருவாழி அறியாமல் தவிக்கும் இரவுகள் துயரம் மிகுந்தவை. துயரங்களைத் தூக்கிச் சுமக்கும் இந்த வாழ்வில் ஒரு வழித்துணைவனைப் போல வந்திருந்தான் அன்சாரி. மைதீன் கண்ணுவின் மகனாக்குமென முதலில் கிருஷ்ணன்தான் அன்சாரியைத் தன்னிடம் அனுப்பிவைத்தார் என்றாலும் அவன் தனது வாழ்வில் இத்தனை நெருக்கமான அங்கமாகிப் போவான் என திருவாழி நினைத்துப் பார்க்கவில்லை. அவனுக்கு எதாவது செய்ய வேண்டுமென அடிக்கடி அவர் உதிர்க்கும் வார்த்தைகள் ஆத்மார்த்தமானவை. எத்தனை இரவுகள் அவன் வடசேரி பேருந்து நிலையத்தில் திருவாழியை விட்டுவிட்டு வரலாமென போகிறவனிடம் அவரே சொல்லுவார், "எனக்குக்கூட ராஜபாளையம்வரைக்கும் வந்துட்டு இதே பஸ்சுல

திரும்ப வரலாம் வாறியா... எனக்குப் பேசிட்டே போலாம்லா..." மறுப்போ முகமாற்றமோ ஏதுமின்றி உடன் சென்று அவர் பேசப் பேசக் கேட்டு நான்கைந்து மணி நேரப் பிரயாணம் திரும்பவும் தனிமையில் மறு பிரயாணம்; அன்சாரிக்கு சலிப்பே இல்லை என்பது திருவாழிக்குப் பிரமிப்பாக இருக்கும். டிராக்டர் டயர்மீது கிடக்கும் பலகையில் கிடப்பு வராமல் புரண்டு புரண்டு கிடக்கும் கிருஷ்ணனைக் கவனித்துக்கொண்டே வேதமாணிக்கம் டிராக்டர் டயரினருகே போய் நின்றுகொண்டே, "என்னாச்சி பயங்கர யோசனையா இருக்கே போல..?" என்றார்.

"ம்ம் என்ன செய்யதுக்கு? இந்த சிலங்கா கதையத்தான் நெனைச்சிட்டுக் கெடக்கேன்..."

"அத நாம நினைச்சி என்ன பண்ணதுக்கு? பேபிகுட்டி இன்னொரு டீ கேட்காரு..."

கிருஷ்ணன் எழுந்து டீ பட்டறைக்கு முன்னால் வந்தபோது அகிலன் போனைப் பார்த்துக்கொண்டே பூபாலன் கடைக்குள் இப்போதும் நுழைந்தான்.

மாலை நான்குமணிக்கு அன்சாரி மறுபடியும் போன் பண்ணிப் பேசினான். சிலங்காவை ஐசியூவிலிருந்து நார்மல் வார்டுக்கு மாற்றியாச்சி எனவும் ஒரு வாரத்துக்குப் பிறகு டிஸ்சார்ஜ் ஆகிவிடலாம் என்றும் மூன்று மாதம் தொடர்ந்து ஓய்வில் இருக்க வேண்டும் எனவும் டாக்டர் சொல்லியிருப்பதாகச் சொல்லிவிட்டு, செல்லத்துரை பாஸ்டர் மூலமாக மனோகரன் வாத்தியார் மருத்துவமனையில் சிலங்காவைச் சந்தித்துப் பேசியிருப்பதையும் சொன்னான். தான் மனப்பூர்வமாக எதையும் செய்யவில்லை என்றும் தன்மீதான தேவையற்ற எந்த நடவடிக்கையிலும் போக வேண்டாம் என்றும் ஏதோ நன்மையென கருதிக்கொண்டால் போதுமானது என்றும் அவரின் காலை முறிக்க அடியாட்கள் போன்ற சாத்தான்களின் செயலில் ஒருபோதும் ஈடுபடலாகாது என்றும் செல்லத்துரை பாஸ்டர் வேண்டிக் கொண்டதாகத் தெரிகிறது. எல்லாம் இன்னும் ஒரு வாரத்தில் சரியாகிவிடலாம் என்றும், ஆனாலும் மனோகரன் வாத்தியார் எப்படியும் ஐந்தாறு நாட்கள் காஞ்சிரக்கோட்டிலிருந்து வரமாட்டாரெனவும் பேசிக் கொண்டே அடுத்த வாரம் திருவாழி சார் ஊருக்கு வருகிறார் என்று சொன்ன போது கிருஷ்ணனுக்குக் கொஞ்சம் ஆறுதலாக இருந்தது.

7

திருவாழிக் கட்டிடத்திலுள்ள கடைகளின் வியாபாரங்களை ஒன்றோடு ஒன்று ஒப்புநோக்கினால் கட்டிடத்தின் மற்றெல்லாக் கடைகளைவிடவும் ஆறாம் எண் கடையின் ராஜகுமார் அண்ணாச்சிக்குத் தான் வியாபாரம் அதிகம். அவருக்கு நாப்பது நாப்பத்தி இரண்டு வயதுக்குள்தான் இருக்கும். திருவாழிக் கட்டிடத்தில் தனது இருபத்தி மூன்றாம் வயதிலோ இருபத்திநாலாம் வயதிலோ இளைஞனாக வந்து சேர்ந்து படிப்படியாக வியாபாரத்தைப் பெருக்கி நல்ல ஒரு முதலாளி அந்தஸ்தான பிறகே திருமணம் செய்து கொண்டார். சாத்தான்குளத்தின் அருகிலுள்ள அண்ணாச்சியின் ஊரில் நடைபெற்ற அவரின் திருமணத்துக்கு திருவாழிக் கட்டிடத்திலுள்ள எல்லாக் கடைக்காரர்களும் ஏரியாவாசிகளுமென அப்போது இங்கிருந்தே இரண்டு வண்டிக்கு ஆட்கள் போய் வந்தார்கள். அதில் அவருக்கு அபரிமிதமான பெருமிதமிருந்தது. திருவாழியும் கூட அப்போது தனது மனைவியோடு ராஜபாளையத்திலிருந்து நேராகவே அங்கு போயிருந்தார்.

நாட்கள் போகப் போக அண்ணாச்சி ஏரியாவில் ஒரு உறவுக்காரரைப் போல விரவிக்கிடக்கிறார். யார் யாருக்கு என்னென்ன உறவு என்பதையும் மனிதர்களின் தரங்களையும் துல்லியமாக அளவீடு செய்து அதன் வழியாக அவர் உருவாக்கி இருக்கும் நெருக்கம் அற்புதமானது. யுனிவர்சல் காலனியில் வாடகை வீட்டில் குடும்பமாய் வாழ்ந்தாலும்

இங்கேயே பக்கத்தில் எங்கோ இடம் வாங்கிப் போட்டிருக்கிறார் என்ற பேச்சும் உண்டு. மண்ணும் மணமும் நன்றாக ஒட்டிக்கொள்ள இனி எல்லாம் இங்குதான் என்ற முடிவுக்கு வந்து நீண்ட நாட்களாகிவிட்டது. அவர் கடை ஆரம்பித்த புதிதுலேயே குமார் என்கிற பையன் கூட வேலையாக இருந்தான். அப்போது அண்ணாச்சி மெயின் ரோடு விலக்கில் இரண்டு அறைகள் கொண்ட வீட்டை வாடகைக்கு எடுத்திருந்தார்.அவர் ஒரு அறையிலும் குமாரும் இன்னொரு பையனும் மற்றொரு அறையிலுமாக இருந்தனர். குமார் கடையை முழுமையாகக் கவனித்துக்கொள்வது, அந்த இன்னொருவன் சமைப்பது போன்ற வேலைகளைச் செய்துவிட்டு மாலைப் பொழுதில் கடையில் கூடமாட ஒத்தாசைக்கு வருவது என்பதே நடைமுறை. கடை தொடங்கிய ஒன்பதாவது வருடத்தில் அண்ணாச்சி கல்யாணம் முடிந்து குடும்பமாக வந்த பிறகு யுனிவர்சல் காலனியில் ஒரு வீட்டைத் தனியாக எடுத்த பிறகும் கூட மெயின் ரோடு விலக்கிலுள்ள அந்த வீட்டைத் திரும்பவிடாமல் வைத்திருந்தார்.

குமார் பதினோரு வருடங்களுக்கும் மேலாக அண்ணாச்சியிடம் அர்ப்பணிப்பாக உழைத்த உழைப்புக்கான அன்பின் பொருட்டு அவன் உளுந்தூர்பேட்டையில் புதிய பலசரக்குக் கடை திறக்க திட்டமிட்டபோது அண்ணாச்சியே முன் நின்று எல்லா ஏற்பாடுகளும் செய்து கொடுத்து அவனுக்குப் பண உதவியும் செய்தார். மனிதர்கள் அபூர்வமாகவே பொருத்தப்படுகிறார்கள். அண்ணாச்சியின் படிப்படியான வளர்ச்சியில் குமாரின் உழைப்பின் பங்கு முதன்மையானதுதான். குமாருக்குப் பிறகு அவர் ஊரிலிருந்தே பணிநிமித்தமாக வந்த ஒன்றிரெண்டு பேர்கள் ஆறுமாதம் அல்லது ஒருவருடத்திற்கும் மேலாக எவனும் அவரிடம் தாண்டிப் போகவில்லை. அண்ணாச்சி சொல்லுவார், மனசு சுத்தமான ஒரு வேலைக்காரன் அமைவது கொடுப்பினைதான். கொடுப்பினைகள் எப்பவும் அமையாது. புதிதாக பொன்ராஜ் என்று ஒரு சிறுவன் வந்திருந்தான். பெரிய கண்களோடு கொஞ்சம் சதைப்போட்டாற்போல இருந்தவனுக்குப் பத்து பன்னிரெண்டு வயதிருக்கும். அளவுக்கதிகமான சிரித்த முகம். எப்போதும் சிரிப்பான். அவனால் சிரிக்காமல் இருக்க இயலவில்லை. “எதுக்குலே பல்லக்காட்டுதே... புண்டையா மவனே”யென பளார் பளாரென கன்னத்தில் அடிப்பார். அடிவாங்கியபடிச் சிரிப்பை அடக்க முடியால் மறைவின் உள்ளே புகுந்து சிரித்துவிட்டு வெளியே வருவான். ஆறாம் எண் கடையில் அவ்வாறு மறைந்து கொள்வதற்குப் பின்பக்கம் சவுரியமான இடவசதி இருந்தது.

அண்ணாச்சி என்ன நடந்தாலும் காலையில் ஆறுமணிக்குக் கடையைத் திறப்பார். பத்துமணிக்குப் பிறகு கோட்டாறு சென்று சாதனங்களுக்குச் சொல்லிவிட்டோ அல்லது எழுதிய துண்டைக் கொடுத்துவிட்டோ வந்தால் மதியத்துக்குப் பிறகு சாதனங்கள் கடைக்கு வந்துவிடும். எப்போதும் ஓடிக்கொண்டே இருக்கும் வியாபார ஓட்டம் சில நேரங்களில் வேகமாகவும் சில நேரங்களில் மெதுவாகவும் இருக்கும். மதியம் இரண்டுமணிக்குச் சாப்பிடப் போய்க் கொஞ்சம் ஓய்வுக்குப் பிறகு மீண்டும் நாலுமணிக்கு வந்தாரென்றால் இரவு பத்துமணிக்குக் கடை பூட்டும்வரை அசைய மாட்டார். நேரடியான வியாபாரம் கடந்து மாசப் பற்றிலுள்ள வீடுகளுக்கும் மற்ற பொதுவான வியாபாரங்களுக்கும் போக நான்கு ஹோட்டல்கள் அண்ணாச்சியோடு தினசரி பொருட்கள் வாங்குவதில் பற்றுவரவு வைத்திருந்தன. இதுபோக ஒன்றிரெண்டு பண்டாரிகள் கல்யாண ஆர்டர்களுக்கும் மற்றைய விசேசங்களுக்கும் துண்டெழுதி அனுப்பிவிடுவார்கள்.

சைவச் சாப்பாட்டுக்கான துண்டு செல்லப்பன் மாஸ்டரிடமிருந்து பிராட்டி கொண்டுவருவாள். அவள் துண்டு கொண்டு வரும்போது அண்ணாச்சியின் கடை அரைமணிநேரம் ஒரு தேரின் அசைவுபோல இருக்கும். பிராட்டியின் உடல் சௌந்தரியம் அப்படியானது. அவளைப் பற்றிப் பலரும் பலதும் சொல்வார்கள். எல்லாவற்றையும் போங்கடா மயிரேவெனக் கடந்துபோகும் வல்லமை அவளுக்குண்டு. கல்யாணம் காச்சி குடும்பம் பிள்ளையென எதுவும் கிடையாத அவள் ஒரு தனிக்கட்டை. அவளை அவர் வைத்திருக்கிறார், இவர் வைத்திருக்கிறாரென பலரையும் அடையாளமிட்டுப் பேச்சு வரும்போது அதை மனத்தில்கொண்டு அண்ணாச்சியே பிராட்டியிடம் கேட்டார். “ஏய்... அது உள்ளதா... இப்ப அவரு கூடயாம...”

“எவன் சொன்னான்...”

“பேச்சா கெடக்குல்லா...”

“வேலையத்த கூதிமொவனுவோ என்னமும் சொன்னானுவன்னு... இந்த மயிரெல்லாம் நீரு எதுக்கு கேட்கியரு ... ஒமக்கு வேணுமா ... வாரீயரா ... போவம்மா ... எனக்கு இஷ்டம்தான்.”

அவ்வளவுதான், அண்ணாச்சிக்கு நாக்கு குழறிப் போகும் ... பிராட்டி சிரித்துக்கொண்டே சொல்லுவாள், “ஒமக்கு அதுக்குள்ள அண்டி ஊக்கம் கிடையாதுவோய் ...” அய்யய்யோ ... வசமில்லாமல் பேச்சி கொடுத்துட்டோமேயென

அண்ணாச்சி தயங்கி எச்சி முழுங்கி நிக்கும்போது பிராட்டி ஒருபக்க மார்பை லேசாக நெளித்துப் பிதுக்கிக்கொண்டு "என்னையெல்லாம் எவனும் வச்சிக்க முடியாது... நானா பாவம் பார்த்து எவனையாவது வச்சிக்கிட்டாத்தான் உண்டு" என்பாள்.

அண்ணாச்சி திக்கித்திணறி மூச்சிவிட்டபடி மறுமுறை செல்லப்பன் மாஸ்டர் துண்டைக் கொண்டு வரும்போது பேச்சியிருக்காது. இங்கு சைவமென்றால் மாஸ்டர், அசைவமென்றால் பண்டாரிகள். எனவே இரு சாரார்களும் எழுதும் துண்டுகள் எப்போது வரும் என்று சொல்ல முடியாது. பட்டென வரும்போது பொருட்கள் தரமாகக் கொடுக்க வேண்டும். அவசரத்துக்கு எங்கேனும் ஓடிப்போய்ப் பொருள் இருப்பு இருப்பவர்களிடமிருந்து மாற்றி மறித்துக்கூட கொடுக்க வேண்டும். குமாருக்குப் பிறகு தொடர்ந்து வந்த மூன்றாவது வேலைக்காரனும் போய்விட்ட பிறகு சிக்கிய பொன்ராஜூம் போதுமானவனாக இல்லாததால் அண்ணாச்சி மூன்றாண்டுகளுக்கு முன்னால் ஊர் திருவிழாவுக்குப் போனவர் அப்போதுதான் அகிலனைக் கொண்டு வந்தார். ஸ்ரீவைகுண்டம் பக்கத்திலுள்ள ஒரு ஒடுக்கலான கிராமத்துக்காரனான அகிலனுக்கு இந்த ஊர் பிடித்துப் போனது.வேலையிலும் மோசமில்லை. ஆட்களை அனுசரிப்பது பேசுவது கொள்வது வியாபாரமென நன்றாகவே இருந்ததால் அண்ணாச்சிக்கு நிறைவான ஆசுவாசமானதாக இருந்தது. மதிய ஓய்வை அரைமணிநேரம் கூடுதலாக எடுத்துக்கொண்டவர் அகிலனைக் காலை ஒன்பது மணிக்குக் கடைக்கு வந்தால் போதும் என்கிற சவுரியத்தையும் அவனுக்குக் கொடுத்திருந்தார். மெயின் ரோடு விலக்கிலுள்ள வாடகை வீட்டில் அகிலனும் பொன்ராஜூம் வாசமானார்கள். அந்த வீடு அண்ணாச்சிக்கு ராசி என்றும் அந்த வீட்டை அண்ணாச்சி விலைக்கு வாங்கிவிட்டார் என்றும் இரண்டு வகை பேச்சுகள் ஏரியாவிலுண்டு. பத்தொன்பது வயதுக்காரனாக ஏரியாவுக்குள் வந்த அகிலன் இப்போது இருபத்தி நான்கு வயது பூர்த்தியாகி இருக்கிறான். அவன் இங்கு வந்ததைப் போல இல்லை; ஆள் நன்றாகத் தேறியிருக்கிறான். நிறம், மணம், குணமென வகைவகையான மாறுதல்கள் ஒரு வாழை மரத்தின் வளர்ச்சியைப் போல அவனில் வளர்ந்திருக்கிறது. கடந்த மூன்று மாதங்களில் அவனின் மெருகேற்றம் ரொம்பவும் அசாதாரண நிலையிலிருப்பதாகத் தோன்றுகிறது. சனிக்கிழமை மதியத்துக்குப் பிறகு அகிலனுக்கு லீவு இருப்பதால் அவன் அந்த நாளில் ஒரு சினிமா பார்க்கப் போய் வருவான். நாலு மாதங்களுக்கு முன்னால் அவ்வாறு சினிமா பாக்கப் போனவன் திருப்ப வரும்போது நடுத்தரமான அளவில் முகம் பார்க்கும் கண்ணாடி வாங்கி வந்து அண்ணாச்சிக் கடையின் மெயின்

செல்புக்குப் பின்னால் ஆணியில் அடித்துத் தனது முகம் பார்க்க தோதாகத் தொங்கவிட்டிருந்தான்.

ஒரு மனிதன் தனக்குள் நிகழும் மாற்றங்களின் மீது அதிக சிரத்தை எடுத்துக்கொள்வதால் அவனால் அதை எளிதாக மறைத்துவைத்துவிட முடியாது. அது விதைபோல முளைத்துக்கொண்டே இருக்கும். மனிதன் அல்லது மனுசி திடீரென வந்தடையும் ரகசியங்களைத் தனக்குள் மறைத்துக்கொள்வது ரொம்பவும் ஒவ்வாமை நிறைந்த செயலாகவே இருக்கிறது. அகிலனால் அண்ணாச்சிக்கு இரண்டரையாண்டு காலம் கடை, வியாபாரம், தங்குமிடம், பிற பொது பரிவர்த்தனைகளென எந்தப் பிரச்சினையும் ஏற்பட்டதில்லை. அது அதுபாட்டுக்கு இயந்திரம் போல இயங்கிக் கொண்டிருந்தது. இன்னும் சொல்லப் போனால் அண்ணாச்சி கடந்த இரண்டு வருடங்களில் ஒருமுறைகூட மெயின் ரோட்டு விலக்கிலுள்ள வீட்டுக்குப் போனதில்லை. ஒரு ஆய்வாளனைப்போல அங்குபோய் மேற்பார்வையிட்டு அவர்கள் நடவடிக்கை எப்படியென பார்க்கவோ விசாரிக்கவோ அவருக்குத் தோன்றவில்லை. பொன்ராஜூம் அகிலனும் அங்கு என்ன செய்கிறார்கள் என்பதைப் பற்றி அண்ணாச்சிக்குச் சிறுதுளியளவும் சிந்தனை ஏற்பட்டதில்லை. இப்போது பத்திருபது நாட்களாக அண்ணாச்சிக்கு மனத்தில் இனம் புரியாத ஒரு பதற்றம் உருவாகிக் கொண்டிருந்தது. அது உருவாகுவதற்குப் பிரத்யோகமான எந்த வெளித் தெரிதல்களும் இல்லையென்றாலும் கூட மனத்தின் உறுத்தலும் சில சகுனங்களும் தொடர்ச்சியாக இரண்டு இரவுகள் அவர் கண்ட கனவுகளும் ஒரு தேட்டத்தை நிரப்பியிருந்தன. அவரின் எல்லாப் பதற்றங்களுக்கு முன்னாலும் நடு உருவமாய் அகிலனே நிற்கிறான். எங்கோ ஏதோ ஒன்று சுற்றி நிகழ்கிறது. அது அவருக்கு நல்ல அறிகுறியாகத் தோன்றவில்லை. அவரின் சிந்தனை சில ஒப்பீடுகளைச் செய்து பார்த்தது. மதியம் இரண்டிலிருந்து நாலு, நாலரைமணிவரையிலான வியாபாரத்திலும் கூட ஒரு நிறைவற்ற தன்மை இருந்தது. முகம் பார்க்கும் கண்ணாடி மாட்டிய பிறகு அகிலன் கடையிலிருந்து ஐந்து ரூபாயிலுள்ள வர்ணப் பொலிவுக்கான ஒரு கிரீமின் பாக்கெட் ஒன்றை எடுத்திருப்பான் போலும்; அதன் உறை பிரிந்த நிலையில் கண்ணாடியின் கீழ் கிடந்தது. டிரைவரின் மகன் நாகேந்திரன், அடிக்கடி கடைக்கு வந்து போகிறவன். அகிலனும் அவனுமாகப் பஞ்சாயத்துக் கிணற்றருகே அதிகாலையில் உடற்பயிற்சி செய்யப் போவதைக் கடைக்கு வந்த கிருஷ்ணனின் சகலைப்பாடியின் மனைவி சொன்னாள். ஒரு சோப்புக் கம்பெனியின் பனியன்தான் அகிலன் எப்போதும் கடையிலிருக்கும்போது அணியும் உடையாக இருந்தது. சமீபகாலமாக அவன் காலர் வைத்த சட்டை அணிகிறான்.

இப்போதுதான் அண்ணாச்சி காலத்தின் பின்னே ஒவ்வொன்றாக நினைத்துப் பார்க்கிறார். அவருக்கு அகிலனிடம் நிகழ்ந்தேறும் சில மாற்றங்கள் புரிகிறது. அடிக்கடி முகச்சவரம் செய்கிறான். கடைசியாக அவன் நேரடியாக அண்ணாச்சியின் முகம் பார்த்த தருணம் எப்போதென அவர் தேடுகிறார். அது ரொம்ப தூரத்தில் இருப்பதாகத் தோன்றியது.

இன்று அகிலன் இன்னும் கடைக்கு வரவில்லை. பொன்ராஜ் இளித்துக்கொண்டே இருக்கிறான். அவனின் செவுளையில் இரண்டு அறை விடலாமா என்ற யோசனையை மடக்கிக்கொண்டார். அவன் சொன்னதைச் செய்யும் கிளிப்பிள்ளையாய் இருப்பதால் வேலையில் ஒன்றும் சுணக்கமில்லை. அண்ணாச்சி ஓரளவுக்கும் மேலேயே அவதானமுள்ள மனுசனும் கூட. சரி பார்க்கலாமென அமைதியாக இருந்துகொண்டே தனது கவனிப்பின் வீரியத்தை நாலா பக்கமும் விரிவடையச் செய்திருந்தார். மதியம் கடையிலிருந்து வெளியேறி வீட்டுக்குப் போகும்போது பட்டறையில் கொஞ்சம் கைப் பணத்தைக் கூடுதலாகப் போட்டுவிட்டு எழுந்துபோனபோது கடைக்குள்ளே வந்த அகிலன் மஞ்சள் நிறத்தில் தோரணையான ஒரு சட்டை அணிந்திருந்தான். உள்ளே போய்க் கண்ணாடியில் முகம் பார்த்துத் தலைசீவிக்கொண்டு வந்தவனை அண்ணாச்சி எப்போதும் போல லேசாகக் கவனித்துக்கொண்டு சாதாரணமாகப் புறப்பட்டுப் போனார். டிவிஎஸ் சேம்பில் யுனிவர்ஸல் காலனி வீட்டுக்கு சாஸ்தான் கோவில் வளைவில் திரும்பி, புளியன்விளை சாலையில் இடதுபக்கம் திரும்பி செல்போன் டவர் போட இடத்தை வாடகைக்கு விட்டிருக்கும் தொபியாஸின் மனையின் இடைவெளியில் உள்ள குறுக்குப்பாதையில் நுழைந்து அவர் எப்படி வீடு வந்து சேர்ந்தார் என்று நினைக்க முடியாத அளவுக்கு அகிலனைக் குறித்த யோசனைகள் மனத்தில் வியாபித்துப் படர்ந்திருக்கின்றன. ஏன் இப்போது அவன் நடை உடை பாவனை எல்லாம் எரிச்சல் படுத்துகிறது? வழக்கமாக மதியம் இரண்டு மணிக்கு வீட்டுக்கு வந்தால் சாப்பிட்டுவிட்டு, லேசாகத் தூங்கி எழுந்து மாலை நாலரைக்குத்தான் திரும்பக் கடைக்குப் போவார். இடைபட்ட நேரங்களில் செல்வதில்லை. வீட்டின் நடையில் ஏறியவர் மீண்டும் வேக வேகமாகத் திரும்பி சேம்பை ஸ்டார்ட் பண்ணி இன்னும் வேகவேகமாகக் கடையை நோக்கிப் போனார். எதையாவது மறந்து எடுக்காமல் போனவரைப் போலப் போகலாம் என்பதில் யோசனையாகக் கடைக்கு வந்து சேர்ந்தபோது அங்கு அகிலன் இல்லை. கடைக்கு வெளியே வண்டியிலிருந்தபடியே அரைக் கண் மயக்கத்திலிருந்த பொன்ராஜிடம் சத்தமாகச் சொன்னார், "லேய் ஒரு பாக்கெட் கல்லுப்பு எடுலே..."

பொன்ராஜ் அடித்துப் பிடித்து எடுத்துக்கொண்டு ஓடி வந்தான். "அவன எங்கலே... காணோம்..." அகிலன் உள்ளே இருப்பான் என்றுதான் அண்ணாச்சி நினைத்தார். பொன்ராஜ் சொன்னான், "ஒண்ணாமத்த கடையில ஜெராக்ஸ் எடுத்துட்டு வாறேம்னு இப்பதான் போனான்..."

"என்ன மயிரு... ஜெராக்ஸ்.. ம்ம் சரி பாத்துக்கிடுங்க..." அண்ணாச்சி மீண்டும் வண்டியைத் திருக்கிக் கொண்டு ஒன்றும் நடவாதவரைப் போலப் போனார்.

நாலரை மணிக்கு அண்ணாச்சி கடைக்கு வந்தாரென்றால் அகிலன் மட்டும் ஒரு அரைமணி நேரம் மெயின் ரோடு விலக்கு வீட்டுக்குப் போய்விட்டு வரவேண்டும். அது ஒரு அரை மணி நேர, ஒரு மணிநேர வழக்கமான ஓய்வு போலத்தான். ஐந்து ஐந்தரை மணிக்குப் பிறகு கடையில் நல்ல கூட்டம் வரும் என்பதால் ஓய்விருக்காது. சாதனங்கள் எடுக்க, போட, மடக்கவென ஒரு அசைவுக்கும் பேச்சுக்கும் நேரமிருக்காது. ஏழுமணிக்குப் பிறகு பொன்ராஜ் வீட்டுக்குப் போய்விடுவான். அவன்தான் அகிலனுக்கும் தனக்குமான இரவு உணவாகச் சப்பாத்தியோ சோறோ பயறோ ஏதோ ஒன்றை இசைவுக்கொப்பத் தயார் செய்ய வேண்டும். திருவாழிக் கட்டிடத்தில் அண்ணாச்சிக் கடைதான் இரவு பத்துமணிவரை திறந்திருக்கும். இப்போது கொஞ்ச நாட்களாக பூபாலனின் கடையிலுள்ள தங்கம் கடையைப் பூட்டி விட்டுப் போகும் போது அண்ணாச்சிக் கடையில் எதாவது பொருட்களை வாங்கிக்கொண்டு போகிறாள். அண்ணாச்சி பலவற்றையும் ஓயாது யோசித்துக்கொண்டே கடைக்கு வந்து உள்ளே கல்லாவில் அமர்ந்ததும் அகிலன் மெல்ல எழுந்து வெளியேறினான். அண்ணாச்சி பட்டறையில் அமர்ந்தபடியே பொன்ராஜிடம், "கிருஷ்ணண்ணேன் கடையில போய் தண்ணி பிடிச்சிட்டு வாலே..." என்றதும் அவன் ஐக்கை எடுத்தபடி வெளியே போனான்.

அண்ணாச்சி கல்லாவைத் திறந்து பார்த்தார். அவர் கைப்பணத்தைப் போட்டுச் சென்றதால் கூட்டிக் கழித்து மனக்கணக்கிட்டபோது எங்கோ கணக்கு பிசகுவதாகப்பட்டது. அண்ணாச்சிக்கு எல்லா விசயங்களிலும் துணையாக இருப்பது அவரின் மூத்த அக்காவின் விட்டுக்காரர் தங்கவேல்தான். அவர்தான் இங்கு கடை வைக்கலாம் என்று முடிவுசெய்து திருவாழியிடம் பேசிக் கடையைப் பெற்று, தொடக்கி ஒரு வாரம் வரை கூட இருந்து எல்லாம் செய்து கொடுத்தது. தங்கவேல் நல்ல உயரமான தடிமனான மனிதர். பெரிய மீசை வைத்திருப்பார். ஒரு கண் லேசாக மாறுகண்போலத் தோன்றினாலும் நல்ல

கம்பீரமான மனிதர். பொன்ராஜ் ஜக்கில் தண்ணீர் கொண்டு வந்தபோது அதைவாங்கிச் சும்மானாலும் கொஞ்சமாகக் குடித்துக் கொண்டே அண்ணாச்சி எழுந்து கடையின் உள்பக்கம் போய் செல்பின் பின்னே தொங்கிக் கிடந்த அகிலனின் கண்ணாடியில் சொற்ப நேரம் முகம் பார்த்தபடி யோசனையாக நின்றார். பழைய தொலைபேசி அழுக்கேறிப் போய் செல்பின் ஒரு ஓரத்தில் குப்பையாய்க் கிடந்தது. அண்ணாச்சி சிலவற்றைத் தீர்மானமாக ஆலோசித்துக்கொண்டே அத்தான் தங்கவேலுக்கு போன் பண்ணி விசயங்களைப் பேசிக் கொண்டிருந்தார். திருவாழிக் கட்டிடத்தின் முன்னால் வந்து நின்ற டெம்போவிலிருந்து இறங்கிய ஆட்கள் கூடி ஐந்தாம் எண் கடையைச் சூழ்ந்தபோது வெளியே ஏதோ சத்தம் கேட்டு அண்ணாச்சி பேசிக்கொண்டிருந்த போனோடு மெல்ல எட்டி வெளியே வந்து பார்த்த அதே நேரத்தில் மைனர் சலாமும் அதுபோலவே வெளியே வந்தான். ரோட்டில் ஆட்கள் சிலர் கூடி வேடிக்கை பார்க்க நின்றிருந்தபோது டிம்போவிலிருந்து இறங்கிய ஆட்கள் சிலங்காவின் எலக்ட்ரிக்கல் கடைப் பெயர்ப் பலகையை மிகப் பக்குவமாகக் கழற்றி இறக்கியபடி இருக்க இரண்டு பேர் ஷட்டரைத் தூக்கிவிட்டுக் கடையினுள்ளிருந்த பொருட்களை டிம்போவில் ஏற்றிக்கொண்டிருந்தனர். பரபரப்பாகச் சத்தம் கேட்டு சிந்துவும் வெளியே வந்து பார்த்தாள். கிருஷ்ணன் கடையின் வெளிப்பிரகாரத்தில் நின்ற பிலிப்பும் ஆறுமுகமும் அங்கு நின்றபடியே பார்த்துக்கொண்டிருந்தனர். அப்போது அகிலன் தங்கத்தின் ஜெராக்ஸ் கடையிலிருந்து வெளியேறி மெல்ல சைக்கிளை எடுத்தபடிப் போவதை அண்ணாச்சி கவனித்தபடி பார்க்காதவரைப்போல கூட்டத்தில் நின்றார். டிம்போ மூன்று முறை அடித்த பிறகுதான் ஐந்தாம் எண் கடையிலுள்ள சிலங்காவின் பொருட்களெல்லாம் காலியாயின. அந்த இரவே கடை வாடகைக்குத் தொடர்பு எண் என அன்சாரியின் மொபைல் நம்பர் எழுதிய போர்டு ஷட்டரின் வெளிப்பகுதியில் தொங்கவிடப் பட்டிருந்தது. ஆறுமுகம்தான் பிலிப்பிடம் சொன்னான், "நான் இவன் வந்த வருத்துக்கும் பகுமானத்துக்கும் ஆளு அஞ்சாறு மாசம் தாக்குப் பிடிப்பாம்னு நெனைச்சேன் ... மொத நாளே மாட்டிக்கிட்டான் பாத்தியா பல்பு..."

ஆறுமுகத்தை ஒரு தினுசாகத் திரும்பிப் பார்த்துவிட்டு பிலிப் சொன்னான்.

"ஆறுமுகண்ணேன் இனி என்னைய பல்புண்ணு கூப்பிடாதே பிலிப்புன்னு கூப்பிடு..."

"ஒரு எழுத்துதானடே ... இதுல என்ன இருக்கு? எவ்வளவு காலமா கூப்பிடுதேன் ..." பிலிப்பின் முகம் காத்திரமாக

ஆறுமுகத்தைக் கூர்ந்து பார்த்த எதிர்வினையில், "சரி, இனி பிலிப்புனு கூப்பிடுதேன் போதுமா..." என சமாதானம் சொல்லிக்கொண்டே, "இந்த சிலங்காக்க கதையப் பாத்தியா... இப்படி ஆயிப் போச்சி" என்றான்.

"ம்ம்... வரது வரும்... எங்க கெடந்தாலும் இழுத்துக் கொண்டுபோயி விடும்... ஒண்ணும் தீர்மானிக்க முடியாது..." சொல்லிக்கொண்டே பிலிப் கிழக்குப்பக்கமாக நடந்து போனான். சிலங்காவின் ஆட்கள் கடையைக் காலிபண்ணிச் சாவியை கிருஷ்ணன் கடையில்தான் கொடுத்துவிட்டுப் போனார்கள். அன்சாரி இல்லாததால் சாவியை வாங்கிவைத்துவிட்டுக் கடை வாடகைக்கு போர்டை சும்மானாலும் மாட்டி விடும்படி திருவாழி, கிருஷ்ணனிடம் போனில் பேசியிருந்தார். சாவி கொடுக்கும்போது ஏதேனும் கடின வார்த்தைகள் பிரயோகிப்பார்களென கிருஷ்ணன் எதிர்பார்த்ததுபோல எதுவும் நடக்கவில்லை. வந்தவர்கள் அமைதியாகச் சாவியைக் கொடுத்துவிட்டுப் போனார்கள். கடையிலிருந்து இறக்கிய சிலங்கா பெயர் பொறிக்கப்பட்ட லைட் போர்டை மட்டும் திருவாழிக் கட்டிடத்தின் பின்னாலுள்ள அவரின் அறையின் பக்கவாட்டுச் சுவரை ஒட்டினாற்போலச் சாய்த்துப் பாதுகாப்பாக வைத்திருந்தனர். அது ஏன் என்று கிருஷ்ணன் கேட்கவுமில்லை, வந்தவர்கள் அது பற்றிச் சொல்லவுமில்லை. டிம்போ புறப்பட்டுப் போனது.

அன்சாரிக்கு கிருஷ்ணன் இரண்டுமுறை போன் பண்ணிப் பார்த்தார். தொடர்பு கிடைக்கவில்லை. போன் மலையாளத்தில் தொடர்புகொள்ள இயலாததைச் சொல்லிக் கொண்டிருந்தது. மைனர் சலாமிருக்கும் ஏழாவது கடையை மாற்றி மூன்று நான்கு மாதங்களில் சிலங்காவுக்குக் கொடுக்கலாம் என்றும் அதன் காரணமாகவே கடையின் போர்டை திருவாழியின் அறையருகே வைத்திருப்பதாகவும் ஒரு மெல்லிய செய்தி கிருஷ்ணனின் காதுக்கு வந்திருந்தது. சிலங்கா சாதாரண வார்டில் நான்கு நாட்கள் இருந்து இரண்டு நாட்களுக்கு முன்னால் மருத்துவமனையிலிருந்து வீடு திரும்பியதும், செல்லத்துரை பாஸ்டர் நேரடியாகத் தலையிட்டு இவ்விசயம் ஒரு ஒத்துத் தீர்ப்பில் முடிக்கப்பட்டதாக மனோகரன் வாத்தியார் தரப்பிலிருந்து செய்தி சொல்லப்பட்டாலும் எச்செய்தியும் உறுதியானதாக இல்லை. இதுதான் உண்மை என்று உறுதியாக நம்பும்படியாகவும் இல்லாது பொய்யென்று தள்ளிக்களையவும் முடியாதவாறு செய்திகள் முளைத்தன. பொதுவாக ஏரியாவில் நிறைய ஊகங்கள் எப்போதும் அங்குமிங்குமாகப் பறந்துகொண்டே இருக்கும். எவன் எதை ஊதி மடைமாற்றுவான் என்று தெரியாது. குச்சான் என்று ஒரு பையன்

இருக்கிறான். பையன் என்றால் சிறுவனல்ல. பிராயம் பத்து நாப்பது கடந்தவன். ஒரு வரைமுறைக்குள்ளும் அடக்கமுடியாத அவன் எப்போது வருவான் போவான் என்று தெரியாது. ஏரியாவில் அவன் ஒரு ஆண் பிராட்டியாக இருந்தான். திடீரென வருவான்; அவ்வாறு வந்துபோகும்போது போகிற போக்கில் ஒன்றைச் சரியான நபர் பார்த்து அடித்துத் தள்ளிவிட்டுப் போவான். அவன்தான் விபத்தில் சம்பவ இடத்திலேயே சிலங்கா செத்துப் போயிட்டான் என்று முதலில் மைனர்சலாமுக்குச் சொன்னவன். குச்சானுக்கு ரிப்போர்ட்டர் என்ற வட்டப்பெயருமிருந்தது. சிலங்காவின் கடையை இன்று காலிபண்ணிக்கொண்டிருக்கும் போது அவஸ்தை எடுத்தவன்போல குறுக்கமறுக்க இரண்டு முறை நடந்து போனான். பெயிண்டிங் காண்ட்ராக்ட் எடுத்துச் செய்யுமவன் அவசர வேலைகளுக்கு பிலிப்பைக் கூட்டிக் கொண்டு போவான். இன்று பிலிப்பைத் தேடி இங்கு வந்த அவன் கிருஷ்ணனிடம் பிலிப்பைப் பற்றி விசாரித்தபோது கிருஷ்ணன் சொன்னார், “வேலுமயிலுக்கு இன்று ஒரு கல்யாண புக்கிங் உண்டு. எனவே பிலிப் அங்கு போயிருப்பான்” என்று. அதைக் கேட்டுவிட்டு விறுவிறுவென வெப்ராளமாக நடந்து போனான். அவன் ஏழு ஏழரை மணியளவில் ஏரியாவில் வந்து போன பிறகு கிருஷ்ணனின் காதில் ஆறுமுகம் மெல்ல முணுமுணுத்த இரண்டு செய்திகளில் ஒன்று, மைனர் சலாமின் ஏழாம் எண் கடையைக் காலிபண்ணச் சொன்னால் அவன் அதே கடையில் என் சாவுக்குக் காரணம் திருவாழிதானென எழுதிவைத்துவிட்டுத் தூக்குப் போட்டுச் சாவேன் என்று சபதமிட்டிருப்பதாகவும், மற்றொன்று வேலுமயில் பேண்ட் மேளம் வாசிக்கும் எந்த நிகழ்ச்சியானாலும் அது உருப்படாது என்பதாகவும் சமீப காலமாக அவன் பேண்டு மேளம் வாசித்த நான்கு கல்யாணங்கள் தொடர்ச்சியாக விவாகரத்தில் முடிந்ததாக இரண்டு கதைகள் உலவுவதை ஆறுமுகம் மெல்லச் சொன்னபோது கிருஷ்ணன் ஒன்றும் சொல்லவில்லை. இரண்டாவது கதையை விட மைனர் சலாம் திருவாழி கட்டிடத்தின் ஏழாம் எண் கடையில் தூக்கு மாட்டிச் சாவது ரொம்பவும் ரசனையாகப் படர்ந்துபோனது. கிருஷ்ணன் கடையில் சலாமின் தூக்குக் கதையின் பேச்சு போய்க்கொண்டிருந்தது. சலாம் கடையினுள் தூக்குப்போட்டால் என்னவாகுமென யுனிவர்ஸல் காலனி பவித்ரன் கேட்டபோது சிலர் சிரித்தார்கள். கொப்ளான், “பவித்ரன் சார், சலாம் ஒருவேளை கடையில் தூக்குப்போட்டால் சாந்தினியின் மாப்பிளைக்குத் தொல்லையொன்று தீரும்” என்று மெல்லச் சொன்னபோது இன்னும் சிரிப்பு பலமானது. அப்போது மீண்டும் அங்கு வந்த குச்சான் சொன்னான், “சாந்தினிக்கும் மைனர் சலாமுக்கும் ஒரு தொடர்புமில்லை. ஆனால் உண்மையில் சாந்தினிக்கும்

யுனிவர்ஸல் காலனியில் டெய்லர் கடை வைத்திருக்கும் பெருமாளுக்கும்தான் கள்ளத்தொடர்பு தெரியுமா," அப்போது அது புதுத் தகவலாகவும் பெருமாள் யார் என்ற கேள்வியாகவும் பேச்சு எழும்பியபோது, குச்சான் அவன்பாட்டுக்கு, "பல்ப் சாரி பிலிப் வந்தா தேடுனேன்னு சொல்லும்" எனச்சொல்லிவிட்டுப் போய்க் கொண்டே இருந்தான். டீ கிளாஸை வைத்தபடி பவித்ரன், "பெருமாள்ன்னா... சிவப்பா இருப்பானே அந்த ஆளா..." என தேடுதலின் நோக்கில் கேட்டபோது கிருஷ்ணன் எரிச்சலோடு உள்ளே போனார். இல்லையென்றால் இவர்கள் இனி தூசனப்பாடுகளுக்குப் போய்விடுவார்கள். நேரம் நன்கு இருண்டு ஆள் நடமாட்டம் குறையத் தொடங்கியிருந்தது. சிந்து பியூட்டி பார்லரைப் பூட்டிக்கொண்டு ஸ்கூட்டியில் கிளம்பிப் போகும்போதுதான் யாரோ ஒருவரின் பைக்கில் பிலிப் வந்து இறங்கினான். அவள் அப்போது பிலிப்பைப் பார்த்து லேசாகப் புன்னகைத்துக்கொண்டாள். பிலிப்புக்குத் திரும்பப் புன்னகை செய்ய வேண்டுமா வேண்டாமா என்கிற குழப்பமாக அவளைப் பார்த்துக் குழப்பம், குழப்பமற்ற தன்மைக்கிடையே லேசாகப் புன்னகைத்துக் கொண்டான். சிந்துவும் யூனிவர்ஷல் காலனியின் விரிவாக்கத்திலுள்ள ஒரு வீட்டின் மாடியில் தனியாகத்தான் இருக்கிறாள். அடுத்து தங்கம் கடையைப் பூட்டிக் கிளம்ப திருவாழிக் கட்டிடத்தின் மெயின் முகப்புப் பகுதியிலுள்ள ஐந்து கடைகளும் அடைக்கப்பட்டு ஒரு பெரும் பகுதி இருளாகிப் போன பின்பு ஏரியா சுருண்டுவிடும். மைனர் சலாம் ஏழாம் எண் கடையிலிருந்து இன்னும் போகவில்லை. அவன் இப்போது கடையிலிருந்தே இரவு குடிப்பதாகவும் குச்சானின் உதவியால் செய்தி வெளிக் கிளம்பியிருந்தது.

ஆறாம் எண் கடையில் அண்ணாச்சி அகிலனைக் கவனித்தும் கவனிக்காதவர்போலும் வியாபாரம், யோசனையென இறுகிப் போயிருந்தார். தீர்வற்ற யோசனைகள் மனத்தைச் சிதைத்துவிடுவதோடு அது நீண்டு நீண்டு மூளை மண்டலத்தை ஒரு நாகம் போல் சூழ்ந்துகிடந்தால் அந்த நெளிதல் எத்தனையெத்தனையோ அவஸ்தையும் கொடுமையானதுமாக மாறிப் போய்விடும். இவன் ஏன் இவ்வளவு நாட்களாக இல்லாமல் ஜெராக்ஸ் கடைக்குப் போகிறான் அப்படி என்ன ஜெராக்ஸ் எடுக்கிறான் என மிதமிஞ்சிய குழப்பத்தின் சுமை தாங்காது இப்போதே எழுந்து கடைக்குள் அகிலனைத் தூக்கிப்போட்டு மிதிக்கலாம் என்ற ஆவேசம் அண்ணாச்சிக்குள் பரவி உடல் முழுவதும் உஷ்ணமேறியது. ஜக்கிலிருந்து தண்ணீரைக் குடித்தபோது அத்தான் தங்கவேல் சொன்னதை மந்திரமாக்கிக் கொண்டார். "அவசரப்படாதே. பொறுமையா ஒவ்வொண்ணா

பாரு... கண்ணுல எதையும் காட்டாதே... தப்பா இருந்தா எது எப்படினாலும் பார்வைக்கு வரும்..." அண்ணாச்சியும் மனசில் சொல்லிக்கொண்டார் 'பார்வைக்கு வரும்.'

ஒன்பதுமணிக்குமைனர்சலாம்ஏழாம்எண் கடையைப்பூட்டிக் கிளம்பியபின் இருள் பரவிவிடும். அதன்பின் ஒற்றைக் கடையாகத் திறந்திருக்கும் அண்ணாச்சிக் கடைக்கு யாரோ ஒன்றிரண்டுபேர் வருவார்கள். ஆனாலும் இரவு பத்துமணிக்குத்தான் பூட்டுகிற நேரம் என்பதை அவர் முறையாகக் கடைப்பிடிக்கிறார். கணக்கு வழக்கெல்லாம் பார்த்து மறுநாள் தேவைக்கான துண்டையும் தயார் செய்து, கடையைப் பூட்டிவிட்டுப் போன அண்ணாச்சி ஒரு உணர்ச்சியற்ற உருவம்போல வீட்டில் போய்க் கைகால் அலம்பி அமர்ந்து சாப்பிட்டுவிட்டு நேராகப் போய்ப் படுத்தார். மனைவி என்ன என்றபோது, "ஒன்றுமில்லை தலைவலி... நீ படு... நான் அமைதியா படுத்துக் கிடக்கிறேன்" எனச் சொல்லிக் கொண்டு கண்களை மூடிக்கொண்டாலும் யோசனைகள் அவரை ஆக்கிரமித்துக்கொண்டிருந்தன. எப்போதும் படுத்த உடனே உறக்கம் கண்களைத் தழுவிவிடும். கடும் உழைப்பும் உழைப்புக்கான திட்டமிடலும் அதுபற்றிய தீராத சிந்தனையும் கொண்டவனுக்கு உறக்கம் ஒரு வரம் போல நடந்தேறி விடுகிறது. மனதைத்தான் ஒரு கணக்கிலும் தீர்மானிக்க முடியவில்லை. அது இடம் சாடுமா அல்லது வலம் சாடுமா என்று அது சாடிய பிறகே தெரியவருகிறது. இத்தனைக்கும் அண்ணாச்சி முப்பது நாற்பது பொருட்களுக்கான விலையை மனக்கணக்கிலேயே சொல்லிவிடும் வல்லமையைத் தன் அனுபவங்களிலிருந்து பெற்றிருக்கிறார். பொன்ராஜோ அகிலனோ யாராவது பொருட்களையும் அதன் அளவையும் சொன்னால் போதுமானது; பிசிறின்றி எழுதி எடுத்து மொத்தத்தையும் சொல்லுவார். ஆனால் இந்த இரவு கண்மூடிக் கிடந்தும் இருள் வசப்படவில்லை. அகிலன் வந்த நாளிலிருந்து ஓர்மைகள் தொடர்ந்தன. வேலைக்கு வந்தபோது அவனுக்கு வங்கியில் கணக்கு இல்லை. மணியாடர் மூலமாகத்தான் சம்பளத்தை ஊருக்கு அனுப்பிக்கொண்டிருந்தான். பிறகு அவனுக்கு இங்கேயே அருகில் வங்கியில் கணக்கு தொடங்கி வீட்டுக்கு அவனின் வருங்காலச் சேமிப்பு என ஒரு தகப்பனைப் போல ஒழுங்குபடுத்திக் கொடுத்தார். சில நேரங்களில் அவரே ஊருக்குப் போகிற ஆட்களிடம் அவனின் சம்பளத்தில் கொஞ்சத்தை வீட்டுக்குக் கொடுத்துவிட்டு மிச்சத்தை அண்ணாச்சியே அவனின் வங்கிக் கணக்கில் சேர்த்துவிடுவார். சேமிப்பு உயர்ந்தால் நமக்குத் தனியாக அது ஒரு பலம் தரும். உனக்கென்ன இங்கு தனியாகச் செலவென எண்ணிக்கொள்வார். உணவுக்கு உணவும் இருக்க இடமும் இருக்கிறது. அண்ணாச்சியே அவனுக்கு வாரம் ஒரு

சினிமா பார்க்க ஐம்பது ரூபாய் தனியாகக் கொடுத்தார். அந்த ஐம்பது ரூபாய் இப்போது ஆறேழு மாதமாக நூறு ரூபாயாக உயர்வு பெற்றிருக்கிறது. பொங்கல், தீபாவளிக்கு உடைகள். ஊருக்குப் போகும்போது தாராளமான பொருட்கள். நம்மகிட்ட வேலை பாக்கான் அவன் கூடுதல் கொறவுகள நாமதான பாக்கணும்... ஏழெட்டு வருசம் நம்மகிட்ட நல்லவனா இருந்து கை திருந்தினா நானே ஒரு நல்ல வாழ்க்கைக்கு வழிபண்ணிக் கொடுப்பேன்... குமாரு இப்போ உடுமலைப்பேட்டையில கொடிகட்டிப் பறக்காம்லா... பக்கத்துக் கடையையும் கூடுதலா எடுத்து குடோனா மாத்திருக்கேன் என அவன் போனில் சொன்னபோது நல்லாருடே... என்ற தருணத்தில் மனம் அவ்வளவு நிறைந்திருந்தது. மனித மனங்களில் சந்தேகம் என்கிற ஒரு புள்ளி விழவே கூடாது. அப்படி விழும்போது அது விரிவடைந்துபோய்க்கொண்டே இருக்கும். அது ஒரு விபரீதம் தாண்டிய அவநம்பிக்கை. அது அசைவை, இருப்பை எல்லாவற்றையும் நிர்மூலப்படுத்திவிடும் வல்லமையுடையது. நள்ளிரவு கடந்துபோய்க்கொண்டிருக்கிறது. அண்ணாச்சி இன்னும் புரண்டபடிதான் கிடக்கிறார்.

காலை ஐந்தரைமணிக்கு எழும்பினால் சுபா போட்டுத் தரும் ஒரு டீயைக் குடித்துவிட்டு ஆறுமணிக்கெல்லாம் ஐசுவரியமாகக் கடைக்கு வந்துவிடுவார். இன்று காலை ஆறுமணிக்கு அண்ணாச்சி கடைக்கு வரும்போது அந்த ஐசுவரியம் குறைவாக இருந்தது. தூரமாய் வரும்போதே கவனித்தார். கடை நடையில் அன்சாரி இருந்தான். அண்ணாச்சி கிட்டே வந்ததும் எழுந்துகொண்டே, "நான் நேரமே வந்துட்டேன்..." என்றான்.

"திருவனந்தபுரம் ஆசுபத்திரியில யாரோ நோயாளிக்குத் துணையா போயிருக்கதா சொன்னாவே... நீ இங்க இருக்கே... எப்போ வந்தே... கேட்டுக் கொண்டே அண்ணாச்சி கடையின் பூட்டுகளைத் திறந்தார்.

"ஆசுத்திரியில நேத்து சாயங்காலம் பார்ட்டி இறந்து போச்சி... ஆசுத்திரி கிளியரன்ஸெல்லாம் முடிஞ்சி ஆம்புலன்ஸ் ஏற்பாடு பண்ணி பாடிய இங்க கொண்டு வருதுக்கு ராத்திரி பத்தரை பதினொண்ணு ஆயிடிச்சி... வீட்டுக்குப் போய் உறங்கலாம்ணு இருக்கும் போதாக்கும் நம்ம ரசாக்கு பண்டாரி காலையில கடை திறந்தவுடனே இந்தத் துண்ட ஒம்மகிட்ட கொடுத்துப் பொருள அனுப்பிவிட்டுரு அன்சாரிண்ணு சொன்னான். இன்னாரும் துண்டு."

அண்ணாச்சி ஷட்டரைத் தூக்கிவிட்டுக் கடையின் உள்ளே நுழைந்து ஊதுபத்திக் கொளுத்தி, ஐசுவரியமாக அன்சாரியிடம்

துண்டை வாங்கிப் பார்த்தபடி இருக்கும்போதும் அன்சாரி பேசினான்.

"ரொம்ப பெரிய ஆடர் போல. நூறு கிலோ புரோட்டா மாவு, கிளி மாவு வேணுமாம்... கிளிமாவுன்னு மறக்காமச் சொல்லுன்னு ரசாக்கு சொன்னாரு."

"ம்ம் அவருக்கு ஆடர்னா கிளி மாவுதான்... எல்லாம் போட்டு வைக்கேன்... கிளிமாவு பத்துமணிக்குள்ளால வந்துடும் அனுப்பிரலாம்... அகிலன் வந்ததும் கொடுத்து உட்டா போதும்லா... சரி போடுதேன்..."

"போட்டா"

"நம்ம கடையில உள்ள அகிலன் பையன் வெளி சகவாசமெல்லாம் எப்படி இருக்கு அன்சாரி? உனக்கு என்னவும் தெரியுமா..?"

"ஏன் என்னமும் பிரச்சனையா..."

"பிரச்சனை ஒண்ணுமில்லே... பயலுக்க போக்கப் பத்தி வரவர பேச்சு அவ்வளவா சரியில்லடே... அதான்..."

வாடிக்கையாளர் ஒருவர் குழந்தையோடு வந்து பொருட்களை வாங்கிப் போனார். அவர் குழந்தையுடன் போனதும் அன்சாரி கடைக்குள்ளே வந்தபடி சொன்னான்.

"அவன் அந்த தங்கம் புள்ளைய லவ் பண்ணுதாம்ன்னு நினைக்கேன்... அஞ்சாறு மாசமா அங்க போறதும் வரதுமா கெடக்காம்னு கிருஷ்ணண்ணேன்தான் எங்கிட்டச் சொன்னாரு..."

அண்ணாச்சி அன்சாரியை ஊடுருவிப் பார்த்தபடி கேட்டார். "உண்மைதானா..."

"உண்மைதான்... நானும் கவனிச்சேன்... ஆனா அவ அப்பனுக்குத் தெரிஞ்சா பிரச்சனைதான்... உங்க ஆளுவோதான். ஆனா அவங்கஇப்போ கிருஸ்தவத்துக்கு மாறிட்டதா பேச்சடிபடுது. கிருஷ்ணன் அண்ணன்தான் கவனிச்சிட்டுச் சொன்னாரு... புள்ளயும் முன்னால பாவம்போல வருவா... இப்போ ரொம்ப மினுக்கம்..."

அண்ணாச்சி அன்சாரி பேசுவதைக் கேட்டுக்கொண்டே பொருட்களைப் போட்டுக்கொண்டிருந்தார். அப்போது பொன்ராஜ் கடைக்குள் வரவும் பேச்சு நின்று போனது. அவர்

கிளிமாவுக்கு போன் பண்ணிச் சொல்லிவிட்டு அன்சாரியிடம் "பொறவு பேசலாம்" என்றார். அன்சாரி வெளியேறி கிருஷ்ணன் கடையை நோக்கிப் போனான்.

அன்று மதியம்வரை அண்ணாச்சிக்கு வியாபாரச் சூழல் சிறப்பாக இருந்ததால் மனசை அது லேசாக்கிக் கொண்டிருந்தது. ஒன்பதுமணிக்கு வந்த அகிலனை எதுவுமில்லாத தன்மையோடு பார்த்த அவர் கிளிமாவு எடுத்துவர அனுப்பி வைத்தார். பின்னர் இருபத்தி இரண்டாயிரம் ரூபாய் சொச்சம் மதிப்புடைய ரசாக் பண்டாரியின் பொருட்களையெல்லாம் அன்சாரி வந்து ஆட்டோவில் ஏற்றிக்கொண்டு போனான்.

அண்ணாச்சி அப்பாடாவென சுவாசித்தபோது மணி பன்னிரெண்டரையாகி இருந்தது. வழக்கமாக பன்னிரெண்டு மணிக்கே போய்விடும் அகிலனும் பொன்ராஜூம் பன்னிரெண்டரைக்குத்தான் மெயின் ரோடு விலக்கு வீட்டுக்குப் போனார்கள். அப்படியும் போகும்போது இரண்டுமணிக்குச் சரியாக வந்துவிட வேண்டுமெனச் சொல்லியிருந்தார்.அந்த வீட்டுக்கான இன்னொரு சாவி அவரிடம் உண்டு. ஒன்றரை வருடங்களுக்கு முன்னால் பக்கத்து மனையில் தொட்டித் தண்ணி பாய்கிறது என்று ஒரு பிரச்சினையின்போது போய்ப் பேசிவிட்டு பிளம்பரிடம் சொல்லி ஒரு எல் பைப்பை மாட்டி விட்டு வீட்டையும் உள்ளே சுற்றிப் பார்த்துவிட்டு வந்தவர் பொன்ராஜிடம் சத்தம் போட்டார்.

"புண்டையா மவனுவளே..." வீட்ட சுத்தமா வைங்கலே... உள்ள நுழைஞ்சதுமே நாறுதுலே..." பொன்ராஜ் வழக்கம் போலச் சிரித்தான். அண்ணாச்சி எல் பைப் மாட்டிய பிறகுதான் அந்த வீட்டை அவர் சொந்தமாக வாங்கி விட்டாரென பேச்சு ஏரியாவில் பெரிதாகி இருந்தது. அவர் அதுகுறித்து அலட்டிக்கொள்ளாமல் அப்போது குச்சானை அஞ்சாறு அறுப்பு அறுத்தார். அவர் குச்சானை அறுக்கக் காரணமாக அமைந்தது எல் பைப் மாட்ட வந்த பிளம்பர் நகாபு குச்சானின் கூட்டாளியாக இருந்ததுதான். அண்ணாச்சிக் கடையில் தனியாக ஒரு பழைய டீவிஎஸ் பிப்டி இருந்தது. இதுபோக நல்ல தரமான லோடு சைக்கிள் ஒன்று உண்டு. கடையிலுள்ள டிவிஎஸ் வண்டியை அகிலன் அடிக்கடி காலநேரத்தை, அவசியத்தைப் பொறுத்துக் கொண்டு போவான். இன்று வண்டியில் போன அவனும் பொன்ராஜூம் சரியாக இரண்டுமணிக்குத் திரும்ப வந்ததும் அண்ணாச்சி கடையிலிருந்து நல்ல புன்னகையோடு புறப்பட்டுப்போனார்.

மதியம் நல்ல சாப்பிட்டு விட்டு சுபாவிடம், "இராத்திரி சாப்பிட எதாவது கூடுதலா பண்ணிவை... ஊருல இருந்து அத்தானும் ஆக்களும் வருவாவிய..."

"எல்லாரும் எதுக்கு... ஒண்ணா வாராவிய..."

"ம்ம் விசயம் இருக்கு... பண்ணிவை..."

மதியம் சாப்பிட்டுவிட்டு ஒருமணிநேரம் அடித்துப் போட்டதுபோல தூங்கிவிடும் மனிதர் அவசரஅவசரமாகச் சட்டையைப் போட்டபடி வெளியேறிப் போவதை சுபா புரியாமல் பார்த்தாள். மெயின்ரோடு விலக்கிலுள்ள வீட்டின் சாவியைச் சட்டைப் பையில் ஒருமுறை தட்டிப் பார்த்துக்கொண்டவர் கூடவே டிவிஎஸ் பிப்டியின் முன்பையில் கிடக்கும் சுத்தியலையும் கவனித்துக்கொண்டே விரைவாக சேம்பை ஓட்டியவர் வண்டியை மெயின்ரோடு வீட்டின் முன்பாக நிப்பாட்டிவிட்டுச் சரசரவெனக் கதவைத் திறந்து உள்ளே போனவரின் இலக்கு அகிலனின் சூட்கேசாக இருந்தது. சூட்கேசில் ஒரு சிறிய பூட்டு கிடந்தது. அதைச் சுத்தியலால் ஒருமுறை தட்டியபோதே அது தெறித்துக்கொண்டது. சாம்பல் நிறத்திலிருந்த அந்த சூட்கேசின் மேலே அவனின் சில உடுமாத்துத் துணிகள் இருந்தன. அந்தத் துணிகளைத் தூக்கி அப்புறம் தள்ளியபோது அதனிடையேயும் பக்கவாட்டிலும் அடியிலுமாக ஐந்நூறு ரூபாய் தாள்களும் நூறு, ஆயிரம் ரூபாய்த் தாள்களுமாகச் சுருட்டிச் சுருட்டிக் கசக்கிப் போடப்பட்டுச் சவறு போலக் கிடந்தன. ஒரு மனிதனின் உள்ளுக்குள் உருவாகிக்கிடக்கும் கோபத்தின் கனலால் அவனே உஷ்ணமாகிக்கிடக்கிறான். துளித்துளியாய்ச் சேகரமாகிக் கிடந்தவை மொத்தமாக அண்ணாச்சிக்குள் இப்போது கொதித்துக்கொண்டிருந்தன. அடக்கிப் பிடித்துக் கொண்டே தன்னை நிதானப்படுத்தும் அவசியமுடையவராகத் தானே இங்கிருப்பதாகத் தோன்றியபோது சுதாரித்துக் கொண்டே மென்மையாக அண்ணாச்சிக் கைவசம் வைத்திருந்த பையில் அகிலனின் பெட்டியிலிருந்த பணத்தைத் தேடித்தேடி எடுத்து அதில் எல்லாவற்றையும் அள்ளிப் போட்டுக்கொண்டு சுவரிலிருந்த அலமாரியில் அகிலனின் துணிகளை விலக்கிப் புரட்டிப் பார்த்தபோது அங்கு மூலையில் பன்னிரெண்டு ஆயிரம் ரூபாய்த் தாள்கள் ஒரு ரப்பர் பேண்டில் சுற்றப்பட்டிருந்தன. அது கண்ணில் பட்டதும் அண்ணாச்சியின் உடம்பில் பரவிய உஷ்ணத்தின் காரணமாய் நரம்புகள் பொட்டிக்கொள்ளுமோவென அவரே பயம் கொள்ளுமளவுக்கு அதீத நிலையாக அவருக்குள் விவரிக்க முடியாத ஒன்றை ஒன்று மிகைத்துவிடும் மாறுபட்ட பல நிலைகள் ஒரு சுழல்போல அவரை ஆக்கிரமித்திருந்தன.

நிதானத்தை பற்றிப்பிடித்துக்கொண்டே பூட்டில்லாத பொன்ராஜின் ஒரு அட்டைப் பெட்டியைப் பார்க்கும்போது அதில் அவன் சில பூனைகளின் படமும் எல்லாம் கூடி ஒரு பத்து ரூபாயளவில் சில்லறைக் காசுகளும் கிடந்தன. அவர் இன்னும் சுற்றிப் பார்த்தார். அடுக்களை, குளியலறையெல்லாம் ஒருமுறைப் பார்த்துவிட்டு தங்கவேலத்தானுக்கு மீண்டும் போனில் பேசிக் கொண்டு வண்டியை எடுத்தபடி வீட்டுக்குப் போனவர், சுபாவை கூப்பிட்டு, “இதுல மொத்தம் எவ்வளவு இருக்குன்னு எண்ணுவுட்டி” என்றபடிப் பேசாமல் போய்ப் படுத்துக் கண்களை மூடிக்கொண்டார். ஒவ்வொரு நோட்டாகப் பிரித்துப் பிரித்து சுபா எண்ணி முடித்தபோது மொத்தம் முப்பத்திரெண்டாயிரத்து சொச்சமிருந்தது.

இன்றும் நாலரை மணிக்குத்தான் அண்ணாச்சி கடைக்கு வந்தார். அவர் கடைக்கு வந்ததும் வழக்கம்போல அகிலன் வெளியேறப் புறப்பட்டபோது அவர், “அரைமணிநேரம் இருந்துட்டு போப்போ”வென அன்பாகச் சொல்லிவிட்டு பொன்ராஜியிடம் “கிருஷ்ணன் கடையில டீ சொல்லுலே”யென அனுப்பினார். மௌனமாக அமர்ந்திருந்த இடைவெளியில் சில வாடிக்கையாளர்கள் வந்து போனார்கள். பொன்ராஜ் டீயோடு வந்தான். அண்ணாச்சிக்கு ஒரு கப்பில் விட்டுக் கொடுத்தபடி நின்ற பொன்ராஜிடம்,“ஆளுக்கொரு கப்புல விட்டு குடிங்களம்லே புண்டையா மவனுவளே ...” எனச் சொல்லிக்கொண்டிருக்கும் போதே ஆட்டோவில் தங்கவேலுவும் மேலும் வாட்டச்சாட்டமாக இரண்டுபேருமாக திருவாழிக் கட்டிடத்தின் ஆறாம் எண் கடைக்கு முன்னால் வந்துநின்றனர். ஆட்டோவிலிருந்து இறங்கி மெல்ல சடவெடுத்து ஏதோ வழிமாறி வந்தவர்களைப்போல பாவலாக்காட்டிக் கடையின் படியேறி அண்ணாச்சியின் அருகே வந்து சேர்ந்தனர். தங்கவேல் கிட்டே வந்ததும் சொன்னார்.

“இங்க ஒரு வேலையா வந்தேன் அதான் உன்ன பாத்துட்டு போலாமேன்னு... ம் எப்படி போவுது... என்னடே தம்பி எப்படி இருக்கே ... ஊருல எல்லாரும் சௌக்கியந்தானே ... இந்த மாசம் சம்பளப் பணம் பேங்குல போயாச்சா ... ஊர்ல அப்பா அம்மையெல்லாம் எப்படி இருக்காவிய ... நீ எடம் என்னமும் வாங்கிப்போட்டிருக்கியாடே ...” என்றபடிப் பேசிப் பேசிக் கடைக்குள் நுழைந்த தங்கவேல், “லேய் ... உங்கிட்டதானலே கேட்டேன்... ஊர்ல எடம் ஏதும் வாங்கிப்போட்டிருக்கியான்னு... பதில் சொல்லம்புலே” என்று குரலை அழுத்தியபோது புரியாமல் பார்த்த அகிலனின் செவுளையில் பளாரென இடது கையால் அடித்தபோது வலதுபக்கமாக நிலைகுலைந்து சரிந்து

விழப்போனவனை வலது காலை மடக்கி இடதுபக்கமாக அடித்த அடியில் அகிலன் பிடிவிட்ட ஒரு மூட்டையைப்போலச் சிதறிக்கிடந்தான். தங்கவேலுவின் பின்னால் நின்ற ஒருவன் அகிலனைத் தூக்கி உதறியபோது மடிக்கப்பட்டுச் சுருட்டப்பட்ட மூன்று நூறு ரூபாய் தாள்கள் அகிலனின் கொக்காமடியிலிருந்து விழுந்தன. அப்படியே அவனை செல்புக்கு பின்னால் இழுத்துக் கொண்டு போனார்கள். அவனின் அலறல் சத்தம் கேட்டு திருவாழிக் கட்டிடத்தின் ஐந்தாம் எண் நீங்கலாக எல்லாக் கடைகளிலிருந்தும் ஆட்கள் எட்டிப்பார்த்தார்கள். கிருஷ்ணனும் பிலிப்புமாய் என்ன ஏது என்று பதறியபடி ஓடிப் போனார்கள். சிரிப்பில்லாமல் முதன்முதலாகப் பயந்து நடுங்கிக் காலினிடையே சுருண்டிருந்த பொன்ராஜியை அண்ணாச்சி ஆறுதலாகப் பிடித்துக் கொண்டார். அவரின் கரம் பொன்ராஜியை ஆதரவாக ஒரு தகப்பனின் கரம்போல பற்றியிருந்தபோது அவனின் நடுக்கம் உணர்ந்து அவனைத் தன்னருகே அன்போடு இணைத்துக் கொண்டபோது கடையின் உள்பகுதியிலிருந்து ஈனசுரத்தில் அகிலனின் சப்தம் தொடர்ச்சியாக எழுந்தபடி இருந்தது.

8

அன்சாரி பிலாஷ்பூருக்குப் போய்விட்டு நேற்றுதான் ஊருக்கு வந்திறங்கினான். அவன் கிருஷ்ணன் கடையின் பின்னாலுள்ள சிமெண்டு பெஞ்சில் நன்றாகச் சாய்ந்துகிடந்து நீண்ட ரயில் யாத்திரையின் கதைகளையும் பிலாஷ்பூரின் கதைகளையும் பேசிக்கொண்டிருந்தான். பேச்சினிடையே அச்சா, டிக்கேயென மேலும் சில இந்தி வார்த்தைகளைச் சொல்லிக்கொண்டே அதை வாழ்வில் இனி தவிர்க்கவே முடியாதவன்போல பேசினான். கிருஷ்ணனுக்கு ஒருபக்கம் சிரிப்பாகவும் அன்சாரியின் இந்த வாழ்வின் மீதான போக்கையும் நிலையையும் யோசிக்கும்போது மலைப்பாகவும் இருந்தது. எப்படி இவனால் ஒரு பறவையைப்போல பறந்து கொண்டே இருக்க முடிகிறது? நாளையைப் பற்றிய கவலை அவனுக்கு ஒரு துளியும் இல்லை. ஆறு வருடங்களுக்கும் முன்னால் மைதீன்கண்ணு சாயிப்பு மரணமடைந்தபோதுதான் அவன் ஐந்தாறு நாட்கள் வாட்டமாக இருந்தான். மற்றபடி அவனின் முகத்தில் வாட்டமே கிடையாது. அன்சாரி திருவனந்தபுரத்திலிருந்து காசர்கோடுவரையிலும் பிறகு அந்தப் பக்கமாக பெங்களூர் தொடங்கி மகாராஷ்டிரா வரையிலும் பயணம் செய்திருக்கிறான். தமிழ்நாட்டில் மதுரை, வேலூர், சென்னையெனப் பலமுறை சிறிசாகவும் பெரிசாகவும் பிரயாண அனுபவங்கள் உண்டு. அன்சாரி ஒரு நல்ல வழித்துணைவனும் கூட.

சகமனிதர்களுக்கு எவ்விதக் கடினங்களும் வழங்காத உகந்த வழித் துணைவன். ஒரு முறை மார்ச்சுவரியிலிருந்து ஒரு சடலத்தின் உள்ளுறுப்புகள் சிலவற்றை ரசாயனக் கலவையில் போட்டு அட்டைப்பெட்டியில் அடைத்துத் திருநெல்வேலிக்குத் தூக்கிக் கொண்டுபோன ஒரு போலிஸ் கான்ஸ்டபிளுடன் உடன் சென்ற அனுபவம் அவனுக்குண்டு. உபி பிலாஷ்பூர் பயணத்துக்கு அச்சாரமிட்டுக் கொடுத்தவர் பேபிகுட்டிதான். அது ஒரு எதிர்பாராத நிகழ்வு. இப்படியான நிகழ்வுகள் அவனின் வாழ்வு வெளியெங்கும் அனேகம் நடந்து வருகின்றன. அவனின் சுபாவத்துக்கு இந்த நடைமுறைகள் சர்வப் பொருத்தங்களோடும் ஒத்துக்கூடிவிடுகின்றன. அன்று ஸ்டார் பேங்கர்ஸின் வெளிப்புறத் திண்டில் அமர்ந்திருந்த வேதமாணிக்கமும் அன்சாரியும் ஊரில் காணாமல் போனவர்கள்பற்றிப் பேசிக்கொண்டிருந்தார்கள். பேச்சுக்களும் திடீரென சம்பந்தா சம்பந்தமில்லாமல் புறப்பட்டுப் போய்க் கிளைகிளையாக விரிவடைந்து எங்கோ ஒரு புள்ளியில் தஞ்சமடைந்துகொண்டால் பிறகு அன்றைய பேச்சு அதனோடுதான். தஞ்சமடைகிற புள்ளிதான் பாடுபேச்சின் உச்சம். அந்த உச்சம் ஊரில் காணாமல் போனவர்களைப் பற்றியதாக இருந்தது. காணாமல் போனார்கள் என்று ஊரில் மூன்றுபேரோ நான்குபேரோ அவ்வாறு இருந்தனர். செய்யதுவின் தம்பி சேக் என்ற கண்ணன் காணாமல்போய் முப்பது வருடங்களுக்கும் மேலாகிறது. அவன் காணாமல் போனதைப் பற்றிய கதைகள் இருபதுக்கும் மேல் இருக்கக்கூடும். நீதியுடையான் காணமல்போய் ஐம்பது அறுபது வருடங்களுக்கும் மேலாக இருக்கும். அவர் இந்தப் பூமியில் எங்கேனும் இனி வாழ்ந்திருப்பதற்குச் சாத்தியமிருக்காது. ஐந்தாறு மக்களின் தகப்பனான நீதியுடையானுக்கு இந்தக் குஞ்சுக்குருமாலுகளைத் தள்ளிவிட்டு எங்கனம காணாமல் போக நேர்ந்தது? விநோதங்களை யாருமறியவில்லை. வளர்ந்து வந்த நீதியுடையானின் மகன் யோவானும் தொண்ணூறுகளின் தொடக்கத்தில் சென்னையில் காணாமல் போய்விட்டான். சில ஆண்டுகள் அவனை யாரோ ஒருவர் எங்கோ பார்த்ததாகச் சொல்லுவார். உடனடியாக உறவினர்கள் தேடிப் போவார்கள், கண்டுபிடிக்க இயலாது. நீதியுடையானைப் போல அவனும் காணாமல் போய்விட்டான். காணாமல் போகிற விசயம் அவன் மரபில் இருப்பதாக காத்துமோகன் சொன்னக் கதையில் அவன் யாரையோ ஒருவரைத் திருமணம்செய்துகொண்டதாகவும் பின்னர் அவள் அவனை ரகசியமாகக் கொலைசெய்துவிட்டதாகவும் சொல்லியிருந்தார். ஆனால் கொல்லப்பட்டதாகச் சொல்லப்பட்ட யோவான் பின்னர் ஒரு கதையில் சில வருடங்களுக்குப் பிறகு

ஒரு பெரு நகரத்தில் சிஐடியாக சுற்றிக்கொண்டிருப்பதைக் கண்டதாகவும் வில்சன் பேசிக்கொண்டார். செய்யதுவின் தம்பி சேக் என்ற கண்ணனை வடசேரி சந்தைக்குக் கர்நாடகாவிலிருந்து வந்த லோடு லாரியிலிருந்து ஒருமுறை யாரோ கண்டுபிடித்துக்கொண்டு வந்தார்கள். அவனை அன்று முழுவதும் பெரிய பள்ளித்தெருவிலுள்ளவர்கள் வரிசை வரிசையாக வந்து பார்த்துவிட்டுப் போனார்கள். அவனை நடுவீட்டில் செயரைப் போட்டு உட்காரவைத்திருந்தார்கள். ஆட்கள் பார்க்க வந்தவண்ணமிருந்ததால் அவனுக்கு அன்று சரியாகச் சாப்பிடக்கூட முடியவில்லை. அவன் ஒருநாள் முழுவதும் குடும்ப உறுப்பினர்களிடம் அதிசயம் போலச் சுற்றி வந்தவன் மீண்டும் நள்ளிரவில் காணாமல்போய்விட்டான். அவன் இரண்டாம்முறை காணாமல்போய் இருபது வருடங்களாகிறது.

காணாமல் போகிறவர்கள் எங்கே போய் இருப்பார்கள்... எங்கெல்லாம் மறைந்து திரிவார்களெனப் பேச்சு சுவாரஸ்யமாகப் போய்க்கொண்டிருக்கும்போது அன்சாரி, பகலில் உறங்கி இரவில் நடமாடுவார்களா என்று கேட்டதும்தான் வேதமாணிக்கம் உட்பட எல்லோரும் சிரித்தார்கள். சிரிப்புச் சத்தம் பலமாகக் கேட்டதைத் தொடர்ந்து சிந்து கனவுசீன் கதவைத் திறந்து கடை நடைக்கு வந்து அவளும் கேட்டுவிட்டுச் சிரித்தாள். அவர்கள் கூடிச் சிரித்த பிறகுதான் அங்கிருந்த மேலும் சிலரின் கவனம் ஸ்டார் பேங்கர்ஸின் வெளிப்புறத் திண்டில் போனது. இப்போது கிருஷ்ணன் கடைக்கு முன்னால் நின்றிருந்த பிலிப் உட்பட இன்னும் சிலர் கூடிக் கொண்டனர். அண்ணாச்சிக் கடையில் அகிலனுக்குப் பிறகு வேலைக்கு வந்த சுப்ரமணி, பொன்ராஜியுடன் டிவிஎஸ் பிப்டியில் அதிசயம்போல பார்த்துக்கொண்டே போனான்.

ஆட்கள் ஸ்டார் பேங்கர்ஸ் திண்டைச் சுற்றி நல்ல வடிவமாக வட்டமிட்டுக்கொண்டதால் காணாமல் போனவர்கள் பற்றிய பேச்சு மேலும் சுவாரஸ்யம் பெற்றிருந்தது. ஸ்டார் பேங்கர்ஸிலிருந்து ஒரு வாடிக்கையாளரையும் அனுப்பிவிட்ட பிறகு பேபிகுட்டியும் பேச்சின் ரசனையால் வெளியே வந்தார். பிலிப் காணாமல்போன சிலரைப் பற்றித்தான் அறிந்தவற்றைப் பேசினான். ஷேக்ஜீனாவின் வாப்பா அவன் குழந்தையாக இருக்கும்போது காணாமல் போய்விட்டு அவனின் நாற்பதாவது வயதில் தேடி வந்த கதையையும் பின்னர் அவர் மறுபடியும் மூன்றாவது நாளிலேயே காணாமல் போய்விட்டதையும் கூறி எங்கிருந்தோ வந்தான் எங்கேயோ சென்றான் என்றான்.அன்சாரி கேட்டான் ஏன் காணாமல் போகிறார்கள். கொஞ்ச நேரம் ஸ்டார் பேங்கர்ஸ் திண்டு அமைதியாக இருந்தது. வேதமாணிக்கம்

சொன்னார், "வாழ்க்கையில வெறுப்பு ... நானே காணாம போனவன் மாதிரிதாம்புடே ... என் ஊர்லபோய் கேட்டா என்னைய காணாமல்போனவன்னுதான் சொல்லுவா... எல்லாமே வெறுப்புதான்டே ..."

"அப்படின்னும் சொல்ல முடியாது ..."

"அது ஒரு மாதிரி மனநிலை பிரச்சனைதான் ... அப்படியே ஒரு போக்கு போயிரது ... சித்தன் போக்கு சிவம் போக்குனு ..." சொல்லிவிட்டு பேபிகுட்டி சிகரெட் பத்தினார். புகையின் நாற்றம் மேலே வியாபித்துப் பரவிக்கொண்டது.

"மனநிலை பிரச்சனையும் ஒரு காரணம்னு சொன்னாலும்... சவத்து எழவு இந்த உலகமே வேண்டாம்னு ... மனுச வெறுப்பு தான் ... ஏதோ ஒரு பயம் ... ம் ... ஒரு மயிருந் தெரியல ..."

" அப்படின்னா சாவல்லா செய்யணும்?"

" அதுக்கும் பயம்... சாவதுக்குத் தைரியம் வேணும்லா ?"

"ஓய் ... வாழதுக்கும் தைரியம் வேணும்."

கேட்டுக்கொண்டிருந்த சிந்து லேசாகத் தலையை நீட்டிச் சொன்னாள், "மனோவியாதியின் வகைகள்ல ஒண்ணுதான் ... எனக்கும் கல்யாணமான மூணாவது மாசமே அப்படி தோணிச்சி... அதிகமான வெறுப்பு ஏமாற்றம் ... செத்துப் போயிரலாம்னு தோணும் ... பொறவு எங்கயாவது கண்காணாத தூரத்துக்கு போயிடலாம்னு தோணும் . . ." எல்லோரும் அமைதியாக இருந்தார்கள். பிலிப் பிறகு பேசினான், "எல்லோருக்குமே இப்படி ஏதோ ஒரு கட்டத்துல தோணுதுன்னு நினைக்கேன் .. . நான் பாம்பேயில அந்தச் சம்பவம் நடக்கலேன்னா ஊருக்கு வந்திருக்க மாட்டேன். நானும் காணாமபோன ஆளாத்தான் இருந்திருப்பேன். அப்போ எனக்கு ஒரு கனவு இருந்திச்சு. ரொம்ப பெரிய ஆளா மாறி ஒரு படகு மாதிரி கார்ல ஊர்ல வந்து இறங்கேன். ஆளுவளெல்லாம் என்ன கூடி நின்று பாக்காவோ ..." பிலிப்பே சிரித்தான். ஷேக் என்ற கண்ணனுக்கு இப்படியொரு கதையிருக்கு. சந்தைக்கு வந்த ஒரு பெரிய இடத்துப்பெண் மயக்கிக்கொண்டுபோய் பீகாரில் பெரிய தாதாவாக்கிவிட்டாளென்று.

காணாமல் போனவர்களைப் பற்றிய கதைகள் கூறுகெட்டத்தனமாக இருப்பதாக பேபிகுட்டி சொல்லிவிட்ட பின்னரும் பேச்சுப் பேச்சாய்ப் போய்க்கொண்டிருந்தது. ஸ்டார் பேங்கர்ஸ்க்கு அப்போதுதான் ரோட்டில் பாவம்போல

தன்போக்குக்குப் போய்க்கொண்டிருந்த சுல்தான் அகமது வந்திருந்தார். இந்தப் பேச்சைக் கவனித்தவர் தனது தம்பி ஒருவன் காணாமல்போய் இருபத்தி ஏழு வருடங்களாகிவிட்டதாகக் கூறினார். அவரின் முகத்தில் அத்தனை வலி நிறைந்த ரேகைகள் படர்ந்திருந்தன. அதை அவர் சொல்லும்போது முகம் அத்துணை வருத்தம் நிறைந்ததாக இருந்தது. சிந்துவின் பியூட்டி பார்லருக்கு தனது மனைவி கோல்டாவை பைக்கில் கொண்டுவந்து முக அலங்காரத்துக்காக விட்டுவிட்டு பேங் யூஜின் அங்கிருந்து முன்னே நகர்ந்து இங்கு வந்தான். பேச்சுப் போய்க் கொண்டிருந்தது. சுல்தான் அகமது தன் தம்பியின் கதையை உருகியுருகிப் பேசிக் கொண்டிருந்தவர் பட்டென தன் ஜிப்பா பர்சிலிருந்து தம்பி அப்துலின் படத்தை எடுத்துக் காட்டினார். ஒவ்வொருவராகப் புகைப்படத்தைப் பார்த்தார்கள். பேபிகுட்டியும் பார்த்துவிட்டு வரிசையில் நின்ற யூஜினிடம் கொடுத்தார். யூஜின் சாதாரணமாகப் பார்த்தவர் பின்னர் உன்னிப்பாகப் பார்த்தார். பார்த்தவரின் முகம் யோசனையில் விரிவடைந்தது. அது அவரின் முகத்தில் மேலும் மேலும் படர்ந்தது. "இந்த உருவத்த நான் எங்கேயோ பாத்திருக்கேனே" என்றார். சிலர் வாய்ப்பில்லை என்றார்கள். யூஜின் யோசனையாகவே, "பிலாஷ்பூர்ல எங்க பேங் பிராஞ்சியில இவர பாத்திருக்கேனே... அவருக்கு அக்கவுண்ட் இருக்கு..." அவ்வளவுதான் ஸ்டார் பேங்கர்சின் திண்டு ஒரு புதிய ஆரவாரம் சூடியது. பேச்சு புதிய கோணத்தில் திரும்பியது. சுல்தான் அகமது நம்பிக்கையற்றும் நம்பிக்கையோடும் யூஜினின் முகத்தை ஏக்கமாகப் பார்த்தார். பலவாறாக அங்குமிங்குமாகப் பேச்சுப் போய்க்கொண்டிருந்தது. யூஜின் மீண்டும் சுல்தானிடம் புகைப்படத்தைக் கேட்டார். அப்படியும் இப்படியுமாக திரும்பிப்பார்த்தவர் மீண்டும் யோசித்துக்கொண்டே சொன்னார், "நான் பாத்துருக்கேன்... மூணு வருசத்துக்கு முன்னால." எல்லோரும் யூஜினைச் சுற்றிக்கொண்டார்கள். ஒரு விசயம் இந்த உலகில் எவ்வாறெல்லாம் நடந்தேறுகிறது பார்த்தீர்களா என்ற மலைப்போடு நின்றார்கள். மலைப்பின் உச்சத்தில் பேங்கர்ஸின் திண்டு அதிர்ந்தபோது கிருஷ்ணனும் கடையைப்போட்டுவிட்டு வந்துவிட்டார். யூஜின் தொடர்ச்சியாகச் சில போன்களைப் பேசி உறுதிப்படுத்தினார். யூசுப் என்கிற பெயரில் வங்கிக் கணக்கிலிருந்து சுல்தான் அகமதுவின் தம்பியின் விலாசமும் எடுக்கப்பட்டது. சுல்தான் அகமது ஒப்புக்கொண்டார். அப்துலின் சான்றிதழ் பெயர் முகமது யூசுப்தான் என்பதை யூஜின் அந்தக் கிளையிலுள்ள பழைய நண்பரோடு மீண்டும் போனில் பேசினார். "இப்போது காலம் நிறைய வளர்ந்திருக்குவோய்," என்றபடி மேலும் சில விவரங்கள் சேகரிக்கப்பட்ட பிறகு அப்துல் என்கிற முகமது யூசுப்

பிலாஷ்பூரில் இருப்பது உறுதியாகத் தெரியவந்தது. மறுவாரமே சுல்தான் அகமதுவும் அவருக்கு வழித்துணையாக அன்சாரியும் பிலாஷ்பூர் புறப்பட்டுப் போனார்கள். போய் வந்ததிலிருந்துதான் அன்சாரி பிலாஷ்பூர் புராணம் பாடுகிறான்.

"ஊருன்னா ஊரு நம்ம ஊருதான்ணே சேசே ... எங்க போனாலும் ஆராம்புளிக்கு இந்தப் பக்கம் நம்ம காத்தே தனிக் காத்துதான் ..." சிமெண்டு பெஞ்சில் கிடந்து அன்சாரி மலைவாதையைப்போல புரண்டுகொண்டே புலம்பினான்.

"இப்பதானடே பிலாஷ்பூர்தான் உலகத்திலேயே சூப்பரான இடம்னு சொன்னே... இப்போ மாத்திப் பேசுதே... உனக்கென்னமும் காணுமாடே ... போய் சின்னப்பள்ளி லெப்பைட்ட தண்ணீ ஓதிக் குடிடே..."

"அப்படியா சொன்னேன் ... அச்சா அச்சா ..." அன்சாரி படுத்தமேனிக்கே சிரித்துக்கொண்டிருந்தான். கிருஷ்ணனும் சிரித்துக்கொண்டே சொன்னார், "பேசாம உன்னைய ஒரு அஞ்சாறு நாளு பீமா பள்ளியில கொண்டு கெட்டிப் போடுவோமாடே..."

சிரித்தபடியே எழுந்து, "சுல்தான் அகமதுக்க தம்பி யூசுப சும்மாச் சொல்லப்புடாது ... நல்லா கவனிச்சான் ... நாங்க போய் டப்புன்னு அவன் முன்ன நின்னதும் சுல்தான் அகமத பாத்தான். அப்படியே ஒரு ஏங்கு ஏங்கிட்டு அலறி அழுதான் பாரும் ஒரு அழுகை... அப்படியொரு ஆம்புளைக்க அழுகைய எனக்கு ஜீவிதத்துல முதல்ல அப்பதான் பாத்தேன். இந்த மனுச வாழ்க்கை இருக்கே ... எண்ணேன் அத ஒரு கணக்குலயும் ஜட்ஜ் பண்ண முடியலே... யூசுப் அங்க ஒரு டிப்பார்ட் மென்ட் ஸ்டோர் மாதிரி வச்சிருக்கான் ... சொந்தக் கடை ... நம்ம ஆறாம் நம்பர் கடை இருக்குல்லா இதுக்கு இரண்டு மடங்கு இருக்கும். இரண்டு பொம்பளைப் பிள்ளையோ இரண்டையும் கட்டிக் கொடுத்துப் பேரனும் பேத்தியும் வேற... அவன் பொண்டாட்டி முஸ்லிமில்லே ... புள்ளையள முஸ்லீமாதான் வளத்திருக்கான் முஸ்லிம்லேயே கட்டிக் கொடுத்திருக்கான். எனக்கு இதெல்லாம் பெரிய விசயமா படலே ... அன்னைக்கு ஸ்டார் பேங்கர்ஸ் திண்டுல இருந்து நாங்க பேசும்போ கரைக்டா யூஜின் வாராரு. அதே டைம் சுல்தான் அகமது அங்குனயே வாராரு ... எனக்கு நம்ம யூஜின் சார் பிலாஷ்பூர்ல பேங்குல வேலை பாத்தாருனுள்ளது அப்பதான் தெரியும் ..."

அன்சாரிக்கு இதெல்லாவற்றின் மலைப்புகளும் தீராமல் கிடந்தன. பேபிகுட்டிதான் அன்சாரியைத் துணைக்கு அழைத்துக் கொண்டு புறப்படும் என்று சுல்தான் அகமதுவுக்கு நம்பிக்கை

கொடுத்திருந்தார். எல்லாம் வேகவேகமாக நடந்தது. அன்சாரி திருவாழிக்கு போன் பண்ணிச் சொன்னபோது, "போயிட்டு வாடே... நல்ல விசயந்தானே... நான் சொன்னேம்னு பேபிகுட்டிட்ட ஆயிரம் ரூபாய் வாங்கித் தனியா கையில வழிச்செலவுக்கு வச்சிக்கோ... ஒரு இடத்துக்குப் போறதுல்லா கையில இருக்கட்டும்" என்றார். அன்சாரியிடம் அந்த ஆயிரம் போக மேலும் இரண்டாயிரம் ரூபாய் இருந்தது. எப்படி எப்போது பார்த்தாலும் அன்சாரியின் உடம்பில் ஒரு மூவாயிரம் நாலாயிரம் ரூபாயாவது இருக்கும். அவன் பணத்தை ஒரு பையில் வைக்கமாட்டான். ஜட்டியில் கொஞ்சமிருக்கும்; சட்டைப் பையில் கொஞ்சமிருக்கும். அவன் அணிந்திருக்கும் ஜீன்ஸ் போன்ற பேன்ட்டில் மட்டும் நான்கு இடங்களில் பணம் வைத்திருப்பான். யாரிடமும் எந்த வேலைக்கும் ஒரு காசு போலும் கேட்டு வாங்காத அன்சாரி, யாராவது வைத்துக்கொள் எனக் கொடுத்தால் எந்த சம்பிரதாய மறுப்புமின்றி வாங்கிக் கொள்வான் என்று திருவாழிக்குத் தெரியுமென்பதால் அவரே பேபிகுட்டிக்கும் போன் பண்ணி அவனுக்கு ஆயிரம் ரூபாய் கொடுக்கச் சொல்லியிருந்தார். அவன் வரிசை வரிசையாக நினைவுகளை ஒரு படம்போல பார்த்துக்கொண்டிருந்தான்.

அன்சாரி சிமெண்டு பெஞ்சில் எழுவதும் படுப்பதுமாகக் கிடந்தான். அவன் கண்களில் பிலாஷ்பூர் இன்னும் மறையவில்லை. கோழிக்கோடும் அப்படித்தான். காதர்பிள்ளையின் மகன் இஸ்மாயில் கொடுத்துவிட்ட ரேடோ வாட்ச்சைப் புதிய மாப்பிளைக்குக் கொண்டு கொடுப்பதற்கான வேலை, கடைசியில் நம்பிக்கையின் பொருட்டு அப்போது கிருஷ்ணன் சொல்லி அன்சாரியிடமே வந்தது. பஸ் போக்குவரத்துச் செலவுபோக ஆயிரம் ரூபாய் அவனுக்குச் சம்பளமாகக் கிடைத்தது. அன்சாரி அதுவேண்டும்,இது வேண்டுமென கறாராகப் பேசமாட்டான்.யாது வேலையானாலும் எல்லோருக்கும் அவன் இனிப்பானவனாகவே இருந்தான். நீண்ட யாத்திரையின் இடைவெளியில் அவனுக்கு ஓய்வெடுக்க அறைகளின் அவசியம் இல்லாமல் ஒரு பேருந்து நிலையத்தின் பெஞ்சில் சற்று நேரம் கண்மூடிக் கிடந்தபடியே அங்கிருக்கும் மிக மோசமான கழிவறையில் குளித்து நனைத்து அவ்வளவு ஐசுவரியமாக அவனால் அடுத்து நகர்ந்துபோக இயலும். நம்மளக் கொண்டு அடுத்தவனுக்குத் தொல்லை இல்லைன்னா எல்லாவனும் நம்மளத்தான் தேடுவானென அவன் கிருஷ்ணனிடம் சொன்னதுண்டு. "உன் கதையையும் பாரு அன்சாரி... பொழைக்கணுமில்லியா..." அவனுக்கு வாழ்வைக் குறித்து யாதொரு பதற்றமுமில்லை. அவனை அவனின் நெருக்கத்திலுள்ள உறவினர்கள் ஊர்மாடு

அன்சாரி என்று அழைப்பதிலும் கூட அவனுக்குத் துளியளவும் சங்கடமில்லை. கோழிக்கோடு, பாம்பே, உடுப்பியென பல பகுதிகளிலிருந்தும் அன்சாரியின் நினைவுகளை வேகவேகமாக மீட்டெடுத்த கிருஷ்ணனுக்கு இப்போது பிலாஷ்பூரிலிருந்து அவனைப் பிரித்தெடுக்கக் கொஞ்சம் தாமதமாகிறது. பிலாஷ்பூர் அன்சாரிக்கு வாழ்வில் இதுவரையிலும் கண்டிராத ஒரு பெரிய பாசத்தின் போராட்டத்தை அவனுக்குள் நிரப்பிவிட்டிருந்தது. ஜனம் திரண்டுபோய்க்கொண்டிருந்த ஒரு வீதியில் பிராயங்கூடிய இரண்டு சகோதரர்கள் ஒருவரையொருவர் கட்டிக்கொண்டு முகம் பார்த்துப் பார்த்துக் கதறியழுததை அன்சாரி வாழ்வில் இதற்கு முன்னால் எங்கும் பார்த்ததில்லை. சில மரண வீடுகளில் அவன் அழுகையைப் பார்த்திருக்கிறான். ஆனாலும் கூட பிலாஷ்பூரில் சுல்தான் அகமதுவுக்கும் யூசுபுக்குமிடையே நடந்த அழுகையின் ஒலியும் கண்ணீரும் இந்த ஜென்மத்துக்குப் போதுமானதாக இருந்தது. எட்டாவது நாள் பிலாஷ்பூரிலிருந்து யூசுபின் மனைவியும் பிள்ளைகளும் மருமகன்களுமென எட்டுபத்துப் பேர் இரயிலில் இருந்தபோதும் சுல்தான் அகமது யூசுபின் கைகளை விடாமல் பிடித்துவைத்துக்கொண்டிருந்தார். மரணத் தறுவாயில் அவரின் வாப்பா, “யூசுபே எனக்க யூசுபேயென... நமக்க வாப்பாக்க ரூஹ் போவாம கெடந்துபோ... ஒனக்க சொக்காரனா நான் அழத அழுகையும் கண்ணீரும் கொஞ்சநஞ்சம் கிடையாது.” அவர் தன் ஜீவிதத்தின் காலத்தை விடாது சொல்லிக் கொண்டிருந்த காட்சிகளையெல்லாம் பிரயாணத்தின் இடையே சொல்லிவர, கண்கள் ஈரம் பாய்ந்துகொண்டே இருந்தது. இந்த வாழ்வில்தான் மனிதன் எவ்வளவு எவ்வளவு பாசக்காரனாக இருக்கிறான்? இரத்தமும் சதையிலுமான இந்த உடம்பில் அவை எவ்விடத்திலிருக்கின்றன? பேபிகுட்டி, சுல்தான் அகமதோடு போகச்சொன்ன உடனே அவன் மறுப்பேதும் சொல்லாமலிருந்தது, தனது வாப்பா மைதீன் கண்ணுவின் பிராயத்தைப் போன்ற ஒரு பிராயத்தின் மீதான பாசமாகக்கூட இருக்குமோ என்று அவன் இரயில் பயணத்தில் ஈரம்தோய்ந்த கண்களோடு காட்சிகளைப் பார்த்த வண்ணமேதான் இருந்தான். கிருஷ்ணனோடு பேசியும் யோசித்தும் கிடந்த அன்சாரி சிமெண்ட் பெஞ்சில் கிடந்து அப்படியே உறங்கிப் போனான். கிருஷ்ணன் சாயாக்கடை இருக்கும் மனையில் பலா தவிர்த்து ஏகதேசம் எல்லா மரங்களும் இருந்தன. கிழக்குக் கடைசியில் ஒரு வாராச்சி மரமும் சிமெண்ட் பெஞ்சிக்கு நேராகக் கீழே ஒரு துளி வெயில் கசியாத அளவுக்கு அடர்த்தியான வேப்பமரமும் நின்றிருந்தன. வேம்பின் குளுமையான காற்றில் அன்சாரியின் உறக்கம் ராகத்தாக நீண்டுபோய்க்கொண்டிருந்தது.

இன்று மாலை ஐந்து மணிக்குப் பிறகு முக்கியமான வேலைகள் சிலவற்றை திருவாழி அவனுக்குச் சொல்லியிருந்தார். இந்த வாரம் வருகிறேன், அடுத்தவாரம் வருகிறேனென பலதரப்பட்ட வேலை நிமித்தமாக மூன்று மாதங்கள் ஓடிவிட்ட நிலையில் நாளைக் காலையில் அவர் ஊர்வருவது உறுதியாகி இருப்பதால் காலை ஒன்பதரை மணிக்கு அவரை அழைத்துவர வடசேரி பேருந்து நிலையத்திற்கு சண்முகத்தின் ஆட்டோவில் போகவேண்டும். இன்று எல்லா கடைகளுக்கும் ஒப்பந்தம் புதுப்பிக்க வேண்டிய வேலை இருந்தது. நேற்றே குமாஸ்தா சங்கரன் பத்திரங்களை கிருஷ்ணன் கடையில் கொடுத்துப் போயிருக்கிறார். திருவாழியின் அறையைச் சுத்தப்படுத்தி வைத்து மேலே தொட்டி எப்படிக் கிடக்கிறது என்று பார்க்க வேண்டும். மேலே செல்லும் படிக்கட்டு அமைந்திருக்கும் ஒன்றாம் எண் கடையின் பக்கவாட்டுப் பாதையின் முகப்பிலுள்ள கதவின் சாவி மைனர் சலாமிடம் இருப்பதாகவும் அதனை வாங்கித் திறந்து தொட்டியைப் பார்த்துவிட்டு மீண்டும் சாவியை அவனிடம் கொடுக்க வேண்டாமென திருவாழி சொல்லியிருந்தார். அதுபோல ஒப்பந்தம் புதுப்பிக்க வந்துள்ள பத்திரத்திலும் மைனர் சலாம் இருக்கும் ஏழாம் எண் கடையின் வாடகை புதுப்பிக்கும் பத்திரம் இல்லாமலிருந்தது. கிருஷ்ணன் வந்து அன்சாரி உறங்கிக் கிடக்கும் அழகைப் பார்த்தபோது அவரின் முகத்தில் புன்னகை பரவியது. இன்னும் கொஞ்சம் தூங்கட்டுமெனத் திரும்பக் கடைக்குள் போய்விட்டார். மேலும் கொஞ்ச நேரத்துக்குப்பிறகு பத்திரங்களை எடுத்துக்கொண்டு அவனருகே வந்து ஓசையின்றி அமர்ந்தவாறு புரட்டிக்கொண்டிருக்கும்போது பிலிப்பும் ஆறுமுகமும் வந்தார்கள். ஆறுமுகம் பேங்கர்ஸின் திண்டைக் கழுவிவிட தண்ணியும் துடைப்பமும் எடுத்தபடிப் போனான். பிலாஷ்பூர் நல்ல உறக்கம் போல என பிலிப் கேட்டதும் மெல்லக் கண் திறந்த அன்சாரி அங்குமிங்குமாகப் பார்த்துக்கொண்டு எழுந்தான். பிலிப்பைப் பார்த்ததும் அன்சாரி சொன்னான்... "ஆங் பல்பண்ணேன், கொஞ்சம் வேலை கெடக்கு... எங்கையும் போயிறாதையோ... உங்களையும் பாக்கணும்னு நெனைச்சேன்... நாளைக்கு நைட்டு கச்சேரி உண்டு... திருவாழிசார் வாராரு..."

"வேலுமயில்ட்ட சொல்லணுமா..?"

"இப்போ சொன்னா வேலை இருக்குன்னு போயிடுவான்... நாளைக்குச் சாயங்காலமா சொன்னா சரியா இருக்கும்..." சூட்சுமம் புரிந்து இருவரும் சிரித்துக்கொண்டனர். பிலிப்பும் அன்சாரியுமாக திருவாழிக் கட்டிடத்தின் பின்னாலுள்ள அறைக்கு வந்தனர். அளவில் சிறியது என்றாலும் திருவாழியின் வசிப்பிடம் ஒரு சிறிய முகப்பு கொண்ட அலங்காரமான வீடாக இருந்தது.

ராஜகுமார் அண்ணாச்சி ஆறாம் நம்பர் கடையில் பலசரக்குக் கடை திறந்த பிறகு கட்டப்பட்ட வீடு. படுக்கையறை போக ஒரு சின்ன அறை, அதையொட்டிச் சமையலறை, மறுபக்கம் நல்ல அழகுள்ள கக்கூஸ் குளிமுறி. அறைக்கு வெளியே சிலங்காவின் போர்டு பாதுகாப்பாகச் சாய்த்து வைக்கப்பட்டிருந்தது. அறைக்குள் வந்து நின்று சுற்றிய பிலிப்பிடம் மீண்டும் அன்சாரி பல்பண்ணேன் எனக் கூப்பிட்ட போது பிலிப் இம்முறை திருத்தம் சொன்னான். "அன்சாரி உன்னய எனக்கு ரொம்ப பிடிச்சும்...இனி பல்பண்ணேன்னு கூப்பிடாம பிலிப்பண்ணேன்னு கூப்பிடு..."

"சரிண்ணேன்" என்றபடி அன்சாரி, "என்னண்ணேன்... திடீர்னு மாற்றம்... கல்யாணம் என்னமும் பண்ணப் போறியளா?"

பிலிப் திருவாழியின் படுக்கையிலமர்ந்தபடி அன்சாரியைப் பார்த்துக்கொண்டே, "நாப்பத்தி ஐஞ்சு வயசாகுது இனி எங்க கல்யாணம்? அன்சாரி என் முகத்தப்பாத்தா எவளாவது கெட்டுவாளா... இந்த காதையும் கன்னத்தையும் இழுத்து வச்சி தச்சிருக்கான்...நான் சட்டைய கழற்றுனா இந்த உடம்புல இருபத்தி நாலு தளும்பு கெடக்கு..." என்றான். பிறகு இருவரும் கொஞ்ச நேரம் மௌனமாக இருந்தனர். பின்னர் பிலிப் சொன்னான். "இந்த வாழ்க்கைல ஒவ்வொரு கட்டத்துலயும் ஒவ்வொரு கோபமுண்டு. எனக்கு இப்போ யாராவது என்னைய பல்புன்னு கூப்பிட்டா கோபம் வருது..."

"பிலிப்பண்ணேன்... பிலிப்பண்ணேன்..." என இரண்டு முறை அன்சாரி சத்தமாகச் சொன்னான். இருவரும் அரைமணி நேரத்தில் அடித்துத் தூத்து திருவாழியின் அறையைச் சுத்தமாக்கியிருந்தனர். மைனா சலாமிடம் சாவியை வாங்கிக்கொண்டு மேலே போய்த் தொட்டியைப் பார்த்தபோது அது சுத்தமாகத்தான் இருந்தது. திரும்ப சாவியைக் கொடுக்காமல் இறங்கிப் போகும் அன்சாரியைப் பார்த்து அமைதியாக இருந்தான் மைனர் சலாம். திரும்பவும் கிருஷ்ணன் கடையருகே அன்சாரியும் பிலிப்பும் வரும்போது மணி நாலு நாலரை இருக்கும். டவுணிலுள்ள ஒரு ஆட்டோவில் வந்திறங்கிய சிந்து கொஞ்சம் மகிழ்ச்சியாக இருப்பது போலத் தோன்றியது. பியூட்டிபார்லர் முன்பாக அவள் ஆட்டோ டிரைவரிடம் என்னமோ பேசிக்கொண்டே அன்சாரியைத் தலையை ஆட்டி அருகே கூப்பிட்டாள். அவளுக்கு நாற்பது ரூபாய் வேண்டும், இல்லையென்றால் ஐந்நூறு ரூபாய்க்குச் சில்லறை வேண்டும். அன்சாரி பாக்கெட்டிலிருந்து நாற்பது ரூபாயைக் கொடுத்து ஆட்டோவை அனுப்பிவிட்டு சில்லறை மாற்றிக்கொள்ள

அவளிடமிருந்து ஐந்நூறு வாங்கிக்கொண்டவன், “எதாவது வெளி ஆர்டரா ...” சிந்து பியூட்டிபார்லரில் வேலை தாண்டி எதாவது கல்யாண நேரங்களில் மணப்பெண் அலங்காரம் எனப் போய்வருவாள். காலையில் சிந்துவின் பார்லர் பூட்டிக்கிடந்ததைப் பார்த்து அன்சாரி அப்படி நினைத்துக் கொண்டுதான் கேட்டான். சிந்து சொன்னாள், “அன்சாரி வெளி ஆடர்க்குப் போகலே. இன்னைக்கு வாழ்க்கையில ஒரு முக்கியமான நாள் ... எனக்கு டைவேர்ஸ் கிடைச்சிடிச்சி... கோர்ட்ல இருந்துதான் வாரேன் ...” அவள் சிரிக்கவுமில்லை, வருந்தவுமில்லை. அன்சாரி ஒன்றும் சொல்லாமல் மௌனமாக நின்றிருந்தான். பிறகு அவளைப் பார்த்துக்கொண்டே “மொதல்ல சில்லறை மாத்திட்டு வாரேன்...” என கிருஷ்ணன் கடையை நோக்கி நகர்ந்தபோது சிந்து பியூட்டிப் பார்லரைத் திறந்து கொண்டிருந்தாள். அன்சாரிக்கு மனசுக்கு என்னமோ ஒரு மாதிரியாக இருந்தது. நல்லதோ கெட்டதோ ஒரு மண வாழ்க்கை தகர்வதும் ஒரு அர்த்தத்தில் மரணம் போலத்தான். மரணம் மரணமடைந்தவர்களுக்கு விடுதலையாகவும் இருப்பவர்களுக்குத் துயரமானதாகவும் மாறிவிடுகிறது. ஆனாலும் நாம் அறுதியிட்டுக் கணித்துவிட முடியாது. சிந்து எவ்வளவோ பேசியிருக்கிறாள். ஆனால் அவள் மணவாழ்வு பற்றி ஒருபோதும் பேசியதில்லை. ஒரே ஒருமுறை பேசும்போது, “அவன் என்னை அபகரிக்க முயலுகிறான்” என்றாள். அவள் அப்போது கூறியவற்றின் உள்ளார்ந்த அர்த்தமும் அன்சாரிக்குப் புரியவில்லை. ஏதோ சண்டை, சண்டை சமாதானமாகாமல் பெரிதாகப் போயிருக்கிறது, அவ்வளவுதான் என்பதே அதுபற்றிய அன்சாரியின் புரிதலாக இருந்தது. கிருஷ்ணன் கடையில் சில்லறை மாற்றும்போது அவரும் கேட்டார், “என்னவாம் ...”

“சிந்துக்கு கோர்ட்ல டைவேர்ஸ் கிடைச்சிடிச்சாம்... இன்னைக்குதான் ஜட்ஜ்மெண்டாம் ...”

“போன வாரமே வீட்ட சிந்துக்கு எழுதி கொடுத்துடலாம்னு மகேசனன் டீக்குடிக்க வந்தால சொல்லிட்டிருந்தான்... கோர்ட்டுக்கு வெளியே பேசித் தீத்துட்டுதான் போனாவன்னு கேள்வி ... ஆனாலும் எல்லாம் சட்டப்படியா நடக்கணுமில்லா ...” ஒரு துக்க வீட்டில் நிற்பவனைப்போல முகத்தை வைத்துக்கொண்டே கிருஷ்ணன் நாலு நூறு ரூபாய் நோட்டும் இரண்டு ஐம்பது ரூபாய் நோட்டும் கொடுத்போது அன்சாரி வாங்கிக்கொண்டு நாலாம் எண் கடையை நோக்கி நடக்கும்போது பிலிப் கேட்டான், “நான் நிக்கவா போகவா ...”

“நில்லு ஏன் எதாவது சோலி கெடக்கா ...”

“நாளைக்கு ரெண்டுநாளு பஞ்சாயத்து ஆபீஸ்ல வெள்ளையடி இருக்கு வாரியாண்ணு குச்சான் கூப்பிட்டான்... போலாம்னு பாக்கேன்...”

“நாளைக்கு திருவாழி சார் வருவாருல்லா... மிலிட்டரி சரவணன பாக்கணும்... உன்னயத்தான் சொல்லச் சொன்னாரு... நல்ல ரம்மா வாங்கணுமாம்...”

“அது காலையில போன் பண்ணிக்கலாம்... கச்சேரி நைட்டுதானே... பகல்ல குச்சான்கூட போயிட்டு வந்துடலாம்... என்னமும் கிடைக்கும்லா... நீ பார்லருக்குப் போயிட்டு உடனே வருவியன்னா நிக்கேன்...”

“இன்னா ரூவாயக் குடுத்துட்டு வாரேன்...”

அன்சாரி போய்க் கொண்டிருக்கும்போது பிலிப் கிருஷ்ணன் கடையின் வெளிப் பெஞ்சிலிருந்தான். கனவு சீன் கதவைத் திறந்து வந்த சிந்து, “நல்ல பசிக்குது அன்சாரி... எதாவது சாப்பிட வாங்கித்தா... வயிறு நிறைய சாப்பிடணும். இந்த கோர்ட்டுக்குள்ள எப்போ கால வச்சாலும் அன்னைக்கெல்லாம் பட்டினிதான்..” என்று கேட்டு கொண்டாள்.

“கிருஷ்ணன் கடையில வயிறு நிறைய சாப்பிடதுக்கு ஒண்ணுமில்லே... டீயும் ஆட்டுக்கால் கேக்கும் கெடக்கு... மெயின் ரோட்டுக்கு போவணும்... என்ன வேணும்னு சொல்லுங்க, வாங்கித்தாறேன்.”

“எதாவது டேஸ்டா நல்லா சாப்பிட மாதிரி.”

“ரியாஸ் கடையில இப்போ போனா நல்லா கொத்துப் புரோட்டா சூடா கிடைக்கும். வாங்கிட்டுவரட்டா...”

“எப்படி போவே...”

“வண்டி இருக்கு...”

“ஒரு புரோட்டா எக்ஸ்ட்ரா போட்டு வாங்கேன்...” அவள் குரலிலேயே பசி உடைந்துகிடந்தது. அன்சாரி ஆமோதித்தவனாய்த் தலையாட்டிக்கொண்டே அவனும் பிலிப்புமாய்ப் புறப்படும் முன்னமே கடைக்கு போனில் தேவையைச் சொல்லிக்கொண்டே வண்டியில் வேகமாய் ரியாஸ் கடையில் போய் சூடாய்க் கொத்துப் புரோட்டா வாங்கிக்கொண்டு வந்து சிந்துவிடம் கனவு சீன் கதவைத் தட்டிக்கொடுத்தான். அவள் உடனே

சாப்பிட்டுக்கொள்ளட்டுமென மேற்கொண்டு பேச்சு கொடுக்காமல் கிருஷ்ணன் கடைக்கு வந்தபோது வேலுமயில் மூன்றாம் எண் கடைக்குரிய வாடகையைக் கொண்டுவந்து கொடுத்ததாக அவர் அன்சாரியிடம் பணத்தைக் கொடுத்தார். பணத்தை எண்ணி வாங்கி அப்படியே பூபாலனின் ஜெராக்ஸ் கடையில் அன்சாரி நுழைந்த போதே தங்கம் வாடகைப் பணத்தை ஒரு உறையில் போட்டுத் தயாராக வைத்திருந்தாள். பழைய பொலிவில்லாமல் எப்போதும் வலிந்து பாரம் சுமப்பவளைப்போல அவள் முகம் ரொம்பவும் வாட்டமாக இருந்தது. ஒரு வானவில்லின் வர்ணக் கலவைபோல வளைந்து வளைந்து திருவாழிக் கட்டிடத்தின் வெளிவராந்தாவுக்கு வந்துவந்து போகும் அவள் இப்போதெல்லாம் ஒன்றாம் எண் கடையிலிருந்து சும்மானாலும் கூட எட்டிப்பார்க்க வெளியே வருவதில்லை. ஒரு மனத்தின் சிதைவும் அதன் விவரிக்க முடியாத வலியும் ஏதேனும் ஒரு புள்ளியில் சக மனிதனிடம் போய்விடத்தான் செய்கிறது. அன்சாரிக்குச் சங்கடமாகவே இருந்தது. ஆனாலும் அவன் புதுப்பிக்கப்பட்ட ஒப்பந்தப் பத்திரத்தை பூபாலனிடம் கொடுத்துக் கையெழுத்து வாங்கித் தரும்படி அவளிடம் சொல்லியிருந்தான். தங்கத்தின் வீடு தம்மத்துக் கோணம் போகிற வழியிலுள்ள காந்தி குடியிருப்புப் பகுதியிலிருந்தது. ஒப்பனையற்ற இயற்கையின் முகம்போல வசீகரமான அந்த இடம் இங்கிருந்து ஆறேழு கிலோமீட்டர் தூரமுண்டு. பூபாலனும் அங்குள்ளவன்தான். இன்று என்னமோ அன்சாரியை ஒட்டியே நடந்த பிலிப்பு தங்கத்தின் முகவாட்டத்தைப் பார்த்துவிட்டு வெளியே வந்ததும் அன்சாரியிடம் சொன்னான். "அகிலன் போனதோடு இந்த புள்ளே ரொம்ப வாடிட்டா... ஒரு வாட்டமும் வலியும் எவ்வளவு கொடூரமானதுன்னு என்னத் தவிர இந்த உலகத்துல எவனுக்குமே தெரியாது அன்சாரி" என்று பிலிப் சொல்லும்போது அவன் கண்களில் அத்தனைத் துயரம் தேய்ந்திருந்தது.

"ஆனா இரண்டு பேரும் இப்பவும் போன்ல பேசிக்கிடதா பேபிகுட்டி சொன்னாரே..."

"ம்ம் அகிலனும் தங்கமும் ஜெராக்ஸ் மிசினுக்க பின்னால கெட்டிப் புடிச்சிட்டு நின்னத மொதல்ல பேபிக் குட்டிதான் பாத்திருக்காரு... அதுக்குப் பத்து நாளைக்குப் பொறவுதான் அகிலன் மாட்டுனது... அந்த பையனப் பாத்தா களவு செய்ய பையன் மாதிரி தெரியலே... இங்க லோக்கல்ல சேர்க்கை சரியில்லே. பொதுவா களவு ரொம்ப நாளு நீண்டு போவாது... பிலிப்பு பேசிக்கொண்டிருக்கும்போதே அன்சாரி ஸ்டார் பேங்கர்ஸின் உள்ளே போய் வாங்குவதை வாங்கிவிட்டு,

கொடுப்பதை கொடுத்துவிட்டு வெளியே வந்தபோது மனோகரன் வாத்தியார் ஹெல்மெட்டுப் போட்டுக் கொண்டு திரும்பிப் பார்க்காமல் உங்க சகவாசமே வேண்டாம்டே... என்பதுபோல தாண்டிப்போய்க்கொண்டிருந்தார். அன்சாரியும் பிலிப்பும் சிரித்தவர்களாக சிந்துவின் கடை தாண்டி அண்ணாச்சிக் கடைக்குப் போனார்கள். கடையில் சுப்ரமணியும் பொன்ராஜும் அண்ணாச்சியும் இருந்தார்கள். எப்போதும்போல பொன்ராஜி சிரித்தபோதே அண்ணாச்சி பத்திரத்தை வாங்கி எதுவும் பார்க்காமல் கையெழுத்துப் போட்டுக் கொடுத்தார். சுப்ரமணி ஆட்களிடம் ஓரளவு நல்ல பழகியிருந்தபடியால் வியாபாரத்தில் நல்ல கருத்தாக இருப்பதாக அண்ணாச்சி சொல்லிக்கொண்டார்.

அகிலனைக் கடைக்குப் பின்னால் கட்டிப் போட்டிருந்த அந்த நாளில்தான் அண்ணாச்சி கடை வேலைக்காக சுப்ரமணி ஊரிலிருந்து வந்து சேர்ந்திருந்தான். கடைக்குள் கால்வைத்த முதல் நாளான அது அவனுக்கு ரொம்பவும் வினோதமான நாளும்கூட. அகில்னை அவன் முன்பு ஒருபோதும் எங்கும் பார்த்திருக்கவில்லை என்பதால் அவனுக்கு அது பெரிய வருத்தமொன்றுமில்லை. ஆனாலும் ஒருவனை இரண்டு மூன்று தடியர்கள் அங்குமிங்குமாக அடித்துக்கொண்டும் கேட்டுக்கொண்டும் இருப்பதையும் அதனிடையே தானும் வந்து நிற்கும்படியான நிலையும் அவனை ஒரு அசாதாரண நிலையிலாக்கியிருந்தது. இதுதான் பார்த்துக்கொள் என்பதாக இருக்குமோ எனறும் அவன் எண்ணிக்கொண்டான். அகிலனை நோக்கி தங்கவேல் கேள்வி கேட்பார். அவன் பதில் சொல்லும் அவகாசத்தில் அந்த அவகாசத்தை அவன் பூர்த்தி செய்ய முயலும்போது பின்னாலிருந்து ஒருவர் எதிர்பாராத தருணத்தில் அறைவார். இடையிடையே அண்ணாச்சி வந்து ஆவேசம் கொப்பளித்துச்சாட ஒரு சாமியாடியைப்போல உடம்பைச் சிலுப்பிக்கொண்டு அகிலனின் முட்டுகாலுக்குக் கீழே ஒரு மிதி மிதித்துவிட்டு அப்படியொன்றும் நடந்திராததைப்போல அவ்வளவு இயல்பாகப்போய் வியாபாரத்தைக் கவனிப்பார். அகிலனை நோக்கி வீசப்பட்ட கேள்விகள்: நாள் ஒன்றுக்கு எவ்வளவு ரூபாய் வீதம் எடுத்துள்ளாய்? எவ்வளவு நாட்களாக எடுக்கிறாய்? இங்கு லோக்கலில் யாரிடமாவது பொருட்கள் தனி பற்று வரவு உண்டா? வேறு யாரிடமாவது பணம் கொடுத்து வைத்திருக்கிறாயா... எல்லா உண்மைகளும் வெளிவர வேண்டும்.

முதல் நாள் முழுவதும் கடையின் பின்னாலுள்ள செல்பின் கீழே போட்டு அகிலனை அடித்துத் துவைத்தெடுத்தார்கள். அந்த இரவு பொன்ராஜியை யுனிவர்சல் காலனியிலுள்ள

வீட்டிலும் சுப்ரமணியைக் கடையிலும் தூங்கச்சொல்லிவிட்டு அகிலனை மெயின்ரோடு விலக்கிலுள்ள வீட்டுக்குக் கொண்டு போனார்கள். அங்கு இரவு என்ன நடந்ததென்று சுப்ரமணிக்குத் தெரியாது. பின்னாளில் அகிலனிடம் சில தாள்களில் கையெழுத்து வாங்கிக்கொண்டனர் எனவும் அகிலன் சுமார் எழுபத்தி ஐயாயிரம் ரூபாய்வரை திருடியதை ஒப்புக்கொண்டதாகவும் அண்ணாச்சி தரப்பிலேயே எல்லாம் சொல்லப்பட்டது. இதோடு யானைக்காரர் ஹோட்டலுக்கு இலவசமாகச் சில பொருட்களைக் கொடுத்து வந்ததாகவும் அவருக்கு நிறுத்தல் அளவைகளில் தாராளம் காட்டியதாகவும் ஒப்புக் கொண்டான் என்றும் சொல்லப்பட்டது. அதன் நிமித்தமாக யானைக்கார ஹோட்டல்காரர் அண்ணாச்சிக் கடைக்கு உறவினர்களுடன் கூட்டமாக வந்து கடைக்கு முன்னால் தனிச்சண்டை நடந்துகொண்டிருந்தது. தங்கவேல்தான் இப்போது இதனை வேறுவகையில் மடைமாற்ற வேண்டாம் எனவும் லோக்கலில் விரோதம் வளர்ப்பது வியாபாரத்துக்கு ஏற்புடையதல்ல என்றும் பேச, யானைக்காரர் ஹோட்டலின் விசயம் அப்படியே அமுக்கப்பட்டது. அகிலன் அவ்வாறு யானைக்காரர் ஹோட்டல் பற்றிச் சொன்னதை அண்ணாச்சி நம்பவில்லையெனத் தகவல் சொல்லிவிட்ட பிறகே அவர் சமாதானமானார். இல்லையென்றால் அவர் இது குறித்துப் போலிசுக்குப் போகப் போவதாக கூறியபோது மறுநாள் மீண்டும் அகிலன் கடைக்குக் கொண்டுவரப்பட்டு அன்று பொதுப் பார்வைக்கு உள்ளே வைக்கப்பட்டிருந்தான்.சிலர் அண்ணாச்சியின் கடைக்குள் செல்பின் கீழ் கைகள் கட்டப்பட்ட நிலையில் அழுக்கேறிய சாக்குப் பை போல தலைகுனிந்து கிடந்த அகிலனைப் பார்த்து அறிவுரைச் சொன்னார்கள் . . . "இப்படியெல்லாம் செய்யலாமாடே... இது தெய்வத்துக்கே அடுக்குமா"வென சாட்சி பகர வேண்டியவர்களைப்போல கேட்டபோது அவன் யாரையும் நிமிர்ந்து பார்க்கவுமில்லை.மைனர் சலாம் நான்கைந்து முறை வந்து பார்த்துவிட்டுப் போனான். கிருஷ்ணனும் வேலுமயிலும் பேபிகுட்டியும் போய்ப் பார்த்தார்கள். பிலிப் வரமாட்டேன் எனச் சொல்லிவிட்டான். யாருடைய துயரங்களையும் பார்க்கும் மனவலிமை தனக்கில்லை என்று சொன்னவன் பேபிகுட்டியின் இரண்டாம் எண் கடைத் திண்டிலேயே அமர்ந்திருந்தான். அப்போது அகிலனின் கதைதான் ஏரியா முழுவதும் சிறகடித்துப் பறந்துகொண்டிருந்தது. ஆளாளுக்கு விரும்பியவாறு கதைகளைக் கட்டிப் பேசிக் கொண்டிருந்தனர். தங்கம் கடையை விட்டு வெளியே வரவில்லை. அண்ணாச்சியின் கேள்வியில் தங்கம் பற்றி, அவளுக்கு ஏதேனும் கொடுத்ததுண்டா என்று கேட்கப்பட்ட வகையில் கடைசிவரை அகிலனின் வாயிலிருந்து அவளைப்பற்றி

எதுவும் வரவில்லை. அதன் நிமித்தமாக அவன் அடித்துப் பந்தாடப்பட்டு மூக்கிலிருந்து இரத்தம் ஒழுகி மூர்ச்சையாகிக் கிடந்த நிலையிலும் கூட அவளுக்கும் தனக்கும் யாதொரு பந்தமுமில்லை என்றும் அவளை நன்றாகக்கூட தெரியாது என்றும் நிலைத்துவிட்டான். "என்ன ஜெராக்ஸ் எடுக்கப் போனே..."

உடற்பயிற்சி கூடத்துல உள்ள கட்டுப்பாட்டு முறைகள் அடங்கிய குறிப்புகளை என்றபோதுதான் தங்கவேல் கேட்டார்.

"ஏதோ கவிதை மயிரு எழுதுகேன்னு சொன்னாவியளே... உனக்க கவிதைய காட்டுல... நீ என்ன கண்ணதாசனுக்க மச்சானாலே..." என்றபோது அவன் பாவமாகப் பார்த்தான். அந்தப் பார்வையை அவர் இன்னொரு விதமாகப் புரிந்துகொண்டே அவன் முகத்தில் ஓங்கி ஒரு அறை அறைந்துவிட்டு மேலும் கேட்டார்.

"உனக்கும் அவளுக்கும் லவ்வுன்னு ஊரு முழுக்கப் பேச்சு அடிபடுது... உண்மையாலே..."

"இல்லே... கிடையாது..."

"இருந்தா சொல்லுலே...நாங்களே பேசிக் கெட்டி வைக்கோம்."

"இல்லண்ணாச்சி... அவளுக்கும் எனக்கும் ஒன்னும் கெடையாது."

"அவளுக்கு இங்க கடையில இருந்து என்னவெல்லாம் கொடுத்தே... உண்மையைச் சொல்லு..."

"ஒண்ணும் கொடுக்கலே..."

"சோப்பு. பவுடர். சீப்பு... இதுமாதிரி ஒண்ணும் கொடுக்கலியாலே... பொண்ணு பிடிக்கதுக்கு எங்க மொதல எடுத்தியாலே..." என்றவர் அவனின் நடுநெஞ்சில் எட்டிச் சமுட்டினார். அப்போது அகிலன் வலிபொறுக்காமல் சரிந்து விழ அவன் உடல் உதறலெடுத்தது. தண்ணீர் கேட்டான்.

"தண்ணிக்குப் பதிலா உனக்க மோளக்குடிலே... நாய்ப் பயலே... பதில் சொல்லு. அவளுக்கு வீட்டுக்குள்ள மளிகை சாமானெல்லாம் கொடுத்தியா..?"

"இல்லே... அவ கடைக்கே வரமாட்டா... நல்லவ..."

“அவ நல்லவன்னுல்லாம் தெரிஞ்சிருக்கே... நீ அயோக்கியம்னு அவளுக்குத் தெரியுமாலே...”

“என்ன மன்னிச்சி விட்டுருங்க... நான் சம்பாரிச்சி மீதி முப்பதாயிரத்த இதெல்லாம் திரும்ப தந்திருவேன்... சபலப்பட்டு எடுத்துட்டேன்... நான் உங்க காலுலே விழுகேன்... என்னைய விட்டுருங்கோ...”

“வீட்டுல இருந்து உங்க அப்பாவயும் அம்மாவையும் உனக்கு அண்ணனையும் வரச் சொல்லு...”

“வேண்டாம். என்னைய இப்படியே விட்டுருங்க... நான் நேர்மையா வேலை செஞ்சி அண்ணாச்சிக் கடனை அடைக்குதேன்...”

“புளுத்துவே... புண்டையா மவனே...”

தங்கம் பற்றிக் கடைசிவரை அகிலன் வாய் திறக்கவில்லை. பிறகுதான் அகிலனின் கைகளைப் பின்னால் கட்டி எல்லோரும் பார்க்க அவனை மெல்ல ஒன்றாம் எண் கடைக்குக் கொண்டுவந்தனர். தங்கம் உண்மையில் பயந்து போனாள். அவளுக்கு நடுக்கமாக இருந்தது. இந்த வாழ்வில் அவளுக்கு ஒருபோதும் தீராத துயரத்தின் நாளும் கிழமையுமாக அது சிற்றோடையின் பக்கத்தில் தேங்கும் அழுக்கு நீரின் சாயலில் அமைத்துவிட்டது. தங்கவேலுதான் தங்கத்தை ஒரு தினுசாகப் பார்த்துக்கொண்டே சொன்னார், “இவன் சொல்ல நம்பருக்கு போன் போட்டுக் கொடுமா... நம்பர சொல்லுலே...”

திடீரென தங்கம் நடுக்கத்திலிருந்து விடுபட்டுப் பட்டென தைரியம் பெற்றபோது அவளின் முகம் கோபத்தில் சிவந்திருந்தது. அவள் தங்கவேலை எரிப்பதைப்போல பார்த்தாள். பின்னர் அந்தக் கடும் பார்வையைத் தனக்குள்ளேயே பதுக்கிக்கொண்ட அவள்முகம் பிரார்த்தனையாக மாறியதும் தீர்க்கமாகப் பேசலானாள்.

“நீங்க போட்டுக் கொடுங்க. நான் ஏன் போடணும்? போன் போட்டுக் கொடுக்க சோலியெல்லாம் கிடையாது. இங்க ரிச்சார்ஜ் வேணும்ணா பண்ணுவோம்...”

“ஏம்மா கோவப்படுதே... ரிச்சார்ஜ்தான்... இவன் நம்பருக்கு ரிச்சார்ஜ் பண்ணணும்...”

“நம்பர்சொல்லுங்க...”

“தெரியாதா...”

“நம்பரச் சொல்லுங்க... இது நான் இருக்க கடை... எவ்வளவுக்கு போடணும்... பொம்பளபுள்ள இருக்க கடையில வந்து வீரம் காட்டியளா..?”

“இதுல வீரம் காட்ட என்னம்மா இருக்கு..?”

“இல்லேன்னா இங்க என்ன மண்ணாங்கட்டிக்கு வாரீயே... முதல்ல எனக்க கடையவிட்டு வெளியே போங்க...”

தங்கம் கறாராகப் பேசினாள். அவள் மறந்தும் அகிலனின் முகத்தை ஏறிட்டுப்பார்க்கவில்லை. தங்கவேல் பிறகு வேண்டுமென்றே அவனின் புற மண்டையைத் தட்டிஇழுத்துக் கொண்டுபோனபோதும் கடந்துபோகும்போதும் பின்னாலேயே சிலர் போனார்கள். அன்சாரி சிமெண்ட் பெஞ்சிலிருந்து எழும்பவில்லை. அகிலனை அழைத்துப் போகும் சப்தம் கேட்டு சிந்து கனவுசீன் கதவைத் திறந்து வெளியே வந்து பார்த்தாள். அது ஒரு சின்ன ஊர்வலம்போலத் தெரிந்தது. இரண்டாம் எண்கடை பேங்கர்ஸின் திண்டிலிருந்த பிலிப்பிடம் என்ன பிரச்சனை என்று கேட்டபோது... பிலிப் கத்திப் பேச வேண்டியதாக இருந்ததைப் புரிந்துகொண்ட சிந்து பிலிப்பை அழைத்து பார்லரின் வெளியே கிடந்த பால் வெள்ளை செயரில் அமரச் சொன்னாள். அமர்ந்தபடி பிலிப் அகிலனின் கதையைச் சொன்னபோது கேட்கக்கேட்க சிந்துவுக்குப் பரிதாபமாகவும் இரக்கமாகவுமிருந்தது.

மூன்றாவது நாள் ஸ்ரீவைகுண்டத்திலிருந்து வந்த அகிலனின் அப்பாவும் அம்மாவும் அண்ணனுமாக அண்ணாச்சிக் கடை முன்னால் பரிதாபமாக நின்றபோது அவர்கள் பஞ்சப் பாவமாக இருந்தனர். மகனை மன்னித்து விட்டுவிடும்படிக் கையேந்தி மன்றாடினார்கள். அந்த முகமும் சூழலும் பலருக்கும் இரக்கத்தை ஏற்படுத்தியிருந்தது. இதனிடையே ஊர் முழுவதும் அண்ணாச்சிக் கடை விவகாரம் கால்முளைத்து பல கதைகளைக் கொண்டு நடந்தது. கதைகளில் சிலபகுதி அண்ணாச்சி பெண்களிடத்தில் கொண்டுள்ள ரகசிய பிரியங்களையும் மெயின்ரோட்டு விலக்கிலுள்ள வீட்டில் பண்டு யாரோ ஒருத்தியோடு கழித்த சில இரவுகளைப் பற்றியதுமாக இருந்தது. கணக்கு என்று பார்த்தால் அகிலனின் வாக்குமூலம்படி அவன் பெட்டியிலிருந்து எடுத்ததுபோக மீதமாக ஒரு முப்பதாயிரம் ரூபாய்வரை கணக்கில் இடிபடுகிறது. மூன்றாவது நாள் மத்தியானம் அண்ணாச்சி அகிலனையும் அவனின்

குடும்பத்தையும் திட்டிச் சாபமிட்டு மண்ணள்ளிப்போட்டு, “தலைமுறை தலைமுறையா வெளங்க மாட்டியலே... நாசமா போங்கோ”வென அனுப்பி வைத்துவிட்டு அந்த நள்ளிரவில் பிள்ளைமார் குளத்தில் போய் ஒரு முழுக்குப்போட்டார்.

அகிலனின் பேச்சு அத்தோடு நின்று போனது. அகிலனின் அனுபவத்திலிருந்து சுப்ரமணிக்கு அண்ணாச்சி ரொம்பவும் கேவலமான சில சோதனைகளை வைத்திருந்தார். அவன் அதனை ஊதித் தள்ளிவிட்டுக் கடந்துகொண்டிருந்தான். அன்சாரி அண்ணாச்சி கடையில் வாடகைப் பணமும் புதுப்பித்த ஒப்பந்தப் பத்திரமுமாய் இறங்கிப் போவதை ஏழாம் எண் கடையிலிருந்து கவனித்த மைனர் சலாம், அடுத்துத் தன்னிடம் வருவார்கள் எனக் காந்திருந்த போது அவ்வாறு இல்லாமல் அன்சாரியும் அன்சாரியை ஒட்டி நடந்த பிலிப்பும் மறுபக்கமாக நடந்துபோனார்கள். மைனர் சலாம் வேகமாகக் கடையிலிருந்து வெளியே இறங்கி ரோட்டில் வந்து எட்டிப் பார்த்தபோது அன்சாரி சிந்துவின் பார்லர் வாசலில் அலங்காரப் பூந்தொட்டிகளின் நடுவில் கிடந்த பால்வெள்ளைச் செயரில் அமர்ந்திருந்தான். வெப்ராளமாகப் பார்த்துத் திரும்பவும் குழப்பத்திலிருந்து விடுபடாமலே குமுறியபடி ஏதோ முணங்கிக்கொண்டே சலாம் தன் கடைக்குள் போனான்.

சிந்து சாப்பிட்டு முடித்திருந்த கொத்துப் புரோட்டாவின் மலர்ச்சி அவள் முகத்தில் பரவியிருந்தது. எனவே அவள் அன்சாரி கொடுத்த ஒப்பந்தப் புதுப்பிப்புப் பத்திரத்தில் கேள்விகளின்றிக் கையெழுத்திட்டுக் கொடுத்துவிட்டு வாடகை ரூபாயைக் காலையில் தருவதாகச் சொல்லிக்கொண்டே அன்சாரியிடம் கேட்டாள், “அன்சாரி உனக்கென்ன வயசாகுது..?”

“ஒரு இருவத்தி நாலு கிட்டே இருக்கும்... ஏன்... பொண்ணு என்னமும் பாக்கியளா..?”

“இல்லே அன்சாரி உனக்கு ஒரு நாப்பது வயசு இருக்கும்னா உன்னையே கல்யாணம் பண்ணலாம்ணு பாக்கேன்... நீ இப்போ கொண்டு வந்த கொத்துப் புரோட்டா அவ்வளவு ருசி...

“ருசிக்கும் எனக்குமென்ன சம்பந்தம்? அது ரியாஸ் கடை புரோட்டா... நீங்க சொல்ல கணக்குனா... ரியாஸ்கடை மாஸ்டரத்தான் கட்டணும். அவருக்குக் கல்யாணமாகி மூணு புள்ளையோ வேற இருக்கு” என்றதும் சிந்து பொட்டிக் குலுங்கிச் சிரித்துக்கொண்டே... “டேய்... நான் உன் கரிசனத்த சொன்னம்டா...” எனத் தொடர்ந்து பேசினாள்.

சிந்துவின் பேச்சு உண்மையில் அன்சாரிக்கும் சந்தோசமாகத்தான் இருந்தது. வழக்கமாக அன்சாரிதான் அவளோடு பேசும்போது கோலடிப்பான் என்றால் இன்று சிந்து கோலடித்தாள். அவளுக்கு இன்று ஒரு பெரிய மனப்பாரத்திலிருந்து விடுபட்ட நாளாக இருக்கிறது போலும். மகேசனுக்கும் அவளுக்குமான தொடர்பு முற்றிலும் துண்டிக்கப்பட்டு ஆறேழு வருடங்களாகிவிட்டன. இருபத்தி ஒன்பது வயதில் அவளின் திருமணம் ஓராண்டு வாழ்க்கை.சண்டையும் பிரச்சினைகளுமாக ஆறு மாதம் நீடித்த வாழ்வு மேலும் ஆறாண்டுகளுக்குப் பிறகு சட்டப்படி எல்லாம் முடிந்துவிட்டது. இனி என்ன என்ற கேள்வி கோர்ட்டிலிருந்து ஆட்டோவில் வரும்போது தோன்றிய வண்ணமே இருந்தது. கிட்டத்தட்ட முப்பது முப்பத்தி ஐந்து பவுன் நகை, ஆறேழு லட்சம் ரூபாய் எல்லாவற்றையும் மகேசனன் ஊத்தி மூடியிருந்தான். அவற்றிற்கான தீர்வு விவகாரம்தான் சில ஆண்டுகளாகப் போய்க் கொண்டிருந்தது. கடைசியில் மகேசனனின் வீட்டைப் பகரமாகப் பெயர் மாற்றி சிந்துவுக்குப் பத்திரப்பதிவு செய்து எல்லாம் முடித்தாகிவிட்டது. நினைவென்று எதுவுமில்லை. அந்த வீட்டின் நிறம் மாற்ற வேண்டும். ஒருதுளிபோலும் நினைவுகள் வாராது போய்விட வேண்டுமென வேண்டியிருந்தாள். அந்த வீட்டிற்குப் புது வர்ணம்பூசத்தான் அவள் அன்சாரியிடம் சிலங்காவின் கடைக்கு பெயிண்ட் பண்ணியவனைக் குறித்து அன்று கேட்டிருந்தாள். அன்சாரி சொன்னான், "அவன் வேண்டாம். பிலிப்பண்ணனிடம் ஒப்படையுங்கள். பார்த்துக் கொள்வார்" என்றபோதும் சிந்துவுக்கு நம்பிக்கை பிறக்கவில்லை. பிலிப்பின் டிரம்பட் வாசிப்பில் பெருமளவில் ஈர்க்கப்பட்டிருந்த சிந்துவுக்கு அவனை ஒரு பெயிண்டராகக் கற்பனை செய்ய இயலவில்லை. மீண்டும் அன்சாரி உத்தரவாதமாகச் சொன்னான். சிந்து, கிருஷ்ணன் கடை முன்னால் நின்ற பிலிப்பைப் பார்த்தாள். அந்த முகத்துக்குள் இனம்புரியாத என்னமோ ஒன்று மறைந்திருப்பதாகப் பட்டது. அவள் பார்வையை மாற்றாமலே சொன்னாள், "எனக்கு அந்த வீடு புதிதாக இருக்க வேண்டும். பிலிப்பைக் கூட்டிட்டுப்போய் நாளை பார்த்துவிட்டுச் சொல்லு..."

"நாளை இல்லை . . . நாளை திருவாழி வருகிறார். அதுவுமில்லாமல் பிலிப்பண்ணனுக்கு இரண்டு நாட்கள் வேலை இருக்கிறது. எனவே மூன்று நாட்கள் அவகாசம் வேண்டும்" என்றான். சிந்து மேலும் கொஞ்ச நேரம் பேசிவிட்டுக் கனவுசீன் கதவைத் தள்ளிக்கொண்டு உள்ளே போனதும் அன்சாரி வெளியே வந்தபோது மைனர் சலாம் காத்திருந்தான்.

“என்னாச்சி எங்கிட்ட ஏம்டே... வாடகை வாங்க வரலே...”

அன்சாரி சொன்னான், “சலாமண்ணேன் ... என்கிட்ட திருவாழி சார் என்ன சொல்லாரோ அதத்தான் நான் கேட்பேன்... உங்ககிட்ட வாடகை வாங்க வேண்டாம்ணு சொல்லிட்டாரு... நாளைக்குக் காலையில வருவாரு... நீங்க சாயங்காலம்போல அவரப் பாத்துப் பேசுங்கோ ... அவரு என்ன சொல்லாரோ அப்படி செய்யலாம்... நான் தன்னூப்பு எடுக்க முடியாதுல்லா...”

“திடீர்ணு என்ன மயிருடே இது ... நியாயமில்லாம ... ஒழுங்காத்தான போவுது...”

“அத அவருட்டதான் கேக்கணும்...” என்றபடி அன்சாரி வேகமாக கிருஷ்ணன் கடைக்கிப் போனான். அவர் அப்போதுதான் கடையைப் பூட்டிச் சூடத்தை வாசலில் வைத்துக் கொளுத்தியபடி நின்றார். எரிந்துகொண்டிருக்கும் கற்பூரத்தின் நெருப்பு பரவி நின்றது.

9

திருவாழிக்கடைக்கட்டுமானத்தைக்குறித்துப் பேச்சு அதிகாலையிலேயே ஓடிக்கொண்டிருந்தது. ஒரு பேச்சு ஒரு நாளின் ஆரம்பத்தில் எப்படி தொடங்குகிறது என்பதிலிருந்துதான் அடுத்தடுத்து அந்தப் பேச்சு அன்றைய தினத்தில் வளர்கிறது. காலையில் சுப்ஹூ தொழுதுவிட்டு முதல் ஆளாய்க் கடைக்கு டீக் குடிக்க வந்த ஆக்களி சாயிபுதான் அப்பேச்சைத் தொடக்கிவைத்தார். திருவாழிக் கட்டிடமுள்ள மனை, அதற்குப் பின்னாலுள்ள பொன்னம்மா மனையெல்லாம் சேர்ந்து ஒருவகை நிலமென்றும், இப்போது கிருஷ்ணன் சாயாக்கடை அமைந்துள்ள நிலம் மற்றொரு வகையென்றும், சாயாக்கடையிலிருந்து மேற்கே ஐந்நூறு மீட்டர் கடந்து போனால் நுழைவாயிலோடு அமைந்திருக்கிற யூனிவர்சல் காலனியின் பரந்த மனைப்பரப்பு இன்னொரு வகை என்றும் யுனிவர்சல் காலனியின் நேரே வடக்குப்பக்கம் ஆசாரி மனைக்கு மேலே வருகிற புதுமனையின் நிலம் மேலும் ஒரு வகையென்றும் அவர் அடுக்கடுக்காகப் பேச்சை அடுக்கியபடி இருந்தவர் இந்த வகைவகையான நிலங்களுக்கான நிலத்தடித் தண்ணீருக்கு ஒவ்வொரு தனித்தனிக் குணமுமுண்டு என்றார். திருவாழி, பொன்னம்மா மனைவகையிலுள்ள நிலத்தடி நீரும் ஆசாரி மனையிலுள்ள நிலத்தடி நீரும் ஏகதேசம் நல்ல ருசியுள்ள ஒரே வகையான நீர் என்றும்,

ஆனால் கிருஷ்ணன் கடையுள்ள மனையின் நிலத்தடி நீர் சவுக்களிச்ச நீராய் இருப்பதால் புறப் பயன்பாட்டுக்கு மட்டுமே உதவுமென்றார். கிருஷ்ணன் பதிலொன்றும் சொல்லாமல் உண்மை உரையாடலுக்குச் செவிசாய்த்து ... ம் ... கொட்டிக்கொண்டே சிரத்தையாகக் கேட்டுக்கொண்டிருந்தார். யுனிவர்சல் காலனி நீர் மாலாமண் சுவையுடையதாய் இருப்பதையும் சொல்லிக் கொண்டே மண் பற்றிப் பேசியபோது திருவாழி மனையின் மண் சரளைக்கற்கள் என்றார்.

ஆக்களி சாயிப்பின் பேச்சு கிருஷ்ணனுக்கு ரொம்பவும் மலைப்பாக இருந்தது. நல்ல பிராயங்கூடி வரவர மனிதனுக்கு மறதி வாய்க்காமல் இருந்தால் அவன் காலத்தின் பொக்கிசமாக இருக்கிறான். பண்டு பட்டணம் சாயிப்பு ஒரே நாளில் தொட்டிக்கானப் பள்ளம் தோண்டிவிடலாம் என எண்ணித்தான் வேலையைத் தொடங்கினார். ஆனால் மனையின் அடிநாதம் தெரியாததால் ஒரு வாரம் இழுத்துக்கொண்டு போனது. எல்லாம் கடுமையான சரளைக்கற்கள். காங்கிரீட்டைப் போல அப்பிக்கிடந்து படாதபாடு படுத்தியதால் வேலாயுதத்தின் பிக்காசி உடைந்து போனது. "என்ன மண்ணுவோய் இது பாறைகணக்க" அவ்வளவு வலுவான தரை. ஆக்களி சாயிபு மேலும் சொன்னார், "கிழக்கு பக்கமா ரோடு தாண்டிப் போனா ஆராச்சார் நெலம் கடக்குப் பாத்தியா அது பூர தொளிமண்ணு... பிராணன் போயிடும். மெசீன் போட்டு என்னமும் தோண்டணும்னாலும் உள்ளால மெசின் சிக்கிரும், சுத்தாது." சாயாக்கடைக்கு இன்னும் ஆட்கள் வரவில்லை. எனவே கிருஷ்ணன் நல்ல ஆக்கப்பூர்வமாகப் பொழுதுபோனால் போகட்டுமேயென கொஞ்ச நேரம் பேச்சுக் கொடுத்தார். அன்சாரி பிலாஷ்பூர் போயிருந்த சமயத்தில் இன்ஜினியர்கள் என இரண்டு பேர் வந்து திருவாழிக் கட்டிடத்தை என்னமோ செய்து சுற்றிச் சுற்றிப் பார்த்துவிட்டுப் போனார்கள். அன்சாரியிடம் அதுபற்றிக் கேட்க வேண்டுமென எண்ணியிருந்த கிருஷ்ணன் மறந்தும் போனார். இப்போது ஆக்களி சாயிபு பேசப்பேசத்தான் ஏதோ புரிகிறது. திருவாழியின் பெரிய பலம் என்னவென்றால் அவர் பலவற்றையும் ரகசியமாகவே வைத்திருப்பார். கமுக்கமாய் ஒன்றை நடத்துவதில் சாமார்த்தியமான மனிதர். ஆக்களி சாயிப்பு சொன்னார், "ஆயிரத்தி தொள்ளாயிரத்தி அறுபத்தி ஒன்பதுலயாக்கும் இந்த கட்டிடத்துக்கு பவுண்டேசன் வெட்டு. மொதல்ல அஞ்சாறு மண்வெட்டுக்காரனுவள உட்டுருந்து அரையடி தாந்த பொறவுதான் சம்பவம் மனசிலானது. மேற்கொண்டு ஊத்துபறியாம திட்டுவிளைப் பக்கத்துல பாலம் ஒடைக்கப்

போற நல்ல உக்கிரம் வேலைக்காரனுவளக் கொண்டு வந்து வெட்டு நடந்து. அவனுவளும் இன்னா முடியும் இன்னா முடியும்னு ஒரு மாசத்துக்கு மேலே கெடந்து வெட்டுனானுவோ. காலையில ஆறு மணிக்கு வேலை தொடங்கும் ஒன்பது மணிக்கு ஒரு உழுந்தங்கஞ்சி குடிப்பு ஆச்சா... பத்தரை மணிக்கு நல்ல கருப்பட்டியும் தண்ணியும். பன்னிரெண்டரைக்கெல்லாம் கரையேறிருவானோ... பாக்கதுக்கு திருவாழிக் கட்டிடம் பழசு போல இருக்குல்லா ஆனா பவுண்டேசன் மண்ணு பலத்துக்கு இதுக்கு மேல மூணு மாடிக் கட்டினாலும் பெலமா இருக்கும். மண்ணுக்கு நல்ல வாக்கு வேணும். இல்லன்னா அதுல கெட்டடம் வெளங்காது... ஒரு மாதிரி பொரிய ஆரம்பிச்சிரும். ஆராச்சார் நிலம் வெளங்கல பாத்தியா. சும்மா பரந்து விரிஞ்சி கெடக்கு. அதுல கைபோட்ட எவனும் வெளங்கலே... எல்லாம் சாபம். இராமையா பிள்ளைக்க தகப்பனார்தான் மெயின் ஆராச்சார். ஜனார்த்தனன் பிள்ளை அவருக்குத் துணை . . . கயிற தயார்படுத்துறது கயிறு இழுக்கது கொல்லதுன்னு ... கொல்லுன்னா சாதாரண கொல்லா ... ஈவு இரக்கமில்லாத கொல்லு ..."

"ஆராச்சார் நிலம் கெடக்கே இந்த இடத்துலயா . . . கொல்லதெல்லாம்..."

"தண்டனை நிறைவேற்றது ஆளுவளக் கொல்லதெல்லாம் இங்க இல்லே... இது வெகுமதி நிலம்... ஆரச்சாரு பயிரேற்றி வருமானத்துல வடக்க உள்ள ஒரு கோயிலுக்குப் பூஜைக்குக் கொடுத்துட்டு இவங்க இத ஆண்டு அனுபவிக்கலாம்... தண்டனை நிறைவேற்றுத இடம் கழுவன திட்டைன்னு அதுக்கு அந்தப் பக்கம் பெருங்காடாம்... அங்கனயிருந்து கடைசி அத்தம் ஆராம்புளி வரைக்கும் நீசத்தனமான காடுதான். நான் சின்னப் புள்ளையாக இருக்கும்போ கதை கதையா ஆளுவோ பேசும்... வெகுமதி நிலம்முனுதான் பேரு ஆனா... பிள்ளைக்குடும்பம் செழிச்சி வாழதுக்குன்னு ... எவன் வாழ்ந்தான்? எல்லாவனும் சாபம் வாங்கி வாங்கிச் செத்தொழிஞ்சித்தான் போனானுவோ... ஆணும் நல்லா வாழலே பொண்ணும் நல்லா வாழலே... இப்போ போலவா நீதி... இப்பவே வெளங்காத நீதிதான்... அப்போ யாரு கேக்க முடியும்? குத்தம் செஞ்சவன் செய்யாதவன் எவனனாலும் கொல்லக் குடுப்பானுவோதானே . . . அதிகாரத்துக்க நெருக்கத்துல இருந்த மேச்சாதிக் காரன் எவன கொல்லணுமோ அவனுவள இஷ்டத்துக்குக் கொல்லச் சொன்னான். அவன் சொல்ல இவன் மீற முடியாதுல்லா? கொல்லும் கொலையும் பத்பநாபசாமிக்கு வேண்டின்னு பழிய

அந்தப்பக்கமா திருப்பி உட்டுட்டு இவனுவோ அரண்மனை உத்தரவுக்குக் கட்டுப்பட்டு நல்லவனையும் கெட்டவனையும் கொன்னானுவோ... பெரிய பிள்ளைக்கு மக்களுவோ கிட்ட இருந்த கணக்கத்த நிலத்துக்கும் புலத்துக்கும் இன்னைக்கு அவனுவல்லா மந்திரி மத்தவம்னு ஆயிருக்கணும். எல்லாவனும் நாசமால்லா போயிட்டானுவோ... பெரிய பிள்ளைக்க பேரன் வாட்டச்சாட்டமான அருமாந்த ஆம்புளை... என்னாச்சி ஒரு வேசைக்கு வீட்டுக்கு எவன் போறதுன்னுள்ள தகராறுல அந்த நெலத்துல போட்டே அவன வெட்டிக் கொன்னானுவோ. மிச்சங்கெடந்த ஒருத்தன் ஊளம்பாறையில கெடக்கான்."

"அந்த நிலத்தை எடையில கள்ள டாக்குமெண்டெல்லாம் உண்டாக்கி வித்தானுவளே..."

"என்னத்த... வித்தானுவோ... வித்தவனும் செத்தான், வாங்குனவனும் செத்தான்... அது அப்படித்தான் கெடக்கும். கூறுகெட்ட மன்னனுக்க நாட்டுல நீதி செத்த இடம் ஒருபோதும் வெளங்காது... அதிகாரத்தப் பயன்படுத்தி அந்த நெலத்துக்கு வேலி போட்ட ஜெகதீசன் நாப்பத்தி ஒண்ணுக்குச் செத்துத்தானே போனான்? இங்க இருந்து புள்ளபோல புறப்பட்டுப் போனவன் பாடியத்தானே கொண்டு வந்தானுங்கோ..."

நடைப்பயிற்சி முடிந்து ராமகிருஷ்ணனும் மனோகரன் வாத்தியாரும் பேங் யூஜினும் பேரூராட்சி உறுப்பினர் மசூதுமாக சாயாக்கடையை வந்தடைந்தனர். அவர்கள் நாலுபேரும் இடிக்கும் மழைக்குமென எவ்வித அசாதாரணச் சூழ்நிலையிலும்கூட நடையை விடமார்கள். சிலர் நடைப்பயிற்சியில் இணைவதும் விலகுவதுமாக இருந்தாலும்கூட இவர்களோடு ஊரில் இருக்கும் நாட்களில் நடைப்பயிற்சிக்கு வந்துவிடும் டிரான்ஸ்போர்ட் தியாகராஜனையும் கணக்கில் விட்டுவிட முடியாது. நாலுபேரும் நடைக் கம்பெனி டிரான்ஸ்போர்ட் தியாகராஜனின் மரணத்துக்குப் பிறகு நடைபயிற்சி கம்பெனியிலுள்ள எண்ணிக்கை ஐந்திலிருந்து நாலாகியுள்ளது. காலை ஆறரை மணிக்கெல்லாம் நடந்து முடிந்து கிருஷ்ணன் கடைக்கு வந்தார்களென்றால் ஒரு மணி நேரமாவது பேச்சுப் போகும். இடையில் ஒரு மாதம் வராமலிருந்த மனோகரன் வாத்தியார் இப்போது பதிவுபோல வருவதும் போவதுமாகக் கிடக்கிறார். அரசியல்தான் பிரதான பேச்சு. ராமகிருஷ்ணனும் மனோகரன் வாத்தியாரும் டிஎம்கே ... மசூது ஏடிஎம்கே... பேங் யூஜின் காங்கிரஸ் என்றாலும்

எல்லோரும் பொதுவான கட்சிசாரா மனிதர்களைப்போல பேசுவது கேட்க ரசனையானது. காரசார விவாதமெல்லாம் கிடையாது என்றாலும் அபூர்வமாக எப்போதாவது மசூதுவைக் கூட்டுசேர்ந்து கலாய்ப்பார்கள். மசூதுவின் முகம் மாறும்வரை பேச்சு போனாலும் அவர்களுக்கு அளவு தெரியும். பேச்சு விசமமாக எங்காவது தடம்மாறிப் போனால் அழகாகத் தாவித் தப்பிக்கும் வித்தையறிந்த மகான்கள். சுப்ஹ் தொழுதுவிட்டு வந்து கிருஷ்ணன் கடையின் முன்னால் எவனாவது சிக்கினால் பழங்கதை பேசலாமென அகப்படும் யாரிடமாவது பேசிக்கொண்டிருக்கும் ஆக்களி சாகிபின் பேச்சின் கடைசிப் பகுதியில் அவர்கள் நடந்து முடிந்து வியர்க்க வியர்க்க வந்து சேர்ந்ததால் பேச்சு ஆராச்சார் நிலத்துக்குள்ளேதான் போய்க்கொண்டிருந்தது. இங்கிருக்கும் யாருக்கும் இன்னும் பேசித் தீராத பெரும்பாடாய் இருப்பதால் இப்போதைக்குத் தீராதெனக் கருதி ஒன்றிரண்டு முறை மனோகரன் வாத்தியார் திருவாழி இன்று ஊர் வருகிறார் எனப் பேச்சை மாற்றிய போதும் முத்தாய்ப்பாய்ப் பேச்சு ஆராச்சார் நிலம் பற்றியதாகவே இருந்தது. யூஜின்தான் “அரை ஏக்கருக்கு மேலிருக்கும்” என்ற போது...

“சார் உங்க கணக்குல தீ வைக்கணும் சார். ஏழு ஏக்கருக்கு மேல வரும் சார்... பல கோடி மதிப்பு சார்... மன்னர் மானிய ஒழிப்புச்சட்டம் பாஸானதோட அது அரசுக்குத்தான் சொந்தமாயிருக்கணும்... எட்டோ பத்தோ கேசு... சுப்பு கார்த்தீசன் ஒரு கேசப் போட்டான்... இதுக்கெடையில அதுல பெரிய பிள்ளைட்ட அறுபதுக்கு முன்னாடியே கொஞ்சம் காசக் கொடுத்துட்டுப் பயிரேத்துன சீதளமும் கொழும்பு சாயிபும் இரண்டு எக்ஸ்ட்ரா ஓணரு ...” சொல்லிவிட்டு டீக்கிளாசை ஆறுமுகத்திடம் நீட்டியபடி மனோகரன் வாத்தியார் சிரித்தார். அவர் இந்த நில புரோக்கர்மாரோடு உள்ள சகவாசத்தால் அது பற்றி ரொம்பவும் தறவாக நிறைய கற்றிருந்தார். அவர் பள்ளிக்கூடத்திலுள்ள கணக்கு வாத்தியார்கூட ஒரு முறை சொல்லியிருக்கிறார். “சார் நீங்க டிரில் மாஸ்டராகாமே... லேண்டு புரோக்கராயிருந்தா இந்த துறையில எவனும் நெருங்க முடியாத அளவுக்கு ரொம்பப் பெரிய அளவுல போயிருப்பியோ சார்” என்றதின் உள்ளர்த்தம் புரிந்தோ புரியாமலோ மனோகரன் வாத்தியார் அதைப் பெருமையாக கிருஷ்ணன் டீக் கடையில் வைத்துச் சொல்லிக்கொண்டிருந்தார். கதைகள் அலசப்படும்போது அது பறவையின் சிறகசைப்பிலும் சில நேரம் பன்றியின் சப்தங்களின் சாயலிலும் அமைந்துவிடுகிறது. குரல்கள் உயர்ந்தும் தாழ்ந்தும்

கடல் அலைகளைப்போல அடித்துக்கொண்டு கிடந்தது. மண்வேலைக்குப் போகிறவர்கள் வெள்ளனையே கிருஷ்ணன் கடைக்கு என்னமும் சாப்பிட வருவார்கள். செல்லத்துரையின் செங்கல் சூளைக்குப்போகிறவர்களும்கூட மதியச்சாப்பாட்டுக்குத் துணையாக கிருஷ்ணன் கடை ரசவடையை வாங்குவதற்காக வண்டியை நிப்பாட்டிவிட்டு வரும்போது எப்படியும் பத்துபதினஞ்சி ரசவடை விற்றுப்போகும். இதற்கிடையே இந்தப் பேச்சு இன்று இன்னும் நீண்டு போகிறது. இப்போதுதான் பட்டம் தாணுபிள்ளைக்கு வந்திருக்கிறார்கள். அன்சாரி நேற்றே சொல்லியிருந்தான், காலையில் வடசேரி பேருந்து நிலையத்தில் போய் திருவாழியை அழைத்துக்கொண்டுதான் ஏரியாவுக்குள் வருவேன் என்று.

மனோகரன் வாத்தியார் எழுபதுக்குப்பிறகு ஆராச்சார் மனையின் நீக்கும்போக்கும் பற்றிப்பேசினார். கொழும்பு சாயிபுவின் ஒற்றைக்கு ஒரு மகன் குடியடிமையாகிப் போயிருந்தான். மகன் ஜாஹிரின் குடிப்பழக்கம் அவருக்குத் தீராத மனவேதனையாகிப் போனது. அவரின் காலத்துக்குப் பிறகு மகன்தான் முதலில் ஆராச்சார் நிலத்திலுள்ள தனது கொழும்புக்கடைக்காரர் வயலென அறியப்பட்ட பரந்துவிரிந்த அந்தப் பகுதியை விற்றான். அவ்வகையில் நேரமே அதிலிருந்து விலகிக்கொண்டதினால் ஜாஹிர் கிட்டத்தட்ட அதிலிருந்து தப்பித்துக்கொண்டாலும் தொடர்ச்சியாக அவனும் அவனின் கூட்டுக்குடியும் சுற்றிலும் பரவிக்கிடந்த ஆதிக்கமனோபாவமும் ஒன்றுகூடி ஜாஹிரின் வாப்பா கொழும்பு சாயிபு காடுகரையில்லாமல் சேர்த்து வைத்த சொத்துக்களையெல்லாம் வரிசை வரிசையாகக் காலியாக்கிவிட்டிருந்தான். வரிசையாக அடுக்கி நிறுத்தப்பட்டு ஒருமுனையில் தட்டிவிட்டால் மறுமுனைவரைக்கும் சரிகிற சீட்டுக்கட்டுப்போல ஜாஹிரின் சரிவு ஒரு நேர்வரிசையில் நிகழ்ந்தேறிக்கொண்டிருந்தது. ஜாஹிர் குடிமூத்துத் திரிந்த காலத்தில் அவனின் ஏகக் கூட்டாளியாக பவனி வந்த மைனர் சலாம் அவனை உசுப்பி வாழ்ந்தவர்களில் முதன்மையானவனாக இருந்த இக்கதைகளை மசூது தெரிந்ததைக் காட்டிலும் மனோகரன் வாத்தியார் நிறைய தெரிந்துவைத்திருந்தார். வியாபாரத்துக்கிடையே எட்டிப் பார்த்த கிருஷ்ணன் சொன்னார், “வாத்தியாருக்க சகவாசம் அப்படி மசூதே...” சிரிப்பு எழுந்து அடங்கியது.

சீதளத்துக்கு நான்கைந்து ஆண்மக்கள் உண்டு. ஆராச்சார் நிலத்தைக் கொல்லத்துக்காரன் வீட்டு மனைகளாக மாற்றிப் பெரும் வியாபாரத்தில் ஈடுபடலாம் எனத்திட்டமிட்டு அப்போது

பெரும் பங்குகொண்டிருந்த சீதளத்துக்குப் பெருந்தொகை கொடுத்து அவர் வசமிருந்த நிலத்தைப் பெற்றுக்கொண்டு, மேலும் சுற்று பாதிலுள்ள எட்டு ஒன்பது பேர்களுக்கு அல்லது தங்களை அவகாசிகள் என்று சொல்லிக் கொண்டவர்களுக்கு கணிசமான தொகையைக் கொடுத்து ஜரூராக நிரப்பி வீட்டுமனைகளாக வடிவமைக்கப்பட்ட ஆறு மாதங்களுக்குப் பிறகே இடையில் முளைத்த சிலரால் சில புதிய வழக்குகள் போடப்பட்டன. பெரியபிள்ளையின் மகள்வழி வாரிசுகளில் இடம் கடந்து வாழ்ந்த ஒரு குடும்பம் அவசரஅவசரமாக பிளாட் போடப்பட்ட இடத்தில் ஏர்பூட்டி உழுது பயிரேற்றப் பூர்வாங்க வேலைகளைத் தொடங்கினார்கள். பிரச்சினை கைக்குக் கைமீறி ஏகப்பட்ட சிக்கல்களை நோக்கிப் போய்க் கொண்டிருந்தது.புதிது புதிதாக மனிதர்கள் முளைத்து வந்தார்கள். ஓராண்டுக்குப் பிறகு தாக்குப்பிடிக்க முடியாமல் கொல்லத்துக்காரன் பணம் பட்டுவாடச் செய்தவர்களிட மெல்லாம் திரும்பக் கேட்டுத் துரத்தியபோது பெருந் தொகை பெற்ற சீதளம் மறுநாள் இறந்து போனார். கொடுத்த பணத்தை ஈடாக்க சீதளத்தின் மகன்களைக் கொல்லத்துக்காரன் தொடர்புகொண்டபோது மகன்கள் கொடுத்த தந்தையிடமே கேட்டுக்கொள்ளச் சொன்னார்கள்.

சீதளம் பற்றி வேதமாணிக்கம் இன்னொரு கதையை குறுக்காகப் புகுந்து பேசினார். அவர் அங்குமிங்கும் பார்த்துக்கொண்டு மெல்லமான குரலில், “சீதளத்தின் மரணம் இயற்கையானது இல்லை. மகன்களும் மனைவியும்உட்பட குடும்பம் கூடி செய்த கொலை” என்றார். அது ஒரு நல்ல மழை நாள். மழை கொட்டோ கொட்டெனக் கொட்டுகிறது. வாரி வெள்ளம்சுற்றுக்கட்டு சுற்றிலும் நாலு மூலையிலுள்ள சாய்விலுமாக ஒழுகி ஒன்றுகூடி விழுந்து பாய்ந்தோடிக்கொண்டிருந்தது. கொல்லத்துக்காரனின் அவதி மறுநாள் முற்றுப் பெறுகிறது. சீதளம் வீட்டின் சுற்றுக்கட்டில் மிகக் கனத்த மனத்தோடு எல்லாம் இறுதியை நோக்கியதுதான் என்பதுபோல ஒரு மரச்செயரில் அமர்ந்திருந்தார். மனைவி கடைசியாக அவரை வந்து பார்த்துவிட்டுப் பொறுக்கமுடியாமல் சேலைத் தலைப்பால் வாயைப் பொத்தி அழுதபடி உள்ளே போய்விட்டாள். இருண்டுபோயிருந்த சீதளத்தின் கண்கள் அனிச்சையாக அழுதுகொண்டிருந்தன. ஒரு மரணம் சில வாழ்வு என்பதுதான் மழையின் பாய்ச்சல் போல அங்கு பெய்து கொண்டிருந்தது. ஒரு மகன் தொலைபேசியில் யாரிடமோ பேசினான். “அப்பா தவறிட்டாங்க...”

சீதளம் பரிதாபமாகப் பார்த்தார். அவர் ஆசை ஆசையாகத் தூக்கிச் சுமந்த அன்பு மகன் தொலைபேசியின் எதிர்முனையில் "எப்போ..." என்ற கேள்வியாக இருக்க வேண்டும்.

"இப்பதான்... பத்து நிமிசமாச்சி..."

சீதளம் நிமிர்ந்து அவனைப் பார்த்தபோது அவனின் பார்வை ஈர விழிகளோடு வலதுபக்கமாகத் திரும்பிக்கொண்டது. சீதளம் வீட்டை ஒருமுறை பார்வையால் நன்கு சுற்றிப்பார்த்தார். அவர் கண்களுக்கு வீட்டின் முன்னறையில் தான் பிணமாகப் படுக்க வைக்கப்பட்டிருப்பது தெரிந்தது. முன்பின் கதவுகள் நன்கு பூட்டப்பட்டிருந்தன. ஒரு மரச் செயரில் பித்தளைக் கப்பில் நன்கு கடையப்பட்ட மோர்போல ஒரு பானம் இளம் பச்சை நிறத்தில் நிறைந்திருந்தது. நான்கு மகன்களில் மூவர் ஊரிலிருந்தனர். ஒருவன் அப்பாவின் மரணத்தை அலுவலகத்தில் சொல்லிவிட்டுப் பெருநகரத்திலிருந்து புறப்பட்டு வந்துகொண்டிருக்கிறான். சீதளம் பித்தளைக் குவளையைக் கையிலெடுத்தார். மூன்று மகன்களும் திரும்பிக்கொண்டனர். அவர் நீண்ட நேரம் குவளையைக் கையில் வைத்தபடி அமர்ந்திருப்பதைப் பார்த்து அவர்கள் அவரை நெருங்கும்போது கையால் அவர்களைத் தடுத்துக்கொண்டே "நல்லா இருங்கடே..." என்றபடி பானத்தைப் பருகிய சீதளம் கொஞ்ச நேரத்திலெல்லாம் தலை தொங்கித் துணிபோல செயரிலிருந்து துவண்டு விழுந்தார். சீதளம் வீட்டிலிருந்து வெளிக் கிளம்பிய ஒப்பாரிச் சத்தம், புறப்பட்டு வந்துகொண்டிருந்த கொல்லத்துக்காரனின் காதுகளில் போய்ச் சேர்ந்தது.

எல்லோரும் அதிர்ந்துபோயிருந்தார்கள்.

பேங் யூஜின் சொன்னார், "ரொம்ப டெரிபிளா இருக்கே... இப்படியெல்லாமா உ லகமிருக்கும்?"

"இதவிடவும் மோசமா இருக்கும். இந்த வாழ்க்கையே ரொம்ப பயங்கரம்தான் சார். அத நாம ஒருபோதும் கற்பனை பண்ண முடியாது. அது எல்லாம் கடந்து இருக்கும்" என்றபோது யூஜினின் முகமும் அதிர்ச்சியில் உறைந்துபோயிருந்தது. "இங்க பணமும் உன்னவிட நான் குறைஞ்சவனில்லேன்னுள்ள அதிகார வாழ்வும்தான் பிரதானமானது. கொழும்பு சாயுபு மொதலாளிக்க காலத்துக்குப்பிறகு காடுகரையெல்லாம் வித்துவித்துக்குடிச்சியழிச்ச ஜாஹிரு என்னவா போனான்... ஆனா பாருங்க, கூட குடிச்சி நடந்த மைனர் சலாம் இன்னைக்கு மொதலாளியாயிட்டாம்லா... தன்னக் கட்டலன்னா மந்திரவாதியானாலும் பிசாசு அடிச்சிடும்.

கடைசி காலத்துல ஜாஹிரு இந்த வளைவு தாண்டுனா வருமே சின்னப்பள்ளி வாசல் அந்த முக்குலதான் ஐம்பதுக்கும் நூறுக்கும் கையேந்தி நடந்தான்... பெரிய பரிதாபம் சார்..."

"ஆராச்சார் நிலம் இன்னைக்கு வரைக்கும் எவனையும் நெருங்க உடலே" மனோகரன் வாத்தியார் ஆரம்பித்தார். "பெரிய பெரிய சட்டம்பிய எல்லாம் முட்டிமோதிப் பாத்துட்டு கைவிட்ட பிறகு ராமலிங்கம் மொவனுவள்ளல ஒருத்தன் கை போட்டான்..."

"மத்த வக்கீலா..?"

"அவனேதான்... எல்லாத்தையும் திங்கணும்னா முடியுமா? குடலுக்குத் தக்கனத்தானே முடியும். பழைய ஒண்ணு ரெண்டு ஆளுவள்ட்ட போய்க் கொஞ்சம் பணத்த அட்வான்ஸா கொடுத்துட்டுப் புதுசா பிளாட் போடுத வேலைய ஆரம்பிச்சான். இது இரண்டாயிரத்துக்குப் பொறவுதான்... ஒரு மாசமா பழையபடிப் பத்தொன்பது வருசத்துக்குப் பிறகு நல்லா நிலத்த திருத்திச் செங்கலெல்லாம் நட்டுப் பெரிய பாதை போட்டு ரொம்ப சிறப்பா தொடங்குனான்... எங்கிட்ட வந்து சார் ஆள் இருந்தா கொண்டு வாருங்க... நல்லா கவனிக்கிறேன்னு சொன்னானுவோ... சரி தம்பி பாக்கேன்னு சொன்னேன். பத்து லட்ச ரூபாய்க்கு மேலேயே நிலத்த திருத்தி எடுக்க செலவு பண்ணிருப்பான்... ஆசைதானே அள்ளி எடுத்துரலாம்னு... திடீர்னு அவனுக்கு ஒரு போன் வந்திருக்கு... பத்து பிளாட்ட மொத்தமா புக் பண்றோம்... இப்போ ஒரு கோடி அட்வான்ஸ் பண்ணுறோம்... நேர்ல பேசலாமா..." மனோகரன் வாத்தியார் தொடர்ந்து பேசமுடியாமல் சிரித்துக் கொண்டார்.

"சிரிக்காம சொல்லுங்க சார்..."

"கதையளுவோ அப்படில்லா சார் இருக்கு..."

"வக்கீலு துணைக்கு ஒரு சொக்காரனையும் கூப்பிட்டுட்டு கேப்மரியில... அது ஏதோ ஒரு பெரிய ஸ்டார் ஹோட்டலு... நேரா போயிட்டானுவோ... அங்கப் போனா இந்த இந்தி சினிமாவுல வரது மாதிரி நாலஞ்சி பொம்பள புள்ளையோ... ஆளு அலங்காரம்னு ஸ்விம்மிங்பூல்னு ஏகத்துக்குத் தடபுடலா கெடந்திருக்கு... வக்கீலுக்குப் பாத்ததுமே ஏதோ புதையல் கிடைச்சிட்டுன்னு தேன்பானையில உழுந்த கதைதான்... இரண்டுபேரையும் உட்காரச் சொல்லிட்டு ஒருத்தன் வந்து பாஸ பாக்கலாம் வாங்கன்னு ரூமுக்குக் கூட்டிட்டுப் போயிருக்கான்... அங்க போன அது ஒரு அசாத்திய ரூம்... டாக்குமெண்டு

காபியெல்லாம் பாஸ் பாக்க இவாளு ரெண்டுபேரும் எதிர்ல இருக்க... ஒருத்தி நல்ல கொணாட்டிட்டு ஜூஸ் கொண்டு வந்து கொடுத்திருக்கா... ஜூஸக் குடிச்சதுதான் தாமதம். அது மயக்க மருந்துபோல... அஞ்சாரு பேரா உள்ள புகுந்து வக்கீலையும் சொக்காரனையும் தூக்கிப்போட்டு இடியும் சவுட்டும்... வக்கீலுக்க கழுத்துல பத்துப் பதினாலு பவுன்ல ஒரு செயினும் உண்டு. அதையும் கழத்தி எடுத்துட்டுச் சீலையையும் உரிஞ்சி உட்டுட்டுப் போயிட்டானுவோ..."

"யாரு என்னான்னு வெவரம் தெரியலையா..."

"அங்க எல்லாமே போலி... இவனுவோ கம்பிளைண்ட் பண்ணணும்லா . . . வெளியே சொல்லாம கமுக்கமா உட்டுட்டானுவோ..."

எல்லோரும் சிரித்தார்கள். மனுசனுவளுக்கு அதிகத் தொறப்பு ஆகாது. கிருஷ்ணன் கடையிலுள்ள ஆறுமுகம் வந்து கேட்டுக்கொண்டு நிற்கும்போது யூஜின் சொன்னார். "இந்த மொதலாளி பயலுவளுக்கு ஒரு வெளங்காத சுபாவம் இருக்கு... என்னமும் கிடைக்கும்னா பின்னால உள்ள ஆபத்தப் பாக்க மாட்டானுவோ... போய் மாட்டுனப் பொறவு வெளியத் தெரிஞ்சா மானக்கேடுன்னு பொத்திகிட்டுப் போயிருவானுவோ..."

அங்கு சிரிப்பு அடங்கி அமைதி திரும்ப ரொம்ப நேரமானது, நேரமாகிவிட்டாலும்கூட இன்று கிருஷ்ணன் கடையில் அந்தச் சபை கலைந்துபோக விருப்பமில்லாமலேயே இருந்தது. மனோகரன் வாத்தியாருக்கு இன்று ஏதோ உள்ளூர் விடுமுறைக்கான ஒரு நாளாக அது இருந்ததால் அவர் ஒய்யாரமாகவே இருந்தார். பேங் யூஜினுக்குத்தான் அலுவலகம் செல்லும் அவசரமிருந்தது. ராமகிருஷ்ணன் ஓய்வுபெற்றுவிட்டதால் நேரம் குறித்துத் துல்லியமான கணக்கீடும் அவருக்கு அவசியப்படவில்லை. மெம்பர் மசூது ஒரு வேலை இருப்பதாக எழுந்தபோதுதான், கிருஷ்ணன் கடைக்கு முன்னால் சட்டாக்கில் பழைய அதே கம்பீரத்துடன், அதே பொலிவுடன் சிலங்கா வந்திறங்கினான். எல்லோரும் அவரைத் திரும்பிப் பார்க்க சட்டாக்கை பக்கவாட்டில் நிப்பாட்டி விட்டு இறங்கிக் கம்பீரம் குறையாமல் நடந்த சிலங்காவின் நடையில் இடதுகால் தென்னலின் மூலமாக அந்த விபத்தினுடைய தாக்கம் அப்பட்டமாகத் தெரிந்தது.

சிலங்காவின் கெமை குறையாத வருகையையும் கண்ணாடிக்குள் சுழலும் அவனின் பார்வையையும் புரிந்துகொண்ட மனோகரன் வாத்தியார் மெல்ல எழுந்து மதிப்பாக

திருவாழி ௸ 145 ௵

நின்றுகொண்டார். விபத்துக்குப் பிறகு மீண்டும் சிலங்காவை வாத்தியார் இப்போதுதான் மறுபடியும் நேராகப் பார்க்கிறார். அதனால் கொஞ்சம் தர்மச்சங்கடமாக இருந்தபோதிலும் சிலங்கா இறங்கி ஐந்தாம் எண் கடையைச் சுற்றி ஒரு பார்வை பார்த்துவிட்டு வேட்டியின் ஒரு தும்பை மட்டும் தூக்கிப் பிடித்த அசாத்திய அழகுள்ள நிலையில் அவ்வளவு தோரணையாக கிருஷ்ணன் கடையின் பின்னாலுள்ள சிமெண்டு பெஞ்சில் போய் அமர்ந்துகொண்டே கிருஷ்ணனைப் பார்த்து, "எனக்கொரு டீ மனோகரன் சாருக்கு ஒரு வித் அவுட்" என்றான். மனோகரன் வாத்தியாருக்கு ரொம்பவும் கூச்சமாகியது. அவர் வித் அவுட் டீ மீது எந்த மறுப்பும் சொல்லாமல் ஒரு மாதிரி வெலவெலத்து நின்றார். மற்றவர்கள் மெல்ல எழுந்து சிறிய பாவலா காட்டியபடி அங்கிருந்து விடைபெற்றுப் போனார்கள். சிலங்கா கூலிங் கிளாசைக் கழற்றி வேட்டியின் தும்பில் நன்றாக துடைத்து மாட்டி, "சார் எப்படி இருக்கியே" என்றதும் மனோகரன் வாத்தியார் சின்னப் புன்னகையை உதிர்த்தார்.

10

வழக்கமாக மாதந்தோறும் அல்லது இரண்டு மாதங்களுக்கு ஒருதடவையாவது இங்கு வந்து விடுகிற திருவாழி இந்த முறை கிட்டத்தட்ட நாலு மாதங்களுக்குப் பிறகே வந்திருக்கிறார். சிலங்காவின் விபத்துக் காரணமாகவும் குடும்ப நிகழ்வின் சூழ்நிலையாலும் இடையிலுள்ள ஒன்றிரெண்டு வருகை தடைபட்டுப் போனது. ஒன்பதுமணிக்கு வடசேரி பேருந்து நிலையத்தில் வந்திறங்கியவரை காசீமின் ஆட்டோவோடு அங்கு காத்திருந்த அன்சாரி அழைத்துக்கொண்டு வந்தான். வழக்கமாக வரும் ஆட்டோ சண்முகம் உவரி போயிருப்பதால் அன்சாரி கடைசி நேரத்தில் காசீமைக் கூட்டிப் போயிருந்தான். திருவாழி ஆட்டோவில் வரும்போதே காசீமைப் புதிதாகப் பார்த்துவிட்டுக் கேட்டார், "தம்பி நம்ம ஏரியாதானா..?"

"ஆமாம்" என்றபடி காசீம் அமைதியாக ஆட்டோவை ஓட்டிக்கொண்டிருந்தான்.

"எந்த ஸ்டேண்டுல ஓட்டுறீங்க..?"

"மெயின் ரோட்ல... ஸ்கூல் பக்கத்துல..."

"எம்ஜியார் சிலைக்கிட்டயா..."

"ஆமா..."

கிட்டே இருந்த அன்சாரி ஒன்றும் பேசவில்லை. திருவாழிக்கு ஒரு ஆளிடம் பேசும்போது இன்னொரு

ஆள் பதில் சொன்னால் பிடிக்காது. அவர் காசிமிடம் பேச்சை விட்டுவிட்டுத் திரும்பி அன்சாரியிடம் சொன்னார், “நல்லா பசிக்குதுடே . . .” வார்த்தையோடு முகமும் பசிப்பதைக் காட்டியது.

“கிருஷ்ணண்ணன் கடையில இட்லியும் கிழங்கு சால்னாவும் ரெடியா இருக்கு சார்... நீங்க ரூமுக்குப் போனதும் ஆறுமுகம் அண்ணேன் அங்கயே கொண்டு வந்துருவான்...”

திருவாழி ஆசுவாசமாகித் திருப்தியின் பொருட்டுச் சிரித்துக் கொண்டே ஆட்டோ ஓட்டிக்கொண்டிருக்கும் காசீமைக் கவனித்தபோது எங்கேயோ பரிச்சயப்பட்ட ஒரு வாசம் அவனுக்குள்ளிருப்பதாகத் தோன்றியது. மீண்டும் காசீமிடம் கேட்டார், “ரொம்பநாளா ஆட்டோ ஓட்டியா தம்பி..?”

“ஆமா சார்... இப்போ ஒரு ஒண்ணர வருசமா...”

“ஆனா உன்ன ஸ்டேண்டுல பாத்த மாதிரியே இல்லயே...”

“ஒரு ஆம்னி வேன் வச்சிருக்கேன் . . . ஸ்கூல் ஓட்டம் உண்டு. மாத்தி மாத்தி ஓட்டதுனால ஸ்டேண்டுல ரொம்ப நிக்கதில்லே...”

பேசிப்பேசி காசீமின் ஆட்டோ திருவாழிக் கட்டிட ஏரியாவுக்குள் வந்துவிட்டது.

கிருஷ்ணன் கடைக்கு முன்னால் அவன் ஆட்டோவை நிறுத்தியபோது இறங்கி திருவாழி சுற்றிலும் எல்லோரையும் புன்னகையால் ஒரு பார்வை பார்த்துவிட்டுத் திரும்பியபோது அங்கே சிலங்கா கம்பீரமாக நின்றிருந்தான். சிலங்கா அங்கு நிற்பது அன்சாரிக்கு ஆச்சரியமாக இருந்தது. ஒரு வாரத்துக்கு முன்னர்தான் சிலங்காவின் காலில் போடப்பட்டிருந்த மாவுக்கட்டைப் பிரித்தார்கள் என்று மனோகரன் வாத்தியார் சொன்னார். யாரும்போய் நேராகப் பார்க்கவில்லை. அவர் சொல்லி, இவர் சொல்லி எல்லாம் வாய்மொழியாக ஏரியாவுக்கு வந்து சேர்ந்து விடும். கம்பீரமாக நின்றுகொண்டிருந்த சிலங்காவிடம் திருவாழி சாந்தமாகக் கடிகாரத்தைப் பார்த்துக்கொண்டே சொன்னார், “பதினொன்னுக்குப் பேசலாம்... காலையில டிபன் முடிச்சிட்டு... ஒரு அரைமணி நேரம் ரெஸ்ட்டு... எடுத்துக்கிறேன் ... சரியா...”

“சரி சார், நான் இங்கதான் இருப்பேன்...”

திருவாழி அவனைப் பார்த்துப் புன்னகைத்தார் ஆட்டோ வாடகை ரூபாயை காசீமிடம் அன்சாரி கொடுத்துவிட்ட பிறகு இருவருமாக திருவாழிக் கட்டிடத்தின் ஒண்ணாநம்பர் கடையின் பக்கத்திலுள்ள பாதை வழியாகப் பின்னால் போகும்போது பூபாலனின் கடையில் தங்கம் நல்ல அலங்காரமாகப் புதுப்பெண் போல இருந்தாள். எட்டிப்பார்த்த திருவாழி அவளிடம், "எதாவது கல்யாணவீடா ..." என்றபடியே நடந்தபோது, "ஆமா சார்" எனச் சொல்லிவிட்டுச் சிரித்தாள். திருவாழியும் அன்சாரியும் மேற்கொண்டு பேசிக்கொண்டே நடக்கையில் அவர், "அன்சாரி கேட்டியா? இவதான் கல்யாணப் பொண்ணுபோல நல்ல சேலா அலங்காரம் பண்ணிருக்கா ..." என்றதும் இருவரும் சிரித்துக்கொண்டனர். அறைக்குள் போனதும அவர் மேலும் சொன்னார், "அன்சாரி, ஆறேழு வேலை கெடக்கு... சரபுரான்னு ஒவ்வொண்ணா முடிக்கணும். நீ இந்த ஆட்டோவ சாயங்காலம் நாலுமணிக்கு வரச் சொல்லு ... நான் இன்னைக்கு நைட்டும் நாளைக்கு நைட்டும் இங்கதான். மறுநாளு காலையில வெள்ளனயே என்னைய பஸ் ஏத்திவுடணும் ... சரியா ..?" அவர் பேச்சினிடையே ஆறுமுகம் டிபனைக் கொண்டு உள்ளே வந்தான். அவனிடம் நலம் விசாரித்துக்கொண்டு அன்சாரியிடம் தொடர்ந்து பேசினார். "இந்த சிலங்காவ ஒரு பதினோரு மணிக்குக் கூட்டிட்டுவா... அவன் ஆளு நல்ல சாமர்த்தியக்காரன் ... நீ வேற எங்கேயும் போயிராதே... சிலங்கா இங்க வரும்போது நீயும் கூட இருக்கணும் ...

"சரி சார் ..."

திருவாழி சாப்பிட்டுச் சற்று ஓய்வெடுக்கட்டுமென அன்சாரி அவரின் அறைக்கு வெளியே வந்தான். மைனர்சலாம் கடையின் பக்கவாட்டுப் பாதையிலுள்ள பொன்னம்மா மனை பொதுக்கிணற்றின் திருவாழி மனைப் பக்கமுள்ள மதிலில் சாய்ந்து நின்றிருந்தான். திருவாழி ஒன்றும் திறந்து பேசமாட்டார். குடிநேரங்களில் மாறுபட்டுச் சிரிப்பும் கும்மாளமுமாய் இருப்பார். கால் முறிந்து போனவன் போய்விட்டானென எண்ணியிருந்த இந்த சிலங்கா எதற்கு வந்திருக்கிறான், காசீமின் ஆட்டோவை எதற்கு மாலையில் வரச் சொல்லச் சொல்கிறார் என ஒன்றும் புரியவில்லை. அன்சாரி கொஞ்ச நேரம் கிணற்று மதிலில் சாய்ந்து நின்றபடி யோசித்து யோசித்து ஒருபிடியும் கிட்டாமல் மெல்ல நகர்ந்து கிருஷ்ணன் கடையருகே வந்தான். பின்னாலுள்ள பெஞ்சில் ஒருவேளை சிலங்கா இருக்கக்கூடும் என்ற உத்தேசத்தோடு எட்டிப் பார்த்தபோது, சிலங்கா அங்கே இல்லை என்ற பிறகுதான் வெளியே நின்றிருந்த சட்டாக்கைக்

காணாமல் கிருஷ்ணனிடம் விசாரித்தபோது சிலங்கா போய்விட்டு ஒருமணிநேரத்தில் திரும்ப வருவதாகச் சொல்லிச் சென்றிருப்பது தெரிந்தது. திருவாழிக் கட்டிடத்தில் ஐந்தாம் எண் கடையும் வேலுமயிலின் பேண்டுமேள அலுவலகமும் நீங்கலாக எல்லாக் கடைகளும் திறந்திருந்தன. திருவாழி வந்துள்ள விவரம் அதற்குள்கட்டிடத்தில் எல்லோருக்கும் தெரிந்திருந்தது. அன்சாரி சிமெண்டு பெஞ்சுக்குப் போய் அமர்ந்திருந்தபோதுதான் அவனுக்கு, தான் காலை உணவைச் சாப்பிட்டிருக்கவில்லை என்பது ஓர்மையில் வந்தது. கிருஷ்ணனிடம் சொன்னதும், அவர் ஒன்றிரெண்டு மீந்துகிடந்த இட்லிகளை ஒரு தட்டில் வைத்து எஞ்சிய கொஞ்சம் சாம்பாரையும் கொண்டு கொடுத்துவிட்டு ... "சிலங்கா என்ன விசயமா வந்திருக்கான்? அவன் வண்டிய பழையது போல மினிக்கி எடுத்துட்டான் பாத்தீயா ..?" என்று கேட்டார்.

"அது அவனுக்க ராசி வண்டி ..."

"என்ன மயிர புடுங்குன ராசி ... மொத நாளே வண்டி கொண்டுபோய்ச் சரிச்சிட்டே ... தப்பி பெழச்சிருக்கான் ..."

"ஒருவேளை நல்லதுக்கும் இருக்கும்லா ..."

"சரிதாம்டே ... என்று மெல்லச் சொல்லிவிட்டு, "இந்த ஐந்தாம் நம்பர் கடையை எடுத்துக் காணாமப் போனவன் எவனுமே அதுக்குப் பொறவு இந்த ஏரியாவுல நடமாடுனது இல்ல. ஐஞ்சாமத்த கடையில காலுமுறிஞ்சி திரும்பவும் இங்க வந்திருக்கிற மொத ஆளு சிலங்காதான். ஏதோ விசயமிருக்கு இல்லன்னா வரமாட்டானே ..."

"ஒரு எழவும் தெரியலேண்ணேன் . . . என்னமோ நடந்திருக்கு . . . மைனர் சலாம் கடைய காலிபண்ணச் சொல்லுவாரு போல... நேத்தே அவன் ரொம்ப பீதியாயிட்டான். சலாம் இந்த கடைய எடுத்தப் பொறவுதான் அவன் மொவன் பஹ்ரைன்ல கொடிக்கட்டிப் பறந்தது ... நல்ல கணக்கத்தப் பணம்... மத்த ஐயனிங் கடை வச்சிருந்தாம்லா ..."

"அந்தப் பேட்டைக்காரனா ..."

"ஆமா அவன்தான் ... அவன் இருக்க வீட்ட சலாந்தான் விலை முடிச்சிருக்கதா கேள்வி... மொவனுக்கு அங்க சொந்த தொழிலு... பேயோடு பக்கத்துல தோப்பு வாண்டிப் போட்ருக்க மொதலாளி பவுசுல திருவாழிசார்ட்ட வலதுவாக்குல எதாவது

டைலாக் உட்டுருப்பாம்னு நினைக்கேன்... இல்லன்னா அவரு காலி பண்ணச் சொல்லமாட்டாரு..."

அன்சாரிக்கு யோசனையும் குழப்பமுமாக இருந்தது. இட்லியைத் தின்று முடித்தபோது அவர் கூடவே ஒரு டீயும் போட்டுக் கொடுத்ததையும் குடித்துவிட்டு வெளியே வந்த போது ஒன்றாம் எண் கடையைப் பூட்டியபடி தங்கம் தன் கடைக்கு முன்னால் வந்து நின்ற காசீமின் ஆட்டோவில் ஏறிப் போனாள். அவள் ஆட்டோவில் ஏறும் முன்னால் கிருஷ்ணன் கடைக்குள் போய் அவரிடம் கடைச்சாவியைக் கொடுத்தபடி, "பூபாலன் அண்ணன் வந்து கேட்டா சாவிய கொடுங்க" எனச் சொன்னபோது அவர் புரியாமல் பார்த்தார். இவ்வாறு இதற்கு முன்னால் நடந்ததே இல்லையென்பதால் இந்தப் புதிய அனுபவத்தை எப்படி எதிர்கொள்வதெனத் தெரியாமல் பார்த்த போது தங்கம் தெளிவாகச் சொன்னாள். "நான் ஒரு கல்யாண வீட்டுக்குப் போறேன்... திரும்ப வரதுக்கு நேரமானா... ஒருவேளை பூபாலன் அண்ணன் இங்க தேடி வந்தார்னா சாவிய கொடுங்க சரியா" என்றபடி வெளியே வந்து அன்சாரியிடம், "அன்சாரி அண்ணேன் போயிட்டு வாறேன்" என காசீமின் ஆட்டோவில் ஏறிப் போனாள். அன்சாரி அவளிடம் தலையாட்டிவிட்டு காசீமிடம் நாலுமணிக்கு இங்கு வரும்படிச் சொல்லிவிட்டான். ஆட்டோ வளைவு தாண்டிப் போனதும் அதே வளைவிலிருந்து சிலங்கா சட்டாக்கில் பின்னாலொருவனை உட்காரவைத்து வந்துகொண்டிருந்ததான். சிலங்கா கிருஷ்ணன் கடையின் முன்னால் வண்டியை நிப்பாட்டி விட்டு இருவருமாக அன்சாரியிடம் வந்தனர். அன்சாரிக்கு சிலங்காவிடம் என்ன ஏது என்று விபரம் கேட்கலாமா என்று யோசனையாக இருந்தது. பிறகு அவனே அந்த யோசனையை விட்டுவிட்டான். கூட வந்தவன் எவரெஸ்ட் வெல்டிங் பட்டறைக்காரன் என்று அறிமுகம் செய்த சிலங்கா திருவாழிக் கட்டிடத்தைக் காட்டி இதுதான் கட்டிடம் என்றதும் வந்தவன் முழுவதுமாகச் சுற்றிப் பார்த்துவிட்டுச் சில உத்தேசங்களின் அடிப்படையில், "ஒரு இரண்டாயிரத்தி ஐநூறு ஸ்கொயர்ஃபீட் பக்கத்துல வரும்" என்றபோது அன்சாரியும் கிருஷ்ணனும் ஒருவரையொருவர் புரியாமல் பார்த்துக்கொண்டனர். பிலிப் நல்ல தரமான ஒரு லிட்டர் அளவுள்ள ரம் பாட்டிலைத் தாளில் பொதிந்துகொண்டு வந்தான்.

பொதியை நோட்டமிட்ட சிலங்கா லேசாகப் புரிந்து சிரித்துக்கொண்டே, "இது பாறைசாலையா பால்ராமபுரமா" என்று சிரித்தபோது பிலிப் பாறைசாலைதான் என்றான். சிலங்கா பாட்டிலை வாங்கிப் பார்த்துவிட்டு நல்ல உக்கிரம் சாதனம்

என்றபடி கேரளாவின் மதுப்பெருமையைச் சிலாகித்துக்கொண்ட போது அங்கு ஒரு மர்மப் புன்னகை வியாபித்திருந்தது. சிலங்கா அந்தப் புன்னகையின் அர்த்தத்தை எப்படி எடுத்துக் கொண்டான் என்று தெரியவில்லை. அவன் மீண்டும் கர்நாடகம், பாண்டிச்சேரி, கேரளாவென மதுவின் தரம் பற்றிப் பேசிய பேச்சில் கர்நாடகாவுக்கு மதுவின் தரத்தில் கேரளாவை விடவும் முதலிடம் கொடுத்தபோது பிலிப் சிலங்காவை ஓரளவுக்கு நல்ல தரமான குடிகாரனாகக் கணக்கிட்டுக்கொண்டான். நல்ல வேளை நிர்ணயிக்கப்பட்ட நேரத்திற்கும் முன்னமே திருவாழி அன்சாரிக்கு போன் பண்ணிக் கூப்பிட்டபோது அன்சாரியும் சிலங்காவும் வெல்டிங்காரனுமாக திருவாழியின் அறைக்குப் போனார்கள். அறைக்குள் நுழையும் முன்னால் சிலங்கா சுவரோடு சாய்த்துவைக்கப்பட்டிருந்த தனது எலக்டிரிக்கல் கடை போர்டை உன்னிப்பாகப் பார்த்துக் கொண்டே உள்ளே நுழைந்தனர். திருவாழி முன்னால் கிடந்த இரண்டு செயர்களிலும் சிலங்காவும் வெல்டிங்காரனுமாக அமர்ந்து கொள்ள அன்சாரி திருவாழியோடு கட்டிலில் இருந்தான்.

திருவாழி ஒரு சுற்று மௌனமாகப் பார்த்துவிட்டு நேராகவே சிலங்காவிடம் பேசினார். "எனக்கு ஓகேதான். ஆனா அன்சாரியையும் கூடச் சேத்துக்குங்க" என்றதும்தான் இவர்கள் முன்னமே சந்தித்து ஏதோ பேசியிருக்கிறார்கள் என்று ஊகித்தபடி அன்சாரி அமைதியாக இருந்தான். அன்சாரியைக் கூட சேர்த்துக் கொள்ளுங்கள் என்றது என்ன அடிப்படையில் என்று சிலங்காவுக்குச் சரியாகப் புரியவில்லை. எனவே சிலங்கா திருவாழியை மௌனமாகப் பார்த்தபடியே இருந்தான். திருவாழி சொன்னார். "அன்சாரி எனக்க ஆளு... ஒரு கூட்டு வியாபாரத்துல எல்லா தரப்பும் வேணும்லா . . . எனக்கு உங்க பிளான் பிடிச்சிருக்கு... மைனர்சலாம காலிபண்ண வச்சி கடைதரது அது தனி விசயமா இருக்கட்டு... இதுல அன்சாரிய ஒரு மேனேஜர் மாதிரி இருக்கட்டு ஒரு பத்து சதமானம் அவன் பங்கா இருக்கட்டும்... அவன் என்னைய நம்பி இருக்கவன் அவனுக்கு எதாவது பிரயோஜனப்பட்டா நல்லதுதானே... அன்சாரிக்கு நீங்க சும்மா கொடுக்கவேண்டாம். அதுக்குள்ள உழைப்ப அவன் செய்வான்... நீங்க இங்க இல்லாட்டிக்கூட அவன் பொறுப்பா பாத்துப்பான்லா... என்ன அன்சாரி" என திருவாழி அவனிடமும் சிரித்தபடியே கேட்டபோது அவனுக்கு ஒன்றும் புரியவில்லை. சிலங்கா அன்சாரியைப் பார்த்துவிட்டு மறுப்பின்றி ஒத்துக்கொண்டான்.

சிலங்கா திருவாழிக் கட்டிடத்தின் மேல்தளத்தில் பெரிய கூரை போட்டுச் சின்னச் சின்ன குடும்ப நிகழ்வுகள்,

பொது நிகழ்வுகளுக்கான ஒரு அரங்கமாக அதனை மாற்றும் திட்டத்தை வடிவமைத்து திருவாழியிடம் பேசியிருந்தான். ஒரு இருநூறு இருநூற்றைம்பதுபேர் வரையிலும் அமரவும் நூறுபேர் சாப்பிடவும் தோதாக இருக்கை அமைப்பையும், அரங்குக்குப் போவதற்கான மெயின் பாதையாக ஒன்றாம் எண் கடையின் பக்கவாட்டிலுள்ள பாதையையும் பயன்படுத்தலாம் என்றும் ஏழாம் எண் கடையின் வடக்குப் பக்கப் பாதையை ஒட்டியுள்ள பொதுக்கிணற்றின் முன்பக்கமாகக் கிடக்கும் இடத்தில் சுமாரான அளவில் சமையல் கூடம் அமைத்துக் கொள்வது என்றும், அரங்கு அமையும்போது அதன் கிழக்குப்பக்கம் ஒன்றாம் எண் கடையின் மேலாக வரும் படிக்கட்டுப் பகுதியில் உள்ள இடத்தில் ஒருதொட்டி கட்டிக்கொள்ளலாமென்றும் சிலங்காவின் பிளான் பக்காவாக இருந்தது. திருவாழிக்கு இது பிடித்துப் போக முதன்மையான காரணம், இவை எதுவும் தனிக்கட்டுமானமில்லாமல் இருப்பதுதான். எப்போது வேண்டுமானாலும் பிரித்து எடுத்துக்கொள்ள இயலும். இது திருவாழிக்கு மலைப்பாக இருந்தபோதுதான் அவர் கடந்தவாரம் அதற்குரிய இரண்டு ஆட்களை அனுப்பி ஆராய்ந்து பார்த்துக் கொண்டார். சிலங்கா கால் முறிந்து படுக்கையில் கிடந்தபோது அவனின் ஓயாத சிந்தனையின் வெளிப்பாட்டில் உருவானதுதான் இந்த அரங்கத் திட்டம். அவனுக்கு ஒரு வைராக்கியம் உருவாகியிருந்தது, திருவாழிக் கட்டிடத்தில் ஒரு வாழ்வை வசப்படுத்தியே ஆகவேண்டும் என்ற எண்ணம் அவனை இடைவிடாமல் துரத்திக்கொண்டிருந்தது. திருவாழிக்கு ஒரு ரூபாயும் செலவு இல்லை. எல்லாச் செலவுகளையும் சிலங்காவே செய்கிறான். மூன்று ஆண்டுகள் சிலங்காவைக் கட்டிடத்திலிருந்து மாறிப்போகச் சொல்லக்கூடாது. மூன்றாண்டுகளுக்குப் பிறகு இந்த எல்லா அமைப்புகளும் திருவாழிக்கே சொந்தமாகிவிடும். திருவாழி பலகேள்விகள் கேட்டபோதும் அவர் கேட்ட எல்லா கேள்விக்கும் சிலங்காவிடம் இருசாராருக்கும் இடையே நியாயமான பதிலிருந்தது. "ஒருவேளை நான் திடீரென இந்தக் கட்டிடத்தை விற்பதாக இருந்தால் அப்போது நிலமை என்னவாகும்?"

"புதியவரிடம் கால அவகாசம் கேட்கலாம்... அவர் விரும்பாத பட்சத்தில் கட்டுமானத்துக்கு எந்த சேதமும் இல்லாமல் பிரித்தெடுத்துக் கொள்கிறேன். எவ்வளவு செலவு செய்கிறேன் என்ற கணக்கை உங்களிடம் தருகிறேன்."

"உத்தேசமாக எவ்வளவு செலவு வரும்?"

"அறுபத்தையாயிரத்திலிருந்து எழுபத்தையாயிரத்துக்குள் முடித்துத் தருவதாக எவரெஸ்ட் வெல்டிங் நெல்சன்

சொல்லியிருக்கிறான்... எலக்ட்ரிக்கல் வேலை தனியாகச் செய்ய வேண்டும். அதை நான் பார்த்துக்கொள்வேன்...”

“இந்தத் தொகையில் நின்று விடுமா... அதுவுமில்லாமல் இங்கு அரங்கமெல்லாம் வெற்றிகரமாகச் செயல்படுமா... எல்லோரும் டாம்பீகமாக டவுணுக்குப் போய்விடுவார்களே... என்ன வாடகை வைப்பீர்கள்?”

“இரண்டாயிரம் மூவாயிரம் நாலாயிரம் அதிகபட்சமாக ஐயாயிரம் வரை... வரும் பாக்கலாம்... மின் இணைப்பு பெறுவதற்கு மட்டும் உங்களை ஒருநாள் அழைப்பேன்...”

“தண்ணீர்...”

“கிணற்றிலிருந்துதான்...”

“என் மாமனார் காலத்திலேயே பொன்னம்மாவோடு ஒப்பந்தம் உண்டு... தண்ணீரை வியாபார நோக்கத்தில் இருதரப்பும் பயன்படுத்தக் கூடாதுன்னு...”

“அவங்கள்ட் பேசிட்டேன்...”

திருவாழி கடைசியில் ஒப்பந்தம் தயார் பண்ணச் சொன்னார். செல்லத்துரை பாஸ்டர் இரண்டு முறை ராஜபாளையத்துக்குப் போய்வந்து திருவாழியும் ஒரு வக்கீலோடு கலந்துபேசி மூன்று திருத்தங்களுக்குப் பிறகு சிலங்கா இன்று முழுமைபெற்ற ஒப்பந்தப் பத்திரத்தைக் கொண்டுவந்திருக்கிறான். சிலங்கா கூடுதலாகக் கேட்ட ஒரே வேண்டுதல், ஏழாம் எண் கடையை ஆறு மாதங்களுக்குள்ளாவது வாங்கித் தரவேண்டும். ஏழாம் எண் கடை தன்வசமானால் அரங்குக்கான மற்றொரு பாதையும் முழுமையாகத் தன் பயன்பாட்டில் வருமென்று அவன் நம்பினான். கீழ்தளத்தில் அதனை அரங்கின் அலுவலமாக மாற்றி விடலாம். அப்படி மாற்றும்போது எலக்ட்ரிக் கடையையும் அங்கே வைத்துக்கொள்ளலாம் என்பது இப்போதும் சிலங்காவின் உள்கிடப்பாக இருந்தது.

மைனர் சலாம் மீது திருவாழிக்கு முன்பே நிறைய கோபம் இருந்தது. கொழும்பு மொதலாளி மகன் ஜாஹிரும் திருவாழியும் அவ்வளவு நெருக்கமான நண்பர்களாக இருந்த காலத்தில் மைனர் சலாம் பல குண்டாமண்டித் தனங்களை நிகழ்த்தியதெல்லாம் மறக்காமல் மனம் அவ்வப்போது காட்சிகளாக்கும். நல்ல சந்தர்ப்பத்துக்கான காத்திருப்பில் சிலங்கா வடிவமைத்திருக்கும் விசயத்தில் அவனுக்கு உடன்படுவது

நன்றாக இருக்கும் என்று திருவாழியும் உணர்ந்திருந்தார். மைனர் சலாமை அப்புறப்படுத்துவதற்கான ஒரு வாய்ப்பாகவும் இதனைப் பயன்படுத்திக்கொண்டால் இம்முறை அவன் மாட்டுவான் என்றுதான் திருவாழியும் நம்பினார். ஒப்பந்தங்களில் கையொப்பமிட்டு திருவாழி சிலங்காவுக்குப் பச்சைக் கொடி காட்டியதோடு ஒன்றாம் எண் கடையின் பக்கவாட்டுப் பாதை வழியாக மாடியேறும் கதவின் சாவியையும் ஒப்படைத்தார். சிலங்கா எழுந்து நின்று கும்பிட்டபடிப் புறப்பட்டுப் போனவன் எவரெஸ்ட் நெல்சனோடு மாடிக் கதவைத் திறந்து ஏசப்பா ஓமக்க காவல் என்றபடி படியேறினான்.

தன் வீட்டிலிருந்து வந்த மதியச் சாப்பாட்டை திருவாழிக்குக் கொடுத்துவிட்டு அவரின் அறையிலிருந்து வெளியே வந்த கிருஷ்ணன் அன்சாரியைப் பார்த்து என்ன மேனேஜரே… என அழைத்த போது அவன் வெட்கமாகச் சிரித்துக்கொண்டிருந்தான். அவனுக்கு ஒன்றையும் நம்பமுடியவில்லை. “சிலங்கா என்னவெல்லாமோ திட்டம் போடுகிறான். இவையெல்லாம் கைகூடுமா? எவ்வளவு கம்பீரமாக ஐந்தாம் எண் கடையை திறந்த அன்றே உயிர்தப்பிப் பிழைத்தவன் என்ன தைரியத்தில் மீண்டும் இந்தக் கட்டிடமே தஞ்சமென வந்திருக்கிறான்? யாரையும் எதையும் நாம் தீர்மானிக்க முடியாது அன்சாரி… நமக்கு அப்பால் இங்கு ஏதோ ஒன்று நடந்தேறுகிறது. கண்ணுக்குத் தெரியாத யானையொன்று ஒரு பூமாலையைக் கையில் கொண்டு நடமாடுகிறது. அது அபூர்வமாகத்தான் பிச்சைக்காரர்களுக்குச் சூடும். கடின உழைப்பையும் நம்பிக்கையையும் கொண்டு ஒருவன் இடைவிடாது ஓடிக்கொண்டிருக்கும்போது அவனே அந்த யானையின் பூமாலையைக் கவர்ந்துவிடுகிறான். நான் சிலங்காவிடம் கேட்டேன், ‘ஏன் இங்கேயே பழையபடியும்… பிரார்த்தனையா என்று?’

‘இங்குதான் இருக்கிறது, இங்குதானே தொலைந்து போனது’ என்றபடி சிரித்தான். ஆனால் திருவாழி சிலங்காவைக் கடுமையாக நம்புகிறார். அன்சாரியும் பிழைத்துக்கொள்வான். உனக்கு ஏதாவது உயர்வாகச் செய்ய வேண்டுமென்பது திருவாழியின் ஆத்மார்த்தமான எண்ணமாக இருக்கிறது.”

கிருஷ்ணன் பொடுபொடுவெனப் பேசிச் சென்ற பின்னர் இறந்துபோன தனது வாப்பா மைதீன் கண்ணு சாயிபு எங்கோ பக்கத்தில் நின்று புன்னகைப்பது போல இருந்தது. இன்று வெளியாளாக யாரை முதலில் காட்சி கண்டோமென அவன் யோசித்தபோது காசீம்தான் ஓர்மையில் வந்தான். சண்முகம்தான்

எல்லா இடங்களுக்கும் போக்குவரத்துக்குத் தோதான ஆளாக திருவாழிக்கு இருந்தவன். இங்கு புறப்படும் முன்னமே சொல்லுவார் சண்முகத்துக்குச் சொல்லிவையின்னு. நேற்று சண்முகம் உவரிக்குப் போயிருந்ததால் அவனுக்குப் பகரமாக காசீம் சிக்கினான். காசீமை ஏதோ திருவாழிக்குப் பிடித்திருக்கிறது, இல்லையென்றால் சாயங்காலமும் அவனை வரச் சொல்லியிருக்க மாட்டார். இப்படித்தான் அபரிமிதமான சந்தர்ப்பங்களில் ஒரு மனிதரை இன்னொரு மனிதரோடு காலம் கொண்டு வந்து சேர்த்துவிடுகிறது. பேங் யூஜின், சுல்தான் அகமதுவின் தம்பி யூசுபை அடையாளப் படுத்தியது போல. மண்ணுக்குள் மறைந்து கிடக்கும் வளம்போல மனிதனும் தனக்குள்ளே பலவாறாக மறைந்துகிடக்கிறான்.

திருவாழி சாப்பிடுகிற நேரத்தில் அன்சாரி உள்ளே போனவன் அவருக்குச் சில உபகாரங்களைச் செய்து விட்டு அமர்ந்திருந்தபோது சாப்பிட்டுக்கொண்டிருந்த திருவாழி சொன்னார். "அன்சாரி விதவிதமா எவ்வளவோ சாப்பிட்டுட்டேன்... இப்போ என் பொஞ்சாதியுமில்லே... ஆனா எனக்க வாழ்க்கையில ஒரு இரண்டு வருசம் கொழும்பு மொதலாளிக்க வீட்டுல சாப்பிட்டிருக்கேன். அதுபோல இந்த வாழ்க்கையில ஒரு எடத்துலயும் நான் சாப்பிட்டதில்லை."

அன்சாரிக்கு இது புதிய கதையாக இருந்தது. அவனுக்கு யாரையும் தெரியாது. கொழும்பு மொதலாளியைப் பற்றி வாப்பா லேசாக எப்போதோ பேசிய நினைவிருக்கிறது. பட்டணம் சாயிபு பற்றி நிறைய பேசியிருக்கிறார். சிறுவனாகப் பலமுறை வாப்பா பட்டணம் சாயிபு கடையில் வேலை பார்த்த காலத்தில் அழைத்துக்கொண்டு வந்திருக்கிறார். நல்லா படிச்சி பெரியவனா வரணும் என்பார். அடிக்கடி பேசும் கிருஷ்ணனிடம்கூட அவன் கதைகளைக் கேட்ட வண்ணமிருப்பானேயொழிய வேறு எதுவும் தெரியாது. அன்சாரிக்கு வெறுமனே கேட்டுக்கொண்டிருப்பதற்கான நல்ல காதுகள் இருந்தன, அவ்வளவுதான். திருவாழி பல நேரங்களில் உம்மணாமூஞ்சி என்றாலும் அன்சாரியோடு கதைக்கும்போது நிறைய பேசுவார். கிருஷ்ணனிடமும்கூட பேச்சில் அன்சாரியோடு இவ்வாறான தன்மைதான் இருந்தது. திருவாழி சாப்பிடும்போதே பேச்சைத் தொடங்கிவிட்டார். அது ஒரு பழங்கதைப்பாடு. பழங்கதைகள் கேட்பவர்களுக்கு எப்படியோ தெரியாது. ஆனால் சொல்பவர்களுக்குச் சில சுகானுபவங்களைக் கொடுத்துவிடும். "நன்மை தீமைகளையெல்லாம் ஒரு கணக்குலயும் எடுக்க முடியலே அன்சாரி... கொழும்பு மொதலாளி செஞ்ச நன்மைக்கெல்லாம் ஒரு கணக்கு கிடையாது. எவ்வளவு பிள்ளையளப் படிக்கச்

செலவு பண்ணிருப்பாரு தெரியுமா... ஆனா அவருக்க மொவன் ஜாஹிரு என்னவாயிப் போனான் பாத்தியா... ஆளும் போய் சேந்துட்டான்... சாப்பாடு சாப்பாடு சாப்பாடு எவன் போனாலும் சாப்பாடுண்டு. இதுபோக வருசத்துக்கு மூனுநாலு தடவை ஊர்சாப்பாடு. அவருக்க களத்துல அந்த காலத்துல இலைய விரிச்சி ஈக்காம் பெட்டியிலயாக்கும் சோறத் தட்டது. ஒவ்வொருத்தனும் தின்னு நிறையது வரைக்கும் தேங்காச்சோறும் கறியும் வெளம்பித் தீராது. காலம் என்னவெல்லாம் செய்யுது பாரு... நான் கிராம சேவையா நீண்டகரை வில்லேஜ்க்கு வந்தப் பொறவுதான் அவருக்க சொத்து எங்கயெல்லாம் கிடக்குன்னு கண்டு பிடிச்சது. பண்டு பிள்ளைமாருவள்ட்ட விவசாய நிலம், எங்காளுவள்ட்ட காட்டுச் சொத்து, சாயிப்புமாருவள்ட்ட வியாபாரம், அதுல கொழும்பு மொதலாளிட்ட நல்ல சொத்து. வியாபரத்துல காடுகரையில்லாத வரவு. வரவுக்குத்தக்கன சேர்த்து வச்சாரு. அள்ளியும் கொடுத்தாரு. தர்மம் தலைகாக்கும்னு சொல்லுவா... ஆனா அவருக்க விசயத்துல காக்கலியே... இந்த ஜாஹிர எத்தனை பள்ளிக்கூடத்துல கொண்டு உட்ருப்பாரு தெரியுமா? நான் அறுபத்தி நாலுல இரண்டு வருசம் இங்க இருந்தேன். அப்போ அவருக்க களத்துக்க பின்னால அவருக்கு ஒரு ஊடு இருந்திச்சி. எங்கப்பா ஏற்பாட்டுல அத எனக்கு இருக்க தந்தாரு. அந்த இரண்டு வருசத்துல பலநாளு எனக்குச் சாப்பாடு அங்க இருந்து வரும். எங்கிட்ட நிறைய பேசிருக்காரு. இன்னா நாம இருந்து பேசுதோம் பாரு இதுபோல பேசுவோம். தொழுகையும் பக்தியும் ரொம்ப கடைபிடிச்ச மனுசன். ஒத்தைக்கொரு மொவன்ங்கதுனால செல்லம் கூடுதலு. பையன பாளையங்கோட்டையில கொண்டு படிக்கதுக்கு சேத்தாரு. மூனாமத்த நாளு ஓடிவந்துட்டான். எங்கயெல்லாமோ கொண்டு சேத்தாரு. வடக்கன்குளத்துல ஒரு பள்ளிக்கூடத்துல போன மொத அண்ணைக்கே மதிலெட்டிச்சாடி வந்துட்டான். அவனுக்குப் படிப்பு வராததுல கூட அவரு மனம் உடையலே... பதினாறு பதினேழு வயசிலே ஜாஹிரோட சேர்க்கை மோசமா போய் அவன் பெரிய குடியனா மாறுனதுலதான் மொதலாளி ரொம்ப மனம் ஒடைஞ்சிப் போனாரு... கல்யாணம் பண்ணிவச்சா பொறுப்பாயிடுவான்னு...மேக்க உள்ள ஒருசீமாட்டி கிலோ கணக்குல தங்க ஆபரணம் போட்டுட்டு வந்து சேந்தவ ... ம் என்ன செய்ய முடியும், எதுவும் ஜாஹிர குடியில இருந்து மீட்டெடுக்க முடியலே... பனாமா சிகரெட்டுன்னு இருந்திச்சி. இருவது எண்ணமுள்ள பாக்கெட்டுதான் வாங்குவான். அவன் ஒண்ணு இவன் ஒண்ணு போறவாரவன் ஆளுக்கொண்ணுன்னு எடுத்தா அரை மணிக்கூறுல பாக்கெட் காலியாவும். ஜாஹிருக்கு வடிசாராயம் காய்ச்சிக் கொடுக்கதுக்குன்னே அமுதவள்ளின்னு

ஒருத்தியிருந்தா. அடிச்சி நீட்டுன நல்ல உருக்குக் கம்பி மாதிரி கயித்துல சுத்துர பம்பரம் போல இருப்பா. ஜாஹிரு மொதலாளிக்கு அவ எல்லாமே ஸ்பெசல்தான். அப்போ ஜாஹிரோட மொத கையாளுதான் இந்த மைனர் சலாம். இதுபோக ஏழெட்டு பேரு உண்டு. ஒரே சீட்டுக்களி, குடின்னா எங்க தாக்குப் பிடிக்கும்? அவன டாக்டராக்கிப் பாக்கணும்னு ஆசைப்பட்ட மனுசன் மொவனோட அழிமாட்டத்துல மனம் ஒடைஞ்சிதான் மரிச்சிப் போனாரு. ஜாஹிருட்ட இங்க உள்ள எந்த சாதிசனமும் ஒரு வார்த்தை கடுப்பமாக்கூட பேசாதுவோ. எல்லாம்மொதலாளிக்கு மேல உள்ள மரியாதை. அடிமடைய திறந்து விட்டா வெள்ளம் வேகமெடுத்துத்தானே வெளியே போகும்... அவன் வித்தழிச்ச சொத்தெல்லாம் இன்னைக்கு வைரமா கெடக்கு... எனக்க வயசுதான் ஜாஹிருக்கும். பத்து வருசத்துக்கு முன்னாலயே போய்ச் சேந்துட்டான்... இதையெல்லாம் என்ன சொல்லதுன்னு தெரியலே... எனக்கு அறுபத்தியேழுல கல்யாணம். அறுபத்தி ஒன்பதுல இந்த கட்டிடத்துக்கு அஸ்திவாரம் போட்டுட்டு எழுபதுல கெட்டி முடிச்சித் திறந்தோம்... எனக்க மாமனார்ட்ட இந்த கட்டிடம் கட்டுன கணக்கெல்லாம் இருந்திச்சி. எடுத்துப் பாத்தா இப்ப உள்ள விலைவாசிய நினைச்சி சிரிசிரின்னு சிரிக்கலாம்... காலம் அப்படித்தானே. கொஞ்சம் காசு தேவைப்பட்டப்போ எனக்க மாமனாரு கொழும்பு மொதலாளிட்டதான் போனாரு ... தெக்கு ரோடு அப்போ காடு... பகல்லயே வழிப்பறி கொலை நடக்குத இடம். இசக்கியம்மன் கோயில் மட்டுந்தான் உண்டு... அங்கன பின்னாலக் கெடந்த இடத்த கிரயம் செய்து கொடுத்து காசு வாங்கத்தான் மொதலாளிட்ட போனாரு... அவரு அதெல்லாம் வேண்டாம் எவ்வளவு வேணும்ணு சொல்லு தாறேன்... சவுரியம்போலத்தான்னு சொல்லிருக்காரு... மாமனாரும் போயிட்டாரு... மொதலாளியும் போயிட்டாரு... சில கடன்கள இந்த உலகத்துல என்ன செஞ்சும் தீக்கவே முடியாது. நல்ல மனசும் நன்றியும் இருந்தா அது இந்த உலகத்துக்கு வேற ஒரு வடிவத்துல திரும்ப கொடுக்கலாம். ஆனா இப்போ உலகத்துல நல்ல மனசும் நன்றியுமில்லாத கூட்டமா இந்த ஜனம் பெருகிக்கிட்டே இருக்கு. படிக்கணும் அன்சாரி... நீயும்தான் படிக்காம போயிட்டே... உன்னமாதிரி மனசுள்ளவன் அரசாங்க உத்தியோகத்துல அதிகாரியா வரணும்... ஆனா பாரு நீ படிக்காம போயிட்டே... எங்காளுவள இந்த சமஸ்தானத்துல என்ன பாடெல்லாம் படுத்துனானுவோ... ம்ம் இது எதுவும் தெரியாத அடுத்த தலைமுறையோட வரவு இப்போ ரொம்ப மோசமா இருக்கு. வாலிப வயசுல சுய முன்னேற்றங்களை சிந்திக்க வேண்டிய நேரத்தில திசைத் திருப்பி மதம் மயிருன்னு மாத்தி உடது

பெரிய சூழ்ச்சி. சூழ்ச்சி அரசியல புரிஞ்சிக்கிடதும் ஒருவகையில ஞானம்தான்." சாப்பிடச் சாப்பிட பேசிக்கொண்டே இருந்தார். திருவாழி சாப்பிட்டு முடித்து இன்னும் கொஞ்சம் படுத்தால் கொள்ளாம்போல இருப்பதாகச் சொன்னஅவர், கொட்டாவி விட்டபடி "நாலு மணிக்கு ஆட்டோ வருவான்லா..."

"வருவான் சார்... சொல்லிட்டேன்..."

"நீயும் கூட வா கிருஷ்ணனும் வாரேம்ணு சொன்னான்... நம்ப பட்டணம் சாயிப்ப பாத்துட்டு வரலாம்... டவுண்லதான் மக வீட்ல இருக்காராம்... இரண்டு மொவனுவோ துபாய்ல... மொவதான் பாக்காபோல... எனக்கு ஒரு மொவ இல்லாம போயிட்டாளேன்னு ரொம்ப சங்கடம் உண்டு... பொம்பள பிள்ளையளுக்குத் தவப்பம்னா உயிர்தான்... இன்னொரு அம்மை போல பாப்பாளுவோ... ம்ம் அன்சாரி ஒரு ஒருமணி நேரம் கண்ண மூடிக்கிறேன்..." திருவாழி படுக்கையில் மெல்லச் சரிந்தார்.

11

திருவாழிக் கட்டிடம் அஸ்திவாரம் போடப்பட்ட காலத்திலேயே ஐந்தாம் எண் கடை ஹோட்டலுக்காகவே அதற்கான முன் மாதிரியோடுதான் கட்டப்பட்டது. மக்தூம் சாயிபுவுக்கும் திருவாழியின் மாமனாருக்கும் நல்ல பந்தமிருந்தது. மக்தூம் ரொம்பவும் தாராள மனம் கொண்ட மனிதர். ஹோட்டல் தொழிலில் வெற்றி பெறும் யுக்திகளில் முதன்மையாக அவர் மகன் பட்டணத்துக்குச் சொன்னது, "நாலு பேரு செய்ய வேண்டிய வேலைக்கு ஆறுபேர வைக்கணும். இதுக்கூட நாமளும் ஓராளா நின்னுக்கிட்டா போதும். வேலை செய்றவன் சுணங்குனாம்னாலோ எரிச்சல் பட்டாலோ அந்த ஸ்தாபனத்துக்கு வெளக்கம் வராது. நமக்குன்னு நாம விரும்பாத எதையும் அடுத்தவன் தலையில வைக்கப்புடாது மோனே... அதான் பிரார்த்தனை. பிரார்த்தனைங்குறது நல்ல சொல்லும் நல்ல செயலுந்தான்." வாப்பாவின் இந்த மந்திரத்தைப் பிடித்துக்கொண்ட பட்டணமும் இதில் வாப்பாவைப்போல தாராள மனம்கொண்டிருந்தார். திருவாழிக் கட்டிடத்தைச் சுற்றிச் சுற்றி இன்றும் கிடக்கும் பலபேருக்குப் பட்டணத்தின் ஹோட்டல் ஒரு புகலிடமாகவே இருந்தது. வேதமாணிக்கம் தொடங்கி ஆறுமுகம், கிருஷ்ணன், மரித்துப்போன அன்சாரியின் வாப்பா மைதீன்கண்ணு என நிறைய பேரில் பலரும் இங்கிருந்து கடந்து போனவர்கள்தான். பட்டணம் ஹோட்டலிலிருந்து இடப் பெயர்ச்சியான பலரும் பல இடங்களில் ஹோட்டல் தொழில்களில்

இன்றும் எங்காவது வாகை சூடியபடியே இருக்கின்றனர் என்றால் பட்டணத்தின் முஹப்பத்து அப்படிப்பட்டது. மென்மையான முகமும் கோபமற்ற பார்வையும் கொண்ட பட்டணத்திடம் இரண்டு குழந்தைகளோடு ஒரு காலையில் கடையில் வந்து சேர்ந்தவளின் பெயர் சூளாமணியாக இருந்தது. விபத்தில் கணவன் அகால மரணமடைந்த நிலையில் உறவுகளின் ஆதரவின்றி ஆணும் பெண்ணுமாக இரண்டு குழந்தைகளையும் பிடித்துக்கொண்டு, “புள்ளையள படிக்க வச்சி நல்லா ஆக்கணும் மொதலாளி” என்று கடையில் வந்து நின்ற சூளாமணியைச் சற்று நேரம் மௌனமாகப் பார்த்துவிட்டு ரொம்பவும் இரக்கமாகியபோது அவள் கண்கள் அழுது கலங்கியிருந்தன. அவளிடம் எங்கோ ஒரு வைராக்கியம் மறைந்திருப்பதையும் பட்டணம் பரிதாபமாகப் பார்த்துக்கொண்டே, அவளும் பிள்ளைகளும் நிற்கும் அந்தக் காட்சியில் வேதனைப்பட்டவராக கிருஷ்ணனை கூப்பிட்டுச் சாப்பிடக் கொடுக்கச் சொல்லிவிட்டு, “இங்க எதாவது வேலை கொடுக்கலாமா..?” என்று கேட்டார்.

“அது மொதலாளிக்க இஷ்டம்...”

“பாவமா இருக்கா... இரண்டும் சின்ன புள்ளயோ வேற...”

கிருஷ்ணனும் பரிதாபமாகப் பார்த்தார். யோசித்துக் கொண்டே அவளை பொன்னம்மா கிணற்றில் தண்ணீர் கோரும் வேலை போட்டுக் கொடுத்தார். ஒரு மாசத்திலேயே தண்ணீர் இறைத்துக் கடினப்படுகிறாள் என்பதற்காகக் கிணற்றில் கப்பிக் கட்டிக்கொடுத்தபோது சூளாமணியின் முகத்தில் தோன்றிய நன்றிப் பெருக்கு நீர்போலக் கிடந்தது.

ஆட்டோவில் போகும்போது திருவாழி சொன்னார், “இப்பவெல்லாம் ஹோட்டல் நடத்துகவன் ஆறு மாசத்துலயே அந்த இடத்த சொந்தமா விலைக்கே கேட்குறானுவோ. பட்டணம் தாராளப்பிரபு அள்ளிப்போடுவாரு... நான் சொன்னேன் ஆத்துல போட்டாலும் அளந்து போடணும், பட்டணம் இப்படி அள்ளி எறியாதேன்னு சொன்னாலும் கேட்கமாட்டான்... அள்ளிப் போடதுன்னு முடிவு பண்ணுனதுக்குப் பொறவு எதுக்கு அளந்துட்டுன்னு சொல்லுவான்... என்னத்த கொண்டு போவப்போறோம்? வஞ்சனையில்லாம வச்சி வெளம்பினா... நாலுபேரு சாப்பிட்டா படச்சவன் பாத்துட்டுதானே இருப்பான்... நமக்கொரு நல்லத செய்வாம்ணு... அப்படி நிசாரமா தட்டி விடுவாரு... அந்த நேரத்துல ரொம்பவும் வசீகரமான மனுசன். இப்பவும் அழகுதான். பட்டணத்துக்க நிறமும்

வசீகரமும் சினிமாக்குப் போயிருந்தா எல்லாவனையும் தூக்கி முழுங்கிருப்பான். எழுபத்தி ரெண்டுல வந்த உரிமைக்குரல் படத்தப் பாத்துட்டு வந்து, பேங்குல தூக்கத் துடைக்கப் போவா ஆர்காஞ்சலனு ஒருத்தி. சாயா வாங்க வந்தால பட்டணத்தப் பாத்து சொல்லிருக்கா படத்துல வர எம்ஜியார விட நீங்க சூப்பரா இருக்கியோ சாயிப்பேன்னு...” ஆட்டோவில் காசீம் உட்பட எல்லோரும் கூக்குரலிட்டுச் சிரித்தனர். எனக்க வாப்பா கூட பழைய போட்டாவுல இருக்காரென காசீமும் ஆமோதித்தான்.

கிருஷ்ணனும் ஆட்டோவில் புன்னகைத்துக்கொண்டே, “மொதலாளி ஆளு உருவத்துலயும் செயல்லையும் ஒரு அழகன். மாஸ்டர் ரூம்ல நிப்பாரு, சப்ளை பண்ணுவாரு, ஆளு இல்லைன்னா டீ அடிப்பாரு. ஆனா ஒரு துளி அழுக்கு மேலப்படாம பாத்துப்பாரு.வெள்ள நேரியல் பாடர் போட்ட வேட்டி வெள்ள முண்டா பணியன் தோள்ல ஒரு வெள்ள குத்தாலம் துண்டு ஆளும் கலரும் மிடுக்கும் ரோட்ல போறவ வரவ அவர ஒரு லுக்கு உடாம போவமாட்டா... பட்டணம் அவரு உம்மாக்க கலரு வாப்பா மக்தூம் சாயிப்பு மாநிறந்தான் உம்மா சைனபா தாத்தா மேக்க பூவாறுகாரி... ஐய்யோ அவருக்க கதைய எல்லாம் பேசுனா அவ்வளவு சந்தோசமா இருக்கும்... ஆறுமாசம் முன்னால கொஞ்சம் சீரியஸா கெடக்கார்னு கேள்விப்பட்டுப் பாக்கப் போனேன்... மொவ வீட்ல படுக்கையில கெடக்காரு... மொதலாளி மொதலாளி... நான் உங்க கிருஷ்ணன்னு சொன்னதும் பைய்ய கண்ண முழிச்சிப் பாத்தாரு... பிள்ளையளு சாயா பண்டமெல்லாம் கொண்டு தந்துவோ குடிச்சிட்டு இருக்கேன் அவரு பொஞ்சாதிய உம்மோ... உம்முகுல்தும்னு கூப்பிட்டாரு... அவுங்க கிட்ட வந்ததும் கிருஷ்ணனுக்குச் செலவுக்கு ரூவா கொடுத்து உடு... எனக்குக் கண்ணு கலங்கிட்டு... மொவ கையில இரண்டாயிர ரூவா தந்து உட்டுதுவோ. நான் வேண்டாம் மக்கா வேண்டாம்... உங்க வாப்பா உதவியாலே நல்லா இருக்கேன்... மொவன் அரேபியாவுல இருக்கான்னு நான் சொல்ல சொல்ல கேட்காம இரண்டாயிர ரூபாய தந்துட்டு வாப்பா சொன்னதுலா இருக்கட்டும் கிருஷ்ணமாமா வச்சிக்கிடுங்கோ . . .” பேசப் பேச கிருஷ்ணனின் முகத்தில் நெகிழ்ச்சி பரவியிருந்தது. திருவாழி சொன்னார், “பட்டணம் ஒரு சகாப்தம்தான். இப்போ காலெமெல்லாம் ரொம்ப வேகமா மாறிடுது. பண்டு மாறதுக்கு ரொம்ப வருசங்களாச்சி. இப்போ எல்லாத்துலயும் டக்குடக்குணு மாற்றம். இந்த வேகம் இந்த உலகத்த எங்க கொண்டுபோய் உடப்போவுதுன்னு தெரியலே...”

ஆட்டோ கேவ் தெருவின் கடைசியில் போய் நின்றது. கிருஷ்ணன் இறங்கினார். பின்னாலேயே திருவாழியும் அன்சாரியும் இறங்கிக்கொள்ள காசீம் ஆட்டோவைத் திருப்பிவிட்டபடி அதிலிருந்து கொண்டான். பட்டணத்தின் மகளின் வீட்டு காம்பவுண்ட் மதில் சுவரில் அச்சு அசலாக ஒன்றுபோலவே இரண்டு பூனைகள் ஆள் அரவம் கேட்டுத் தலையைத் தூக்கிப்பார்த்துக்கொண்டே அதன் வால்முனையை அடித்து அசைத்துக்கொண்டு கிடந்தன. கிருஷ்ணன் காலிங் பெல்லை அடித்தபோது மகள் ஃபர்ஷானா வந்து திறந்தவள் திருவாழியைக் கண்டதும் ஆனந்தமாகி உள்ளே அழைத்து அமரவைத்துவிட்டு வாப்பா படுத்திருக்கும் அறையில் சில பராமரிப்புகளைச் செய்து அப்படியே, வாசனைத் திரவியங்களைத் தெளித்துவிட்டு மூவரையும் அறைக்குள்ளே போகச் சொன்னாள். பட்டணம் ஒரு வீல் செயரில் புன்னகையாக அமர்ந்திருந்தார். கிழட்டுச் சிங்கமாக உயிர் வாழ்தல் கடினமானதுதான் என்பதுபோல திருவாழிக்குத் தோன்றியது. பட்டணத்துக்கும் திருவாழிக்கும் ஜாஹிருக்கும் சம வயதுதான். ஜாஹிர் உலகில் இல்லை. பட்டணம் இவ்வாறு இருக்கிறார். யோசித்த திருவாழியின் முகம் அங்கிருந்த பீரோவின் நிலைக்கண்ணாடியில் பிம்பமாகத் தெரிந்தது. பட்டணம் அவ்வளவு மோசமாக இல்லை. எழும்ப, நடக்கக் கடினம் என்றாலும் முகம் ஓரளவுக்கு உலையாமல் இருக்கிறது. பேச்சு சரளமாக வரவில்லை. ஒரு காலத்தில் பட்டணத்தோடு மணிக்கூர் கணக்கில் நடந்த உரையாடல்களெல்லாம் எத்தனை ஐசுவரியங்களைக்கொண்டது? ஐந்தாம் எண் கடைக்குப் பின்னால் பட்டணம் ஒரு வாசல் போட்டுக் கேட்டபோது மறுபேச்சின்றி செய்து கொடுக்கப்பட்டது. அந்த வாசல்வழியாக வெளியே வந்து கிணற்றடியில் இருக்கைகள் போட்டு எத்தனையெத்தனை உரையாடல்கள். எம்ஜியார் தனிக்கட்சி தொடங்கிய பிறகு ஜாஹிர் அதிமுகவுக்குப் போய்விட பட்டணம் தன் காலம்வரை கலைஞர்தான் என்று நிலைத்துக் கொண்டவர். ஒரு காங்கிரசும் ஒரு திமுகவும் ஒரு அதிமுகவும் கூடிப் பேசும்போது அதன் வீரியம் எப்படியிருக்கும் என்று காலத்தால் நினைத்துப் பார்க்க இயலவில்லை. ஃபர்ஷானாவின் மகன் ஒரு டீப்பாயைக் கொண்டு போட்டுவிட்டுப் பின்னாலேயே ஒரு தட்டில் சுக்கப்பம், ஒரு தட்டில் அச்சப்பம், இன்னொரு தட்டில் முந்திரிக்கொத்துமாகப் பரப்பிவிட்டிருந்தான். பட்டணம் ம்ம் சாப்பிடுங்கோ... என்றார். பின்னாலேயே ஃபர்ஷானா இஞ்சி போட்ட கட்டன்சாயாவைக் கொண்டு வந்து வைத்தவள் சாப்பிட்டுட்டே பேசுங்கோ என்றபடி நகர்ந்துவிட்டாள். அதுஒரு விசாலமான அறை. ஒரு நோயாளி இருப்பதைப் போன்ற தோற்றத்தில் இல்லை, ஆனாலும்

பட்டணம் வீல் செயரிலிருந்துதான் அவ்விடம் அசாதாரணமாக இருந்தது. பட்டணம் அவரின் ஊர்ப் பெயர். அவரின் நிஜப்பெயர் மறைந்து ஊரின் பெயரே துலங்கிவிட்டது. பட்டணம் ஊரிலுள்ளவர்கள் பிள்ளைகளின் கல்வி விசயங்களுக்கான நகர்தலில் பெரும்பாலானவர்கள் திருவனந்தபுரத்திலும் இன்னும் கொஞ்சம் பேர் நாகர்கோவிலின் நகரங்களுக்குள்ளும் இருக்கின்றனர். பழைய சமஸ்தானப் பிரச்சினைகள், குமரி மாவட்டம் தமிழ்நாட்டோடு இணைந்த கதைகளிலுள்ள அரசியல் நுட்பங்கள், பட்டம் தாணுபிள்ளையின் தமிழர் விரோதப் போக்கு எனப் பட்டணத்தின் பேச்சில் நேசமணியின் மீதான அன்பு இழையோடிக் கலக்கும். உரையாடல்களில் பட்டணத்தைப் பெரிய படிப்பாளி என்றுதான் திருவாழி கருதியிருந்தார். பட்டணம் ஒரு பக்கம் போலும் வாசிக்கும் வழக்கம் கொண்டவரல்ல, எல்லாம் கேட்டுச் சுவீகரித்த சிந்தனைகள். திருவாழியிடம் பட்டணம் இரவு சாப்பிட்டுச் செல்லலாம் என்றார். இல்லை அடுத்த முறை வரும்போது மதியம் சாப்பிட வருகிறேன் என திருவாழி சொன்னபோது அதெல்லாம் உறுதி கிடையாது என்றார்.எனக்கு நம்பிக்கை இருக்கிறது. பட்டணம் சிரித்தபடி அன்சாரியைக் காட்டி யார் எனக் கேட்டபோது, “மைதீன் கண்ணுக்க மகன் இவனுக்கு உங்களத் தெரியுமே...” என்றார். “ரொம்ப சின்னவனா பாத்தது... உம்மா எப்படி இருக்காங்க...” என்றபோது அன்சாரி நன்றாக இருக்கிறார் என பதில் சொன்னான். பட்டணத்துக்குக் கொஞ்சம் புதியவர்களை நினைவில் கொள்ள முடியவில்லை. எதுல வந்தியோ என்றபோது ஆட்டோவில் என்றார்கள். சென்ற மாதம் அவர் ரொம்பவும் மோசமான நிலையிலிருந்ததாகவும் இப்போது பத்து நாட்களாக முன்னேற்றமிருப்பதாகவும் வாசலில் நின்றபடி மகள் சொன்னாள். இப்போ அந்தக் கடைய வாடகைக்கு எடுத்த புதிய ஒரு ஆளுக்கும் காலு முறிஞ்சிட்டுன்னு நாங்களும் அறிஞ்சோமென பட்டணத்தின் மனைவி உம்முகுல்தூம் ஃபர்ஷானாவுக்குப் பின்னால் நின்றபடி சொன்னாள். திருவாழி திரும்பிப் பார்த்தார். “நான் அதபத்தி கேட்கலாம்னுதான் நினைச்சேன். இப்படி கழியாதப்போ என்ன கேட்கதுன்னுதான் கேட்கலே... அங்க டேங்கு தோண்டுனப் பொறவுதான் இவங்களுக்கு கழியாம வந்தது. அப்புறம் எவ்வளவோ பண்டுவம் பாத்துதானே கொணமாக்குனது? சூளாமணின்னு ஒருத்தி தண்ணிக் கோர வந்தாள்லா, அவ என்னமும் கைவசம் பண்ணிட்டாளான்னும் தெரியலே...” என்றார்.ஃபர்ஷானா இடையில் புகுந்து,“உம்மா என்னத்தையாவது சொல்லுவா... படச்சவன் இருக்கான்... உம்மாவும் இப்போ எதையாவது மனம்போல பேச ஆரம்பிச்சிட்டா... டேங்கு தோண்டுனது மகாலிங்கம் மாமாதானே... அவங்க இப்போ

மொவனுக்கூட மெட்ராஸ்லதான் இருக்காவுளாம்... இடையில வாப்பாக்க நலம் விசாரிச்சி போன்ல பேசுனாவோ...” என்றாள். திருவாழி அன்சாரியிடம் மகாலிங்கத்தின் போன் நம்பரைக் கேட்டு வாங்கச் சொன்னார். ஒருமணி நேரம் மாறிமாறி முகம்பார்த்து மௌனமாக இருந்து வெறுமனே புன்னகைத்துப் பேசி ரொம்ப நேரம் பொழுது போனதும் திருவாழியும் கிருஷ்ணனும் அன்சாரியும் எழுந்து விடைபெற்றுப் புறப்பட்டனர். பட்டணத்தின் கண்கள் நீர்கோத்துப் போயிருந்தது. திரும்ப ஆட்டோவில் வரும்போது திருவாழி கிருஷ்ணனிடம் கேட்டார். உண்மையிலே மனுசன் செத்ததுக்குப் பிறகு எங்கையாக்கும் போறான் எனக் கேள்வியாகக் கேட்டதற்கு திரும்ப திருவாழிக் கட்டிடம் வந்து சேரும்வரை யாரும் பேசவில்லை. ஒவ்வொருவரிடமும் ஒவ்வொரு பதில் இருந்தாலும் இதெல்லாம் சரியாக இருக்குமா என்கிற தயக்கம் எல்லோரையும் மௌனமாக வைத்திருந்தது.

காசீம் ஆட்டோவை ஒன்றாம் எண் கடையின் முன்பாக நிறுத்தியதும் இறங்கிய திருவாழி மெல்ல சுற்றிலும் பார்த்துக்கொண்டே கிருஷ்ணன் கடைக்குப் போனார். மாலை ஆறு மணியிருக்கும். தங்கம் இன்னும் வந்திருக்கவில்லைபோலும். கடை அப்படியே பூட்டப்பட்ட நிலையிலேயே கிடந்தது. மூன்றாம் எண் கடைநடைக்கு வெளியே பிலிப் நின்றிருந்தான். பேபிகுட்டியும் மனோகரன் வாத்தியாரும் ஏழரைமணிக்கு வருவார்கள் என்றும் மைனர் சலாம் திருவாழி சாரைப் பார்க்கணும் என்று வந்தான் என்றும் பிலிப் வந்து சொன்னபோது திருவாழி மைனர் சலாமை நாளைக் காலையில் பார்க்கலாம்... இப்போ அவனைப் பார்த்தால் சரியா வராதெனச் சொல்லச் சொல்லிவிட்டு கிருஷ்ணனையும் அழைத்துக்கொண்டே ஒன்றாம் எண் கடைப் பாதை வழியாக அறைக்குப் போனார். பின்னால் நடந்த கிருஷ்ணன், “மொதலாளி, ஆறுமுகத்துட்ட கடைய ஒப்படைச்சிருக்கேன் என்ன எழவெல்லாம் கொண்டாடுதானே தெரியாது” என்றார்.

“எல்லா மண்ணாங்கட்டியையும் நீ தூக்கி சொமாக்கான்னு ஒனக்கு எண்ணம்... இந்த எண்ணத்தை முதல்ல விடு... ஒண்ணும் பயப்படாதே. ஆறுமுகம் உன்னவிட நல்லா பாத்துப்பான்... வா கொஞ்சம் பேசலாம்.” அறைக்கு வந்த திருவாழி சட்டையைக் கழற்றித் தொங்கவிட்டார். அன்சாரியிடம் காரமில்லாத நாட்டுக் கோழிக்கறியை ரியாஷ் புரோட்டாக் கடையில் சொல்லச்சொல்லிக் கட்டிலில் அமர்ந்து பேசத் தொடங்கினார். “கிருஷ்ணா நான் ஐஞ்சாம் நம்பர் கடைய இவ்வளவு நாளா சீரியஸா எடுக்கலே... சிலங்காக்க காலு முறிஞ்சதோட எனக்கும் கொஞ்சம்

பயமாயிட்டுப் பாத்துக்கோ... அது என்ன பிரச்சனையா இருக்கும்? இப்போ கொஞ்ச நாளா அதான் என் மனசுல கெடக்குது... பட்டணம் சாயிப்புக்க பொஞ்சாதியும் பேசும்போது சூளாமணி கைவசம் என்னமும் பண்ணிருப்பாளோன்னு ஒரு வார்த்தைய உட்டாங்க கவனிச்சியா..."

"அதுஒரு கதை சார். சூளாமணிய மொதல்ல வேலைக்கு சேக்க வேண்டாம்ணுதான் அவ பட்டணத்துக்கு முன்னால கைப்புள்ளையோட வந்து நின்னாலேயே ஆறுமுகம் சொன்னான்... பத்தோ பதினைஞ்சோ குடம் தண்ணிதானே நானே கோருதேம்ணு ஆறுமுகமும் சொன்னப்போ பட்டணம் மொதலாளி கேக்கலே... பாவம்லா புள்ளே குட்டியோட இருக்கா... கொஞ்சம் சம்பளமும் கொடுத்து மூணு நேரம் சாப்பாடும் கிடைச்சா பொளச்சிப்பால்லா... வேற வசமில்லாத இடம்னா சீரழிச்சிப் போடுவானுவோ. பாக்க வேற லட்சணமா இருக்கான்னு சொன்னாரு... மொதலாளிக்கு எல்லாருட்டயுமே நல்ல இரக்க மனம் உண்டுல்லா..."

திருவாழி ரொம்ப நிதானமாக யோசித்துக்கொண்டே மெதுவாகக் கேட்டார். "கிருஷ்ணா சூளாமணிக்கும் பட்டணத்துக்கும் எதாவது தொடர்புண்டா..."

"மொதலாளி தொடர்புன்னு என்ன உத்தேசிக்கியோ..?"

திருவாழிக்கு என்னவாகத் தொடர்ந்து பேசுவது என்று தெரியாத ஒரு மௌனம் முகத்தில் கவிழ்ந்தது. கிருஷ்ணன் அவரின் மௌனத்தை ஒரு மாதிரியாக ஊகித்துக்கொண்டு பேசினார். "சூளாமணி ரொம்ப அழகா இருப்பா... ராஜவம்சம் மாதிரி ஒரு தோற்றம். யாரா இருந்தாலும் ஈர்த்துப் பிடிச்சிக்கிற உடல்வாகு அவளுக்கு... ஆனா பட்டணம் நல்ல மனுசன்... பாவம் பாத்தாரேயொழிய வேற எந்த நினைப்பும் அவருட்ட கிடையாது. சூளாமணிக்குச் சீதேவிமுகம், மூதேவி உடல்வாக்குன்னு அப்போ கடையில சாப்பிடவந்த ஒரு சன்யாசி எங்கிட்ட சொன்னான். அப்படின்னா என்னான்னு நான் கேட்டேன். உனக்குப் புரியாது. இவளுக்கு ஆள முழுங்குற அழகுன்னு சொன்னான். அவன் சொன்னது உண்மைதான் மொதலாளி... நானும் அந்த அம்சங்கள அவளுட்ட கவனிச்சிருக்கேன் ஒரு நொடியாவது அவ மேல சபலப்படாதவன் இருக்கமாட்டான். ஒரு நாளு ராத்திரி கடைய பூட்டுனப் பொறவு பின்னால ஜாஹிரு குடிச்சிட்டி ருந்தான். அவன் போவதுவரைக்கும் நானும் பட்டணமும் பேசிட்டிருந்தோம் அப்போ எங்கிட்ட பட்டணம் கேட்பாரு... ஒரு பொம்பளைக்கு ஒரு ஆம்புளைய என்ன என்ன காரணத்தால பிடிக்கும் கிருஷ்ணான்னு..."

திருவாழி உன்னிப்பாகக் கவனித்துக்கொண்டிருந்த அன்சாரியிடம் சிந்துவின் பியுட்டிபார்லரிலுள்ள ஃபிரிட்ஜில் ஒரு பாட்டல் ஐஸ் வாட்டர் போடும்படிச் சொல்லி அவனை அனுப்பி விட்டு கிருஷ்ணனின் பேச்சில் இன்னும் சுவர்மையானார். எவ்வளவு பிராயங்கள் கடந்துபோனாலும் ஒரு ஆணுக்குப் பெண்கள் பற்றிய பேச்சு பேசும்போது உண்டாகும் ஆவலை எதனோடும் ஒப்பிட இயலாது என்று அப்பட்டமாகப் புரிந்து கொள்ளும்படியாக இருந்தது திருவாழியின் முகத்திலுள்ள ஆர்வம். மீண்டும் இரண்டு முறை உம் உம் என்று கிருஷ்ணனைப் பேச அவசரப்படுத்துவதாக இருந்தது அவரது 'உம்...'

"நான் என்ன சொல்ல... பட்டணம் மொதலாளி திரும்பவும் கேட்டாரு... நான் சொன்னேன். அத இன்ன காரணம்ணுதாம்னு எப்படி முதலாளி உறுதியா சொல்ல முடியும்... அவளுக்குப் பிடிச்சிருந்தா ஆசைப்படுவா..."

"அதான் பிடிக்கதுக்கான காரணம் என்னாண்ணு கேட்கேன்..."

"அது நிறைய இருக்கும்..."

"அந்த நிறைய எது..."

"மொதலாளி ஒவ்வொருத்தருக்கும் ஒவ்வொரு கண்ணும் தனித்தனிப் பார்வையுமில்லியா... இதுல எத நான் சொல்லது?"

"பொதுவானதச் சொல்லு..."

"ம்ம் கட்டு மஸ்தான உடல்... அன்பு, கருணை ,பணம்... இப்படி நிறையச் சொல்லலாம்."

"இதெல்லாம் இல்லாம வேற எதாவது..."

"இதெல்லாம் இல்லாம வேறன்னா... வெறிப்பிடிச்சவளா இருப்பா..."

"வெறி பிடிச்சவள்னா... எவன்கூடயும் போவலாம்லா... குறிப்பா ஒருத்தன்கூடத்தான் போவனும்னா..."

கிருஷ்ணனுக்கு ஒன்றும் புரியவில்லை. ஆனால் பட்டணம் விடாமல் கேட்கிறார்.

"நிறைய இருக்கும்... ஒவ்வொருத்தங்களுக்கும் தனித்தனியான பிடித்தங்கள் இருக்கும்லா... எனக்க வீட்ல

சில நேரங்கள்ல மகாராஜா மாதிரி நடத்துவா, சில நேரம் நாம அதுமாதிரி நினைப்புலப் போனா நாயவிட கேவலமா பாப்பா ...” கிருஷ்ணன் சிரித்துக்கொண்டே பட்டணத்தின் பழைய காட்சிக்குப்போனபோது திருவாழியின் கவனம் மேலும் கூர்மைப் பெற்றிருந்தது. அந்த இரவில் பட்டணமும் கிருஷ்ணனும் பேசிக்கொண்டிருந்த நேரத்தில் கிப்பித்தலையைச் சிலுப்பியபடி சலாம் போதையில் தள்ளாட்டமாய் வந்து பித்தளைச் செம்பில் தண்ணீர் கோரிக் கொண்டு மீண்டும் பின்னால் ஜாஹிர் இருக்கும் இடத்துக்குப் போனான். கிருஷ்ணன் அதைக் கவனித்தவராக பட்டணத்திடம் பேச்சை மடைமாற்றும் யுக்தியோடு, “நெடுங்குடி குடிக்கானுவோ போல...” என்றார்.

“அவனுவோ எந்தாலையும் மண்ணா போவட்டு... நான் கேட்கதுக்கு நீ பதில் சொல்லு...” என்றபடி பட்டணம் விசயத்தில் உறைந்து நின்றார்.

“மொதலாளி ... வேற வேறண்ணா ... நான் என்ன பதில் சொல்ல... பொம்பளையோ ரொம்ப விசித்திரமானவளுவோ... ஆனா ஒண்ணு அவளுவோ ஒருத்தன அடையணும்னு நினைச்சிட்டா யாது ராஜாவானாலும் யாது தேசமானாலும் தூக்கிருவாளுவோ ...”

“அப்படியெல்லாம் சொல்ல முடியாது கிருஷ்ணா... அப்படி நிசாரமாக தூக்க முடியாதவனுவளும் இருப்பாம்லா...”

“எனக்குத் தெரிஞ்சி ஆம்புளைங்கள்ல அப்படியொருத்தன் இந்த உலகத்துல கிடையாது மொதலாளி...”

“எங்ககிடையாதுங்கே... அப்படியொருத்தன்ல இந்த பட்டணம் இருக்காம்... போதாதா ...”

கிருஷ்ணன் ரொம்ப நேரம் அமைதியாக இருந்தார். பட்டணம் மொதலாளி பொதுவாகத்தான் பேசுகிறார் என்று கருதியவனுக்கு அப்போது அவரின் பதில் முதன்முதலாக என்னமோ இருக்கு என்பதான தோணுதலை ஏற்படுத்தியது. மொதலாளி என்ன சொல்லியோ... என்றபோது கிருஷ்ணனின் ஆவல் நெஞ்சில் குடியேறி இருந்தது. கடையின் சாப்பாட்டு அறையில் பட்டணமும் கிருஷ்ணனும் இருந்தார்கள். அப்போது வேறு யாரும் உள்ளே இல்லை. ஒரேயொரு விளக்கு மட்டும் எரிந்து கொண்டிருந்தது. ஜாஹீர் பின்னால் ரொம்ப தூரத்தில்தான் சலாமோடு குடித்துக்கொண்டிருந்தான். பட்டணம் சுற்றிலும் கவனித்துக்கொண்டு கொஞ்சம் தயக்கமாகவே பேசினார்.

"கிருஷ்ணா ஒரு மாதிரிப்பட்ட விசயத்த என்னால மறைக்க முடியாது ... நீ இத யாருட்டையும் பேசப்புடாது ... எனக்க வாக்காக்கும் ..."

"மொதலாளி எனக்கு ஓட்டவாயி ..."

"ஓட்டவாயின்னா மூடிவச்சிக்கோ ..."

"சரி மொதலாளி ..."

"நம்ம கடையில தண்ணி இறைக்கிற சூளாமணி இருக்காளே ..."

கிருஷ்ணனின் கண்கள் அகலமாயின.. அவர் அங்குமிங்கும் பார்த்துக்கொண்டார்.

"ஒரு நாலு நாளைக்கு முன்னால எங்கிட்ட வந்து பேசுனா ..."

"என்னான்னு ..."

"அவளுக்கு என்னைய ரொம்ப பிடிச்சிருக்காம் ..."

"அடப் பாவிமட்ட நேராவா சொன்னா ..."

"ஆமாடே ... விறுவிறுன்னு முன்னால நான் தனியா இருக்கத்துல வந்தா ... நான் என்னமும் பைசா கேட்க வாராளோன்னுதான் நினைச்சேன் ... உங்களப் பிடிச்சிருக்கு ... ஒரே ஒரு தடவ உங்க கூட ... நான் இருந்துட்டா போதும் ... சொல்லிட்டு தலைய குனிஞ்சிட்டு நிக்கா ... எனக்கு வெசர்த்து வருது ... நெஞ்சு படபடன்னு அடிக்கி ... மயங்கிக் கீழே விழுந்திருவேன்போல இருக்கு ... நீ என்ன பேச்சு பேசுதே ... பேசாம போயி வேலையப் பாரு ... அவ நின்னு அழுவா ... கண்ணீரு மடமடன்னு சாடுது ..."

"செவுளையில ஒரு அடி அடிச்சித் தள்ளிருக்க வேண்டியதுதானே மொதலாளி ..."

"சே சே ... பாவம்லா கிருஷ்ணா ... ஒருத்தி ஒரு ஆம்புளையிட்ட இப்படி நேரா வந்து கேட்கணும்னா ... அவ எவ்வளவு நம்பிருப்பா ... மனச ஒடைக்கது சுலபம் ... அந்த மனச ஒடைச்சிடாம சரிபண்ணதுதான் நியாயம் ... பாவம் ... நான் வேகவேகமாக வீட்டுக்குப் போயிட்டேன். அன்னைக்கு அப்புறம் கடைக்கும் வரல ... நாலுநாளா எனக்கு ஒழுங்கா ஒறக்கமில்ல ... கண்ண மூடுனா சூளாமணி முன்னநின்னு திரும்பதிரும்ப அதத்தான் சொல்லுதா ... நான் நேத்து கிணத்துக்கிட்ட போய் சொன்னேன்.

உனக்கும் எனக்கும் வயசு வித்தியாசமிருக்கும்மா ... இது நல்ல ஆசையில்லேம்மா ...”

“நான் உங்கள கட்டாயப்படுத்தலலா ... மொதலாளி. உங்க மனசுக்கு எனக்குத் திருப்பித்தர என்னயிருக்கு .. ?”

“அப்படியெல்லாம் யோசிக்காதே ... உனக்கு நானே உங்க சொந்தக்காரங்களப் பாத்துப் பேசி உங்க ஆளுவள்லே நல்ல பொருத்தமான துணையா பார்த்து ஒரு வாழ்க்கை அமைச்சித் தரலாம் ... சரியா ... நீ வாழ வேண்டிய புள்ளே ... இந்தச் சின்ன புள்ளையள நல்லதுபோல வளர்த்தி ஆளாக்கு. படச்சவன் ஒவ்வொன்னையும் ஒவ்வொரு காரியமாத்தான் செய்வான் ...”

“அதெல்லாம் வேண்டாம்... போன மாசம் ஒருத்தன் இரண்டு ஏக்கர் தென்னந்தோப்புல ஒரு வீடும் போட்டு தாறேன். எல்லாம் பாத்துக்கிறேன் ... எப்பவாச்சியும் வந்து போறேன் ... நீ சாயிப்பு ஹோட்டல விட்டு வான்னு கூப்பிட்டான் ...”

“உனக்கு நல்லதா இருந்தா அதச் செய்ய உனக்கு உரிமை உண்டுதானே ... உனக்க இஷ்டம் ...”

“உங்க மேல எனக்கு இப்படியா எண்ணம் வந்தது தப்புதான் மொதலாளி... நான் எங்கேயும் போ மாட்டேன். எனக்கு தூரத்துல பார்த்துட்டு இருந்தாலே போதும்... செத்தாலும் சாவேனே தவிர இனி எனக்கு வாழ்க்கையில வேற ஆம்புள இல்லே ...”

“இது சரியா வராது... புள்ளைங்க படிச்சி முடியதுவரைக்கும் நான் உதவி செய்யேன் ... நீ வேலைய விட்டு நின்னுரு ... அதான் ஒனக்கு நல்லா இருக்கும்... கடந்து போயிட்டா மறந்து போயிடும்.”

“என்னைய வேலைய விட்டு நிப்பாட்டுனா இந்தக் கிணத்துல விழுந்து சாவேன் ...”

“அப்படியெல்லாம் தவறா எதுவும் செய்யாதே... உனக்க இரண்டு பிள்ளைய பாக்கண்டாமா ... ஆசையவிட கடமை பெரிசில்லியா ... எங்க மதத்துல கல்யாணம் பண்ணாம ஒரு பொண்ணடிய தொடது பெரிய பாவம் ... உன்னய வேலைய விட்டு நீக்கலே ... நீக்கமாட்டேன் ... நீ ஒழுங்கா வேலை பாரு ... ஆனா மனசுல வீணான எண்ணங்கள வளக்காதே ... சரியா இப்ப நாம பேசிக்கிட்டத மறந்துடணும் ...”

கிருஷ்ணனிடம் பட்டணம் சாயிப்பு கடைசியில் கேட்டார், “அவளுக்கு எம்மேல ஏதோ ஒரு ஆசை இருக்கு... அவள வேலைய

விட்டுப் போன்னு சொன்னா என்ன எழவும் செய்திரப்புடாது... தேவையில்லாத மானக்கேடாயிரும்... அவளுக்கு என்னய பிடிக்காம போவணும்... அவளுட்ட இதப்பத்தி பேசப்புடாது... இந்த ஜீவிதத்துல ஒருபோதும் கேட்கவும்புடாது... எப்பவும் போல எதுவும் இல்லாததுமாதிரி இருக்கணும்" என்று பட்டணம் மொதலாளி அந்த இரவில் கிருஷ்ணனிடம் வாக்கு வாங்கிக் கொண்டார்.

கதை கேட்டுக் கொண்டிருந்த திருவாழி ஒரு தலையணையை முதுகுவாக்கில் வைத்தபடி சாய்ந்துகிடந்தவர், ரொம்ப நேரம் கிருஷ்ணனைப் பார்த்துக் கொண்டிருந்தபடிக் கடைசியில் என்னாச்சி என்றார்.

"என்னாகது... சரியா பத்தாவது நாளு இருக்கும். ஒரு நாளு சாயங்காலம் உம்முகுல்தும் தாத்தா அவங்க தம்பிக்க வண்டியில ஹோட்டலுக்கு வந்தாவோ. பட்டணம் நாலுமணிக்கு வெளியே போவாரு, அந்த நேரமாக்கும் அவங்க வந்தது... விறுவிறுன்னு ஆக்குப்பெறைக்குப் போனவங்க அங்குனக்கிடந்த வாரியலே எடுத்து சூளாமணிய அடிஅடின்னு ஆத்திரந்தீர அடிச்சிப் போட்டு அப்படியே ஒரு பேச்சும் பேசாம அதேபோல விறுவிறுன்னு போய்ட்டாவோ..."

"அப்பவே இதெல்லாம் எனக்கிட்ட ஏன் சொல்லலே..."

"பட்டணத்துக்க வாக்கு... இப்போ காலம் கடந்துபோயிருக்குல்லான்னுதான் பேசுகேன்... உங்களத் தவிர ஒரு ஆளுட்டயும் இத நான் பேசுனது இல்ல..."

"பொறவு..?"

"சூளாமணி கொண்டைய அள்ளி முடிச்சிட்டு அழுதுட்டு பட்டணம் உட்காருர கசேரிய கொஞ்ச நேரம் பாத்துட்டு நின்னவா விருவிருன்னு அந்தக் கிணத்துல இரண்டு வாளி தண்ணியக் கோரி கொஞ்சம் குடிச்சிட்டு அப்படியே தலையில உட்டுட்டுப் போனவதான்..."

திருவாழி ரொம்ப நேரம் அமைதியாக இருந்துவிட்டுக் கேட்டார். "எதாவது தகவலு..."

"இப்போ வரைக்கும் இல்லே..."

"அதுக்குப்பொறவு அவ புள்ளைங்க படிப்புச் செலவு..."

"தெரியலே ... ஆனா பட்டணம் அதை கண்டிப்பா செய்திருப்பாரு..."

"எப்படிச் சொல்ல..?"

"பட்டணம் வாக்குக் கொடுத்தா மாத்தமாட்டாரு..."

"பட்டணத்துக்க பொஞ்சாதியிட்ட நீயா சொன்னே..."

"பட்டணமும் நான்தான் சொன்னேம்னு நினைச்சாரு... உண்மையிலே நான் சொல்லலலே... அவங்கள்ட்ட அத யாரு சொன்னான்னும் தெரியாது... அதுக்குப் பொறவுதான் தண்ணிப் பிரச்சினையினால உங்கள்ட்ட சொல்லிட்டு டேங்கு தோண்டுற ஐடியாக்குப் போனது."

"சூளாமணி ஹோட்டல்ல எவ்வளவு நாளு நின்னுருந்தா..."

"நாலு வருசம்..."

"அப்போ அவளுக்கு சம்பளமும் சாப்பாடும் புள்ளையளுக்கு படிப்புச் செலவு எல்லாம் அவருக்க சகாயம்தான்... இங்கேருந்து போன பொறவு அவ கதை உண்மையிலே தெரியாது. டேங் தோண்டி மூணாவது மாசமே அவருக்குக் கழியாம கடைய மூடினோம்..." திருவாழி டேங்கின் பேச்சில் இன்னும் போகவில்லை. அவரின் மனம் முழுவதும் சூளாமணியின் சேதியிலேயே இருந்தது. "கிருஷ்ணா, நாலு வருசமா பட்டணத்த கிட்ட இருந்து அவருக்க மனசப் பாத்துப் பாத்து மயங்கியிருக்கா... அன்பு பெரிய ஆயுதமில்லா... அவ மனசு முழுவதும் எந்த அளவுக்கு அவர ஏத்தி வச்சிருந்தான்னா இப்படி நேராவே கேட்டுருப்பா... இல்லியா... கிருஷ்ணா ஒரு ஆம்புளைட்ட போய் ஒருத்தி சாடை செய்வா... அப்படி பாப்பா... இப்படி பாப்பா... நேர போய் முன்ன நின்னு ஓமக்ககூட ஒருக்க படுக்கணும்னு சொல்லது லேசான காரியமெல்லாம் கெடையாது... இது அந்த ஆம்பளைய துப்பாக்கிய எடுத்து நேருக்கு நேரா சுடது மாதிரிதான்... சங்கரன்கோவில் பக்கம் எழுபத்தி நாலுலே ஒரு இரண்டு வருசம் வேலை பாத்தேன்... அங்க ஆபிஸ்ல ஒருத்தி நல்ல ஜோரா இருப்பா... நான் இடையிடையே சும்மா லேசா பாப்பேன்... அவ எம் பார்வைய நோட்பண்ணி வச்சிட்டு பேசாம இருந்திருக்கா... நான் ஒருக்க அதே மாதிரி பாக்கவும் பளிச்சின்னு கண்ண அடிச்சிட்டா..."

"பொறவு என்னாச்சி..?"

“அவ்வளவுதான் ... நாலுநாள் காய்ச்சல் ... மறுவாரம் தென்காசி பக்கம் மாறுதல் வாங்கிட்டுப் போயிட்டேன் ...” கேட்டுக்கொண்டிருந்த கிருஷ்ணன் சத்தமாகச் சிரித்தார். திருவாழி பிறகு மெல்ல கேட்டார். “கிருஷ்ணா பட்டணத்துக்கு இடத்துல நீ இருந்தா என்ன செய்திருப்பே ... நெஞ்சுல கைவச்சி உண்மையச் சொல்லணும் ...”

கிருஷ்ணன் பழையபடியும் சிரித்துக்கொண்டிருந்தார்...

“சிரி. மண்ணாங்கட்டியெல்லாம் வேணாம் ... உள்ளத உள்ளபடி சொல்லு.”

“சார் ... அவ நெனைக்கது மாதிரி இல்லே ... அழகுன்னா அழகு அப்படியொரு அழகு ... இளம் மிளா மாதிரி இருப்பா ...”

“சூளாமணி சௌந்தர்யத்துக்கு அந்த நேரத்துல அந்த வயசுக்கு அவ இஷ்டப்பட்டா நான் கொண்டு போயிருப்பேன் ... ஆனா பட்டணம் மொதலாளிக்க பொஞ்சாதி சூளாமணிய அப்படி செஞ்சதுல அவர் உடைஞ்சி நொறுங்கிப் போயிட்டாரு ... அதுக்குப் பொறவு ஒருதடவை எங்கிட்ட சொன்னாரு, ‘கிருஷ்ணா உம்முகுல்தூம் அநியாயம் பண்ணிப்போட்டா ... சூளாமணிய ஒருதடவைக்கூட என் கண்ணு அனாவசியமா பாத்தது இல்லே ... இப்படி ஒரு பொண்ணடி இங்குன இருக்கான்னும்போல எனக்க ஓர்மையில வந்ததும் இல்லே ... நானா நாலு நல்ல வாக்குச் சொல்லி அவ மனச காப்பாத்தி அனுப்பிருப்பேன் ... ஆத்திரத்துல என்னையும் சேத்து ஒடைச்சிப் போட்டா ... என் மனசு என்னத்துக்காகும் ... கிருஷ்ணா இப்பதான் அவ முகம் எனக்க மனசுல பதிஞ்சி கெடக்கு. இனி எனக்க ஜீவித்துல அந்த முகத்த எப்படி எடுத்து நான் தூரப் போடது ...’ பட்டணத்தைத் துயரம் சூழ்ந்திருந்தது. அந்த நேரத்துல பட்டணம் மொதலாளிக்க மொகம் நான் ஜீவிதத்துல பாக்காதளவுக்கு ஒருவாட்டம் போட்டிருந்து ... டேங்கு வெட்டுனப் பொறவுதான் அவருக்கு உடம்புசரியில்லாம போனதுன்னு வீட்ல எல்லாரும் சொல்லாவோ. ஆனா எனக்கென்னமோ சூளாமணி விசயத்துக்குப் பொறவுதான் அவருக்கு உடம்பு சரியில்லாம போயிட்டுன்னு தோணுது ...”

திருவாழியின் அறை மௌனம் சூடியிருந்தது. அந்த மௌனம் கண்ணுக்குத் தெரியாத சூளாமணியின் ரூபம் அலைந்து கொண்டிருந்த காற்றின் சாயலில் அறைக்குள் வீசிக்கொண்டிருந்தது. ரொம்ப நேரமாக கிருஷ்ணனும் பேசவில்லை. திருவாழியும் பேசவில்லை. பின்னர் திருவாழிதான் மௌனத்தை உடைத்து அன்சாரியை அழைத்து கிருஷ்ணனோடு சேர்ந்து மகாலிங்கத்திடம்

பேசிப் பார்க்கச் சொன்னார். இருவரும் வெளியேறிய பிறகு அவர் லேசாக மேல்கழுவி பவுடரெல்லாம் போட்டு அடுத்த தயாரெடுப்புக்கானவராக மாறிக் கொண்டிருந்த போது வெளியே மாடியிலேறி கிருஷ்ணனும் அன்சாரியும் மகாலிங்கத்திடம் பேச ஆயத்தமானார்கள்

அன்சாரியிடம் குடிப்பழக்கமில்லை. கிருஷ்ணன் இப்படியான நேரங்களில் திருவாழியோடு ஒன்றிரெண்டு மடக்குகள் குடிப்பார். வேலுமயிலும் அப்படித்தான். இதில் பெரிய குடியரென்றால் பேபிகுட்டிதான். சலாம் ரகசியமாகக் குடிக்கிறான் என்றாலும் திருவாழி இதுபோன்ற நிகழ்வுகளில் அவனைச் சேர்ப்பதில்லை. மனோகரன் வாத்தியாரும் நாலஞ்சி மடக்கு போனால் இன்றிரவு எப்படியும் லில்லிபாயைக் கொலை செய்வேன் என சபதமிடுவான். மனோகரன் வாத்தியார் போதையின் உச்சம், லில்லிபாயைக் கொலை செய்கிற ரகசியத் திட்டத்தைப் பேசுவதாகத்தான் இருக்கும். மனோகரன் வாத்தியாரின் இந்த பேச்சுப் பார்த்து ஆரம்பத்தில் திருவாழி பயந்திருக்கிறார். பேபிகுட்டி சொன்னார். "சார், பேடிக்காண்டாம்... மனோகரன் வாத்தியாரு லில்லிபாய் விசயத்துல ஒரு பொக்குவெடி..." எல்லோரும் சிரித்தார்கள். சிலங்கா குடிப்பான் என்று தெரிந்த பிறகு இன்றிரவு தங்களோடு கூடும்படி திருவாழி கூறியதை அவன் ஏற்கவில்லை. எனவே இன்றிரவு உறுதியாக திருவாழி அறைக்கு வர இருப்பவர்கள் பேபிகுட்டியும் மனோகரன் வாத்தியாரும்தான். பிலிப்பின் உத்தேசப்படி வேலுமயில் தப்பித்துப் போய்விட்டாரென்றும் சாவியை தன்னிடம் தந்து அவசியமான இசைக்கருவிகளை மட்டும் எடுத்துக் கொள்ளும்படிச் சொல்லியிருப்பதாகச் சொன்னான். பிலிப் பம்பாய் நிகழ்வுக்குப் பிறகு குடியைச் சுத்தமாக விட்டிருந்தான். கூட இருந்து சரக்கு விடுவது, உபபண்டங்களைக் காலி செய்வது, பேபிகுட்டியின் சிகரட் பாக்கெட்டிலிருந்து சில சிகரெட்டுகளைச் சும்மானாலும் பற்றிப் புகைவிடுவது என அப்படி ஒட்டிக் கிடப்பான். இன்று அவனுக்கு ஒன்றிரெண்டு பாட்டுகள் வாசிக்க வேண்டியது வரும் என்பதால் திருவாழியின் ரசனையிலுள்ள சில பாடல்களைத் தேர்வுசெய்துவைத்திருந்தான். கிட்டத்தட்ட எல்லாம் தயாராகிவிட்டது. கிருஷ்ணன் ஆறுமுகத்திடம் கடையைப் பூட்டிக்கொள்ளவும், மறுநாள் காலையில் திறந்துகொள்ளவும் சொல்லிவிட்டார். மகாலிங்கத்திடம் பேசியபோது அவர் ஓர்மையின் நீண்ட தொலைவுக்குப் பின்னாலிருந்து ஒவ்வொன்றாக நினைவுபடுத்தி நினைவுபடுத்திப் பேசினார். தொட்டிக்காகத் தோண்டும்போது முதலில் பெரிய பாறைபோல இருந்ததாகவும் பின்னர் பக்கவாட்டில் தோண்டி வரும்போதுதான் அது பெரிய

பாறை போன்ற கல் என்றும் தெரியவந்ததாகச் சொன்னார். ரொம்பவும் சிரமப்பட்டு அந்தக் கல்லை ஆறேழுபேராகத் தூக்கி வெளியே கொண்டு வந்ததாகவும் அந்தக் கல் அங்கு வேர்பிடித்துக் கிடந்ததைப்போல இருந்ததாகவும் பேசியவரிடம், கிருஷ்ணன் அந்தக்கல்லை என்ன செய்தீர்கள் என்று கேட்டபோது அதை எதிர் மனையின் அருகே ஓரமாய்ப் போட்டிருந்ததாகவும் மறுநாள் மோட்டார் பைக்கில் வந்த ஒருவன் அதில் மோதிக் கீழே விழுந்ததால் அதை அங்கிருந்து உருட்டிக் கொண்டுபோய் ஆராச்சார் மனையில் தள்ளிவிட்டதாகவும் அதன் பிறகான அந்தக் கல்லின் நிலையைத் தான் அறியவில்லை என்றும் கூறிக் கொண்டிருந்தவரிடம் கிருஷ்ணன் தொடர்ந்து கொஞ்ச நேரம் பேசினார்.

திருவாழி எல்லாம் கேட்டுவிட்டு அந்தக் கல் எவ்வளவு பெரிசாக இருக்கும்... என யோசனையோடு கேட்டதும், இரண்டாளுகள் விசாலமாக உட்காருகிற அளவுக்கு இருக்கு மென்று மகாலிங்கம் சொன்னதாக கிருஷ்ணன் குறிப்பிட்டார்.

“அப்படின்னா ரொம்ப பெரிய கல்லுதான்... ம்ம் ரோட்ல போனவன் வண்டியில மோதி விழுந்தாம்னு சொன்னியே, அவனுக்கும் கால் முறிவா..?”

“அதக் கேட்கலே...”

திருவாழி திரும்பத் திரும்பக் கேட்டபோது கிருஷ்ணன் சொன்னார், “மொதலாளி... நான் மேக்க பனச்சமூடுல இருந்து ஒரு ஆளக் கொண்டு வந்து பாக்கேன்... மனசுக்கு ஒரு சந்தேகம் வந்தாச்சி. இனி அத வச்சி வைக்கப்புடாது... நோயிக்கும் பேயிக்கும் பாக்கதுதானே சரி... பாத்துடுவோம்... செலவுகள பாத்துக்கிடுங்கோ...”

திருவாழி ஆள் வைத்துப் பார்க்கும் விசயத்தை கிருஷ்ணனின் அபிப்ராயம்போல ஒப்புக்கொண்டபடியே, “அந்தக் கல்லை இங்கிருந்து உருட்டிக்கொண்டு ஆராச்சார் மனையில போட்ட இடந்தெரிஞ்சா அந்த கல்லு அங்கன கெடக்கான்னுப் பாக்கலாம்...”

“எவ்வளவு வருசமாவுது... அதுக்குப் பொறவு ஆராச்சார் மனைய இரண்டுதடவை பிளாட் போட்டுத்திருத்திருக்கானுவோ... கொல்லத்துக்காரன் போட்டதவிட வக்கீலு ரொம்ப டீப்பா போட்டான்...”

“வக்கீலுட்ட கேக்கலாமா...”

"விடுங்க மொதலாளி. நான் ஒருத்தனக் கொண்டு வாறேன் ஐஞ்சாமத்தக் கடையில ஆவி கிடந்தாலும் சரி, இல்லே பாவி கிடந்தாலும் சரி, யாது எழவு கிடந்தாலும் இனி வச்சி வைக்கப்புடாது... பாத்துக்கிடலாம். அடுத்தவாரம் நான் போயிட்டு ஆளக் கொண்டு வாறேன்..."

திருவாழி அறைக்கு பேபிகுட்டியும் மனோகரன் வாத்தியாரும் ஒன்றாகவே வந்தனர். வேலுமயிலின் மூன்றாம் எண் கடையின் சாவி பிலிப்பிடம் இருந்ததால் அவனை வைத்தே கடையைத் திறந்து அங்கிருந்த நாலைந்து பிளாஸ்டிக் செயர்களைத் தூக்கிக்கொண்டுவந்து திருவாழி அறையில் அன்சாரி போட்டிருந்த ஏற்பாட்டை எல்லாம் பார்க்கும் போது குடி திருவிழா இன்று அமர்க்களப்படும்போல தெரிந்தது. பேபிகுட்டி நலன் விசாரிப்பினிடையே கிருஷ்ணனின் காதில் சொன்னார், "எல்லாவனும் நக்கிக் குடிகாரனுங்க..." கிருஷ்ணன் சிரித்துவிட்டார். சாதாரணமாகவே கிருஷ்ணன் ஒரு சங்கு குடித்தாலும் கூட பொன்ராஜ்போல சிரிப்பார். திருவாழி தொழில் முறைக் குடிகாரரெல்லாம் கிடையாது. நாலு மாதங்களுக்குப் பிறகு இன்றுதான் லேசாக மணத்திப் பார்க்கப் போகிறார். அவருக்கு ராஜபாளையத்தில் மனம் திறக்கக்கூடிய வகையில் நண்பர்கள் என்று எவருமில்லாமல் போய்விட்டது. அவர் வாழ்வின் அமைப்பு அப்படி. இளம் வயதிலிருந்து வேலை வாழ்வு என எல்லா தொடர்புகளும் இங்கோடி அமைந்துவிட்டது. மகன்களாவது அம்மண்ணில் தொடர்புடையவர்களாவார்கள் என்று கருதியபோது அவனுகளுக்கு எல்லா படிப்புகளும் மதுரை, கோயம்புத்தூர், சென்னையென பரந்து விரிந்து படித்த கையோடு ஒன்றிரெண்டு ஆண்டுகள் பெங்களூர் வாசம், பின்னர் அப்படியே வெளிநாட்டு வாழ்க்கையென தொடர்ந்த பயணத்தில் அவனுகளின் திருமணத்தையாவது சொந்தத்தில் நடத்திவிடலாம் என்ற அவரின் யோசனையை ஆரம்ப நிலையிலேயே மறுத்துவிட்டுத் தங்களுக்கொத்த சூழலிலான பெண்களை அவர்களே தேர்வு செய்து வாழ்க்கையைத் தொடருகின்றனர். திருவாழிக்கு மகனும் மருமகளும் பேரப்பிள்ளைகளும் எங்கோ நீண்ட தொலைவில் கிடக்கும் தூரத்துச் சொந்தம்போல ஆகிப்போனார்கள். ராஜபாளையத்தில் தந்தையின் வகையிலுள்ள பூர்வீக வீடும் அதைச் சுற்றிய நிலமும் கிடக்கிறது. இங்கு இந்தக் கட்டிடம் கிடக்கிறது. யாரும் எதுவும் செய்யவில்லையென்றாலும்கூட திருவாழிக்கு ஓய்வூதியமும் இங்குள்ள வாடகையும் அங்குள்ள கொஞ்சம் தேங்காய்களும் செழிக்கச் செழிக்க வாழப் போதுமானது. விதிவரை வாழவேண்டும், சந்தோசமாக மரணமடைய

வேண்டும்; அவ்வளவுதான். செத்தபிறகு எவன் வந்தால் என்ன போனால் என்ன? ராஜபாளையம் பூர்வீக மனையில் இறந்தால் அடக்கம் செய்வதற்கான இடம்வரையிலும் தேர்வுசெய்து வைத்துவிட்டார். திருவாழிக் கட்டிடத்தைத் தனது காலத்துக்குப் பிறகு பிள்ளைகள் என்ன வேண்டுமானாலும் செய்துவிட்டுப் போகட்டும். எவன் முதுகிலும் பூமியில்லை. பிலிப் டிரம்பட்டில் வாழ்க்கையே அலைபோல நாமெல்லாம் அதன் மேலே பாடலை அத்தனை ஐசுவரியமாக வாசித்துக் கொண்டிருந்தான். அவனின் தனித்துவமான வாசிப்பு கிருஷ்ணன் கடைவரைக்கும் கேட்டுக் கொண்டிருந்தது. பழையதும் புதியதுமான எல்லா பாடல்களிலும் அவன் பரிச்சயம் கொண்டிருந்தான். அங்கு நின்று தலையாட்டி லயித்துக்கொண்டிருந்தபோது அவர்களுக்கு திருவாழி அறைக்குக் கிளம்பிப் போய்விடலாமா என்று நினைக்குமளவுக்கு ஈர்த்திருந்தது. பேபிகுட்டி இரண்டு ரவுண்டு முடித்திருந்த நிலையில் இசைக்கு மயங்காதவங்க யாரு இருக்கா... அப்படியே கண்மூடியிருந்தார். சிந்துவின் பியூட்டி பார்லர் ஃபிரிட்ஜிலிருந்து ஐஸ்வாட்டர் எடுக்க வந்த அன்சாரியிடம் கனவுசீன் கதவைத் திறந்து வெளியே வந்த சிந்து "டேய் தலைவா... யாரெல்லாம் குடிக்கிறாங்க?" என்று கேட்டாள்.

"பேபிகுட்டி, மனோகரன் வாத்தியார், திருவாழி சார், கிருஷ்ணண்ணன்."

"நீ குடிக்க மாட்டியா..."

"ச்சீ... ச்சி..." என ரொம்ப வெட்கப்பட்டு, "பழக்கமில்லே..." என்றபடி பின்னர், "ஹராம்" என்றான்.

"பிலிப் குடிக்கலையா..."

"பிலிப் குடியை நிறுத்திட்டான்... அதுவுமில்லாம இன்னைக்கு இசை அவன் மட்டுந்தான்... வேலுமயிலு தப்பிட்டாம்லா..."

"அதான் கேட்க நல்லா இருக்கு... தனியிசைதான் அழகு... வேலுமயிலிருந்தா எல்லாம் சேந்து தொப்பு தொப்புன்னு சாவு வீட்லே அழுதமாதிரி தூரத்துல கேட்கும்... இது தனியா பறவை சத்தம் மாதிரி கேட்குது..."

அன்சாரிக்குப் புரியவில்லை. அவன் பெரிய இசை ரசிகனெல்லாம் கிடையாது. திருவாழி சாருக்குப் பிடிக்கும் என்பதால் அவன் கூட்டாக நிற்கிறான், அவ்வளவுதான். அன்சாரி தண்ணீர் பாட்டிலோடு நடக்க முயலும்போது சிந்து கேட்டாள், "என்ன பிராண்ட் குடிக்கிறாங்க..?"

“ரம்முன்னு நினைக்கேன் ... பிலிப்தான் கேரளா போய் வாங்கிட்டு வந்தான் ...”

“இன்னைக்கு எனக்க முகம் எப்படியிருக்குன்னு சொல்லிட்டுப் போ ...”

“உங்களுக்கென்னா ... நல்லா கும்முனுதான் இருக்கீங்க ...”

“அப்படியொரு பொதுவாகச் சொல்லாம எதாவது சிறப்பா சொல்லிட்டுப் போ ...”

அன்சாரி சிந்துவைப் பார்த்து லேசாகச் சிரித்துக்கொண்டே “தேக்கு இலையில ஓடுற நரம்பு மாதிரி இருக்கு” என்றபடி திருவாழி அறையை நோக்கிப் போனான். சிந்துவுக்கு உடனே ஒரு தேக்கு இலையைப் பார்க்க வேண்டும்போல இருந்தது. கிருஷ்ணன் டீக்கடை மனையில் தேக்கு மரம் நிற்கிறது என்றாலும் இருளாய் இருப்பதால் அவளுக்கு அவை தெரியவில்லை. அவள் தனது மொபைலில் தேக்கிலையைத் தேடியபோது பிலிப்பின் டிரம்பட்டிலிருந்து நீலவான ஓடையில் பாடல் இசையாக கிளம்பிக் கொண்டிருந்தது. வழக்கமாக ஏழுமணிக்கெல்லாம் பூட்டிவிடும் சிந்து எட்டேமுக்கால் வரைக்கும் இருந்தாள்.

“இந்த உலகத்துல ஒரு ஆளுக்கு ஒரே ஒரு ஆள மட்டும் கொலை பண்ணலாம்னு சட்டத்துல இடமிருந்தா நீங்க யார கொல்லுவியோ சார் ...” மனோகரன் வாத்தியார் இந்தக் கேள்வியைப் பொதுவில் முன்வைக்கும்போது மணி ஒன்பது கடந்திருந்தது.எல்லோரும் பதில் சொல்லாமல் அவரைக் கூர்ந்து பார்த்தபடி இருந்தனர். அவர் சுற்றிலும் ஒவ்வொரு முகத்தையாகப் பார்த்த வரிசையில் கிருஷ்ணன் சிரித்தபடி இருந்தார்.

“கிருஷ்ணண்ணேன் நீங்க சொல்லுங்க ...”

“நான் கொலை பண்ணணும்னு நினைச்சிருந்தவன் அவனாவே செத்துப் போயிட்டதாலே ... இனியொரு கொலை பண்ண ஐடியா இல்லே ... சாரு யாரப் பண்ணுவியோ .. ?”

“லில்லிபாய் ...”

பிலிப், அன்சாரியென எல்லோரும் சிரித்தார்கள். திருவாழியும் சிரித்துக்கொண்டே அன்சாரியிடம், “ஆட்டோ சொல்லு நேரமாகுதுல்லா ...”

“சொல்லிட்டேன் ... பத்துமணிக்கு வருவான் ...”

பேபிகுட்டி மனோகரன் வாத்தியாரிடம் இன்னும் ஒரு கிளாஸில் விட்டு நீட்டியபோது அப்படியே வாங்கி அப்படியே குடித்துவிட்டுப் பாம்பைப்போல நாக்கை நாக்கை நீட்டியபடி இருந்தார். மேலும் அரைமணி நேரம் அதையும் இதையுமாகப் பேசிக்கொண்டிருந்துவிட்டு காசீமின் ஆட்டோவில் வந்த உணவை எல்லோருமாகச் சாப்பிட்டுவிட்டு அதே ஆட்டோவில் மனோகரன் வாத்தியாரையும் பேபிகுட்டியையும் அன்சாரியும் பிலிப்புமாகக் கொண்டுபோய் விட்டுவிட்டு வந்தபோது திருவாழி சார் படுக்கையில் அப்படியே சாய்ந்து தூங்கிப்போய்க்கிடந்தார். அவரை ஒழுங்காகக் கிடத்தியபடி விளக்கை அணைத்துக் கதவைச் சாத்திக்கொண்டு அன்சாரியும் பிலிப்பும் மூன்றாம் எண் கடையைத் திறந்து படுத்துக்கொண்ட அந்த இரவு முற்றிலுமாக நிறைந்து விடிந்தது.

12

சின்ன பள்ளிவாசலில் அதிகாலை சுப்ஹ தொழுதுவிட்டு வந்த ஆக்களி சாயிபுவுக்கு இன்று காலை கிருஷ்ணன் போடாத டீயில் வழக்கமான ருசியில்லை. ஆறுமுகம் அச்சு அசலாக அப்படித்தான் என்றுமில்லாமல் உண்மையில் கிருஷ்ணனை விடவும் உன்னதமான டீயைப் போட்டுக் கொடுத்தபிறகும் அவர் முதல் மிடற்றை உறிஞ்சிவிட்டு இஷ்டப்படாமல், “அந்த எழவுடுப்பான் எங்க போய் தொலைஞ்சான்” என ஏசிவிட்டுப் போனார். ஆக்களி சாயிபுவுக்கு டீயை விட கிருஷ்ணனிடம் பேசும் ஒன்றிரெண்டு வார்த்தைகள் தடைபட்டதுதான் எரிச்சலுக்கான இன்னொரு காரணமாக இருந்தது. கிருஷ்ணன் ஒன்பதுமணிக்குத்தான் காலையில் கடைக்கு வந்தார். காலையில் கடும் சீணப்பட்ட நிலையில் கிருஷ்ணன் முகமெல்லாம் வெளிறிப்போயிருந்தது. அவர் கடைக்கு மட்டம் போடுவது கல்யாண வீடுகளுக்குக்கூட போகாமல் மிக நெருக்கத்தில் எவனாவது செத்தாலொழிய அபூர்வமான தருணங்களில் மட்டும்தான். இன்று காலை கிருஷ்ணன் கடையில் இல்லாததினால் நடைப்பயிற்சியாளர்களும் இன்னும் முகம் தெரியாத பலரும் கிருஷ்ணனை விசாரித்துக் கொண்டே இருந்தார்கள். ஒன்பதுமணிக்கு வந்து சேர்ந்த கிருஷ்ணனிடம் ஆறுமுகம் விசாரிப்பின் தீவிரத்தைச் சொன்னதும், “ஆமா தாயளியோ, இங்க இருக்கும்போது ஒரு பட்டியளும் என்னான்னு கேட்காதுவோ. ஒருநாளு ஆளக் காணலன்னா

போதும்... கவர்னர் மயிரு கணக்க விசாரிப்பானுவோ. போவச் சொல்லு" என்றபடி நல்ல தலைவலிப்பதாகச் சொல்லிவிட்டுப் பின்னால் சிமெண்டு பெஞ்சில் போய்ப் படுத்துக்கிடந்தார். வேதமாணிக்கம் ஆறுமுகத்திடம் மெதுவாகப் பேசினார், "குப்பி குப்பியா குடிக்கிற பேபிகுட்டி காலையில புதுமாப்பிளை மாதிரி வந்து பேங்க தொறந்தாச்சி ... ஆண்டுக்கொருக்க ஆவணிக்கொருக்க எள்ளுபோல நக்கிக்குடிக்க தாயளியோ பண்ணுற அழிச்சாட்டியம் இருக்கே... ச்சசே... பீக்குடியாரப் பயலுவோ..." வேதமாணிக்கமும் ஆறுமுகமும் பின்னால் பெஞ்சில் கிடக்கும் கிருஷ்ணனைப் பார்த்துக் கடையின் முன்பக்கம் மறைவாக நின்று சிரியோ சிரி என்று சிரித்தார்கள். வேதமாணிக்கத்துக்குச் சிரிப்பை அடக்க முடியவில்லை. கிருஷ்ணன் கிடக்கும் கிடையைப் பார்த்து சும்மா சும்மா சிரித்துக்கொண்டிருந்தார். ஒரு அரைமணி நேரம் சென்று பிரசவ வார்டில் கிடக்கும் ஒரு ஸ்திரியைப்போல மெல்ல நகர்ந்து தலையைத் தூக்கிப் பார்த்துவிட்டு எழும்பிய கிருஷ்ணன் கடுப்பம்கூட்டி ஒரு சாயாக் கேட்டபடி அன்சாரியை விசாரித்த போது, காலையில் எட்டுமணிக்கே அவனும் திருவாழி சாரும் காசீமின் ஆட்டோவில் போனதாக ஆறுமுகம் சொன்னான். பெஞ்சில் எழும்பியிருந்தபோது பூபாலனின் கடை பூட்டிக் கிடப்பதும் தங்கம் நேற்றுக் காலை பதினோரு மணிக்குச் சாவியைத் தந்துவிட்டுப் போனதும் ஓர்மையில் வந்தது. "இந்த தங்கம் புள்ளே கடை திறக்கலியா..?"

"இல்லே... பூட்டிலா கெடக்கு..."

"எங்கே போய் தொலைஞ்சா?"

"அவளுட்ட போய்தான் கேட்கணும்..."

வெளியே ஒரு டெம்போவில் வந்த சிலர் இரும்புக் குழாய்களை இறக்கிக்கொண்டிருந்தனர். சத்தம் கேட்டுப் பின்னாலிருந்த படியே கிருஷ்ணன் என்ன அங்க சத்தம் கேட்குது என்றபோதும் சிலங்கா பைப் கொண்டு வந்து இறக்குவதாகவும் மேலே செட் வேலைக்கு எவரெஸ்ட் நெல்சனின் ஆட்கள் போவதாகவும் சொல்லிவிட்டு டீப்பட்டறையைக் கழுவிக்கொண்டிருந்தான் ஆறுமுகம்.

திருவாழிக் கட்டிடத்தின் மேல் தளத்தை அரங்கமாக்கும் வேலையை அவர் இங்கிருக்கும்போதே தொடங்கிவிட வேண்டும் என்கிற முனைப்போடு சிலங்கா செயலாற்றிக் கொண்டிருந்தான். இங்கு தொட்டடுத்துள்ள ஒரு கிராமப் பஞ்சாயத்தில் பெரிய

தண்ணீர்த் தொட்டிகளில் இணைப்பிலுள்ள பழுதான இரும்புக் குழாய்களை மொத்தமாக ஏலம் போடப்படுவதைக் கவனித்து வரும் எவரெஸ்ட் நெல்சன் அவ்வாறான ஒரு பெரிய ஏலத்தைக் குடிநீர் உடனாளர் நாகராஜன் மூலமாக முன்னமே தகவல் பெற்று முடக்க வேண்டிய ஆட்களை முடக்கிச் சுளுவான விலையில் தட்டி எடுத்திருந்தான். பகுதிக்குப்பகுதி கொள்ளை இலாபமான இந்தக் கொள்முதல் சிலங்காவுக்குப் பெரிய லாபகரமானதாக இருந்தது. பழுப்பேறிக்கிடந்த குழாய்கள் எல்லாவற்றின் மீதும் கடும் லேவண்டர் வர்ணம் பூசப்பட்டு மெருகேற்றிக் கொண்டு வந்திருந்தனர். அரங்கின் அடிப்படைக்குத் தேவைப்படுகின்ற நாற்பத்திரண்டு இரும்புத்தூண்களும் இன்று வந்து இறங்கிவிட்டன. எவரெஸ்டின் நாலு வேலையாட்கள் அவற்றை பூபாலன் கடை பக்கவாட்டுப் பாதை வழியாக மேலே கொண்டு போக இயலாமல் ஏழாம் எண் கடையின் பக்கவாட்டுப் பாதையில் நுழைந்து அங்கிருந்தே மேலே கயிறுபோட்டு ஒவ்வொன்றாகத் தூக்கி இழுத்தெடுத்துக் கொண்டனர். ஏழாம் எண் கடையின் பக்கவாட்டுப் பாதை வழியாகப் பெரிய இரும்புக் குழாய்களை ஆட்கள் ஒவ்வொன்றாகத் தூக்கிப்போவதைக் கடுமையான வெறுப்புடன் கவனித்துக் கொண்டிருந்த மைனர் சலாமுக்கு வயிற்றெரிச்சலாக இருந்தது. அவன் சம்பந்தமில்லாமல் சாந்தினியிடம் எரிந்துவிழுந்தபோது வெளியே சிலங்காவின் சத்தம் பொன்னம்மா கிணற்றிலுள்ள மின்மோட்டாரின் சத்தம்போல கரகரப்பாகக் கேட்டது. மீண்டும் ஏரியாவில் கம்பீரம் குறையாமல் கூலிங்கிளாசுடன் நடமாடும் சிலங்காவைத் தொலைஞ்சாம்னு பார்த்தா பழையபடி வந்துட்டானேயென அண்ணாச்சியிலிருந்து, சலாமிலிருந்து அனைவரும் மலைப்பு மாறாமல் பார்த்துக்கொண்டிருந்தனர். கனவுசீன் கதவைத் திறந்து வெளியே வந்த சிந்து அவனின் இடதுகாலை நோட்டமிட்டுக்கொண்டே மீண்டும் ஒருமுறை சிலங்காவிடம் நலன் விசாரித்துக்கொண்டாள். எல்லோரிடமும் ஏதோ ஒரு வகையில் சிலங்காவின் பேச்சே மையம் கொண்டிருந்தது. தலைவலிப்பதாக சிமெண்டு பெஞ்சில் சும்மாவே படுத்துக் கிடந்த கிருஷ்ணன் நன்றாகவே தூங்கிப்போனதால் கடை முழுவதும் தொடர்ச்சியாக ஆறுமுகத்தின் கட்டுப்பாட்டிலிருந்தது. அப்போது கடைக்கு வந்தவர்களில் ஒருவர் வேலையைக் காட்டிக் கேட்டார், "இங்க இதெல்லாம் ஓடுமா... எவன் இங்க வந்து இத வாடகைக்கு எடுக்கப் போறான்... வேலை மண்ணாங்கட்டி இல்லாம..?"

"நீரு என்னமும் மொதலு போட்டியரா . . . இல்லே ஒமக்கு ஏதாவது கைநஷ்டம் வந்துருமா... அவன் நம்புதான்...

செய்யுறான்… ஓமக்க வேலையப் பாருவோய்… அன்னாளம் மயிருக்கொன்னும் கொறவு கிடையாது…”

ஆறுமுகம் பட்டென அவருக்குப் பதில் சொல்லி விட்டாலும் உண்மையில் அவன் மனத்திலும் இதெல்லாம் தேறுமா என்றுதான் இருந்தது. காலை பதினோரு மணி வரை அரங்கம் என்ற சொல்லே உலவிய நிலையில் எவரெஸ்ட் நெல்சனின் வேலையாட்கள் மூலமாக மண்டபம் என்றே சொல்லே புழக்கத்தில் வந்தது. பன்னிரண்டு மணிக்குப் பிறகு வேலையின் நீக்கும் போக்கும் அதன் தீவிரத்தன்மை உண்டாக்கிய புதிய ரூபமும் சேர்ந்தபோது எல்லார் வாயிலிருந்தும் மண்டபம் என்ற சொல்லே வெளிப்பட்ட. கடையில் பொருள் வாங்கவந்த சதாசிவன் மாமா அண்ணாச்சியிடம் மேல என்ன வேலை நடக்குது எனக் கேட்க மண்டபம் வேலை என்றுதான் பட்டென அவரும் சொல்லிக்கொண்டார்.

திருவாழியும் அன்சாரியும் மதியம் இரண்டு மணிக்கு காசீமின் ஆட்டோவில் வந்திறங்கியபோது திருவாழிக் கட்டிடத்தின் மேலே வடக்குப்பக்கம் ஆறு தூண்கள் முளைத்திருந்தன. அவர் இறங்கியதும் அதிசயமாகத்தான் பார்த்தார். ஒன்றாம் எண் கடை பூட்டிக் கிடந்தது. அன்சாரியும் அவரும் வேகவேகமாக அதன் பக்கவாட்டுப் பாதையில் உள்ள படிக்கட்டு வழியாக மேலேறிச் சென்றபோது எவரெஸ்ட் நெல்சன் தலைமையில் ஐந்தாறு வேலையாட்கள் தடபுடலாக வேலைசெய்துகொண்டிருந்தனர். ஒரு தூணை நிறுத்தி நாலைந்து கிளாம்புகளை டிரில் செய்து பக்காவாக முறுக்கியிருந்தார்கள். திருவாழி கைகளால் மெல்லத் தொட்டு அசைத்துப் பார்த்தார். நல்ல பலமாக இருந்தது. தூணைச் சுற்றிலும் மேலும் பலத்துக்காகவும் பாதுகாப்புக் காகவும் நான்கு இஞ்சிக் கனத்தில் அடிமட்டத்தில் காங்கரீட் போட்டுக் கொள்வதாகவும் சிலங்கா சொல்லிக் கொண்டிருந்தான். திருவாழி அன்சாரியைப் பார்த்தார். பிறகு சுற்றிலும் பார்த்தார். வெள்ளைத் திட்டுகளாகக் கிடந்த ஆகாயம் பிரகாசமாக இருந்தது.

காலை எட்டுமணிக்கே திருவாழியும் அன்சாரியுமாக மூன்று முக்கியமான வேலையாகப் போயிருந்தார்கள். நேற்றும் இன்றுமாக காசீமின் ஆட்டோவைக் கூட்டிக் கொண்டு போவதில் சண்முகத்துக்கு நிறைய வருத்தமிருந்தது. அன்சாரி காலையில் சண்முகத்தைக் கூப்பிடலாம் என்றபோது திருவாழிதான், “வேண்டாம் காசீமையே கூப்பிடு” என்றார். திருவாழியின் தகப்பனாரின் மூத்த அக்கா, நிறைய வயது உண்டு…பேரப்பிள்ளைகள்

நாக்பூரில் வேலையாக இருக்கின்றபடியால் மாதம் இருபதாயிரம் கட்டணம் செலுத்தி சாமித்தோப்பு பக்கமுள்ள புகழேந்தியின் காப்பக இல்லத்தில் இருத்தியிருக்கிறார்கள். இறந்துபோனால் தங்கள் வருகைக்குக் காத்திருக்க வேண்டாமெனவும் இறுதிச் சடங்கை உடனே காப்பகமே நடத்தி முடித்துவிடலாம் என்றும் அதற்கான கட்டணத்தைத் தாங்கள் அனுப்பித் தரலாம் என்றும் உறுதிகொடுத்துள்ளனர். இளமைக்காலத்தில் தன்னை வளர்த்தியவர்களில் அவளும் ஒருத்தியாக இருந்தாள். நல்ல வயதான பெண்மணியான மாமியை முதலில் பார்க்க வேண்டும். பின்னர் கொஞ்சம் வங்கி வேலைகள் இருந்தன. எனவே பயணத்திட்டத்தின்படி முதலில் புகழேந்தியின் காப்பகத்துக்கே போய்விட்டார்கள்.

மாமி நல்ல கூனலாகிவிட்டிருந்தாள். ஆனாலும் அவளுக்கு அபார நினைவாற்றலிருந்தது. கொஞ்ச நேரம் திருவாழியின் கரங்களைப் பற்றிப் பார்த்துக் கொண்டே யிருந்தாள். அவரும் பேச்சற்றுப் போய் முகத்தைப் பார்த்தவாறு இருந்தபோது புகழேந்திதான் ஏதோ பேசி அந்தச் சூழலை இயல்பாக்கியிருந்தார். காலம் எல்லா நேரங்களிலும் அழகானதாக இல்லை. பிராயத்தில் மாமியின் கம்பீரமும் மிடுக்கும் அவ்வளவு மேன்மையானது. சில சார்பு மரணங்கள் சில இருப்புகளை நிர்மூலமாக்கிவிடுகின்றன. துயரங்கள், துயரங்களில் இருப்பவர்களுக்குப் பழகிவிடுகின்றன. புகழேந்தி பின்னால் நின்றபடி திருவாழியிடம் சொன்னார், "இந்த ஜன்னலின் திரைச் சீலையை லேசாக விலக்கிக்கொண்டால் தென்படும் காட்சி உங்கள் மாமிக்கு ஒரு பேருலகமாக இருக்கிறது. அந்த ஒரே தரிசனம் ஒரே பார்வை. நான் கடந்துபோகும்போது அவர் திரைச் சீலையை விலக்கிப் பார்த்துக்கொண்டிருப்பதே எனக்கொரு பெரிய அர்த்தத்தைத் தந்துவிடும்." திருவாழி எழுந்து மாமியின் அறையிலிருந்த அந்தத் திரைச் சீலையை விலக்கிப் பார்த்தார். ஒரு மரத்தின் கிளையும் அதன்பின்னே ஆகாயமும் தெரிந்தன. கவனித்துக்கொண்டிருந்த அன்சாரி இதை ரொம்பவும் கலக்கமாக உணர்ந்திருப்பான் போலும். வாப்பா ... மைதீன்கண்ணு மரணித்ததிலிருந்து கடந்த ஐந்தாண்டுகளாக அவனும் ஒரு விசித்திர அனாதையாகத்தான் இருக்கிறான். அவர் அவனைச் சிறுகுழந்தையாக ஒரு தர்ஹாவிலிருந்து கொண்டு வந்து வளர்த்தி ஆளாக்கியதைத் தவிர அவன் பிறப்பின் பிற ரகசியங்கள் எதுவும் அவனுக்குத் தெரியாது. நல்ல வேளை அவர் மரணத்துக்கு முன்னமே அந்த வீட்டை அன்சாரிக்கு எழுதிவைத்துவிட்டார். மூத்த சகோதரி ஒருத்தி பொட்டல்புதூர் பக்கத்திலிருக்கிறாள். அவளுக்கு

இரண்டு குழந்தைகளும் இருக்கிறார்கள். இப்போது நாலு வருடங்களாகப் போக்குவரத்து இல்லை. வாப்பா இருக்கிற சிறிய வீட்டை அன்சாரியின்பெயரில் எழுதிவைத்தபிறகு தம்பி தம்பியென உயிராகக் கிடந்தவள், பெரிய பகையாளியாகிப் போனாள். கடந்த வாரம் ஜமாஅத்தில் அன்சாரி வரிப் பணம் கட்டப் போகும்போதுதான் அவர்கள், "வரிப் பணமாக வாங்க முடியாது. நன்கொடையாகப் பெற்றுக்கொண்டு ரசீது தருகிறோம்" என்றார்கள். தொடர்ந்த பேச்சில், "நீ சட்டப்படி எங்கள் ஜமாஅத்தின் உறுப்பினர் கிடையாது" என்று சொன்னபோது துனியா அவன் காலுக்குக் கீழே நழுவி விழுந்தது. அன்சாரிக்கு ஒன்றும் புரியவில்லை. இதென்ன சட்டம்? அவன் ஆத்திரமுற்றவனாய் மிகக் கோபமாகக் கேட்டபோது, "நீ மைதீன்கண்ணுவின் சொந்த மகனல்ல. இஸ்லாத்தில் வளர்ப்பு மகனைச் சொந்த மகனாகக் கருத இடமில்லை" என அவர்கள் சொன்னபோது அன்சாரி பதிலின்றி மௌனமாய் உடைந்து போனான். உம்மா அழுது கதறிக்கொண்டு, "எனக்க மொவனப் பாத்து உங்களுக்கு இப்படி சொல்ல எங்கன மனசு வந்திச்சி... உங்களுக்கெல்லாம் பாவம் பிடிச்சிராதா..?" உம்மாவின் நெஞ்சம் பதறிய அழுகைக்குப் பிறகு புதிதாக இனி ஊர்வரி சேர்க்கும்போது முன்னுரிமை தரப்படும் என்று ஜமாஅத்தில் மனுவாக எழுதி வாங்கிவைத்திருக்கிறார்கள். இந்த உலகம் பயம் நிறைந்ததாக இருக்கிறது. மைதீன்கண்ணு அன்சாரிக்கு அடையாளமற்றுப் போய்விடக்கூடாது என்கிற உள்ளுணர்வின் பதற்றம் காரணமாகக்கூட அவசரஅவசரமாக வீட்டை அவன் பெயரில் எழுதிவைத்திருக்கலாம். அவன் எந்த ரகசியத்தையும் அவரிடம் கேட்டதுமில்லை, கேட்க ஒரு துளியளவு விரும்பியதுமில்லை. வாப்பா என்றும் உம்மா என்றும் சரபுநிஷாவை அக்கா என்றும் எண்ணும் அவனின் நம்பிக்கை அசாத்தியமானது. இரண்டுமுறை வெளிநாட்டுக்குப் பிரயாணப்பட வாய்ப்பு தேடிவந்தபோதும் உம்மா தனிமைப்பட்டுப் போவாள் என்பதினாலேயே அவன் போகவில்லை. அவன் எப்படியாவது பிழைத்துக்கொண்டுதான் இருக்கிறான். அவன்மீது இந்த வாழ்வில் ஒவ்வொரு நொடிப்பொழுதும் கருணைகள் விழாமல் இல்லை. துயரங்களைத் துரத்தித் துரத்தி அடித்துவிட்டுக் கருணையைத் தன்மீது வாரி நிறைத்துக்கொள்கிறவன். தன் கரம்பற்றியிருந்த திருவாழியிடம் மாமி மெல்ல மெல்ல பூசிய வார்த்தைகளால் சொன்னாள். "எனக்குத் திருச்செந்தூர் கோவில்வரைக்கும் போவணும் மக்கா. என்னைய கூட்டிட்டுப் போவியா..?" கடைசி வார்த்தைக்குப் பதிலாக அந்தக் கை இறுக்கமாக அழுத்தியிருந்தது. அந்த

மூதாட்டி யாசகம் கேட்பதுபோலக் கேட்டாள். திருவாழிக்கு எப்படி வாக்கு கொடுப்பது என்று தெரியவில்லை. தன் உடல்நிலையும் வரவரப் பலவீனமாகிக்கொண்டிருப்பதை அவரே அறிவார். திருவாழியின் மரணத்துக்காவே மகன்கள் ஒரு அர்த்தத்தில் காத்திருக்கிறார்கள். அவரின் மரணம் நிகழ்ந்தேறும் மறுவாரமே இந்தக் கட்டிடம் விற்று முதலாக்கப்படப் போவதை அவர் அறிந்திருக்கிறார். மாமி இன்னும் கரத்தை விடவில்லை. திருவாழி பக்கத்திலிருக்கும் அன்சாரியைப் பரிதாபமாகப் பார்த்தபோது அவனின் கண்களில் ஈரம் பாய்ந்திருந்தது. அன்சாரி அந்த மூதாட்டியை மறுவாரம் திருச்செந்தூர் கோவிலுக்கு திருவாழியின் சார்பில் அழைத்துக் கொண்டுபோய்த் திரும்பக் கொண்டு விடுவதாக முடிவுசெய்துகொள்ளப்பட்டது. அன்சாரியால் அது முடியுமென்று திருவாழி உறுதியாக நம்பினார். அவர் ஒருவார்த்தை நாக்பூரிலுள்ள மாமியின் பேரனிடம் சொல்லிவிடலாமென போன்பண்ணிப் பேசியபோது அவன் எல்லாம் கேட்டுவிட்டுக் கடைசியில், “அன்சாரி என்றால் முஸ்லிம் பையனா” என்று கேட்டான். “ஆமா, அதுக்கென்னா இப்போ” என்று கோபமாகப் பேசிவிட்டு தொடர்பைத் துண்டித்தவராக அன்சாரியிடம் சொன்னார், “அடுத்த திங்கக்கிழமை போவலாம்... கார்ல போறதுதான் நல்லது... நமக்குத் தெரிஞ்ச பையன்மாரு யாராவது இருந்தா பாத்து வை... வயசு காலம். கூடமாட தூக்க எடுக்க உதவியா இருக்கும்லா...”

“காசீம் காரும் ஓட்டுவான். காலையில ஸ்கூல் சவாரிக்குன்னு ஒரு மாருதி ஆம்னி வேன் வச்சிருக்கான்... அவனக் கூப்பிட்டுக்கலாம்... ஆளுக்கு ஆளா நல்லா துணையா நிப்பான்... சார் அதபத்தி கவலப்படவேண்டாம்... நான் பாத்துக்கிறேன்...”

“ம்ம்... அவன் ஆளு கொள்ளாம்... அவன மனசுக்கு என்னமோ பிடிக்குது. ஏம்னு தெரியலே... அவன்ட்டயே சொல்லி வை... சரியா...” பிறகு வெளிவந்து புகழேந்தியோடு கொஞ்சநேரம் பேசிக்கொண்டே உள்ளே போய் மாமியிடம் விடைபெற்று வந்து வடசேரியில் வங்கி வேலைகளை முடித்துக்கொண்டு அன்சாரி கணக்குப்பார்த்துக் கொடுத்த வாடகைப் பணத்திலிருந்து எப்போதையும்விட கூடுதல் தொகையை அவன் கணக்கில் போட்டுவிட்டுத் திருச்செந்தூர் செலவுக்கு இருக்கட்டுமென மூவாயிரம் ரூபாயைக் கையில் கொடுத்துவிட்டு எதாவது தேவைப்பட்டா போன்ல சொல்லு எனச் சொன்னபோது அன்சாரி சரியெனத் தலையாட்டினான்.

அன்சாரியின் மகிமை இதுதான். அவன் கேட்கமாட்டான். அவர் எவ்வளவு கொடுத்தாலும் வாங்கிக்கொள்வான். வங்கி வேலை முடித்து இருவரும் அருளகத்தில் நன்றாகச் சாப்பிட்டுவிட்டு மீண்டும் ஆட்டோவில் ஏறினார்கள். எவ்வளவோ வற்புறுத்தி அழைத்தும் காசீம் சாப்பிடப் போகவில்லை. “வீட்ல உம்மா சாப்பாடு வச்சிருப்பா சார்... இன்னொருதடவ சாப்பிடுவேன்” என்றபோது திருவாழியும் சிரித்தபடி விட்டுவிட்டு அவனின் ஆட்டோவிலேயே இரண்டு மணிக்கு இங்கு வந்தால் சிலங்கா கட்டிடத்தின் ரூபத்தையே மாற்றிக்கொண்டிருக்கிறான்.

திருவாழி மேலே ஒரு சுற்றுப் பார்த்துவிட்டுக் கீழே இறங்கி அறைக்கு வந்து கொஞ்ச நேரம் யோசனையாக அப்படியே தூங்கிப் போனவர் மாலை ஐந்துமணி வாக்கில் அன்சாரி கதவைத் தட்டியபோதுதான் எழுந்தார். சலாம் வந்திருப்பதாக அவன் சொன்னதும், “ஒரு பத்து நிமிசம் நிக்கட்டும். நான் ஒண்ணு மேலுக்குக் குளிச்சிட்டு வந்துடுறேன்” எனத் துண்டை எடுத்துக்கொண்டு குளியலறைக்குள் நுழைந்தவர், அங்கு சலாம் குறித்த யோசனையாக நின்றிருந்தார். கடந்த இரண்டு மாதங்களில் சலாமைப் பற்றிப் பத்து போனாவது வந்திருக்கும். இடையன்விளை போலீஸ்காரரன் போன் பண்ணிச் சொன்னான் “சார் அந்த டெய்லர் கடைக்காரன காலி பண்ணிவிடுங்க. அவன் ராஸ்கோல் ரொம்ப மோசமா நடக்கான்... தூக்கிட்டுப் போய் சட்டைய கழற்றிப் பேப்பர்ல போட்டோ போட்டு உட்ருவோம்... கருமாந்திரம் புடிச்சவன் சார்...”

நிறைய நிறைய பேச்சுக்கள் சலாமைப் பற்றி. சொந்தத்திலுள்ள உறவுக்காரச் சின்னப்புள்ளையிடம் சலாமின் நடவடிக்கைகள் அவமானகரமானவை. திட்டும் பேச்சும் சண்டையுமாகக் கிடக்கும். பேசுகிறவர்களுக்கே அவமானமாக இருக்கக்கூடிய காரியங்களை மானவெட்கமில்லாமல் அவனால் எப்படி செய்ய முடிகிறது? சலாமின் நீண்ட வயதுக்குண்டான மரியாதையும் போய்விட்டது. பலரும் அவனை ஒருமையில்தான் அழைக்கின்றனர். எல்லா மனிதனுக்கும் ஆசையும் சபலங்களும் இருக்கும்தான். அவற்றை அவன் தனக்குள்ளே கரைத்துவிடுவதுதானே மானத்துக்கு அழகானது. அலங்காரங்களில் அதீத விருப்பமுடைய சலாமை யாரோ ஒருவன் ஏழாம் எண் கடைக்கு முன்னால் நின்றபடி விளாசித்தள்ளிய வசவுகளும் சாபங்களும் கொஞ்ச நஞ்சமல்ல. வந்தவனுக்குக் கடையேறி அடிக்கலாம்போல இருந்தது. சலாமின் பிராயமும் அந்த இடமும் அவனைக் காப்பாற்றி வருகின்றன. திருவாழியிடம் நேரடியாகச் சொன்னவர்களும் உண்டு, “இவன் பொதுவுல அடிபட்டுச் சாவப்போறான்...” அலந்த நாய் பீ

தின்பதாகக் கருதிக்கொண்டே எல்லாவற்றையும் திருவாழி கடந்து போனாலும் சலாமின் காரியங்கள் துரத்தித் துரத்தி வருகின்றன. இத்தனைக்கும் அவன் கடையில் இரண்டு பெண்கள் வேலை செய்கின்றனர். நாராயணனின் மனைவி சாந்தினியும் சுலேகாவும். அவர்களுக்குத் தனியாகத் திரையிட்டுக் கொடுத்திருக்கிறான். பத்து நாட்களுக்கு முன்னால் கடைக்குள் வந்த ஒரு பதினான்கு வயதுடைய பெண்பிள்ளையின் மார்பைப் பிடித்தவன் அப்படியே சாய்ந்திருக்கிறான். பயத்தில் மிரண்டுபோன அவள் வேகவேகமாக வெளியேறிப் போய்விட, பதற்றமான சலாம் கடையைவிட்டு வெளியேறி மாயமாகிவிட்டான். ஒரு மணி நேரத்துக்குப் பிறகு சிலர் வந்தார்கள். அதில் பெண் போலீஸ் உடையிலிருந்த ஈஸ்வரியும் இருந்தாள். அவர்கள் வந்த ஆவேசத்துக்கு சலாம் சிக்கியிருந்தால் விபரீதமாகியிருக்கும். சத்தம் கேட்டு அண்ணாச்சியும் சிலரும் வெளியே வந்து பார்த்தபோது தேவையற்ற அசிங்கம் வேண்டாமென அவர்கள் போய்விட்டார்கள். இரவு மீண்டும் சொந்த உடையில் வந்த ஈஸ்வரி சலாமிடம் சொன்னாள், “நான் போலிஸ்க்காரி அது எனக்க மகள்,” என்றதும் சலாம் அழுதிருக்கிறான். “நான் தப்பா ஒண்ணும் பண்ணலே. எனக்கு நிறைய சுகர் இருக்கு. அதான் தலைசுத்தி புள்ள மேல சாய்ஞ்சிட்டேன்... என்னைய தப்பா நினைக்காதீங்க...” ஈஸ்வரி கடுமையாக எச்சரித்துவிட்டுப் போய்விட்டாள். திருவாழிக்கு போன் பண்ணின போலீஸ்காரன் சொன்னான், “சார் ஒரு கம்ளைண்ட் மட்டும் கிடைச்சா போதும் விலங்கப் போட்டு ஊர் மத்தியில நிப்பாட்டிப் போடுவோம்...”

திருவாழி குளியலறையிலிருந்து வெளியே வந்து உடைமாற்றி அமர்ந்துகொண்ட பின்னர் அன்சாரியிடம் சலாமை உள்ளே கூப்பிடும்படி சொன்னார். கிணற்றடியில் தீவிர யோசனையாக நின்றிருந்த சலாம் திருவாழியின் அறைக்குள் மிக சகஜமாக இருப்பவனைப் போல பெரும் பாவலாவுடன் நுழைந்து அங்கிருந்த இருக்கையில் கெமையாக அமர்ந்தான். திருவாழி அவன் முகத்தைப் பார்த்ததுமே அவன் நடுக்கத்திலிருப்பது புரிந்துவிட்டது. வெளியேறப் போன அன்சாரியை திருவாழி தனக்கருகே இருக்கும்படிச் சொன்னது சலாமுக்கு ரொம்பவும் தர்மசங்கடமாக இருந்தது. சலாம் வாய்விட்டே சொன்னான், “அன்சாரி வெளியே வேலை இருந்தா போகட்டுமே...”

“அவனுக்கு ஒரு வேலையும் இல்லே சலாம்... அவன் இருக்கட்டும்... நீ விசயத்த சொல்லு...”

“ஒப்பந்தம் புதுப்பிக்கலே... வாடகையும் வாங்கலே...”

திருவாழி தலையாட்டிவிட்டு, "ம்ம் நான்தான் அன்சாரிட்ட சொன்னேன்... ஏழாம் நம்பர் கடையில இருந்து மேலே போகதுக்கு பெரிசா படிகட்டப் போறேன்... மேல வேலை நடக்கது உனக்குத் தெரியும்... அதுனால அந்தக் கடை எனக்க சொந்த அவசியத்துக்குத் தேவைப்படுது... என் பொருள் எனக்குத் தேவைப்பட்டா நான் கேக்கது மோசமானது இல்லல்லியா..."

"என்னைய பத்தி யாராவது எதாவது சொன்னா நம்பாதையோ... நம்ம பழக்கம் இன்னைக்கு நேத்தைக்கு இல்லே... ஜாஹிருக்க கூட சுத்துன காலத்துல இருந்தே தெரிஞ்சவங்க..."

"ம்ம்... அதனாலத்தான் சொல்லேன்... உன்னைய பத்தி எங்கிட்ட யாரும் தப்பா சொல்ல என்ன இருக்கு... நான் எதுவும் கேள்விப்படவுமில்லே... மேல படிக்கட்ட இடம் வேணும்... அவ்வளவுதான்... ஒரு மாசத்துல காலி பண்ணித்தா... கொத்தன் உடனே இடிச்சி எடுக்கணும்னுதான் சொன்னா... நான்தான் நம்ம சலாம்லா... ஒரு மாசம் டைம் கொடுப்போம்னு சொன்னேன்..."

சலாம் அப்படியே இருந்தான்... திருவாழி அன்சாரியிடம் வேறு பேச்சைத் தொடங்கியது அவனுக்கு மேலும் கடினமாக இருந்தது. "நான் உடனே எப்படி கடைய மாத்த முடியும்..?"

"சலாம் இப்போ இந்தக் கடைய வச்சிதான் நீ வாழணும்னு இருக்கா? இல்லேல்லா... உன் மகன் லச்சக்கணக்குல சம்பாதிக்கிறான். சரியா?"

"நீங்க இப்படி கட்டன் ரைட்டா பேசுனா எப்படி..."

"சலாம் நீ வேற இடத்துல கடை பாரு..." என்றபடி திருவாழி அன்சாரியிடம் சொன்னார், "நான் காலையில ஐஞ்சரை மணிக்கே புறப்பட்டுருவேன். நீ வடசேரி வரணும்னு இல்லே... ஆட்டோவ மட்டும் சொல்லிவுட்டா போதும். நேற்று நைட் வீட்டுக்குப் போவலல்லா நீ. உம்மா தேடிட்டு இருப்பா... நான் நைட்டு சாப்பிட்டதும் நீ வீட்டுக்குப் போ... சரியா..?"

"ஆட்டோ சண்முகத்துட்ட சொல்லவா..."

"வேண்டாம்... இவனையே வரச் சொல்லு... நாளைக்கு சிலங்காகூட நின்னு கூடுதல் கொறவுகளப் பாத்துக்கோ..." தன்னை மிகக் கடுமையாகப் புறக்கணித்து அவர்கள் பேசிக் கொண்டிருக்கும்போதே சலாம் மெல்ல எழுந்து பதில் ஒன்றும் சொல்லாமல் போகப் போகும்போது திருவாழி சத்தமாகச்

சொன்னார், "சலாம் அடுத்த மாசம் எனக்கு கடை வேணும்... அதுக்கு தகுந்தாப்ல உனக்க காரியங்கள பாத்துக்கோ... பொறவு மாத்திகீத்தி சொல்லப்புடாது..."

மைனர் சலாம் பதில் எதுவும் சொல்லாமல் வேகமாக நகர்ந்து போனான். பார்த்துக்கொண்டே அன்சாரியிடம் கிருஷ்ணன் கடையில் போய் நமக்கு டீ குடிக்கலாமென எழுந்தார். மைனர் சலாமுக்குத் திடீரென திருவாழி இப்படி கடையைக் கேட்பார் என்று ஒருபோதும் தோன்றியிருக்கவில்லை. அதை அவன் ஒரு கடையாகவும் பார்க்கவில்லை. கடை தொடங்கிய ஆரம்பத்தில் ஒன்றிரெண்டு வருடங்கள் அது ஒரு கட்டிடமாக இருந்தது. பின்னர் மெல்ல மெல்ல அது சலாமின் அங்கமாக மாறிக்கொண்டது. ஏழாம் எண் கடையைப் பெறுவதற்கு மணியோடு ஏன் அவ்வளவு முஸ்தீபு காட்டினோம் என்று அவன் யோசிக்கும் இரவுகளில் கடைக்கும் தமக்கும் ஒரு பந்தம் கிடந்திருப்பதாகவே தோன்றுகிறது. ஏழாம் எண் கடையில் காலடி எடுத்துவைத்தபிறகு வாழ்வில் நிகழ்ந்த மாற்றங்களின் மலைப்பு இப்போதும் மாறவில்லை. சும்மா புறப்பட்டுப் போன மகனுக்கு எவ்வளவோ அற்புதமான வரம்போல பஹ்ரைனில் வேலை அமைந்தது. "எல்லாம் நீதான். உனக்குத் தோதான ஆட்களை நியமித்து ஒரு முதலாளியாக நடந்துகொள். லாபத்தில் எனக்கொரு வீதம் தந்தால் போதுமானது," என்று முன்வந்த அரபியின் செயல் எத்தனை அற்புதமானது? அந்த அற்புதத்தின் விளைவாக சலாம் ஊரில் புத்தன் முதலாளியாக வர்ணங்களின் வரிசை மாறாமல் வாகனம், உடை, கடிகாரம், செருப்பு என ஒரு மன்மத ஓட்டத்தை ஓட்டிக்கொள்ள இயன்றது. திருவாழிக் கட்டிடத்தில் கடை தொடங்கிய மூன்றாவது வருடத்தில் விடுமுறைக்கு வந்த மகன் நல்ல உயர்ந்த அந்தஸ்திலுள்ள கார் ஒன்றை வாங்கி நிறுத்தியிருந்தான். சலாமின் பாவனைகள் மெல்ல மெல்ல மாற்றமடைந்து வந்தன. யாரேனும் கல்யாணங்களுக்கு அழைத்தால் ஒருநாள் ஒப்பந்த அடிப்படையில் ஒரு ஓட்டுநரை நியமித்து சலாம் போய் இறங்கி ஏறி வருகிற காட்சிகள் அந்த அரபி வழங்கிய அற்புதங்களின் ஒரு திரைச்சீலையாக இருந்தது. கடையில் வியாபாரம் கொடிகட்டிப் பறந்தது என்றெல்லாம் கிடையாது. ஆனால் வாழ்வில் திருவாழிக் கட்டிடத்தின் ஏழாம் எண் கடை வசமான பிறகு எல்லாம் நிறைந்துகொண்டே வந்தன. கொழும்பு முதலாளியின் மகன் ஜாஹிரின் பரந்துவிரிந்த தென்னந்தோப்புகளில் தேங்காய் பொறுக்கிப்போட்டுக் குடித்து, உடையற்று, காய்ந்த ஓலையின் தும்புகளில் நினைவற்றுக்கிடந்த சலாமின் பழைய காலத்தின் மீது புதிய பலப்பல வர்ணங்கள் அற்புதம்போல பரவி நிறைந்தன.

மீண்டும் மகனின் இன்னொரு வருகையில் சலாமுக்கு முதலாளி தோரணையில் பயணப்பட்டுப் போய்வர ஒரு பெரிய தென்னந் தோப்பு வசமானது. இந்த வாழ்க்கைதான் எவ்வளவு வினோதங்களைக் கொண்டிருக்கிறது? சலாமின் மகன் தென்னந்தோப்பு கிரயம்செய்துகொள்வதற்குச் சில மாதங்களுக்கு முன்னால்தான் ஜாஹிர் தனது கடைசிச் சொத்தையும் விற்று மருத்துவத்துக்காகச் செலவு செய்து மரணித்தும் போயிருந்தான். ஒரு மாமாங்கத்துக்கான குடியைக் குடித்துத் தீர்த்திருந்த உடல் அடங்கிக்கிடந்தது. சலாமைவிட ஜாஹிருக்கு இரண்டு வயதுகள் அதிகமாக இருக்கலாம். ஒரு வீழ்ச்சியும் ஒரு வளர்ச்சியும் குறுக்குவெட்டாகப் பாவனைபுரியும் இடங்கள் இந்த மானிட வாழ்வெங்கும் பரவிக்கொள்கின்றன. வெறும் பனிரெண்டாயிரம் ரூபாயில் ஏழாம் எண் கடையிலிருந்து மணியை அப்புறப்படுத்திய சலாமால் இப்போது திருவாழியை என்ன செய்வதென்று தெரியவில்லை. அனிச்சையாக அவன் மனம் திருவாழியைத் திட்டிக்கொண்டிருந்தது. கடையைக் காலி பண்ணமுடியாது என்று சொன்னால் என்ன நடக்கும், வருவது வரட்டும் பார்த்தவிடலாம் என்று இருக்கலமா? சலாமின் உள்ளுணர்வு, இது எதுவும் சாத்தியமில்லை என்று அவனுக்குச் சொல்லியது. அவன் ஏழாம் எண் கடையிலிருந்து மானசீகமாக வெளியேறிக்கொண்டிருக்கிறான். வேறு எங்கே கடை இருக்கிறது? வியாபாரம் ஒன்றும் புடுங்கிவிடப் போவதில்லை என்பதும் சலாமுக்கு உண்மையாகத் தெரியும். இந்தக் கடையானது தனக்கும் தனது ஆன்மாவுக்குமான சரீர உள்இயக்கம். இந்த இயக்கத்தின் இடையூறுகள் அல்லது இயக்கத்தின் உடைபடுதல்களைத்தான் சலாமின் மனம் ஏற்க மறுக்கிறது. காலையில் எழுந்து குளித்து வேகவேகமாக உடை உடுத்துப் புறப்பட்டு வந்து கடையைத் திறந்து ஏதோ ஒன்றைச் செய்து புதிய பழைய முகங்களைக் கண்டு மலர்ந்து இரவு எட்டு ஒன்பதுமணிவரை ஒரு தனித்த உலகத்தின் பிரயாணத்தைக் கடை இல்லாமல் சலாமால் எவ்வாறு நிகழ்த்த முடியும்? அவனுக்குப் படிக்கத் தெரியாது. பாடல்கள் கேட்கத் தெரியும். எவ்வளவு நேரம்தான் அவற்றை வேலையின்றிக் கேட்க இயலும்? அவன் திருவாழியைப் பார்த்துவிட்டு அவரின் அறையிலிருந்து வெளியேறிய தருணத்திலேயே எல்லாம் கைவிட்டுப் போய்விட்டதாகக் கருதிவிட்டான். அவன் திடீரென வேறு எங்கு கடைகள் கிடக்கின்றன, அருகிலே ஏதேனும் கடைகள் கிடைக்குமாவென தேட ஆரம்பித்துவிட்டான். திரையை விலக்கிவிட்டு, “ஐஞ்சாம் நம்பர் கடை சும்மாதானே கிடக்கு அதையாவது கேட்க வேண்டியதுதானே ...” என்று சுலேகா

சொல்லி முடிக்கவும் சலாம் அவளை ஒரு மிருகத்தைப் போலப் பார்த்தபோது சாத்தானின் சாயலிலிருந்து பார்வையின் வெப்பத்தால் அவள் பயந்து திரையை மூடிக்கொண்டாள்.

திருவாழியும் அன்சாரியும் கிருஷ்ணன் கடையின் பின்பக்கம் போனபோது ஆறுமுகம் ஒரு செயரைக் கொண்டுவந்து திருவாழிக்குப் போட்டதும் அவர் அமர்ந்துகொண்டே அன்சாரியிடம், "எவனோ என்ன நல்லா திட்டுறான். ஒரே தொண்டை போச்சலா இருக்கு..." எனக் கனைத்துக் கொண்டு கிருஷ்ணனைத் தேடியபோது அவர் அப்போதுதான் முகம் கழுவிக் கொண்டு பின்பக்கமிருந்து வந்தார். "சார் நேத்து போதை ரொம்ப கூடிப் போச்சி. இன்னும் தலையத் தூக்க முடியலே . . ." என்றார். திருவாழி சிரித்துக்கொண்டே சொன்னார்,"மொத்தமா ஒரு முப்பத்திஐஞ்சு எம்எல்லு குடிச்சிருப்பே... இதுல உனக்குப் போதை வேற... ஒரு காலத்துல கனி சாராயம் காச்சினப்போ மரைக்கால் கணக்குல நெல்லளந்து குடிச்ச எஸ் குட்டி இதக்கேட்டாம்னா இப்போ உன்ன இதே இடத்துல காலவாரிப் போட்டு அடிச்சே கொன்னுபோடுவான்" என்றார். ஆறுமுகம் கிருஷ்ணனின் பின்னால் நின்று அளவம் காட்டிச் சிரித்தான். "உன் கையால நல்லா ஒரு சாயாப் போட்டுக் கொண்டா . . ." கிருஷ்ணன் சிரித்துக்கொண்டே போனார். திருவாழி பின்னாலிருப்பதைக் கேள்விப்பட்டு அங்கு வந்த சிலங்காவை சிமெண்டு பெஞ்சில் உட்காரச் சொல்லிவிட்டுப் பேசிக்கொண்டிருந்தார். இருபத்தி ஐந்து நாட்களில் முடிக்கத் திட்டமிட்டிருந்த வேலையை எவரெஸ்ட் நெல்சன் மேலும் கூடுதல் பணிக்காரர்களை வைத்து இருபது நாட்களில் முடித்துவிட வாய்ப்பிருப்பதாகச் சொல்லிவிட்டு, மண்டபம் திறப்பு விழாவுக்கு அவசியம் வரவேண்டும் என்றும், எலக்ட்ரிக்கல் கடை திறந்தபோது அவர் வராமலிருந்தது தனக்கு ஒரு பெரும் குறையாக இருந்தது என்றும் சிலங்கா சொன்னபோது திருவாழி எல்லாம் ஒரு நன்மைக்கு என்று கருதினால் போதுமானது என்றார். மீண்டும் இந்த நேரத்தில் திருவாழிக்கு ஐஞ்சாம் எண் கடையின் நினைவுகள் எழுந்தது. மகாலிங்கம் சொன்ன அந்தக் கல் குறித்து யோசனையாகக் கிடந்தது. என்னவாக இருக்கும்? ஐந்தாம் எண் கடையைத் துரத்துகிற துயரத்தின் முகம் எது, பலவாறாகக் குழம்பிக்கொண்டிருந்தார். சூளாமணியின் கதை மலைப்பாக இருந்தது. அந்தக் காலங்களில் அவளைச் சிலமுறை அரசல்புரசலாக பார்த்த நினைவுகள் லேசாக இருக்கிறது. ஆனாலும் முகம் துல்லியமாக நினைவிலில்லை. நாலு வருடங்களுக்கும் மேலாக பட்டணம் ஹோட்டலில்

அவள் வேலை பார்த்திருக்கிறாள் என்றபோதிலும் சிலபல முறை தன் கண்களில் பட்டும் கூட வசீகரமானவளாக இருந்த அவளின் முகம் தனக்கு ஏன் நினைவிலில்லாமல் போனது என்று திருவாழிக்கு வியப்பாகத்தான் இருந்தது. கிருஷ்ணனிடம் இன்னும் கொஞ்சம் சூளாமணியைப் பத்திப் பேசலாமா என்று யோசித்தார். இப்போதெல்லாம் ஏதேனும் அழகிய பெண்கள் பற்றிய பேச்சு வந்தால் அதன் சுவாரசியங்கள் மீதான ஈர்ப்பு மிகைப்படுவதையும் அவர் உணருகிறார். சிலங்காவிடம் மேலும் சில விசயங்களைப் பேசி அவனோடு அன்சாரியைப் போய்ப் பார்க்கும்படி அனுப்பிவிட்டு கிருஷ்ணனிடம் பேசலாமென நினைத்திருந்த தருணத்தில்தான் ராஜகுமார் அண்ணாச்சி வந்தார். "பாக்கலாம்னு தேடுனேன்... இங்கே இருக்கதா சொன்னாவோ..." என்று நலன் விசாரிப்பு, அகிலனின் விவகாரமென அண்ணாச்சி ஒரு அரைமணி நேரம் பேசிவிட்டுப் போனார். பிற்பாடு வந்த வேலுமயிலைக் காத்திருக்கச் சொல்லிவிட்டு திருவாழி கிருஷ்ணனோடு பேசிக்கொண்டிருந்தபோது பேபி குட்டி இன்றும் கூடலாமாவென ஆள்சொல்லிவிட திருவாழி இனி அடுத்த வருகையில்தானென மறுமொழி சொல்லி அனுப்பினார். ஆறுமுகம் இரண்டாவது சாயாவைக் கொண்டு வந்து கொடுத்துவிட்டுப் போனான். "மொதலாளி இந்த தடவை நான் ஆள் கொண்டு வந்து பாக்கேன்... ரொம்ப போட்டு யோசிக்கண்டாம்..."

"அது இல்லே கிருஷ்ணா... அந்த சூளாமணி உண்மையிலே எங்க இருக்கான்னு தெரியாதா..?"

"தேடுனா தெரியலாம்... நமக்கு அது வேலையில்லலா... எனக்கென்னமோ அவ இங்கே இல்லேன்னுதான் தோணுது..."

"எதவச்சி உறுதியா சொல்றே?"

"ஒரு கணக்குதானே மொதலாளி... அவ கடைக்கு வேலைக் கேட்டு வரும்போது மூத்தப் புள்ளைக்கு ஆறு வயசு. இளயது பையன் இரண்டரை இரண்டேமுக்கால் வயசிருக்கும்... பொம்பளை பிள்ளைய இங்கதான் இரண்டாங்கிளாஸ்ல பட்டணம் சேத்து உட்டாரு... பயலுக்கு மூனரை வயசா இருக்கும்போது ஒரு பகல்ல பட்டணம் ஜம்முன்னு கல்லாவுல இருக்காரு... நானும் கிட்டே நிக்கேன்... இவ காலையிலேயே வந்து தண்ணியக்கோரி ஊத்திட்டுப் போயிருவா... அன்னைக்கு மதியத்துக்கு முன்னால அந்தப் பயலையும் தூக்கிட்டுத் திரும்ப வந்தா... வந்தவ கல்லாக்கு முன்னால நின்னுக்கிட்டு பட்டணத்தப் பாத்து கும்பிட்டா... பட்டணம் என்னான்னு பாக்காரு..."

“மொதலாளி எனக்க மொவன பள்ளிக்கூடத்துல சேக்கணும்...”

“சின்னபுள்ளையாலா இருக்கான். எத்தனை வயசாகுது...”

“மூனரை.”

“இன்னும் ஒரு வருசம் போகட்டு... நல்ல படிக்க வைக்கலாம். புள்ளையளு படிக்கதுதான் நல்லது... இவன் படிச்சி வலியாளாயி இன்ஷா அல்லாஹ் உன்னக் காப்பாத்துவான்... படச்சவன் ஒவ்வொன்னையும் காரணகாரியமாத்தான் நடத்துவான்... நாளு கெடக்குலா பாக்குலாம்... போ...”

“மொதலாளி இவன இங்கிலீஸ் பள்ளிக்கூடம் அனுப்பணும்... மாசம் அறுபது ரூபா கட்டணுமாம்...”

பட்டணம் அவளையும் புள்ளையையும் பார்த்தார். பிறகு அந்த பொடியனைப் பார்த்துக் கேட்டார்.

“உனக்க பேர் என்னடா?”

அவன் திருத்தமாகப் பெயரைச் சொன்னான். அவன் அப்படி உச்சரித்தது பட்டணத்துக்கு ரொம்பவும் பிடித்துவிட்டது.

“படிச்சி வலியாளவணும் என்னா...”

“ஆவுவேன்...”

“படிச்சி வலியாளா ஆனதும் உங்க அம்மைக்கு என்ன செய்வே..?”

“தோசை வாங்கிக் கொடுப்பேன்...”

பட்டணம், கிருஷ்ணன், சூளாமணி மூவரும் சூழலை மறந்து சிரித்தார்கள். பட்டணம் சிரித்துக்கொண்டே “தோசை சாதாரண விசயம்லாடா... வேற என்ன பெரிசா வாங்கி கொடுப்ப...”

“ஐஞ்சு ஐஸ் வாங்கிக் கொடுப்பேன்...”

பட்டணம் மறுபடியம் நல்லா சிரித்துக்கொண்டே “ஐஸ் என்னடா... ஐஸ்... பிஸ்கோத்து... அம்மாக்கு பெரிசா என்ன வாங்கிக் கொடுப்பே..?”

பையன் யோசனையாக முழித்துக்கொண்டே பின்னர் சத்தமாக “இந்தக் கடைய வாங்கிக் கொடுப்பேன்...”

சூளாமணி புள்ளையின் வாயைப் பொத்தினாள்... பட்டணம் கவனித்துக்கொண்டே சொன்னார், "எதுக்கு அவன் வாயப் பொத்துகே... நல்லாதான சொல்லுதான்..." என்று அவன் கன்னத்தில் பட்டணம் தட்டியபோது சிரித்த மகனின் இரண்டு கரங்களையும் வாங்கிப்பிடித்துத் தனது கையோடு இணைத்துக்கொண்டு பட்டணத்தைப் பார்த்துக் கும்பிட வைத்தாள். அந்தக் காட்சியும் சூழலும் பட்டணத்தைக் கலங்கச் செய்துவிட்டிருந்தன.

"எங்கிட்டதான் சொன்னாரு... செங்கோடன் முதலாளிக்க இங்கிலீஸ் பள்ளிக்கூடத்துல இவன சேக்கணும் எல்லா விபரமும் கேட்டுட்டுவான்னு... நான் மறுநாளே போயிட்டேன். அப்போ தொடக்கத்துல நானூறு ரூவாயோ என்னமோ கெட்டச் சொன்னாவோ... டையி நிக்கரு புத்தகம்னு நூத்திச்சிலுவான ரூவா தனியா... விண்ணப்பமெல்லாம் வாங்கிட்டு வந்து காப்பாளர் கையெழுத்துப் போடதுக்கு சூளாமணி வந்து பட்டணத்துட்ட சொன்னா... பட்டணம், அது வேண்டாம் உன்புள்ள நீயே போடுண்ணு சொல்லி பையன ஸ்கூல்ல சேத்து உட்டு மாசம் மாசம் அவளுக்கு நூறு ரூவாயும் கூடுதலா கொடுக்கச் சொன்னாரு... நான் அவருட்ட சொன்னேன், 'மொதலாளி சூளாமணிக்கு விரலுக்கு தகுந்த வீக்கம் வேணும்லா... இதெல்லாம் கொஞ்சம் அதிகமா இருக்கே...'ன்னு.

அதிகமா இருந்தா என்னானுங்கேன்... இருக்கட்டுமே...

ஆனாலும்...

"இந்த துனியாவுல நாம என்ன கொண்டு போவப் போறோம்..." யாரோ ஒரு புள்ள படிக்கதுக்கு நாம காரணமுன்னுள்ளது படச்சவன்ட்ட எனக்கு நன்மை உண்டாக்கித் தரும்... எனக்க புள்ளையளுக்கு புண்ணியம் வரும்..."

"இந்த சம்பவம் முடிஞ்சி மூணு வருசங்கழிச்சித்தான் இங்க இருந்து அவ போனது இல்லியா..?"

"ஆமாம்... பட்டணம் அவளுக்கு அளவுக்கதிகமான ஓபகாரம் செஞ்சாரு..."

"அதான் எனக்கு டவுட்டா இருக்கு கிருஷ்ணா... ஒருவேளை..."

"சார்... வாய்ப்பே இல்ல... பட்டணம் அப்படிப்பட்ட ஆளு இல்லே... படச்சவனுக்கு ரொம்ப பயந்த மனுசன்... இதுக்கு மேல

நான் அறியாத ரகசியம் எதுவும் இருக்கான்னு உண்மையிலே எனக்குத் தெரியாது... இந்தப் பையன் படிச்சிப் பெரியாளானா... இவள காப்பாத்துவான்னு சொன்னாரு ... 'காலம் ரப்புக்க கையில இருக்கு ... நாம எதையும் கணிக்க முடியாது ... நாம பாரபட்சம் பாக்காம உதவலாம் ... அவ்வளவுதான் ... பத்து ரூவா சக்கரத்த நான் இவளுக்குக் கூட கொடுக்கிறதனால நான் அழிஞ்சி போவமாட்டேன் கிருஷ்ணா'ன்னு சொன்னாரு ... ஆனா அவளுக்கு அந்த நேரத்துல புத்தி மோசமாயிட்டு ... அவருட்ட மயங்கிட்டா ... அவருக்கு அன்புக்கும் கருணைக்கும் முன்னால அவ மடங்கி விழுந்துட்டா ... எல்லாம் அவளுக்க விதி ... அதுக்குப் பொறவு நான் இங்க சாயக்கடை திறந்தாலே கேள்விப்பட்டது ... அவளுக்க பொம்பளை பிள்ளையும் இங்க உள்ள அரசாங்க பள்ளிக்கூடத்துல இருந்து போயிட்டுன்னுதான் கேள்வி... அப்புறம் நாலஞ்சு வருசத்துல செங்கோடன் முதலாளிக்க பள்ளிக்கூடமும் மூடிட்டதுனால அந்த பைய்யன பத்தியும் தெரியலே... அனேகமா அவ வேற எங்கயாவது போயிருப்பா... அதவிடுங்க ... முடிஞ்சி போன கதை..."

"கதைகள் ஒரு போதும் முடியாது கிருஷ்ணா ... வேற வேற புள்ளிகள்ல இருந்து தொடங்கும்... இந்த உலகம் சுத்துன்னா மட்டும் போதாது. உருண்டு உருண்டு சுத்தணுமில்லியா ..." பேசிவிட்டு திருவாழி இன்னொரு பாலில்லாத சாயா கேட்டார். மீண்டும் சாயா கொண்டுவந்துகொடுத்த கிருஷ்ணன், "நைட் சாப்பாடு வீட்ல ரெடி பண்ண சொல்லட்டா" என்றபோது, வேண்டாம் அன்சாரி கொண்டு வருவான் என மறுத்துவிட்டார். திருவாழி வேட்டியும் நல்ல முழுக்கை நீளமுள்ள ஒரு பனியனும் அணிந்து மப்ளர் ஒன்றைக் கழுத்தோடு சுற்றியிருந்தார். சாயா நல்ல சூடாக இருந்தது. ஊதி ஊதிக் குடித்து யோசனையாகக் கண்களை ஒரு இடத்தில் நிலைகுத்தி வைத்திருந்தவர் பின்னர் மெல்ல அதிலிருந்து விலகி எழுந்து கிருஷ்ணன் கடையின் முன்பக்கம் வந்து அன்சாரியைத் தேடியபோது அவன் வேலுமயிலின் கடைத் திண்ணையிலிருந்து ரசாக் பண்டாரியோடு பேசிக்கொண்டிருந்தவன் எழுந்து வந்தான். அவனிடம் மீண்டும் திருச்செந்தூர் திட்டத்தைச் சரியாகச் சொல்லிவிட்டு நன்றாக கவனித்துக் கொள்ளச் சொன்னபடி பிறகு சுற்றிலும் பார்த்துவிட்டு, "பல்ப எங்க காணேல ..." என்றுகேட்டார்.

"அவன் குச்சான் கூட பெயிண்டிங் போயிருக்கான்..." எனச் சொல்லிக்கொண்டிருக்கும்போது நாலாம் எண் கடையிலிருந்து சிந்து எட்டிப் பார்த்தபோது திருவாழி அவளிடம் நலம் விசாரித்தவராக அவளின் விவாகரத்து வழக்கு செட்டில்மெண்ட்

விபரங்களை கேட்டுக்கொண்டே ஐந்தாம் எண் கடையை லேசாக நோட்டமிட்டு, அப்படியே மேற்குப்பக்கமாக நடந்து ஏழாம் எண் கடையின் பாதை வழியாக உள்ளே நுழையலாம் என நகர்ந்தபோதுதான் வேகமாக வந்த காரிலிருந்து பூபாலன் இறங்கினான். திருவாழி என்ன என்பதுபோல பார்த்துக் கொண்டிருக்கும்போது அவன் பதற்றமாகச் சொன்னான், "எனக்கு கடையில வேலை பாத்த புள்ளே இருக்கால்லா..?"

"யாரு அந்த தங்கமா..?"

"ஆமா அவதான்... அண்ணாச்சிக் கடையில வேலைப்பாத்தப் பையனாம் பேரு அகிலனாம்... ஒளிச்சோடிப்போய் இன்னைக்கு காலையில கோயம்புத்தூர்ல வச்சிக் கல்யாணம் பண்ணிருக்கா..." ஒவ்வொருவராக பூபாலனைச் சுற்றிக் கூடிக்கொண்டிருந்தார்கள். குச்சானின் பைக்கில் பின்னாலிருந்தபடி வந்திறங்கிய பிலிப் என்ன சம்பவமென கடைக்கு வெளியே நின்று பார்த்துக்கொண்டிருந்த சிந்துவிடம் கேட்டபோது அவள் தங்கத்த அகிலன் கொண்டு போய்ட்டானெனச் சொன்னாள்.

13

காலை ஐந்தரைமணிக்கு எழுந்து வேகமாகத் தயாரானால் இங்கிருந்து வடசேரிபோய் ஆறுமணிக்கு என்டு டு என்ட் பேருந்தில் திருநெல்வேலிக்குப் புறப்பட்டு காலை ஏழு ஏழேகாலுக்கெல்லாம் அங்கு போய்ச் சேர்ந்து எப்படியும் அங்கிருந்து உடனே புறப்பட்டாலும் பத்துமணிக்கு முன்னால் ராஜபாளையம் போய்விடலாமென திருவாழி மனத்தில் உத்தேசமாகக் கணக்கிட்டிருந்தார். அந்தக் கணக்கின்படியே நேரமே எழுந்தபோது வெளியே மெல்லியக் காற்றும் பனிப்பொழிவுமாக இருந்தன. கொஞ்சநேரம் கூடுதலாகப் படுத்தால் கொள்ளாம்போல இருந்தாலும் அங்கு சில முக்கிய வேலைகள் இருப்பதால் மனத்தை இறுக்கிக்கொண்டு பட்டென எழுந்துவிட்டார். தலைக்குக் குளிக்காமல் மேல் கழுவிக்கொண்டே நல்ல சேலாகப் புறப்பட்டுக் காலை ஆறுமணிக்கு முன்னமே கிருஷ்ணன் டீக்கடைக்கு வந்து ஒரு டீக்குடித்துக்கொண்டிருக்கும்போதே காசீம் ஆட்டோ கொண்டுவந்துவிட்டதால் கிருஷ்ணனோடு உதிரியான கூடுதல் குசலமொன்றும் விசாரிக்க திருவாழிக்கு முடியவில்லை. "நான் கிளம்பேன்... எதாதுன்னா போன்ல பேசிக்கலாம்... வரட்டா அப்போ" என்றபடி காசீமின் ஆட்டோவை நோக்கி நகர்ந்துவிட்டார். அது நல்லதுதான். இல்லையென்றால் பேச்சு நீண்டுபோகும். சின்னபள்ளிவாசலில் இன்னும் காலைத் தொழுகை முடியவில்லை. முடிந்தால் ஆக்களி சாயிப்பும் வந்துவிடுவார். இன்னும் கொஞ்சம் நின்றால் அவரிடம் நலம் விசாரிக்கலாம்தான்,

பார்க்கலாம் அடுத்த முறை வரும்போது ஐந்தாறு நாட்களாவது நிற்க வேண்டும். பிராயம் கூடி வரவர மனசுக்கு நிறைய விசயங்கள் சூசகமாகத் தெரிகிறது. ஆனாலும் அவைகளை உற்று நோக்கும் அவகாசம் குறைந்துபோவதாகத் தோன்றுகிறது. வேகவேகமாக டீயைக் குடித்துவிட்டு காசீமின் ஆட்டோவில் ஏறிக்கொண்டார். ஏரியா வளைவு கடந்ததும் காசீமிடம் கேட்டார், “நைட்டு அதுக்குப் பொறவு அந்த தங்கம் புள்ளையபத்தி வேற எதாவது தகவல் தெரிஞ்சாப்போ..?”

“இல்லே சார்... கோயம்புத்தூர்ல ரெஜிஸ்தர் கல்யாணம் பண்ணிருக்கதா கேள்விப்பட்டேன். பத்து பதினைஞ்சி நாளுக்கு முன்னாலயே எல்லா ஏற்பாடுகளும் செஞ்சிதான் வச்சிருந்திருக்காங்களாம்... அகிலனும் கிருஸ்தவத்துக்கு மாறுவாம்னு பூபாலனுக்க மச்சினன் நேத்து நைட்டு சந்தைரோட்ல வச்சி கண்டால சொன்னான். பூபாலன் நேத்து நைட்டு கடையத் திறந்து பாக்கும்போ நாங்களும் அங்கதான் நின்னோம்... தங்கம் எல்லா கணக்கு வழக்குகளையும் தெளிவா எழுதி அவளுக்க எட்டு நாளு சம்பளத்தையும் எடுத்துட்டு வேலைக்கு ஒரு ஆளையும் ஏற்பாடு பண்ணிட்டுதான் போயிருக்கா... அவ எழுதி வச்சிருந்த போன் நம்பர்ல பூபாலன் பேசுனப்போ ஷியாமளான்னு ஒரு புள்ளே இன்னைக்கு வேலைக்கு வர சம்மதிச்சி எல்லாம் ஓகேயாயிட்டு... எல்லாம் நல்ல பொறுப்பாதான் செஞ்சிவச்சிட்டு போயிருக்கா...”

ஆட்டோ போய்க்கொண்டிருந்தது. திருவாழி வெளியே பார்த்தபடி இருந்தவர் காசீமிடம் கேட்டார், “நீ இந்த ஊர்தானாப்போ..?”

“ஆமா, ஏன் அப்படி கேட்கியோ...”

“இல்லே, இப்போ இங்க நிறைய வெளியூர் ஆளுவோ இடம்மாறி வந்திருக்காங்கள்லா... அதான் கேட்டேன்... பழையதுபோல எனக்கு இப்போ புதிய பையனுவளே அடையாளம் தெரியமாட்டேங்கு...”

“என்னைய உங்களுக்கு உண்மையிலேயே தெரியலையா...”

“எங்கயோ பாத்த மாதிரி நல்லா ஓர்மை கெடக்கு... ஆனா தெரியலேயே...”

“நான் ஜாஹிருக்க மொவன்...” என்றதும் திருவாழியின் முகம் சட்டென நிலைகொண்டது.

“கொழும்பு மொதலாளிக்க ...”

"பேரன்…"

திருவாழி ஆட்டோவிலிருந்தவாறே ஏங்கிவிட்டார்… "ஏ அய்யா என் ராசா…" அப்படி ஏக்கமாக இருந்தது. திருவாழியின் குரல் இன்னும் இன்னும் தன்னைக் கூர்ந்து பார்க்கும் அவரின் முகத்தைக் கண்ணாடியில பார்த்த காசீம் சிரித்துக்கொண்டே வண்டியை ஓட்டியபடி வந்து வடசேரி பேருந்து நிலையத்தின் அருகில் ஒதுக்கி நிறுத்தினான். திருவாழி இறங்கியதும் காசீமின் கைகளைப் பற்றிப்பிடித்துக்கொண்டார். "வந்தப்போ உன்ன மொத மொதலா பாத்தப்பவே எனக்க மனசு என்னமோ போல இருந்திச்சி… நீ எங்கப்போ இருந்தே… என் கண்ணுல படவே இல்லியே…"

"நான் இங்க அதிகமாக வரது இல்லே… எப்பாவாச்சுந்தான் இங்கன நடமாடுவேன்… அதான் பாத்திருக்க மாட்டியோ…"

காசீம் சிரித்துக்கொண்டே நின்றான். "இப்போ எங்கே இருக்கீங்க…" என திருவாழி கேட்டார்.

"மைனர் சலாமுக்க மொவன் நம்ம போஸ்ட்மேன் தங்கராஜ்க்க வெளைக்குப் பின்னால ஒரு வீடுவாங்கிப் போட்டிருக்கான்…"

"இந்த போன் டவரெல்லாம் வச்சிருக்கானுவளே அது பக்கத்துலயா…"

"ம்… அதுலதான்… இப்போ மூணுமாசமா அதுலதான் நானும் உம்மாவும் வாடகைக்கு இருக்கோம்…"

திருவாழி தளர்ந்து போனார். அவருக்கு என்ன பேசுவது என்று தெரியவில்லை. அவரின் மனம் முழுவதும் வலி நிரம்பியிருந்தது. மைனர் சலாமின் மகன் வாங்கியிருக்கும் வீட்டில் வாடகைக்கு வசிக்கிறோம் என்று காசீம் சாதாரணமாகச் சொல்லிவிட்டாலும் திருவாழியின் ஈரலில் நொம்பலம் தொற்றியிருந்தது. இந்தக் காலம் எப்படி போகிறது? அவரின் எண்ணங்களுக்கு மாறாக காசீம் நன்றாகப் புன்னகைத்தபடி நிற்கிறான். அவனின் புன்னகையின் ஆழத்தில் கொழும்பு முதலாளியின் ரேகைகள் தெரிகின்றன. திருவாழி சொன்னார் "வா ஆளுக்கொரு டீ குடிப்போம்…"

"டீ வேண்டாம்... நீங்க நேரமே போகணும்னு சொன்னதுல்லா… பஸ்ஸும் ரெடியா நிக்கி… இன்னொருவாட்டி குடிக்கலாம்… வாங்க.. நான் பஸ் ஏத்தி உடுறேன்" என்று காசீம் ஆட்டோவின் பின்னாலிருந்த திருவாழியின் பையை எடுத்துக்கொண்டு முன்னே துருசமாக நடந்தான். அவனின் பின்னே மயங்கிய மனிதனைப்போல அவனை மலைக்க மலைக்கப் பார்த்துக்கொண்டே நடந்தார். அவருக்கு ஒன்றும் பேசத்

தோன்றவில்லை. காசீமே பேருந்தில் நடத்துநரிடம் பேசிக்கொண்டு அவரை உள்ளே அழைத்துப்போய் நல்ல வாக்கான சீட்டில் அமரவைத்துவிட்டுக் கீழே இறங்கியபின் ஜன்னலோரமாக நின்று பேசிக்கொண்டான். திருவாழி திரும்பத் திரும்ப அவனைப் பார்த்துக்கொண்டிருந்தார். பார்வையில் காலம் சுூசிலடைப்பட்டுப் புரள முடியாமல் தெவங்கி உருண்டுபுரண்டுகொண்டு கிடக்கிறது. பேருந்தின் வெளியே காசீம் நிற்குமிடத்திலிருந்து இப்போது கொழும்பு முதலாளியின் வாசம் வீசுகிறது. அது ஒரு அபூர்வ வாசம். நினைக்கும் நொடியில் நாசிக்குள் வியாபிக்கும். திருவாழி பார்வையை விலக்கவில்லை. திடீரென நினைவுவந்தவரைப்போல "ஆட்டோக்கு ரூவா தரலியப்போ". அவர் பதற்றத்தின் மிகுதியால் உணர்ச்சிமயமாக இருந்தார். காசீம், "பரவாயில்லை சார், நாம் தெரிந்துகொண்டதற்கு இது இப்போது அன்பாக இருக்கட்டும், பிறகு பார்த்துக்கொள்ளலாம்." நடத்துநரின் விசில் சப்தத்தைத் தொடர்ந்து திருநெல்வேலி இடைநில்லா பேருந்து பின்னோக்கி நகர்ந்து உடனடியாக முன்னோக்கி வேகமாக ஊர்ந்து ஊர்ந்து பிறகு பார்வையிலிருந்தே மறைந்து போனது. அளவுக்கதிகமான நேசத்தை வெளிப்படுத்திய திருவாழியின் முகபாவனை காசீமின் நினைவில் நன்கு பதிந்துவிட்டிருந்தது. அவன் நேராக வண்டியைத் திருப்பிப் பேருந்து நிலையத்திலிருந்து மீண்டும் திருவாழிக் கட்டிடத்தின் அருகிலேயே வந்துவிட்டான். பள்ளிக்கூடச் சவாரிக்கு இன்னும் ஒரு மணி நேரமிருப்பதால் அவன் கிருஷ்ணன் கடையில் ஒரு டீ குடிக்கலாமென ஐந்தாம் எண் கடைக்கு முன்னால் ஆட்டோவை ஒதுக்கிவிட்டு இறங்கிப் போனான். காசீம் எப்போதாவது இங்கு வந்துபோனாலும்கூட இதுவரை எப்போதுமே டீ குடிக்க இங்கு வராதவன், இன்று அதிசயமாக டீ கேட்கிறான் என்னவாக இருக்கும் என்ற யோசனையோடு கிருஷ்ணன் கேட்டார், "செல்ல மொதலாளி, டீ எப்படி போட..?"

"உங்க இஷ்டம் எப்படினாலும் போடுங்க..."

"சீனி மீடியமா போடவா..?"

"ம் போடுங்க..."

வழக்கமாக ஒருதடவை கிருஷ்ணனிடம் டீ குடித்தால் போதும் மறுமுறை அந்த வாடிக்கையாளரைப் பார்க்கும்போது கேள்வி கேட்காமலேயே அந்த மனிதரின் சுவைக்கேற்ப டீ போட்டுக் கொடுப்பார். இவ்வளவு காலமில்லாமல் காசீம் முதன்முதலாக டீ குடிக்க வந்திருக்கிறான். மிதமான கலவையில் வெந்நீர் கலவாமல் டீ போட்டுக் கொடுத்துக்கொண்டே அவன் பருகுவதுவரையிலும் கவனித்தபடி இருந்த கிருஷ்ணனின் மனம் காட்சியினூடே ஓடிக்கொண்டிருந்தது. போகிற போக்கில் காசை வாரியிறைத்துத்

தொலைந்து போன ஒரு தகப்பனின் மகன். ஜாஹிர் தன்னுடைய தர்பார் காலத்தில் எத்தனையோ முறை கிருஷ்ணனுக்குக் கொடுத்த நூறு ஐம்பதுக்கெல்லாம் கணக்கே கிடையாது. "மொதலாளி ஒரு அவசரம். நூறு ரூபா கடனா வேணும்" என்றால், "இது கடனில்லை. கடன்னு சொன்னா பொறவு என்னைய பாத்தா கூச்சம் வரும். அதுனால கடனா வேண்டாம் கிருஷ்ணா. சும்மா இருக்கட்டும். வச்சிக்கோ" எனக் கடந்து போகும் ஜாஹிரின் மகன் காசீம், கம்பீரத்திற்குக் குறைவின்றி நிற்கிறான்.கிருஷ்ணன் மெல்ல, "மொதலாளி" என்று பேச்சைத் தொடங்கியபோதே காசீம் வேகமாகச் சொன்னான், "எனக்கு இந்த மொதலாளி என்ற விளி இஷ்டப்படவில்லை அண்ணே. காசீம் என்று கூப்பிட்டால் போதும். இதுக்குதான் நான் இந்தப் பக்கத்துல வரது கிடையாது" என்றபோது கிருஷ்ணன் சிரித்தபடியே சமாளித்து காசீமின் கல்யாணம் பற்றிக் கேட்டதும், "இன்னும் ஒன்றிரெண்டு வருடங்கள் போகட்டும்... பார்க்கலாம்" எனப் பேசிக்கொண்டிருக்கும்போதே பைக்கில் வந்திறங்கிய பூபாலன் ஒன்றாம் எண் கடையின் அருகே அதை நிப்பாட்டியபடி கிருஷ்ணன் கடையை நோக்கி வந்தான். காலை மணி ஏழுதான் ஆகியிருந்தது. பூபாலனும் ஒரு டீயைச் சொல்லிக்கொண்டே கொஞ்சநேரம் தங்கத்தின் கதைகளைப் பேசிக்கொண்டிருந்தான். அவளின் ஏற்பாட்டிலேயே கடைக்குப் புதிதாக வேலைக்கு வர இருக்கிற பெண்ணின் பெயர் ஷியாமளா என்றும், இன்று முதல் நாளாய் இருப்பதால் கடையைத் திறந்து கொடுத்து எல்லா பொறுப்புகளையும் விபரம் சொல்லி ஒப்படைக்க வேண்டும் என்பதால்தான் நேரமே வந்ததாகச் சொன்னான். ஷியாமளா எந்த ஊர்க்காரியோயெனக் கேள்வியாக கேட்டபோது, "தங்கத்தின் ஊர்தான். அவள் வீட்டிலிருந்து கிழக்காக ஏழாவது வீடு" என்றபோது கிருஷ்ணனுக்கும் அங்கிருந்த மேலும் சிலருக்கும் கடைவீதியின் புதிய வரவாக இருக்கக்கூடிய ஷியாமளா எப்படியிருப்பாள் என்ற மனவோட்டம் உண்டானது. தங்கத்தின் குடும்பத்தினர் அவள் ஓடிப்போனதைப் பற்றிப் பெரிய கவலைகொண்டதாகத் தெரியவில்லை என்றும், அகிலன் கிருஸ்தவத்துக்கு மாறி ஞானஸ்நானம் எடுத்துவிட்டதாகவும், எனவே விரைவில் இங்கு வைத்து முறைப்படித் திருமண வரவேற்பு நடைபெறும் என்றும் பேச்சு நீண்டு போனது. சர்ச்சின் முன்பாகப் பிள்ளையார் சிலை வைத்த வழக்கிலுள்ள தங்கத்தின் அப்பாவோடு உள்ள ஒருவனும் இப்போது கிருஸ்தவத்தை ஏற்றுக்கொண்ட நிலையில் அந்த வழக்கு இனி துலக்கமாவதற்கான வாய்ப்பில்லை என்றும் பேசிக்கொண்டிருக்கும்போதே காசீம் ஆட்டோவில் கிளம்பிப் போனான். எட்டுமணிவாக்கில் அன்சாரி திருவாழிக் கட்டிட ஏரியாவுக்கு வந்ததைத் தொடர்ந்து பிலிப்பும் பின்னாலேயே வந்தான். இன்று இருவருக்கும் யுனிவர்ஸல்

காலனியிலுள்ள சிந்துவின் வசமான வீட்டைப் பார்வையிடுகிற வேலையிருக்கிறது. இதனிடையே எவரெஸ்ட் வெல்டிங்கின் ஆறேழு பணியாட்கள் திருவாழிக் கட்டிடத்தின் முன்பாக ஒரு குட்டியானையில் வந்திறங்கினார்கள். வழக்கமான ஒரு காலை போல இல்லாமல் அது அலங்காரம் சூடிக்கொண்ட காலையாக இருந்தது. எவரெஸ்ட் பணியாட்கள் ஆறுபேர் திருவாழிக் கட்டிடத்தின் மேல் மண்டப வேலையை ஆரம்பிக்க மேலேறிப் போகும் முன்னால் நேராக வந்து கிருஷ்ணனிடம் டீக்குடித்துக் கொண்டிருந்த சமயத்தில், அண்ணாச்சிக்கடை பொன்ராஜ் பார்சலில் ஐந்தாறு டீயும் வாங்கிக்கொண்டு போனான். குறிப்பாக காசீமிலிருந்து தொடங்கிய இரண்டாவது காலை இன்று கிருஷ்ணனுக்கு அமோகமாகவே இருந்தது. யுனிவர்ஸல் காலனியில் இருக்கும் பால் சுசேட்டியில் போய் இன்னும் இரண்டு லிட்டர் பால் வாங்கி வரும்படி கிருஷ்ணன் ஆறுமுகத்தை அனுப்பிவைத்தார். சரியாக பால் சுசேட்டியின் பின்னால்தான் யுனிவர்சல் காலனியிலுள்ள, நீதிமன்றத்தில் விதியான சிந்துவின் வீடு அமைந்திருந்தது. அவளின் வீட்டை நோக்கி மெல்ல நடந்து கொண்டிருந்த அன்சாரியையும் பிலிப்பையும் தனது வேகமான நடையினால் ஆறுமுகம் நெருங்கிவிட்ட பிறகு பரஸ்பரம் பேசியபடி நடந்தனர். இன்று என்ன மாயமோ தெரியவில்லை, டீ வியாபாரம் ரொம்பவும் வேகமாக நடப்பதாகச் சொன்ன ஆறுமுகம், தான் அடிக்கடி சசேட்டிக்கு வரும்போது சிந்துவின் அந்த வீட்டைக் கவனிப்பதாகவும் இப்போ இரண்டு வருசமாக ஆள் இல்லாமல் கிடப்பதைக் குறித்தும் கேட்டபோது, அன்சாரி போய்ப் பார்த்தால்தான் தெரியுமென்றான் அவர்கள் பால்சுசேட்டியை நெருங்கியபோது ஆறுமுகம் அப்படியும் அன்சாரியும் பிலிப்பும் இப்படியுமாகப் பிரிந்துகொண்டனர்.

மனிதர்களின் நடமாட்டமில்லாத நிலமென்றாலும் சரி வீடென்றாலும் சரி புதர்மண்டிப் பிசாசுகளின் இருப்பிடம்போல ஆகிவிடுகிறது. சிந்துவின் வீடானது மகேசனனும் அவளுமாய்த் திருமணம் முடிந்த ஆறாவது மாதத்தில் கூட்டாக வாங்கியது. இதில் மகேசனனின் முதலீடு குறைவாகவும் சிந்துவுக்கு அதிகமானதாகவுமிருந்ததால் அவற்றின் முழு உரிமையை சிந்து தனதாக்க சட்ட நடவடிக்கைகளில் இறங்கினாள். அதன் தொடர்ச்சியில் பலகட்ட பேச்சுவார்த்தைகளுக்குப் பிறகே இப்போது அவளுக்கு வீடு பூரணத்துவமாக மாறியிருக்கிறது.

பிலிப்புதான் கடும் பிரயத்தனப்பட்டு அந்த முன்கதவைத் திறந்தான். வீடு மனிதர்கள் புழக்கமின்றி கிடந்ததால் ரொம்பவும் அகோரமாக இருந்தது.வாசல் கதவைத் திறந்ததும் ஒரு ஹாலும் அதன் இடதுபக்கம் ஒரு படுக்கை அறையும் அந்தப்

படுக்கை அறையைத் தொட்டு இன்னொரு படுக்கை அறையும் ஹாலிலிருந்து உள்நுழைகையில் சமையலறையும் இரண்டாவது படுக்கையறைக்கும் சமையலறைக்கும் இடைப்பட்ட இடத்தில் ஒரு பொதுவான கழிப்பறையும் இருந்தது. இரண்டாவது படுக்கையறையின் தரைத்தளம் சிலபகுதியில் உடைக்கப்பட்ட நிலையில், அதுபோல சமையலறையின் மடைப் பக்கம் பெருச்சாளிகள் தோண்டியதில் மண் குவிந்து கிடந்தது. வீடெங்கும் வீசிய துர்நாற்றம் தூக்கலாக இருந்தது. அன்சாரி தள்ளி நின்றபடியே ஒரு நீண்ட கம்பாலேயே கொழுத்தைத் தட்டித் தட்டி அவற்றைக் கம்பாலேயே குத்தித் திறந்தான். நீண்ட இடைவெளிக்குப் பிறகு வீடு வெளிக்காற்றை உள்இழுத்துச் சுவாசிக்க ஆரம்பித்தது.

பிலிப் சுற்றிலும் பார்த்துக்கொண்டே மேல்பக்கமெல்லாம் அப்பூசி அப்பிக்கிடந்ததைக் கவனித்த பிறகு அன்சாரியிடம், "வாஸ்து சுத்தமா சரியில்லை" என்று சொன்னதும் அன்சாரி கேட்டான், "ஏம்ணே... உனக்கு வாஸ்து பாக்கத் தெரியுமா?"

"ஓரளவுக்கு அடிப்படையா சிலது தெரியும்லா... குப்புறக் கெடக்குடே... இது கொஞ்சம் செலவு ஆவும். பெயிண்டிங் மட்டும்னா... பத்திருபத்தி அஞ்சாயிரத்துல ஒருமாதிரியா தட்டித் தேத்திரலாம்... கொஞ்சம் வேல கெடக்கு... அவள்ட்ட விசயத்த சொல்லிட்டுச் செய்வோம்... அதான் நமக்கு நல்லது என்றான்."

அன்சாரி அது சரிதானென ஒப்புக்கொண்டான்.

சிந்துவின் பியூட்டிபார்லரின் பால்வெள்ளை செயரில் நல்ல வாக்காய் அமர்ந்திருந்து பிலிப்பும் அன்சாரியும் சொன்னதையெல்லாம் கேட்டுவிட்டு, "மொத்தமாக எவ்வளவு செலவு செய்ய வேண்டியது வரும்?" என்று விசாரித்தாள். அவள் இன்று நீலமும் பிங்கும் கலந்த நிறத்திலொரு புடவையை அவ்வளவு தோரணையாகக் கட்டியிருந்தாள்.

எவ்வளவு செலவு என்பதைத் துல்லியமாகச் சொல்ல முடியாமல் யோசித்துக்கொண்டே பிலிப் முதலில் சிந்துவை வீட்டைப் போய்ப் பார்த்துவிட்டு வரச்சொன்னான். யோசித்தபடி நின்றிருந்த சிந்து சட்டென பிலிப்பைப் பால்வெள்ளை செயரில் அமர்ந்துகொள்ளும்படிச் சொல்லிவிட்டுக்கனவுசீன் கதவைமட்டும் இழுத்துப் பூட்டினாள். தனது ஸ்கூட்டியில் ஏறி அன்சாரியைப் பின்னால் உட்காரச் சொல்லி அழைத்துக்கொண்டு போனாள். சிந்துவின் மேலே தொட்டுவிடாத அளவுக்குக் கர்மசிரத்தையோடு ஸ்கூட்டியில் அமர்ந்துபோகும் அன்சாரியை அங்கிருந்த அனைவருமே ஏக்கமாகப் பார்த்தனர். பிலிப் தனியாகஇருக்கையில் அமர்ந்திருந்தான். சிந்து போகும்போது "பிலிப் எங்கையும்

போயிடாதீங்க. அப்படியே போயிட்டு அப்படியே வந்துடுறோம்" எனச் சொல்லிச் சென்றதனால் அவன் சுவரிலுள்ள அலங்காரச் சித்திரங்களைப் பார்த்தபடி அமர்ந்திருந்தான். சிலந்திவலைப் பின்னிப் பின்னி விரிவடைந்தது போலவும், தண்டோடு ஒரு கொத்துப் பூ போலவும், சிற்றோடை வனத்தினிடையே வளைந்து போவது போலவும் தோற்றம் கொண்டிருந்த அந்தச் சுவரின் சித்திரங்களை பிலிப் தலையை அப்படியும் இப்படியுமாகச் சாய்த்துச் சாய்த்துப் பார்த்தான். இவையல்லாத ஒன்றாக முகத்தை உயர்த்திய ஒரு பெண் உருவின் அலைபாயும் கூந்தலின் வடிவம் போலவும் சித்திரத்தின் முந்தைய எல்லா பார்வைகளும் ஒன்றுகூடி யுவதியின் முகமாகக் கிடப்பது இப்போது தெரிகிறது. அவனுக்கு பார்லரின் சுவரிலுள்ள சித்திரங்கள் இன்னும் பலவற்றையும் தனக்குள் பிணைத்திருப்பதாகத் தோன்றியது. ஸ்கூட்டியில் போகும்போதுதான் சிந்துவின் படர்ந்த முதுகில் அசாத்தியமான ஈர்ப்பு இருப்பதை அவன் கவனித்திருந்தான். வரைவதில் ஈடுபாடு இல்லாவிட்டாலும் ரசிப்பது அலாதி பிரியம் கொண்டிருந்த சித்திரக்கிறுக்கி குடியா பார்லரின் சுவரில் படர்வதைப்போல தோன்றியதும் அவன் கண்கள் நிலைகுத்தியிருந்து. பம்பாயில் களவு கொடுத்த தனது வாழ்வின் வசந்த காலத்தின் பக்கங்கள் காற்றில் புரண்டபடிக் கிடக்கின்றன. அந்தத் துரதிர்ஷ்டமான இரவு தீண்டாமலிருந்திருக்க வேண்டும். குடியாவின் படர்ந்த முதுகை முத்தங்களால் நிரப்பிய ஒரு மாலை கடந்த எஞ்சிய இரவில் அவளையே ஒரு இசைக்கருவியாக வாசித்து வாசித்துக் களைத்த இரவை எங்கு கொண்டு போய்க் களைவேன்? பிலிப் எல்லாவற்றையும் புரிந்து மனத்தை வலுப்படுத்திவிட்டான். சில ஆண்டுகளுக்கு முன்னால்வரை அவன் இவ்வாறான நினைவின் எண்ணங்கள் ஆட்கொள்ளும் தருணங்களில் ஏதேனும் ஒரு கடற்கரையில் போயிருந்து கதறிக் கதறி அழுதபடி உப்பு நீரில் முகம் கழுவிக்கொண்டு வருவான்.

பிலிப் மெல்ல இருக்கையிலிருந்தும் சித்திரத்திலிருந்தும் எழுந்து பியூட்டி பார்லரின் கடை நடையில் நின்றிருந்தான். ஒரு திருமண வீட்டு ஆட்கள் போன வேன் ஒன்று கிருஷ்ணன் கடையைக் கடந்த நிலையில் டயர் பஞ்சராகி நின்றுவிட்டதால் அந்த வாகனத்தைச் செப்பனிட்டு டயர் மாற்றுவதற்காக அதிலிருந்த ஆட்கள் இறங்கி நின்றார்கள். பின்னால் வந்த வாகனமும் துணையாக நின்றது. இரண்டு வாகனங்களிலுமாக இருந்த நாற்பதம்பதுபேர் கிருஷ்ணன் கடையில் டீ குடிக்க நின்றார்கள். ஆறுமுகம் யாரோ ஒருவனின் பைக்கில் அமர்ந்து யுனிவர்சல் காலனி பால்சுசேட்டிக்கு மீண்டும் பால் வாங்கப் புறப்பட்டுப்போகும்போது எதிரில் சிந்துவும் அன்சாரியும் ஸ்கூட்டியில் வந்து பியூட்டி பார்லர் முன்பாக

இறங்கினர். பார்லரின் உள்ளே வந்த சிந்து மீண்டும் கதவில் சாய்ந்தபடி பிலிப்பிடம் ஐடியா கேட்டாள்.

"மொதல்ல இன்னைக்கே நான் ஒரு ஆளா நின்னு அப்பூசியெல்லாம் அடிச்சி தூத்து சுத்தமாக்கிர்றேன்... பொறவு நம்ம இன்பராஜ் கண்ராக்ட்ட சொன்னா லேசா வாஸ்து பாத்து பாத்ரூம் அட்டாச் பண்ணணும்... சமையலறையில் நல்ல சூப்பரா கல்வெட்டி போட்டா மினுக்கிரலாம்... நீங்க சரின்னு சொன்னா நானே நின்னு செய்து தாறேன். அன்சாரியும் கூட நிக்கட்டு. அவனுக்கும் ஒரு ஆளு சம்பளம் கொடுக்கலாம்..."

அன்சாரி மறுக்கவில்லை. சிந்து முதன் முதலாக பிலிப்பைப் பார்த்து நன்றாகப் புன்னகைத்தாள். அவன் முகத்தை அவள் ஊடுருவிப் பார்ப்பதைப் போல இருந்தது. பிறகு அவள் அவன் சொன்னவற்றுக்கு ஒப்புக்கொண்டாள். முடிந்தவரையிலும் தனக்கு சவுஜன்யமாக நடக்கும்படி வேண்டிக்கொண்டாள். சிந்துவிடம் அவளின் குடும்பப் பூர்வீகச் சொத்தின் மீதான கொஞ்சம் செட்டில்மெண்டு பணம் நேற்றுதான் வங்கியில் வந்து சேர்ந்திருந்தது. மகேசனனோடுள்ள உறவு சட்டப்படித் துண்டிக்கப்பட்ட பிறகு தனக்கு எல்லாம் நல்லபடியாக நடந்துகொண்டிருப்பதாக நம்புகிறாள். சிந்துவுக்கு வீட்டை முந்தையத் தடம் தெரியாமல் புதுப்பித்துக்கொள்ள விருப்பமென்றாலும் பொருளாதார ரீதியாக அது தனது எல்லையைக் கடந்து போய்விடக்கூடாது என்கிற அச்சமுமிருந்தது. அவள் அதுபற்றித் தனக்குள்ளேயே நிறைய யோசித்துக்கொண்டிருக்கிறாள். யோசனைகளின் சாதக பாதகங்களைக் கடந்து பிலிப்பின் சொற்களின்மீதும் அவனின் தர்மமான அணுகுமுறையின்மீதும் ஒரு நம்பிக்கை ஏற்படுகிறது.

பிலிப் சொன்னதுபோலவே முதல்கட்டமாக வீட்டை நன்கு சுத்தப்படுத்திவிட்டு மாலை நான்குமணிக்கு மேல் பியூட்டி பார்லர் அருகே அவனும் அன்சாரியுமாக வரும்போது கிருஷ்ணன் கடையில் பிலாஷ்பூர் யூசுபு நின்றுகொண்டிருந்தார். அவரைக் கவனித்த அன்சாரி என்னவென விசாரித்தபோது பெரிய பள்ளித்தெருவிலுள்ள அவர்களின் குடும்ப வீட்டு நிகழ்வுக்குக் குடும்பமாய் வந்திருப்பதாகவும் அங்கே மாஸ்டர் போட்ட டீயில் பால் திரிந்துவிட்டதாகவும் எனவே அவசரமாக கிருஷ்ணனிடம் நூற்றைம்பது டீக்கு சொல்லிவிட்டுக் காத்திருப்பதாகவும் சொன்னார். அன்சாரிக்குச் சிரிப்பாக இருந்தது. அவன் கிருஷ்ணனைப் பார்த்துக் கேட்டான் "அண்ணே இன்னைக்கு ஒரே மேளந்தான் போல இருக்கு..." கிருஷ்ணன் ஆனந்தச் சிரிப்புடன் ஆமாமென ஆமோதித்துத் தலையாட்டினார். இன்று காலை வெளியாளாக யாரை முதலில் கண்ணில் கண்டோம்

என்பதுதான் இடைவிடாத வியாபாரத்தினிடையே அவரின் யோசனையாக இருந்தது. கொஞ்சநேர யோசனையிலேயே அந்த முகம் வெளிப்பட்டது. காலையில் ஐந்துமணிக்கே திருவாழியை பஸ் ஸ்டாண்டில் கொண்டுவிட ஆட்டோவில் வந்த காசீமின் முகம்தான் அது. அவருக்கு ஆச்சரியமாக இருந்தது. இரண்டாவதாகத் திரும்ப வந்து அவன் ஒரு காலமுமில்லாத காலமாய் ஒரு டீயும் குடித்துவிட்டுப் போனான். கிருஷ்ணன் ஒரு மாசத்துக்குள்ள டீயை இன்று ஒரே நாளில் விற்று முடித்திருக்கிறார். கிருஷ்ணன் பரபரப்பினிடையே அன்சாரிக்கு ஒரு டீ போட்டுக் கொடுத்தபடிச் சொன்னார்,

"இந்த வாழ்வே இப்படித்தான் அன்சாரி. சிலநேரங்களில் ஒரு பெருமழையைப் போலக் கொட்டித் தீர்த்துவிடுகிறது."

அன்சாரி டீயை எடுத்துக்கொண்டு சிந்துவிடம் வந்தபோது சரியாக இன்பராஜியும் வந்து சேர மூவருமாகப் படியிலேயே நின்று பேசினார்கள். முதல் படுக்கையறையின் வாசலை மாற்றியமைத்து அதனுள்ளே ஒரு பாத்ரூம் வைக்கலாமென்றும் இப்போது இருக்கும் பொது பாத்ரூமைச் சற்றுச் சின்னதாக்கி இங்கு எடுக்கப்பட்ட இடத்தை அங்கு இணைக்கலாமென்றும் சொன்னார்கள். ஹால் பெரிதாக இருப்பதால் முன்பக்கம் இரண்டு இருக்கைகள் போடக்கூடிய அளவில் கிட்டத்தட்ட பார்லரின் இந்த முகப்பு போல ஒரு சிட்டவுட் ஏற்படுத்தினால் வீட்டின் தோற்றம் முழுமையாக மாறிவிடும். சமையலறைக்கும் இப்போ இருக்கிற பொது பாத்ரூமுக்கும் பின்னாலுள்ள இடத்தைச் சுத்தமாகப் பராமரிக்கப்படும் விதமான ஒன்றாக அமைத்துக் கொண்டால் அந்த வீட்டில் சிறப்புகள் உண்டாகும் என்றபடி சிந்துவின் முகத்தை ஏறிட்டுப் பார்த்த இன்பராஜைத் தயக்கமாகவே சிந்து பார்த்தாள். அவள் பயமெல்லாம் பட்ஜெட் என்னவாகும் என்பதுதான். "பயப்பட வேண்டாம். இருப்பதைக் கொண்டு சிறப்பாகச் செய்யலாம்." பிலிப் எல்லாம் சொன்னான். சமாளிக்கலாம் என்றபோது சிந்து அதிகபட்சமாக மூன்று லட்சம்வரையிலும் செலவு செய்யத் தயாராக இருப்பதாகச் சொன்னதும் இன்பராஜ் உற்சாகமாகிவிட்டார். "நான் மிகக் குறைவாக செய்யத்தான் திட்டமிட்டேன். நீங்க மூன்று லட்சம்வரை செலவு செய்ய தயாரென்றால் உள்பக்கமாகப் படிக்கட்டுப் போட்டு மாடியில் ஒரு அறையும் தனியாக அமைத்துத் தருகிறேன்" என்றபோது சிந்து இன்னும் உற்சாகமாகிவிட்டாள். இன்பராஜ் இன்னும் சில ஆலோசனைகளைச் சொல்லிவிட்டு, வரைந்துகொண்டு வருவதாகச் சொன்னதும் பிலிப் பார்த்துக்கொள்கிறேன் என்றான். அன்சாரிக்குப் புரிந்தும் புரியாமலும் இருந்தது. அப்போது வந்த வாடிக்கையாளரால் அவள் பார்லரின் உள்ளே போக,

மூவரும் கிருஷ்ணன் கடையின் பின்னால் வந்தபோது அங்கு எவரெஸ்ட் வெல்டிங் ஆட்களும் சிலங்காவுமாக டீக்குடித்துக் கொண்டிருந்தார்கள். சிலங்கா அன்சாரியைக் கண்டதும், "என்ன மேனேஜர் சார், வேலை இங்க நடக்குது. ஆனா உங்கள இந்தப் பக்கமே காணோமே"யென நக்கலாகச் சிரித்தார்.

"நீங்க சொன்னா போதும் சார் ஓடி வந்துருவேன்..." எனச் சொல்லும்போதே இன்பராஜ் அன்சாரியிடம் இரண்டு வெள்ளைத் தாள் வாங்கிவரும்படிச் சொன்னதும் அன்சாரி வெளியே வந்து பார்த்தபோது பூபாலனின் ஜெராக்ஸ் கடை திறந்திருந்தது. கடையினுள் நுழைந்தபோதுதான் அன்சாரி ஷியாமளாவைக் கவனித்தான். தரக்கேடில்லாமல் பார்க்க அழகாக இருந்த அவளுக்கு முப்பத்தைந்து வயதுக்குள்ளிருக்கும். அவளைப்பற்றி விசாரிக்கலாமென்றால் இப்போது நேரமில்லை. கடையில் பூபாலனும் இருந்தான். அன்சாரி இரண்டு தாள் கேட்டதும் பூபாலன் அதைக் கொடுக்கச்சொல்லிவிட்டு அவளிடம் அன்சாரியைக் குறித்துப் பேசினான். அன்சாரி அவசரமென ஷியாமளாவைப் பார்த்து லேசாகப் புன்னகைத்தபடி வந்துவிட்டான். திருவாழிக் கட்டிடம் உலகின் ஆகச்சிறந்த எல்லா அம்சங்களையும் வரிசை வரிசையாகச் சூடிக்கொண்டிருப்ப தாகத் தோன்றியது. தாளை வாங்கிய இன்பராஜ் ஒரு மனப்பாடக்காரனைப் போல வரைந்து கொண்டிருந்தான்.

இரவு ஏழரைமணிக்குமேலே வரைதலைப் பார்த்துவிட்டு சிந்து உற்சாகமாகத் தலையாட்டி ஆமோதித்தாள். திருவாழிக் கட்டிடமும் அதன் எதிரிலுள்ள கிருஷ்ணன் கடை அமைந்த இடமும் இன்று வழக்கத்தைவிட நல்ல மாறுதல்களைக் கொண்டிருந்தது.எட்டுமணிக்கெல்லாம் கடையைப்பூட்டிச் சூடம் கொளுத்திக் கிளம்பும் கிருஷ்ணனுக்கு இன்று அந்தக் காலநேரம் சாத்தியமாகவில்லை. அதுபோல சிந்துவும் ஒன்பதுமணிவரை பியூட்டி பார்லரில் இருக்கும்படியாக இருந்தது. மதியம் அவள் அங்கேயே வாய்க்கும்போது கொஞ்சம் நாற்காலியை நீட்டிக்கொண்டு அதில்கிடந்தே உறங்கிக்கொள்வாள்.கட்டிடத்தின் மேலே சிலங்காவின் ஆட்கள் ஒரே தட்டும்முட்டுமாகக் கிடந்ததில் அமைதியற்றுப் போயிருந்தது. இன்று நேரமே போய் நன்றாகத் தூங்கவேண்டுமென அவள் திட்டமிட்டிருந்ததற்கு எதிராகவே எல்லாம் போகிறது. சிந்து பியூட்டி பார்லரைப் பூட்டிவிட்டுப் புறப்படும்போது எதிரில் கிருஷ்ணன் பாவமாய் ரொம்பவும் சோர்ந்துபோய் நின்றிருந்தார். அவர் கடைக்கு முன்னால் நின்றிருந்த லாரியிலிருந்து பழைய மரப்பொருட்களை இறக்கிக் கொண்டிருந்தார்கள். இன்று ஏற்கெனவே கடுமையான

வியாபாரச் சோர்வு வேறு, பூட்டலாமென இருக்கும்போதுதான் லாரி வந்து நிற்கிறது. சரி அவர்கள் பொருட்களை இறக்கிப் போட்டுவிட்டுப் போகட்டும். அதன் பிறகு நகரலாம்தான். ஆனால் இருட்டைக் காரணம்காட்டிப் பொருளை இங்கே அருகில் இறக்கித் தள்ளிவிட்டுப் போய்விட்டார்களென்றால் அதன் கடினங்கள் கிருஷ்ணனின் தலையில்தான் வந்து விழும். கிருஷ்ணன் அன்சாரியிடம் சொன்னார், "காலையில இருந்து நல்லதாவே நடந்திட்டிருக்கேன்னு சந்தோசப்பட்டுச் சரியா பத்தாமத்த நிமிசத்துல லாரி வந்து நிக்கி. என்ன செய்யச் சொல்லுதே..." கிருஷ்ணன் தீர்மானித்துக்கொண்டார், லாரி போனதும் அண்ணாச்சிக் கடையிலிருந்து நல்ல வலுப்பம் கூடின கட்டியில் கற்பூரம் வாங்கி இன்று நல்லா சுற்றி எரியவிடவேண்டுமென! பிலிப் இன்பராஜோடு போய்விட்ட பிறகு அன்சாரி மட்டும் கிருஷ்ணனோடு நின்றுகொண்டிருந்தான். சிந்து கைகாட்டி விட்டு ஸ்கூட்டியில் போனாள். கிருஷ்ணனுக்கு சிந்துவின் விசயங்களையும் புதிதாக பூபலான் கடைக்கு வந்துள்ள ஷியாமளாவின் விசயங்களையும் கொஞ்சம் அலசலாமென்ற ஆர்வமிருந்தாலும் மனம் ஒத்துழைக்கவில்லை. நாளை சவுரியமாக அன்சாரியிடம் பேசலாமென விட்டு வைத்துவிட்டு ஸ்கூட்டியில் போகும் சிந்துவைப் பார்த்தார்.

14

யுனிவர்சல் காலனியின் மேற்குப் பக்கம் தெற்கு வடக்காகப் பிரிந்துகிடந்தது தெற்குப் பக்கமுள்ள பகுதி யுனிவர்சல் காலனி விரிவாக்கம் என்றும் வடக்குப் பக்கமுள்ள பகுதி எஸ்ஆர் நகர் என்றும் அடையாளம் கொண்டுள்ளது. யுனிவர்சல் காலனியின் எஸ்ஆர் நகரிலுள்ள ஒரு போலீஸ்காரரின் வீட்டு மாடியில் சிந்து வாடகைக்கு இருக்கிறாள். அவளுக்கு மட்டுமான நல்ல சவுரியமுடைய வீடும் கூட. காலனியின் பால் சுசேட்டியின் பின்னாலுள்ள வீட்டை மினுக்கி அடுத்த மாதத்திலிருந்து அங்கு குடியேறலாமென அவள் திட்டமிட்டிருக்கிறாள். லில்லிபாயின் பூர்வீக ஊருக்கருகில்தான் சிந்துவின் ஊரும் இருக்கிறது. அப்பா அம்மா சகோதரர்கள் என சிந்து நல்ல குடும்பத்துக்காரியானாலும் மகேசனனைக் கட்டியப் பிறகு குடும்ப வாழ்விலுள்ள இந்தச் சங்கடங்களின் காரணமாகவே அவள் விலகியிருக்கிறாள். அவளின் அப்பாவும் அம்மாவும் வாரத்துக்கொரு முறையாவது வந்து பார்த்து விட்டுச் செல்வார்கள். எஸ்ஆர் நகரிலுள்ள வீட்டின் மாடியில் அவளுக்குச் சமையறை இருந்தாலும்அபூர்வமாகவே சமைத்துக்கொள்கிறாள். சமையலில் நேர விரயம் செய்வதைவிட சத்தான உணவுகளை எப்படி உண்பது என்பதற்கான அவளின் திட்டமிடுதல்கள் அசாத்தியமானவை. அதிகபட்சமாக அவளுக்குச் சமையலறையில் ஒரு

டீ போட்டுக்கொள்ளவும் ஒன்றோ இரண்டோ முட்டைகளைப் பயன்படுத்தவுமே நெருப்பின் தேவையிருந்தது.

சிந்து பார்லரிலிருந்து புறப்பட்டு மாடியறைக்கு வந்ததும் முதலில் அவளுக்கு நீண்ட நேரம் குளிக்க வேண்டும். இந்த உலகிலுள்ள தண்ணீரெல்லாம் இன்றே தீர்ந்துபோய்விடப் போவது போல அவளின் குளியல் அமைந்திருக்கும். நல்ல வேளை எஸ்ஆர் நகர், பழைய குளத்தின் மீது அமைந்திருந்ததால் இன்னும் தண்ணீர் தட்டுப்பாடில்லாமல் கிடைக்கிறது. வாசல்கதவையும் இரண்டு சன்னல்களையும் அடைத்துச் சாத்தித் திரையை இழுத்துவிட்டுக்கொண்டால் அவளுக்கு அந்த அறைதான் ஆடையாக இருக்கும். இன்று அவள் வழக்கத்தைவிட கால்மணி நேரம் குறைவாக குளிக்கத் திட்டமிட்டிருந்தாள். இரண்டு பிரட்டுகளின் மத்தியில் தழும்பத் தழும்ப மயோனக்ஸ் தடவி, கொட்டிவிட்ட நிலையில் அப்படியே திருப்பிப் போடப்பட்ட முட்டையும் கொஞ்சம் உண்பதற்குத் தோதான காய்கறிகளோடு அரைக் கோப்பை ஒயினும் பருகினாளென்றால் அவள் இரவை மென்மையாகக் கடந்துபோய்விடுவாள். இன்றும் அவள் ஒயின் பருகி உண்டுமுடித்து அவ்வாறுதான் தனது படுக்கையில் விழுந்தாள். வழக்கத்தைவிடச் சோர்வும் அதிகமிருந்ததால் படுத்த உடனேயே தூங்கிப்போக வேண்டிய அவளுக்கு என்ன காரணமோ தெரியவில்லை, சிலங்காவின் கடைமுன்னால் அன்று டிரம்பட் வாசித்த பிலிப் வீட்டின் இந்த அறைக்குள்ளிருந்து அச்சு அசலாக அப்படியே வாசிப்பதைப் போல இருந்தது. அவள் கண்களைத் திறந்துபார்த்து வெறுமையாக இருந்த அறையினைக் கவனித்துக்கொண்டவளாய் இன்னும் தண்ணீர் பருகிவிட்டு இரண்டாம் முறையாகப் படுத்துக்கொண்டாள். அவளுக்கு அதீதமான ஆண் மயக்கமென்று ஒன்றுமில்லை. சும்மா பேசுவாள், சிரிப்பாள், அன்சாரியோடு அரட்டையடிப்பாள்; அவ்வளவுதான். தனிமை அவளுக்குப் பழக்கப்பட்டுப் போனதால் அது ஒரு பொருட்டாக இல்லை. அவள் பாடல்கள் இல்லாத இசையை விரும்புவதால் குளியலின்போது அவ்வாறான இசைகளில் மூழ்கிக்கொள்ள குவியல் குவியலான இசைகளின் சேகரம் அவளிடமிருக்கிறது. அவள் இசையை மனத்துள் கற்பனைசெய்துகொண்டே அந்த மயக்கத்தில் உறங்கிவிடக்கூடியவளும் கூட.

அவள் ஓரிடத்தில் நின்றுகொண்டிருந்தாள். அது பகலா இரவா அவ்வாறு இல்லாமல் அது என்னபொழுது, காலம் என்றெல்லாம் துல்லியமாகக் கணக்கிடத் தெரியாத ஒரு பொழுதாக இருக்கிறது. இரண்டு மலைகளின் இடையேயான

ஒரு பள்ளத்தாக்கின் செடிகொடிகள் படர்ந்திருந்த இடைவெளியில் வளைந்து நெளிந்து செல்லும் ஒரு தடம்போல காம வஸ்திரம் தரித்து அவள் நிற்குமிடத்திலிருந்து பாதை நீண்டுபோய்க்கொண்டிருந்தது. தன்னைச் சுற்றிப் பரவியிருந்த அந்த இடத்தின் அதீத பச்சையத்தை உணர்ந்தாலும் அவள் கண்களுக்கு எல்லாம் கருப்பு வெள்ளையாகவே தெரிகின்றன. அவள் நீண்ட நேரம் அந்தக் குளிரின் நடுவே நடுக்கம் சிறிதுமின்றி நின்றுகொண்டிருக்கிறாள். யாருக்காக நாம் இங்கு நிற்கிறோம் என்ற யோசனையும் அவளுக்குள் நிகழ்ந்தேறுகிறது. அவள் அங்குமிங்கும் நோக்கியபோதும் உயர்ந்து வியாபித்திருக்கும் இரண்டு மலைகளும் அதன் மேலே தெரியும் ஆகாயமும் பார்வையில் பட்டுக்கொண்டிருக்கிறது.தனது கண்கள் நிறமிழந்து போயிருப்பதை அவள் உணர்கிறாள் என்றாலும் அவளால் அதனதன் நிறங்களைத் தெரிந்துகொள்ள முடிகிறது.காட்டுச் செடிகளில் பூத்திருக்கும் கடும் வைலெட் மஞ்சள் நிறத்திலான பூக்களை அவள் உணர்ந்துகொண்டுதான் இருக்கிறாள். மலையின் மறுபள்ளத்திலிருந்து ஏறி வருகிறவனின் தலை, கழுத்து, தோள், மார்பென மெல்ல மெல்ல வெளிப்பட வெளிப்பட அவன் ஒரு ஹிப்பித்தலையனாக இருக்கிறான். அந்தப் பிரதேசத்தில் காற்றே இசையாக வீசிக்கொண்டிருந்தது. நல்ல வசீகரமான முகம்கொண்ட அவன் ஒரு புகைப்படத்தில் பார்த்த சாந்த சௌந்தர்யம் நிறைந்த தேவதூதனின் சாயலிலிருக்கிறபடியால் அவள் அவனைப் பேராசைகொண்டவளைப் போலப் பார்க்கிறாள். சூரியக்கதிர்களிலிருந்து இறங்கி வருபவனைப்போல அந்தப் பள்ளத்தாக்கில் அவன் நடந்தும் பறந்தும் அவள் நிற்கும் மரத்தினடியில் வருகிறான். அவனிடம் ஒரு விநோதமான இசைக்கருவி இருந்தது. அந்த இசைக்கருவியை அவள் இதற்கு முன்பாக இந்த உலகில் எங்கும் கண்டிருக்கவில்லை. அவன் அதை மீட்டியபோது எழுந்த இசையையும் அவள் இதற்கு முன்பாக எங்கும் கேட்டிருக்கவில்லை. வீசும் காற்றின் இசையில் அவனின் இசை தனித்துவமானதாக இருந்தது. அவள் மயங்கிய கண்களுடன் பின்னோக்கி அங்கிருந்த மரத்தில் சாய்கிறாள். அவள் மரத்தில் சாயச்சாய மரமும் சாய்ந்துகொள்கிறது. அவன் சாயும் மரத்தைப் பற்றிப் பிடித்துக்கொள்ள வருகிறான். அரைவட்டமாகச் சாய்ந்த மரத்தை அவன் பிடித்துக்கொள்ள அதில் சாய்ந்துகிடக்கும் அவளின் ஒற்றை ஆடை காற்றில் பறந்துபோகிறது. ஆடையைப் பிடிக்க முயன்றபடி அவளைத் தன்னோடு இணைத்துக்கொண்ட அந்த ஹிப்பித் தலையன் மெல்ல முகம் நெருங்கி அவளை முத்தமிடுகிறானா அல்லது அவளைச் சுவாசிக்கிறானா எனப் பிரித்தறிய முடியாதபடி ஒன்றைச் செய்கிறான். அவளுக்கு நடுக்கம் மாறிக் கதகதப்பான

அவனோடு தன்னை ஒட்டிக்கொள்கிறாள். அந்த ஒட்டுதலுக்குள் மூர்ச்சையானவள்போல அடைக்கலமாகிக் கிடக்குமவளின் அதரம் துடித்தடங்காமல் முணுமுணுக்கிறது. வாழை இலையைச் சுமப்பதுபோல அவளை அள்ளியெடுத்துக்கொண்டவன் அநாயாசமாக ஒரு சிலம்பாட்டக்காரனைப்போல அடவு, பூட்டு பிரிதல், தீப்பந்தாட்டமென விளையாடி அதையே நடனமாக்கியவன் பிறகு ஒரு பாம்பாட்டியைப்போல அவளுக்குள் புகுந்து ஆடினான். அவன் ஆட்டம் நீண்டுபோய்க்கொண்டிருந்தது. விசித்திரமான வர்ணங்களின் கலவையைப்போல ஒன்றிலிருந்து ஒன்றாக ஜாலங்கள் நிகழும் பள்ளத்தாக்கில் அவளுக்கு இப்போதும் நிறம் தென்படவில்லை. தான் சாய்ந்து கிடந்த மரத்தினடியில் அவள் இப்போது பச்சையமாய் படர்ந்திருந்தாள். அவளைச் சுற்றிலும் இன்னும் இன்னும் நெருக்கமாக இசை வியாபித்திருந்தது. அவள் உடைந்து பெருகுகிறாள். ஆடையற்றுத் திரும்பியிருந்தவனைத் தனது மேனியில் இழுத்து மீண்டும் போட்டுக்கொள்ள தோள்பற்றி இழுத்தெடுத்தவளின் மார்பில் முகம் புதைத்திருந்த ஹிப்பித்தலையனின் முகத்தைத் திடீரென நிறம் பெற்ற கண்களின் வாயிலாகக் கவனித்தபோது அவளுக்கு அது பிலிப் என்று துல்லியமாகத் தெரிந்தது.

நடுக்கத்துடன் சிந்து எழுந்துகொண்டபோது நேரம் சரியாக மூன்றுமணியைக் கடந்திருந்தது. படுக்கை விரிப்புவரையிலும் அவள் பிருட்டத்தின் கீழ்ப்பக்கம் ஈரம் நைத்துக்கிடந்தது. சிந்துவின் உடம்புக்குள் நிகழ்ந்தேறிய துடிப்பு இன்னும் முழுமையாக அடங்கியிருக்கவில்லை. அவள் படுக்கையில் எழுந்து அமர்ந்திருந்த போது அது அவளுக்குக் கனவுபோல இல்லாமல் எல்லாம் நிஜத்தில் நிகழ்ந்ததைப்போலவே உணரமுடிந்தது. பள்ளத்தாக்கின் நடுவிலுள்ள மரத்தில் சாய்ந்து நின்றதிலிருந்து அருகில் கண்ட பிலிப்பின் முகம்வரைக்கும் கனவின் வரிசைமாறாமல் காட்சிகள் நினைவிலிருந்தன. கனவின் காட்சிகள் இப்படியாக நினைவிலிருந்தது போல இதற்கு முன்னால் யாதொரு ஓர்மையும் சிந்துவுக்கு இருந்ததில்லை. இது என்ன கனவு? மகேசனனைப் பிரிந்த பிறகு ஏழு ஆண்டுகளாக ஆண் தீண்டியிராத உடல். இதுபோன்ற புணரும் கனவுகள் பலமுறை அவளுக்கு வந்திருக்கின்றன என்றாலும் இப்படியான துல்லியமான காட்சிகளோடு நீடித்தது இல்லை. பட்டென நிகழும் கனவுகளின் ஒரு தருணத்தில் யாரோ ஒருவன் குறி நுழைக்கையிலேயே அவள் உடைந்து நனைந்து போவாள். மகேசனனிடம் ஒரு மிருகத்தின் ஆக்கிரமிப்பு உண்டு. ஒரே பாய்ச்சலில் இரையைக் கவ்வி இழுத்துச் செல்லும் இலட்சிய வேட்கை மட்டுமே அவனுக்குரியதாக இருந்தது. ஒரு தூரிகையில்

வர்ணம் நனைத்து வரைபவனைப்போல தன்னை ஆட்கொள்ள வேண்டுமென அவள் கொண்டிருந்த விருப்பங்களை அவன் தொலைத்து மூடியிருந்தான். சிந்து இப்போது கனவை மீண்டும் ஒரு முறை காணவிரும்புகிறாள். குறைந்த பட்சம் அந்தக் கனவை மீண்டும் ஒருமுறை முழுமையாக நினைத்துப் பார்ப்பதின் மூலமாக இன்னொரு முறை அந்த உணர்ச்சித் ததும்பலின் உச்சத்தைக் காணும் விருப்பத்துடன் கண்மூடிக்கொண்டபோது அவளே அதீத ஆசையின் நிமித்தமாக அந்தப் பள்ளத்தாக்கின் தடங்களில் செல்ல விரும்பியவளாக நோக்கியபோது விருப்பம் இன்னும் நீடித்துப் போனது.

சிந்து உறக்கமற்றுக் கிடந்ததால் நிறைய நிறைய யோசனை வளையங்கள் ஊடாடிக் கொண்டிருந்தன. அது கனவு என்பதை மறந்து மறந்து அதன் நினைவுகளைத் திரும்பத் திரும்ப வலுக்கட்டாயமாக மீட்டெடுத்து மீளாதுபோன எஞ்சிய இரவு, அவளுக்கு இன்ப லகரியாக மாறிப்போயிருந்தது. கடைசியாக மகேசனனோடு அவள் ஒரு பகலில் புணர்ந்திருந்தாள். கணக்கிட்டால் அது ஏழவருடங்களுக்கு முந்திய காலமாக இருந்தாலும் அபூர்வமான இரவுகளில் அதன் நினைவுகள் துரத்தத் தொடங்கும். நண்பகலுக்கும் மாலைக்கும் இடையிலான நேரமது. மகேசனன் எங்கேயோ ஒரு மரணவீட்டுக்குப் போய்விட்டுப் போதையில் தள்ளாடியபடி வந்திருந்தான். குளித்து முடித்து அதிகாலை நேர அருகம்புல்போல மணத்து நின்றிருந்தவள் மீதான ஐயப்பாடுகளில் திடீரென புதர்மறைவிலிருந்து பாய்கிற மிருகமாய் எல்லா ஆக்கிரமிப்புகளையும் செலுத்தி வேட்டையாடினான். அவனிடம் ஒரு பூதத்தின் கதையிருந்தது. அவன் படித்தோ கேட்டோ வைத்திருப்பான் போலும். ஒரு அழகியோடு கடலில் மறைந்துகிடக்கும் பூதம் ஓய்வுக்காக எப்போதாவது கரைக்கு வரும்போது அந்த அழகியை மரத்தின் நிழலில் விட்டு விட்டு உறங்கிவிடும். பூதம் உறங்கிக்கிடக்கும் அந்த இடைவெளியில் அங்கு வரும் யாரோ ஒரு வழிப்போக்கனை அழகி உறவுகொள்ள அழைப்பாள். வழிப்போக்கன் மிக நல்லவன். எனவே மறுத்துக் கண்ணியமாகப் போய்விடுவான். ஆனால் அழகி விடமாட்டாள். “என்னோடு நீ இந்த மர நிழலில் படுத்து ஆசைதீர உறவு கொள்ள வேண்டும். அதற்கு வெகுமதியாக ஒரு தங்க நாணயம் தர வேண்டும். நீ மறுத்தால் நான் பூதத்திடம் நீ என்னைப் பலவந்தமாக அடைய முனைகிறாய் என்பேன். இந்தப் பூதத்தைப் பற்றி உனக்குத் தெரியாது. யாராவது என் மீது ஆசை வைத்திருக்கிறார்கள் என்று தெரிந்து அது சினம்கொண்டால் அவர்களின் கதை அவ்வளவுதான். அடிக்கிற அடியில் இந்த மணல் பரப்பிலேயே ரத்தம் கக்கிச் சாகவேண்டியதுதான்.

உனக்கு இன்னொரு உண்மை சொல்லட்டுமா? ரத்தத்தை மணல், பாலைப்போல குடிப்பதில்லை. எனவே நீ ஒரு தங்கக் காசை எனக்குக் கப்பம் கட்டிவிட்டுப் பூதம் எழும்பும் முன்னால் என்னைப் புணர்ந்துவிட்டுப் போ." இப்படி ஒவ்வொரு முறையும் வழிப்போக்கன்களோடு அழகி புணர்ந்து புணர்ந்து அவளிடம் இப்போது நூற்றியோரு தங்கக்காசுகள் சேகரமாகி உள்ளன. கடைசியாக மகேசனன் உறவுகொண்டிருந்த பொழுதுக்கு முன்பாக வீட்டில் நுழைந்த தருணத்தில் பூதத்தைப்போல பார்த்தான். உன்னிடம் எத்தனை தங்கக்காசுகள் இருக்குமென்றபடியேதான் ஆக்ரோசமாக ஒரு வலுவான மிருகம் வலுவற்ற மற்றொரு மிருகத்தைக் குதறுவதைப்போல கவ்விப் புதருக்குள் இழுத்துக்கொண்டு போனான்.

அவள் நிறைய நிறைய ஆலோசித்து விட்டே வெளியேறினாள். யாருமில்லை, எல்லாம் ஒரு கனவுபோலக் கடந்துபோயிருந்தது. ஆனாலும் அவன் சில வருடங்களுக்கு முந்திய நீதிமன்றச் சந்திப்பின்போதும் கூட நூற்றியோராவது தங்கக்காசைச் சேகரித்துவிட்டாயா என்று கேட்டவன், இப்போது காவலுக்குப் பூதமுமில்லாத அழகிக்கு ஆயிரத்தியோரு தங்கக்காசுகளும் சாத்தியம்தானே என்று நினைத்தான். படிக்கட்டுக்குக் கீழே சிந்து அவனை லேசாக ஏறிட்டுப்பார்த்தாள். அவன் முகத்தில் முன்னிலும் அதிகமான கோரைப்பற்கள் முளைத்திருப்பதாகத் தோன்றியது. சில நேரங்களில் இன்னொரு தேவதூதன் வருவான் என்று சிந்து நம்புவாள். அவன் கரங்களை இறுக்கமாகப் பற்றிக்கொண்டு குறுக்குமறுக்காக நடைபோட வேண்டும் என்றும் விலாப்புறங்களில் இறக்கையைப் பூட்டிக்கொண்டு இரண்டு மலைகள் நடுவிலான ஒரு பள்ளத்தாக்கில் பறந்தோ நடந்தோ நாட்கள் கழிய வேண்டுமென்றும் மனம் அலைபாயும். எப்போதாவது உடம்பின் உயிர்ப்பொருளிலுண்டாகும் துடிப்புகளை சிந்து அபரிமிதமான நினைவுகளின் வழியாகவும் நினைப்புகளின் வழியாகவும் கடந்துபோய்க்கொண்டே இருந்தாள். லில்லிபாய் ஒருமுறை முக அலங்காரம் செய்து கொண்டபிறகு கண்ணாடியில் தனது முகத்தைப் பார்த்ததும் சிந்துவைக் கட்டியணைத்துக்கொண்டாள். தனது கனத்த மார்புகளை சிந்துவினோடு இணைத்து நின்ற லில்லிபாயின் விசமமான கைவிரல்களின் நகர்தலில் நிலைகுலைந்த சிந்து சட்டெனத் தன்னை மீட்டுக்கொண்டு விலகினாள். ஒரு ஆண் ஸ்பரிசம் போல இருந்தது லில்லிபாயின் தொடுதல். அதுவும் நன்றி முகமாக அணைத்துக்கொண்டவளின் கரம் இடுப்புக்குக் கீழே மெல்ல ஊர்ந்து அழுத்திவிட்டுக் காதின் நெருக்கத்தில் முகம் புதைத்துப் போதை வஸ்துவை உண்டவள்போல கிசுகிசுப்பாய்ப்

பேசியபோது உயிர்ப்பொருளின் ஒற்றைத் துடிப்பு அடங்கிக் கொள்ள நீண்ட நேரமாகியிருந்தது. காலையில் ஆறுமணிக்குப் படுக்கையிலிருந்து எழுந்து நல்ல ரசனையாக ஒரு தேநீர் போட்டுக் குடித்துவிட்டுக் கழிவறைக்குப் போய்வந்துவிட்டால் முப்பது நாற்பது நிமிடங்கள் உற்சாகமாக உடற்பயிற்சி மேற்கொள்ளும் சிந்துவுக்கு இன்று அதனை மேற்கொள்ள இயலாமல் போனது. அவள் படுக்கையை விட்டு இன்னும் எழும்பவில்லை. உறைந்ததுபோல இரவு அணிந்திருந்த உடையின் சில அழுத்தமான படர்தல்கள் இருந்தன. அவளுக்குள்ளிருந்து உயிர்த் திரவம் மேலும் மேலுமாகக் குதித்து உறைந்திருக்கிறது. இனியும் கனவின் நினைப்பு ஒரு மூர்க்கன் பாம்புபோல நெளிந்துவிடத் தயாராகுவதை உணர்ந்த அவள் எண்ணத்தை வேகவேகமாக மடைமாற்றி எழுந்துகொண்டாள். அவளுக்கு இன்னும் புரியாத புதிராக இருப்பது, மலையின் மறுபள்ளத்திலிருந்து ஏறி இறங்கிப் பள்ளத்தாக்கின் மரத்தருகே வினோத இசைக்கருவியோடு நடந்துவந்த தேவதூதனின் சாயலிலிருந்தவன் நெருக்கத்தில் பிலிப்பாக இருந்ததின் அர்த்தம்தான் புரியாமலிருக்கிறது. இத்தனைக்கும் அவனைப்பற்றி ஒரு சிறு சலனம்கூட தன் மனத்தில் வாய்த்திருக்காத நிலையில் இந்தக் கருப்பு வெள்ளைக் கனவின் பொருள் என்னவென்று அவளுக்கு ஒருபிடிமானமும் கிட்டவில்லை.

மாடியறையிலிருந்து கீழே வந்து ஸ்கூட்டியில் பியூட்டி பார்லருக்கு அவள் புறப்படும்போது நேரம் காலை பத்துமணி கடந்திருந்தது. மாற்றுப் பாதையில் செல்வதன் மூலமாக சிந்து யுனிவர்சல் காலனி வீட்டின் வேலை எப்படி போகிறது என்று பார்த்துவிட்டு பார்லருக்கு போகலாமென ஸ்கூட்டியைப் பூங்கா முன்பு நிறுத்தினாள். பால்சுசேட்டியின் அருகிலுள்ள பாதைவழியாக நடந்து வீட்டுக்கு முன்பாக வந்தபோது அங்கு ஐந்தாறுபேர்கள் கட்டுமான வேலையில் இருந்தார்கள். சிந்து வந்திருப்பதை அறிந்து பின்பக்கம் வேலையில் நின்றிருந்த பிலிப் வேகவேகமாக ஓடிவந்தான். பிலிப்பை இப்போது நேரடியாகப் பார்ப்பதற்கு அவளுக்குக் கொஞ்சம் சிரமமாக இருந்தது. மனங்களெல்லாம் ஒருபக்கத்தில் தனித்தனியாகவும் மறுபக்கத்தில் மனங்களின் ஒரு குவியலுக்குள்ளாகவும் இருக்கிறது. ஒன்றின் அசைவை ஒரு நீரோட்டம் அதன் நீண்ட எல்கை வரையிலும் ஈரப்பதத்தை விட்டுச்செல்வதுபோல ஒரு மனம் தனது அதிர்வை, அசைவை இன்னொரு மனத்துக்குச் சொற்ப அளவிலாவது ஏதோ ஒரு ஈர்ப்பின் விசையால் கடத்திவிடுகிறது. இந்தத் தருணத்தில் பிலிப்பும்கூட சிந்துவின் முகத்தைப் பார்க்கத் தயங்குவதுபோலவே தோன்றியது. அவள் பார்வையை

நகர்த்தி ஏதுமற்றவள்போல வேலைகளைக் கவனிக்கலானாள். பெரிய படுக்கையறையின் கதவைச் சேதாரமின்றி அப்படியே பெயர்த்தெடுத்திருந்தார்கள். பிலிப் சொன்னான், எல்லாவற்றையும் லேசாகத் திருப்பிவைத்துவிடுவார்கள் என்று. அவள் ஹாலிலிருந்து பாத்ரூம் அமைந்துள்ள பகுதியின் மேல் காங்க்ரீட் தளத்தை ஒரு சதுரவடிவத்தில் இயந்திரத்தின் உதவியால் உடைத்தெடுத்திருந்தார்கள். இங்கிருந்து மேலே செல்ல ஓர் படிக்கெட்டு வரும்போது பார்வையிலிருந்து பாத்ரூம் மறைந்துவிடும் என்றும் புதிய திறப்பின் மூலமாகக் காற்று உள்ளே வந்து வெளியேறும் பூரணம் கிடைத்துவிடும் என்றும் சொன்னாள். இந்தப் பூரணத்துவமே ஒரு வீட்டுக்கான ஆரோக்கியமாகும் என்றபடி சிந்துவை இன்னும் உள்ளே அழைத்துக் காட்ட இன்பராஜ் விரும்பியபோது பிலிப் நிறைய தூசும் இடிபாடுகளும் கிடப்பதால் வேண்டாம் பிறகு பார்க்கலாமென கரிசனமாகச் சொன்னபோது அவனை ஏறிட்டுப் பார்த்த சிந்து விடைபெற்றுப் பூங்கா பாதையில் நடந்து ஸ்கூட்டியில் புறப்பட்டுப் போனாள். இன்றைய வேலைகளை நிறைவுசெய்துவிட்டு மாலையில் வந்த பிலிப்போடு கொஞ்சம் பேசிக்கொள்ளச் சந்தர்ப்பம் அமைந்திருந்தது. அன்சாரி அவனின் ஜமாஅத் உறுப்பினர் சேர்க்கை விசயமாக கமிட்டிக் கூட்டம் நடைபெறுவதால் அதன் நிமித்தமாக அங்கு போயிருப்பதால் பிலிப் மட்டுமே பார்லரின் பால்வெள்ளைச் செயரில் அமர்ந்திருந்தான். பிலிப் பற்றிய நிறைய விசயங்களை அன்சாரி மூலம் சிந்து முன்னமே அறிந்திருந்தாலும் அவள் இப்போது புதிதாகக் கேட்பவள் போலத்தான் அந்தக் கனவுசீன் கதவில் சாய்ந்து நின்றபடி கேட்டுக்கொண்டிருந்தாள். “ஆக்சுவலி அன்னைக்கு நான் நல்லா குடிச்சிருந்தேன். குடியாவோட பிரதர் பார்ட்டி கொடுத்தது ...”

“அதென்ன பேரு குடியான்னு ...”

“அவளுக்கு வேற பேரு இருந்திச்சி ... அவளோட பிரதர் அவளை குடியான்னுதான் கூப்பிடுவான் ... அதுனால நானும் அவள அப்படியே கூப்பிட்டேன். குடியான்னா பொம்மையின்னு அர்த்தம் இருக்கு. உண்மையிலேயே அவ பொம்ம மாதிரிதான் இருந்தா ...”

“குடியாவும் நீங்களும் கல்யாணம் பண்ணிக்க இருந்தீங்களா?”

“ம்ம் ... கிட்டதட்ட கல்யாணம் பண்ணிக்கிட்ட மாதிரி தான்.”

சிந்து கொஞ்ச நேரம் மௌனமாக ஏதோ யோசனையாக இருந்துவிட்டுப் பிறகு, “கல்யாணம் பண்ணிக்கிட்ட மாதிரித் தாம்னா... எப்படி”யென லேசாகச் சிரித்துக்கொண்டாள்.

“எங்களுக்குள்ள எல்லாம் இருந்திச்சி...”

“எல்லாமேன்னா...”

“கடைசி ஒரு மாசம் குடியா வீட்ல சந்திக்கிறபோது நாங்க புருசன் பொண்டாட்டி மாதிரி...”

சிந்து தலையாட்டினாள். பின்னர் தனது கைகளைக் குறுக்காக கட்டிக்கொண்டே நின்றிருந்தவள்... “அவங்க உங்கள அப்புறமா தேடலியா..?”

“ரொம்ப தேடியிருக்காங்க... காலம் கடந்து போச்சி... எல்லாம் கைவிட்டுப் போச்சி... மணிக்கே நான் ஹாஸ்பிட்டல இருந்தது மூணுமாசம் கழிச்சித்தான் தெரிஞ்சிருக்கு... நான் மணி ரூம்ல தங்கியிருந்தேன். அன்னைக்கு நல்ல போதையானதுனால மணி ரூமுக்குப் போற மாடிக்குக் கீழே சின்னதா ஒரு செட் உண்டு கேரேஜ்னு சொல்லுவாங்க... மாடி ஏற முடியாம நான் அங்க போய்ப் படுத்துட்டேன்... எவ்வளவு நேரத்துக்குப் பிறகு நடந்தது. அப்படில்லாம் சரியா தெரியாது. முதல்ல இந்தக் கழுத்துலதான் குத்துனாங்க, கழுத்துல குதது விழுந்ததுனால சத்தம் வெளியே வரலே... இந்த கன்னோத்தோட காது பக்கத்துல நல்ல பலமா குத்து விழுந்துச்சி... மூணாவது நாலாவது குத்துவரைக்கும் ஓர்மை இருந்திச்சி... அப்புறம் தெரியலே...”

சிந்துவின் முகம் பீதியாய்க் கண்கள் ஈரப்பதத்தோடு நிலைகுத்திப் போயிருந்தது.

“உடம்புல இருந்து இரத்தம் போயிட்டே இருந்திருக்கு... எப்போ எப்படி ஹாஸ்பிட்டல் போனேம்னெல்லாம் தெரியாது. உண்மையிலே நான் செத்துப்போயிட்டேம்னுதான் ஹாஸ்பிட்டல்ல மார்ச்சுவரியில போட்டுட்டாங்க. என்ன மார்ச்சுவரியில போட்ட மறுநாளு அங்க எதோ ஒரு மினிஸ்டர் ஹாஸ்பிட்டல் விசிட் வரப்போறதா தகவல் வந்ததுனால எல்லாரும் முன்னேற்பாடா சரி பண்ணலாம்னு ஒவ்வொரு டிப்பார்ட்மெண்ட்லயும் பரபரப்பா சில வேலைகள செஞ்சதுல மார்ச்சுவரிக்கு வந்த ஒருத்தர் என் உடம்புல அசைவிருக்குன்னு அவசரஅவசரமாத் தூக்கிச் சிகிட்சைக்குக் கொண்டுபோய் ஒன்றுக்குப் பாதியாக என்னமோ செய்து காப்பாற்றி

யிருக்கிறார்கள். வாழவேண்டுமென வாழ்வு கிடக்கும்வரை இந்த இயற்கை நம்மை சாகவிடாது..."

அசைவற்று முழுக்கவனத்தையும் சிந்து பிலிப்பின் மீது வைத்திருந்தாள். பிலிப் சொன்னான், "நான் இப்போது கொஞ்ச நாட்களாகத்தான் அதிலிருந்து மீண்டிருக்கிறேன். எனது பழைய புகைப்படம் பார்க்கிறீர்களா" என்றபடி பிலிப் பர்சிலிருந்து தன் பாஸ்போர்ட் அளவுப் புகைப்படத்தை எடுத்து சிந்துவுக்கு முன்னால் நீட்டினான். சிந்து மிக ஆர்வமாய் வாங்கிப்பார்த்தாள். பிலிப் ஹிப்பித் தலையனாக இருந்தான். அவள் மேலும் கூர்ந்து பார்த்தாள். பள்ளத்தாக்கில் இறங்கி வந்த தேவதூதனின் சாயலில் பிலிப் புகைப்படத்திலிருந்தான். சிந்துவின் கண்கள் ஆச்சரியமாக விரிவடைந்தன.

திருவாழி

15

இன்று ஜமாஅத்தில் கமிட்டிக் கூட்டம். அன்சாரி காலையிலேயே ஜமாஅத் தலைவர் இஸ்மாயிலை அவரின் வீட்டில் பார்த்துக் காக்கி உறையிலிட்ட கடிதத்தைக் கொடுக்கப் போயிருந்தான். அவர் முதலில் கடிதத்தை வாங்க மறுத்துச் செயலாளரிடம் கொண்டு கொடுக்கச் சொன்ன போது, அன்சாரி "நான் முதலில் செயலாளரிடம்தான் போனேன். அவர்தான் உங்களிடம் கொடுக்கச் சொன்னார்" என்றதும் கடுமையான யோசனைக்குப் பிறகு வாங்கிக் கொண்டவர், "நான் தனிச்சி ஒரு முடிவும் எடுக்க முடியாது. கமிட்டிதான் பொறுப்பு. நீ எந்த வருத்தமும் எங்கிட்டப் படக்கூடாது" என்றபடி கடிதத்தைப் பிரித்துப் பார்த்தார்.

அனுப்புநர்

எம். அன்சாரி
த/பெ மர்கூம் மைதீன் கண்ணு,
இருப்பு வாத்தியார் தோப்பு,
பெரிய பள்ளிவாசல் ஜமாஅத்.

பெறுநர்

ஜனாப் இஸ்மாயில் அவர்கள்,
தலைவர்,
பெரிய பள்ளிவாசல் ஜமாஅத்

பொருள்: ஊரில் முறைப்படி உறுப்பினராக நியமிக்க வேண்டி

மதிப்புக்குரிய ஜமாஅத் தலைவர்க்கும் கமிட்டி உறுப்பினர்கள் அனைவருக்கும் இனிய ஸலாம்.

அஸ்ஸலாமு அலைக்கும் (வரஹ்)

எனது வாப்பா மர்ஹூம் மைதீன் கண்ணு அவர்கள் மறைந்து சுமார் ஐந்து வருடங்களுக்கு மேலாகிறது என்பதை கண்ணியத்துக்குரிய ஜமாஅத் நிர்வாகம் நன்கு அறியும். எனது வாப்பாவின் காலத்துக்குப் பிறகு எனது அறிவுக்கு அறியாத காரணங்களை முன்வைத்துக் கண்ணியத்துக்குரிய ஜமாஅத் நிர்வாகம், வரித் தொகையை நான் பலமுறை வழங்க முன்வந்தும் அதனைப் பெற்றுக்கொள்ளவில்லை. நான் ஒன்றிரெண்டு முறை வரிசெலுத்தமுயன்றபோதும் அதனை நன்கொடையாகவே பெற்றுக்கொண்டனர். என்னை எனது வாப்பா எடுத்து வளர்த்தார் என்றும், நான் அவரின் சொந்த மகனில்லை என்றும் குறிப்பிடுவது என்னையும் எனது உம்மா ராபியத்து அவர்களையும் மனதளவில் மிகக் கடுமையாகப் பாதித்துள்ளது. எனவே அன்புகூர்ந்து எல்லாம் வல்ல இறைவனுக்காக ஏழ்மை நிலையில் வாழும் எங்களின் மீது கருணைக்காட்டி ஜமாஅத்தில் வரிதாரராக இணைத்துக் கொள்ளும்படி வேண்டுகிறேன். மேலும் எனது சகோதரியின் திருமணத்தை நமது ஜமாஅத் சுமார் ஒன்பது ஆண்டுகளுக்கு முன்னால் சிறப்பாக நடத்திவைத்ததை நாங்கள் அன்போடு நினைவுகூர்கிறோம். நான் இப்போது திருமணப் பிராயத்தை எட்டியுள்ள நிலையில் ஜமாஅத் வரிதாரராக இல்லாத நிலையில் எனக்கு அமையவிருந்த சம்மந்தங்கள் விலகிப் போய்விட்டன. எனவே எனது எதிர்கால வாழ்வின் பொருட்டும் எனது குடும்ப நலனின் பொருட்டும் கமிட்டி இவ்விசயத்தில் ஒரு நல்ல முடிவை எடுக்கும்படி மிகமிகத் தாழ்மையுடன் வேண்டுகிறோம். வல்ல நாயன் நம் அனைவருக்கும் அருள்புரிவானாக, ஆமீன் ஆமீன் யாரப்பல் ஆலமீன்.

இப்படிக்கு
தங்கள் உண்மையுள்ள
எம். அன்சாரி.

புகழேந்தி பழைய பழக்கத்தில் கிருஷ்ணனைப் பார்க்க அடிக்கடி வந்துபோவதுண்டு. அதுபோல இன்று காசீமின் ஆட்டோவில் வந்தபோது அவரை விட்டுவிட்டு காசீம் திருவாழிக் கட்டிடத்தின் முன்பாகக் காத்திருந்தபோதுதான் அன்சாரிக்கு மனு எழுதிக் கொடுத்தபடி, “நீ இதக்கொண்டு போய்

தலைவர்ட்ட கொடு. இந்த கமிட்டிக் கூட்டத்துல அவனுவோ ஒரு முடிவெடுக்கலைன்னா பொறவு பாத்துக்கலாம்...” இதன் பிறகுதான் அன்சாரி கடிதத்தை எடுத்துக் கொண்டு வேகவேகமாக போய் இஸ்மாயிலைப் பார்த்துக் கொடுத்தது. இஸ்மாயிலுக்கும் அன்சாரியின் மனுவைப் படிக்க ஆரம்பித்தபோதே இதை யாரோ எழுதிக் கொடுத்திருப்பதாகத்தான் கருதினார். இதற்கு முன்னால் அன்சாரி செயலாளரிடம் வழங்கிய மனு ரொம்பவும் தாறுமாறாக இருந்தது.

இஸ்மாயிலுக்கு அன்சாரியை ஊரில் இணைத்துக் கொள்ள வேண்டியதுதான் சரியான முறை என்று தோன்றியது. மைதீன் கண்ணுவின் மகன் என்பதில் அவருக்கு எந்த முரணுமில்லை என்றாலும் கமிட்டியில் அஞ்சாறு கரவாபோனவன்கள் கிடப்பதால் எதையும் உருப்படியாகச் செய்விடாமல் முட்டுக்கட்டை போடுவான்கள். அன்சாரியை இஸ்மாயில் சின்னப் பையனிலிருந்தே பார்த்துவருகிறார். பத்து, பதினாலு வயதுவரைக்கும் மதரசாவுக்கு வந்து போனவன். ரேசன் அட்டையிலிருந்து வாக்காளர் அடையாள அட்டைவரை மைதீன் கண்ணுவின் மகனென அடையாளப்படுத்தப்பட்டப் பிறகு கூட ஒரு ஜமாஅத் அவனை உரிமைக்குரியவனாக அடையாளப் படுத்தச் சில வியாக்கியானங்களை முன்வைப்பதைக் குறித்து இஸ்மாயிலுக்கு உண்மையில் வலி இருந்தது. இத்தனைக்கும் மைதீன்கண்ணு ரொம்பவும் முன்பே அன்சாரிக்கு ஒரு பிறந்த தேதியும் குறிப்பிட்டு நீதிமன்றம் வாயிலாக மைதீன் கண்ணுவுக்கும் ராபீயத்துக்கும் மகன் அன்சாரியின் பிறந்த தேதியென்று நகராட்சிச் சான்றிதழும்கூட பெற்றிருந்தார். இவையெல்லாம் பார்த்துவிட்டுத்தான் அவர் அதனை நாம் ஏற்றுக்கொள்ள வேண்டும் என்றார். ஜமாஅத் தலைவராய் இருப்பதாலேயே எல்லாவற்றையும் அதிலுள்ள நியாயங்களையும் உடனடியாக நடப்பிலாக்க முடியுமா என்ன? நியாய தர்மங்களின் மீது மனிதனுக்குக் கடப்பாடற்ற கருணை சுரந்தாலொழிய மற்றவற்றில் சாத்தியமில்லை. மதம் பற்றிய அறிவைப் பூரணத்துவமாகப் பெற்றிராதவன்களை வைத்துக் கொண்டு அதன் உள்ளார்ந்த தாத்பரியங்களை எங்ஙனம் நடைமுறைப் படுத்துவது? அன்சாரியின் விசயத்தை இஸ்மாயில் சிலமுறை கமிட்டியில் பேசாமலில்லை. அப்படி பேசியபோதும் அவை பிரயோஜனமான பேச்சாக அமையவில்லை. எடுத்தவுடனே எவனாவது ஒருவன் சொல்லுவான், “நமது ஊரின் பாரம்பரியம் என்னாவது... வருகிறவன் போகிறவனை எல்லாம் வரிக்காரனாக்க இதென்ன சந்தை மடமா? நமக்குள்ள பாரம்பரியம் முக்கியம்...” என்பான்.

இந்தப் பாரம்பரியம் பற்றிய பேச்சை ரொம்பவும் முக்கியமானதாக ஒன்றிரெண்டு கமிட்டி உறுப்பினர்கள் அடிக்கடி பீற்றிக்கொண்டிருப்பது அன்சாரிக்கும் தெரியும். அவர்கள்தான் அன்சாரி விசயத்தில் முட்டுக்கட்டையாக இருக்கிறார்கள் என்ற விசயத்தை அன்சாரி காசீமிடம் சொன்னபோதுதான் காசீம், “பாரம்பரியமும் மயிருந்தான் ... நான் பாக்காத பாரம்பரியமா ... இந்த லெட்டரக் கொண்டு குடு ... பாத்துக் கிடலாம் ...” என்று அனுப்பிவைத்தான். காலையில் அன்சாரி வேகமாகப் போகையில் கிருஷ்ணனிடம் பேசிக் கொண்டிருந்த புகழேந்தியும் என்ன விசயமெனக் கேட்ட போது அவனுகளின் ஊர் விசயமென கிருஷ்ணனும் வேறு பேச்சுக்குப் போய் விட்டார்.

புகழேந்தி ஐந்தாறு மாதத்துக்கொரு முறையாவது இங்கே வந்து போவார். கிருஷ்ணனிடம் நலம் விசாரித்துவிட்டு அப்படியே அந்தப் பாதைக்கு பட்டணம் சாயிபுவை ஒரு பார்வை பார்த்துவிட்டுப் போவார். பண்டு ஜாஹீரோடு உள்ள நெருக்கத்தாலும் மதிப்பாலும் காசீமின் மீதும் புகழேந்திக்கு பெரும் அன்பு இருப்பதுபோல மைதீன்கண்ணுவின் பழக்கத்தால் அன்சாரியின் நலன் மீதும் நிறைய அக்கறை உண்டு. கிருஷ்ணன் கடையின் பின்னாலுள்ள சிமெண்டு பெஞ்சிலமர்த்தி புகழேந்திக்கு ஆறுமுகம் இட்லி பரிமாறிக்கொண்டிருந்தான். காசீம் எதிரே டிராக்டர் டயரில் சாய்ந்தபடி நாளிதழ் வாசித்துக் கொண்டிருக்கும் நேரத்திலேயே அன்சாரி இஸ்மாயிலைப் பார்த்து மனு கொடுத்துவிட்டு அங்கு வந்தபோது அவனிடம் புகழேந்தி மெல்ல கேட்டார்... “போன காரியம் என்னாச்சிடே...” புரியாமல் பார்த்த அன்சாரியிடம் கிருஷ்ணன் எல்லாம் சொன்னார்.

“ம்... சொல்லு என்னாச்சி...”

“ம்... நடக்கும்...”

“நடக்குமா... நடக்காதா?”

“பாக்கேம்னு சொல்லிருக்காரு...”

“பாத்தா பாக்கட்டும். இல்லன்னா சொல்லு ... உனக்கு ஊருதானே வேணும்... நான் பாத்துத் தரவா ... நம்ம காப்பகம் பக்கத்துல ஒரு முஸ்லீம் ஊரு இருக்கு ... அந்த ஜமாஅத் தலைவரு எனக்கு உயிருக்கு உயிரா பழக்கமானவருதான் ... நான் சொன்னா அங்கே அவரு வரியில சேத்துப்பாரு ... பேசிரவா ...”

காசீம் குறுக்கிட்டுப் பேசினான்,"இங்க பாத்துகிடலாம்... சும்மா பீத்துவானுவோ ... இவனுவளுக்குப் பாரம்பரிய மண்ணாங்கட்டிய நான் பாத்துக்கிடேன். தேவையில்லாம பிரச்சனைக்குப் போக வேண்டாம்ன்னு நான் அதிகமா அங்க போறதில்லை... இனி இது சரியாவலைன்னா நான் பாக்கலாம்..."

புகழேந்தி, காசீமைப் பார்த்துக்கொண்டே அன்சாரியிடம் "காசீம் பாத்துப்பான்..." எனப் பேசிவிட்டு மறுநாள் காலை திருச்செந்தூர் செல்லும் விசயத்தையும் பேசினார். கொஞ்ச நேரம் அங்கே இருந்தபடி காசீமின் ஆட்டோவிலேயே புகழேந்தி பட்டணம் சாயிபு வீட்டுக்குப் புறப்பட்டுப் போக எழுந்து வெளியே வந்தார். அப்போது திருவாழிக் கட்டிடத்தின் மேலே ஜரூராக வேலை நடப்பதைக் குறித்தும் பேசிவிட்டு ஐந்தாம் எண் கடையின் அமானுஷ்யக் கதையை கிருஷ்ணன் பேசியபோது பட்டணம் மொதலாளியின் கடையில் தொட்டிக்காகத் தோண்டியபோது கிடைத்த கல்பற்றிப் பேச்சு வந்தது. புகழேந்தி கடவுள் நம்பிக்கையற்றவர் என்பதால் ஐந்தாம் எண் கடையைப் பற்றிய கிருஷ்ணனின் பேச்சுகள் மிகைப்படுத்தப்படும் உடாய்ப்புக் கதைகள் என்று சிரித்துக்கொண்டே சிலவற்றைக் கேலி செய்வார், சிலவற்றை அவர்களுக்கான விசயமென விட்டுவிடுவார்.

ஐந்தாம் எண் கடையின் கல்பற்றிய பேச்சில் இன்று காலையிலேயே வேலையும் சோலியுமில்லாத ஒன்றிரெண்டு பேர் கலந்திருந்தனர். நீண்ட நாட்களுக்குப் பிறகு இங்கு வந்திருக்கும் ஜீனாவிடமிருந்து கல்பற்றிய பேச்சு வந்தது. ஆராச்சார் நிலத்தின் மூலையில் ஒரு பெரிய கல் கிடந்ததாகவும் அதனை பிளாட்டுக்குப் பாதை வடிவமைக்கும்போது வக்கீல் முதலில் குட்டிக்குளத்தங்கரைப் பக்கமாக ஐந்தாறு ஆட்களை வைத்துப் புரட்டித் தள்ளியதாகவும், அந்தப் புரட்டிய குழுவிலிருந்த மேஸ்திரி பண்டு மகாலிங்கம் கொத்தனார் திருவாழி மனையிலிருந்து தொட்டி, தோண்டும்போது எடுத்த கல் என அடையாளம் சொன்னதாகவும் பிற்பாடு வக்கீல் அந்தக் கல்லை ஒரு டிப்பர் லாரியில் வைத்துக் கறுப்புக் கோடு மலையில் கல் உடைக்குமிடத்துக்கு மாற்றிக்கொண்டு போனதாகவும் எல்லாப் பொருத்தங்களோடும் நல்ல வசீகரிக்கும் விதமான கதைபோல அவன் பேசினான்.

"கறுப்புக் கோடு மலையடிவாரத்தில் இப்போ அந்தக் கல்லு கிடக்கா" என்று கிருஷ்ணன் கேட்டதும்,"இன்னும் ஒரு வாரத்துல துப்பெடுத்து சரியா சொல்லுகேன்" எனச் சொன்னான்.

“அந்தக் கல்லு இந்த மனையில மொதல்ல எப்படி வந்திருக்கும்?” அன்சாரி பொதுவாகக் கேட்டபோது ஜீனா மேலும் நீட்டிப் பேச ஆரம்பித்தான்.

“மண்ணுக்குள்ள கல்லுக கிடக்கத்தான செய்யும்... நான் அதப்பத்திச் சில கதைகள் கேள்விப்பட்டேன். ஆனா ஒண்ணும் நம்பது மாதிரி இல்லே... ஆளாளுக்கு ஒவ்வொன்னா சொல்லானுவோ... மேஸ்திரி சொன்னது அனுமான் சஞ்சீவி மலையத் தூக்கிட்டுப் போனாம்லா... அதுல சிலிப்பாயி விழுந்த ஒரு பிசிருதான் இந்த கல்லுன்னு ஒரு பேச்சு கெடக்கதா பேசினாரு...”

புகழேந்தி கேட்டார்,“ஏது, ஐஞ்சாம் நம்பர் கடையில மகாலிங்கம் கொத்தன் தோண்டி எடுத்த கல்லா..?”

“ஆமா அப்படித்தான் பேசுனானுவோ... நீங்க என்ன அப்படி பாக்காதியோ... நான் அப்போ அங்க நின்னு இந்த காதாலக் கேட்டதத்தான் சொல்லுகேன்...”

“மேஸ்திரி யாருடே...”

“நம்ம அமிர்தலிங்கம்...”

“அனுமான் இந்த ரூட்ல திருவாழி கட்டிடத்துக்கு மேலே ட்ராவல் பண்ணுனதுக்கு வாய்ப்பே இல்லியே...”

“நானும் அதக் கேட்டேன். அமிர்தலிங்கம் என்ன சொன்னாருன்னா அப்போ உலகம் திரும்பிக் கிடந்ததுதாம்...”

“திரும்பின உலகத்த பொறவு யாரு வந்து நேராக்குனதாம்..?”

“அது தன்னாலே நேராயிட்டாம்...”

புகழேந்தி சிரித்துக்கொண்டே காசீமிடம்,“நீ வண்டிய எடு, போயிருவோம். இங்கே இனி நின்னா நம்ம சமநிலை குலைஞ்சிடும்... போயிடலாம் இவனுட்ட ரொம்ப நேரம் நிக்கக்கூடாது” என வேகமாகக் கிளம்பிப் போனார்கள். புகழேந்தி வேகமாகப் புறப்பட்டுப் போவதைப் பார்த்தபடியே “அவன் நம்பமாட்டான். அவனுக்கு இதெல்லாம் பிடிக்காது. நீ சொல்லு நான் கேட்கேன்,” என ஜீனாவை உசுப்பிவிடும் யுக்தியாக தொடர்ந்து கிருஷ்ணன் பேச்சுக் கொடுத்தார். உரையாடல் ஒரு கருஞ்சாரைப் பாம்புபோல நெளிந்து நெளிந்து போய்க் கொண்டிருந்தபோது ஜீனாவிடம் கிருஷ்ணன் அப்புராணிப்போலக் கேட்டார்.

“ஆராச்சார் மனை மூலையில கெடந்த கல்லு இப்போ கருப்புக்கோட்டு மலையடிவாரத்துல எங்க கிடக்காம்னுள்ளத... நீ மனசு வச்சா உடனே கண்டுபிடிக்கலாம்...”

“அதான் துப்பெடுத்து சொல்லுகேம்ன்னு சொன்னம்புல்லியா. அதுலயும் வேற ஒண்ணு ரெண்டு கதை கெடக்கு...”

“என்ன கதை..?”

“கறுப்புக் கோடு மலையடிவாரத்துல அந்தக் கல்ல மட்டும் மேலருந்து பறந்து வந்த ஒரு மைனா வந்து தூக்கிட்டுப் போயிட்டுன்னு பேசுகானுவோ...”

“எது பறக்குமே, அந்த மைனாவா..?”

கிருஷ்ணன் மறு கேள்வி கேட்டதும் ஜீனா தலையாட்டியபடி காட்டு மைனா என்றதும் அன்சாரி மௌனமாக அவனைப் பார்த்தான்.

“பறக்குத காட்டு மைனான்னுதான் சொல்லுகானுவோ... ஒரு காட்டு மைனா வந்து கல்லத் தூக்கிட்டுப் போச்சினுள்ளதை நம்ம முடியாதுல்லா... ஆனா நானும் நம்பாம நம்ப பாலம் வைத்தியர்ட்ட போய் இதப்பத்திக் கேட்டேன்... கொஞ்ச நேரம் தெக்கப்பாதுட்டு அவரு மைனா இல்லே, ஒரு குதிரை தூக்கிட்டுப் போச்சின்னு சொன்னாரு...”

“எந்த குதிரை..?”

“முன்னால அங்க ஒரு ஓவியன் இருந்தானாம்... அவன் கறுப்புக் கோடு மலையில வரைஞ்ச குதிரைத்தான் திடீர்னு நல்ல கனச்சிக்கிட்டு அந்தக் கல்லையும் தூக்கிட்டு ஓடி[illegible]ாம்வே... ஞும்னா பாருங்கோ கூடிய சீக்கிரம் கருப்புக்கோடு மலையே காணாம போவும்...”

ஜீனா காலையிலேயே குடித்திருப்பானோ என்று அன்சாரிக்குச் சந்தேகமிருந்ததால் அவனை லேசாக நெருங்கிப் போனான். அவனிடமிருந்து மது வாடை வீசியதுபோலவும் இல்லை. ஆனால் கிருஷ்ணன் விடாமல் ம்..கொட்டியபடி பொறவு பொறவு என்றார்.

“பின்னே இனியும் ஒரு கதை இருக்கு...”

“அந்த கல்ல தூக்கிட்டுப் போனதுலயா..?”

“ஆமாம்... அரைப் பனை உயரத்துல அப்போ ஒரு பொம்பள இருந்தாளாம்... அவ அந்தக் கல்ல கொல்லைக்கிருந்தால

நைசா கீழே இருந்து கவுட்டைக்கிடையில வச்சி நசுக்கிக்கிட்டுப் போயிட்டான்னும் சொல்லுகானுவோ...”

வேதமாணிக்கமும் ஆறுமுகமும் லேசாக நகர்ந்துபோய்ச் சிரித்தார்கள். கிருஷ்ணன் அவர்களை முறைத்துக் கொண்டே அன்சாரியிடம் சொன்னார், “இவனுட்ட நிறைய விசயங் கெடக்கு பாத்துக்கோ.”

அன்சாரி சிரித்தபடியே வெளியே பார்க்கும்போது மைனர் சலாம் இன்று முழு மஞ்சள் உடையில் கடந்து போனான். அன்சாரி மெல்ல நகரலாமென முயல ஜீனா புதிதாகச் சில விசயங்களை ஒரு குறிகாரனைப் போல கிருஷ்ணனிடம் பேசிக்கொண்டிருந்தான். ஜீனாவை ஒரு நிலத் தரகராக அன்சாரிக்குத் தெரியும். ஆனால் இப்படியெல்லாம் பேசுவானென்று இன்றுதான் தெரிகிறது. மனோகரன் வாத்தியார் முதன்முதலாக ஜீனாவை ஏரியாவுக்குக் கூட்டி வந்தபோது ரொம்ப நல்ல விசயஞானமுள்ள பையனென கிருஷ்ணனிடம் அறிமுகப்படுத்திவைத்தார். அப்போதிலிருந்து அடிக்கடி வந்துபோகிறவன். முன்பொருமுறை கிருஷ்ணனிடம் வந்து ஒரு ரகசியம் சொல்லுவேன் யாரிடமும் சொல்லக்கூடாதென சத்தியம் வாங்கிக்கொண்டு, தனது ராசிக்குத் தான் ஒரு மாநிலத்துக்கு முதல்வராக வரும் பலன் இருப்பதாக உறுதியாகச் சொன்னான். கிருஷ்ணன் அப்போது வாராச்சி மரமூட்டில் போய்ச் சிரித்துவிட்டு வந்தார். பின்னர் ஒருமுறை “கருப்புக் கோடு மலையடிவாரம் கடந்துபோனால் ஆசிரமம் அமைப்பதற்குத் தோதான அறுபது ஏக்கர் நிலம் விற்பனைக்கு இருக்கிறது. ஆள் இருந்தால் சொல்லுங்கள். இது மனோகரன் வாத்தியாருக்குத் தெரியக்கூடாது” என்றான். அந்த இரவே கிருஷ்ணன் அதை மனோகரன் வாத்தியாரிடம் சொன்னபோது அவர் ஜீனாவைக் கிறுக்கனென்றார்.

“சார், நீங்கதான் அவன ஞானமுள்ளவம்னு சொன்னீயோ..”

“அது அன்னைக்கு சொன்னேன். ஆனா உண்மையிலேயே அவன் ஞானக்கிறுக்கன். கவர்னராவ ராசியிருக்குன்னு சொல்லிருப்பானே...”

“எங்கிட்ட முதல்வர்னு சொன்னான்.”

மனோகரன் வாத்தியார் சிரித்தபடியே சொன்னார், “அவன் ஒரு உச்சிக் கிறுக்கேன்... ஆனா அவன் சில நேரங்களில் காரியமாகப் பேசுவதைப் பார்த்தால் அவனை உச்சிக் கிறுக்கனென்று தள்ளிவிட முடியாது.” அன்சாரி மெல்ல எட்டிப் பார்த்தான். இப்போதும் ஜீனாவும் கிருஷ்ணனும் பேசியபடிதான் இருக்கிறார்கள்.

ஏதேனும் முக்கிய கதைகளாக இருந்தால் எப்படியும் கிருஷ்ணன் சொல்லுவார் என்றபடி அன்சாரி நடையின் வேகத்தைக் கூட்டி ஒன்றாம் எண் கடையின் பாதை வழியாக வெளியே நின்றிருந்த ஷியாமளாவைப் பார்த்து லேசாகச் சிரித்துவிட்டு திருவாழிக் கட்டிடத்தின் மாடிக்குப் போனான். சிலங்கா இன்று வரமாட்டான் என்று அவன் நேற்றே அன்சாரியிடம் சொல்லியிருந்தான். நாளை எவரெஸ்ட் வெல்டிங் நெல்சனின் ஆட்களோடு முழுவதும் மேற்பார்வையாளராக நின்று கொள்ள வேண்டும் என்று சொன்னதோடு மட்டுமல்லாமல் நெல்சனிடம் அன்சாரிக்கு ஓராள் சம்பளம் தனியாகக் கொடுக்கும்படியும் சொல்லிச் சென்றிருந்தான்.

இன்று நல்ல வெயில் வேறு அடித்துக்கொண்டிருந்தது. ஜரூராக வேலை நடந்துகொண்டிருக்கும் சிந்துவின் வீட்டிலும் பிலிப் அன்சாரியைத் தேடுகிறான். இன்னும் இரண்டு மூன்று நாட்களில் இன்பராஜ் கட்டுமான வேலைகளை சிந்துவின் வீட்டுக் கீழ் தளத்தில் நிறைவுசெய்துதருவதாகச் சொன்னான். மாடிப்படி அமைக்கப்பட்ட சென்டிரிங் பலகைகளைப் பிரிக்காமலேயே படியைக் கட்டி மேலே அறைக்கான வேலையும் லிண்டில் மட்டத்துக்கு வந்துவிட்டது. அன்சாரி, நாளை சிலங்காவுக்கான மண்டப வேலையும் நாளை மறுநாள் திருவாழியின் மாமியை அழைத்துக்கொண்டு திருச்செந்தூர் செல்லும் வேலையும் இருப்பதால் தன்னை இரண்டு நாட்கள் தேடக்கூடாதென ஏற்கெனவே பிலிப்பிடம் சொல்லியிருந்தான். பிலிப்பும் சிந்துவின் கட்டிட வேலையைச் சிறப்பாக முடித்துக் கொடுப்பதில் முழு தாத்பரியம் கொண்டிருக்க வேண்டும். இதே வேறு கட்டிடமாக இருந்தால் இந்நேரம் ஒரு பக்கத்தில் பெயிண்டிங் வேலையைத் தொடங்கியிருப்பான். ஆனால் இங்கு அவன் அவ்வாறு அவசரகோலத்தில் எதையும் அள்ளித் தெளிக்க விரும்பவில்லை. கட்டுமானப்பணி முடிந்து பூச்சு வேலைக்கு முன்பாக பிளம்பிங் வேலைக்கு ஏற்பாடு பண்ணியிருந்தான். நிறைவுபெற்ற ஒன்றை மீண்டும் உடைத்து ஒட்டுகிற வேலையை இங்கு அவன் நடைமுறைப் படுத்தாமல் அதனதன் அளவில் பொருத்தத்தோடு திட்டமிட்டிருக்கிறபடியால் பெயிண்டிங்கை இறுதியில் பார்த்துக்கொள்ளலாமென வைத்திருக்கிறான் எப்படியும் ஒரு மாதமாவது நேரம் பிடித்துக் கொள்ளும். நேற்றும் வந்து பார்த்துவிட்டுப் போன சிந்துவுக்குக் கட்டுமான மாடிப்படிகளில் தன்னைப் பவ்யமாக அழைத்துப் போன பிலிப்பின் மீதான மதிப்பு கூடியிருப்பதை அவளின் முகபாவனை வெளிப்படுத்தியது. அவள் டாக்டர் ஆசீரிடம் தொலைபேசியில் நேரம் கேட்டுப் பேசிவிட்டு பிலிப்பைப் போய்ப் பார்த்துவரச் சொன்னாள். சிந்துவின்

இந்த அக்கறை அவனை ரொம்பவும் சிலிர்ப்புக்குள்ளாக்கியது. இப்படியான ஒரு விசயத்தை இதுவரையிலும் அவன் போலும் சிந்தித்ததில்லை. மாலை ஆறுமணிக்குத்தான் டாக்டர் ஆசீரைச் சந்திக்க வேண்டியிருப்பதால் ஐந்துமணிவரையிலும் வேலை இடத்திலேயே நின்றுவிட்டுப் பின்னர் போய்க் குளித்துவிட்டுப் புறப்பட்டான். அவன் தனது வாழ்வில் இப்போது நீண்ட வருடங்களுக்குப் பிறகு நேர்த்தியாக உடையணிந்திருந்தான். ஐந்தரைமணிக்குப் பிறகு எப்படியும் சிலங்காவின் மண்டப வேலையும் முடிந்துவிடும். எனவே டாக்டர் ஆசீரைப் பார்க்கப்போகும்போது அன்சாரியையும் கூட கூட்டிக்கொண்டு போகலாமென யோசித்து பிலிப் போன்பண்ணியபோது அன்சாரி, எட்டுமணிக்குள் திரும்ப வருவதாக இருந்தால் கூட வருகிறேன் என்றான். அன்சாரிக்கும் இன்று சும்மா நின்று மேற்பார்வை பார்ப்பதுபோல இல்லாமல் கொஞ்சம் கடுப்பமான வேலையும் இருந்தது. மைனர் சலாம் கடையை ஒட்டிய கிணற்றுப்பக்கப் பாதையைக் கொஞ்சம் கம்பிகளைச் சும்மா சாய்வாகவைப்பதுபோல திட்டமிட்டுத் தற்காலிகமாக அடைக்க வேண்டுமென சிலங்கா அன்சாரியிடம் சொல்லிச் சென்றிருந்தான். மைனர் சலாமுக்குத் தொடர்ச்சியாக மனஉளைச்சலை உருவாக்கும் விதமாக சிலங்காவுக்கும் கூட அவன்மீது ஒரு வன்மமிருந்தது. மனோகரன் வாத்தியாரைத் தான் ஆள்வைத்து வெட்டியதாக ஏரியாவில் கதை பரப்பியதைப் பின்னர் மனோகரன் வாத்தியாரே சிலங்காவிடம் சொல்லி மைனர் சலாம் பற்றி மனசுக்குள் உருவாக்கியிருந்த சித்திரம் அத்தனை உவப்பானதாக இல்லாததும் ஒரு காரணம் என்றாலும் பிரதானக் காரணமாயிருந்தது ஏழாம் எண் கடையை வசப்படுத்த வேண்டுமென்கிற சிலங்காவின் முனைப்புதான்... அவனுக்குத் திருவாழியின் ஆதரவும் இருந்தது. அன்சாரியும் எல்லா வகையிலும் ஒத்துழைக்கத் தயாராக இருந்ததால் அவனும் அதற்கான நேரத்தைக் கணக்கிட்டு வைத்துக்கொண்டுதான் மேலே வேலையாக நின்றிருந்தான். மைனர் சலாம் கடையில் பன்னிரண்டு மணிக்கு சுலேகா போன பிறகு ஒரு அரைமணி நேரம் கடந்து சாந்தினியும் போய்விடுவாள். இரண்டு மணிக்கு சுலேகா வந்த பிறகு மைனர் சலாம் போனால் சாயங்காலம் ஐந்தரை மணிக்குத்தான் மறுவிஜயம். சாந்தினி மூன்று மணிக்கு வருவாள். இந்த நேரத்தைக் கணக்கிட்டுத்தான் அன்சாரி நெல்சனிடம் சொல்லியிருந்தான். இரண்டேகாலுக்கு திருவாழிக் கட்டிடத்தின் முன்னால் வந்தால் வேலையாட்கள் எல்லோருமாகச் சேர்ந்து ஒரு அரைமணி நேரத்தில் குழாய்களை இறக்கி அடைத்துவிடலாமென போட்டிருந்த திட்டம் சரியாக பொருந்திக் கொண்டது. சுலேகா சத்தம் கேட்டு ஓடி வந்தாள். "இத

திருவாழி

இப்படி அடைச்சி வச்சியள்னா தண்ணி எடுக்க எப்படி போவது" என்றபோது அன்சாரி ரொம்பவும் பவ்யமாகச் சொன்னான், "இப்போ இறக்கிவச்சிட்டு உடனே மேலே ஏத்திருவாங்க..." அவள் ஆமோதித்து நின்று பேசிக்கொண்டிருக்கும்போதே சரசரவென அடுக்கிவைத்திருந்தனர். மூன்றுமணிக்கு சாந்தினி வந்து சுலேகாவிடம் சத்தம்போட்டுவிட்டு அன்சாரியைத் தேடியபோது அவன் திருவாழிக் கட்டிடத்தின் மேலே மறைந்து நின்றுகொண்டான். ஐந்தரை மணிக்கு மைனர் சலாம் வருவதற்கு முன்னால் ஒன்றாம் எண் கடையின் வழியாக இறங்கி பைக்கை எடுத்தபடி சிலங்காவுக்குத் தகவல் சொல்லிவிட்டு பிலிப்பிடம் போய்விட்டான்.

திருவாழிக் கட்டிடத்தின் மேலே மண்டப வேலை காரணமாக ஏற்கெனவே அங்கிருந்த தொட்டி பிரிக்கப்பட்டதால் இப்போது பத்திருபது நாட்களாகப் பின்னாலுள்ள கிணற்றிலிருந்து தண்ணீர் எடுத்துப் பயன்படுத்தி வந்த மைனர் சலாம் கடைக்கு அது இன்று இடங்கேறாக மாறியது. ஐந்தரை மணிக்குக் கடைக்கு ரோஸ் பவுடரெல்லாம் போட்டுக் கெமையாக வந்திறங்கிய மைனர் சலாமுக்குப் பாதை அடைப்பு, அதுவும் கம்பிகளைத் தாறுமாறாகப் போட்டுப் பார்க்கவே அவலட்சணமாக இருந்த அந்தச் சூழ்நிலை ரொம்பவும் எரிச்சலாக இருந்தது. சுலேகா அவசரமென்று வீட்டுக்கு ஓடிப்போனாள். மைனர் சலாம் சாந்தினியிடம் விவரத்தைக் கேட்டுவிட்டு வேகவேகமாக ஒன்றாம்எண் கடையின் பக்கவாட்டுப் படிக்கட்டு வழியாக மேலேறிப் போய் அங்கிருந்த நெல்சனிடம் கேட்டார்,"யாருட்ட கேட்டுட்டுப் பாதைய மறைச்சி பைப்பெல்லாம் வச்சிருக்கியோ... என்ன நியாயமிது... நீங்க வேலை செய்யியோன்னா நான் இனி ரோட்டோட போவட்டா..."

"எனக்குத் தெரியாது. எதுனாலும் அன்சாரிட்ட கேளுங்க அண்ணே..."

"அன்சாரி எங்கருக்கான்..."

"ஏதோ அவசர வேலையின்னு வெளியே போனான்..." என்றபடி சலாமைப் பொருட்படுத்தாமல் வேலையில் கவனமாக இருந்த நெல்சனின் செயல் சலாமின் வெப்ராளத்தை இன்னும் மிகைப்படுத்தியது."இது என்ன மண்டபம்? இதெல்லாம் எங்கே வெளங்கப் போகிறது? வேற வேலை மயிரு இல்லாம பணத்தக் கொண்டு போடுறானே, ஏற்கனவே ஐஞ்சாநம்பர் கடையில கால ஒடைச்சவன் அதோட மொத்தமா தொலைஞ்சிப் போவப் போவாம்ன்னு பாத்தா... இப்போ மண்டப மயிரு வேற" என்று

நினைத்தபடி அங்கிருந்தே மேலும் கீழுமாகச் சுற்றிலும் பார்த்த சலாமுக்கு திருவாழிக் கட்டிடத்தின் மாடியில் கடுமையான போதையின் பிடியில் விழுந்து கிடந்த கடந்த காலத்தின் காட்சிகள் கருப்பாய் அப்பிக்கிடந்தன. குடித்து நினைவற்றுப் போதையின் உச்சத்தில் பிடிமானமற்றுக்கிடக்கையில் ராஜாமணியோ பாபுவோ பட்டண சாயிபுவின் ஹோட்டலில் பின்னாலிருந்து தூக்கிக்கொண்டு வந்து குப்பையைப்போல போட்டுவிட்டுப் போகிற நினைவுகள் துரத்துகின்றன. அவன் மேலிருந்து பார்க்கும் போது எதிரே கிருஷ்ணன் கடை அமைந்துள்ள மனையின் விநோத வடிவமும் மனையும் அதன் பின்பக்கமாக மலைபோலக் குவிந்துகிடக்கும் சவறுகளும் தெரிந்தன. நீண்ட காலத்திற்குப் பிறகு இன்றுதான் திருவாழிக் கட்டிடத்தின் மாடியில் நின்று பார்க்கும் வாய்ப்பு அமைந்திருக்கிறது. சுற்றிலும் சலாம் பார்த்து வரும்போது அன்சாரியைப் பற்றி நேராகப் போய் கிருஷ்ணனிடம் கேட்கலாமாவென நினைத்தான். பிறகு அந்த நினைப்புச் சரியாகப் படவில்லை. மீண்டும் படியிறங்கிக் கீழே வந்தவன் மிகத்தீவிரமான யோசனையோடு நேராகக் கடைக்குப் போய் சாந்தினியையும் வீட்டுக்குப் போகச் சொல்லிவிட்டு ஷட்டரை வேகமாக இழுத்துப் போட்டுப் பூட்டினான். வெளியே கிடந்த தன் மஞ்சள் செருப்பை அணிந்தபடி வண்டியில் மெயின் ரோட்டுப் பாதைக்கு வளைவில் வேகமாகத் திரும்பிப் போனான். ஆறுமுகம் எல்லாவற்றையும் பார்த்துவிட்டு கிருஷ்ணனிடம் சொன்னதும் கிருஷ்ணன் ஒன்றும் பாக்கி இல்லாமல் போனில் அன்சாரிக்குச் சொன்னார். அன்சாரி ஏரியாவில் இல்லையென்றால் திருவாழிக் கட்டிடத்தின் சின்ன அசைவுகளைக்கூட அவனுக்கு கிருஷ்ணன் எவ்வகையிலாவது சேர்த்து விடுவதை ஒரு வழமையாகவே கொண்டிருக்கிறார். மைனர் சலாம் ஏதேனும் அநாவசிய வார்த்தைகளைப் பேசியபடி ஆவேசப்படுவானென எதிர்பார்த்திருந்தாலும் இப்படி சடாரென கடையைப் பூட்டி விட்டுப் போவானென அன்சாரி எதிர்பார்க்கவில்லை.

சிந்துவின் வீட்டுக்கு முன்னால் பிலிப்புக்காகக் காத்து நின்றிருந்த அன்சாரிக்கு கிருஷ்ணனின் போனைத் தொடர்ந்து நெல்சனும் அதே விசயத்தைப் பேசிய பின்னர் அதைத் தொடர்ந்து மூன்றாவதாக வந்த போனில் யாரோ ஒருவன் ஐந்தாம்எண் கடையின் அளவையும் வாடகை விவரங்களையும் கேட்டுப் பேசியதைக் குறித்து யோசனையோடு நின்றபோதுதான் பிலிப் நல்ல நேர்த்தியான உடையில் புறப்பட்டு வந்திருந்தான். பிலிப்பைக் கவர்ந்து பார்த்த அன்சாரி, “எண்ணே... உன்ன இப்படியான டிரஸ்ல இப்பதான் மொதமொதலா பாக்கேன்...” என்றான். பிலிப் சிரித்துக் கொண்டே வண்டியை சிந்துவின் பியூட்டி பார்லருக்கு விடச்

சொன்னான். “சிந்துட்ட இந்த பில்ல கொடுத்துட்டு அப்படியே ஆசீர்ட்ட போகலாம்” என்றபோது அன்சாரி திருவாழிக் கட்டிடம் அருகே இப்போது போகவியலாத தனது அவஸ்தையைச் சொல்லி பில்லைத் தன்னிடம் தந்தால் பிறகு தானே கொடுப்பதாகச் சொன்னபோது அது பிலிப்புக்கு ஏமாற்றமாக இருந்தது. மேலும் கொஞ்சம் பேசிக்கொண்டு ஐந்தேமுக்காலுக்கு சிந்துவின் வீட்டுக் கட்டுமான வேலையிலிருந்தே பிலிப்பும் அன்சாரியும் புறப்பட்டுப் போனார்கள். அன்சாரி புறப்படும்போதே மெயின் ரோடு வழியாகப் போகாமல் யூனிவர்சல் காலனியின் தெற்கே பெருமாளின் டெய்லர்கடை முடுக்கு வழியாகக் குறுக்குப் பாதையில் போய் மெயின் ரோட்டில் ஏறிக்கொள்ளச் சொன்னதுபோலவே பிலிப் போய்க்கொண்டிருந்தான். பெருமாள் டெய்லர்கடை முடுக்கில் பிலிப்பும் அன்சாரியும் பைக்கில் நுழையும்போது சாந்தினி பெருமாளின் டெய்லர்கடையில் சரியாக நுழைந்து கொண்டிருந்தாள். பைக்கில் பின்னாலிருக்கும் அன்சாரி தன்னைப் பார்த்துவிட்டதைத் தானும் பார்க்காதவள்போல வேகமாக உள்ளே போனாள்.

பைக்கின் பின்னாலிருந்த அன்சாரி பிலிப்பிடம் மெல்லக் கேட்டான், “எண்ணே... சட்டை புதுசா..?

“இல்லே பழசுதான் ரொம்ப நாளா போடாம வச்சிருந்தேன்...”

“உன்னய எப்பவுமே அழுக்கு பனியன்ல பாத்துப் பாத்து பழகுன கண்ணுக்கு இப்படி புதுமாப்பிளே மாதிரி டிரஸ் பண்ணியிருக்குறத பாக்க அதிசயம்போல இருக்கு...”

பிலிப் பதிலொன்றும் சொல்லாமல் பழைய ரோட்டில் வண்டியை ஓட்டிக்கொண்டிருந்தான். அன்சாரி பின்னால் நெருக்கமாக இருந்ததால் அவன் மேலும் பிலிப்பைக் கூர்ந்து கவனித்தான். பிலிப்பிடம் சத்தமில்லாமல் சில மாற்றங்கள் நிகழ்ந்துகொண்டிருப்பதாகத் தோன்றுகிறது. இப்போது சில நாட்களாக கிருஷ்ணன் கடையின் சிமெண்ட் பெஞ்சுக்கும் அவன் வரவில்லை. அதுபோல மூன்றாம் எண் கடையின் நடையில் எப்போதும் கோணலாகச் சாய்ந்துகிடக்கும் பிலிப்பையும் கடந்த ஒருவாரத்துக்கும் மேலாக அப்படி பார்த்ததாக நினைவுக்கு வரவில்லை. ஒருவேளை மூன்றாம்எண் கடைக்கு வந்தாலும் கடையைத் திறந்து பவ்யமாக நாற்காலியில் அமர்ந்து கொள்கிறான். வண்டி மெயின் ரோட்டில் ஏறிப் போகும்போது அன்சாரி கேட்டான் “ஏம்ணே.. முடி வெட்டலியா... கொஞ்சம் வளந்திருக்கே...”

"வெட்டலே... முடி வளத்தப் போறேன்..."

"வேண்டுதலா..?"

"ஆமா..."

"என்ன திடீர்ன்னு...

"ஹிப்பி வளத்த போறேன்..."

"இப்போ மஸ்ரூம் கட்தானே பேஷன்..."

"ம்... நான் ஹிப்பி வளத்தலாம்னு வெட்டாம உட்டுருக்கேன் நீ... வேணும்னா மஸ்ரூம் வெட்டு..."

அன்சாரிக்கு பிலிப்பின் பேச்சு ரொம்பவும் மாறியிருப்பதாகப் பட்டது. பிலிப்பிடம் அடுத்து என்ன பேசலாமென யோசித்தபின் கேட்டான்,"டாக்டர எதுக்குண்ணே பாக்க..?"

ஆசீரின் மருத்துவமனை இருக்கும் பாலத்தின் கீழ்ரோட்டில் திரும்பிவிட்டபடியால் பிலிப் பேசாமல் வேகமாக வந்து வண்டியை நிறுத்திவிட்டு அன்சாரியோடு உள்ளே சென்று ஒட்டிப் பிணைக்கப்பட்டிருந்த இருக்கையில் அமர்ந்துகொண்டான். அன்சாரி பிலிப்பின் பேண்ட்டைத் தொட்டுப் பார்த்தபடி "பேன்று புதுசாண்ணே..." என்று கேட்டான்.

"இல்லே, பழசுதான்" என்றபடி எழுந்து நர்சிடம் போனான். அவள் உட்காரச் சொல்லிவிட்டு உள்ளே போய் வந்த சில நிமிடங்களிலேயே பிலிப்பை அழைத்துக்கொண்டு போனாள். பிலிப் அவள் பின்னால் போய் வலது பக்கம் நாலாவது அறையில் இருந்த ஆசீருக்கு முன்னால் கிடந்த நல்ல சொகுசான இருக்கையில் அமர்ந்துகொண்டான். ஆசீர் எதுவும் பேசாமல் பிலிப்பைக் கொஞ்ச நேரம் பார்த்துக்கொண்டிருந்தார். பிறகு பிலிப்பின் சட்டையை அகற்றச் சொல்லிவிட்டு உடம்பிலுள்ள தழும்புகளைப் பார்த்தார். தோள்பட்டை, வயிறு, விலாப்புறம், முதுகு ஆகிய பகுதிகளில் சில தழும்புகள் இருந்தன. இடுப்புக்குக் கீழே வலது தொடையில் நான்கு குத்துக்கள் எனச் சொன்னான். அவர் மௌனமாகப் பார்த்துக்கொண்டே முகத்தைத்தான் முதன்மையாகக் கவனித்தார் காதினருகே தாடையில் போடப்பட்ட தையலால்தான் பிலிப்பின் முகம் இழுக்கப்பட்டிருப்பதை ஓரளவுக்கு அனுமானித்துக் கொண்டார். சில பூர்வாங்கமான பரிசோதனைகளுக்குப் பரிந்துரை செய்துவிட்டு பிலிப்பின் பழைய புகைப்படத்தைக் கேட்டு வாங்கினார். அதைப் பார்த்துவிட்டு ரொம்பவும் பரிதாபமான முகபாவனையோடு பிலிப் சம்பவங்களைப் பற்றிப் பேசப்

பேசக் குறுக்கீடு செய்யாமல் மௌனமாகக் கேட்டார். “மூன்று தினங்களில் இந்தப் பரிசோதனைகளை நிறைவு செய்துவிட்டு மீண்டும் வாங்க.. பாக்கலாம்” என்றபோதே சரியாக அறையினுள் நர்ஸ் வந்து பிலிப்பை அழைத்துக்கொண்டு வெளியே வேறொரு அறைக்குப் போனாள். அன்சாரிக்கு இன்னும் என்ன நடக்கிறது என்று முழுமையாகப் புரியவில்லை. அங்கிருந்து அந்தப் பாதைக்கு அப்படியே போய்விடலாமென்றால் பிலிப்பைக் கொண்டுவிட வேண்டும். என்னமோ ஒன்று, இன்று தெரியவில்லையென்றால் நாளைக்குத் தெரியும் என்பதுபோல அன்சாரி ஒன்றும் கேட்காமல் பாவம்போல இருந்தான். பின்னர் பிலிப் வந்ததும் அவனைச் சேனல்கரை வீட்டில் கொண்டுவிட்டபடி மீண்டும் கிருஷ்ணன் கடைக்கே வந்துவிட்டான். அன்சாரியைக் கண்டதும் கிருஷ்ணன் கேட்டார்,“நாளைக்கு திருச்செந்தூர் போயிட்டு வந்து மற்ற நாள்தான் இங்கே வருவேம்ன்னு சொல்லிட்டுப் போனே..” அவன் பதில் சொல்லாமல் பின்பக்கம் போனான். கிருஷ்ணனுக்கு அது கடைபூட்டும் நேரமாக இருந்ததால் ஆறுமுகத்திடம் எடுத்துவைக்கச் சொல்லிவிட்டு பின்னால் வந்தார். அவன் டயரில் அமர்ந்தபடிப் பேச்சை ஆரம்பித்தவுடனேயே... “இன்னைக்குக் கொஞ்சம் நேரத்த வீட்டுக்குப் போகணும்... சடார்ன்னு சொல்லு...” என கிருஷ்ணன் துருசப்படுத்தியதும்... அன்சாரி பிலிப்பின் விசயத்தைப் பேசினான்.

“நீ கூடதானே போனா. என்னான்னு கேட்க வேண்டியதுதானே..?”

“முழுசா பேசமாட்டேங்கான்...”

“என்ன ஆசுத்திரி...”

“ஆசீர் முகசீரமைப்பு மருத்துவமனைன்னு போட்டிருந்து.”

கிருஷ்ணன் யோசனையாக இருந்தார். பிலிப்புக்கென்று அவனின் தந்தைவழி உறவுகளைத் தவிர இப்போது யாருமில்லை. அவனுக்குப் பக்கத்துணையாக இருந்த அம்மாவும் போன பிறகு உன் சங்காத்தமே வேண்டாமென அவனின் தம்பியும் பெங்களூரில் குடும்பமாய் நல்ல உத்யோகத்தில் செழிப்பாய் இருப்பதால் குடும்ப வீட்டில் பங்கு வேண்டாமெனச் சொல்லிவிட்டான். சேனல்கரையிலுள்ள ஐஞ்சு சென்ட் நிலமும் வீடும் பிலிப்புக்குத்தான் இப்போது முழு அவகாசம். வீடு பழையதாய் இருப்பதால் அதற்கு மதிப்பில்லை என்றாலும் அருகே பெரிய தொழில் ஸ்தாபனங்கள் வந்தபிறகு மனைக்கு நல்ல விலை இருந்தது. முன்பு சென்ட்டுக்கு நாலுலட்சம் மேனிக்கு இருபது

லட்சத்திற்கு விலைபேசி வந்தவர்கள் இருக்கிறார்கள். இப்போ விலை அவ்வளவாக இல்லையென்றாலும் கூட ஓரளவுக்கு நல்ல மதிப்புள்ள இடம்தான். ஒரு கட்டத்தில் அதை விற்றுவிட்டு மும்பைக்குப் போய்விடலாமென அவன் யோசித்த நாட்களும் உண்டு. இனி அது அவ்வளவு உவப்பானதாக இருக்காது அதீத வெறுப்பும் தனிமையும் எதிலும் நிலையான பிடித்தமற்ற அவனை மனரீதியாகத் தடுத்திருந்தன. மனையை விற்றுவிட்டுத் தொகையை வங்கியில் போடலாமெனவும் அல்லது நல்ல மனிதாபிமானமுள்ள வட்டிக்காரனிடம் கொடுத்தால் மாதம் ஒரு பெருந்தொகையினைப் பெறலாம் எனவும் அவனுக்குச் சில வருடங்களுக்கு முன்னால் ஆலோசனை சொல்லப்பட்டபோது வேலுமயில்தான் அவனைத் தடுத்தார். “அதுபாட்டுக்குக் கெடந்துட்டு போட்டுடே. எதாவது காலத்துல கை கொடுக்கும். வட்டிக்காரன்ல எவன்ம்புடே நல்ல மனிதாபிமானமுள்ள வட்டிக்காரன்? அந்த வார்த்தையே தப்பா இருக்குடே...” எனச் சொல்லி அவனை மாற்றிவிட்டான்.

சிமெண்டு பெஞ்சிலிருந்த கிருஷ்ணன்,“பிலிப்புக்க கதைய நாளைக்கே விசாரிச்சிடலாம்... அது பெரிய விசயமில்லே... இன்னொரு விசயம் என்னது... சட்டுன்னு சொல்லு...” என்றார்.

“எவம்புனு தெரியலே... ஐஞ்சாநம்பர் கடைய ஒருத்தன் வாடகைக்குக் கேட்டு போன் பண்ணினான்...”

“யாரு..?”

“பெயரு சொல்லலே...”

“அது ஜீனான்னு நினைக்கேன்... அவன்தான் எங்கிட்ட பேசுனால நான் நாளைக்கு மேக்க இருந்து ஆள் கொண்டுவந்து கடைக்கு ஒரு கழிப்பு கழிக்கப் போறேன்... அதோட கடைக்க தரித்திரியம் போயிரும்னு சொன்னேன்... அப்போ கடைய நான் எடுக்கட்டான்னு கேட்டான்... உனக்க இஷ்டம் அன்சாரிட்ட பேசுன்னு சொன்னேன்..”

“அவன் லூசுபோல பேசுவானே...”

“சும்மா பேசுவான் பயங்கர விசயம் உள்ளவன்... புகழேந்தி போன பிறகு நீ மேல போயிட்டால்லா. பொறவு பின்னால வந்திருந்து பேச்சுன்னா பேச்சு கணக்கத்த பேச்சு. . அவன் சொல்லான், இந்த எடத்துல எதிர்காலத்துல ஒரு பெரிய ஆசுத்திரி வரும்னு... எதவச்சி அப்படி சொல்லேன்னு கேட்டேன். இந்த மனையோட சைசப்பாத்தா அப்படித்தான் தெரியுதுங்கான்... அப்போ என் கடை என்னாகதுன்னு கேட்கேன்... நீங்க வேறமாதிரி

சூப்பரா இருப்பியோன்னு சொல்லிட்டுச் சிரிக்கான். உன்னைய ரியல் எஸ்டேட் காரம்ன்னு சொன்னாவோ. நீ ஜோசியக்காரன் மாதிரி பேசுதியேன்னு கேட்டேன்... எல்லாம் கொஞ்சம் கொஞ்சம் படிச்சி வச்சிருக்கேன்... ஒருத்தன் கூட கொஞ்ச நாளா சுத்துனேன்.. அவன் சில விசயங்கள படிச்சித் தந்தான்... ஒரு இடத்துல பேய் கெடக்கா இல்லியான்னு பாத்த உடனே சொல்லிடுவேன்... “ஐஞ்சா நம்பர் கடைய நாளைக்கு வந்து பாக்கியா... இல்லே... அது சரிப்படாது... நீரு ஆளு கொண்டு வந்து கழிப்பு கழிச்சப் பொறவு பாக்கேன்... எவ்வளவு வாடகை... கடைக்கு சைசு என்னான்னான்? அந்த போர்டுல அன்சாரிக்க போன் நம்பர் கிடக்கும் அடிச்சி பேசிப்பாரு... போயி உனக்க நம்பர எழுதிட்டு வந்தவன் பழையபடியும் கொஞ்ச நேரம் பேசிட்டுருந்தால மனோகரன் வாத்தியார் வந்ததும் அவர்கூட வண்டியில ஏறிப் போனான்” என்றபடி பேச்சுப்பாடுகளை நிறுத்திக் கொண்டு எழுந்தார் கிருஷ்ணன். நாளை அதிகாலையில் தான் பனச்சமூடு புறப்படுவதாகவும் அரிகோபாலனிடம் பேசிவிட்டதாகவும் அவர் புதன்கிழமை இங்குவரலாம் என்பதால் சம்பிரதாயப்படி நேரில் சென்று அழைக்க வேண்டும் எனவும் சொன்னார். திருவாழிக் கட்டிடத்தின் மேலேறிய அன்சாரி சிலங்காவின் மண்டப வேலை நிலவரங்களைப் பார்த்தான். ஏழாம் எண் கடைப் பக்கமுள்ள பாதை முழுவதும் அடைத்துச் சாத்தப்பட்ட குழாய்களை மேலிருந்து ஒருமுறை பார்த்துக்கொண்டபோது அது அசப்பில் தாறுமாறாக வேலியில் வளர்ந்த காட்டாமணக்குச் செடிபோல தெரிந்தது. மேலிருந்து மீண்டும் படியிறங்கிக் கீழே வந்து திருச்செந்தூர் பயணத்திட்டங்களை மனத்தில் யோசித்துக்கொண்டே அன்சாரி வண்டியில் புறப்பட்டுப் போனான்.

16

புதன்கிழமை காலை பதினோருமணி இருக்கும்போது, அரிகோபாலன் மெயின் ரோட்டில் பஸ்ஸில் வந்திறங்கி அங்கிருந்து பழைய ரோடு ஆட்டோ ஸ்டேண்டிலுள்ள சண்முகத்தின் ஆட்டோவில் ஏறி கிருஷ்ணன் கடை முன்னால் வந்திறங்கினார். அரிகோபாலன் அதிகாலையிலே வந்துவிடுவதாகச் சொல்லியிருந்தபோதிலும் கிருஷ்ணன்தான் காலை பதினோருமணிக்கு மேலாக இங்கு வந்து சேர்வதுபோல பிரயாணத் திட்டத்தை அமைத்துக் கொள்ளும்படி வேண்டியிருந்தார். காலை நேரம் ஆட்கள் நடமாட்டம் அதிகமாக இருக்கும். பத்து பத்தரைமணிவாக்கில் இங்கு வந்தால் மனித சஞ்சாரம் குறைவாக இருக்கும். அரிகோபாலன் அந்த நேரத்தில் இங்கு வருவதுதான் சரியாக இருக்குமென அன்சாரியும் ஏற்றுக்கொண்ட பிறகுதான் அவனையும் எங்கும் போகவிடாமல் எல்கைக்குள்ளே இருக்கும்படி நிறுத்திக்கொண்டார். அன்சாரிக்கு இதில் பெரிய உடன்பாடில்லையானாலும கிருஷ்ணனின் யாது காரியமாக இருந்தாலும் துணிந்து பக்கத் துணையாக நின்றுகொள்ள வேண்டியது அவனது கடமை. அவன் அரிகோபாலன் வந்ததும் கடையின் ஷட்டரைத் திறந்துகொடுத்துவிட்டு திருவாழிக் கட்டிடத்தின் மேலே சிலங்காவுக்கு ஒத்தாசையாக நின்றுகொள்வேனென ஏற்கெனவே சொல்லியிருந்தபடியே செய்துகொண்டான்.

அரிகோபாலனைப் பார்க்க நல்ல பாரம்பரியமான சாமியாரைப் போலவோ மந்திரவாதி போலவோ எந்த பிரத்தியோகத்

தோற்றமும் இல்லை. மாறாக அசப்பில் சதாசிவம் வக்கீலின் குமாஸ்தா போலவே இருந்தார். வந்தவரை நேராக அபூர்வப் பண்டத்தைப் பொத்திக்கொண்டுபோவதுபோல கிருஷ்ணன் கடையின் பின்பக்கமும் கூட்டிச் சென்றார். சிமெண்டு பெஞ்சினருகே நல்ல தரமான செயர் போட்டு அதில் அரிகோபாலனை அமர வைத்துக்கொண்டதும் ஆறுமுகம் நல்ல சுத்தமான எவர்சில்வர் தட்டில் டீக்கப்பை வைத்து பவ்யமாகக் கொண்டு கொடுத்து இரண்டு நடையளவு பின்னோக்கி நின்றான். அடர் சந்தனக் கலரில் புத்தம் புதிய சட்டையணிந்து ஜீனாவும் வந்து சேர்ந்திருந்தான். "நாளைக் காலை ஐசுவரியமாக வந்துவிடு. அரிகோபாலன் சுவாமி நாளை வருகிறார்" என்று கிருஷ்ணன் நேற்றே ஜீனாவிடம் சொல்லியிருந்தார். விசயத்தைக் கேள்விப்பட்ட மனோகரன் வாத்தியார் ஜீனாவிடம்,"திருவாழிக் கட்டிடத்தின் ஐந்தாம்எண் கடை விசயத்தில் தேவையில்லாமல் தலைபோட வேண்டாம். ஓம்பாட்டுக்கு உன் பொழப்ப பாத்துட்டு போ... வம்பு எழவுல போய் இடதுகால உடாதே..." எனச் சொல்லி விலக்கியிருந்தார். அதையும் துச்சமெனத் தள்ளிவிட்டு எதையும் பொருட்படுத்தாமல் ஜீனா புதிய உடையுமணிந்து சந்தனப் பொட்டும் இட்டு வந்திருக்கிறான். வழக்கமாக இந்த நேரத்தில் இங்கு வராத ஒன்றிரெண்டு ஆட்கள் கிருஷ்ணன் கடை வெளி அகர்த்தியில் கூடியிருந்தனர். எப்படி மறைத்துச் மறைத்து சில காரியங்களை வைத்திருந்தாலும் வாசனையைப் போல விசயம் கசிந்து விடுகிறது. அரிகோபாலன் வந்தமர்ந்து இன்னும் டீயைக்கூட வாயில் வைக்கவில்லை, அதற்குள் முதல் கட்டமாக திருவாழிக் கட்டிடத்தின் ஐந்தாம்எண் கடைக்குக் கழிப்பு நடத்திக் காரியபலிதமாக்க கேரளாவிலிருந்து மந்திரவாதியை கிருஷ்ணன் கொண்டுவந்திருப்பதாகச் செய்தி பரவியிருந்தது. ஸ்டார் பேங்கர்ஸ் பேபிகுட்டி வெளியே திண்டில் வந்துநின்று எட்டிப் பார்த்துவிட்டு மெல்ல வேதமாணிக்கத்தைக் கூப்பிட்டு ஒரு டீ சொல்லிக்கொண்டே விசயத்தை விசாரித்தபோது அவர் "உண்மைதான் ஆள் வந்திருக்கு... இன்னும் ஒண்ணும் ஆரம்பிக்கலே..." என்றார்.

"ஆளு வொர்த்துதானா..?"

"பாத்தா அப்படிதான் தெரியுது..."

"பார்ட்டி கேரளாவா..?"

"பனச்சமூடு பாடர்ல..."

"வேலைய ஆரம்பிச்சாச்சா..?"

"இன்னும் வேலைய ஆரம்பிக்கலே... கடையப் பாத்துட்டுதான் எதாவது சொல்லுவாம்ன்னு நினைக்கேன்..."

என்றபோது பேபிகுட்டி கிருஷ்ணன் கடை பின்பக்க வாசல் முகப்பில் பம்மி நின்றிருந்த ஜீனாவைக் காட்டி, “இவன் ஏன் ஒருமாதிரி பூச்சக்கள்ளன் மாதிரி கிறங்கி நிக்கான்” எனக்கேட்டதும்தான் தாமதம்,

“புண்டா மொவன், சாவ நாளத்துத் திரியான்” என வேதமாணிக்கம் வெப்ராளமாய்ச் சொன்னவுடனேயே பேபிகுட்டி அடக்க முடியாமல் சத்தமாகச் சிரித்துவிட்டார்.

வேதமாணிக்கம் பின்னர் டீ எடுக்க எழுந்து போகும்போது நடக்க நடக்க ஜீனாவை அறுத்துக் கிழித்தபடியே போனவர் பின்பக்கமிருந்த அரிகோபாலனைக் கவனித்தார். செயரிலிருந்த அரிகோபாலன் தேநீர் குவளையையே பார்த்தபடி அமர்ந்திருப்பதைப் பார்த்து டீயில் ஈச்சை என்னமும் விழுந்துவிட்டதாவென பதற்றமாகி ஆசானே என்னமும் கெடக்காவெனப் பதறிக் கேட்டபோது அரிகோபாலனிடமிருந்து ஒரு தெய்வீகச் சிரிப்பு எழுந்தடங்கியது. கிருஷ்ணனை முந்திக் கொண்டு சிரிப்பின் நிமித்தமாக ஜீனா ஒரே துள்ளலில் அவர் அருகில் போய் நின்றதும் எஞ்சிய சிரிப்பையும் சிரித்துவிட்டு அரிகோபாலன் பேசினார்.

“இந்த தேநீரில் கலந்துள்ள நீர் இந்த நிலத்தில் எங்கிருந்து சேகரமாகியதாக இருக்கும்? இதிலுள்ள பஞ்சாரையின் தாய்க்கரும்பு எதுவோ.?” ஜீனா மெல்ல பொற மண்டையைச் சொறிந்துகொண்டே பார்த்துக்கொண்டிருந்தான். அரிகோபாலன் எந்த வெளிக் கவனிப்புமின்றிக் கோப்பையிலிருந்து முகம் மாற்றாமலேயே பேசினார். “இந்தக் குவளைத் தேநீரில் கலந்துகிடக்கும் பால் எந்தப் பசுவின் மடுவில் சுரந்ததாய் இருக்கும்... இதன் கலப்பில் கலந்துள்ள தேயிலைத் துகள்கள் எந்த பிரதேசத்தில் விளைந்த இலைகளினுடையதோ... யாரறிவார் யாரறிவார்...” அரிகோபாலனின் பேச்சில் ஜீனா உச்சந்தலையில் அடிபட்ட பாம்புபோல சுருண்டிருந்தான். அவனின் மயக்கத்தை உணர்ந்துகொண்டே அருகில் நின்ற கிருஷ்ணன் ஜீனாவை ஒரு பேநாயைப் பார்ப்பதுபோல பார்த்துக்கொண்டே மீண்டும் அவரிடம், “ஆசானே டீயக் குடிங்க” என்றபோது ஆறுமுகமும் வேதமாணிக்கமும் தூரமாய் நின்று அந்தக் காட்சியைக் கண்டு சிரிசிரியென சிரித்துக்கொண்டனர்.

வேலையின் நிமித்தமாக மேலே நின்றிருந்த அன்சாரி கிருஷ்ணனின் போன் அழைப்பிற்குப் பிறகே திருவாழிக் கட்டிடத்தின் மண்டப வேலையாக நின்ற சிலங்காவிடம் சொல்லிவிட்டு மேலேயிருந்து இறங்கினான். பூபாலன் கடையிலிருந்த ஷியாமளாவுக்கு ஒரு ஹாய் சொல்லிக் கொண்டே

ரோடு கடந்தான். கிருஷ்ணன் கடைக்குப் பின்னே வந்து அரிகோபாலனைப் பார்த்துப் புன்னகைத்துக்கொண்டே எதிரில் கிடந்த டயரில் அவன்பாட்டுக்குச் சாய்ந்து உட்கார்ந்து காலை நீட்டினான். அரிகோபாலனின் முன்பாக அன்சாரி இவ்வளவு அலட்சியமாக அமர்ந்து காலை நீட்டிக்கொண்டது ஜீனாவுக்கு ரசிக்கவில்லை. அவன் பதற்றமாகிவிட்டான். கிருஷ்ணனும் கூட வேகவேகமாகப் பார்த்துவிட்டுப் பதறி வந்து அன்சாரியை எழுப்பி, ஐந்தாம்எண் கடையின் ஷட்டரைத் திறந்து தூக்கிவிடச் சொல்லி அனுப்பிவிட்டார். வெளியே வந்த அவன் ஐந்தாம்எண் கடையின் பூட்டைத் திறந்து ஷட்டரைத் தூக்கிவிட்டபடித் திரும்பி நின்றபோது சைக்கிளில் வந்த பள்ளித் தெரு முஸ்தபா,"என்னா கடையத் திறக்கே... எவன் கால முறிக்கவாக்கும்... விசேசம் எதாவது உண்டா?" எனக் கேட்டபோது பெரிய சிரத்தையில்லாமல் "இந்தக் கடைய ஓதிபாக்க ஆளு வந்திருக்கு" என்றான்.

"ஆலிம்சாவா..."

"ஆமா... அரிகோபாலன் ஆலிம்சா..."

முஸ்தபா சிரித்துக்கொண்டே, "என்னத்தலே சொல்லே... துக்கே... அரிகோபாலன் ஆலிம்சாவா..?" என்று கேட்டான்.

"கிருஷ்ணண்ணேன்... பனச்சமூடு பக்கத்துல இருந்து ஒரு சுவாமிய கொண்டு வந்திருக்காரு..."

"வெளங்குமா..?"

"நீ கண்ணால பாத்துட்டேல்லா... இனி வெளங்குன மாதிரிதான்..."

விளையாடாதலே... சொல்லு..."

"பாக்கட்டு... பாத்தாதானே தெரியும்..."

சிந்து பார்லரின் கனவுசீன் கதவைத் தாண்டி முன்பக்கம் நடையில் வந்து நின்று வெளியே எட்டிப் பார்த்து அன்சாரியிடம் என்ன என்பதுபோல அவள் முகபாவனையிலேயே கேட்க அவளிடம் அவன் அதுபோல சைகையிலேயே பதில் சொல்ல எத்தனிக்கையில் கிருஷ்ணன் கடையின் பக்கவாட்டிலிருந்து முதலில் கிருஷ்ணனும் பின்னாலேயே அரிகோபாலனும் அதைத் தொடர்ந்து ஜீனாவுமென வரிசையாக ஐந்தாம்எண் கடையை நோக்கி மெல்ல நடந்து வந்தனர். சிலங்காவும் எவரெஸ்ட் வெல்டிங் ஆட்களும் மேலிருந்தே ஒரு சின்ன அதிசயம் பார்ப்பதுபோல கவனித்தனர். அந்தக் கவனிப்பில் ஒரு பரிகாசத்தின் மைய தொனி இழையோடிக் கிடந்தது. அதன்

தன்மையில் அவர்கள் வேலையினிடையே ஒருவரையொருவர் பார்த்துச் சிரித்துக்கொண்டனர்.

அரிகோபாலனுக்கு ஐம்பது வயது இருக்கலாம். நல்ல அழகாய்ச் சவரம் செய்யப்பட்ட வட்டமுகத்தின் நெற்றியில் சமம் குறியீடுபோல சந்தனம் தேய்த்திருந்தார். பவுடர் அப்பிய முகத்தில் அவரின் மூக்குக்கண்ணாடியின் சுற்றுப்பாடு தங்க நிறத்தில் ஜொலிப்பாய் இருந்தது. வேட்டியும் சட்டையும் ஏகதேசம் சந்தன நிறத்திலேயே இருந்தன. அபாரமான நிறப்பொருத்தமான உடையணிந்த அவரைப் பட்டென பார்த்தால் இதுபோன்ற வேலைக்கான தோற்றம் கொண்டவரைப் போல அவர் இல்லையென்றாலும் அவர் வெளிப்படுத்திய புறச் செயல்பாடுகள் அச்சு அசலான நம்பிக்கையைத் தருவதைப்போலவே தோன்றியது. ஐந்தாம்எண் கடை நடையில் கால்வைத்ததும் சற்று நேரம் அப்படியே நின்று தன் இரண்டு கைகளையும் வயிற்றுக்கு மேலாகக் கட்டிக்கொள்வதைப்போல வைத்துக்கொண்டே சில மந்திர சுலோகங்களை முணுமுணுப்பாய் உச்சரித்தபடி அங்கு நின்றவாறே ஆகாயத்தை அப்படியே நிமிர்ந்து பார்த்தார். ஏதோ உத்தரவு பெற்றவரைப் போன்ற பாவனையுடன் அடுத்தபடியில் கம்பீரமாகக் காலை வைத்து ஏறிநின்றார். கடையினுள் நுழையாமல் ஷட்டரின் கீழே உள்ள படிக்கட்டுத் திண்டில் நின்றவாறு சுற்றிலும் உள்ளேயும் வெளியேயுமாகப் பார்த்துக்கொண்டவரின் பார்வையில் கடையினுள்ளே சிலங்கா அடித்திருந்த பெயிண்டிங் இன்னும் பொலிப்பமாகக் காட்சி தந்தபடியிருந்ததால் அந்த அழகின் லயிப்போடு கடையைக் கண்களால் அளந்துகொண்டே ஒரு செம்பில் தண்ணீர் கேட்டார். அன்சாரி போய் கிருஷ்ணன் கடையிலிருந்து செம்பில் தண்ணீர் கொண்டுவந்து கிருஷ்ணனிடம் கொடுக்க அவர் அதை வாங்கிப் பயபக்தியாக அரிகோபாலன் கையில் கொடுத்தார். செம்பு நீரைக் கடையின் மூன்று பாகங்களிலும் விசிறிவிட்டார் அரிகோபாலன். உள்ளே காலடி வைத்து நுழையும்போது கிருஷ்ணனின் அருகில் ஒட்டி நின்ற ஜீனா அவர் காதில் ரகசியமாகச் சொன்னான், "இதத்தான் நானும் மொதல்லயே செய்யணும்னு நெனைச்சேன்..." கிருஷ்ணன் ஜீனாவை ஒரு மாதிரியாகப் பார்த்த பார்வை, 'போலே அப்புறம் பன்னிக்குப் பொறந்தவலே...' என்பதுபோல இருந்தது. ஆனாலும் அவர் அரிகோபாலனின் நடவடிக்கைகளில் உன்னம் வைத்துக்கொண்டே சுற்றுப்பாடுகளையும் சிரத்தையோடு பார்த்துக்கொண்டிருந்தபோது, அரிகோபாலன் கடையின் உள்பக்கம் அங்குமிங்குமாகச் சில காலளவுகளை அளவிட்டுக் கணக்காக்கிப் பார்வையால் மீண்டும் கடையை ஒரு சுற்றுப் பார்த்துவிட்டு நீண்ட சுவாசத்தை இழுத்துப் பெருமூச்சாக

விட்டுக்கொண்டார். தனது கடையின் வலதுபக்க விளிம்பில் நின்றிருந்த சிந்துவுக்கு ஐந்தாம் எண் கடையில் நடப்பது தெரிந்தாலும் இவை எதற்கானவை என்பதன் துல்லியம் தெரியவில்லை. அவள் ஆர்வம் பூத்து அன்சாரியைச் சாடையால் அழைத்தபோது அவன் மெல்லமாக நகர்ந்து அவள் காதில் விசயத்தைக் குசுகுசுத்தபோது அதே குசுகுசுப்பின் அளவில் அவளும் அன்சாரியின் காதில் மெதுவாகக் கேட்டாள். ”பேய் உள்ள கெடக்கா..?”

“அதத்தான் தேடாரு. கண்ணுல மாட்டிச்சின்னா நான் பாத்துட்டு வந்து சொல்லேன் ...” என்றபடி அன்சாரி மீண்டும் மெல்ல நகர்ந்து படிக்கட்டின் மேல் திண்டில் வந்து நின்றான். சிந்து சிரித்தப்படி நின்றிருந்தாள். கடையின் கன்னிமூலையின் சுவரை லேசாகத் தட்டிப் பார்த்தவர் கண்களை லேசாக மூடிக்கொண்டார். அப்போது அவரின் முகம் அரை மயக்கத்திலிருப்பவனின் முகம்போல மாறியிருந்தது. எங்கிருந்தோ ஒன்றை அவர் பெறுவதுபோலவும் அவ்வாறு பெற்றுக்கொண்டது அவரோடு ஐக்கியமாவது போலவும் முகம் மேலும் மேலும் மாறிக்கொண்டிருந்தது. பிறகு கண்களைத் திறந்தபடி கிருஷ்ணனைப் பார்த்து,“வேறு எதாவது எங்கிட்ட சொல்லணுமா.?” என்றதும் கிருஷ்ணன், தொட்டிக் கடையின் தரையடியில் கிடப்பதைக் காட்டிக் கொடுத்தார். அரிகோபாலன் அதன் மூடியைத் திறக்கச் சொன்னதும் அன்சாரியும் ஜீனாவுமாக ஆளுக்கொரு பக்கமாக கனமான இரும்பு மூடியைத் தூக்கித் திறந்தனர். அரிகோபாலன் எட்டியெட்டிப் பார்த்துக்கொண்டே அதன் நீள அகலத்தை உத்தேசமாகக் கேட்டுக் குறித்துக்கொண்டு ஆட்காட்டி விரலையும் பெருவிரலையும் வீ போல விரித்துப் பிடித்த நிலையில் தனது முகவாய்க்கட்டையை லேசாக நீவிக் கொண்டார். கிருஷ்ணனிடம் “நம்மோ சாயக்கடைக்கே போவலாம்... அங்கே போய்ப் பேசலாம்” என்றதும் கிருஷ்ணன் அன்சாரியிடம் சாடைக்காட்டிவிட்டுத் தனது கடையை நோக்கி இறங்கிப் போனார். அவன் ஷட்டரை இழுத்து இறக்கிப் பூட்டைப் போட்டபோது மீண்டும் சிந்து எட்டிப்பார்த்து என்னாச்சி என்றாள்.

“ஒண்ணும் ஆவலே... பாத்துட்டுப் போறாரு... இனி அங்க போனாதான் தெரியும்...”

சிந்து சிரித்துக்கொண்டே சொன்னாள்,“உண்மையிலேயே ஐஞ்சாநம்பர் கடையில ஏதாவது இருந்தா இவரு என்னமும் செய்து வெளியேத்தி உட்டார்னா அது எங்க போவும்?”

“பொறவு கிருஷ்ணண்ணேனுட்ட கேட்டு சொல்லேன்... எனக்கு இந்த எழவு கொண்டாட்டம் ஒண்ணும் தெரியாது...”

“இந்தாளு… நல்ல மந்திரவாதியா..?”

“எனக்குத் தெரியாது… ஏன் கேட்கியோ..?”

“நேத்து வீட்டு வேலையில இருந்த தங்கராஜ் கொத்தன் நல்ல ஆளாவச்சி இந்த வீட்டுக்கு ஒரு கழிப்பு கழிச்சி விடும்மான்னு சொன்னான்… ஒருவேளை எதாவது வெப்ராளத்துல மகேசனன் எதாவது ஆளவச்சி என்னத்தையும் ஏவி உட்டுருந்தாம்ணா… அதான்… அவன் அப்படிப்பட்ட ஆளுதான்…”

“அதையெல்லாம் நம்பாதைங்க… நம்பினா போச்சி… அப்புறம் அங்க ஒண்ணு சும்மானாலும் இருக்க மாதிரிதான் தெரியும்… பொறவு நம்ம வேதமாணிக்கத்துட்ட கேட்கலாம்.” என்றபடி அன்சாரி வேகவேகமாக எதிர்ப்பக்கமாக நகிருஷ்ணன் சாயாக்கடையின் பின்பக்கம் போய்விட்டான்.

சாயாக்கடையின் பின்பக்கமுள்ள இடத்தில் கிடந்த இருக்கையில் அரிகோபாலன் அமரும் முன்னால் கைகளைக் கழுவிக் கொள்ள அவருக்கு நமஸ்கரித்து ஜீனா, குவளைப்போன்ற பெரிய பாத்திரத்திலிருந்து நீர் விட்டுக் கொடுத்தான். அவர் நீரால் நன்கு அலம்பிக் கைகளைத் தேய்த்துக் கழுவியவர் தனது இடுப்பில் சொருகியிருந்த சிறிய அளவிலான டர்க்கித் துண்டால் கை துடைத்துக்கொண்டே அமர்ந்த நிலையில் கிருஷ்ணனிடம் பேசினார். “பெரிய பிரச்சனை இல்லே. காரியத்த லேசா முடிச்சிரலாம்… லேசான்னா நிசாரமா நினைக்கண்டாம்… சம்பவம் உக்கிரமானு… ஆனா நான் விரட்டித் தருவேன்…” என்றார்.

“ரொம்ப உக்கிரமா… இருக்குன்னா எப்படியாக்கும்..?”

“ம்ம். ஆனா ஆளக் கொல்லாது… சேதாரங்கள உண்டு பண்ணும்… பாத்துக்கிடலாம்… சும்மா அப்படியே பொதியில மடக்கிக் கொண்டு போனாலக் கொண்டு போயிருவேன்…” எனச் சொல்லிவிட்டு அரிகோபாலன் லேசாகச் சிரித்தபோது அன்சாரி படபடப்பாகப் பார்த்தும் கேட்டும் நின்றான். அரிகோபாலனைக் குறித்து அவனிடமிருந்த நிசாரம் இப்போது முற்றிலும் மறைந்து போயிருந்தது. அன்சாரி லேசாக அச்சப்படுபவனைப்போல நின்றிருந்தான். ஜீனா நமஸ்கரித்த நிலையிலிருந்து பிசகவில்லை. அரிகோபாலனே இந்தப் பயலை சிஷ்யனா கொண்டுபோனா என்னாவென யோசிக்குமளவுக்கு ஜீனாவின் இருப்பும் பவ்யமும் இருந்தன.

“அந்த டேங்குல எதாவது பிரச்சனை உண்டா… அத தோண்டுனதுக்கு பொறவாக்கும் அந்த கடைக்கு நெலைப்பு

இல்லாம போனது... அத மூடனும்னாலும் மூடலாம் திருவாழிசார் சொல்லிட்டாரு."

"அந்த டேங்குல பிரச்சனை இல்லே... அதுக்கும் இதுக்கும் முடிச்சியில்லே . . . உங்களுக்கு அவசியமில்லன்னா டேங்க மூடுங்க. இல்லாட்டி கெடந்துட்டுப் போவட்டும். . இது சம்பவம் வேறன்னுன்னு சொன்னம்புலா..."

"ஓ..."

"இனிமே பிரச்சனை வராது... இப்ப கொஞ்சகாலம் இருந்திருக்குல்லா . . . இன்னும் ரெண்டு நாளுதான... வர வெள்ளிக்கிழமை வரைக்கும்... அது அது இருந்துட்டு போவட்டு. .. எல்லாத்துக்கும் அதுஅதுக்கான நேரம் வரணும்லா..."

"உள்ளதுதான்... ஒரு சாயக்கூட எடுக்கட்டா ஆசானே..."

"சரி, கொஞ்சமா கொண்டாங்க..."

கிருஷ்ணன் டீ பட்டறையை நோக்கித் துருசமாக நடந்து வந்தார். கடையின் வெளியே நின்றிருந்த குச்சானும் ஜீனாவின் கூட நடக்கும் பால்மணியும் மேலும் சிலருமாகப் பின்பக்கமிருந்த அரிகோபாலனைப் பயத்தோடு கவனித்துக்கொண்டு நின்றனர். திருவாழிக் கட்டிடத்தின் கடைகளிலிருந்து ஷியாமளா, பேபிகுட்டி, சிந்துவென எல்லோருமே சம்பவங்களை அவதானித்து என்ன நடக்கப் போகிறதெனக் கடை நடையின் மேல்திண்டில் நின்றபடிக் கூர்மையாகக் கவனித்தனர். ஷியாமளா ரொம்பவும் பதற்றமாக நின்றிருந்தாள். அவளுக்கு நாளையிலிருந்து வேலையை விட்டு நின்றுவிடலாமா என்று தோன்றியது. அரிகோபாலன் ஐந்தாம்எண் கடையைப் பார்த்துக்கொண்டிருந்தபோது ரீசார்ஜ் பண்ண வந்த குச்சான் ஷியாமளாவிடம் பேச்சுவாக்கில் சொன்னான், "பாத்தெடுத்து கவனமா இருங்க... உங்களுக்கு தலபுள்ள ஆம்புள பிள்ளதானே..?"

"ஆமா ... ஏன்..?"

"ஏரியாவுல ஐஞ்சாநம்பர் கடையப்பத்தி ஒங்களுக்குத் தெரியாதுல்லா..?"

ஷியாமளா பதற்றமானாள்.

"அந்தக் கடையில பிசாசோ என்னமோ இருக்குன்னு கலைச்சிவிட ஆளு வந்திருக்கு..."

"அந்தக் கடையில பிசாசு இருக்கா... யாரு கொண்டு உட்டது?" அவள் பதறிப்போய்க் கேட்டாள்.

“யாரு கொண்டாந்து உட்டான்னுல்லாம் தெரியாது... ஆனா ரொம்ப காலமா இருக்கு... இப்ப அங்க இருந்து கலச்சி உடதுக்கு கிருஷ்ணன் கடைக்கு பின்னால இருந்து பிளான் போடுதானுவோ...”

“கலச்சி எங்க கொண்டு உடுவானுவோ?”

“அதெல்லாம் தெரியாது... கிருஷ்ணன் கொண்டு வந்திருக்க ஆளு... அத அங்கேருந்து வெரட்டி வேற கடையில தள்ளி உடதுக்கு பிளானும்னு... ஒரு பேச்சு இருக்கு... கவனமா இரிங்கோ...” எனப் போய்விட்டான். அவ்வளவுதான் அவளுக்கு திருவாழிக் கட்டிடத்தில் ஐந்தாம் எண் கடை மட்டும் தனியாகக் குலுங்குவதைப்போல தெரிந்தது. ஷியாமளா பூபாலனுக்கு போன் பண்ணினாள்.

“எம்மோ, லூசுத்தனமா யாராவது எதாவது சொன்னா நம்பிடுறதா...” எனத் தொடங்கிப் போனிலேயே நாலு நல்ல வார்த்தை சொல்லிப் பார்த்தபோதும் ஷியாமளாவின் பதற்றம் குறையவில்லை. உடனே பூபாலன் வேலுமயிலுக்குப் போன் பண்ணி விசயத்தைச் சொன்னபோது நான் போய்ப் பார்க்கிறேன் என்றான்.

பேபிகுட்டிக்கு விசயங்களைக் கேட்ககேட்க எல்லாம் சிரிப்பாக இருந்தது. அரிகோபாலன் போனபிறகு இதுபற்றிப் பேசிக்கொள்ளலாமெனப் பாதையைப் பார்த்தபடி நின்றபோதுதான் அரக்கப் பரக்க வண்டியில் வேலுமயில் வந்திறங்கி ஒன்றாம்எண் கடை அருகில் வந்து ஷியாமளாவைப் பார்த்து இப்போ வாறேன் என்றான். கிருஷ்ணன் கடையின் பின்பக்கமாகப் போகும் பாதையில் நின்று என்ன என்பதுபோல கவனித்தபோது அங்கே செயரில் இருந்தபடிப் பேசிக்கொண்டிருந்த அரிகோபாலன் புறப்படத் தயாரான நேரமாக இருந்தது. அவர் முத்தாய்ப்பான பேச்சுக்கு வந்திருந்தார். “வெள்ளிக்கிழமை நைட் வருவேன்... கார்லதான் வருவேன்... செலவு ஆகும் பரவாயில்லியா? எல்லா நல்லா யோசிக்கிடணும்...”

“செலவு பிரச்சனையில்லே... எல்லா இடங்கேறும் இதோட நிக்கணும்.”

“அது நானாச்சி... பூஜைக்கு பொருட்கள் எல்லாம் கணுசமா தேவைப்படும்...”

“கணுசத்துக்கு ஒரு குறைவும் வருத்தமாட்டேன்... என்னவெல்லாம் வேணும்ன்னு ஆசான் சொல்லியளோ அதெல்லாம் வாங்கி வைக்கேன்.”

“வேணுமுன்னுள்ளத சொல்லேன்...”

“ம்ம்...”

“நைட்டு ஆளுவோ எப்போ ஒதுங்குவாங்க..?”

“பத்து பதினோரு மணிக்கு மேல ஆளுநடமாட்டம் சுத்தமா இருக்காது ...”

அரிகோபாலன் யோசனையாக இருந்தபோது ஜீனா சிஷ்யனைப்போல பக்கத்தில் பவ்யமாக நின்றுகொண்டிருந்தான். ஆறுமுகம் கொண்டுவந்த டீயை கிருஷ்ணன் வாங்கி அரிகோபாலனிடம் கொடுத்துவிட்டுப் பின்பக்கமாகக் கடைசி மூலைக்கு நடந்துபோய் திருவாழிக்கு போன் செய்து எல்லா விவரங்களையும் ஒன்றுவிடாமல் சொன்னார். திருவாழியும் ஒன்றிரெண்டு சேதிகளைத் திரும்பத் திரும்ப கேட்டுக் கொண்டே பேசிப்பேசி, சரி என்ன எழவுன்னாலும் அந்தக் கடைக்கு ஒரு சுபிட்சம் உண்டானா போதும் என்கிற மனநிலையில் ஒப்புக்கொண்டார். பிறகு பார்க்கலாமென விடவேண்டாம், கட்டையோ நெட்டையோ எவ்வளவு செலவு வரும் என்பதையும் அரிகோபாலனுக்கு இதில் எவ்வளவு கொடுக்க வேண்டும் என்பதையும் முதலிலேயே பேசி முடிவு செய்ய வேண்டும் எனவும் கூறினார். தொடர்ந்து ஜீனாவுக்குக் கடை கொடுக்கலாமென கிருஷ்ணன் சொன்னபோது கடை வாடகைக்குள்ள விசயத்தை அன்சாரியோடு பேசிக்கொள்ளும்படிச் சொல்லிவிட்ட பிறகும் கிருஷ்ணன்தான் விடாப்பிடியாகச் சொன்னார். “நல்ல பைய்யன் சார்... நம்மள நம்பி கூடவே நிக்கான்... இடம் விக்க வாங்க நல்ல தரவுக்காரனா இருக்கான் ... இப்பவும் நம்ம கூடவேதான் நிக்காம்முனா பாருங்களேன் ... ஒரு ஆபீஸ்மாதிரி போடுகேம்னுங்கான் ...” கிருஷ்ணன் ஜீனா பற்றிச் சொன்னதையெல்லாம் கேட்டுவிட்டுக் கடைசியில், முதலில் இதை முடித்துவிட்டு பேசலாமென திருவாழி சொல்லிப் பேச்சை முடித்துக்கொண்டார்.

அரிகோபாலனின் சம்பளமாக ஐயாயிரம் ரூபாய், போக்குவரத்துக் கட்டணமாக கார் வாடகை மூவாயிரம், இதர பூஜைப் பொருட்களுக்காக ஒரு நாலாயிரத்திலிருந்து ஐயாயிரமென மொத்தம் பதிமூனாயிரம் செலவு உறுதி என்றபடித் தனது உதவிக்கு வரும் பையனுக்கு ஒரு ஆயிரத்தி ஐநூறு தனியாகக் கொடுக்க வேண்டுமென அரிகோபாலன் தெளிவாகச் சொன்னபோது கிருஷ்ணன் இரண்டு விசயங்களைப் பேசிப்பார்த்தார். ஒன்று இங்கிருந்து ஒரு காரை அனுப்பிவைக்கலாமா என்றபோது அது சரிப்படாது என்று அரிகோபாலன் மறுத்துவிட்டார்.

அடுத்ததாக உதவியாளருக்குப் பதிலாக ஜீனாவை வைத்துக்கொள்ளலாமா என்றபோது இது நிசாரமான காரியமல்ல... இசைவு பார்த்து அனுசரித்து நிற்க வேண்டும். அசந்தால் அவ்வளவுதான் எனவே ஜீனாவும் சரிப்பட்டு வரமாட்டாளென மறுத்துவிட்டார். மூன்றாவதாக பூஜைப் பொருட்கள் சிலது இங்கு கிடைக்காது என்பதால் ஆசானே வரும்போது அதனைக் கொண்டுவந்துவிடும்படி கிருஷ்ணன் தாழ்மையோடு வேண்டியபடி ரூபாய் பத்தாயிரம் முன்பணம் கொடுக்கப்பட்டதும் எழுந்து இரண்டு கைகளையும் ஒன்றிணைத்து ஒரு கும்பிடு போட்டபடி அரிகோபாலன் கிளம்பிப்போனார்.

வேலுமயில் மூன்றாம்எண் கடையிலுள்ள தனது அலுவலகத்தைத் திறந்து அரிகோபாலன் போகட்டுமென உட்கார்ந்திருந்தான். அரிகோபாலனை பஸ் ஏற்றிவிட ஜீனா ஒரு ஆட்டோவில் அழைத்துக்கொண்டு போவதைப் பார்த்தபடிக் கடையிலிருந்து வெளியே வந்து கிருஷ்ணனை நோக்கிப் போய், "என்னண்ணேன் இங்க எதாவது பிரச்சனையா... ஏதோ ஆளெல்லாம் கொண்டுவந்திருக்கியளாம்" என்று கேட்டான். கிருஷ்ணனுக்கு வெப்ராளமாக வந்தது. அடக்கிக்கொண்டே...

"என்ன பிரச்சனை... ஒண்ணுமில்லியே..."

"பூபாலன் எனக்கு போன் பண்ணினான்... ஐஞ்சாம் நம்பர் கடையில பிசாச வெரட்டி ஒண்ணா நம்பர் கடையில அடைக்க மந்திரவாதி வந்திருக்கதா..."

வேலுமயிலை நெஞ்சோடு எட்டிச் சமுட்டலாமாவென்று இருந்தது கிருஷ்ணனுக்கு. மீண்டும் நிதானமாகச் சொன்னார், "யாது பன்னிக்குப் பொறந்தவன் சொன்னாமுனு எங்கிட்ட வந்து கேட்கே..."

"அந்தக் கடையில உள்ள புள்ளைதான் பூபாலனுக்கு போன் பண்ணிச் சொல்லிருக்கு."

"அந்தப் புள்ளைக்கு யார் சொன்னான்னு கேட்டேன்..."

கிருஷ்ணனும் வேலுமயிலுமாக விறுவிறுப்பாக ஒன்றாம்எண் கடையின் ஷியாமளாவிடம் வந்தார்கள். அவள் சொன்ன விவரங்களையெல்லாம் கேட்டுக்கொண்ட கிருஷ்ணன் இது குச்சானின் வேலையெனச் சொன்னபோது ஏரியாவில் சிரிப்பும் கொண்டாட்டமுமாகக் கிடந்தது. "ஒரு கடையிலிருந்து பிசாசப் பிடிச்சி இன்னொரு கடையில கெட்டதுக்குப் பிசாசு என்ன

ஆடுமாடாடே ... அவன் சொன்னது இருக்கட்டு ... பெரிய பொம்பளையா இருக்கா ... இவளுக்கு வெவரம் வேணாமா?" ஏரியா ஐந்தாம்எண் கடை விசயத்தில் அல்லோலப்பட்டுக் கிடந்தபோதும் கிருஷ்ணன் அதைப்பற்றியெல்லாம் கவலைகொள்ளாமல் ஜீனாவைக் கூட்டுவைத்துக்கொண்டு காரியங்களை அதனதன் தேவைகளோடும் அலங்காரங்களோடும் செய்துகொண்டிருந்தார். ஜீனாவுக்கு விலக மனமில்லை. அரிகோபாலன் பேச்சினிடையே,"இனி அந்தக் கடையை எடுக்கக் கூடியவன் இராஜயோகம் நிறைந்தவனாகத்தான் இருப்பான்... அந்தக் கடையே அவன் வாழ்வில் நினைத்துப் பார்த்திராத உயரங்களில் கொண்டுபோய்விடும். ஏனென்றால் அந்தக் கடையின் மர்ம முடிச்சைக் கண்டுவிட்டேன். வெள்ளி இரவு அதனை அவிழ்த்துக் கட்டிக் கையோடு கொண்டு போவேன்" என்று சொன்னதிலிருந்து ஜீனாவுக்கு ஐந்தாம்எண் கடையின் மீது பெரும் மையல் ஏற்பட்டிருந்தது. அவன் இரண்டு வருடங்களாக அலுவலகம் அமைத்திட அதீத விருப்பம் கொண்டு தேடியலைந்தபோது நிறைய கடைகள் வாய்ப்பாக வந்தாலும் மனம் ஒன்றுகூடவில்லை. ஒரு ஜோசியக்காரன் அவனுக்கு முன்பே சொல்லியிருந்தான். உனக்கொன்று அமையும் அதன் அறிகுறிகள் இவ்வாறு இருக்கும். அந்தக் கடையை நீ கைப்பற்றி அலுவலகமாக்கினால் அதன்பிறகு உனது நடையே ராஜநடையாக மாறும் என்றிருந்தான்.ஜீனாவுக்கு அரிகோபாலனைப் பார்த்ததுமே புரிந்துவிட்டது. அன்று ஜோசியக்காரன் சொன்ன குறிப்புகளில் உள்ளவற்றின் காலம் கனிந்திருக்கிறது. இதுதான் அந்தக் கடை என்றும் இனி ராஜ நடைக்கான காலம் அரும்பியிருப்பதாகவும் அவனை உள்ளுணர்வு விடாது துரத்தியது. கிருஷ்ணன் என்ன சொன்னாலும் அவற்றை ஏற்றுக்கொள்ளச் சித்தமாக இருந்தான். கடையின் முன்பணம், வாடகையென எல்லாவற்றையும் கொஞ்சம் கூடுதலாகவே கிருஷ்ணன் தீர்மானித்திருந்தார். அவருக்கு ஒரேஒரு விசயம்தான் முதன்மையாக இருந்தது. திருவாழிக்கட்டிடத்தின் ஐந்தாம்எண் கடையின் நீண்டகாலப் பிரச்சனையை கிருஷ்ணன் முன்னின்று தீர்த்து வைத்தார் என்ற வரலாறாகத் தனது இருப்பை வைத்துக் கொள்வது. "அந்த பாவத்துக்க வாழ்க்கையில மண்ணள்ளிப் போடாதையும் ஓய்..." என ஜீனாவைக்காட்டி மனோகரன் வாத்தியார் நக்கலாகக் கடை முக்கில் நின்று சொன்னபோது எழுந்த சிரிப்பொலியை, ஜீனாவை அதில் வாழ வைப்பதின் மூலமாக நிவர்த்திசெய்துகொள்வதே இப்போது கிருஷ்ணனின் மனத்தின் ரகசியப் பக்கங்களில் உள் இலட்சியங்களாகக் கிடந்தன. வரும் வாரத்துக்குள் கண்ணுக்குத் தெரியாத மாற்றங்களையெல்லாம் இந்த திருவாழிக் கட்டிடத்தில்

அடுத்தடுத்துச் சாத்தியமாக்குகின்ற பெரும் பொறுப்பு தனக்கு முன்பு கிடப்பதாக கிருஷ்ணன் நம்பினார்.

நம்பிக்கை அசாத்தியமானது. நம்பிக்கையின் எல்கை இந்த உலகின் பரப்பைவிடப் பெரியது என்று பட்டணம் ஹோட்டலின் பின்புறம் பண்டொருமுறை தனித்து நின்றிருந்த சூளாமணி சொல்லியிருந்தது கிருஷ்ணனின் காதில் ஒலிக்கிறது. இத்தனைக்கும் கிருஷ்ணன் அவளிடம் நம்பிக்கை பற்றி எந்தக் கேள்வியும் கேட்டிருக்கவுமில்லை. பட்டணம் அவளின் செய்தியைச் சொல்லிவிட்டு உயிர்போவதாக இருந்தாலும்கூட அவள் சொன்ன ஆசைபற்றி அவளிடம் எதுவும் கேட்கக்கூடாதென உறுதி வாங்கிய நிலையில் கிருஷ்ணன் அவளைப் பார்த்து உனக்கெல்லாம் என்ன நம்பிக்கை என்று மனத்தில் நினைக்கத்தான் செய்தார். நினைப்புக்கே அவள் சொன்ன பதில் அத்துணைப் பசுமையாக மனத்தில் படிந்துகிடக்கிறது. அரிகோபாலன் வந்துசென்ற பிறகு புதிய நம்பிக்கை பட்டென முளைத்து வளர்ந்து பூமியின் அடியாழம்வரை படர்ந்து பீடித்துப் பெருமரமாக வளர்ந்து நிற்கிறது. கடைபற்றிய விசயத்தை உடனே திருவாழிசாரிடம் ஜீனா மீண்டும் பேசச் சொன்னபோது கிருஷ்ணன் பேசலாமெனச் சொல்லிவிட்டு ஜீனாவிடம் அன்சாரியைப் போய்ப் பார்த்துப் பேசச் சொன்னார். திருவாழிக் கட்டிட விவகாரத்தில் அன்சாரி இல்லாத எந்த விசயத்தையும் திருவாழி முழுவிருப்பத்தோடு செய்யமாட்டார் என்று கிருஷ்ணனுக்குத் தெரியும். அவர் ஜீனாவையும் அன்சாரியையும் தொடர்புபடுத்துவதுதான் இதுவிசயத்தில் சிறப்பாக இருக்குமென்று கருதினார். ஜீனாவுக்கு, இனி இராஜயோகமுள்ளதாக மாறப்போகிற கடையை கிருஷ்ணன் இடையில் திடீரென தடம்மாறி வேறு யாருக்கேனும் கைமாற்றிவிடுவாரோ என்கிற பதற்றமிருந்தது. அவன் பதற்றத்தை ஒருவாறாகப் புரிந்துகொண்டு கிருஷ்ணன் கடை வாடகை விசயத்தை அன்சாரியிடம் பேசும்படி மீண்டும் மீண்டும் சொல்லிக்கொண்டே அதன் அணுகுமுறைகளையும் சொல்லிக்கொடுத்துவிட்டு வெள்ளி இரவை முழுவதுமாகச் சிறப்பித்து முடிக்க வேண்டிய சிந்தனையை மட்டுமே மனத்தில் வைத்துக்கொண்டார்.

வெள்ளி இரவு அன்சாரி, கடைச்சாவியைத் தந்துவிட்டுத் தான் நேரமே வீட்டுக்குப் போய்விடுவதாகவும் பூஜைக்கு வரமுடியாதெனவும் மறுத்துவிட்டான். கிருஷ்ணன் கண்ணே பொன்னேயென நாலு நல்ல வார்த்தை சொல்லி, பிறகு திருவாழியிடம் பேசினார். அவர் அன்சாரியை போனில் பிடித்து, "போட்டுடே... லேசா நின்னு கவனிச்சிக்கோ...

ஒண்ணுமில்லன்னாலும் கிருஷ்ணன் உன் தவப்பனுக்க கூட்டாளில்லா...” என அவரும் சொன்ன பிறகு சம்மதித்தான். “சும்மா நிப்பேன். அவ்வளவுதான்... என்னய ஒன்னும் செய்யச் சொல்லப்புடாது...ஏற்கனவே ஊர்ல சேக்காம வச்சிருக்கானுவோ... இந்தக் கொண்டாட்டத்துலே இனி நான் பூஜையில இருந்தேம்ன்னு எவனாவது எழக்கி விட்டானுவன்னா பொறவு... என்னைய முஸ்லிம் இல்லேன்னு சொல்லுவானுவோ... எனக்க உம்மா பாவமாக்கும்...” என்றான்.

“நீ உள்ளே வரண்டாம்டே... சும்மா அப்படியே நடைக்கு வெளியே நின்னா போதும். எனக்கொரு சப்போட்டு... உள்ள கூடமாட ஜீனா நிப்பான்... நான், ஆறுமுகம், நம்ம வேதமாணிக்கம் இவ்வளவுதான்... இரண்டு மூணு மணிநேர பூஜைய முடிச்சிட்டுப் போனாருன்னா... அந்த எழவு அந்தால தீரும்... இஞ்சாநம்பர் கடைய பிடிச்ச பீடை அதோட ஒழியும்” என்றார். அன்சாரி இசைந்த நேரத்தில் ஜீனாவின் கடை விவகாரத்தைப் பேசி உடனடியாக முடிவு செய்து அன்சாரிக்கு கமிசனாக ரூபாய் இரண்டாயிரத்தை உடனடியாகக் கொடுக்க வைத்தார் கிருஷ்ணன். அன்சாரி இரண்டாயிரத்தை வாங்கத் தயங்கியபோது கிருஷ்ணனே முன்னின்று பணத்தை ஜீனாவிடமிருந்து வாங்கி அன்சாரியின் சட்டைப்பையில் வைத்து அழுத்தினார். வெள்ளிக்கிழமை காலையில் அன்சாரி திருவாழிக்கு போன் பண்ணி ஜீனாவுக்குக் கடை கொடுக்கக் கேட்டுக்கொண்ட போது திருவாழி மறுப்பொன்றும் சொல்லாமல் வாடகை ஒப்பந்த பத்திரம் தயார் செய்து கையெழுத்து வாங்கிக்கொள்ளச் சொன்னார். “நீ இராஜபாளையத்துக்கு அலையவேண்டாம். வெள்ளிக்கிழமைக்குப்பிறகு ஜீனா தரும் முன்தொகையை வங்கியில் போட்டாலும் சரி அல்லது கையில் வைத்துக் கொண்டாலும் சரிதான். பார்த்துக் கொள்ளலாம் உனக்க சவுரியம்போல செய்து கொள்” என்று திருவாழி உரிமையாகச் சொல்லிவிட்டார்.

திருவாழிக்கு அன்சாரிமீது முன்னிலும் அன்பு அதிகமாகியிருந்தது. அவன் கடந்த வாரம் மாமியைப் பூப்போல திருச்செந்தூர் கோவிலுக்கு அழைத்துக்கொண்டுபோய்த் திரும்பக் கொண்டுவந்து சேர்த்ததை புகழேந்தி அவ்வளவு பெருமையாக போனில் சொல்லியிருந்தான். “மதமும் சாதியும் மயிருவோய். காசீமும் அன்சாரியுமா இரண்டு துலுக்கன்மாரு சேந்து அந்த வயசான பொம்பளைய கோயிலுக்குக் கூட்டிட்டுப் போயிப் பொன்னு போல கூடஇருந்து எல்லாஞ் செய்து கொடுத்து அவள கொண்டு வந்து உட்ருக்கானுவோ... உமக்க மாமி இங்க

இரண்டுநாளா இப்போ அன்சாரி அன்சாரின்னு பினாத்திட்டுக் கெடக்கா ...”

திருவாழி போனில் நெக்குருகிப் பதில் சொன்னார், “அவன் அபூர்வமான புள்ள. எனக்க தவப்பன் மதுரை இராஜாஜி ஆஸ்பிட்டல்ல அவன் மடியில கெடந்துதான் உயிர உட்டாரு ... பேச்சுக்காக சொல்லலே ... இறந்த பொறவு எனக்க அப்பன் முகத்துல அப்படி ஒரு நிறைவும் சாந்தமும் இருந்திச்சி ...”

புகழேந்தியும் திருவாழியும் மாறிமாறிப் பேசிக்கொண்டனர். திருவாழி கடை விசயத்தில் அன்சாரியிடம் சரி சொல்லிவிட்ட செய்தி ஜீனாவுக்கும் கிருஷ்ணனுக்கும் ரொம்பவும் தித்திப்பானதாக இருந்தது. ஜீனா அதே வேகத்தில் அட்வான்ஸ் கொடுக்கத் தயாரானபோது கிருஷ்ணன் பொறுமையா இருடே வெள்ளி முடியட்டு என்று பொய்யாக ஒரு அதட்டு அதட்டினார்.

திருவாழிக் கட்டிடத்தின் எல்லா கடைகளிலும் ஐந்தாம்எண் கடையிலுள்ள பிசாசை விரட்டும் செய்தி பரவியிருந்தது. ஆளாளுக்குப் பேசிக்கொண்டிருந்தார்கள். “பேய் இருக்குற வீடுகளப்பத்தி கேள்விப்பட்டிருக்கேன் ஆனா கடைய இப்பதான் கேள்விப்பட்டேன் ... கடையில பேய் வந்து தங்குமா” என்று ராஜகுமார் அண்ணாச்சி அரிசி வாங்க வந்திருந்த ஒரு ஆளிடம் சொன்னபோது பொன்ராஜ் சகிக்கமுடியாமல் சிரித்துக் கொண்டிருந்தான். அண்ணாச்சி அவனை இரண்டு அறுப்பு அறுத்துவிட்டுத் தொடர்ந்து பேசிக்கொண்டிருந்தார்.

“சரி, இங்க பிசாசு இருக்குன்னே வச்சிக்கிடுவோம் ... இப்போ வாரவன் இங்க இருந்து பிடிச்சாம்னா எங்க கொண்டு உடுவான் ... அதுக்கும் ஒரு இருப்பிடம் வேணும்லா ... அது இருப்பிடமில்லா தேரோட மால தெருவோடா போவுமா” என்றதும் அண்ணாச்சிக்கு வந்தவன் தன்னைப் பரிகாச மடிப்பதாகவே முதலில் தோன்றியது. ஆனால் அவன் சீரியசாக மீண்டும் கேட்டான்.

“ஆணா ... பெண்ணா .. ?”

“என்னது .. ?”

“ஐஞ்சா நம்பர் கடையில கெடக்க பிசாசு ஆணா ... பெண்ணான்னு கேட்கேன் ...”

என்ன இவன் பெத்த வீட்ல கேட்டாலே கேட்கானேயென அண்ணாச்சி குழப்பமாகப் பார்த்தபோதே பொன்ராஜின் சிரிப்பு உச்சமாகிவிட்டது. கூடவே சுப்ரமணியும் சிரித்தான். அரிசி வாங்க வந்தவன் போவதுபோல தெரியவில்லை. அவன்

மீண்டும் பிசாசை எங்க கொண்டு விடுவான் எனக் கேட்டபோது அண்ணாச்சி எரிச்சலாகிச் சொன்னார், "வேணும்னா நீங்க கூட்டிட்டுப் போங்க..." அவ்வளவுதான். பொன்ராஜ் புண்ணாக்கு சாக்கிலிருந்து மறிந்து உருண்டு விழுந்து எழுந்து வேகமாக உள்ளே போனான். வல்லச்சாதியுமாக வந்தவன் போய்விட்டாலும் அண்ணாச்சிக்குள்ளும் அந்தக் கேள்வி எழுந்து நின்றது. இங்கிருக்கிற பிசாசைக் கொண்டுபோய் எங்கே திறந்துவிடுவானென யோசனையோடு கல்லாவிலிருந்த அந்த நேரத்தில் மைனர் சலாம் பழுக்காத எலுமிச்சைப்பழ கலரில் உடையணிந்து சரக்கென வந்து நின்றான். அவனின் கடை இரண்டு மூன்று நாளாகப் பூட்டிக் கிடக்கிறது. என்ன காரணமோ தெரியவில்லை, விலகிச் செல்லவே மாட்டாளோ என்று கருதப்பட்ட சாந்தினியும் வேலையைவிட்டு நின்றுவிட்டாள். அவள் பெருமாளின் ஏற்பாட்டில் போலீஸ் ஸ்டேசன் ரோட்டில் ஒரு மாடியில் புதிதாகக் கடை எடுத்திருப்பதாக பேச்சு நேற்றே போய்க்கொண்டிருந்தது. இந்த மாசத்தோடு சலாம் கடையைக் காலி செய்ய வேண்டுமென்கிற கெடு வேறு இறுகிக்கொண்டிருக்கிறது. மைனர் சலாமோடு பேசலாமா வேண்டாமாவென அண்ணாச்சி ரொம்பவும் யோசித்துக்கொண்டுதான், "மந்திரவாதிகள் பிடிக்கும் பிசாசை எங்கே கொண்டு விடுவானுவோ? அதுபற்றி உங்களுக்கு எதாவது தெரியுமா?" எனக் கேள்வியாகக் கேட்டார். சலாமின் பார்வை வித்தியாசமாக இருந்தது. ஆனாலும் சலாம் எரிச்சல்படாமல் சாந்தமாகத்தான் பேசினான். "காட்டு மரங்கள்ல கொண்டுபோய் ஆணி அடிச்சிக் கெட்டிருவானுவோன்னு கேள்விப்பட்டிருக்கேன். அதான் புதிய வீடு கெட்டும்போது நெலைக்கதவு, சன்னலு, கட்டிலுன்னு மரச்சாமான்களுக்கு ஒரு கழிப்பு கழிக்கது. இந்த மாதிரி மரங்கள்ல கட்டி அடிச்ச பிசாசு மரச்சாமான்கள்ல தாவிறக்கூடாதுல்லா..."

அண்ணாச்சி பதிலொன்றும் பேசவில்லை. மரச்சாமான்களில் தாவிறக்கூடாதுல்லா என்ற சலாமின் சொல்லுக்கு பொன்ராஜ் என்ன அர்த்தத்தைப் புரிந்துகொண்டான் என்று தெரியவில்லை. சிரிப்பை அவனால் அடக்கமுடியாமல் மீண்டும் பின்னால் ஓடினான். சலாமின் மரச்சாமான்கள் பேச்சு அண்ணாச்சிக்கடை சுப்ரமணி மூலமாக கிருஷ்ணன் கடைக்கு வந்து அங்கிருந்து வேதமாணிக்கம் மூலமாக பேபிகுட்டிக்குப் போனதும் கடைசியில் அந்தப் பேச்சு போனில் மனோகரன் வாத்தியாருக்கும் போய்ச் சேர்ந்தது. திடீரென சூடிக்கொண்ட கலகலப்பில் ஏரியா உதை பந்துபோல அங்குமிங்குமாக உருண்டு புரண்டது. அது ஒரு உற்சாக அலை. இரவு எட்டுமணிக்கு கிருஷ்ணன் கடைக்கு வந்த மனோகரன் வாத்தியார்

சகட்டுமேனிக்குப் பரிகாசமடித்துக்கொண்டிருந்தார். சில பிசாசு கதைகள், செய்வினைக்கதைகள், ஏவல் விலக்கல், பில்லிசூனியம் என ஏற்கெனவே ஓடிக்கொண்டிருந்த கதைகளில் தன்னை இணைத்துக்கொண்ட மனோகரன் வாத்தியார், டீ கோப்பையைக் கையில் எடுத்துக்கொண்டு மூடிக்கிடந்த பேபிகுட்டியின் ஸ்டார் பேங்கர்ஸ் திண்ணையில் போய் அமர்ந்துகொண்டபோது ஒன்றிரெண்டுபேர்கள் அங்கு சூழ்ந்திருந்தனர். சிந்துவும் ஷியாமளாவும் இன்னும் கடை பூட்டவில்லை என்பதால் கெட்டவார்த்தைகளைச் சத்தமாகப் பேசிக்கொள்ளாமல் மெல்லப் பேசினார்கள். பேச்செல்லாம் நாளை இரவு அரிகோபாலன் ஐந்தாம்எண் கடையிலிருந்து பிசாசை வெளியேற்றுவானா என்றுதான் பிரதானம் கொண்டிருந்தது. ஆளாளுக்கு ஒன்றைப் பேசிக்கொண்டிருந்தார்கள். ஒரு ஜின் பற்றிய சில கதைகளைப் பள்ளித்தெரு ஜலீல் சொன்னான். "பேய் முஸ்லிம்களை ஒன்றும் செய்துகிடாது தெரியுமா..?" ஆறுமுகம் இடையில் புகுந்து கேட்டான்.

"ஒருவேளை முஸ்லீம் பேயா இருந்தா..?"

ஜலீலுக்கு ஒன்றும் ஓடவில்லை. ஆறுமுகத்துக்கு என்ன பதில் சொல்வதென நினைக்கும்போதே மனோகரன் வாத்தியார் யோசித்துப் பார்த்தார். "ஐந்தாம்எண் கடையில் இதுவரை பட்டணத்துக்குப் பிறகு யாரும் சாயிப்புமார்கள் கடை நடத்திக் கால் முறிந்தவர்கள் இருக்கிறார்களா?" என டீ கப்பை வாங்க வந்த வேதமாணிக்கத்திடம் கேட்டார். 'இல்லை' என்ற அவரின் பதில் வியப்பாக இருந்தது. ஜலீல் சொன்னதைக் குறிப்பிட்டு வேதமாணிக்கத்திடம் மேலும் பேசியபோது,

"இந்த ஒரு எழவுலயும் எனக்கு விசுவாசம் கிடையாது. எல்லொம் பொழப்புக்கு வேண்டி கட்டி உடுவானுவோ... நீரு ஒரு ஸ்கூலு வாத்தியாரா இருந்துட்டுப் பேய் மயிருன்னு கேட்டுட்டு வேற வேலையில்லாம நடக்கியறே ஓய்..." மேலும் நாலஞ்சி பேச்சு பேசிவிட்டு வேதமாணிக்கம் சர்ரென வந்ததில் கிருஷ்ணனுக்கு ஏக திருப்தி. அவர்தான் வாத்தியாருக்கு நாலு அறுப்பு கொடுக்கச் சொல்லி அனுப்பியிருந்தார். ஸ்டார் பேங்கர்ஸ் கடை நடையில் மேலும் கொஞ்ச நேரம் நீடித்திருந்த வாத்தியார் ஜலீலோடும் இன்னும் ஒன்றிரெண்டு ஆட்களோடும் அலவலாதிக் கதைகளை அள்ளிப் போட்டுத் துவைத்தெடுத்துக்கொண்டிருந்தார். மனோகரன் வாத்தியார் ஜலீலிடம், "பேய் முஸ்லீம்கள ஒண்ணும் செய்யாதுன்னு சொன்னியளே... தர்ஹாவுல பேபுடிச்ச ஆளுவோ கெடந்து ஆடுறாங்களே..." என்று கேட்டான்.

"அது பேய் கிடையாது... மனநோய்..."

"அப்போ... ஐஞ்சாம் நம்பர் கடைய நீங்க நடத்தியளா..?" என்றபோது பேசாமல் ஜலீல் எழுந்து ஓட்டமும் நடையுமாய்ச் சிரித்தப்படி போனான்.

டீ கிளாசைக் கழுவிக்கொண்டே ஸ்டார் பேங்கர்ஸின் நடையைக் கவனித்த கிருஷ்ணன், எப்படியும் இன்னும் சில நாட்களுக்குக் கதைகள் பலவாறாக இங்கு கால்முளைத்து நடக்கும் என்று உணர்ந்துகொண்டே குருவாயூரப்பா நாளை இரவை நல்லது போல நடத்தித்தா என பிரார்த்தித்துக் கொண்டார்.

வழக்கமாகக் கடையைப் பத்துமணிவரை திறந்து வைத்திருக்கும் அண்ணாச்சி வெள்ளி இரவு ஒன்பதரைக்கே பூட்டினார். அத்தான் தங்கவேல் போனில் சொல்லியிருந்தார், "ஒன்பதரைக்குக் கடைய பூட்டிட்டு போயிரு மறுநா காலையில ஆள்நடமாட்டமெல்லாம் நல்லா புழங்குனப் பிறகு லேட்டா திறந்தா போதும். தாயளிங்க என்னத்தையும் ஏவி இங்கனைக்குள்ளால திருப்பிடப் போறானுங்க... கடைய பூட்டி நடையில நாலுபக்கமும் கல்லு உப்ப கையில அள்ளிக் குவிச்சு வை..."ஒன்பதரை மணிக்குக் கடையைப் பூட்டிய அண்ணாச்சி அவ்வாறே செய்தார். பொன்ராஜ்க்கு ஏக சந்தோசம். ஷியாமளாவும் சிந்துவும் கூட நேரமே பூட்டிக் கிளம்பினார்கள். எட்டுமணிக்கு மேற்கூரை அமைப்பதற்கான ஷீட்டுகள் வந்திறங்கியதை மைனர் சலாமின் ஏழாம்எண் கடையருகே இறக்கி வைத்தபடி சிலங்கா புறப்படும்போது அன்சாரியைப் பார்த்துக் கேலியாகச் சிரித்துவிட்டுப் போனான். கடைக்கு மாந்திரீக வேலையொன்று நடைபெறப் போவதை சிலங்கா நேற்றே அறிந்திருந்தான். அவன் அதுபற்றி அன்சாரியிடம் ஒன்றும் கேட்கவில்லையென்றாலும் ஜீனா என்கிற ஒருத்தன் ரியல் எஸ்டேட் அலுவலகம் வைக்கப்போவது வரையிலும் துல்லியமாகத் தெரிந்தேயிருந்தான். கிருஷ்ணன் கடையின் வெளி விளக்கை அணைத்துப் போட்டிருந்தார்; என்றாலும் உள்ளே எரியும் விளக்கின் மெல்லிய வெளிச்சம் வெளிப்பிரகாரத்திலும் பரவியிருந்தது. அரிகோபாலன் ஏழரை ஏழேமுக்காலுக்கே அங்கிருந்து கிளம்பிவிட்டாரென்றும் பத்தரைக்குள் இங்கு வந்துவிடுவாரென்றும் கிருஷ்ணன் சொல்லியபோது அன்சாரி பின்னால் சிமெண்டு பெஞ்சில் சாய்ந்துகிடந்தான். தான் அணிந்திருந்த நல்ல பவிசான உடையின் மடிப்பு குலைந்துவிடும் என்பதால் ஜீனா மட்டும் அமராமல் நின்றுகொண்டிருந்தான். வேதமாணிக்கமும் ஆறுமுகமும் கடையினுள்ளே இருந்தார்கள். கிருஷ்ணன் அங்கொரு நடை இங்கொரு நடையென நடப்பதும் திடீரென ரோட்டைப் போய்ப் பார்ப்பதுமாக இருந்தார். உண்மையில் கிருஷ்ணனின் அவஸ்தையான இந்த நடையை

ஆறுமுகம் வேதமாணிக்கத்தோடு அன்சாரியும் சேர்ந்து ரசித்தபடி சிரிப்புடனே "எண்ணேன்... வருவாரு நீ மொதல்ல ஒரு இடத்துல இரு..." என்றான்.

"இல்லடே... பத்துமணிக்கு வந்துருவேம்னு சொன்னான்... இப்போ மணி பத்தே முக்காலு ஆவுது... அட்வான்ஸ் பத்தாக்கும் ஆளு வரலன்னா..?"

"நம்ம சின்னப் பள்ளியில லெப்பை இருப்பாரு. போய் கூட்டிட்டு வரவா... நல்ல ஜோரா தண்ணீய ஓதி எறிஞ்சார்னா யாது பிசாசுனாலும் மண்டி போடும்..." எனச் சொன்ன அன்சாரியின் சிரிப்பு கூடிப்போனது. கிருஷ்ணனின் எரிச்சலான மனநிலையின் முகபாவனை அன்சாரியைத் திடீரென மேலும் உற்சாகமாக்கியது. அவன் சிமெண்டு பெஞ்சில் கச்சேரி நடத்த தயாரானவனைப்போல எழுந்து அமர்ந்து லெப்பையின் மகிமையைப் பேச ஆரம்பித்தான். வேதமாணிக்கம் உற்சாகமாகிவிட்டார். ஜீனாதான் பரிதாபமாக கிருஷ்ணனோடு துணையாக நின்றான். ஆறுமுகத்தின் நிலைகூட வேற வேலை மயிரு இல்லியா என்பது போலத்தான் இருந்தது. கிருஷ்ணன் போனை எடுத்துத் தட்டியபடி வெளியே போனார்.

பொண்டாட்டி ஓடிப்போயிட்டாவென எப்படியாவது அவள் மடங்கி மறுபடியும் தன்னிடம் வந்துசேர தண்ணீ ஓதித் தருமாறு லெப்பையிடம் வந்த மாவுலிவரதன் பற்றி அன்சாரி பேச ஆரம்பித்தான். வந்தவனிடம் லெப்பை சொன்னார், "ஆக்கங்கெட்ட கூவ, அவ போனா போவட்டுலே... என்ன மயிருக்கு மடங்கி வரணும் அவ போவட்டுலே... உனக்கு வேற பொண்ணுக்கால பஞ்சம் சைத்தானே... ஆக்கங் கெட்ட கூவ எந்திரிச்சி போல, பன்னிக்குப் பொறந்தவலே..."

"ஆசானே... அது அவ எக்கேடும்கெட்டு மண்ணா போவட்டு எனக்க ரெண்டு பிள்ளைய வேணும்லா?"

"லே கூவ... பிள்ளை வேணும்ணா இரண்டணத்தக்கூட பெறுலே..."

"நான் யாரு கூட போய் இனி பெறதுக்கு?"

"எவளாவது இருப்பா... போய் நீ கெட்டம்புலே... துக்கே..."

"நீரு ஓதித் தாரியரா... இல்லே நான் வேற யாரையும் பாக்கட்டா..?"

"எங்கே எழும்புதே கூவ... இங்க இரி... சைத்தானே... இப்போ ஓதி தண்ணிய உன் மூஞ்சியில அடிக்க அடியில அந்த

கண்டாரஒழி யாது பொந்துல கெடந்தாலும் அரக்கபரக்க அள்ளி முடிஞ்சிட்டு மூணுநாளுலே உனக்க காலுல வந்து விழுவா பாரு... அவளுக்க ஓசார மயிரு உதுமான்பிள்ளை லெப்பைக்கிட்டயா...”

வேதமாணிக்கமும் ஆறுமுகமும் சிதறிவிழுந்து சிரித்துக் கொண்டே “மூணாமத்த நாளுல வந்தாளா...” என்று கேட்டனர்.

“பின்னே மூணாமத்த நாளு காலையில விடியதுக்கு முன்னால அவ வந்துட்டா போல... மாவுலிவரதன் சின்னப்பள்ளியில வந்து லெப்பையிட்ட என்தெய்வமேன்னு நிக்கான். ஆளுவோ ஒரே சிரி...”

ஆறுமுகம் வேதமாணிக்கத்திடம் சொன்னான், “ஓய் பேசாம சின்னபள்ளி லெப்பைய கூப்பிடலாம்... எனக்கென்னமோ அரிகோபாலன் பணத்தோட போயிட்டாம்னுதான் தோனுது” என்றபோது அன்சாரியும் வேதமாணிக்கமும் சிமெண்டு பெஞ்சில், கிடந்து உருண்டு உருண்டு சிரிக்க கிருஷ்ணனும் ஜீனாவும் வெளியே இருந்து உள்ளே ஓடிவந்தார்கள். அன்சாரியிடம் வேகமாக ஐந்தாம்எண் கடையைத் திறந்து போடச் சொன்னபோது அவன் என்ன என்றான். அரிகோபாலன் வில்லுக்குறி தாண்டி வந்துகொண்டிருப்பதாகவும் கடையைத் திறந்து தண்ணீர் தெளித்து முற்றத்தைப் பட்டனெச் சுத்தமாகப் போடக் கேட்டுக்கொண்டதாகவும் சொன்னபோது ஜீனா பட்டுவேட்டியை மடித்துக் கட்டியபடி வாளியில் தண்ணீரைத் தூக்கிக்கொண்டு தண்ணீர் சிந்தச்சிந்தக் கசவு நேரியலையும் தூக்கிப்பிடித்தபடி ஓட்டமும் நடையுமாகப் போனான். பார்த்துக் கொண்டிருந்த வேதமாணிக்கம் “பாத்துப்போலே... புடுக்கத்து கீழ விழுந்துராம” என்றார். அன்சாரி இன்னும் சிரித்துக்கொண்டு ஓட்டமும் நடையுமாக ஐந்தாம் எண் கடையைத் திறந்துபோட எழுந்து போனான்.

17

திருவாழிக் கட்டிடத்தின் எல்லாக் கடைகளிலும் பகலில் உள்ளுக்குள் நல்ல குளிர்ச்சி பரவியிருப்பதாக எல்லோரும் சொல்லிக் கொண்டார்கள். எல்லாம் அரிகோபாலன் வந்து செய்துவிட்டுப்போன காரியங்களின் மகிமையென கிருஷ்ணன் குறிப்பிட்டதைக் கேட்டு ஆறுமுகம் சிலங்காவிடம் செய்தியைச் சொன்னபோது சிலங்கா, அதெல்லாம் ஒரு மண்ணாங்கட்டியும் கிடையாது, கட்டிடத்தின் மேலே மண்டபத்தின் மேற்கூரை போட்டபிறகு வெயிலின் வாட்டம் விழாமல் கடைகளில் குளிர் பரவியிருப்பதாகச் சொன்னான். மிக வேகமாக திருவாழிக் கட்டிடத்தின் கடைகளில் இரண்டு மாறுதல்கள் நடந்துமுடிந்திருந்தன. ஒன்று, நான்கு நாட்களுக்கு முன்னால் பெரிய படோடாபங்களில்லாமல் ஜீனா ஐந்தாம்எண் கடையில் தனது ரியல் எஸ்டேட் அலுவலகத்தைத் திறந்திருந்தான். அலுவலகம் திறந்த முதல்நாளிலேயே அவனுக்கு நல்ல தரமான வியாபார எடவாடுகள் நடந்ததில் லட்சங்களுக்கு மேல் வரவு என்று பேசிக்கொண்டார்கள். ஜீனா நிலத்தை மறித்து விற்பது போன்ற தகிடுதத்தங்கள் செய்வதில்லை. வாங்குபவர்களையும் விற்பவர்களையும் அதீத நம்பிக்கையின் பொருட்டு நேரடியாகவே களத்தில் சந்திக்கவிடுகிறான். விற்பவரிடம் இரண்டிலிருந்து ஒன்றரை சதமானம்வரையிலும் வாங்குபவரிடம் ஒரு சதமானமுமாக இரட்டைக் கமிசன்களைப் பெற்றுக்கொள்கிறான். வியாபாரம் முடிந்த கையோடு சூடாறும்முன்னால் கமிசன் கைமாறி

விடவேண்டும். சற்று நேரம் நீண்டுபோனால்கூட மனிதர்கள் கமிசன் தொகையைக் குறித்து யோசிக்கத் தொடங்கிவிடுவார்கள். மனிதர்கள் அல்பத்தனமானவர்கள் என்றும் காசு கைக்கு வரும் முன்பும் பின்புமுமாகக் குணவேறுபாடு கொண்டவர்கள் என்றும் நியாய தர்மங்களை நூற்றுக்குத் தொண்ணூறு பேர் பாலிக்கமாட்டார்கள் என்பதனால் அவ்வாறான சூழல்களில் மிகக்கேவலமான வார்த்தைகளைப் பிரயோகிப்பதும் சபிப்பதும் போன்ற அடவுகளைக் காட்டி வருவதும்கூட இந்தத் தொழிலுக்கு உகந்த செயல்களாகப் பார்க்கப்படுவதாக ஜீனா குறிப்பிட்டான். ஒரு நிலத்தின் மீது நக்காபிச்சை முன்பணத்தைக் கொடுத்து ஒரு ஒப்பந்தமும் போட்டுக்கொண்டு லேசாக வெட்டித் திரித்து வாய்த்த விலைக்கு எவன் தலையிலாவது கட்டிவைத்துக் கொள்ளை லாபம் ஈட்டுகிற தாலியறுப்பு வேலைக்கெல்லாம் ஜீனா ஒருபோதும் போகமாட்டான் என்பதைக் குறிப்பிட்டு கிருஷ்ணன் அன்சாரியிடம் ஜீனா ஒரு நல்ல புரோக்கர் எனச் சான்றிதழ் வழங்கினார்.

நம்ம மனோகரன் வாத்தியாரும் நல்ல புரோக்கர்தானே என்றதும் கிருஷ்ணனுக்குக் கோபம் வந்துவிட்டது...

“மயிரு புரோக்கரு . . . மனோகரன் வாத்தியாரு . . . இரண்டாயிர லூவாக்கும் மூவாயிர லூவாக்கும் மூணுநாலு புரோக்கருக்கிடையில கேப்புல சோலி பாக்கவன்... வேற வேலை மயிரு இல்லாம அவனப் போட்டுப் பேசுதே... ஜீனாவ இந்த கடைய எடுக்க உடாம எப்படியாவது கலைச்சி உட்டுரலாம்னு கனபாடுபட்டான்... தெரியுமா... நல்லவேளை அரிகோபாலன் இருந்ததுனால பையன் நம்ம சைடுல ஒறச்சி நின்னான்...”

அன்சாரி சிரித்துக்கொண்டான். நினைத்துப் பார்த்தால் எல்லாம் ஒரு மாயம் போல இருக்கிறது. அந்த வெள்ளி இரவு அரிகோபாலன் அழுத்தத்தின் உச்சத்துக்கு கிருஷ்ணனைக் கொண்டுபோய் வைத்திருந்து பதினொன்னேகாலுக்கு மேலேதான் அவரின் ஐடென் காரில் வந்திறங்கினார். தன் சொந்தக் காரைத்தான் அவர் வாடகை கார் என்றும் ஓட்டுநராக வந்தவனும் உதவியாளராக வந்தவனும் ஒரே ஆள்தான் என்றும் அதுவும் அவன் அரிகோபாலனின் மகன்தான் என்றும் பார்த்த அரைமணி நேரத்தில் வேதமாணிக்கம் மெய்ப்பித்துவிட்டார். அரிகோபாலனின் ஐடென் சரியாக பேபிகுட்டியின் ஸ்டார் பேங்கர்ஸ் முன்பு நிப்பாட்டப்பட்டிருந்தது. அதிலிருந்து இறங்கிய அரிகோபாலன் பட்டென ஜீனாவை அழைத்து காரிலிருக்கும் பூஜை பொருட்களை அரிகோபாலனின் உதவியாளரோடு சேர்ந்து எடுத்துக்கொண்டு வந்து ஐந்தாம்எண் கடையில் உதவியாளர்

சொல்வதைப் பாலித்துத் துணையாக இருந்துகொள்ளச் சொன்னபோது ஜீனா மறுப்பின்றிக் கசவு நேரியல் துண்டை இடுப்பில் கட்டியபடி தலையாட்டினான். ஐந்தாம்எண் கடையில் இரண்டு புத்தம்புதிய கோரையின் மணம் மாறாத தரமான கோரம்பாய் விரிக்கப்பட்டிருந்தது. அரிகோபாலன் முதலில் சொன்ன பூஜைப் பொருட்கள் பட்டியலில் அது தாழம்பூ பாயாகச் சொல்லப்பட்டிருந்ததை வேதமாணிக்கம் அன்சாரியின் காதில் கிசுகிசுத்தார். ஐவ்வாது, குங்குமம், மஞ்சள், ஊதுபத்தி, சாம்பிராணிகளோடு புதிய மண்சட்டி ஒன்றும் மேலும் சில பார்சல்களும் நீளமான நான்கு ஆணிகள் என வரிசைப்படுத்தப்பட்ட பொருட்களினிடையே நடுநாயகமாக ஒரு பெரிய ரோஜாப்பூ மாலையும் இருந்தது. ஒரு பெரிய டப்பாவில் சந்தன வில்லைகளையும் பன்னீரில் நனைத்து நசுக்கிக் கொண்டுவரச் சொன்னபோது ஜீனா ஓடினான். நாலம்எண் கடையான சிந்துவின் பியூட்டி பார்லர் கடை நடையில் அன்சாரி அமைதியாக இருந்து கவனித்துக்கொண்டிருந்தபோது அவனையொட்டி விளிம்பில் ஐந்தாம்எண் கடையில் நடப்பவற்றைப் பார்க்கும் விதமாக வேதமாணிக்கம் இருந்தார். கிருஷ்ணனும் ஜீனாவும் பூஜையில் நேரடியாகப் பங்கெடுத்தனர். ஆறுமுகம், அண்ணாச்சிக் கடை வளைவுத் திண்டில் ஐந்தாம் எண் கடையைப் பார்க்கும்படியாக அமர்ந்திருந்தான். ஏரியா கடும் நிசப்தம் சூடியிருந்தது. அரிகோபாலன் விரிக்கப்பட்ட கோரம்பாயில் நடுநாயகமாகக் கண்மூடிக் கொஞ்ச நேரம் அமர்ந்திருந்தவர் முன்பாக நான்கு செங்கல்கள் இணைக்கப்பட்டு அதில் மிதமாக தீ எரிந்து கொண்டிருந்தது. நேரம் போகப் போக அந்த இடம் மெல்ல மெல்ல ஒரு அமானுஷ்ய சூழலில் மூழ்கியது. குசுகுசுப்பாய் அன்சாரியின் காதில் பேசிக்கொண்டிருந்த வேதமாணிக்கமும் அமைதியாகி விட்டார். நெருப்பில் நெய்விட்டுக்கொண்டிருந்த அரிகோபாலன் அந்தப் பெரிய ரோஜாப்பூ மாலையைத் தனது கழுத்தில் தூக்கிப் போட்டுக்கொண்டு பன்னீரில் குழைத்த சந்தனத்தைத் தனது மேனியில் பூசிக்கொண்டதோடு அவரின் செய்கைகளில் சில மாற்றங்கள் நிகழ்ந்துகொண்டிருந்தன. கிட்டத்தட்ட மூன்றரை மணிநேரம் அவரே ஒன்றிலிருந்து இன்னொன்றாக மாறிமாறிச் சாந்தமாகவும் நிலைகொள்ளாத ஒரு மிருகத்தைப் போன்றும் அசைந்துகொண்டிருந்தார். நீண்ட அவதானிப்புக்குப் பிறகு அன்சாரியின் காதில் வேதமாணிக்கம் மெதுவாகச் சொன்னார், "அவன் யாகத்தையும் செய்வினைக் கழிப்பையும் மிக்ஸ் பண்ணி ஒரு புது ஐட்டமா ஏதோ பண்றான்..."

"என்ன எழவையும் பண்ணட்டு. நமக்கு கடை ரெச்சப்படுமா..."

“ரெச்சப்படுத்திருவாம்னு நினைக்கேன்...” என்றபடி மீண்டும் எட்டிப்பார்த்தார்.

உதவியாளராக வந்த அரிகோபாலனின் மகன் அவரின் கண்ணசைவுக்கு ஏற்ப அடுத்தடுத்த செயல்களுக்கானதைச் செய்தான். அவர்களின் வேலைத் தரங்களையும் அதன் ஒழுங்கமைவையும் உற்றுக்கவனித்தால் அவர்கள் தினந்தோறும் இதுபோன்ற நடவடிக்கைகளில் ஈடுபட்டு நல்ல தேர்ச்சியுடையவர்களைப்போல இருந்தார்கள். சில வேலைகளுக்கு அவன் ஜீனாவை மிக மென்மையாக ஏவினான். ஜீனாவுக்கும்கூட தான் ஏவப்படுவதில் அதீத விருப்பம் இருந்தது. பன்னிரெண்டு மணிக்குத் தொடங்கிய அரிகோபாலனின் பரிபாடி மூன்றரை மணிக்கு நிறைவுபெற அவர் இருப்பிலிருந்து எழும்பினார். மூன்று தேங்காய்களை உடைத்துத் தண்ணீரைக் கொட்டிவிட்டு அங்கிருந்த சில பொருட்களை, வாரித்தேய்த்து வைக்கப்பட்டிருந்ததை ஜீனாவைவிட்டே எடுத்து வெளியே ரோட்டில் நின்று நாலாபக்கமும் வீசி அடிக்கச் சொன்னார். ஆறு அரைத் தேங்காய்களை மீண்டும் ஜீனாவிடம் உதவியாளர் எடுத்துக் கொடுத்ததும் அவன் அதோடு வெளியேறி அண்ணாச்சிக்கடையின் முன்பாக ரோட்டின் மூணுமுக்கு வளைவில் நின்றபடி அங்கொன்றும் இங்கொன்றுமாக வீசி எறிந்தான். மூன்று பக்கங்களிலுமாகத் தோதுபட்ட நாலு திசைகளிலும் வேகமாக வீசி அடித்தவற்றில் ஒரு அரைமூடி தேங்காய் மாதவன்பிள்ளை மனையில் விழ, இன்னொரு அரைமூடித் தேங்காய் மைனர் சலாமின் ஏழாம்எண் கடையின் ஷட்டரில் பட்டுத்தெறித்து அங்கனயே கீழே சுழன்று சுழன்று மெல்ல நிலைகொண்டு ஷட்டரின் வலதுபக்கப் பூட்டருகே மலந்து கிடந்தது. மத்த நாலு அரைத் தேங்காயும் எங்கே போச்சினு ஜீனா யோசித்துப் பார்த்தான். ஒன்று இந்தால போச்சி, ஒன்று அந்தால போச்சி, இன்னொன்னு அந்த சுவரில் பட்டு அப்படியே கிருஷ்ணன் கடைக்குப்பின்னால அடிச்சிப் போனதுமாதிரி இருந்திச்சி... அவ்வளவுதான், ஜீனாவுக்கு லேசாகப் பதற்றம் இருந்தது. அவன் விசயத்தை அப்படியே மனசுக்குள் அமிழ்த்திக்கொண்டான். ஒரு அரைமூடித் தேங்காய் நேராகக் கிழக்குப் பக்க ரோட்டில் நீண்ட தூரம் உருண்டு போனதுபோல இருந்தது. ஜீனா கைகளைத் தட்டிக்கொண்டு அந்த நள்ளிரவில் மெல்ல நடந்து வரும்போது... ஐந்தாம் எண் கடையின் வெளியே வந்த அரிகோபாலன் அடுத்த வேலையாக மண்சட்டியைக் காட்டியபோது, கூடவந்தவன் ஜீனாவை அழைத்து அந்த மண்சட்டியில் சில பொருட்களைக் கொடுத்து இருவருமாக கனப்பாடுபட்டு எரித்துச் சாம்பலாக்கியபோது மண்சட்டி முழுவதும் நிறைய சாம்பலாய்க் குவிந்தது. பிறகு

அரிகோபாலன் மூன்று ஆணிகளை ஐந்தாம்எண் கடையின் வெளிப்பக்கம் அதற்கான இடைவெளிவிட்டு நிலத்தில் அடித்துத் தாழ்த்தினார். மண்சட்டியில் இருந்த சாம்பலை மூன்று பாகமாகப் பிரித்துத் தாளில் மூன்று பொதியாகக் கட்டி, கிருஷ்ணனிடம் கொடுத்துவிட்டு அரிகோபாலன் சொன்னார். "இந்த மூன்றில் ஒன்றை ஓடும் நீரில் வீசவேண்டும். இன்னொன்றை ஆட்கள் நடமாட்டமுள்ள மண்பாதையில் தோண்டி மண்ணுக்குள் வைத்து மூடிவிட வேண்டும். மூன்றாவது ஒன்றைப் பக்கத்திலுள்ள சுடுகாட்டு வளாகத்தில் வீசினால் போதும் என்றபடித் தனது வேலையை நிறைவுசெய்தார். எப்போது வீச வேண்டும் எனக்கேட்ட கிருஷ்ணனிடம் அரிகோபாலன் இந்த இரவு விடியுமுன்னால் என்றபோது அவர் திண்ணையிலிருந்த அன்சாரியைப் பாவமாகப் பார்த்தார். கடையை நடத்த இருக்கும் ஜீனாவுக்கு ஒரு எலுமிச்சைப் பழத்தைத் தனியாகப் பத்து நிமிடம் மந்திரித்துக் கொடுத்துவிட்டுக் கடை திறந்த பிறகு கல்லாவில் போட்டுவைத்துக்கொள்ளும்படிச் சொல்லி அதற்கு ஆயிரம் ரூபாயைக் கேட்டவர், "சும்மா செய்தா காரியம் கைக்கூடாது" என்றார். ஜீனா பயபக்தியாய் ஆயிரம் ரூபாய் ஒற்றை நோட்டை எடுத்துப் பவ்யமாக நீட்டியதை வாங்கிக்கொண்டே அரிகோபாலன் விடைபெறும்போது சொன்னார் "சம்பவம் நம்ம நெனைச்சது மாதிரி இல்லே... ரொம்ப கடுப்பம்..."

"போயிட்டா..."

"பின்னே... நீங்க பாக்கலியா? மொதல்ல ரொம்ப மொரண்டு புடிச்சி... அப்புறம் கெஞ்சிச்சி... நான் கண்டுக்கவேயில்லை. காலிபண்ணிட்டேன்."

கிருஷ்ணன் புரியாமல் பார்த்தார்.

"ஒக்க சரியாயி... போட்டே..." என்றபடி அரிகோபாலன் பாக்கித் தொகையை வாங்கி "வண்டி எடுக்கு மோனே..." என்றபடி வண்டியின் முன் சீட்டில் ஏறி அதனைச் சாய்வாக்கி நன்கு சாய்ந்துகொள்ள வண்டி நகர்ந்துபோனது. அன்சாரி முதல்கட்டமாக கிருஷ்ணனிடம், "சாவி உங்கள்ட்டயே இருக்கட்டு... ஐஞ்சாம் நம்பர் கடை ஜீனாக்குதான்" என்று பைக்கை எடுத்து அசதியில் வீடு நோக்கிப் புறப்பட்டுப் போனான். நேரம் நாலுமணி கடந்திருந்தது. கிருஷ்ணன் ஆறுமுகத்திடம் சொல்லிவிட்டுக் கையில் மூன்று சாம்பல் பொதியோடு ஜீனாவின் பைக்கில் ஏறிக்கொள்ள இருவரும் போவதைப் பார்த்த வேதமாணிக்கமும் ஆறுமுகமும் பேங்கர்ஸ் நடையில் படுத்தனர். முதலில் வேதமாணிக்கம் சிரித்தார். சிரிப்பு மெல்லக் கூடிப் பெருஞ்சிரிப்பாக மலர்ந்தபோது ஆறுமுகமும் அடக்கமுடியாதவனைப்போலச்

சிரித்தான். திருவாழிக் கட்டிடத்தின் ஐந்தாம் எண் கடையின் வெளியே இரவில் நடைபெற்றதின் எந்தச் சுவடும் இல்லாமல் கிருஷ்ணனும் ஜீனாவும் திரும்ப வந்து ஒவ்வொன்றாக பார்த்துப் பார்த்து அப்புறப்படுத்திக் கொண்டபிறகு ஜீனா சொன்னான், ஒரு அரைமூடி தேங்காய் மைனர் சலாம் கடை முன்பாக விழுந்துகிடப்பதாக... கிருஷ்ணன் தூரமாய் நின்றுபார்த்தபடி "இனி அத கைகொண்டுத் தொடாண்டாம்... கெடக்கட்டு" என்றபடி பேங்கர்ஸின் நடையில் தூங்கிக்கிடந்த ஆறுமுகத்தையும் வேதமாணிக்கத்தையும் எழுப்பாமலேயே தன் கடைக்குள்ளே போய் ஒரு அரைமணி நேரம் படுத்திருந்தார். ஜீனா வீட்டுக்குத் தனியாகப்போகப் பயந்து பின்னால் சிமெண்டு பெஞ்சில் கிடந்தான். கொஞ்ச நேரத்திலேயே சின்னபள்ளிவாசலில் சுப்ஹ் தொழுகைக்கான பாங்கு சத்தம் கேட்டதும் கிருஷ்ணன் பொலிவாக எழுந்து வெளி விளக்கைப் போட்டுச் சாயாக்கடையின் பூர்வாங்க வேலைகளைத் தொடங்கியபோது ஆட்களும் மெல்ல மெல்ல நடமாட ஆரம்பித்தார்கள்.

காலையில் ஆறுமணிக்கு வழக்கமாக கடைதிறக்க வரும் அண்ணாச்சி இன்று ஆறேமுக்காலாகியும் கடை திறக்கவில்லை. ஒன்பதுமணிக்குப் பிறகு இன்று லேவண்டர் கலர் உடையில் மேட்ச் அன் மேட்சில் வந்த மைனர் சலாமின் கண்களில் கடை ஷட்டரின் அருகே கிடந்த மஞ்சள் குங்குமம் ஜவ்வாது தடவப்பட்ட அரைமூடித் தேங்காய் கண்களில் பட்டதும் கொஞ்ச நேரம் புரியாமல் யோசனையோடு நின்றான். பின்னர் ஒரு ராட்சச அலைபோல கொதிப்பின் உச்சத்துக்குப் போனான். ஏற்கெனவே ஏழாம்எண் கடையின் பக்கவாட்டுப் பாதையை அடைத்து நிறுத்தப்பட்டிருந்த ஷீட்டுகளும் மண்டப வேலைக்கான சாமான்களும் மேலே தற்காலிகமாகக் காலி செய்யப்பட்ட குடிநீர் இணைப்பு விவகாரமுமென மனசில் பிரளயமாகக் கிடந்த எல்லா விசயங்களும் ஒன்று கூடின. கூடவே சுலேகாவும் வேலையைவிட்டுப் போனது. அவள் போனது, கூட வருத்தமில்லை, போய்த் தொலைகிறாள். ஏற்கெனவே அவளைப்பற்றி அப்படியும் இப்படியுமாகச் சில பேச்சுக்கள் இருந்ததால் அவள் பற்றிய கவலையைவிட ஒண்ணுமண்ணாகக் கிடந்த சாந்தினியின் போக்குதான் சலாமுக்கு பெரும் அதிர்ச்சியாக இருந்தது. எந்த கல்யாண வீட்டுக்குப் போனாலும் ஒரு டிபன் பாக்ஸைக் கொண்டு போய் வெளப்பக்காரன்களிடம் கெஞ்சிக் கூத்தாடி அதில் கொஞ்சமேனும் பிரியாணி வாங்கிவந்து சாந்தினிக்குக் கொடுப்பதை வழக்கமாகக் கொண்டிருந்த சலாமுக்கு எல்லாவற்றையும் நினைத்துப் பார்க்கப் பார்க்க வேவுலாதி பல்கிப் பெருகியது. கண்முன்னால் கிடக்கும் அந்த அரைமூடித் தேங்காயைக்

காலைமடக்கி ஒரு அடி அடிக்கத்தான் உண்டு. ஆனால் சலாமின் ஆவேசம் கட்டுப்பாடற்ற காட்டு வெள்ளப்பெருக்குப்போல பெருகிவிட்டபடியால் ஆத்திரத்தின் உச்சத்தில் திருவாழிக்குப் போன் பண்ணினான்... அவர் எடுக்காமல் விட்டது இன்னும் வேகத்தைக் கூட்டிப்பெருக்கியது. ஆவேசம் அத்துமீறும்போது மனிதன் புறவயங்களை முற்றிலும் மறந்துவிடுகிறான். அப்படியே கொடூரமான சலாம் அடுத்து அன்சாரிக்கு போன் பண்ணியபோது அவன் உறக்கக் கலக்கத்தில் போனை எடுத்துக் காதில் வைத்து ஹலோ என்றதும், “திருவாழிக்க கைக்கூலி புண்டாமொவனே...” என மேலும் அதீத கடுஞ்சொற்களைப் பிரயோகித்துக்கொண்டே, “இன்னால உங்க கடைச்சாவி... வந்து வாங்கிட்டு போலே...” என்றபோது உண்மையில் அன்சாரிக்கு ஒன்றும் புரியவில்லை. போனைத் துண்டித்துக்கொண்ட மைனர் சலாம் சூடாறாமலே நாகமணியின் குட்டியானைக்கு போன் பண்ணினார். அவன் மிக அருகிலிருந்ததால் சொற்ப நிமிடங்களில் அங்கு வந்துவிட்டான். அடங்காத ஆவேசத்தில் இரண்டு மெசின்களையும் நீண்ட கட்டிங் மேசையையும் இழுத்து வெளியே வைத்தபடி நாகமணியிடம் “எல்லாத்தையும் ஒண்ணுவிடாம அள்ளிப் பொறுக்குடே” என்றபோது, நாகமணி சலாமின் வேகத்துக்கு ஈடுகொடுத்து எல்லாவற்றையும் வாரிப்பொறுக்கிப் போட்டான். கடை முழுவதும் திரைச்சீலைகளாகத்தான் தொங்கின. நூலும் லேசும் நாடாவும் குஞ்சலமும் கேன்வாஸூமாகப் பத்திருபதாயிரம் பெறுமானமுள்ள பொருட்களே கடையிலிருந்தன. ஆனால் சலாம் கட்டியிருந்த திரைச்சீலையின் வழியே வெளித்தோற்றத்தில் உண்டாகியிருந்த பகுமானம் பல லட்சங்கள் முதலீடுபோலக் காட்டியிருந்தது. காலையில் ஐசுவரியமாகக் குளித்து முடித்து லேவண்டர் நிறத்திலான உடையணிந்துவந்த மைனர் சலாம் கட்டுப்படுத்த முடியாத உணர்ச்சியின் வேகத்தில் இருபதாண்டு காலமாகப் பந்தமுள்ள திருவாழிக் கட்டிடத்தின் ஏழாம்எண் கடையின் உறவை இவ்வாறாகத் துண்டித்துக்கொண்டான்.

பதினோரு மணிக்குப் புறப்பட்டு வந்த அன்சாரியின் கையில் சாவி கொடுக்கப்பட்டு முன்பணத்தில் தனக்கு மூவாயிரம் வரவேண்டியதிருப்பதாக மைனர் சலாம் சொன்னதைக் கேட்டு அன்சாரி திருவாழியிடம் பேசியபோது, சலாம் அந்தக் காலத்தில் அட்வான்ஸ் தருவதாகச் சொன்னதாகவும் பிறகு தரவில்லை என்றும் இரண்டாயிரத்திலிருந்து இரண்டாயிரத்து இரண்டுவரை வாடகையும் தரவில்லை என்றும் அவனிடம் பத்தாயிரத்தி எழுநூறு ரூபாய் நாம்தான் வாங்க வேண்டிய கணக்கு இருக்கிறது என்றும் கூறினார். அன்சாரி போய் சலாமிடம் மொதலாளி பாக்கி பணம் கேட்காரு என்றதும் அவன் மீண்டும் உணர்ச்சிவசப்பட்டு

பேசினான். திருவாழி மீண்டும் அன்சாரியிடம், “அந்த நாறக் கழுதைய பேசாம போவச் சொல்லு . . . அதோடு அவன் போவட்டு . . . வாங்கித் தின்னு பழக்கப்பட்டவன், அவ்வளவு லேசுலே கொடுக்கமாட்டான் . . . போய்த் தொலையட்டு . . . உடு . . . நீ போய் ஒரு கேன்ல கடல் தண்ணிய பிடிச்சிட்டு வந்து ஏழாம் நம்பர் கடையில ஊத்து . . .” என்றபடி முடித்துக்கொண்டார். ஏரியாவில் கிருஷ்ணன் மூலமாக திருவாழி செய்வினை வைத்து சலாமின் கடையை ஒற்றையடியில் மாற்றியிருப்பதாகப் பேச்சு காட்டுத்தீபோல விசிறியடித்து வீரியம் பெற்றதும் அரிகோபாலன் அந்தப் பாடுகளில் முதன்மை பெற்றிருந்தார். சலாமும்கூட இதைத்தான் உறுதியாக நம்பினான். இன்னும் சில பேச்சுக்களில் திருவாழிக் கட்டிடத்தின் ஐந்தாம்எண் கடையிலிருந்த பிசாசை இரவோடு இரவாக ஏழாம்எண் கடைக்கு மாற்றிவிட்டதாகப் பேசப்பட்டதை கிருஷ்ணனும் உண்மையாக இருக்குமோவென நம்பினார். கிருஷ்ணன் ஆறுமுகத்தோடு கூட எப்போதாவது கோபமாய்ப் பேசுவதுண்டு. ஆனால் வேதமாணிக்கத்தோடு ஒருபோதும் கோபம் காட்டமாட்டார். உச்சைக்குப் பிறகு கிருஷ்ணன் வேதமாணிக்கத்தைக் கடைக்குப் பின்னால் அழைத்துக் கொண்டுபோய், “அரிகோபாலன் ஐஞ்சாநம்பர் கடையிலுள்ள ஒபத்திரகூறை பிடித்துக்கொண்டு போவதாகத்தானே சொன்னான். உண்மையில் இங்கிருந்து ஏழாம்எண் கடைக்கு மாற்றியிருப்பானா” எனக் கேட்டார். கிருஷ்ணனுக்கு மைனர் சலாம் எப்படியும் ஒன்றிரெண்டு மாதங்களில் கடையைக் காலி செய்வான் என்று தெரியும். ஆனாலும் அவன் இவ்வளவு ஆவேசமாக இன்று காலையே அதுவும் ஒரு அரைமணி நேரத்தில் எல்லாவற்றையும் ஒதும்பாடாக்குவான் என்று நம்பவில்லை. அண்ணாச்சிகூட கடைக்குப் போன ஆட்களிடம் கரைக்ட்டா சலாமுக்கு ஏவிட்டானுவோ என்றாராம். வேதமாணிக்கம் சிரித்துக்கொண்டே “பேயோ பிசாசோ எங்கே போனா என்ன . . . சலாம் மாறுனது நல்லதுதானே . . . ஆனா நீ சொல்ல அளவுக்கு அரிகோபாலன் மேல எனக்கு நம்பிக்கை இல்லே . . .” என்றார்.

“எதவச்சி சொல்லுதே . . ?”

“அது பொறுத்திருந்து பாக்குலாம் . . .”

கிருஷ்ணனுக்கு வேதமாணிக்கத்தின்மீது எரிச்சலாக இருந்தது. ஆனாலும் எதையும் காட்டிக்கொள்ளாமல் ஏரியாவின் புதிய பேச்சுகள் எதிலும் மூக்கை நுழைக்காமல் அன்சாரியிடம் போன் பண்ணி ஜீனாவுக்குக் கடை ஒப்பந்தப் பத்திரம் தயார் பண்ணிவிட்டு வரும்படி சொல்லியிருந்தார்.

மாலையில் அன்சாரி வந்து ஏழாம் எண் கடையைத் திறந்து சுற்றிலும் ஒரு பார்வை பார்த்துவிட்டு திருவாழிக்குப் போன்பண்ணி ஜீனாவின் விசயத்தைச் சொல்லியபோது அவர் அட்வான்ஸ் பணத்தை வாங்கிக் கையில் வைத்துக்கொள்ளும்படியும் வாடகை ஒப்பந்தப் பத்திரத்தில் ஜீனாவிடம் கையெழுத்து வாங்கி அதையும் கையிலேயே வைத்துக்கொள்ளும்படியும் சிலங்கா மண்டபம் திறப்புவிழாவுக்கு அடுத்தமாதம் வரும்போது எல்லாம் சரி செய்யலாம் என்றும் சொல்லிக்கொண்டார். ஏழாம்எண் கடையை சிலங்காவுக்குக் கொடுப்பார் என்று எல்லோரையும் போல அன்சாரியும் நம்பினான். சிலங்காவின் எலக்ட்ரிக்கல் போர்டு இன்னும் திருவாழியின் அறைச் சுவேராடு சாய்க்கப்பட்ட நிலையிலிருப்பதால் அது அங்கிருந்து ஏழாம் எண் கடையில் ஏறும் என்ற நம்பிக்கைக்குத் தற்காலிகமாக ஏழுக்கு ஆள் பாக்கவா சார்... என்று கேட்டபோது திருவாழி முற்றுப்புள்ளி வைக்கும் விதமாக, "வேண்டாம் ஏழாம் எண் கடைக்கு ஆட்டோ காசீம் ஒரு ஆளைக் கொண்டு வருவான். அவனை உனகிட்ட பேசச் சொல்றேன்" என அவர் முடித்துக்கொண்டபோது அன்சாரி கிருஷ்ணனிடம் வந்து அந்த விசயத்தைப் பகிர்ந்துகொண்டான்.

18

அரிகோபாலன் வந்துபோன மறுவாரம் திருவாழிக் கட்டிடத்தின் முகப்பிலுள்ள முதல் ஐந்துக் கடைகளின் பொலிவும் தடையற்று இருந்தது. ஆறும் ஏழும் வரிசையில், ஏழாம்எண் கடை வெளிச்சமற்றுத் தனிமைப்பட்டுக் கிடப்பது போல அண்ணாச்சிக்கு இருந்தது. அவருக்கு ஏழாம்எண் கடையையும் எடுத்து இணைத்துக்கொள்ளலாமா என்று ஓர் அபிப்ராயம் தோன்றியிருந்தது. வாய்ப்பில்லை, திருவாழிசார் வேற பிளான் வச்சிருக்காரு என்று மறுத்துவிட்டான். சிந்துவும் அன்சாரியைக் கூப்பிட்டுப் பால்வெள்ளைச் செயரில் அமரவைத்துப் பேசிக்கொண்டிருக்கும்போது கேட்டாள்.

"உண்மையிலேயே செய்வினை உண்டா அன்சாரி..."

"ஏன் அப்படி கேட்கியோ..?"

"இல்ல இந்த சலாமுக்க கதைய வச்சிதான்..."

அன்சாரி சிரித்துவிட்டு மெதுவாகச் சொன்னான், "எல்லாம் சும்மா தட்டிப்பு... ஒருத்தனோட பயத்த முதலாக்கது எனக்கு நம்பிக்கை கிடையாது."

"கிருஷ்ணன் கொண்டு வந்த மந்திரவாதிக்கூட நின்னு நீதான் எல்லாம் பண்ணுனதா சொல்லாங்க... சலாம் கடைக்குத் தனியா தேங்காய் அடிச்சியளாமே... அந்த அடிதான் ஏழாம் நம்பர் கடைக்கு மரண அடியாம்..."

“தேங்காய் அடிச்ச கதையெல்லாம் எனக்குத் தெரியாது… நான் அன்னைக்கு நைட்டு உங்க கடைக்க இந்த நடையில கெடந்து நல்ல உறக்கம்… எனக்கொரு எழவும் தெரியாது… சின்னப்பள்ளியில லெப்பை இருக்காரே, அவரு வரவன் போறவன் எல்லாருக்கும் ஓதிப்பாப்பாரு… ஒருக்க நான் இங்க இருந்து வயிலங்கரைப் பள்ளிக்கு அவருக்குக்கூட துணைக்குப் போனால பேசிட்டே போவும்போது கேட்டேன். இந்த பேய்பிசாசு இதெல்லா உள்ளதா லெப்பேன்னு… அதெல்லாம் பீக்கிறி கதையோ… சும்மாடா…ன்னார். பொறவு எதுக்கு ஓதிப் பாக்கியரு…ன்னு கேட்டேன். நம்பி வாரான் பாரு… அவனுக்கு ஒரு திருப்தி வேணும்லா… தண்ணிய ஓதி மூஞ்சில அடிச்சிவிட்டா மனசு லேசா குளுரும் மனசுதானே எல்லாம்… சிலது ஒரு ஊகம் குத்துமதிப்பா அடிச்சிவிடது… அதுல சிலது நடந்திரும்… மனசு நல்ல பலமா இருந்தா போதும் கஷ்டநஷ்டம் வாழ்க்கையில உள்ளதுதான் அதையெல்லாம் பேய்பிசாசுண்ணு நம்புனா அதான் அங்க கெடக்கும்…”

அன்சாரி பேசிய லெப்பையின் கதைகளைக் கொஞ்ச நேரம் கேட்டுவிட்டு சிந்து காரியமான விசயத்துக்கு வந்தாள்.

“எனக்கு ஏழாம் நம்பர் கடை வேணும் அன்சாரி. எப்படியாவது முடிச்சி தந்தா இரண்டு மாச வாடகை ரூவாயை பார்ட்டிட்ட சொல்லி உனக்கு வாங்கித்தாறேன்…” சிந்து குரலைக் கிறக்கமாக வைத்துக்கொண்டு கொஞ்சுவதுபோலக் கேட்டாள்.”

“பார்ட்டி யாரு..?”

“இப்போ ஆள கேட்காதே… உனக்கும் எனக்கும் தெரிஞ்ச ஆளுதான்… முடியுமா… முடிச்சித் தருவியா…”

“என்ன கடை வைக்கதுக்கு..?”

“மெடிக்கல் ஷாப்…”

“மெடிக்கல்ஷாப் கொள்ளாம்… நல்லா அந்தஸ்தா இருக்கும்… இங்க இல்லாத கடை நல்லா ஓடும்… ஆனா திருவாழிசார் யாருட்டையோ வாக்கு கொடுத்துட்டாரு… அவர மீறி நான் ஒண்ணும் பேசமுடியாதுல்லா…”

சிந்து லேசாகச் சிரித்துக்கொண்டே யோசனையாகச் சாதாரணமாகக் கேட்பதுபோல கேட்டாள்… “சரி, வேற கடை எதாவது காலியானா வாங்கித் தருவியா..?”

“இப்போதைக்கு ஒண்ணும் காலியாகுறது மாதிரி இங்கு இல்லல்லா…”

“இப்போ இல்லே . . . ஆனா காலியானா வாங்கிக் கொடுப்பியா?”

அன்சாரி புரியாமல் யோசனையோடு பார்த்தான்.

“நீ ரொம்ப யோசிக்காதே... கடை எதாவது காலியானா உடனே என் ஞாபகம் வரணும் சரியா..?”

அவன் தலையாட்டிபடி எழுந்து கிருஷ்ணன் கடைக்குப் பின்னால் போய் சிமெண்டு பெஞ்சிலிருந்தபோது கிருஷ்ணன் ஒரு டீயை எடுத்துக்கொண்டு அன்சாரியிடம் வந்ததும் அவன் சிந்துவினோடான அந்த உரையாடலை அப்படியே கிருஷ்ணனிடம் ஒப்புவித்தான்.

“அவ யாருக்குக் கடை கேட்கா...”

“ஒருவேளை அவளே ஆள்வச்சி நடத்தலாம்னு பாக்குவாளா இருக்கும்...”

“அவ அதுக்குள்ள அளவுக்குப் போவமாட்டாளே...”

அவர்கள் பேசிக்கொண்டிருக்கும்போது முதலில் அன்சாரியைத் தேடி சிலங்கா வந்தான். அவனிடம் மண்டபத்துக்கான மின்சார இணைப்பு பெறும் கடலாசுகள் இருந்தன. அவைகளைக் காட்டிப் பேசிவிட்டு திருவாழிக்கு அதனை கூரியரில் அனுப்பிவைக்கவும் அவர் கையொப்பம் இட்டுத் திரும்ப அனுப்ப விலாசமிட்ட உறையும் எல்லாமுமாக இணைத்து ஒரு பெரிய உறையில் இட்டு அனுப்புவதற்காகக் கொடுத்தான். அன்சாரி போகும்போது பாரேரத்தில் ஜெ கடையில் கொடுக்கலாமென வாங்கிவைத்துக்கொண்டான். சிலங்காவின் மண்டப வேலைகள் ஏகதேசம் நெருங்கிவிட்டன. மின்சார வேலைகள் நிறைவுபெற்ற பிறகு உள் அலங்கார வேலைகள் ஒருவாரம் பத்துநாளில் அலி முடித்துத் தருவதாகச் சொல்லியிருக்கிறான். அடுத்தமாதம் பொலிவாகத் திறந்துவிடலாம் என்றும் திறப்புவிழா திருவாழிசார் தலைமையில் என்றும் சொல்லிக் கொண்டான். அரிகோபாலனின் மாந்திரிக விசயம் பற்றியும் சலாமின் கடை மாறுதல் பற்றியும் வேடிக்கையாகச் சில விசயங்களைப் பேசிக்கொண்டிருந்தபோது ஜீனாவும் தனது ரியல் எஸ்டேட் அலுவலகத்திலிருந்து வந்தான். அவனின் தொழில் முனைப்புகளையும் அதன் நீக்குப்போக்குகளையும் லேசாகக் கேட்டு வைத்தபோது, நாளையிலிருந்து தனது அலுவலகத்தில் ஒரு பெண் ஊழியரை வேலைக்கு நியமித்திருப்பதாகவும் வாடிக்கையாளர்கள் தேடிவரும்போது அவர்களுக்குத் தேநீர் தேவைப்பட்டால் புதிய ஸ்டாஃப் போனில் அழைத்தால் அதனை

உடனே நடப்பிலாக்கிக் கொடுக்க வேண்டும் எனவும் வேண்டிக் கொண்டான். ஜீனாவின் அடுத்தடுத்த வேலைகளும் ஐந்தாம்எண் கடையின் சமீபத்திய கம்பீரத்தோற்றமும் கிருஷ்ணனுக்கு ரொம்பவும் பெருமிதமாக இருந்தது. ஜீனாவின் கெமையும்கூட முன்னிலிருந்து பலமடங்கு இரட்டிப்பு பெற்றிருந்தது. அவனின் உடையிலும் நடையிலும் பேச்சிலும் நிறைய மாற்றம்... பழையதுபோல அவன் புளுந்தான் பேச்சுக்கள் எதுவும் பேசுவதில்லை. இந்த ஒருவாரத்தில் திருவாழியும் ஒன்றிரெண்டு முறை அவனுக்கு போன்பண்ணிவிட்டார். ஜீனா கடை வைத்த மறுநாள் பரிகாசமாகப் பார்த்த பலருக்கும் இப்போது வாரம் கடந்த நிலையில் அந்தப் பரிகாசத்தின் வெம்மை குறைந்துபோயிருக்கிறது. கிருஷ்ணன் கடையின் பின்னாலிருந்த ஜீனாவுக்கு போன் வந்ததும் அவன் அவசரமாக அலுவலகத்துக்கு ஓட்டமும் நடையுமாகப் போனபோது யூனிவர்ஸல் காலனியில் நல்ல தரமான வீடு ஒத்திக்கு ஆள்பார்க்கச் சொல்லி ஜீனாவுக்கு செய்தி வந்து சேர்ந்திருந்தது. நேற்றுதான் போய்ப் பார்த்துவிட்டு வந்தான். மனையின் முகம் வாஸ்து திசையென எல்லா எழவும் ஒத்துக்கூடிய நல்ல வீடுதான். "ஆளை நேரடியாகக் கொண்டு வருகிறேன், நீங்களே பேசிக் கொள்ளுங்கள். எனக்குத் தேவை கமிசன் மட்டும்தான். அதில் சுணங்கக்கூடாது" என உறுதிப்படுத்தி விட்டு ஐந்தாம்எண் கடையின் வெளியே விளம்பரமாக ஒரு போர்டு வைத்தான். அப்போதிலிருந்து வந்த தொலைபேசி விசாரணைகள் இன்னும் முடியவில்லை.

ஜீனா போனபிறகு சிலங்காவும் அன்சாரியிடம் மீண்டும் ஒருமுறை விபரம் சொல்லிவிட்டு எழுந்துபோன பத்தாவது நிமிடத்தில் வேலுமயில் ரொம்பவும் வாட்டமாக அன்சாரியைத் தேடி வந்திருந்தான். என்ன என்பதுபோல அன்சாரி வேலுமயிலைப் பார்க்கும்போதே அவர் ரொம்பவும் சோர்ந்துபோய், "கடைய விட்டுறலாம்னு நெனைக்கேன்" என்றபோது அன்சாரிக்குப் பட்டென நம்ப முடியாத அதிர்வாக இருந்தது. "பழையது மாதிரி புரோகிராமும் இல்லே... முன்னே மாறி இப்போ எவனும் கூப்பிடவும் மாட்டேங்கான்... எல்லாவனுக்கும் ரசனை மாறிப்போச்சி... இந்த எழவுல கண்ணே கண்ணுன்னு அடுத்தவாரம் ஒரு புரோகிராம் இருக்கு... இப்போ பிலிப் வரமாட்டேன்னுங்கான்... என்ன செய்ய இப்போ அவன நம்பிதான் நம்ம கச்சேரி ஓடுது... அவன் இப்போ திடீர்னு எம்ஜியாராவான்..."

"நல்லாதான போச்சி... பிலிப் ஏன் வரமாட்டேங்கான்..?"

"தெரியலே... இனி வாசிக்க வரமாட்டானாம்... ரோட்ல தெருவுல நின்னு வாசிக்கது அவனுக்குப் பிடிக்கலியாம்... இனி

கல்யாண மாப்பிளை அழைப்பு வாசிப்புக்கும் என்னைய கூப்பிடாதைங்கோன்னு சொன்னான். இப்போ இனி வரவே மாட்டேன்னு சொல்லான்... என்ன செய்ய... டப்புனு புதுசா எவன் கிடைப்பான்..?"

அன்சாரி மௌனமாக இருந்தான். அவன் பிலிப்பைப் பார்த்து ஒரு வாரமாகிவிட்டது. சிந்துவின் வீட்டு வேலையில் மும்முரமாக இருப்பான் என்று கருதிய நிலையில் வேலுமயில் இப்படி சொல்கிறான். கிருஷ்ணன் சொன்னார், "ஏதோ கோவத்துல சொல்லியிருப்பான். ஒருக்கக்கூட சமாதானமா பேசி கூப்பிடுங்க... இங்கன பாத்து வளர்ந்தவன்தானே... அன்பா பேசிப் பாருங்க... இப்போ இங்கன கடை வேண்டாம்னு சொன்னா எடுக்க ஆயிரம் ஆளு இருக்கு... இனி ஒனக்கு இதுமாதிரி சவுரியமா கிடைக்குமா... போய் நல்லா சமாதானமா பேசிப்பாரு..."

வேலுமயில் நிசப்தமாக சிமெண்டு பெஞ்சின் விளிம்பிலிருந்த இருப்பைப் பார்த்துக் கொஞ்சம் ரணமாக உணர்ந்த அன்சாரி மெல்ல போனை எடுத்து பிலிப்பைக் கூப்பிட்டபோது அவன் போனைத் துண்டித்துவிட்டபடியால் புரியாமல் பின்னர் மீண்டும் போன் பண்ணியபோதும் அவன்எடுக்கவில்லை. பிலிப் இதற்கு முன்னால் ஒருபோதும் இப்படி செய்தவனுமில்லை. அன்சாரிக்கும் பிலிப்புக்குமிடையே பத்திருபது வயது வித்தியாசம் வரும் என்றாலும் அன்சாரியிடம் நல்ல நட்பும் அன்புமாகத்தான் அவனின் பரிமாற்றம் இருந்தது. என்னாச்சி என கிருஷ்ணன் கேட்டதும் ஒன்றுமில்லை எனச் சொல்லிவிட்டு அன்சாரி இன்பராஜிக்கு போன் பண்ணினான். "ஓய் கண்ட்ராக்கே... பிலிப் அங்கன உண்டுமா... வேலை நடக்கா..?"

"வேலை முடிஞ்சி ஒரு வாரமாச்சடே... இனி பெயிண்டிங் வேலைதானே... அது பிலிப் ஆஸ்பிட்டல்ல இருந்து வந்ததும் நடக்கும்னு அந்த ஓணர் பொம்பிளை சொன்னாளே..."

"பிலிப்புக்கு என்னாச்சி? எந்த ஆஸ்பிட்டல்..?"

"தெரியாதா உனக்கு. . ஆசீர் ஆஸ்பிட்டல். நீதான் அன்னைக்குப் போனான்னு சொன்னானுவளே... முகத்துல ஆப்புரேசனாம். நேத்தே முடிஞ்சாச்சி..." பேசிவிட்டு இன்பராஜ் போனைத் துண்டித்த பிறகும் அன்சாரிக்கு முழுமையாகப் புரியவில்லை. அவன் குழப்பத்தோடு வேலுமயிலுவிடம், "அவன் இல்லன்னா வேற ஆளப்பாருங்க"வென அவரை அனுப்பிவிட்டபோது சிந்து வேறு ஏதேனும் கடை காலியானால் எனக்குச் சொல்ல வேண்டுமெனச் சொன்னது நினைவுகளில் என்னமோ போல ஓடிக்கொண்டிருந்தது. இரவு ஒன்பதுமணிக்குப்

பிறகு காசீம் தேடிவந்து பேசிக்கொண்டிருக்கும்போதுதான் மிச்சம் மீதிக் கதைகளெல்லாம் அன்சாரிக்கு ஒவ்வொன்றாகத் தெரியவந்தது. இன்று இரவு ஊரில் கமிட்டிக் கூட்டம் நடைபெறுவதால் அதுசம்பந்தமாக அன்சாரியிடம் பேசுவதற்காக காசீம் வந்திருந்தபோது பேச்சு பல விசயங்களைக் கடந்து, கடை ஏதும் காலியானால் சொல்லு என சிந்து கேட்ட நினைவு இப்போது பிலிப்பின் விசயத்தில் மையம் கொண்டிருந்தது. இத்தனைக்கும் பிலிப்பின் விசயம் ஜீனா மூலமாகத்தான் காசீமிடம் வந்திருந்திருக்கிறது. யூனிவர்சல் காலனியில் ஒத்திக்கு இருக்கும் வீட்டை நேற்று மதியம்தான் ஜீனா காசீமுக்கு முடித்துக் கொடுத்தான். அது சம்பந்தமான ஒப்பந்தம் செய்து முடித்த பிறகு இருவரும் பொதுவாகப் பேசிக்கொண்டிருக்கும்போது பிலிப்பின் வீடு விற்பனைக்குத் தன்னிடம் வந்திருப்பதாகவும் வீடு தரமில்லாவிட்டாலும் இடம் நல்ல தரமானதாகவும் ஐந்து சென்ட் இடம் பாதை நல்ல சவுரியமாகவும் இருப்பதால் விலையிருக்கிறது என்றும் சொன்னான். "அவன் சென்டுக்கு ஐந்து வீதம் இருபத்தி ஐந்து லட்சம் கேட்கிறான். கையில் பணத்தை வைத்துக்கொண்டு அமுத்தினால் ஒரு லட்சம் குறைவில் இருபது லட்சத்திற்கு முடிக்கலாம். வாய்ப்பிருந்தால் சொல்லு" என்றபோது, காசீம், "இல்லை, முதல்கட்டமாக வாடகையிலிருந்து ஒத்திக்குப் போகலாம். சலாமின் வீட்டில் வாடகைக்கு வாழ்வது உம்மாவின் மனசுக்குச் சரியாக இல்லை. உம்மா மிக வருந்துகிறாள். அதனால் ஒத்திக்குள்ள வீட்டை இப்போது பார்க்கலாம்" என்று பேசி வீட்டைப் பார்க்க அது பிடித்துப்போனது. வேகவேகமாக முடித்துக் கொண்டனர்.

"பிலிப் ஏன் வீட்டை விற்கிறான்" என காசீம் கேட்டபோதுதான் ஜீனா சிரித்துக்கொண்டே சொன்னான், "அது காதல் கதையாக இருக்கலாம் என்பது எனது அனுமானம். ஆனால் உறுதியாகத் தெரியவில்லை. அவன் தனியாகத் தொழில் எதாவது செய்யலாமென நினைக்கிறான் போலும். ஒரு ஐந்து லட்சமுள்ள முதலீட்டில் ஏதேனும் நல்ல கௌரவமான கடை நடத்தலாம். நல்ல கௌரவமான என்ற வார்த்தையை பிலிப்தான் சொன்னான்," என்று சொல்லிவிட்டு, "அவனை இப்போது யாரோ இயக்குகிறார்கள் என்று நினைக்கிறேன்" என்றான். பிலிப்புக்கு நடைபெற்ற பம்பாய் நிகழ்வில் சரியான கவனிப்பின்றி முகத்தில் அவசரமாகத் தைக்கப்பட்ட தையலினால்தான் அவன் முகம் ஒருபக்கம் இழுத்திருப்பதால் சில பரிசோதனைகளைச் செய்த டாக்டர் ஆசீர் அவனின் முகத்தில் அறுவை சிகிட்சை ஒன்றை மீண்டும் செய்யலாமென முடிவு செய்திருப்பதாகவும், மேலும் அவன் முகத்திலுள்ள

தழும்புகளை மாற்றுவதற்கான லேசர் சிகிட்சையென அவனுக்குக் கொஞ்சம் பணம் தேவையின் அவசரமிருப்பதையும் சொல்லிக் கொண்டேதான் அவனின் இடத்தை நீ வாங்குகிறாயா உன் சூழ்நிலை எப்படி இருக்கிறது என்கிற பேச்சுக்கு ஜீனா வந்தான். ஜீனாவின் பேச்சு விவரங்களை அன்சாரியிடம் சொல்லிவிட்டு காசீம் கமிட்டிக் கூட்டத்திற்குப் போன பிறகு அவனின் மறுவருகைக்கானக் காத்திருப்பில் திருவாழிக் கட்டிடத்தின் மூன்றாம் எண் கடையின் நடையில் பேசுவதற்கான வார்த்தைகளில்லாமல் இருந்த வேலுமயிலுவோடு அமர்ந்திருந்தான். கிருஷ்ணனும் கடையைப் பூட்டிச் சூடம் கொளுத்தி விடைபெற்றுப் போனபிறகு கட்டிடத்தின் அண்ணாச்சிக் கடை தவிர்த்து மற்றெல்லாக் கடைகளும் பூட்டப்பட்ட நிலையில் அந்த இடம் இருண்டுகிடந்தது.

பத்துமணிக்குமேல் அண்ணாச்சியும் கடை பூட்டிவிட்டுப் போன பிறகு திருவாழிக் கட்டிடம் மொத்தமாக இருண்டது. இன்னும் காசீம் வரவில்லை. அன்சாரி கிழக்குப்பக்கமாகப் பார்ப்பதும் திரும்புவதுமாக இருந்தான். வேலுமயில் இன்னும் போகவில்லை, அப்படியே அந்த இருப்பிலேயே இருக்கிறான். அவனின் அவ்வாறான இருப்பு அன்சாரிக்குப் பயமாக இருந்தது. அருகிலிருக்கும் மனிதன் நீண்ட நேரம் பேசாமல் கடும் மௌனமாயிருப்பது ரொம்பவும் பயங்கரமானது என்று கிருஷ்ணன் பலமுறை சொல்லியிருக்கிறார். காசீம் வரும்போது வரட்டும் பார்த்துக்கொள்ளலாம், அதுவரையிலும் வேலுமயிலுவோடு இரண்டொரு வார்த்தைப் பேசிக்கொள்வதுதான் நல்லது என்று நம்பிப் பேசினான். உண்மையில் அன்சாரிக்கு இந்த மூன்றாம் எண் கடையில் வேலுமயில் எப்போது வந்தான் என்று தெரியாது. மற்றெல்லாக் கடைகளிலிருப்பவர்களை அவன் விசாரித்துத் தெரிந்துகொண்ட அளவுக்கு வேலுமயிலைத் தெரிந்துகொள்ளாமல் போனதற்கான காரணமாக இருப்பது அவனின் கடை அல்லது அலுவலகம் எப்போதும் திறந்திருப்பதில்லை. திருவாழிக் கட்டிடத்தில் குறைந்தபட்ச மின்கட்டணம் கட்டும் ஒரே கடை வேலுமயிலினுடையதுதான். மௌனத்தை உடைப்பதெனக் கருதி அவனோடு பேச்சுக் கொடுப்போமென மெல்லப் பேசிய அன்சாரியின் குரலின் அளவிலேயே அவனும் பேசினான்.

“அண்ணேன், இந்த பில்டிங் வந்து எவ்வளவு வருசமிருக்கும்..?”

“அடுத்த மாசம் பிறந்தா ஒன்பது வருசம் முடியுது...”

“எத்தனை புள்ளையோ..?”

“இரண்டு பொம்பளப் பிள்ளையோ... ஒருத்தி பத்தும் ஒருத்தி ஆறும் படிக்கா...”

“ஒரு புரோகிராம் போனா எவ்வளவு கிடைக்கும்..?”

“நல்ல ஆளுங்கன்னா எல்லாம் போக ஆயிரம் இரண்டாயிரம் ரூபா வரைக்கும் கிடைக்கும்... முன்னாடி நிறைய புரோக்கிராம் வரும்... இப்போ முன்ன மாதிரி இல்லே... எனக்க சாதிய தெரிஞ்சுக்கிட்டு இப்போ கொஞ்சம் பேரு ஒதுக்க ஆரம்பிச்சிட்டானுவோ...”

நீங்க என்ன சாதி என கேட்க வாய்வரை வந்த வார்த்தையை வலுக்கட்டாயமாக அமிழ்த்தி ஆள் அரவமற்ற இருளில் அன்சாரி பரிதாபமாகப் பார்த்துக்கொண்டிருந்தான்.

“அரசியல் கட்சி வரவேற்பு நிகழ்ச்சிதான் கொஞ்சம் கூடுதலா வரும்... கொஞ்ச நேரந்தான் வாசிக்கணும்... ஆனா போதுமான வருமானம் வராது. நிகழ்ச்சி முடிஞ்சா அவ்வளவுதான், ஒண்ணும் கேட்க முடியாது... எனக்க பொண்டாட்டி இந்த மேளம் மயிரெல்லாம் தீய வச்சிக் கொளுத்திட்டு வேற வேலைக்குப் போவுமுன்னு சண்டைக்குத்தான் வருவா... எனக்கு இப்போ ரொம்ப நாளா மனசு சரியில்லப்போ... சுசேட்டியில அவ கழுத்துல கெடந்தது புள்ளையளுக்க கழுத்துல கெடந்ததுன்னு ஒண்ணு உடாமா எல்லாம் அடகுலயாக்கும் இருக்கு... கஷ்டப்பட்டு அங்கயும் இங்கயும் வாங்கியாக்கும் திருவாழிக்கு வாடகை கொடுக்கேன்...”

அன்சாரிக்கு அவனின் கடினங்கள் ரொம்பவும் சங்கடமாக இருந்தது. அவன் வேலுமயிலை ஒரு பண்ணையார் ரேஞ்சுக்குக் கற்பனைசெய்துவைத்திருந்ததன் நிமித்தமாகத்தான் அவ்வப்போது கேலியும் கிண்டலும் செய்துகொண்டிருந்தான். இந்த உலகத்தில் மனிதர்கள் நம் கற்பனைக்கப்பாற்பட்டு எவ்வளவு துயரங்களோடு வாழ்கிறார்கள் என்ற நினைப்பு அன்சாரியைக் கலங்கச் செய்தது. முதலில் வேலுமயில் பேசும்போதும்கூட அன்சாரியின் சிந்தனை ஊர்வரி விசயத்திலேயே மூழ்கி இருந்தது. பிறகு வரியும் மயிருந்தான் என்பதுபோல அவன் வேலுமயிலின் விசயத்தில் தீவிரமாகச் சிந்தனைவயப்பட்டான்.

“எண்ணே இந்த மேளத்தையெல்லாம் மொத்தமா இப்போ வித்தா என்ன கிடைக்கும்?”

“பெரிசா ஒண்ணும் கிடைக்காதுப்போ... இதெல்லாம் எவன் வாங்க வருவான்? ஒரு பூ கிரிஸி மாதிரிதான் காலம் டப்பு டப்புன்னு பொறளுது... அப்படிஇப்படி திரும்பதுக்குள்ளால

எப்படி எப்படியோ போவுது… மதிப்பு மரியாதை இல்லாத சமூக அமைப்புல இப்போ இங்கே ஒண்ணுக்கும் விலை கெடையாது. எனகிட்ட ஒரு டீவீடி பிளேயர் இருந்திச்சி. போன மாசம் வாடகை தரதுக்கு விக்கலாம்னு எடுத்துட்டுப் போனேன். முன்னாடி எட்டாயிரத்துக்கு என்னமோ வாங்கினது. இப்போ கிலோவுக்கு அறுபது ரூவான்னு சொன்னான்.”

“எத்தனை கிலோ இருந்திச்சி..?”

“ஒண்ணேகால் கிலோ…”

மீண்டும் கொஞ்ச நேரம் இருவரும் மௌனமாக இருந்தார்கள். இன்று காலநிலை நட்சத்திரங்களற்ற நிலவற்ற, ஆகாயத்தின் கீழ் சுற்றிலும் பேய் இருள்போல இருண்டு கிடந்தது. இருள்கள் எப்போதும் ஒன்றுபோல இல்லை. அதில் சின்ன, பெரிய, கடுமென நிறைய வகைகள் இருக்கிறது போலும். அந்த வளைவிலும் இந்த வளைவிலும் தெருவிளக்குகள் அணைந்துள்ள நிலையில் இருள் அப்பிக்கிடந்தது.

“அண்ணனுக்கு வேற என்ன வேலை தெரியும்..?”

“எனக்கு ஒரு வேலையும் தெரியாது…”

“எனக்கும் ஒரு வேலையும் தெரியாதுண்ணே…”

“உனக்கு இசை தெரியுமா..?”

“தெரியாதுண்ணே… ஆனா கேட்பேன்…”

“நான் இசைக் கலைஞும்போ…”

“இசையும் கச்சேரியும்னு நடந்தவனுக்கு என்னத்த வேலை தெரியும்… ரசிக்கத் தெரியும் ஒரு பாட்டக் கேட்டா அப்படியே வாசிக்கத் தெரியும். பொம்பளைங்க ஆம்புளையவிட புத்திசாலிங்க... என் வீட்டுல அவதான் ஏழு வருசத்துக்கு முன்னாடியே சொன்னா, இதையெல்லாம் வச்சிப் பொழைக்க முடியாது. இத வச்சிட்டே இன்னொரு தொழில் தேடுங்கன்னு… எங்க தேடது… மனசுக்குள்ளே எப்பவுமே பாட்டுதான் ஓடும் அப்படியாபட்ட மனச வச்சிட்டு வேற எந்த தொழில்ல நிலைச்சி நிக்க முடியும்… கலையும் ஒரு புலி வாலு மாதிரிதாம்போ… பிடிச்சா உட முடியாது. அதுலதான் வாழணும் இல்லன்னா அதுலதான் சாகணும்…”

வேலுமயில் தொடர்ந்து பேசிக்கொண்டிருந்தான். அவர் பேசுவதைப் பார்த்தால் அவன் பேசிப் பலநாட்களாகிவிட்டவனைப் போல இருந்தது. சில விசயங்கள் அன்சாரிக்குப் புரிந்தும் சில விசயங்கள் புரியாமலும் இருந்தது. துயரங்களை ரசனையாகப்

பேசிக்கடக்கத் தெரிந்தவன்போல வேலுமயில் தென்பட்டான். அன்சாரியிடம் ஒரு கட்டத்துக்கு மேல் வேலுமயிலுக்கு இணையாகப் பேசுவதற்கான வார்த்தைகள் கையிருப்பில் இல்லாததுபோல இருந்தது. மேலும் சிறிது நேரம் இருவரும் மௌனமாக இருந்தார்கள் பிறகு வேலுமயில்தான் அன்சாரியிடம் நீ போகவில்லையா எனக் கேட்டபோது அவன் தன் வாழ்வின் இருப்பு மீது மிக முக்கியமான முடிவெடுக்க ஏழுபேர்கொண்ட ஒரு கமிட்டி கூடியிருக்கும் துர்ப்பாக்கியமான நிலைமையைச் சொன்னதும் வேலுமயில் இருளில் காறித்துப்பிவிட்டு வண்டியை எடுத்துக்கொண்டு சற்றுத் தள்ளாட்டமாகப் போனான். வேலுமயில் போகிற போக்கை வைத்துதான் அவன் மிதமாகக் குடித்திருப்பதை அன்சாரி மனசிலாக்கிக்கொண்டான். திருவாழிக் கட்டிடத்தின் கடை நடையில் இந்த இருளில் இப்படி தனித்திருப்பது அவனுக்குக் கடினமானதாகத்தான் இருந்தது. ஆனாலும் தனக்காகப் போன காசீம் வரட்டும், எவ்வளவு நேரமானாலும் இந்தத் தனித்திருப்பை இன்று பிடிவாதமாக வைத்துக்கொள்ளலாம் என்று முடிவுசெய்திருந்தான். அவனுக்கு இந்த வாழ்வு எவ்வளவு விசித்திரம் நிறைந்ததாக இருக்கிறது என்று தோன்றினாலும் எல்லாவற்றையும் புறங்கையால் நிசாரமாகத் தட்டிவிடுகிற தவம் போல அவனின் மனம் வாய்த்திருந்தது. வார்த்தைகள் எவ்வளவோ கேட்டுவிட்டான். சாதாரணமானவர்களின் நெஞ்சத்தைக் கீறிப்போட அதுவே போதுமானது. ஆனால் அன்சாரிக்கு அவற்றால் எந்தத் தீங்கையும் செய்து அவனை வீழ்த்திவிட இயலவில்லை. ஆத்தங்கரைப் பள்ளிவாசலிலிருந்து பாலகனாகத் தூக்கி வரப்பட்டவன் என்று யார்யாரோ சொல்லக் கேட்டிருக்கிறான். ஆனால் அவற்றை இன்னும் அவன் மனம் நம்ப மறுக்கிறது. வாப்பா மைதீன்கண்ணு எனக்க செல்ல மோனேன்னு கூப்பிடுவது இப்போதும் இந்த இருளிலும்கூட காதருகே ஒலித்துக்கொண்டிருக்கிறது. உம்மாவும் இப்ப சொல்லுவாள், எல்லாரும் என்னவும் சொல்லட்டு மோனே பிள்ளே எனக்க பொன்னு மொவன் என்று இணைத்துப் பிடித்துக் கொள்வாள். ஒருபோதும் அப்படியான புறச் சொற்களின் வலியறியாது வளர்ந்து வளர்ந்து ஓறச்சி நிற்கும் மரம்போலான அன்சாரிக்கு வாப்பாவின் மரணத்துக்குப் பிறகான இந்த ஜமாஅத் வரி விவகாரம் தன்னைச் சில நேரங்களில் பொசுக்குவதாக அவனை உணரச் செய்கிறது. ‘போங்கலே உங்க ஊரும் மயிருந்தான்’ எனத்தூக்கிப்போட்டுவிட்டுப் போய்விடலாமென யோசனை வரும்போதே எனக்க பொன்னு மோனே என ஏங்கும் உம்மாவின் ஓர்மையில் அப்படியே கிடப்பான். வாப்பா மௌத்துக்கு முன்னமே அவசர அவசரமாக வீட்டை எழுதிவைத்தது, ஊரில் வரி சேர்க்கச் சொன்னது எல்லாம்

ஓர்மையில் வரும்போது நிர்வாகம், 'நாங்க பொறுப்பு. ஏன் இப்போ பதட்டப்படியோ'யென வாப்பாவுக்கு நேராக வாக்குச் சொன்ன நிர்வாகிகள் காலத்தால் காணாமல் போயிருக்கிறார்கள். எல்லோரும் வார்த்தைகளாகச் சொல்கிறார்கள். நீ வேறு, நாங்கள் வேறா, எல்லாம் ஒன்றுதானே என்ற சொற்களிலிருக்கும் இந்த ஒன்று நிர்வாக ஏடுகளில் வருவதில் வேறாக இருக்கிறது. இது என்ன முறை, அவனுக்கு எதுவும் புரியவில்லை. ஊர் என்கிற ஆண்கள் அமைப்பின் இந்தக் கோரமுகத்துக்குப் பொதுவான இரக்கம் கிடையாதா ... பவிசுக்காவும் பகுமானத்துக்காகவும் இந்த இடங்களில் அமர்ந்துகொள்கிறவர்கள் தங்கள் சுயஅறிவைக் கொண்டுபோய் எங்கோவைத்துக்கொள்ளும்போது இரக்கத்தின் ஊற்று எவ்வாறு பீறிட்டுக் கிளம்பும்? காசீம் சொன்னான், இரக்கமில்லாவிட்டால் இரக்கமில்லாதவற்றை உடைத்து நொறுக்க வேண்டும். அன்சாரி திருவாழிக் கட்டிடத்தின் முன்பிருந்து எப்படி உடைத்து நொறுக்குவது என யோசித்து யோசித்து அமர்ந்திருந்தான். அவனுக்கு ஒருபிடியும் கிட்டவில்லை. பாதையைப் பார்ப்பதும் திருவாழிக் கட்டிடத்தின் மேலே எழும்பி நிற்கும் சிலங்காவின் மண்டபத்தைப் பார்ப்பதுமாக இருந்தான். காசீமை இன்னும் காணவில்லை. வழக்கமாக கமிட்டியின் கூட்டம் எப்போதும் இரவு பத்து பத்தரைக்கெல்லாம் முடிந்துவிடும். ஆனால் இன்று பதினொன்னரை கடந்து போகிறது. எதற்கும் பெரிதாகப் பயம்கொள்ளாத அன்சாரிக்கு இருளும் தனிமையும் இப்போது பயமாக இருந்தது. அவன் பயம்கொள்கிற ஆள் இல்லையென்றாலும் உம்மா தூங்காமல் தேடிக்கொண்டிருப்பாள். இவ்வளவு நேரமாகியும் காணவில்லை என்றால் எதையாவது நினைத்துப் பயப்படுவாள் என்ற எண்ணம்தான் அவனை மேலும் பதற்றமாக்கியது. அன்சாரி திருவாழிக் கட்டிட நடையிலிருந்து இரண்டுமுறை எழும்பினான், பெரிய பள்ளிவாசல் கமிட்டிக் கூட்டம் நடைபெறும் மதரஸா வளாகத்துக்குப் போய்விடலாமா என்று. அங்கு நேரிடையாகப் போவது அவ்வளவு உசிதமானதல்ல என்று அவன் தெரிந்திருந்தான். வளைவுவரை மாதவன்பிள்ளை மனைதாண்டி அய்யாவழி நாடாரின் கோரம்பாய் குடோன் வரையும் மறுபக்கம் வளைவில் ஏழாம்எண் கடை தாண்டிக் கொஞ்சம் தூரம்வரையிலும் அங்குமிங்குமாக ஒன்றிரெண்டு முறை நடந்துகொண்டிருந்தவனின் யோசனைகள் ஒன்றிலிருந்து இன்னொன்றுக்கென வேறு வேறு பக்கங்களில் தாவிக் கொண்டிருந்தன. அவன் வளைவு கடந்து கொஞ்ச தூரம் பத்மநாபன் மனைவரை நடந்துவிட்டிருந்தான். திரும்ப நடந்து பேசாமல் வீட்டுக்குப் போய்விடலாமா என்று யோசித்தவன் காசீமுக்கு போன் பண்ணிப்பார்க்கலாமென போனைக் கையிலெடுத்தபோது சின்னபள்ளிவாசல் வளைவிலிருந்து

மோட்டார் பைக்கின் முகப்பு விளக்கொளி பாய்ந்து வந்து கொண்டிருந்தது. காசீம்தான் என்று உறுதிபடுத்திய பிறகு அன்சாரி ஸ்டார் பேங்கர்ஸின் கடைத் திண்டில் அமர்ந்தான். பைக் அவன் முன்னால் வந்து நின்றதும் காசீம் பைக்கிலிருந்தபடியே பேசினான், "சேத்துக்கலாம்னு உறுதி தந்துட்டானுவோ... நம்ம பீரம்மதுக்க குரூப்ல உள்ளவனுவோ எதிராவே பேசுனானுவோ... கைகலப்பு வரைக்கும் போயிடிச்சி... பள்ளி ஆண்டு விழா கூட்டத்துல மினிட்ல எழுதிக்குவாங்க... அதுக்கிடையில உனக்குக் கல்யாண காரியம் செட்டாச்சின்னா... பெண்வீடு உள்ள ஜமாஅத்துக்கு நம்ம ஜமாஅத் பேப்பர் தரும்..."

"கமிட்டி நோட்ல எழுதியாச்சா..?"

"அதானே, இவ்வளவு நேரமும் சண்டை. கமிட்டி நோட்ல எழுதிக் கையெழுத்து போட்ட பொறவுதான் கூட்டம் முடிஞ்சி வாறேன்... ஆனா மினிட் புக்குல வரணும்... பாத்துக்கிடலாம்... தைரியமா போ... நேரமாச்சில்லா. இன்ஷா அல்லாஹ் நாளைக்கு பாக்கலாம்..."

அன்சாரிக்கு உற்சாகமாகவும் உற்சாகமில்லாதது போலவும் இருந்தது. படச்ச ரப்பே உனக்க காவல் என்றபடி காசீமிடம் சொல்லிவிட்டு பைக்கை எடுத்துக்கொண்டு அந்த நள்ளிரவில் அன்சாரி அப்படியும் காசீம் இப்படியுமாகப் புறப்பட்டுப் போனார்கள்.

அன்சாரி வீட்டுக்குப் போய்ச் சேரும்போதே மணி பனிரெண்டரையைக் கடந்துவிட்டது. உம்மா வண்டியின் அனக்கம் கேட்ட மாத்திரத்திலேயே எழும்பிக் கதவைத் திறந்ததைப் பார்த்தால் அவள் தூங்கியிருக்கமாட்டாள் என்பதைப் புரிந்து கொண்டே அவன் வேகமாக வீட்டுக்குள் நுழைந்தான். உம்மா கேட்டாள், "ஊர் விசயம் என்னாச்சி மோனே..?"

"ஆங் எல்லாம் சரியாச்சி... நீ படுத்து உறங்கு... நான் சாப்பிடேன்..."

"அல்ஹம்துலில்லாஹ்" என்று இரண்டு கைகளையும் இணைத்து மேல்நோக்கிப் பிரார்த்திப்பவளைப்போல இருந்த உம்மாவின் கண்களிலிருந்து கண்ணீர்த் துளிகள் உருண்டு விழுந்தன. தட்டில் மூடிவைத்திருந்த உணவை அன்சாரி வேகமாக அள்ளிப்போட்டுச் சாப்பிட்டுவிட்டுப் படுக்கப் போனான். வழக்கமாகப் படுத்தவுடனே தூங்கிவிடும் அன்சாரிக்கு இன்று உறக்கம் வராது என்கிற தோணுதலோடே படுக்கைக்குப் போனதால் அது அவ்வாறுதான் இருந்தது. ஒரு வெறுமையாய்த் தாகித்து நாவறட்சியோடு கிடப்பவனைப்போல உடலிலுள்ள கை

கால்களும் இன்னபிற அவயவங்கள் ஒட்டாமல் தனித்தனியாகக் கிடந்து உருளுவதைப்போன்று ஒரு நிலைபாடில்லாமல் கிடந்து புரண்டுகொண்டிருந்தான். உறக்கம் வராது என்று அவன் நம்பிக்கொண்டே உறங்க முயன்றபோது கனவா நினைவா என்று சொல்லத் தெரியாத வகையில் சிந்தனைகள் ரூபம் பெற்றிருந்தன. திரும்பத் திரும்ப திருவாழிக்கட்டிடம் தலைகீழாகக் கிடப்பதாகத் தோன்றியது. அவன் கடின முயற்சி செய்து அதனைத் தூக்கி நிமிர்த்திவைக்கிறான். நிமிர்த்து நேராக வைத்தபடிக் கடைநடையில் அவன் அமர்ந்திருக்க திருவாழிக் கட்டிடம் முற்றிலுமாகச் சரிந்து கிருஷ்ணனின் கடை இருக்கும் மனையை மூடிவிடுகிறது. இதுவரையிலும் நேரில் பாத்திராத சிவம்பிள்ளையின் உருவம் அன்சாரியின் கற்பனையில் வந்து நிற்கிறது. எழுந்து தலைமாட்டிலிருந்த செம்பு நீரை விலக்கப்பட்ட சைத்தானிடமிருந்து பாதுகாவல் தேடுகிறேனெனச் சொல்லிக்கொண்டே குடித்தபடி அமர்ந்திருந்து மீண்டும் மெல்லப் படுத்தான். மணி இரண்டரையைக் கடந்திருந்தது. விதவிதமான விசித்திர நிறங்களில் பாம்புகள் ஆடுவதும் ஓடுவதுமாக இருக்கின்றன. பளிச்சென பாய்ந்த பாலைவனப் பாம்பொன்றை இடுக்கி போன்ற ஒன்றால் லாவகமாகத் தலையைப்பிடித்து இழுத்து ஒரு சிறிய மிருகத்தைப்போல அங்குமிங்குமாக அதனைத் தூக்கியடித்துத் துவைத்துப் போட்டபோது அனக்கமில்லாமல் கிடந்த பாம்பு மெல்ல காற்றைக்குடித்து ஊர்ந்து ஒரு வளையத்தில் பதுங்குகிறது. தொடர்ந்து விநோதக் காட்சிகளில் மூழ்கிக் கிடந்த அன்சாரிக்குக் காட்சிகள் ரொம்பவும் எரிச்சலாக இருந்தன. கண்ணைத் திறந்து கைக்கடக்கமான டார்ச்லைட்டின் ஒளியில் நேரம் பார்த்தான், மணி நாலை நெருங்கிக்கொண்டிருந்தது. இந்த இரவு இனி அவ்வளவுதான் என்றும் தனக்கு நெருக்கமாக ஏதோவொன்று அருகிலோ அல்லது தூரத்திலோ நிகழ்ந்துகொண்டிருப்பதாகவும் தோன்றியது. மீண்டும் தண்ணீர் குடித்து மூத்திரம் பெய்து படுக்கைக்கு வந்தபோது தலைமாட்டிலிருந்து அவனின் போன் அடித்தது. நள்ளிரவுக்கு மேல் வரும் போன்கள் பதற்றம் நிரம்பியதாக இருக்கும். முதலில் தோன்றுவது பொட்டல்புதூரில் அக்காவுக்கு ஏதேனும் பிரச்சனையா? அவன் அதே பதற்றத்தில் போனை எடுத்துப் பார்த்தபோது அது புகழேந்தியின் போனாக இருந்தது. இவர் ஏன் இந்த நேரத்தில் போன் அடிக்கிறார் என யோசித்தபடியே ஆன் செய்து காதில்வைத்தபோது புகழேந்தி ரொம்பவும் நிதானமாகவும் சாந்தமாகவும் பேசினார். "அன்சாரி பதட்டப்பட வேண்டாம். காப்பகத்தில் திருவாழியின் மாமி இப்போ ஐந்து நிமிடங்களுக்கு முன்னால் மரணமடைந்துவிட்டார். திருவாழிக்கு இன்னும் ஒரு இரண்டுமணி நேரம் கடந்து போன்

பண்ணலாம். அதற்கு முன்னால் உன்னிடம் சொல்லிவிடலாம்ன்னு நினைத்தேன்” என்றார். அன்சாரிக்கு என்ன பதில் சொல்ல வேண்டும் என்று புரியவில்லை. புகழேந்தியே சொன்னார், இந்த பெண்மணி எப்போது இறந்தாலும் இறுதிச்சடங்கைச் சரியாக நடத்திக்கொள்ள என்றும் அதற்குரிய செலவு எவ்வளவு என்றாலும் அதனைத் தன் வங்கிக் கணக்கில் சேர்ப்பதாக முன்னமே முடிவு செய்யப்பட்டிருப்பதாகவும் குறிப்பிட்டார். அன்சாரி சொன்னான், “திருவாழிசாரிடம் இன்னும் ஒருமணிநேரம் சென்று பேசலாம், அவர்கள் அடக்கம் செய்வார்களா எரிப்பார்களா...” என்று கேட்டான். பேரன்கள் எரியூட்டப்பட வேண்டுமென சொல்லியிருப்பதாக புகழேந்தி கூறினார்.

“எங்கு எரியூட்டலாம்?”

“ஒழுகினசேரியில் அதனைச் செய்யலாம். இங்கு வருகிற மருத்துவரிடம் சான்றிதழ் பெற்று காவல்நிலையத்தின் அனுமதி வாங்கினால் போதுமானது. திருவாழி வருவார்தானே..?”

“நிச்சயமாக வருவார்... அவருக்கு மாமியின் மீது நிறைய கருணை இருக்கிறது... வருவார்... நான் அவரிடம் பேசிவிட்டு வருகிறேன். அந்தப் பெண்மணியைச் சிறப்பாக அனுப்பி வைக்கலாம். நான் காசீமிடமும் சொல்கிறேன்” என புகழேந்தியின் போனைத் துண்டித்தவன் திருவாழியின் மாமியின் நினைவுகளில் ஆக்கிரமிக்கப்பட்டவனாய் தனது போனில் காசீமின் எண்ணைத் தேடலானான்.

19

காலை ஐந்தரைமணிக்கு திருவாழியிடம் அன்சாரி தகவல் சொன்னபோது, அதற்குப் பத்து நிமிடம் முன்பாக புகழேந்தி தகவலைச் சொல்லியிருந்தது அன்சாரிக்கு ரொம்பவும் லெகுவான உரையாடலாக இருந்தது. அடவு பெருக்கியெல்லாம் இல்லாமல் விசயத்தைத் தெளிவாகச் சொல்லிமுடித்த பிறகு திருவாழி உடனடியாகக் கிளம்பி எட்டரை ஒன்பது மணிக்குள்ளாக அங்கு வந்துவிடுவேன் என்றார். குறிப்பிட்ட சிலரைத் தவிர உறவாக வேறு ஆட்கள் அதிகமாக இங்கு யாருமில்லை என்பதால் எல்லாவற்றையும் கவனித்துக்கொள்ளும்படி புகழேந்தியிடம் சொல்லியிருப்பதாகவும், காசீம் வருவானென்றால் அவனையும் அழைத்துக் கொண்டு சாமித்தோப்பு காப்பகம் போய்விடும்படியும் திருவாழி சொல்லும்போதே காசீம் வந்து கொண்டிருப்பதை அன்சாரி சொல்லிக் கொண்டான். ஐந்தே முக்கால் ஆறுமணியிருக்கும். காசீம் ஆம்னிவேனில் அன்சாரியின் வீட்டுக்கு வந்து அவனை ஏற்றிக்கொண்டதும் சாமித்தோப்பு நோக்கி இருவரும் பேசிக்கொண்டே போனார்கள். அவர்களுக்கு அன்றைய திருச்செந்தூர் பயணம் முற்றிலும் ஒரு புதிய அனுபவம். இந்த வாழ்வில் ஒருபோதும் மறந்துபோகவியலாத அபூர்வ நிகழ்வாக அது மனமெங்கும் தங்கிக்கிடக்கிறது. நினைவுகளின் சமீபத்திய மகுடமாகவிருக்கும் அந்த நிகழ்வு நடைபெற்றுச் சரியாக ஒரு மாசங்கூட கடந்திருக்காது. இன்னும் நாலைந்து மாதங்களுக்கு மேல் அந்தக் கிழவி

உயிர்வாழ்வாள் என்று தான் மனப்பூர்வமாக நம்பியதாக காசீம் வண்டியை ஓட்டிக்கொண்டே சொன்னான்.

அழகான அன்றைய காலையில் திருவாழியின் மாமிக்குக் கத்திரிப்பூ நிறத்தில் கண்டாங்கிப் புடவையைச் சுற்றியிருந்தார்கள். காப்பகத்திலுள்ள மேரிகலாவும் உமாவுமாக இணைந்து சின்ன அலங்காரத்தோடு கைத்தாங்கலாக அழைத்துக் கொண்டு வந்தபோது புகழேந்திதான் அந்தப் பெண்களிடம் அன்சாரியையும் காசீமையும் அறிமுகப்படுத்தினார். இருவரின் பெயர்களும் அவ்விருவருக்கும் மலைப்பாக இருந்தது. புகழேந்தி சிரித்துக்கொண்டே சொன்னார், "இந்த உலகம் இப்படியான மலைப்புகளால்தான் குவிந்துகிடக்கிறது. இந்தக் குவிதல் இல்லையென்றால் இந்த உலகம் வெறும் குழியாகத்தான் கிடக்கும். எனக்கு இன்று இங்கு சில அவசர வேலைகள் இருக்கிறது. இல்லையென்றால் நானும் உங்களோடு இந்த அனுபவத்தைப் பெறுவதற்காக வந்திருப்பேன்" என்றபோது அன்சாரி சிரித்தபடி நீங்க கோவிலுக்கு வருவியளா என்றான்.

"சாமின்னு ஒண்ண கும்பிட வரமாட்டேன்ப்பா... நீங்க ரெண்டுபேரும் போய் மாமிய கும்பிடவிடுவியோ இல்லியா... இந்த முரண் இருக்குல்லே... இத ரசிக்கதுக்கு வரலாம்னு சொன்னேன்..."

ஆம்னி வேனின் பின்பக்கம் இரண்டு தலையணைகளைப் பக்கவாட்டில் சாய்வாக வைத்து அவர்களை அமர்த்தி எதிர் இருக்கையில் அன்சாரி பாதுகாப்பிற்காக இருந்து கொண்டதும் வண்டி புறப்பட்டுப் போனது. மேரிகலாவும் உமாவும் டாட்டா காட்டினார்கள். அந்தக் காப்பகத்திலுள்ள மேலும் சிலர் வேடிக்கைப் பார்ப்பதற்காக வெளியே நின்றிருந்தார்கள். அந்த முகங்களிலெல்லாம் ஏதோவொரு ஏக்கமும் வெறுமையும் படர்ந்திருந்தன. காசீம் வண்டியைத் திருப்புகையில் அதனைத் துயரமாகத்தான் கவனித்துக்கொண்டான். அன்சாரியும் காசீமும் ஒருவருக்கொருவர் முதுகு பார்த்து இருக்கும்படியாக மாமியின் சவுரியத்தின்பொருட்டு பிரயாணம் அமைந்திருந்ததால் அவர்களின் குரல்களே ஆம்னி வேனில் ஊடுபாவிக் கிடந்தது. வண்டி அஞ்சுகிராமம் பாதையில் அப்படியே செட்டிக்குளம், கூடன்குளம் வழியாகப் போகலாம் எனத் திட்டமிட்டிருந்தனர். அவர்களுக்கு அந்த அம்மாவின் பெயர் தெரியவில்லை. திருவாழியின் மாமி என்பதால் மாமி என்று அழைத்துப் பார்த்தனர். அது சரிப்படவில்லை பிறகு பாட்டி என்று ஒன்றிரெண்டு முறை கூப்பிட்டபோதும் அது தோதாக இல்லை என்று காசீம் சொன்னபிறகு என்னவும் ஆகட்டுமென அன்சாரி திருவாழிக்குப்

போன் பண்ணி மாமியின் பெயர் கேட்டான். அவர் சொன்னார் மாமியின் பெயர் பூராடம் என்று. அன்சாரிக்கும் காசீமுக்கும் பூராடமென்ற பெயரை இதற்கு முன்பாக எங்கும் கேட்டதாக நினைவில்லை. காசீம்தான் வாகனத்தை ஓட்டிக்கொண்டே 'பூராடம் டார்லிங்' என அழைத்தபோது அன்சாரி குதூகலமாகச் சிரித்துக் கொண்டான். உண்மையில் பூராடத்தின் முகத்திலும்கூட லேசான புன்னகை இருந்தது. அன்சாரி திடீரெனக் கேட்டான், "இவங்கள இந்த வாழ்க்கையில யாராவது பூராடம் டார்லிங்குன்னு கூப்பிட்டுருப்பாங்களா..?"

"தெரியலியே..."

வண்டி புறப்படும்போது இருந்ததைவிட பூராடம் கொஞ்சம் உற்சாகம் கூடுதலாகப் பெற்றிருப்பதுபோல இருந்தார். நல்ல நினைவிருக்கிறது, அவங்களுக்கு கேட்கிறது, திரும்பப் பேசுவதில்தான் சிரமம் இருப்பதாக அன்சாரி சொல்லிக் கொண்டபோது அதை ஆமோதிப்பதுபோல பூராடத்தின் முகத்தில் ஒரு அசைவு இருந்தது. கோயில்ல ஒரு இடம் பாக்கி விடாம கூட்டிட்டு போகணும் என்றும் கோவிலுக்குள் வைத்து ஒருவருக்கொருவர் அழைத்துக்கொள்ளும்போது அன்சாரி என்றும் காசீம் என்றும் பெயரைச் சத்தமாக உச்சரிக்கக் கூடாது என்றும் அவர்கள் திட்டமிட்டுக் கொண்டனர். அது ஒரு சிறப்பான விசயம் என்று காசீமும் ஒப்புக்கொண்டான். பிளாஸ்கில் சுடுதண்ணீர், இரண்டு ஆப்பிள் பழங்கள், டீ வாங்க தனியாக ஒரு குட்டி பிளாஸ்க்கு எனச் சில அடிப்படையான பொருட்களை ஒரு நல்ல தரமான பையிலிட்டு அன்சாரி வைத்திருந்தான். அவன் பல நோயாளிகளோடு மருத்துவமனையில் துணைவனாக இருந்த நிறைய அனுபவங்களின் வழி நல்ல தேர்ச்சியும் மனமும் பெற்றிருந்தான். ஒரு நோயாளியோடு நீண்ட தூரம் பயணிக்கும் போது என்னென்ன செய்ய வேண்டும் என்பதிலும் கூட அவனுக்கு நிறைய ஞானமிருந்தது. அருவருப்பும் முகம்சுளித்தல் போன்ற எந்த நடவடிக்கையும் துளி கூட அண்டிவிடாதபடி மகத்துவம் மிக்கவனாகத் தன்னைக் காலத்தின் துணைகொண்டு மாற்றியிருக்கிறான் அன்சாரி. அருள்தாமசின் அப்பாவுக்குத் திருவனந்தபுரம் மருத்துவக்கல்லூரியில் துணைவனாகப் போன அன்சாரி அப்போது மூன்று மாதம் மருத்துவமனையிலிருந்த அவரை அப்படி அன்பொழுகக் கவனித்துக்கொண்டான். மூன்று மாதம் முடிவில் அருள்தாமசின் அப்பா மரணமடைந்துவிட அவரின் சடலத்தை ஆம்புலன்சில் வீட்டுக்குக் கொண்டுவந்து எல்லாம் முடிந்து புறப்படப்போன அன்சாரியை அருள்தாமஸ் கைகூப்பி வணங்கியபடி சொன்னான். "அவரு பெத்த மொவன் நான் செய்ய தயங்குனத நீ செஞ்சேப்போ..." மேற்கொண்டு

வார்த்தைகளற்று அவன் கண்களில் கண்ணீர் பெருக்கெடுத்தது. ஆனால் அன்சாரி அதற்கான மெனக்கிடுதல் ஏதுமின்றி அவன் இயல்பே அதுவாக இருந்தது. காசீமின் ஆம்னி வேனில் நன்றாகச் சாய்ந்த நிலையில் பூராடம் லேசாகக் கண் அயர்வதும் பிறகு விழித்து அன்சாரியை நிலைகுத்திப் பார்ப்பதுமாக இருந்தாள். ஓடிக்கொண்டிருந்த வண்டியில் காசீமை நோக்கிச் சத்தமாக அன்சாரி சொன்னான். "இந்த பூராடம் பிராயத்துல ரொம்பவும் அழகா இருந்தாங்களாம்..."

"யாரு சொன்னா..?"

"திருவாழிசார் ஒருக்கச் சொன்னாரு..."

"இவங்க திருவாழிக்க அப்பாக்கு அக்காவா தங்கச்சியா..?"

"அக்கா..."

"வேற சொந்தக்காரங்களெல்லாம் இல்லையா..?"

"இருப்பாங்க... மதுரை ஆஸ்பிட்டல்ல திருவாழிசாருக்க அப்பா இருந்தப்போ கொஞ்ச பேரு வந்து போனாங்களே..."

"இந்தம்மாவோட புள்ளைங்க..?"

"பொம்பளை பிள்ளைங்கன்னுதான் நெனைக்கேன்... திருவாழிசாரு நிறைய சொல்லுவாரு... நான் எல்லாத்தையும் கவனிக்க மாட்டேன்... பிள்ளைங்க இரண்டு பேரும் இல்லேன்னு நினைக்கேன்... மொவ வயித்துப் பேரன்மாருவோதான்... பழைய காலம் போல சொந்தம் பந்தமெல்லாம் இப்போ இல்லே... பேரன்கள் இந்தம்மாவுக்குப் பணம் செலவு பண்ணதே ரொம்ப பெரிய விசயமாதான் திருவாழி சார் சொன்னாரு..."

அன்சாரி ஒரு ஆப்பிளைத் துண்டுகளாக வெட்டி முடித்துவிட்டு காசீமிடம் சொன்னபோது அவன் வண்டியை ஒரு பக்கம் ஓரம்கட்டி லேசாக நிப்பாட்டியபோது அன்சாரி சூடாறிய வெந்நீரை இரண்டு மிடறுகள் குடிக்கிற அளவில் ஒரு குவளையில் விட்டுக் கொடுத்தான் . வழக்கமான வேகத்திலில்லாமல் கொஞ்சம் மெதுவாகவே போன காசீம் பிரயாண நேரத்தை மேலும் நீட்டிக்கொண்டதனால் திருச்செந்தூர் போய்ச் சேரும்போது பத்தரைமணி தாண்டியிருந்தது. கோவிலில் எல்லாவற்றுக்குமாக ஒரு இரண்டுமணி நேரம் செலவிடும் உத்தேசத்துடன் அன்சாரி களத்தில் இறங்கியிருந்தான். அன்சாரியின் அனாயாசமான அச்செயல்கள் காசீமுக்கு மலைப்பாகவும் ஆச்சரியமாகவும் இருந்தன. கோவிலுக்குள்

நுழைந்ததிலிருந்து அவன் ஒவ்வொன்றையும் பார்த்துப்பார்த்து வரிசைப்படி பூராடத்தை அழைத்துக்கொண்டு போன போக்கெல்லாம் பார்த்து காசீமுக்கு மனத்தில் சந்தேகம் தோன்றியது. "அன்சாரி இதற்கு முன் திருச்செந்தூர் கோவிலுக்கு வந்திருக்கியா மாப்ள" என்று மெல்லமாக விளித்துக் கேட்கவும் செய்தான்.

"இல்லே மாப்ளே இப்போதான் மொதமொதல்ல வாறேன்... கிருஷ்ணன் அண்ணன்ட்ட எல்லாம் டீட்டெயிலா கேட்டுவச்சிருந்தேன்... மேலஊர்ல நம்ம முருகதாஸ் வாராவாரம் இங்க வருவார்லா. அவர்ட்ட கேட்டப்போ ஸ்கெட்ச் போட்டு டீட்டெய்லா சொன்னார். எல்லாம் ஒரு கணக்குதானே மாப்ளே, நாம என்ன கொலையா பண்ணப்போறோம்? வயசான இந்த பொம்பளையோட மனசுக்கு நெருக்கமான ஒண்ண செய்றோம்... அவங்க சந்தோசம். இதுல நமக்கென்ன பிரச்சனை... நான் இதெல்லாம் ஒன்னும் பெரிய இதா நினைக்கது இல்லே... இதாவது பிரச்சனை இல்லே. நல்ல டீசன்டா சட்டையபோட்டுட்டு நடக்கோம்லா. முன்னாடி ஒருக்க குருவாயூருக்குப் போனேன். நம்ம சேதுக்க சித்தப்பாக்கு வழித்துணையா. சேது கிருஷ்ணன் அண்ணன்ட்ட கேட்டான் சாயிப்பு பையம்லா பிரச்சனை ஒண்ணும் வராதே... நான் கியாரண்டிப்பா... அவன் பாத்துப்பான்னு சொல்லிட்டு... நீ பேசாம கூடபோன்னு சேதுட்ட அவரு சொன்னாரு. நீ கூட போனா செய்யாத காரியத்த இவன் செய்வான்... உனக்கு முடிஞ்சத அவனுக்கு கையில கொடு. உனக்கு சித்தப்பன பொன்னுபோல கொண்டுபோய் கொண்டுவருவாம்ன்னு சொன்னதும் நானும் அசால்ட்டா புறப்பட்டு அவரையும் கூட்டிட்டு குருவாயூருக்கு துணையாப் போனேன்... அங்க சட்டை போட முடியாது... போறாத குறைக்கு வேட்டி கட்டாயம்... நான் வேட்டி கொண்டு போவலையா... அந்தால அங்க ஒரு வேட்டிய வாங்கிக் கட்டிட்டுக் கொஞ்சோல சந்தனத்தையும் நெஞ்சில அப்பிட்டு நல்ல கொழுந்து கிடந்தது அதத்தூக்கி இரண்டு காதுலயும் சொருகிட்டு சேதுக்க சித்தப்பனுக்க கைய நல்லா புடிச்சிட்டு ஒத்த நடை. அவரு என்னைய மலச்சிப் பாக்காரு... நான் அவருக்க கையப்பிடிச்சிட்டு உள்ள மத்தவருக்க சன்னதிவரைக்கும் போய் நிக்கேன்... எனக்க கோலத்தப் பாத்தா அவனுவளவிட கூடுதலு பக்தி பழம்போல ஆயிட்டேன்..."

"உனக்குப் பயமா ஒண்ணுமில்லியா..?"

"எதுக்குப் பயப்படணும் மாப்ளே... நான் மனசுல அல்லாஹ் அக்பர்னு சொல்லிட்டே இருக்கேன்... நீ சொன்னா நம்பமாட்டே.

குருவாயூர் போய்ட்டு வந்த மூணாமத்த நாளு நைட்ல எனக்கொரு கனவு... கனவுல நல்ல நீலக்கலர்ல ஒரு பெரிய உருவம் கண்ணு மூடியிருக்கு... முகத்துல ஒரு சிரி. நான் சூர்ந்து பாக்க பாக்க கண்ணு தொறக்கலே. ஆனா சிரி கூடிட்டே இருக்கு. நான் யார்னு கேட்கேன்... உனக்கு தெரிஞ்ச ஆள்தாம்னு ஒரு பதிலு... இந்த புத்தர் சீலையில உள்ள முகம் இருக்கும்லா அதுமாதிரி... நல்ல உயரம் நான் கனவுல பயப்படுதேன். அது எனக்குத் தலையில கையவச்சி பயப்படாதே அன்சாரி... உன்னைய எனக்கு ரொம்ப இஷ்டமாயிட்டு... நீ அன்னைக்கு வந்தேல்லா... சத்தியம் பறஞ்சால் எனிக்கு நின்னையப்போல உள்ள ஆளையானு வலிய இஷ்டம்... நான் நல்லா பயந்து யாரு யாருன்னு கேட்கேன்... 'நான்தான் நாராயணன்...' 'எந்த நாராயணன்...' "நீ வந்தேல்லா கொழுந்தும் வச்சிட்டு... நல்லா நெஞ்சில சந்தனமும் அப்பிட்டு... ஹா... ஹா ...ன்னு சிரிச்சுட்டு. அதுவொரு சூப்பர் வரவுடே... கொஞ்ச காலத்துக்கெடையில எவனும் அப்படி வரலே... எனக்க பொன்னு சக்கரக்குட்டான்னு கன்னத்துல முத்தம் தர வந்தப்போ பயந்து முழிச்சிட்டேன்... பொறவு உம்மாட்ட சொன்னேன் மொவன் அங்கயும் இங்கயும் போயிட்டு வரதுல்லியா அதாம்னு சொல்லி ஆயத்துகுர்ஷிய ஓதி ஊதிவிட்டா..." கேட்டுக்கொண்டு நடந்த காசீமின் கண்ணுமுழி பிதுங்கியிருந்தது. அன்சாரி நினைத்துச் சிரித்தான். காசீம் மலைக்க மலைக்கக் கேட்டுச் சிரித்தபடி பூராடத்தைக் கடலில் கால் நனைக்க இருவரும் ஆளுக்கொரு பக்கமாகத் தாங்கிக்கொண்டு போனார்கள். பூராடத்தை காசீமும் அன்சாரியும் ஆளுக்கொரு பக்கமாகத் தாங்கித்தாங்கி ஆறுகாலில் கடலில் நிலம்பாவினார்கள். அது ஒரு வினோத தன்மை வாய்ந்ததாக இருந்தது. பூராடம் நினைத்திருக்க கூடும். இந்த உலகில் கோடான கோடியில் ஒருவருக்கு நடக்கும் வரம் ஒன்று இந்த வாழ்வில் கைகூடியிருப்பதாக. இருவரின் தோளில் கிடந்த பூராடத்தின் கரங்களில் பரவியிருந்த இளவெப்பம் ஏதோ ஒரு சிலிர்ப்பை அவளுக்குள் நிரப்பியிருக்கும். ஒரு நீர்க்குடம் நிரம்பி வழிந்தோடுவதைப் போல சந்தோசப் பிரவாகம் கொண்ட பூராடத்தின் கரம் அந்தத் தோள்களில் மெல்ல இறுகியதை இருவருமே உணர்ந்து கொண்டனர்.

இன்று பூராடத்தின் இறுதி யாத்திரைக்காகப் புறப்பட்டுப் போகும் காசீமும் அன்சாரியும் திரும்பத் திரும்ப பூராடத்தின் கரங்கள் கடலின் அலையில் தோளில் இறுகியதையே நினைவுகூர்ந்து பேசினார்கள். அன்று அவளைக் காப்பகத்தில் கொண்டு விட்டுவிட்டுக் கொஞ்ச நேரம் அமர்ந்து பேசிக் கொண்டிருந்தார்கள். திரும்பும்போது மீண்டும் பார்க்க

வருவோமெனச் சொல்லிவிட்டு வந்த பிறகு ஒருமுறை கூடப் போய்ப் பார்த்திராததின் நொம்பலம் இருவருக்குமிருந்தது.

காப்பகத்தின் தனியறையில் திருவாழி சாரின் மாமியின் உடல் சுருண்டுகிடந்தது. கண்கள் திறந்த மேனிக்கே இருந்தன. புகழேந்தி வெளியே சட்ட சம்பிரதாயங்களுக்காகப் போயிருப்பதாகச் சொன்ன உமாவும் மேரிகலாவும் பூராடம் இறந்த பிறகு அந்த அறைக்குள் போகப் பயந்தார்கள். அன்சாரிதான் முதலில் அறைக்குள் போனான். அறையில் மூத்திரம், மலம் கலந்ததுர்நாற்றம் வீசியது. அவன் அதைப் பொருட்படுத்தாது திறந்திருந்த அவளின் கண்களைக் கசக்கி மூடியபடி முதல்ல இவங்கள குளிக்க வைக்க இடம் எங்க இருக்கு என்று பார்த்தான். அந்த அறையிலிருந்த அலமாரியில் கத்திரிப் பூபோட்ட கண்டாங்கியோடு இன்னொரு வெளிர்மஞ்சள் நிறத்துப் புடவையும் இருந்தது. அன்சாரி திருவாழிக்கு போன் பண்ணியபோது அவர் திருநெல்வேலிக்கு வந்துவிட்டதாகவும் ஜீனா தந்த அட்வான்ஸ் பணத்திலிருந்து தேவைக்குக் குறைவின்றி வேண்டியதைச் செய்யும்படியும் சொன்னார்.

அன்சாரியும் காசீமும் மீண்டும் டவுணுக்கு வந்து சிலபொருட்களை வாங்கிக்கொண்டனர். பெரியபள்ளியருகே மையத்துக்குப் பொருள் வாங்கி எல்லாவற்றையும் மேன்மையாகச் செய்யும் ரஹீமிடம் தகவல் கேட்கலாமென போன் பண்ணியபோது அவனுக்கு முதலில் பதில் சொல்லத் தெரியவில்லை. "நம்மாளுவோ அடக்கத்துக்குன்னா எல்லாம் வரிசையா சொல்லுவேன்... அவனுவோ எரிக்கலா செய்வானுவோ... நீங்க நிக்கதுலா நல்லது போல குளிப்பாட்டுங்க... களாபமும் ஜவ்வாதும் வாங்குங்க... பொம்பளைன்னால மேல நல்ல துணிய கட்டியா போட்டுக் குளிப்பாட்டுங்க... மேல போடதுக்குத் துணி எடுத்துட்டு அவனுவள்ட்ட கபன் பொதிய ஏற்பாடெல்லாம் இருக்காதுல்லா... அதுனால நல்ல பொடவையா எடுத்துச் சுத்துங்கோ... நாடிக்கட்டுக்கும் கால்கெட்டுக்கும் மல்லுத்துணியில ஒரு மீட்டரா எடுத்துக்கோ" என்றான். பின், "நான் வேணும்னா வரவா..." எனக் கேள்வியாகக் கேட்டவன், "புண்ணியமான காரியமில்லியா? ரப்புட்ட ஸ்பெஷல் கூலி கிடைக்கும்... அவன் பேசிக்கொண்டே போனான். காசீம்தான் இடைமறித்து, "அவன வரச் சொல்லு அன்சாரி. அவன் விசயந் தெரிஞ்சவன்லா. சப்போட்டா இருக்கும்" என்றபோது அன்சாரி ரஹீமை இடத்தைச் சொல்லிக் கூப்பிட்டான். இருவரும் பொருட்களையெல்லாம் வாங்கிக் கொண்டு ஒருமணி நேரம் கடந்து காப்பகத்துக்கு வந்து இறங்கிய பத்தாம் நிமிடம் ரஹீம் தன் மோட்டார் பைக்கில் அங்கேயே வந்து

சேர்ந்தான். அந்த அம்மாவின் உறவினர்கள் என்று நாலைந்து ஆண்களும் ஆறேழு பெண்களும் வந்து அமைதியாக நின்றிருந்தனர். புகழேந்தியும் வேலைகளையெல்லாம் வரிசையாக முடித்துவிட்டு வந்துவிட்டதால் ரஹீம் கேட்ட இரண்டு பெஞ்சுகளையும் தண்ணீர் பிடிக்க ஒரு டிரம்மையும் ஏற்பாடு செய்து கொடுத்ததும் ரஹீமும் அன்சாரியும் மளமளவெனக் காரியத்தில் இறங்கினார்கள். "நீ ஒரு ஆளா கூட நின்னுக்கோ. பாக்கிய நான் பாத்துக்கிடேன்" என ரஹீம் சொன்னதுபோலவே அறையில் கிடந்த அந்த அம்மாவைத் தலை, முதுகு, இடுப்புப் பக்கம் வரையிலும் வலுவாக நின்று அன்சாரி காலடிப் பக்கம் பிடித்துக்கொள்ள குளிப்பாட்ட ஏற்படுத்திய இடத்துக்கு அந்த உடலைத் தூக்கிப் போனார்கள். தூக்கியபோது இன்னும் மலம், மூத்திர வாடை அதிகமாக இருந்தது. நெருங்கி வந்த உறவினர்களில் சிலர் மெல்ல ஒதுங்கிக் கொள்ள ரஹீமும் அன்சாரியும் அப்படியே நடந்தபோது காசீம் பொருட்களைத் தூக்கிக்கொண்டு பின்னாலேயே போனான். பெஞ்சில் கிடத்தப்பட்டு ஆகாயத்தை மறைத்துத் துணியைப் பிடித்துக்கட்டிக்கொண்டு காசீமின் கையிலிருந்த கத்திரியால் அந்த அம்மாவின் உடைகளைக் கத்தரித்து அவற்றை நீக்கும் முன்னால் இன்னொரு துணிகொண்டு மூடிக் கொண்டான். டிரம் நீர் முழுவதும் காலியாகிவிட மீண்டும் ஒரு பைப் வழியாக காசீமும் அன்சாரியும் தண்ணீரை நிரப்பிக் கொடுத்தபடியே இருந்தனர். உயிர் பிரிந்த அந்தப் பூதஉடலை ரஹீம் தாய்போலவே குளிப்பாட்டி ஒரு புதிய புடவையை கபன் போல இல்லாமலும் புடவைபோல இல்லாமலும் சுற்றிக் கட்டி மணக்க மணக்கக் கட்டிலில் கிடத்திய பின்னர் அலங்கார வேலைகளைச் செய்தான். நாடியையும் கால்களையும் கட்டியபோது அன்சாரி உற்றுப் பார்த்துவிட்டு, "மாப்ளே, இந்த சந்தனத்த நெத்தியில பூசிவிடு" என்றபோது அதையும் செய்து பின்னர் மூவருமாக காப்பக வராந்தாவுக்குக் கொண்டுவந்து கிடத்தியபோது ஆட்டோவில் திருவாழி வந்திறங்கினார். அவர் சுற்றிலும் பார்த்துவிட்டு புகழேந்தியிடம் ஒரு குத்துவிளக்குக் கேட்க, அதனை உமா கொண்டுவந்து கொடுக்கவும் அதனை ஏற்றித் தலைமாட்டில் வைத்துச் சில சம்பிரதாயங்களைச் செய்துகொண்டபோது புகழேந்தியின் ஏற்பாட்டில் வீடியோவும் எடுத்துக்கொண்டனர். அன்சாரியைக் கிட்டே அழைத்து திருவாழி எல்லா விபரங்களையும் கேட்டுக் கொண்டிருந்தவர் தூரத்தில் பேரமைதியாக நின்றிருந்த ரஹீமைக் கருணையோடு பார்த்தார். மேலும் ஒரு முக்கால்மணிநேரம் நீண்டு போனது. இதனிடையே ஒரு ஆட்டோவில் கிருஷ்ணனும் பேபிகுட்டியும் மனோகரன் வாத்தியாருமாக வந்து நல்ல மலர் ஆரத்தை அந்த அம்மையின் காலடியில் வைத்து வணங்கிவிட்டு

திருவாழியின் அருகில்போய் நின்றுகொண்டனர். புகழேந்தி ஏற்பாடு செய்திருந்த ஆம்புலன்ஸ் வந்ததும் அந்த உடலை ஏற்றி அனுப்பிவிட்டு ரஹீம் விடைபெற்றுப் போனான். அன்சாரியும் காசீமும் ஆம்னி வேனில் பின்தொடர ஆம்புலன்சின் முன்னே திருவாழி இருந்தார், புகழேந்தி பின்னாலிருந்தான். ஒழுகினசேரி சுடுகாட்டில் திருவாழியின் மாமி காற்றில் கரைந்துபோன பிறகு ஆம்புலன்சில் புகழேந்தி கிளம்பிப்போக அன்சாரி, காசீம், திருவாழி மூவரும் ஆற்றில் குளித்துவிட்டுக் கரையேறி காசீமின் வண்டியில் புறப்பட்டனர். திருவாழி ஓய்வெடுப்பதாகச் சொல்லிவிட்டு அறைக்குப் போனார்.

திருவாழி இரண்டு மாதங்கள் ஊருக்கு வர இயலாது என்றுதான் அன்சாரியிடம் சொல்லியிருந்தார். ஆனால் மாமியின் மரணம் அவரை இழுத்துக் கொண்டு வந்துவிட்டது. ஒரு வகையில் மாமியின் மரணம் நல்ல விசயமும் கூட. மாமிக்கு ஒரு அழகிய மரணம் நிகழவேண்டுமென திருவாழி விரும்பியிருந்ததைப் போலவே நடந்தேறியிருப்பதாகத் திருப்தியுற்றார். உறவுகளின் போக்குதான் வருத்தத்துக்குரியதாக இருந்தது. காலம் மானுட மதிப்பை இழந்துகொண்டிருப்பதாகத் தோன்ற அது அவரைக் கடும்பாடு படுத்தியது. தனது மரணம் குறித்து இதுவரையிலும் யோசனை தோன்றாத திருவாழிக்கு இன்றுதான் மரணம் குறித்த பதற்றமும் பயமும் உருவாகியிருந்தது. என்ன வேண்டுமானாலும் ஆகட்டும், மயிரே மாத்திரம் என்பதுபோல ஒரு வைராக்கிய எண்ணமும் அய்யய்யோ என்ன ஆகப்போகிறோமோ என்கிற எண்ணச் சிதைவும் சமஅளவில் மனத்திலும் சரீரத்திலும் பரவிக்கொண்டதால் அவர் மிகவும் தளர்ந்துபோயிருந்தார். அவருக்கு உற்சாகத்தைப் பற்றிப் பிடித்துக்கொள்ள இயலாமல் போனதால் நன்றாகத்தூங்கினால்கொள்ளாம் என்றஎண்ணம்தான் முதன்மையானதாக இருந்தது. அன்சாரியிடம் உணவுக்கு கிருஷ்ணன் கடையில் சொல்லச் சொன்னார். பின்னர் இங்கு நாலஞ்சி நாட்கள் தங்க இருப்பதாகவும் சொல்லிக்கொண்டே, பேசலாமென அன்சாரியை அனுப்பிவைத்தபோதுமிகச்சோர்வாக இருந்த அன்சாரி கிருஷ்ணன் கடையில் வந்து உணவுக்குச் சொல்லிவிட்டு நேராகவே வீட்டுக்குப் போய்விட்டான். மறுநாள் காலை நேரமே எழுந்து குளித்துவிட்டு கிருஷ்ணன் கடைக்கு வேகமாக வந்து பின்பக்கம் சிமெண்டு பெஞ்சிக்குப் போனான். பின்னால் டீயோடு வந்த கிருஷ்ணன், "திருவாழிசார் பகல்ல நல்ல தூக்கம். பொறவு நைட்டு ஏழு மணிக்குதான் சாப்பாடு கேட்டாரு... நான் கொண்டு போனப்போ... உன்ன தேடினாரு... நான் நேரமே போயிட்டாம்னு சொல்லிட்டு உன்னையக் கூப்பிடவான்னு கேட்டதுக்கு, வேண்டாம் காலையில வரட்டுமெனச் சொல்லி

விட்டார்" என்றார். அன்சாரி டீயைக் குடித்துவிட்டு ஒன்றாம்எண் கடைப் பாதை வழியாக திருவாழியின் அறைக்குப் போகும்போது அலியும் அவனது ஆட்களும் சிலங்காவின் மண்டப உள் அலங்கார வேலைக்காக மேலேறிப் போனார்கள். அண்ணாச்சிக் கடை தவிர்த்து வேறு எந்தக் கடையும் இன்னும் திருவாழிக் கட்டிடத்தில் திறந்திருக்கவில்லை. காலை வருத்து வெயில் மேற்காகச் சாய்ந்து சுள்ளென அடித்துக்கொண்டிருந்தது. அன்சாரி நடந்து பின்னால் வந்தவன் திருவாழியின் அறைக்கதவைத் தட்டியதும், "அன்சாரி உள்ள வா" என உள்ளிருந்து சத்தம் வந்தது. அன்சாரி உள்ளே நுழைந்தபோது திருவாழி அவ்வளவு நேர்த்தியாக உடையணிந்து மலர்ந்த முகத்தோடு புன்னகைத்தபடி இருந்தார். "சார்... நீங்க ரொம்ப டல்லா இருப்பியன்னு நான் நெனைச்சேன்... ஆனா எப்பயும் விடவும் சூப்பரா இருக்கியோ..." அவர் சத்தமாகச் சிரித்து, மாமி தேவதைகளுடன் அதிகாலைக் கனவில் நல்ல சிரித்துக்கொண்டே கையசைத்தபடி பிரயாணித்ததாகச் சொன்னார். மேலும் கடும் புன்னகையோடு அன்சாரியிடம் பேசிக்கொண்டிருக்கும்போது மொதலாளி எனக் கதவைத்தட்டியபடிக் காலை உணவுடன் ஆறுமுகம் உள்ளே வந்ததும் பின்னர் அவர் சாப்பிட்டபடியே பேசிக்கொண்டிருந்தார். நேற்று இரவு எட்டுமணிக்குப் பேசிய புகழேந்தி ரஹீமையும் உன்னையும் காசீமையும் புகழ்ந்து பேசிக்கொண்டே இருந்தான்... மாமியின் பேரன்கள் சொன்னதுபோல பணத்தை வங்கியில் சேர்த்துவிட்டதாகவும் அந்தப் பணத்தை ஏதேனும் நல்ல காரியத்துக்குச் செலவிட விரும்புவதாகவும் சொன்னான். உனக்கு இஷ்டம் போல செய் எனச் சொல்லிவிட்டேன் என்றார். காலை உணவை முடித்துக் கொண்டு எழுந்து கிணற்றின் அருகே நின்று நல்ல காற்றை இழுத்துச் சுவாசித்தபடி நேராக ஏழாம்எண் கடையைப் பார்வையிட அன்சாரியும் திருவாழியும் வெளியே வந்த நேரத்தில் திருவாழிக் கட்டிடத்தின் எல்லாக் கடைகளும் திறந்திருந்தன. அவர்களைத் தேடி சிலங்கா அங்கு வந்ததும் மூவருமாகப் பேசிக்கொண்டே நடந்தபோது முன்னே எட்டி நடந்த அன்சாரி ஏழாம்எண் கடையைத் திறந்து ஷட்டரைத் தூக்கிவிட்டதும் அண்ணாச்சி எட்டிப் பார்த்தார்.

நீண்ட காலத்துக்குப் பிறகு, கிட்டத்தட்ட பத்துப் பதினாறு வருடங்களுக்குப் பிறகு திருவாழியின் கால் ஏழாம்எண் கடையில் இப்போதுதான் படுகிறது. சலாமின் கடைக்குள் முன்னமே போக சில தருணங்கள் வாய்த்தபோதும் திருவாழி போகக்கூடாதென மனத்தில் தீர்க்கமாக முடிவுசெய்துவைத்திருந்தார். எல்லாம் சலாமின் பிரவர்த்தி காரணமாகத்தான். அவன் முடிந்த அளவுக்குக் கடையைப் பாழ்படுத்திவைத்திருந்தான். தரைத்தளம்

சுத்தியலைப் போட்டு அடித்து உடைத்ததுபோல சில இடங்களில் உடைந்துகிடந்தது. சுவர் ரொம்ப காலமாக வர்ணப்பூச்சு இல்லாமல் அலவலாதித்தனமாக இருந்ததின்மீது ரோஸ் நிறத்தில் கொஞ்சம் பூக்களின் படத்தை ஒட்டி மறைத்துவைத்திருந்தான். சலாம் பெரிய அலங்காரக்காரன். நாள் தவறாமல் சவரம்செய்து முகத்துக்கு நாலைந்து தினுசில் கிரீம் பூசி ரோஸ்பவுடர் அப்பி, வாரம் தவறாமல் தலைக்குச் சாயமடித்துப் பேரலங்காரக்காரனாக வலம்வந்த அவன் புழங்கிய கடையின் இந்தக் கேடுகெட்ட ரூபம் திருவாழிக்கு ரொம்பவும் அசிங்கமாகத் தென்பட்டது. சுற்றிலும் பார்த்துக்கொண்டே சொன்னார், “தாயளி கடையிலதான் மோளுவானோ… இந்த நாத்தம் நாறுது…” சிலங்கா சத்தமாகச் சிரித்துக்கொண்டிருக்கும்போதே ஜீனா வேகமாக திருவாழியை நோக்கி ஓடி வந்தான். இப்போதுதான் வந்திருப்பான் போல அவனுக்கு மூச்சு வாங்கியது. அன்சாரிதான் ஜீனாவை திருவாழிக்கு அறிமுகப்படுத்திவைத்தபோது அவர் அவனை ரொம்பவும் ஆச்சரியமாகப் பார்த்தார். இடையில் ஒருமுறை தொலைபேசியில் பேசிக்கொண்டாலும் அவனை இப்போதுதான் நேரில் பார்க்கிறார். நடுத்தரமான உயரம்; நேர்த்தியாக வேட்டி கட்டியிருந்தான் பின்பக்கமாக வழித்துச் சீவிய ஏறுநெற்றித் தலையென ஆள் கச்சிதமாகத்தான் இருக்கிறான். அவனை நோட்டமிட்ட திருவாழி ஜீனா நாற்பது வயதுக்காரனாக இருப்பானென கணித்திருந்தது உண்மையாகவும் இருந்தது. திருவாழி அன்சாரியிடம் காசீமைக் கூப்பிடச் சொல்லிவிட்டு அடுத்தகட்டமாக ஒன்றாம்எண் கடைப் பாதை வழியாக நடந்து மேலேறி சிலங்காவின் மண்டப வேலையைப் பார்க்கும் ஆவலில் அந்தக் கடையை நின்று பார்த்தபோது அவருக்கு இன்னும் ஐந்தாம் எண் கடையினுள் பட்டணம் இருப்பதுபோலவே காட்சிப்படுகிறது. கிருஷ்ணன் சொன்ன சூளாமணியும் ரூபம் தெரியாத சுந்தரியாக அங்கிருக்கிறாள். அவர் யோசனைக்குள் விழுந்துவிடாமல் மேலே மண்டபத்தைப் பார்த்துவிட்டு வந்து ஐந்தாம்எண் கடைக்குப் போகலாமென தீர்மானித்து முன்னே நடக்கையில் தூரமாய் வந்த சலாம் வேகவேகமாக வண்டியைத் திருப்பி திருவாழியின் பார்வையில் படாமல் திரும்பிப் போனான். அவன் முகத்தில் ஒருமாதமான தாடி வளர்ந்திருந்தது. கிருஷ்ணன் கடையிலிருந்து கவனித்தபடி திருவாழியருகே வந்து சேர்ந்தபோது பேச்சு சலாம் பற்றியதாக மாறிக்கொண்டது.

காசீம் இருக்கும் வீட்டை சலாம் விற்றுவிட்டான் என்றும் திருவாழிக் கட்டிடத்திலிருந்து மாறிய மறுநிமிடமே சலாமுக்குத் தொடர்ந்து துரதிர்ஷ்டமாக இருப்பதாகவும் பல பேச்சுக்களை கிருஷ்ணன் சொன்னதும் திருவாழி அங்கேயே

நின்றுவிட்டார். அவருக்கும் கூட கடையிலிருந்து சலாமைக் காலிசெய்ய வேண்டுமென்ற எண்ணமிருந்தது. ஆனால் இவ்வளவு வேகமாக அது நடந்தேறும் என்று எண்ணியிருக்கவில்லை. கடையைக் காலிசெய்த அந்த இரவே சலாமின் மகனுக்கும் பஹ்ரைனிலுள்ள அவனின் அரபிப் பங்குதாரருக்குமிடையே ஏதேதோ காரணங்களால் வாழ்வில் மீண்டும் ஒருக்கிலும் ஒட்டாத அளவுக்குப் பகைமை வெளிப்பட்டு விட்டது. சலாமின் மகன் உடனே வெளியேற வேண்டுமெனவும் எல்லா கணக்கு வழக்குகளும் நேர் செய்யப்பட வேண்டுமெனவும் பிரச்சினை மேலும் அங்கு வளர்ந்துபோயிருக்கிறது. சலாமின் மகனுக்கும் அவனின் அரபிப் பங்குதாரருக்குமிடையே இப்பெரிய பகையின் ஆதாரமாக இருந்து செயல்பட்டது சலாமின் இன்னொரு சகோதரியின் மகன்தான். அது சலாமுக்குத் தாங்க முடியாத துயரம் நிரம்பியதாக இருந்தது. சொந்தக்காரப் பயலுகளே கேடுகெட்டத் தன்மையின் அடையாளமாக இருக்கானுவோவென ஆத்திரமாய்த் திட்டிக்கொண்டு கிடந்தான். இந்திய ரூபாயின் மதிப்பில் ஒரு பெருந் தொகையை அனுப்பாவிட்டால் அங்கு மகனுக்குப் பல சிக்கல்கள் உருவாகும் என்கிற நிலையில் சலாம் மிக வேகவேகமாக முதலில் மேக்குரோடு பாதையில் ஆசைஆசையாக வாங்கிப்போட்ட வீட்டை விற்று அத்தொகையிலும் நிலைமை சரியாகாமல் கைமீறிப் போகவே மீண்டும் தோப்பையும் விற்றுக் கணக்கை நேர் செய்ய வேண்டிய நிலைக்குப் போனது அவனுக்கு வலியின் உச்சமாக இருந்தது. எல்லாப் பாதைகளும் அடைக்கப்பட்ட நிலையில் நல்ல விலைப்பிடிப்புள்ள இடம் என்றாலும் காத்திருக்கும் அவகாசமில்லாத நிலையில் இடங்களை சலாம் மிக மோசமான விலைக்கு விற்கும்படியாகிப் போனது. சிலர் சலாமின் இந்த நிலையை முன்கடன், பின்கடன் என்றபடிப் புன்னகையாய்க் கடந்து போனார்கள். இந்த வாழ்வின் விநோதங்கள் தரும் படிப்பினைகள் ரொம்பப் பெரியதாகுமென பட்டணம் முன்பு அடிக்கடி சொல்லுவாரென கிருஷ்ணன் தெரிவித்தார். திருவாழிக் கட்டிடத்தின் ஏதோ ஒரு ராசியில் சலாம் அபரிமிதமாக வளர்ந்ததாகச் சொன்னதை திருவாழியோடு நின்றிருந்த சிலங்காவும் கேட்டுப் புன்னகைத்துக் கொண்டான். கடை ராசி என்று சொல்வதிலெல்லாம் தனக்கு நம்பிக்கை இல்லையென்றும் சலாம் அகாவு பிடித்தவன், பிற மனிதர்களின் நன்மைகளை உடனிருந்தே கெடுத்துவிடும் மோசமான புத்தி கொண்டவன், ஆன்மாக்களுக்கு மதிப்பளிக்க தெரியாதவன், வாழ்வில் அவனிடம் இந்தத் தரம் அறியாதத் தன்மையைத் தான் பலமுறைப் பார்த்திருப்பதாகச் சொன்ன திருவாழி அவனை விடுங்களெனக் கூறி கிருஷ்ணனையும் அழைத்துக் கொண்டு சிலங்காவின் மண்டப வேலைகளைப் பார்க்க மேலே ஏறினார்.

நல்ல கலைமனம் படைத்த ஒரு உழைப்பாளியால் ஒன்றை அற்புதப்படுத்திவிட முடியும் என்பதற்கான உதாரணமாக எவரெஸ்ட் வெல்டிங் நெல்சன் திருவாழிக் கட்டிடத்தின் மொட்டை மாடியை மகோன்னதமிக்கதாக மாற்றியிருந்தான். முன்பு சப்பும் சவறுமாகக் கிடந்த இடம் பட்டணம் கடை இருந்த காலம்வரையிலும் இந்த மாடியின் முழுமையையும் அவர்தான் பயன்படுத்தினார். இப்போது சுற்றிலும் பார்த்து வியந்த திருவாழி இந்த வானம்பார்த்த மொட்டை மாடிக்கு இந்த ஜென்மத்தில் இப்படியான ஒரு வாழ்வு வரும் என்று ஒருபோதும் நம்பியிருக்கவில்லை. அவர் முகத்தில் படர்ந்திருந்த ஆச்சரியத்தில் ஒரு துளியளவுகூட இன்னும் குறையவில்லை. அவர் அப்படியே அன்சாரியைப் பார்த்தபோது அந்த முகத்தில் புன்னகை அரும்பியிருந்தது. அலி ஃபால்சீலிங் வேலையைக் கிட்டத்தட்ட நிறைவுசெய்யும் தறுவாயில் வைத்திருந்தான். ஏற்கெனவே மின்விளக்குகள் பொருத்தப்பட்டிருந்ததால் சிலங்கா அவற்றை எரியவிட்டபோது அவ்வளவு அற்புதமாக இருந்தது. இரவில் அது இன்னும் பேரழகாக இருக்கும் என்று தெரிகிறது. இத்தனைக்கும் இன்னும் பணிகள் பாக்கியிருக்கின்றன. சுற்றிலும் மூங்கில் கம்புகளால் ஆன சுவர்கள் அமைக்கும் வேலை கேரளாவில் நடைபெற்று வருவதாகவும் மொத்தம் பதினாறு செட்களாக அவற்றின் பணி முடிந்து இங்கு வந்தால் அப்படியே பொருத்திக் கொள்ளலாம் எனவும் சிலங்கா சொன்னபோது திருவாழியின் கற்பனை மேலும் விரிவடைந்திருந்தது. அனேகமாக அடுத்த மாதம் திறந்துவிடலாம் என்றும் திருவாழிதான் வந்து திறந்து வைக்க வேண்டும் என்றும் சிலங்கா கேட்டுக்கொண்டதை அவர் ஒப்புக்கொண்டார். பார்த்துவிட்டு உடனே கீழே இறங்கி கிருஷ்ணனின் கடை பின்னால் போய்க் கொஞ்ச நேரம் இருந்து பேசலாமென திட்டமிட்டிருந்த திருவாழிக்கு அங்கிருந்து இறங்க மனம் வராமல் சுற்றிச் சுற்றிப் பார்த்தபடி ரசித்துக்கொண்டும் சில சந்தேகங்களைக் கேட்டுக்கொண்டுமிருந்தார். முதலில் நிர்ணயித்துச் சொல்லப்பட்ட வாடகையைவிட கூடுதலாக வாங்குவதற்கான தகுதியுடையதாக தற்போது மாறி இருப்பதையும் சொல்லி, கீழே இறங்கிய போதும் சிலங்காவிடம் அதுபற்றியே திரும்பத் திரும்ப பேசும் அவரின் ஆர்வத்தில் லயித்துக்கொண்ட சிலங்கா மனத்தில் ஏற்கெனவே திட்டமிட்டுவைத்திருந்த எண்ணத்தைச் சொல்ல இதுதான் சரியான தருணமென்று உணர்ந்தான். ஏழாம் எண் கடையைத் தந்தால் இதன் அலுவலகமாக வைத்துக் கொள்வேன் என்று அவன் சொன்னபோது, “அதை நான் ஓராளுக்கு வாக்கு கொடுத்துவிட்டேன். எனவே அதை விட்டுவிடலாம். மேலே இங்கேயே அழகாக இந்தப் படிக்கட்டுப் பக்கத்திலேயே

அலுவலகமாக வைக்கலாம். சிறப்பாகவும் இருக்கும். மொதல்ல எனக்கு நம்பிக்கை இல்லைதான். இப்போ பாத்த பிறகு ரொம்ப நம்பிக்கை வந்திருக்கு... எல்லாம் அன்சாரி கூட இருந்து சிறப்பாகப் பார்த்துக்கொள்வான்" என்றார் திருவாழி. பிறகு சிலங்கா அதுபற்றிப் பேசவில்லை. திரும்ப கீழே வரும்போது ஒன்றாம்எண் கடையைக்கடக்கையில் அங்கிருந்த ஷியாமளாவைக் கவனித்தவராக கிருஷ்ணனிடம் தங்கத்தின் கதையை லேசாகக் கேட்டார்.

"அந்த பிள்ளே என்ன ஆனா..?"

"கோயம்புத்தூர்ல இருக்கதா பூபாலன் ஒருக்க சொன்னான்... அந்த பையனும் வெளிநாட்டில யாரோ அவ சொந்தத்துல கூட்டிட்டுப் போவாம்னு சொன்னா..."

"குடும்பம் எல்லாம் சேந்துடிச்சில்லா..."

"ம்ம் எல்லாம் ஒண்ணாயச்சி... அந்தப் பிள்ளையோட தவப்பனுக்கு கேசு முடிஞ்சி இப்போ அந்த பிரச்சனையுமில்லே..."

"அது பலமில்லாத கேசுதானே... ராஜகுமாரு பிரச்சனை ஒண்ணுமில்லியே..."

"அது ரெண்டு மூணு நாளு பெகளத்தோட போச்சி..."

பின்னால் நின்ற ஜீனாவை ஐந்தாம் எண் கடைக்குப் போகச் சொல்லிவிட்டு எல்லாரோடும் வழக்கம்போல நலன் விசாரித்தவராக ஐந்தாம்எண் கடையில் ஏறிப் பார்த்த திருவாழி ஜீனாவின் செயரில் சில நிமிடம் இருந்து எழுந்ததும் ஒரு பார்வை பார்த்துவிட்டுக் கேட்டார், "பட்டணம் எப்புடி இருக்காரு..?"

"ம்... பரவாயில்லேன்னு கேள்விப்பட்டேன்... திடீர்னு அப்படிச் சொல்லுவாவோ... திடீர்னு இப்படிச் சொல்லுவாவோ... இப்போ நல்லாதான் போவுது... போன வாரம் புகழேந்தி போய்ப் பாத்துட்டு வந்து பேசினான்."

ஜீனாவுக்கு நல்ல வார்த்தைகள் சொல்லிவிட்டு வெளியே வந்து சிந்துவிடம் லேசாக விசாரித்தபடி பேபிகுட்டியைப் பார்த்தவராக கிருஷ்ணன் கடைக்குப் பின்னால் போனதும் வேதமாணிக்கம் ஒரு செயரை எடுத்தபடி வந்தார். "கிருஷ்ணா, நீ உனக்க வேலையப்பாரு... நாங்க பேசிட்டிருக்கோம்..." என்றபடி அன்சாரியிடம், "நீ அந்த வேலுமயிலுக்கூட வருவாம்லா... அவன வரச் சொல்லிட்டுப் போய் சிலங்கா கூடமாட நில்லு..." என்றார். அரிகோபாலன் வந்ததிலிருந்து

ஐந்தாம்எண் கடைக்கு நடந்த கழிப்பு விசயத்தை ஒன்றுவிடாமல் கேட்ட போது வேதமாணிக்கம் எல்லாவற்றையும் ஒரு கதையாகச் சொல்லி முடித்தார்.

அன்சாரி, திருவாழி வந்திருக்கும் விசயத்தை வேலுமயிலிடம் சொல்லிவிட்டு மீண்டும் பிலிப்பை மூன்றுமுறை போனில் தொடர்பு கொண்டான். மூன்றாவது முறையாக போனை எடுத்த அவன் போனில் பேச முடியாது என்றும், அறுவை சிகிச்சை முடிந்து இன்னும் பத்துத் தினங்களுக்கு மேல் மருத்துவமனையிலிருக்க வேண்டியதிருப்பதால் நான் வந்ததும் உன்னிடம் பேசுகிறேனென படபடபாய்ச் சொல்லிவிட்டு போனைத் துண்டித்துக் கொண்டான். விசயத்தை திருவாழியிடம் போய்ச் சொன்ன அன்சாரியிடம், "அவன் போனா கெடக்கட்டும். மனோகரன் வாத்தியார்ட்ட நான் வந்திருக்கேன், பொருளோட வரணுமாம்னு சொன்னா போதும். அவரு வந்துருவாரு" எனச் சொன்னதும் அன்சாரி வெளியே வந்து மனோகரன் வாத்தியாருக்குப் போன்பண்ணி விசயத்தைச் சொல்லிவிட்டான். வாத்தியார் பேபிகுட்டிக்கு போன் பண்ண அவர் ஓராளைத் தேர்வு செய்து பாறசாலைக்கு வேகமாக அனுப்பி வைத்துவிட்டு "வேலுமயில் வரமாட்டான். பிலிப்பும் ஆள் இங்கு இல்லை" என்றபோது மனோகரன் வாத்தியார், "ஜீனாவைத் தூக்கி அந்த இடத்தில் போடலாம். நான் இரவு ஏழுமணிக்கு வருகிறேன்" என்றபடி மீண்டும் அன்சாரிக்கு போன் பண்ணினார். எப்படியாவது பியூட்டி பார்லர் சிந்துவின் கடையிலுள்ள ஃபிரிட்ஜில் இரண்டு பாட்டல் தண்ணீரை இப்போதே வைத்துவிடும்படியும் வேண்டினார். திருவாழியின் விசயமென்பதால் அவன் செய்வதாக ஒப்புக்கொண்டான். பியுட்டிபார்லரில் அன்சாரி லேசாக அணக்கம் கொடுத்தபோது கனவுசீன் கதவைத் திறந்த சிந்து வெள்ளை நிறத்தில் பட்டியாலாவும் கறுப்பில் மஞ்சளும் வெள்ளையும் கலந்த பூபோட்ட டாப்பும் அணிந்திருந்தாள். சிந்துவுக்குப் பிராயம் குறைந்துவருவதைப்போல இருந்தது. விழிவிரியப் பார்த்த அன்சாரி, "வரவர நீங்க ரொம்ப குமரிப்புள்ளே போல ஆயிட்டு வாறியோ..." என்றபோது சிந்துவுக்குப் பட்டென தேன்பானையில் விழுந்ததுபோல இருந்தது. காசு, பணம், பொன், பொருளா பெரியது? நெற்றிப்பொட்டில் குளிர்ச்சியைப் பரவவிடும் ஒரு வார்த்தை ஆணிடமிருந்து பெண்ணுக்கு வர வேண்டும், அவ்வளவுதான். அன்சாரியின் மனம்போல வார்த்தைகள் வெளிச்சாடி விடுகின்றன. சிந்து எவ்வளவோ ஆண்களைக் கடந்து போகிறாள். அவளைப் பார்த்த மாத்திரத்திலேயே வெம்பித் துதும்பும் ஆண்களின் வார்த்தைகள் செத்துக்கிடக்கும் முகத்தை வாசித்திருக்கிறாள். ஆனால் அன்சாரி வெம்மைகளின்றி

இறகுபோல வார்த்தைகளைப் பெண் என்கிற படபடப்பின்றி நிசாரமாக உதிர்த்துவிடுகிறான். அவன் இயல்பு அப்படியானதை அவள் சில பரிசோதனைகள் மூலம் தீர்க்கமாக உணர்ந்திருந்தாள். அவள் சில முறை தனது எடுப்பான அழகினை அலையவிட்டு அவன் கண்கள் அலைபாய்கின்றனவா என்றும் விசித்திரமான உடல் அசைவுகளை ஏற்படுத்தி அவன் உருகுகிறானா என்றும் அவள் பார்த்த வேவுகள் அன்சாரி விசயத்தில் தோற்றுப் போயின. பிறகு ஒருமுறை கேட்டாள்.

"யாரையாவது லவ் பண்ணுறியா அன்சாரி..?"

"இல்லியே... திருவாழிசார் பில்டிங்லயே கெடந்துட்டு யார லவ் பண்ணது... உங்களுக்குச் சின்ன வயசா இருந்தாலாவது உங்கள லவ் பண்ணியிருக்கலாம்... நோ சேன்ஸ்..."

அவள் சத்தமாகச் சிரித்துக்கொண்டே சொன்னாள், "எனக்கு ரொம்ப பெரிய வயசெல்லாம் இல்லே... என்னைய பாத்தா பெரிய பொம்பளை மாதிரியா தெரியுது..?"

"அப்படியில்லே... சின்னப் புள்ள மாதிரிதான் இருக்கியோ... நான் ஒரு பேச்சுல சொல்லிட்டேன்..."

"சரி எப்போ கல்யாணம் பண்ணப் போறே..?"

"இன்ஷா அல்லாஹ் இருபத்தி ஒன்பது வயசுலே..."

"அப்போ இன்னும் ரொம்ப நாளு இருக்கே... அங்கேயும் இங்கேயும் சுத்திட்டு இருக்கே... ஒரு பொண்ணுக்கூடவா உனக்கு புடிச்சமாறி கண்ணுல படலே..."

"நான் அப்படியெல்லாம் பாக்கதுல்லே..."

"பொய்ச் சொல்லே..."

"உண்மைதான்..." என்றபடி அன்சாரி சிரித்துக்கொண்டே..."
"எனக்கு மனசுக்கு பிடிச்ச யாராவது அமைஞ்சா... எங்க உம்மாட்டச் சொல்லி பேசிக் கெட்டுவேன்..."

"ம்ம்... சரி இப்போ உண்மையச் சொல்லு. நான் எப்படி இருக்கேம்னு..."

அன்சாரி சிந்துவை மேலிருந்து கீழாக ஒருநோட்டம் பார்த்தபோது சிந்துவுக்கு லேசா கூசியதைப் புரிந்துகொண்டான். இஸ்லாத்தில் ஊடுருவிச்செல்லாத பார்வை கொண்ட ஒரு நோட்டம் அனுமதிக்கப்பட்டிருக்கிறது. ஆனால் மறுநோட்டம் ஹராம்...

திருவாழி

“சரி, அது எப்படினாலும் கிடக்கட்டும்... நான் எப்படி இருக்கம்னு சொல்லு...”

“நீங்கள் உன்னிச் செடியின் பூபோல இருக்கீங்க...”

“கலர் கலராவா..?”

“ஒரே கலர்தான்...”

“சுமாரான இளமையோடா..?”

“இல்லை ரொம்ப இளமையோடு...”

சிந்துவுக்குப் பறப்பதுபோல இருந்தது. அவன் ஏதோ ஒரு வகையில் தன்னைக் கொஞ்சுகிறான். ஆண் என்றால் கொஞ்ச வேண்டும். எப்போது அன்சாரியைப் பார்த்தாலும் இன்னைக்கு எப்படி இருக்கிறேன் என்ற கேள்வி அனிச்சையாக அவளிடமிருந்து வந்துவிடுகிறது. இன்று அன்சாரி ஃபிரிட்ஜில் தண்ணீர் வைக்க வேண்டி வந்திருப்பதைச் சொன்னதும் சரி என்றபடி... “இன்று பிலிப் இல்லையே, உங்க திருவாழிசார் எப்படி சமாளிப்பார்?” என்று கேட்டாள்.

அன்சாரிக்குச் சட்டென இந்த விசித்திரம் மனசுக்குள் கேள்வியாகத் தோன்றியது.

“பிலிப் இல்லை என்று உங்களுக்கு யார் சொன்னார்கள்..?” என்றபோது அவள் பட்டென நாக்கைக் கடித்துக் கொண்டு “இன்பராஜ் சொன்னார்” என்றாள்.

“இன்பராஜா..?”

“ஆமாம். பிலிப் பெயிண்டிங் பண்ண வராததால் நாலைந்து நாட்களாக வேலை முடங்கிக்கிடந்தது. அதான் புதிய ஆள் விட்டு வீட்டுக்கு பெயிண்டிங் வேலை நடக்கிறது. நான் இன்பராஜிடம் பிலிப் எங்கே என்று கேட்டேன்... அவர் ஏதோ வெளியூர் போயிருப்பதாகச் சொன்னார். அதை வைத்துத்தான் சொன்னேன்” என்று விடாமல் பேசினாள்.

“யாரிடமும் சொல்ல வேண்டாம். பிலிப் அண்ணன் ஒரு சிகிட்சையில் இருக்கிறான். பெரிய சிகிட்சை. பழைய பிலிப்பண்ணனாய் வருவான் என்று பேசுகிறார்கள்...”

“அப்படியா... உண்மைதானா..?”

“உண்மைதான். நானும் முதலில் ஒருநாள் டாக்டர் ஆசீரின் மருத்துவமனைக்குத் துணையாகப் போனேன்...”

“சரி இருக்கட்டும். இன்று கேரளாவுக்குச் சரக்கு வாங்க யார் போகிறார்..?”

“பேபிகுட்டி ஆள் அனுப்பிவிட்டாச்சி...”

சிந்துவின் பியூட்டி பார்லரின் முன்பு வந்து நின்ற உயர்தரக் காரிலிருந்து ஊர் பிரமுகரின் மனைவி கஸ்தூரி இறங்கி பார்லரின் உள்ளே வந்ததும் அன்சாரி சொல்லிவிட்டு எழுந்து வெளியே வந்து திருவாழிக் கட்டிடத்தின் மேல்மாடி மண்டபத்துக்குப் போனான்.

மாலை வருவதாகச் சொன்ன காசீம், திருவாழி இரண்டு மூன்று நாட்கள் இங்கு ஊரில் இருப்பார் என்பதை அறிந்து மறுநாள் காலையில் வருவதாகத் தகவல் சொல்லியிருந்தான். இரவு ஏழுமணிக்குப் பிறகு திருவாழியின் அறைக்கு பேபிகுட்டி, மனோகரன் வாத்தியார் சும்மா பேசிக் கொண்டிருப்பதற்காக வந்திருந்தார்கள். எக்காரணம் கொண்டும் மதுவின் ஒரு துளிபோலும் அருந்துவதில்லை என்ற உறுதிப்பாட்டோடு கிருஷ்ணனும் புதிய விருந்தினராக ஜீனாவும் பங்கெடுத்திருந்தனர். ஜீனாவின் கெமையான இருப்பு மனோகரன் வாத்தியாருக்குச் சிரிப்பாக இருந்தது. வேலுமயிலின் கடினங்களைப் பற்றி அன்சாரி ஏற்கெனவே சாயங்காலம் திருவாழியிடம் சொல்லியிருந்தான். அவரும் ஏதேனும் செய்யலாம் வந்து பாக்கச் சொல்லேன் எனச் சொன்னதும் அன்சாரி போன் பண்ணியபோது வேலுமயில் கச்சேரிக்காகத் தன்னைத் தேடுவதாகக் கருதி போனை எடுக்கவில்லை. ஜீனா பழைய பாடல்களை நன்கு பாடக்கூடியவன் என்றும் தண்ணிபோட்டால் தனிப் பெலம் கொண்டு பாடுவான் என்றும் மனோகரன் வாத்தியார் சொன்ன பிறகு ஜீனா மூன்றாவது ரவுண்டில் வழக்கொழிந்து போன பழைய பாடல்களை அவ்வளவு அபரிமிதமாகப் பாடிக் கொண்டிருந்தான். அப்படியும் இப்படியுமாக ஒய்யாரம் சூடிய அந்த இரவு நிறைவுபெற்று மறுநாள் காலை பத்துமணிக்கு காசீம் சுனிலை ஆட்டோவில் அழைத்துக் கொண்டுவந்து திருவாழி முன்பாக நிப்பாட்டி விட்டுச் சொன்னான், “இதுதான் மணிக்க மொவன் சுனில்...”

திருவாழி சுனிலைக் கொஞ்ச நேரம் பார்த்துவிட்டு ஆச்சரியத்தில் நிறைந்து, “அப்படியே இருக்கான். “வீட்ல நீ ஒருத்தன்தானா?” என்று கேட்டார்.

“இல்லே தங்கச்சி ஒருத்தி இருக்கா...”

“அவ என்ன பண்றா..?”

“இன்ஜினியரிங் படிக்க வச்சிருக்கோம்... இப்போ ரெண்டாவது வருசம் போறா...”

மகிழ்ந்து தலையாட்டிக்கொண்டே உள்ளே இருந்த அன்சாரியிடம் சொன்னார், "ஏழாம்நம்பர் கடைய திறந்து கொடு… அது காசீமுக்கு இஷ்டப்படி நடக்கட்டு…" அன்சாரி சாவியைக் கொண்டு போய் ஏழாம்எண் கடையைத் திறந்தான். காசீம் பக்கவாட்டுப் பாதையில் முன்னே நடக்க சுனிலும் பின்னால் நடந்து போனவன் ஏழாம்எண் கடையின் நடையைக் குனிந்து தொட்டு வணங்கியபோது உள்ளே தனது தகப்பன் மணி நிற்பதுபோல அவனுக்குத் தோன்றியது. மணியின் மகன் சுனில் ஏழாம்எண் கடையை எடுத்திருக்கிறான் என்றும் அதில் அவன் வரும் வாரத்திலேயே அழகான சலூன்கடை திறக்கப் போகிறான் என்றும் கிருஷ்ணன் கடையில் தொடங்கிய பேச்சு மெல்ல ஊரில் பரவி, பெரியபள்ளித் தெரு, அம்மன்கோவில் பகுதி, யுனிவர்சல் காலனி, எஸ்ஆர் நகர் என செய்தியாகப் போய்க்கொண்டிருந்தது. வேதமாணிக்கம் வந்து பார்த்துவிட்டுப் போய் ஆறுமுகத்திடம் சொன்னார், "மணிக்க அதே சாயல்லதான் இருக்கான்… காலத்துக்க போக்கப் பாத்தியா. லோகம் சுத்தி வந்து சரியா நிக்குதுபாரு…" ஆறுமுகத்துக்கும் அது வியப்பாக இருந்தது. திருவாழி அன்சாரியிடம் வாடகைப் பத்திரம் தயார் செய்து சுனிலிடம் கையொப்பம் பெற்றுக்கொள்ளும்படிச் சொன்னார். ஜீனாவின் அட்வான்ஸ் தொகை அரிகோபாலன் வகையில் கிருஷ்ணன் செய்த செலவுக் கணக்குகள் எல்லாவற்றையும் நிவர்த்தி செய்து சரிபார்த்தபடி சுனில் விசயத்தில் வேண்டிய சவுரியங்களை முழுமையாகச் செய்து கொடுக்கும்படிச் சொல்லிவிட்டு திருவாழியிருந்த மனநிறைவோடு மூன்றாவது நாள் புறப்பட்டுப் போனார். அதன் மறுவாரம் ஏழாம்எண் கடையில் சுனில் நல்ல அலங்காரத்துடனும் நேர்த்தியுடனும் தன் அப்பாவின் பெயரை முன்வைத்து, 'மணி அழகு நிலையம்' என்ற பெயர்ப் பலகை மாட்டி ஒரு அதிகாலையில் திறந்தான். அவனுக்கு நகரில் வேறு சில கடைகளும் இருந்தன. கடையில் மூன்று இருக்கைகளைப் போட்டிருந்த சுனில் இரண்டுபேரை வேலைக்கு வைத்திருந்தான். மணி அழகு நிலையத்துக்கு ஆட்கள் பலரும் வந்துபோய்க்கொண்டிருந்ததால் எப்போதும் நிறைந்திருந்தது. பெரியபள்ளித் தெருவிலிருந்து பீர் கேள்விப்பட்டு ஓடோடி வந்து சுனிலைப் பார்த்து நலன் விசாரித்துவிட்டு என்ன வேணும்னாலும் சொல்லுப்போ சரியா எனப் போனான். சுனில் கடை சடசடவென நன்கு வளர்ந்தது. அவன் சின்னவன் என்றாலும் நல்ல துலக்கமான நுணுக்கங்கள் கொண்டிருந்தான். சுனிலின் கடையின் ஆள் வருத்துப்போக்கும் வளர்ச்சியும் மைனர் சலாமை நிறைய சிந்திக்க வைத்திருந்தது. மைனர் சலாம் இந்த ஒன்றரை மாதக் காலத்தில் பல மாற்றங்களைச் சூடியிருக்கிறார்.

இபாதத்தான தாடியும் தொப்பியுமாக, பள்ளிவாசலிலிருந்து பாங்கு ஒலி கேட்டதும் முதல் ஆளாகத் தொழுகைக்குப் போய்விடுகிறார். கையிருப்பும் சிலநிலபுலன்களும் கரைந்த நிலையில் மேலும் சில சிக்கல்களை நிவர்த்தி செய்தால்தான் மகன் ஊர் வந்து சேருவான் என்கிற நிலை சலாமை மனரீதியாக ரொம்பவும் சிதைத்திருந்தது. இளையவன் படிப்பு முடிந்து ஒரு நல்ல நிலைக்கு வர வேண்டிய நேரத்தில் இப்படியான சிக்கல்கள் அவனைத் துரத்துவதைக் குறித்த நொம்பலம் வேறு சலாமை மிக வேகவேகமாகப் பலவீனமாக்கிக்கொண்டிருந்தது. மணியின் மகன் அதே கடைக்கு மீண்டும் வந்திருக்கிற செய்தி காலம் எல்லாவற்றையும் பார்த்தும் கேட்டும் சில விளையாட்டுகளை நிகழ்த்தியே தீருவதாக இருக்கிறது. கடந்த வாரம் இமாம் பயானில் பேசியபோது நீங்கள் எவ்வளவு சூழ்ச்சிகளை வேண்டுமானாலும் செய்து பாருங்கள், சூழ்ச்சிகளிலெல்லாம் மிகைத்த சூழ்ச்சி இறைவனுடையது என்றார். ரொம்பவும் தளர்ந்துபோயிருந்த சலாமுக்கு எல்லாம் வாஸ்தவமானவையாகவே தோன்றின. திருவாழிக் கட்டிடம் சுனிலின் வருகைக்குப்பிறகும் ஜீனாவின் நிலைப்புக்குப் பிறகும் முழுப்பொலிவு கொண்டிருந்தது. இனி அடுத்தமாதம் சிலங்காவின் மண்டபம் திறக்கப்படும்போது அது பொலிவின் மகுடமாக இருக்கும் என்று கிருஷ்ணன் நம்பினார். சுனில் கடை திறந்த பத்தாவது நாளில் சிந்து தனது காலனி வீட்டில் புதிதாகக் குடியேறினாள். தெரிந்தவர்கள் உறவினர்களெனப் பத்து இருநூறு பேர்களுக்கு மேல் அழைத்திருப்பாள்போல. திருவாழிக் கட்டித்தின் கடைகளிலுள்ள எல்லாரும் வந்திருந்தனர். புதுமனைப் புகுவிழாவில் பங்கெடுத்த பெரும்பாலானவர்களுக்கு மிகுந்த ஆச்சரியத்தையும் பொறாமையையும் ஏற்படுத்தியது, பிலிப்பின் புதிய தோற்றம்தான். அது அதிசயத்திலும் அதிசயமான ஒரு தருணம். கிருஷ்ணனுக்குக் கண்ணுமுழி பிதுங்கிப் போய்விட்டது. புதிய உலகம் உடம்பில் மயிர் வளர்வதை விட வேகமாக வளர்கிறது என்றார். சிந்துவின் அப்பா, அம்மா, சகோதரன், உறவினர்களோடு பிலிப் நெருக்கமாக நின்றிருந்தான். அவனின் உடை, தோற்றமெல்லாம் தலைகீழாக மாறியிருந்தது. அன்சாரியைக் கண்டதும் புன்னகைத்துக்கொண்ட பிலிப்பிடம் அன்சாரி சுனிலை அறிமுகப்படுத்தியபோது பிலிப் அவனை உருக்கமாகக் கட்டிக்கொண்டான். பிலிப்பின் மீது எல்லாப் பார்வைகளும் குவிந்திருந்தன. எல்லாக் கண்களும் பிலிப்பின் மீது காத்திரமாக விழுந்திருந்த காரணத்தால் தன்மீது ஏராளமான திருஷ்டி விழுந்திருக்கும் என்று அவனே பயங்கொண்டிருந்தான். தனக்கு இன்னும் சிகிட்சை முழுமை பெறவில்லை என்றும் எழுபது சதமானம்தான் முடிந்திருப்பதாகவும் அவன் சொன்னபோது

எல்லோரும் இன்னும் கூடிக்கூடிப் பேசிக்கொண்டிருந்தனர். கிருஷ்ணன்தான் பிலிப்பையும் சிந்துவையும் ஒரு நோட்டம் பார்த்துவிட்டு அன்சாரியின் காதில் மெல்ல சொன்னார், "எனக்கென்னமோ ரெண்டுபேரையும் பாத்தா மாப்பிளையும் பொண்டாட்டியும் மாதிரி தெரியுவு."

அன்சாரி அவர்கள் இருவரையும் பார்த்துவிட்டு "சே சே அப்படியெல்லாம் இருக்காது" என்றான்.

"இல்லே அன்சாரி அவ வீட்டையும் புதுசாக்கி இருக்கா... அவனையும் புதுசாக்கியிருக்கா... நல்லா பாரு..."

அன்சாரி நன்றாகப் பார்த்தான். சிந்துவும் பிலிப்பும் ஜோடி என்பதை அவன் மனம் ஒப்புக்கொள்ளவில்லை.

20

சிந்துவின் வீடு புதுமனைப் புகுவிழா அன்று மாலை ஏழுமணிவாக்கில் பிலிப் சும்மா பேசிக்கொண்டிருக்கும்போதே அந்த வீட்டில் மயங்கிவிழுந்துவிட்டதாகவும் வேகவேகமாக மருத்துவமனைக்குக் கொண்டு போயிருப்பதாகவும் திருவாழிக் கட்டிட ஏரியாவில் பரபரப்பாக இருந்தது. உண்மையா அல்லது பொய்யா என்று தெரியாமல் அன்சாரியை கிருஷ்ணன் தேடினார். சிலங்காவின் மண்டப வேலையிலிருந்த அவன் வேகமாக இறங்கிவந்தபோது அவர் விசயத்தைச் சொன்னதும் அன்சாரி யார் சொன்னது என்று கேட்டான். இங்கு ஒரே பேச்சாகக் கிடப்பதாகச் சொன்ன கிருஷ்ணன், "ஆளு ரொம்ப சீரியசா கெடக்கானாம்..." என்று சொன்னார். யாரிடம் போன் பண்ணிக் கேட்கலாமென அன்சாரிக்கு ஒரு பிடிமானமும் இல்லாமலிருந்தது. ரொம்பவும் சீரியசாகக் கிடப்பதான செய்தி இன்னும் பதற்றத்தைத் தந்தது. ஒருவேளை முக அலங்கார சிகிட்சையின் காரணமாக ஏதேனும் விபரீதங்கள் ஆகிவிட்டதாவென அவன் யோசித்ததையே கிருஷ்ணனும் கேள்வியாகக் கேட்டதும் அன்சாரி பைக்கை எடுத்தபடி யுனிவர்சல் காலனி சிந்துவின் வீட்டை நோக்கிப் போய் வெளியே நின்று பார்த்தான். அப்படி ஏதும் செய்தியிருப்பது போன்ற ஒரு குறியீடும் இல்லாமலிருந்தது. வீட்டுக்குள்ளேயே போய்க் கேட்கலாமா வேண்டாமாவென அன்சாரி இருமனதாக நின்றபோது கிருஷ்ணன்

போனில் தொடர்புகொண்டு அன்சாரியை உடனே திரும்ப வரும்படியும் பிலிப்பின் உடல் பற்றிய செய்தி வதந்தி என்றும் குச்சான்தான் ஒரு மணிநேரத்துக்கு முன்பாக இப்படியான கதையைக் கட்டி விட்டதாகவும் சொன்னபோது அன்சாரி குச்சானை அறுத்துக்கிழித்தபடி வண்டியைத் திருப்பிக் கொண்டு ஏரியாவுக்கு வந்தான். பிலிப், கிருஷ்ணன் கடையின் பின்னாலுள்ள சிமெண்டுபெஞ்சிலிருந்தான். கிட்டத்தட்ட ஒருமணி நேரத்துக்கும் மேலாக பிலிப் உரையாடியதில், தன் வீட்டை விற்பனைக்குப் போட்டிருக்கிற விசயம் உண்மைதான். தான் ஏதேனும் ஒரு தொழில் செய்யும் வாய்ப்பைத் தேடிவருவதாகவும் சொன்னான். வேலுமயிலின் நிலைபற்றி பேச்சு வந்தது. அதை ஒரு நிரந்தரமான தொழிலாக எடுத்துக்கொள்ள இயலுமா என்று அவன் கிருஷ்ணனை நோக்கி முன்வைத்த கேள்விக்கு அவரிடம் பதில் இல்லாமலே இருந்தது. "வேலுமயிலிடம் நான் பலமுறை சொல்லிவிட்டேன்... ஒரு நிகழ்வு முடிந்தால் ஆளுக்கு ஐநூறும் அறுநூறும் கிடைத்தால் அதை வைத்து என்ன செய்வது? பாடுவதையும் ஆடுவதையும் தனித்துவமான தொழிலாகக் கொள்வதற்கான காலமில்லை... நாம் ஒரு வேலையில் இருந்துகொண்டு இவைகளையும் செய்து வந்தால் கௌரவமாக இந்த உலகில் இயங்க முடியும். காசால்தான் நாம் மதிப்பிடப் படுகிறோம். காசு எல்லாவற்றையும் தீர்மானிக்கிற உலகமிது..." என்றான்.

"அப்போ கலைன்னு சொல்லது அதோகதிதானா..."

"அப்படி சொல்லமுடியாதுண்ணேன்... நம்மளப் போல சாதாரணமான ஆளுகளுக்கு அத வச்சி பொழப்பு நடத்த முடியாது. ஒண்ணுமில்லன்னாக்கூட இன்னேரம் இந்தக் கடைய வேலுமயிலு ஒரு பெட்டிக்கடையா மாத்தி வைச்சிருந்தா பத்து ரூவா சக்கரம் கையில இருந்திருக்கும். எப்பயாச்சும் புரோகிராம் வருது போவுது... வானம் பாத்த பூமி கணக்க... நான் என்ன செய்யது..?"

"நீ இப்படி திடீர்ன்னு ரொம்ப விசயமா பேசுதியே பிலிப்பு... வேலுமயிலு பாவம்லா... இரண்டு பொம்பளப் புள்ளைக்க தவப்பம்லா... கூடமாட இருந்து பாக்காம டப்புனு கைவிட்டியன்னா..."

"எண்ணேன், எனக்கு ஒரு பத்து பதினைஞ்சி நாள் டைம் கொடுங்க... அந்த இடத்த விக்கட்டும்... நான் அப்போ ஒரு யோசனை சொல்லேன்... நீங்க வேலுமயில்ட்ட கேட்டுச் சொல்லுங்கோ"..." பிலிப் பேசிக்கொண்டிருப்பது தெரியாமல்

கிருஷ்ணன் டீ கடையருகே வந்த குச்சான், பிலிப் இருப்பதைப் பார்த்து அதேவேகத்தில் சிட்டாகவண்டியில் ஏறிப்போய்விட்டான். ஆளாளுக்கு அந்தக் காட்சியைப் பார்த்துச் சிரித்தனர். பிலிப்பும் அன்சாரியுமாக எழுந்து சுனில் கடைக்கு வந்தனர். பிலிப் ரொம்ப நேரமாக சுனிலோடு பேசிக் கொண்டிருந்தான். பிலிப்புக்கு அந்தக் கடையில் சுனில் ஒரு முதலாளியாக நிற்பதைப் பார்க்க சிலிர்ப்பாக இருந்தது. ஆனால் ஆறாம்எண் கடை அண்ணாச்சிக்கு சுனிலின் கடை அவ்வளவாக ரசிக்கவில்லை. மைனர் சலாம் கடை வைத்திருந்தபோது பெரிய கூட்டமாகக் கடைக்கு முன்னே ஆட்கள் நிற்பதில்லை. சலாம் எந்த ஆணையும் கடைக்கு முன்னால் சில நிமிடங்களுக்கு மேல் நிற்கவிடுவதுமில்லை. அதையும் மீறி யாராவது நின்றால் பக்கெட்டில் தண்ணீரை எடுத்துக் கடை முற்றத்தைத் தெளிப்பதுபோல பாவலாக்காட்டி விரட்டி அப்புறப்படுத்திவிட்டுதான் மறுவேலை. ஆனால் இப்போது கடந்த ஒருவாரமாகப் புதிது புதிதாக எப்போதும் ஆட்கள் கூடி நிற்கிறார்கள். அது அண்ணாச்சிக்கு அதீத எரிச்சலாக இருந்தது. அவரின் எல்லா எரிச்சல்களையும் பொன்ராஜ் ஒருவனே காது கருகும் கெட்டகெட்ட வார்த்தைகளாக ஏற்றுக்கொண்டிருந்தான். தொட்டடுத்து ஒரு சலூன் கடை வரும் என்று அண்ணாச்சி கொஞ்சமும் எதிர்பார்க்கவில்லை. சுனில் கடை திறந்த மறுநாளே அண்ணாச்சிக் கடையின் இடதுபக்கமிருந்த உப்புச்சாக்கை வலதுபக்கம் தூக்கிவைக்கும்படியாகிப் போனது. கண்ணாடி ஒப்பனை செய்யப்பட்ட சலூனின் புதிய அமைப்பில் ஏழாம்எண் கடையின் வாசலை வலது பக்கம் அமைத்திருந்தது வாஸ்துப் பிரகாரம் தனக்குச் சாதகமில்லாமல் இருப்பதாக அவர் கருதினார். ஆனாலும் கடந்த ஒருவார வியாபாரம் சுணக்கமில்லாமல் போவதால் அந்தப் பயத்தை அவர் கடந்துவிட்டார். அன்சாரி மூலமாக கிருஷ்ணன் காதுக்கு அண்ணாச்சியின் அதிருப்தி வந்தபோது, "வியாபாரம் வியாபார நிமித்தமான போக்குகளில் ஒரு மனிதன் என்னவெல்லாம் பார்க்க வேண்டியதாக இருக்கிறது பாத்தியா அன்சாரி" என்று சிரித்துக்கொண்டே சொன்னார். சக மனிதனின் வாழ்வு அருகிலிருக்கும் ஒருவனைக் கணக்கிட முடியாத அளவுக்கு ரொம்பவும் தொந்தரவு செய்கிறது. இங்குதான் கிருஷ்ணனுக்கு பட்டணம் ஒரு தெய்வாதீனமுள்ள மனிதனாகத் துலங்கினார். அன்சாரி கிருஷ்ணனின் பேச்சுக்குக் காதைத் தீட்டிக் கொண்டிருந்தான்.

"அப்போது நாலாம்எண் கடையை திருவாழியிடமிருந்து பெற்று ஒரு ஜோசியன் வைத்திருந்தான். அவன் எப்போதும் பூஜை புனஷ்காரங்களென அதிகப்படியான பக்தியோடு இருப்பவன். சந்திரன், கலைமகள் லெண்டிங் லைப்ரரி வைத்திருந்தபோது

இருந்த ஜோசியனல்ல. அவன் ஒரு பக்கா திருடன். இது அதற்கு முன்பாக ரொம்ப அனுஷ்டானங்களோடு இருந்த ஒரு ஜோசியன். அவனுக்கு பட்டணம் கடையில் மதியம் கறி சமைப்பதும் அதன் வாசமும் பிடிக்கவில்லை. அவனின் அங்கலாய்ப்புகள் பட்டணம் காதுக்கு வந்தபோது அவர் அதை திருவாழியிடம் சொல்லியிருந்தால் திருவாழி பட்டணத்துக்காக ஜோசியனின் கடையை மாற்றியிருப்பார். ஆனால் பட்டணம் அதைச் செய்யாமல் மகாலிங்கத்திடம் ஒரு யோசனை கேட்டார். மகாலிங்கம் வந்து பார்த்துவிட்டுச் சமையலறையிலிருந்து தெற்குப் பக்கமாய்ச் சுவரைச் சிறிய சதுரமாக உடைத்துக் காற்றை வெளியேற்றும் மின்விசிறியை மாட்டிவிட்டார். நான் சொன்னேன் இவ்வளவு சிரமப்படணுமா மொதலாளி போடா மயிரேன்னு இருக்கத்தானே உண்டு...”

“அது எல்லாராலையும் முடியும் கிருஷ்ணா... நம்ம பக்கத்துல இருக்கவன்லா... அவன் மனச பாதுகாக்கணும்... நம்மகிட்ட இருக்கவங்க ஆணோ பொண்ணோ யாரா இருந்தாலும் நம்ம பாதுகாவல்ல இருக்கது மாதிரிதான்... அந்த வெம்மை நமக்கு பழிபாவத்த உண்டாக்கும்...”

“இந்த எண்ணம் எல்லாருக்கும் வேணும்லா மொதலாளி...”

“மொதல்ல நமக்கு வேணும்...”

“ஜோசியர் பொறவு பட்டணத்தோடு பெரும் நட்பு கொண்டிருந்தார். அவர்களுக்குள் அசாத்தியமான நட்பிருந்தது. சாயங்காலம் பின்பக்கம் கிணற்றில் வந்து ஒரு வாளித் தண்ணீர் கோரி ஜோசியர் நாலாம் எண் கடையின் முற்றத்தைத் தெளித்துப் போடுவார். பட்டணம் அவரிடம் நீங்க கிணத்துல வந்து தண்ணீ கோரண்டாம்... அங்க சுத்தமில்லாம கெடக்கும்... சாயங்காலம் உங்க கடை முற்றத்த நாங்க நல்லா தண்ணி தெளிச்சித் தந்தா போதாதா? ஜோசியர் புன்னகையாகப் பார்த்தார். பொறவு நான், இல்லன்னா உனக்க வாப்பா, அதுவுமில்லன்னா ஆறுமுகம், வேதமாணிக்கம், ஏன் சூளாமணிவரைக்கும் நாலாம்நம்பர் கடைக்குச் சாயங்காலம் முற்றம்தெளித்துக்கொடுத்திருக்கோம். ஒவ்வொரு விசயத்துக்குப் போவும்போது பட்டணத்தோட வார்த்தைகளெல்லாம் அப்படியே இப்பவும் காதுல கேட்கும். மொதலாளி உங்களுக்கு நல்ல மனசுன்னாலும் இதெல்லாம் ரொம்ப கூடுதலாக்கும்ன்னு நானே சொல்லுவேன்...”

“அப்பெல்லாம், கூடுதல்னு நினைக்காத கிருஷ்ணா. இதெல்லாம் இந்த வாழ்வுல உள்ள நிறைவு. நம்மகிட்டே இருக்கவங்கள நிறைவா பாக்கதெல்லாம் சாதாரணம்

கிடையாதும்பாரு... இங்க என்னன்னா ராஜகுமாருக்கு சுனில நிறைவா பாக்க பிடிக்கலே... எல்லாம் நம்ம கையில இருக்குன்னும் நினைக்க முடியாது ... ஒரேடியா இல்லேன்னும் சொல்ல முடியாது. நான் நினைக்கலே. இந்தன வருசத்துக்குப் பொறவு மணிக்க மொவன் சுனிலு சலாம கிளப்பிட்டு அங்க வருவாம்னு நெனைச்சமா... காசீம்தான் என்னமோ பண்ணப்போறாம்ணு நான் மொதல்ல நினைச்சேன்... இந்த உலகத்துல எங்கேயோ நாம அறியாத ஒரு ஈர்ப்பு கெடக்குதுடே... காசீம் கரைக்ட்டா கொண்டு வந்து மணிக்க மொவன உட்ருக்கான் பாரு... எனக்கு ரெண்டு நாளா ரொம்ப அதிசயமா இருந்து. மணிக்கு இப்படியொரு மொவன் இருக்காம்னே எனக்குப் பத்துபதினைஞ்சி நாளுக்கு முன்னாலத்தான் தெரியும். பட்டணத்துட்ட படிச்ச சில நல்ல பழக்கவழக்கமான முறைகள் இருக்கு. என்னால எல்லா நேரத்துலயும் அத செயலாக்க முடியாது. ஆனா மனசுல பதிஞ்சிருக்கு... அடுத்த மனுசங்கள அளவுக்கதிகமா ஊடுருவிப் பாக்கக்கூடாதும்பாரு. அப்படி பாக்க ஆரம்பிச்சா நமக்கு ஒரு எஜமானிய மனநிலை வந்துடும்பாரு... வார்த்தைகள் ஒருபோதும் அழியாது வெளிப்படுத்துற மனுசனுக்குள்ளதான் அது கெடந்து வளரும்... அடுத்தவங்கள சபிக்கிறவன் ஒருபோதும் நல்ல மனுசனா இருக்கமாட்டான் ... எனக்க காதுல கேட்டுட்டே இருக்கிற அவரோட வார்த்தைகள நிறைய கொட்டிட்டே இருக்கலாம்டே... அண்ணாச்சிய சுனில் சமாளிச்சிப்பானா?" என்ற கேள்வியோடு கிருஷ்ணன் பேசி முடித்துக் கடை நடையில் ஒரு சூடத்தைக் கொளுத்திவிட்டு அன்சாரியிடம் பைக்கில் வீட்டில் கொண்டு விடச் சொல்லியபடிப் பின்னால் ஏறிக்கொள்ள வண்டியில் இருவருமாய்ப் போனார்கள். இதிலிருந்து மூன்றாவது நாள் சாயங்காலம் ஏழுமணிபோல ஒரு புதிய மனிதன் அன்சாரியைத் தேடி கிருஷ்ணன் கடைபக்கமாக வந்தவர் கிருஷ்ணனிடமே இங்க அன்சாரிங்கது யார் என்றபோது...

"என்ன விசயமா தேடுதியோ..."

"அந்த தம்பிய பாக்கணும்..."

"அதான் என்ன விசயம்ன்னு எங்கிட்ட சொல்லுங்க... நான் சொல்லாம அவன் அசையமாட்டான்..."

"யூஜின்தான் என்ன அனுப்பிவிட்டாரு... இந்தக் கடையில வந்து அன்சாரின்னு கேட்டா பாக்கலாம்ன்னு..."

"பேங் யூஜீனா..."

"ஆமா..?"

"என்ன விசயம்..."

தன் தம்பி ஒரு பறவை ஆராய்ச்சியாளர் என்றும் தற்போது அவன் தேக்கடியில் இருப்பதாகவும் காமிராவுக்கான இரண்டு லென்ஸ்களும் சில ஆவணங்களும் இங்கிருப்பதாகவும் நாளைக் காலைக்குள் பாதுகாப்பாக அங்கு கொண்டு கொடுக்க வேண்டும் என்று சொன்னார். "நல்ல நம்பிக்கையான ஆளாக இருக்க வேண்டும். இந்த தஸ்தாவேஜ்கள் அவசரமாயிருப்பதால் இதுபற்றி யூஜினிடம் பேசியபோது கிருஷ்ணன் கடையில் போய் அன்சாரியைப் பார்த்தால் போதும் என்றார். பார்க்க முடியுமா?" என்று அவர் சொன்னபோது அன்சாரிக்குப் பிரயோஜனப்படுகிற விசயமாக இருப்பதை கிருஷ்ணன் யோசித்து வந்தவரிடம் "அவனிடம் சொல்லிப் பாக்கேன்... அவன் இன்னைக்குப் பகல்ல திருநெல்வேலி பாஸ்போர்ட் ஆபிசுக்கு அவன் உம்மாக்கு பாஸ்போர்ட் எடுக்க விசயமா போயிருந்தான்... அதான் இன்னைக்கு இங்க வரலே... ம்ம் பாப்போம்" என்றபடி போன் பண்ணியபோது மூன்றாவது ரிங்கிலேயே 'அண்ணே'னென போனை எடுத்துப் பேசினான். விசயத்தைச் சொன்னதும் ஒரு அரைமணி நேரத்துல அங்க வாறேனெனச் சொல்லியபிரகாரம் வந்துவிட்ட அவனுக்குப் போக்குவரத்துச் செலவு போக ஆயிரம் ரூபாய் கொடுக்கலாமெனப் பேசி தேக்கடியில் இருக்கும் தம்பியின் போன் நம்பரும் விலாசமும் சொல்லி காமிரா தொடர்பான பொருட்களையும் ஆவணங்களையும் நல்ல தரமாக பார்சல் செய்து கொடுத்துவிட்டார்.

அன்சாரி கிருஷ்ணனிடம் சொல்லிவிட்டு வீட்டுக்குப் போய் உம்மாவிடமும் இந்த அவசர வேலை விரைத்தைச் சொல்லி, இரவு வீட்டிலிருந்து சாப்பிட்டு முடித்துவிட்டு நேராக அப்படியே புறப்பட்டு வடசேரி பேருந்து நிலையம் போனவன் அங்குத் தயாராக நின்றிருந்த பத்தரைமணி திண்டுக்கல் பஸ்ஸில் ஏறினான். பார்சலை நெஞ்சோடு அணைத்துக்கொண்டு மதுரை ஆரப்பாளையத்துக்கு டிக்கெட் எடுத்தவன் படச்சவனேயென சீட்டில் சாய்ந்துகொண்டான். அதிகாலை மூன்றரை மணிக்கு மதுரை ஆரப்பாளையம் பேருந்து நிலையத்தில் இறங்கிய அன்சாரி அங்கிருந்து நாலுமணிக்குப் புறப்பட்ட மதுரை தேனி பஸ்ஸில் ஏறி ஐந்தே முக்காலுக்குத் தேனி வந்து அந்தப் பேருந்து நிலையத்திலேயே ஒரு டீயும் குடித்துவிட்டு அங்கிருந்து குமுளி பஸ்ஸில் ஏறியவன் ஏழேமுக்காலுக்கெல்லாம் தேக்கடி பேருந்து நிலையத்தில் இறங்கிச் சந்திக்க வேண்டிய ரூபனுக்கு போன் பண்ணினான். தேக்கடி பேருந்து நிலையத்தை ஒட்டி இடதுபக்கமாகத் திரும்புகிற ஒரு பாதையின் முகப்பில் ஆட்டோக்கள் நிற்கும் என்றும்

அடையாளத்துக்கு அதன் அருகிலுள்ள பாரம்பரியமான ஒரு பெரிய கட்டிடத்தையும் சொன்னபோது அங்கிருந்த ஆட்டோ டிரைவரிடம் போனைக் கொடுத்து ரூபன் அவனிடம் பேசிய பத்தாவது நிமிடத்தில் அந்த இருப்பிடத்துக்கு அன்சாரி ஆட்டோவில் வந்திறங்கினான்.

நீளமாகக் கட்டப்பட்ட இரட்டை நிலை வீடு. இந்தப் பக்கம் பார்த்து நாலு விசாலமான அறைகளும் அந்தப் பக்கம் பார்த்து நாலுவிசாலமான அறைகளுமாக இரண்டு நிலைக்கும் சேர்த்துப் பதினாறு அறைகள்கொண்ட ஒரு மேட்டு நிலம். மனித அரவமில்லாமல் காட்டுப்பாங்கான அவ்விடம் நல்ல மரங்கள் உயர்ந்துவளர்ந்து பார்க்கவே அவ்வளவு ரம்மியமாக இருந்தது. முதல்நிலையின் வலதுபக்க ஓரமாக முதலாம் அறையிலிருந்த ரூபன் லென்ஸ் பெட்டியைப் பெற்றுக்கொண்டு அன்சாரியின் அடுத்த திட்டமென்ன எனக் கேட்டபோது, அவன் “சார் ஒரு இரண்டு மணி நேரம் இந்த வெளிவராந்தாவில் தூங்கிக் கொண்டு உடனே கிடைக்கிற பஸ்ஸில் புறப்படுகிறேன்” என்றபோது ரூபன், “வெளி வராந்தாவில் வேண்டாம். உள்ளேயே பால்கனி இருக்கிறது. சுற்றிலும் நல்ல கல்பதிக்கப்பட்ட நீண்ட இருக்கை... அது குளுமையாகவும் இருக்கும். அதில் தூங்குங்க” என்று அன்சாரிக்கு ஒரு டீயும் வரவைத்துக் கொடுத்துத் தூங்க அனுப்பிவிட்டு ரூபன் தன் வேலைகளில் கவனம் செலுத்தினான். பால்கனி அவ்வளவு அழகாக இருந்தது. அன்சாரி சுற்றிலும் பார்த்தான். அவனின் இடதுபக்கம் மேலும் மூன்று அறைகளினுடைய பால்கனி தெரிந்தது. உயர்ந்த மரத்தில் இரண்டு காட்டு அணில்கள் ஓடி விளையாடிக்கொண்டிருந்தன. மேகம் அடர்ந்த ஆகாயமும் பரவியிருந்த இளம் குளிர்ச்சியுமாகக் காட்சி இன்பம் மிகைத்திருந்த சூழலை ரசனையாக நோட்டமிட்டபடியே உடம்பை நீட்டிச் சரித்துக்கொள்ளும்முகமாகச் சுற்றிலும் இருக்கைபோல் பாவப்பட்டிருந்த பளிங்கான கல்படுக்கையில் சாய்ந்தான். கண்ணை மூடும்போது கிசுகிசுப்பான முணக்கமானப் பேச்சு சத்தம் கேட்டது. அங்கே அழகுக்காக பால்கனியைச் சுற்றிலும் தனித்தனியாகப் புனையப்பட்ட மரச் சட்டகங்களின் மீது தலையை ஒரு உந்துதலால் தூக்கிப்பார்த்தபோது, பக்கத்து அறையின் பால்கனி பளிங்குக் கல்லில் வெளியழகை ரசித்துக் கொண்டே சாய்ந்திருந்த பிலிப்பின் மடியில் முட்டிவரையிலும் இறுக்கமான உடையணிந்து கால்களைப் பரப்பியபடி காலர் இல்லாத பனியன் அணிந்திருந்த சிந்து அவன் மடியில் படுத்திருப்பது தெரிந்தது. சிந்துவின் பனியனுக்குள்ளாக பிலிப்பின் கரங்கள் இரண்டும் அங்குமிங்குமாகப் பின்னிக்கிடப்பதுபோல இருந்தது. அசப்பில் பார்த்தால்

அவளே தனது சொந்தக் கையால் கட்டிக்கொண்டதைப் போல பிலிப்பின் கரம் அவ்வாறு இருந்தது. அன்சாரி வேறு யாரோவென நினைத்துத் திரும்பியவன் மீண்டும் அவர்களைப் பார்த்துவிட, அவர்களும் பட்டெனத் திரும்பி அன்சாரியை அவ்வளவு அதிர்ச்சியாகப் பார்த்தபோது அவன் அப்படியே கல்லில் சாய்ந்து மறைந்துகொண்டான். அவனுக்கு நம்ப முடியவில்லை. உடம்பு உதறிக் கொள்வதுபோல பதற்றமாக இருந்தது. அவர்கள் தன்னைப் பார்த்தார்களா பார்க்கவில்லையா? பேசாமல் மெல்ல நகர்ந்து ரூபனிடம் சொல்லிவிட்டு பஸ் ஏறிப் போய்விடலாமா என்ற யோசனையும் பதற்றமுமாக அப்படியே கிடந்தவனுக்கு 'இதெல்லாம் எப்படி சாத்தியப்பட்டது? இவ்வளவு அவசரமாகத் தன்னை இங்கே காலம் கெட்டி இழுத்துக் கொண்டு வந்தது இதைக் காட்டித்தரத்தானா?' சிந்துவும் பிலிப்பும் பிணைப்பிலிருந்து விடுபட்டு எழும்பும் ஓசை நெருக்கமாகக் கேட்கிறது. பிலிப் திடீரென இந்த உலகின் ஒட்டுமொத்தமான அதிசயம் நிறைந்தவனைப் போலத் தெரிந்தான். சிந்துவிடம் ஓர் ஆண்மகனைச் சட்டென ஈர்த்தெடுத்துக்கொள்கிற வசீகர உடல்வாகு இருப்பதைப் பல தருணங்களில் அன்சாரியும் கண்டிருக்கிறான். ஆனால் காட்சிகளின் உட்சபட்சமாக இப்படியொரு தருணம் தன் பார்வைக்கு வசமாகுமென்று அவன் ஒருபோதும் நினைத்திருக்கவில்லை. கொஞ்ச நேரம் உறங்குபவனைப்போல அப்படியே கிடந்தபோதுதான் மறுபக்கமிருந்து பிலிப் எட்டிப்பார்த்து 'அன்சாரி அன்சாரி'யென அவனின் பெயரை இரண்டுமுறை உச்சரித்துக் கூப்பிட்டான்.

காலை பத்துமணிக்குத் தேக்கடியிலிருந்து கிளம்பியபோது அவனுக்குத் தனியாகக் காலை உணவுக்கென ரூபன் கொடுத்த நூறுரூபாயையும் வாங்கிக்கொண்டு வெளியேறிய அன்சாரியை பிலிப் தன் அறைக்கு அழைத்துப் போனான். அறைக்குள் தயங்கி நுழைந்த அன்சாரியை முதலில் தயங்கியும் பின்னர் சகஜமாகவும் இருப்பவளைப் போல சிந்து எதிர்கொண்டு அறைக்கு வந்திருந்த காலை உணவைச் சாப்பிடச் சொன்னாள். அன்சாரி இதற்கு முன்னால் ஒருபோதும் பார்த்திராத நவநாகரீகமான உடையை அணிந்திருந்த சிந்து, மேலே ஒரு சால்வையைச் சுற்றியிருந்தாள். அறை ரொம்பவும் அமைதியாக இருந்தது. அன்சாரிக்கு நல்ல பசி. அவன் எதுவும் பேசிக்கொள்ளாமல் எந்த சங்கோஜமுமின்றித் தன்பாட்டுக்கு அவர்கள் கொடுத்த உணவை உண்டு முடித்துக் கைகழுவித் தண்ணீர் குடித்துவிட்டு, "உங்களை இங்கு பார்த்ததாகவோ நான் இங்கு வந்ததாகவோ யாரிடமும் பேசமாட்டேன்... நான் புறப்படுகிறேன்" என்றபோது சிந்து

மெலிதாகச் சிரித்துக்கொண்டே, “அன்சாரி, நாங்க ரெண்டுபேரும் கல்யாணம் பண்ணிக்கப் போறோம்...” என்றாள்.

“நல்லது சிறப்பா பண்ணிக்குங்க... வாழ்த்துகள்.”

“நீ எப்படி எதுக்காக இங்கே வந்தே?”

அன்சாரி உம்மாவை உம்ரா செய்ய மக்காவுக்கு அனுப்ப வேண்டி அவளை அழைத்துக் கொண்டு பாஸ்போர்ட் எடுக்கப் போய்விட்டு வந்த பிறகு கிருஷ்ணன் போனில் தொடர்பு கொண்டது முதல், இங்கு வந்து சேர்ந்த பஸ்ரூட்வரையிலும் ஒன்றுவிடாமல் சொன்னதும் அவள் பதற்றமாகப் பக்கத்து அறையிலுள்ள ரூபன் நமக்கு முகம் தெரிந்த ஆளா என்று கேட்டாள்.

அன்சாரி மெலிதாகச் சிரித்துக்கொண்டு, “இல்லை வெளியூர்தான். பாவம் அவரைக் கண்டு பயப்பட வேண்டாம். அவருக்குப் பறவைகளைத் தவிர சகமனிதர்கள்பற்றிப் பெரிதாக எதுவும் கவலை இருந்ததுபோல தெரியவில்லை... எனவே தைரியமாக உங்க போக்குக்கு நீங்கள் இருக்கலாம்” என்றபோது சிந்துவும் பிலிப்பும் கூட்டாகச் சிரித்தார்கள்.

“இந்த உலகத்தில் ரகசியமென்று எதுவுமில்லை... யாருக்கும் தெரியாது என்றுதான் பிலிப்பும் நானும் இந்த இடத்தைத் தேர்வு செய்தோம். பார் நீ சரியாக இங்கேயே வந்து சேர்ந்திருக்கிறாய்...”

“எனக்கும் இந்த உலகில் இப்படியொரு இடமிருப்பதை என் வாழ்வில் இப்போதுதான் பார்க்கிறேன். நான் இதற்கு முன்னால் இந்த ஊருக்கு வந்ததுமில்லை. சரி நான் வருகிறேன்” என்றான். அவன் பதிலுக்குக் காத்திருக்கவில்லை.

அன்சாரி எழுந்து வெளியே வந்தான். “கார் இருக்கிறது பஸ் ஸ்டாண்டில் விடட்டுமா”வென பிலிப் கேட்டபோது, “வேண்டாம் வரும்போது ரோட்டைப் பார்த்தேன். மனதில் அடையாளம் வைத்திருக்கிறேன். நான் நேராக நடந்துவிடுகிறேன்” என்றபடி அந்தக் கட்டிடத்தின் படியிறங்கிக் கீழே வந்து மெயின் கேட்டைக் கடக்கும் போது திரும்பிப் பார்த்த அன்சாரியை இருவரும் அந்த இடத்திலேயே நின்றபடிப் பாவமாகப் பார்த்துக்கொண்டிருந்தனர். அன்சாரி ரம்மியான அந்தக் காலநிலையில் ஹாலோபிளாக் பதிக்கப்பட்ட அந்தத் தரையில் டக்டக்கென நடந்துபோனான்.

தேக்கடியிலிருந்து வண்டிப்பெரியாறு, எரிமேலி, பத்தினம்திட்டா வழியாகப் போகும் கொட்டாரக்கர பஸ்

ஏறி திருவனந்தபுரம் வந்து அங்கிருந்து ஒரு பஸ்ஸில் ஊர்வந்து சேர்ந்தான். அவனுக்கு அந்தப் பாதை புது அனுபவமாக இருந்தது. அன்சாரி ஒரு மாறுதலாக இருக்கட்டுமென நினைத்து தான் பயணத்தை மாற்றிப் பிடித்திருந்தான். ஆனாலும் அவன் மனம் நிலையில்லாமலே இருந்தது. சிந்துவின் பனியனுக்குள் ஊர்ந்தலைந்த பிலிப்பின் கைகளை எவ்வளவு புறக்கணித்தும் மறக்கமுடியாமல் மனம் திரும்பத் திரும்ப அதன் காட்சியிலேயே போகிறது. காட்சியில் விழுவதும் தன்னைத்தானே மீட்டெடுப்பதுமாக அவனுக்குப் பயணம் பெரும் அவஸ்தைக்குரியதாக இருந்தது. இத்தனைக்கும் ஓராயிரம் ஐசுவரியங்களைக் கொண்டிருந்த மலைப்பாதையது. சிந்துவினோடு பிலிப் உரிமை கொண்டாடுவதிலும் அவர்களுக்குள் எதுவானாலும் நடந்துகொள்வதிலும் தனக்கு ஏன் இவ்வளவு எரிச்சல் உண்டாகிறது என்ற கேள்வியும் கூட அவனுக்குள் எழுகிறது. உப்புச்சப்பில்லாத நியாயங்களையெல்லாம் அவனே அதற்கு சொல்லிப்பார்த்துக்கொள்கிறான். மாலை கடந்த நேரத்தில் வீட்டுக்கு வந்து சேர்ந்த அன்சாரி குளித்துவிட்டுக் கடும் சோர்வின் காரணமாக அப்படியே உம்மா போட்டுவைத்ததைச் சாப்பிட்டுவிட்டு நேரமே படுத்துக்கொண்டவனுக்குச் சரியாகக் கண்மூடி வரும்போது பிலிப்புக்குப் பதிலாக சிந்து அதே இடத்தில் தன் மடியிலேயே படுத்திருக்கிறாள். பட்டென எழுந்தவனுக்கு, பிறகு ரொம்ப நேரம் தூக்கம் வரவில்லை. மறுநாளும் அன்சாரி யாரிடமும் எதுவும் அவ்வளவு சிரத்தையாகப் பேசிக் கொள்ளவுமில்லை. கால் வலிப்பதாக பின்னால் சிமெண்டு பெஞ்சுக்கு கிருஷ்ணன் வந்தபோது அன்சாரியைக் கவனித்துவிட்டு, “நீ என்னடே இரண்டுமூணு நாளா ஒருமாதிரி பேயடிச்சவன் மாதிரி இருக்கே...” என்று கேட்டார்.

“ஒண்ணுமில்லே, லேசா உடம்பு சரியில்லே...”

“என்ன செய்யுவு” என்றபடி எழுந்து அவன் நெற்றியில் கைவைத்துப் பார்த்துவிட்டு, “மேலு ஒண்ணும் சுடலியடே. சும்மதான இருக்கு... நல்ல சாயா போட்டுக் கொண்டு வரட்டா” என்று கேட்டார். “வேண்டாம்” என்று சொன்ன அன்சாரிக்குக் கண்கள் கலங்கி அழுகை வந்துவிட்டது. தனக்கு ஏன் இப்படி நிகழ்கிறது என்று அவனுக்கு இன்னும் முழுமையாகப் புரியவில்லை. சிந்துவையும் பிலிப்பையும் தேக்கடியில் பார்த்த கதையை கிருஷ்ணனிடம் சொல்லிவிடலாமா என்று யோசித்தவன், வேண்டாம் அது சிந்துவுக்கு ஒரு மனக்கடினத்தை உண்டாக்கிவிடும் எக்காரணத்தைக் கொண்டும் சொல்லக்கூடாதென எழுந்து போய்விட்டான். சிலங்காவும் அன்சாரியை இரண்டு நாட்களாகத்

தேடியலைந்தான். அவன் மண்டப வேலைகளை முற்றிலும் நிறைவுசெய்துவிட்டுத் திறப்பு விழாவுக்காகக் காத்திருந்தான். டாம்பீகமில்லாமல் எளிமையாக திருவாழியை வைத்துத் திறக்க வேண்டுமென்பதுதான் திட்டம். வேலுமயில் போன் பண்ணி சிலங்காவிடம் திறப்புவிழாவுக்கு பேண்ட்மேளம் வைக்கலாமாவெனக் கேட்டபோது, "ஏற்கனவே நீ எலக்ட்ரிக் கடை திறப்புவிழாவுல வாசிச்சதே போதும்ணே... இனி மேளங்க பேச்சே வாழ்க்கையில கெடையாது..." என்றான். வேலுமயில் மொத்தமாகத் தளர்ந்துபோய்விட்டான்.

சிந்து ஏற்கெனவே பியூட்டி பார்லருக்குப் பத்து நாட்கள் விடுமுறை போர்டு கடை ஷட்டரில் போட்டிருந்தாள். சரியாகப் பதினோறாவது நாள் அவள் ஸ்கூட்டியில் கடை திறக்க தூரத்தில் வரும்போதே கிருஷ்ணன் கடை முன்பு நின்றிருந்த அன்சாரி வேகமாக மறைந்து பின்பக்கமாகப் போய்விட்டான். சிந்து அவனைக் கவனித்திருக்கிறாள். அவள் கடை திறந்து கொஞ்சம் சுத்தப்படுத்தும் வேலைகளை முடித்துவிட்டு கிருஷ்ணனிடம் டீ கேட்டுவிட்டாள். பின்னால் போன அன்சாரிதான் டீ கொண்டுவருவான் என எதிர்பார்த்திருந்த சிந்துவின் எண்ணத்துக்கு மாற்றமாக ஆறுமுகம் டீக் கொண்டு வந்தபோது, "அன்சாரிய எங்கே காணோம்..." என்றதும் ஆறுமுகம் "பின்னாலதான் இருக்கான் வரச் சொல்லணுமா..?" என்று கேட்டான்.

"தேடுனேன்னு சொல்லுங்க..."

ஆறுமுகம் திரும்ப வந்து சிந்து தேடுகிறாளென அன்சாரியிடம் சொன்னதும், அவன் வேகமாக எழுந்து நிதானித்து நடந்துபோய் சிந்துவின் பியுட்டிபார்லரின் பால்வெள்ளைச் செயரில் அமர்ந்தான். அணக்கம் கேட்டுக் கனவு சீன் கதவைத் தள்ளியபடி எதுவும் நடந்திராதவள்போல வெளியே வந்து கண்ணாடிக் கதவில் சாய்ந்துகொண்டே ... அன்சாரியை நன்கு கூர்ந்துபார்த்தபடிக் கேட்டாள், "காலையில என்ன சாப்பிட்டே..?"

"இட்லி..."

"நிறைய சாப்பிட்டியா..."

"ஆமா எட்டு பத்தணம் சாப்பிட்டேனே. . . ஏன் கேட்கிறீங்க..?"

"இல்லே, உன்னப் பாத்தா சாப்பிடாம பசியில கெடக்கவன் மாதிரி இருக்கு. அதான் கேட்டேன்..."

"அப்படியெல்லாம் ஒண்ணுமில்லே..."

“யார்ட்டயாவது சொன்னியா..?”

“அதெல்லாம் சொல்லமாட்டேன்...”

“உன்ன தேக்கடியில போட்டிங் கூட்டிட்டுப்போய்ட்டு அனுப்பி வைக்கலான்னு நினைச்சேன்... ஆனா நீ வேகவேகமா போயிட்டே...”

“அது எனக்கு இங்கே வேலையிருந்து... அதான்...”

“ஆனா நீ போவும்போது என்னமோபோல இருந்தே... ஒருத்தர் மனசுல என்ன நினைக்காங்கன்னு சரியா சொல்லத் தெரியலைன்னாலும் கூட என்னமோ நினைக்காங்கன்னு தெரியும்லா..?”

“ஏங்க நீங்க எங்க போனா எனக்கென்ன? நான் நினைக்க என்ன இருக்கு... நான் ஒரு வேலையா வந்தேன் வேலை முடிஞ்சி திரும்பி வந்தேன்...”

சிந்து லேசாகச் சிரித்தபோது அன்சாரி முகத்தை வேறுபக்கம் திருப்பி வைத்திருந்தான். சிந்து அவன் பார்க்குமிடத்தைக் கவனித்துவிட்டு, “அன்சாரி இன்றைக்கு நான் எப்படி இருக்கிறேன்” என்று சகஜமாகக் கேட்டாள். அவளை லேசாகக் கூர்ந்து பார்த்தபோது அவள் முன்னிலும் மலர்ச்சியாக இருப்பதாகத் தோன்றிய அடுத்த நொடியில் பிலிப்பின் கை அவளின் மேனியில் ஊர்ந்து அலைவதைப்போலத் தெரிய, பட்டென எழும்பி நாளைச் சொல்கிறேனென எழுந்து வேகமாகக் கடையைவிட்டு வெளியே வந்தவனின் முகம் வாட்டமாகவே இருந்தது. எப்போதும் சிரிப்பும் சத்தமுமாக இருக்கிற அன்சாரி ஒரு வாரத்துக்குப் பிறகு மெல்ல பழைய சகஜநிலைக்கு திரும்பிக்கொண்டிருந்தபோது திருவாழிக் கட்டிட ஏரியாவில் அண்ணாச்சிக்கு சுனில் மீதான எரிச்சல் நேரடியாக வெளிப்படத் தொடங்கிவிட்டது.

பொன்ராஜ் கிருஷ்ணன் கடைக்கு வந்து அன்சாரியைக் கடை முதலாளி கூப்பிடுவதாக அழைத்துப் போனபோது அந்த மாலைப் பொழுதில் அன்சாரியைக் கடைக்குள்ளே அழைத்து உட்காரவைத்துப் பேசினார். “நான் சொல்லப்புடாதுன்னுதான் இருக்கேன்... என்னால முடியலே அன்சாரி. பக்கத்துக் கடையில அவனுவள்ட்ட நான் நேரா பேசுனா சண்டை வந்துரக்கூடாதுன்னுதான் உங்கிட்ட சொல்லேன். அங்க வரவனெல்லாம் வண்டிய கொண்டு நம்ம கடைக்கு முன்னால வைக்கானுவோ... ஆச்சா... காலையில ஆனா பேப்பர எடுத்துட்டு இந்த திண்ணையில இருக்கானுவோ... ஆச்சா...

கடைக்கு முன்னால இரண்டு ஜொக்கு தண்ணிய தொளிப்பான், நாலு தூப்பு தூப்பான் இதானே ... இங்க என்னான்னா ... குடம்குடமா கோரி சாயங்காலமானா ரோடெல்லாம் ஊத்தது ... ஒரு பார்பர் ஷாப்புதானடே ... அவனுவளுக்க பிரவர்த்தியெல்லாம் பாத்தா பணக்குடி தும்பா ராக்கெட் நிலையம் மாதிரியாக்கும் இருக்கு. சகிக்க முடியலடே ... கடைக்குள்ளே ஒரே பாட்டு சவுண்டு காத அடைக்குது. டப்டப்புன்னு நெஞ்சில வந்து மோதுது. அடுத்தவனுக்கு தொல்லை வராம இருக்கணும்லா ... மைனர் சலாம் இருந்தாரு ... ஆளு எப்படியோ சப்பட்டையானாலும் ஒரு பயலுவோ இந்த ஏரியாவுல காலுகுத்த முடியாது தெரியுமா? நீ ஒண்ணு பாத்துச் சொல்லி உடு... நான் திருவாழி சாருக்கு போன் பண்ணலாமான்னு இருக்கேன் ...”

“இல்லண்ணாச்சி நான் பேசிச் சரி பண்ணுதேன் ...” இது நிசார காரியமென அன்சாரி எழுந்து சுனிலின் கடைக்குப் போனபோது அங்கு அவன் இல்லை. செம குத்துப் பாட்டோடு கடை அதிர்ந்துகொண்டிருந்தது. இரண்டு இருக்கையிலும் இரண்டுபேர் முடிவெட்டிக் கொண்டிருந்தார்கள். இன்னொரு மூன்றுபேர் காத்திருப்பில் இருந்தனர். அவர்களின் ஐந்து வண்டியும் கடையில் வேலை செய்யும் இருவரின் வண்டியுமாக மொத்தம் ஏழு வண்டிகள் வெளியே நின்றன. இங்கு கொள்ளளவு கடந்து வண்டிகள் அண்ணாச்சிக் கடையின் பாதி இடத்தைக் கவர்ந்திருந்தன. அன்சாரி எல்லாவற்றையும் ஒரு சுற்றுக் கவனித்து எதுவும் பேசாமல் நேராக கிருஷ்ணன் கடைக்கு வந்தபோது அவர் விசயத்தைக் கேட்டுவிட்டு, சுனிலிடம் அன்சாரி நேரடியாகப் பேச வேண்டாமெனவும் காசீமிடம் சொல்லிப் பக்குவமாகப் பேசலாமெனவும் சொல்லியதுபோலவே விசயம் காசீமிடம் போய்ச் சேர்ந்தது. மாப்பிளே மச்சானென இருவரும் பேசிக்கொண்டதன் அடிப்படையில் கடையினுள் பாடல் சத்தத்தின் அளவு குறைக்கப்பட்டது. அதுபோலவே பைக்குகள் நிப்பாட்டுவதில் கடையில் வேலை செய்கிறவர்கள் அடிக்கடி வந்து அண்ணாச்சிக் கடை முன்னால் வண்டிகளை நிறுத்தாமல் பார்த்துக்கொண்டனர். ஆனால் கடைக்கு முன்னால் முன்பை விட இன்னும் இரண்டு குடம் தண்ணீர் கூடுதலாகத் தெளித்து அண்ணாச்சியின் வெப்ராளத்தை மேலும் ஒரு பாயிண்டு அதிகப்படுத்திக்கொண்டனர். அண்ணாச்சிக் கடை சுப்ரமணி பொன்ராஜியிடம் சொன்னான், “நாளையில இருந்து நீயும் தண்ணிய கோரி ஊத்துலே...” அவ்வளவுதான். மாலை நாலுமணி கடந்தால் ஏழாம்எண் கடைக்கும் ஆறாம்எண் கடைக்கும் இந்த தண்ணிச் சண்டை மறைமுகமான ஒரு யுத்தம்போல

நடந்துகொண்டிருந்தது. பொன்ராஜ் அவன்களைவிட கூடுதலாகத் தண்ணீர் தெளித்திருப்பதைக் கண்டு அண்ணாச்சிக்கு ஏக மனநிறைவும் திருப்தியுமாக இருந்தது. செவ்வாய்கிழமை ஏழாம்எண் கடை பூட்டு. அந்த நாளில் அண்ணாச்சிக் கடையிலும் தண்ணீர்த் தெளிப்பு இல்லை. இது விசயத்தில் அண்ணாச்சி பொன்ராஜிக்கு ஏக சுதந்திரம் கொடுத்திருந்தார். அவனுக்கும் சாயங்கால நேரத்தில் கடையில் கிடந்து அவிவதற்குப் பதிலாகப் பின்னால் கிணற்றில் தண்ணீர் கோருவதாக ஒரு அரை மணிநேரத்தையோ முக்கால் மணிநேரத்தையோ கடத்திக்கொண்டு போவது இன்னொரு ரசனையாக இருந்தது. அவன் வேண்டுமென்றே இரண்டு வாளித் தண்ணீரைக் கோரி உடையோடு உடம்பில் விட்டு ஈரமாக்கிவிடுவதால் உடை காய்வதற்காக ஒரு அரைமணி நேரம் அண்ணாச்சி அவனை வெளியே சும்மா விடுவார். அவன் தண்ணீர் ரூபத்தில் தனக்கொரு விடுதலை வாய்த்திருப்பதாகக் கருதினான். ஆறாம்நம்பர் கடைக்கும் ஏழாம் நம்பர் கடைக்கும் தண்ணியில கண்டம் என்றும் ஏழரை என்றும் ஸ்டார் பேங்கர்ஸில் பேபிகுட்டி வேதமாணிக்கமும் பேசிப்பேசி சிரியோடு சிரியாகக் கிடந்தது. கடையில் என்னதான் பாட்டின் ஒலியைக் குறைத்துவைத்தாலும் எவனாவது புதுசா வருகிறவன் தனக்குப் பிடித்தமான பாடல் என்றால் ஒலியின் அளவைக் கூட்டச் சொல்லுவான். இன்னொன்று, வேகமாக வருகிறவன் இடமில்லாத சூழலில் பட்டென அண்ணாச்சிக் கடை முன்னால் வண்டியைச் சாய்த்து நிறுத்திவிடுவான். அண்ணாச்சி சகிக்க முடியாமல் கிருஷ்ணனிடம் வந்து ரொம்ப மன உளைச்சலா இருக்கு என்றபோது அவர் இரண்டொரு வார்த்தை ஆறுதலாகப் பேசி அனுப்பினார்.

வேதமாணிக்கமும் ஆறுமுகமும் ஒருநாள் காலை பதினோரு மணிக்குப் பிறகு பேபிகுட்டியோடு பேசும்போது, "திருவாழிக் கட்டிடத்தில் ஏதேனும் ஒரு பிரச்சனை வந்து விடுகிறது பாத்தீங்களா ... முன்பு இருந்த ஐஞ்சாம்நம்பர் கடை பிரச்சனை இப்போதான் தீர்ந்த பிறகு உடனே ஆறுக்கும் ஏழுக்கும் பிரச்சனையா இருக்கு... மூன்றாம்கடை வேலுமயிலும் கடையை விடுவதுபோலத்தான் இருக்கிறான்" என்று சொன்னார். பிறகு ஜீனா பற்றி பேச்சு வந்தது. அவன் இரண்டரை மாதமாகக் கடையை வெற்றிகரமாக நடத்துகிறான். திருவாழிக் கட்டிடத்தில் ஐந்தாம் எண் கடையைப் பட்டணம் கைவிட்ட பிறகு இரண்டரை மாதம் வெற்றிகரமாக நடத்தியிருப்பது ஜீனாதானோவென பேபிகுட்டி சந்தேகமாய்க் கேட்கும்போதே, "யார் சொன்னா மூனேகால் மாதம் வெற்றிகரமாக நடத்திய ஒருவன் உண்டு"மென வேதமாணிக்கம் சொன்னார்.

“ஜீனாதான் இப்போ சக்சஸா இரண்டரை மாசம் கடந்து போயிட்டிருக்கான்னு நினைச்சேன்... மூணேகால் மாசம் நடத்தின ஆளு யாரு... அது ரொம்ப பழைய கதையா..?”

“நீங்க இங்க வரதுக்கு முன்னால நூல் குடோன் வச்சிருந்தான் பலவேசமுத்து... அவன் எப்பவும் திறக்க மாட்டான் வாரத்துல ஒருக்க பத்து நாளைக்கு ஒருக்க அல்லது இடையிலே எப்பவாவது அப்படியாத்தான் திறப்பான். திருவாழிக் கட்டிடத்துல ஐஞ்சாமத்தக் கடையில ஐஞ்சாவதா கால் முறிஞ்சது அவனுக்குத்தான்...”

“இடது கால்தானா?”

“பின்னே... அதானே சம்பவமே...”

“எப்படியாக்கும்?”

“பலவேசமுத்து காலையில பதினோரு மணிக்கு ஐஞ்சாமத்த கடையத் திறந்துட்டு இரண்டு சாக்குல நூலையும் தூக்கிட்டு இந்தப் பாதைக்குப் போனான். அன்னைக்குக் கோயில் கொடைக்கு யானையில மங்கல நீர் எடுக்க ஊர்வலம் போச்சி. ஊர்வலத்துக்கு இடையிலே பலவேசமுத்து சைடுவாக்குல பைக்குல ரோட்டுலே ஏறிப் போனாம்லா... யானை லேசா ஒரு தட்டு தட்டி விட்டுச்சு ... பைக் அப்படியே ஒரு சுத்து சுத்திச்சி... சுத்துன சுத்துல கீழே விழுந்தவனுக்க இடது காலு முறிஞ்சி அங்கனயே கிடந்தான்...”

“யானை என்னாச்சி?”

“யானைக்கென்னா அது அதுபாட்டுக்கு அப்படியொரு சம்பவமே தெரியாம மங்கலநீர கோரிட்டுப் போச்சி...”

மூவரும் ஸ்டார் பேங்கர்ஸில் கிடந்து சிரித்தபோதுதான் ஜீனா கூலிங்கிளாஸ் அணிந்து பைக்கில் வந்து இறங்கினான். மூவரும் ஒருசேர அவனைப் பார்த்தார்கள். ஜீனா ஐஞ்சாம்நம்பர் கடையைத் திறந்த ஐந்தாறு நாட்களாக அவனின் கால் பற்றிய பேச்சு பிரபலமாக இருந்தாலும் நாட்கள் போகப் போக அந்தப் பேச்சின் வீரியம் குறைந்துபோயிருந்தது. மாறாக அரிகோபாலனின் மாந்திரீக சக்தியின் பிரதானம் பேசப்பட்டு வந்தது. ஜீனாவுக்கு வேறு புதிய புதிய வியாபாரத் தொடர்புகள் கிடைத்த வண்ணமிருந்ததால் மலைப்பான பார்வைகளே திருவாழிக் கட்டிடப் பிடாகைக்குள் நிறைந்திருந்தன. ஐந்தாம்எண் கடையின் சாத்திரம் மாறிவிட்டதாகப் படிப்படியாக எல்லோரும் நம்பினார்கள். திருவாழிக்குக்கூட அந்த அச்சம் இரண்டாவது மாத வாடகை பெற்ற பிறகே குறைந்திருந்தது. ஜீனாவுக்கு

இதுவரை ஒன்றும் பிரச்சினை இல்லையே என்ற விசாரணையும் அன்சாரியிடம் கொஞ்சம் குறைந்திருக்கிறது. ஜீனா காலையில் எட்டரை ஒன்பது மணிக்கெல்லாம் தனது அலுவலகத்தைத் திறந்தானென்றால் மூலையில் வைத்திருக்கும் சாமி படங்களுக்குப் புதிதாக மாலையிட்டு ஊதுபத்தி ஏற்றி நெய்விளக்கில் தீபமேற்றி ஐசுவரிய குறைபாடின்றிச் சிறப்பித்துவிட்டுத்தான் கிழக்கு பார்த்துப் போட்டிருக்கும் கல்லாவில் அவன் அமர்வான். அன்னக்கிளியின் மகள் பத்மா இங்கு வேலைக்கு வந்த ஒரு வாரத்திலேயே அங்கன்வாடியில் வேலைகிடைத்துப் போய்விட்டதால் ஜீனா வேலைக்குப் புதிதாக ஒரு பெண்ணைத் தேடிக் கொண்டிருக்கிறான். எனவே இப்போது ஏதேனும் இடம் பார்க்கும் பொருட்டு அவன் போகும்போது ஷட்டரை சும்மா இறக்கி விட்டுவிட்டுதான் போகிறான். வாரத்துக்கொரு முறை அரிகோபாலனுக்குப் போன் பண்ணி இங்குள்ள சுகச் செய்திகளையும் அங்குள்ள சுகச்செய்திகளையும் மறவாமல் விசாரித்துவிடுகிறான். இதன் நிமித்தமாக ஜீனாவின் மீதான அன்பு அரிகோபாலன் மனத்தில் பூத்துக்காய்த்துக் கனிந்துகிடந்தது. "பையன் அரிகோபாலன நல்ல பெலமா பிடிச்சிக்கிட்டான்" என்று டீக்கடைக்கு வந்த ஆட்களிடம் கிருஷ்ணனே அடிக்கடிச் சொல்லிக்கொள்வார்.

பள்ளிவாசல், தொழுகை, காரியமென மாறி இருந்தாலும் சலாமின் பொறாமை மனம் இன்னும் மாறவில்லை. அவன் ஜீனாவின் இருப்பைக் கவனித்துவிட்டு அவசரப்படாமல் ஐஞ்சாநம்பர் கடையையாவது மாற்றிக் கேட்டிருக்கலாமோ என்று அலவலாதித்தனமாய் எண்ணிக்கொண்டே திருவாழிக் கட்டிடத்தின் அந்த நீளத்துக்கும் இந்த நீளத்துக்கும் பரிதாபமாய் நடந்தான். சலாமுக்கு ஒன்றும் கைவசப்பட வில்லை. தொழுகை காரியம் என பக்தி நிலையில் அவனின் மனம் ஒருநிலை பெற்று அமைதியடையவில்லை. இன்னும் அடுத்தவனின் அன்னாளத்தை அளந்து கொண்டு திரிகிறவனுக்கு எங்கேயிருந்து மனம் ஒருநிலைப்படும்? மானங்கெட்ட மனத்தைச் சுமந்தலைகிறவன் கடைசிக் காலத்தில் பள்ளிவாசலில் போய் முட்டினால் சுபிட்சம் பெற்றுவிடலாமென நம்புகிறான். இவன்களின் சுபிட்சம் எவன் கொள்ளியை எரித்தாவது பணம் பெற வேண்டும் என்பதுதானே"யென சின்ன பள்ளிவாசல் லெப்பை இப்படியாகப் போகும்போது போக்குவரத்திலேயே சிலநேரம் பேசுவார். "போக்கத்த காலத்துலதான் ரொம்ப பேருக்குப் பக்தி முத்தும். நானெல்லாம் எம்புட்டுக் காலமா பாக்குதேன்... இங்க நிறைய பயலுவளுக்குப் படச்சவன எப்படி வணங்கதுன்னு தெரியலே... வணக்கமுங்கது எப்பவும் இருக்கனும் எங்கயும் இருக்கனும். அது

ஒரு வாழ்க்கை முறை. லட்சத்துல ஒருத்தனுக்கு அமையும். சவத்த மண்ணள்ளிப் போடுங்க. இவனுவளுக்க கதையள பேசப்புடாது... எரணம் கெட்டுப் போயிடும்... போட்டா” கிருஷ்ணன் கடை அகர்த்தியைச் சட்டெனக் கடந்துபோய்விடுவார். லெப்பை பேசிக் கேட்பதற்கு பேபிகுட்டிக்கு அப்படி சிரிப்பாக இருக்கும். வேதமாணிக்கத்திடம் பேச்சு வேறுபக்கம் மாறிப் போகாமலிருக்க அடிக்கடி நினைவூட்ட வேண்டும். பேபிகுட்டி ஜீனா விசயத்தை இழுத்துப் போட்டதும், “ஆமா அவனுக்கு இப்போ நல்ல தொழில் நடக்குது...” என்றபடி வெற்றிகரமாக நிறைவு பெற்ற ஜீனாவின் நாலைந்து எடவாடுகளைக் குறிப்பிட்டுப் பேசினார். “வடமதி பக்கம் மலையோட சேந்து ஒரு செங்கச்சுள்ளயும் தோப்புமா நாலஞ்சி ஏக்கரு இடம் கெடக்குன்னு அன்சாரிட்ட சொல்லிட்டிருந்தான். ஆளிருந்தா எங்கிட்ட சொல்லு கிடைக்கதுல பாதி தாறேம்ன்னு அப்போ அன்சாரி கேட்கான். பாதின்னா எவ்வளவு வரும்னு ஜீனா சொல்லான். அன்சாரி இந்த தொழில்ல எனக்கு வந்தா மலை, போனா மயிரு... நீ கொண்டு வர ஆளு மூலமா கரைக்ட்டா எடவாடு முடிஞ்சா கூட பங்குக்கு வேற ஆளு இல்லைன்னா ஆளுக்கு ஒரு லட்சத்தி இருபதினாயிரம் கிடைக்கும். அப்படி முடிச்சிக் கொடுத்தா இப்படி வாங்கலாம். அன்சாரி வாயத் தொறந்தவன் மூடலே... ஜீனாக்கு நல்ல கோளுதாம்ன்னு நெனைக்கேன்... ஜீனா ஐஞ்சாநம்பர் கடையில் நிலைத்து நிற்பான்” என உறுதிபட ரொம்பநேரம் பேசிவிட்டு வேதமாணிக்கம் எழுந்து போனார். மதியம் கடந்து பைக்கில் வந்த அன்சாரியை ஸ்டார் பேங்கர்ஸின் உள்ளே அழைத்துப் போய் பேபிகுட்டி பேசினார்.

“அன்சாரி காரியம் கமுக்கமா இருக்கணும்... தலையில இடி உழுந்துட்டாலும் வெளியே தெரியப்புடாது...” அன்சாரி சத்தியப்பிரமாணம் செய்பவனைப் போல உறுதி கொடுத்தான். “உனக்கும் எனக்கும் லாபமுள்ள ஒரு காரியமாக்கும்... வடமதி பக்கத்துல மலையோட சேத்து ஒரு நெலம் கெடக்கதா ஜீனா சொன்னானா..?”

“ஆமா நாலு நாளாச்சி...”

“எனக்க மருமோவன் ஒரு இடம் பாக்கான்... பிடிச்சா வாங்குவான்... கையில நல்ல சக்கரம் உண்டு... சரியா... நாங்க கமிசன் தரமாட்டோம். விக்கவன் எத்தன பிரசண்டு தருவான்..?”

“ஜீனாட்ட கேட்டுட்டு வரட்டா...”

“எப்படி கேப்பே..?”

“பேபிகுட்டி சார்...”

“மயிரு... முழுசா கேளு... இப்போ என் பேர இழுக்கப்புடாது... எல்லாம் நீ கேக்குற மாதிரியே பேசணும். நைசா கேட்டுப் பேசிட்டு வா ...”

அன்சாரி போனவன் இருபது நிமிடங்களில் திரும்ப வந்து “சார்... ஒண்ணரை பிரசண்ட் உறுதியா தாருவானாம்... எனக்கு சரிபாதி தாறேம்னுங்கான் ...”

“சரி நீ அவன கூட்டிட்டுவா ...”

அன்சாரி ஜீனாவை உற்சாகமாக அழைத்துக் கொண்டு வந்தான். ஜீனா அவன் அருமை பெருமைகளைப் பேசும்போதே பேபிகுட்டி அவனின் பேச்சை நிறுத்திவிட்டு நேராக விசயத்துக்கு வந்தார். “இடம் வாங்கவன் தரமாட்டான் விக்கவன் தரதுல எத்தனை பங்கு..?”

“நானும் அன்சாரியுந்தான் இரண்டு பங்கு...”

பேபிகுட்டி சட்டென சொன்னார், “என்னையும் சேத்து மூணு பங்கு... ஓகேவா... விசயம் வெளியே தெரியப்புடாது...”

ஜீனா யோசித்துவிட்டுச் சட்டென சொன்னான், “நல்லது ஒரு வியாபாரம் நடக்கட்டும்... பகிர்ந்தா பலன் உண்டு...”

மறுநாள் காலை பேபிகுட்டியின் மருமகன் தனது ஜீப்பில் இடம் பார்க்கப் போவதாக முடிவாகிச் சந்திப்பு தற்காலிகமாக நிறைவுபெற்றது. அன்சாரி தொகையைக் கணக்குகூட்டி கைகால் உதறல் எடுத்து நடமாடினான். மறுநாள் காலை சொன்னது போலவே பேபிகுட்டியை அவரது மருமகனோடு ஜீனாவும் அன்சாரியும் இடம் பார்க்க அழைத்துக் கொண்டு போனார்கள். அன்சாரி உற்சாகம் கரைபுரண்டோட ரகசியமாய் மனதில் கொண்டாடிக் கொண்டே வடமதியல் அந்த மலையடிவார மனையைப் பார்த்துப் பார்த்துச் சுற்றி வந்தான். இடத்தின் உரிமையாளர் முன்னே நடந்து சென்று ஒவ்வொன்றாக மரம் மட்டையென பேசியபடியே போய்க்கொண்டிருந்தார். பின்னாலேயே பேபிகுட்டியும் மருமகனும் ஜீனாவும் அன்சாரியுமாக நடந்து போனார்கள். பேசிப்பேசி மனையின் முக்கால்வாசிப் பகுதிகளைப் பார்த்தனர். அங்கே ஒரு பெரிய ஊற்றிருந்தது. அதன் எதிர்ப்பக்கம் ஓர் அருவி பாய்வதுபோல நீர்த் தடமிருந்தது. அதன் அடியில் பத்துப் பதினான்கடியில் தோண்டப்பட்ட பள்ளத்தில், நீர் நிரம்பிக் கிடந்தது. அதன் கரையோரம் செவ்வாழை தள்ளியிருந்த குலையில் காய்கள் காய்த்து வெடவெடப்பாய் ரொம்பவும் கணுசமாக இருந்தது. அதனருகே

மலையிலுள்ள வரிக்கல்லுகள் குவித்து அடுக்கப்பட்டிருந்தது பார்க்க அழகாக இருந்தது. பார்த்து நடந்த உரிமையாளர் அந்த செவ்வாழைக் குலையை வெட்டலாமெனக் கருதிக் கையிலிருந்த அரிவாளைத் திருப்பிக் கொண்டு 'ஒரு நிமிசமென' அவர்களை நிப்பாட்டிவிட்டு ஜீனாவிடம் குலையின் தும்பைக் கொஞ்சம் ஏந்திப் பிடிக்கச் சொன்னபோது அன்சாரி துணைக்கு வரவா அண்ணேன்... என்று கேட்டான். இதெல்லாம் அசால்ட்டுடா என்பதுபோல ஜீனா வேட்டியை மடித்துக்கட்டிக் குலையை ஏந்திப் பிடித்துத் தண்டைவெட்டியதும் குலையின் கனம் தாங்காமல் பின்னால் கிடந்த கல்லில் ஜீனா காலை அழுத்தினான். அதன் பிடிமானம் விலகி வரிக்கல்லின் இடையில் கால்மாட்டிக்கொள்ள எம்மோ எனக் கத்தியபடி குலையோடு நீர் நிரம்பிக் கிடந்த பள்ளத்தில் விழுந்தவன் கூக்குரலிட்டுக் கத்தினான்.

ஜீனாவின் கால் முறிந்துவிட்டதாக... திருவாழிக் கட்டிட ஏரியாவில் கிருஷ்ணன் கடைக்குதான் முதலில் போனில் தகவல் வந்தது, பதற்றமாக கிருஷ்ணன் தலையில் கைவைத்தப்படி சிமெண்டு பெஞ்சில் சரிந்தபோது கடையின் முன்னால் நின்றுகொண்டிருந்தவர்கள் பதற்றமாக கிருஷ்ணனை நோக்கி ஓடிவந்தார்கள்.

21

முன்னும் பின்னும் நடந்தவை எதுவும் அறியப்படாமலேயே ஜீனாவின் இடதுகால் முறிந்த ஒற்றைச் செய்தி திருவாழிக் கட்டிட ஏரியாவில் முன்பைவிட இப்போது வேகமான பேச்சாக இருந்தது. கிருஷ்ணன் மிகக் கடுமையான மனஉளைச்சலுக்கு ஆளாகி அதிர்ச்சியில் நிலைதடுமாறி விழுமளவுக்குப் போய்விட்டதும்கூட பேச்சாகத்தான் கிடந்தது. ஏற்கெனவே திருவாழி முழுமையான நம்பிக்கையில்லாமல் ஜீனாவின் அட்வான்ஸ் தொகையை வாங்காமலே அன்சாரியின் கையில் நீண்ட நாட்களாக விட்டுவைத்திருந்தார். ஒன்றரை மாதத்துக்குப் பிறகு இனி ஐந்தாம்எண் கடையில் எந்தப் பிரச்சினையும் வராது என்கிற கிருஷ்ணனின் அபார நம்பிக்கையில்தான் அன்சாரியிடம் இருந்த பணத்தை வங்கிக் கணக்குக்கு மாற்றினார். தனது வாக்கை நம்பி அரிகோபாலனின் விசயத்தில் பத்து பதினைந்தாயிரம்வரை பணம் செலவு செய்ததும் அதன் நிமித்தமான நம்பிக்கைகளுமென எல்லாம் ஒரு நொடியில் தகர்ந்து கிடப்பதைக் குறிப்பிட்டு கிருஷ்ணன் ரொம்பவும் துயரப்பட்டுப் போன நாளாக அது இருந்தது. இரவு ஏழுமணி வாக்கில் திருவாழிக்குப் போன் பண்ணி அன்சாரி மெல்ல விசயத்தைச் சொல்லியதும் பண்டு மாதவன்பிள்ளை மனையில் மணியின் சலூனை மண்ணெண்ணெய் விட்டுக் கொளுத்தியதுபோல ஐந்தாம்எண் கடையைத் தனியாகப் பிடுங்கிக்கொண்டு வந்து

கொளுத்திவிடலாமா என்றுதான் யோசித்தார். திருவாழி கையெட்டும் தூரத்திலிருந்தால் அந்த ஆவேசத்திற்கு அதைச் செய்திருப்பார். ஆனால் நிதானப்பட்டுக் கொள்ளவும் யோசிக்கவும் அவருக்குத்தூரம் துணையாக இருந்தது. "கிருஷ்ணன் எங்க இருந்து எந்த எழவுப் பயல கொண்டு வந்தான்? அவன் வாய்க்க கொஞ்சம் சக்கரமும் போட்டோமடே... எழவு கொண்டாட... அந்தக் கடையால எனக்க நிம்மதி போச்சி... திருவாழி அன்சாரியிடம் கொஞ்ச நேரம் புலம்பித் தள்ளி விட்டுப் பிறகு அவரே சமாதானமானார். இனி ஐந்தாம்எண் கடையை யாருக்கும் வாடகைக்குக் கொடுக்க வேண்டாமெனவும் கட்டிடத்தின் பின்னால் கிடக்கும் செங்கல்களை வைத்து ஷட்டரை மூடி அடைத்துவிடலாமெனவும் கோபமாய்ச் சொன்னபோது, அன்சாரி, "சார் மொதல்ல ஜீனா வரட்டும் அவன் பொருளெல்லாம் கெடக்குல்லா. அவன் எடுத்துட்டுப் போனதும் பாக்கலாம்..." என்றான்.

"என்ன பொருளு..? மயிரப்புடுங்குனப் பொருளு... தாயளி ஒரு மேசையும் நாலு செயரும் போட்டுருப்பான்... தொறந்து வெளியே எடுத்துப் போட்டுட்டு செங்கலவச்சி கெட்டி உடு அன்சாரி... எழவு அந்தால நாசமா போய்த் தொலையட்டு..." பேசும்போதே அவருக்கு மூச்சு வாங்கியது.

திருவாழி கடுமையான எரிச்சலில் இருப்பதையும் ஷட்டருக்கு வெளியே செங்கல்லை வைத்துக் கடையை மூடிக் கட்டச் சொல்வதையும் கிருஷ்ணனிடம் சொன்னதும் அவர் பதற்றம் கூடிக்கொண்டிருந்தது. "நான் என்ன செய்யதுக்கு அன்சாரி.. நான் நல்லா நினைச்சித்தானே எல்லாம் செய்தேன்... எம்மேல கோவப்பட்டா பேசாரு..?"

"அப்படி இல்லே... பொதுவா எரிச்சல் பட்டாரு..."

"நான் போன் பண்ணிப் பேசட்டா..."

"இப்போ வேண்டாம். ஒரு இரண்டு நாளு போனதும் பேசலாம்... இப்போ எதையாவது டப்புன்னு சொன்னாருன்னா மனசுக்கு என்னமோபோல இருக்கும்."

சின்னவனாக இருந்தாலும் நல்ல விதமாகச் சொல்லுகிறானென அன்சாரியைப் பெருமிதமாகப் பார்த்துக் கொண்டே தலையில் கைவைத்து உட்கார்ந்திருந்த கிருஷ்ணன் சட்டென எழுந்து வேகமாக வெளிப்பிரகாரத்தில் வந்து நின்று ஐந்தாம் எண் கடையை முறைத்துப்பார்த்தபடி நின்றிருந்தார். கடையை முறைத்துப்பார்த்து என்னவாகப்போகிறது...

பேபிகுட்டியிலிருந்து வேதமாணிக்கம், சிந்து என அண்ணாச்சிக் கடைவரை அது வீரியமெடுத்திருந்தது. பேச்சு ஒரு சுழல்காற்றுபோல வாரிச்சுருட்டி விசிறியடிக்கும் கண்களை இறுக்கமாக மூடிக்கொண்டு எங்காவது மறைவுபார்த்து நின்றுகொள்வதுதான் நல்லது இல்லையென்றால் அந்தச் சுழல் காற்று குப்பைக்கூளங்களைத் தலையிலள்ளிப்போட்டுவிடும். வீரியமெடுத்துள்ள இப்போதைய எந்தப் பேச்சிலும் புகாமலிருப்பது சிறப்பென கிருஷ்ணன் கருதியதால் அவர் மௌனமாக இருந்தார். சுனில் கடையிலும் சம்பந்தமே இல்லாமல் எங்கிருந்தோ முடிவெட்டிக்கொள்ள வந்தவர்கள்வரையிலும் நல்ல கவர்ச்சியான செய்திபோல ஜீனாவின் கால் முறிந்த விசயம் பேசப்பட்டது. பேபிகுட்டிக்கு மிக கெட்ட கனவு கண்டதைப்போல, சம்பவத்தின் முந்திய நிகழ்வுகளை வெளியே பேசமுடியாத அவஸ்தையில் உறக்கமும் விழிப்புமற்ற நிலையில் தோன்றும் சிறு கனவுபோல எல்லாமிருந்தது. மருமகனை அழைத்துக்கொண்டு ஜீப்பில் போனது, மலைப்பாங்கான நீர்ப்பிடிப்புள்ள அந்தப் பகுதியின் அழகில் கரைந்து நடந்தது, ஊற்று, தேங்கிய நீர், அந்த வரிக்கல்களின் குவியலை ஒட்டிய செவ்வாழை மரம் தொட்டு, எம்மோ என்ற அகோரமான ஒலியுமாக ஜீனாவை அதே ஜீப்பில் தூக்கிக்கொண்டு மருத்துவமனை எட்டியதுவரையிலும் ஒரு படத்தின் துண்டாடப்பட்ட காட்சிக் குவியல்கள்போல மனம் முழுவதும் அலைபாய்ந்தோடிக் கொண்டிருக்கிறது. அன்சாரிக்குக் கற்பனையில் வந்துபோன அந்த வருமான இழப்பைத்தவிர ஒன்றுமில்லை. அவன் ரொம்பவும் நிதானமாகத்தான் நின்றான். அவனுக்கு இன்னும் நடந்த எல்லாவற்றையும் நம்பமுடியாத வியப்பாக இருந்தது. இந்தக் கடை ஒரு மனிதனின் காலை முறித்துவிடும் வல்லமையை எங்கே வைத்திருக்கிறது? முன்பொருமுறை இந்தக் கடைபற்றி அவன் உம்மாவிடம் பேசியபோது,“ஏதாவது கெட்ட ஜின்கள் கெடந்தா இப்படிதான் மௌனே செய்துஉடும்... அதுமாதிரிஎடத்துலே போய் நாம வம்பா தலையப் போடப்புடாது” என்றும் அவனுக்கு ‘குல்யா அய்யுஹல் ஹாபிரூன’ ஸூராவை ஓதிக்கொள்ளச் சொல்லிக் கொடுத்தாள்.

“இந்த ஸூராவ ஓதினா ஜின்னு போயிடுமாம்மா..?”

“போவுமோ போவாதோ, அதுக்கு அதுக்க வழி... நமக்கு நமக்க வழி... அவ்வளவுதான்...”

அன்சாரி ஒவ்வொருமுறையும் ஐந்தாம் எண் கடையைத் திறக்கும்போது அவன் யாரும் அறியாமல் மனசுக்குள் இந்த ஸூராவை ஓதிக்கொள்கிறான். உம்மா சொல்லும்போதுஅவன்

பயந்திருந்தான். அவனின் முகம்பார்த்துக்கொண்டே உம்மா சொன்னாள்,"மௌவன் பேடிக்கன்டாம். அப்படியே அங்க ஏதாவது கெடுஜின்னோ சைத்தானோ கெடந்தாலும் ஒன்னும் செய்துகிடாது..."

"எப்படிம்மா..?"

"இந்த துனியாவுல ஒரு உம்மாவுக்க பிரார்த்தனய மிஞ்சின ஜின்னும் கெடயாது. சைத்தானும் கெடயாது..."

"அப்போ நான் திருவாழி சாருட்ட... ஐஞ்சாம் நம்பர் கடைய வாங்கி ஏதாவது தொழில் செய்யட்டா..?"

"அது இப்போ வேண்டாம் மௌனே"யென உம்மா சொல்லிவிட்டாள். அப்போது உம்மா ஜின் பற்றிப் பேசிய விசயங்களின் வியப்பு இப்போது நினைக்கையிலும் அவனுக்குச் சிரிப்பாகத்தான் இருந்தது. காசீமுக்கு போன் பண்ணி எல்லாம் வரிசையாகச் சொல்லிமுடித்தபோது அவன்,"மாப்ளே குருவி உட்கார பனம்பழம் விழுந்த கதைதான்... செந்தொழுவன் குலைய இவன் என்ன மயிரெடுக்க போய் தனியா பிடிச்சான்..? நல்லா வெயிட்லா. மேல பிடிஉட்டா கீழ தள்ளத்தான செய்யும்..?" காசீம் போனிலேயே சிரித்தபோது பதிலுக்கு அன்சாரியும் சத்தமாகச் சிரித்ததை வெப்ராளமாக கிருஷ்ணன் எட்டிப்பார்த்துவிட்டு, "இந்த நிலமையிலயும் நீ நின்னு சிரிக்கா பாத்தியா..?" என்று கோபமாகக் கடையின் பின்பக்கமாகப் போய் அரிகோபாலனுக்கு போன் பண்ணினார். கொஞ்ச நேரம் அவர்களுக்குள் வாக்குவாதமாகப் போய்க்கொண்டிருந்தது. கிருஷ்ணன் அரிகோபாலனைத் தனிச்சையாக அறுத்துக் கிழித்துக்கொண்டே திரும்ப வருவதைக் கவனித்த அன்சாரி வேகமாக சிலங்காவின் மண்டப மாடிக்குப் போய்விட்டான். சிலங்காவுக்கு ஜீனா கால்முறிந்ததிலும் கடை பூட்டப்பட்டதிலும் உண்மையிலே நல்ல மனத்திருப்தியாக இருந்தான். தான் தோற்ற அதே இடத்தில் இன்னொருவனின் தோல்வியும் கொண்டாட்டத்திற்குரியதுதான் என்பதுபோல அவன் சம்பவம் அறிந்த உடனே தான் திருவாழி அறையின் பக்கவாட்டில் இனம்புரியாத ஒரு நம்பிக்கையின் காரணமாக நீண்ட நாட்களாகச் சாய்த்து வைத்திருந்த தனது எலக்ட்ரிக்கல் கடை போர்டை வண்டி வைத்து அங்கிருந்து கொண்டு போய்விட வேண்டுமென முடிவு செய்தான். அவனுக்கு இப்போது திடீரென ஐஞ்சாம்நம்பர் கடை பயமூட்டுவதாகத் தோன்றினாலும் அதுகுறித்து அவனுக்கு ரொம்பவும் வேடிக்கையாகவே இருந்தது. அண்ணாச்சிக் கடைக்கும் வந்த வாடிக்கையாளர்கள் அவரிடமும் நிறைய

கதைகளைக் கேட்டனர். அவர் தனக்குத் தெரிந்ததையும் புதிதாகத் தனக்குள் உருவாகிவந்த கதைகளையும் இணைத்து ஒரு பருவமாய்ச் சொல்லிவிட்டுக்கொண்டிருந்தார். ஐஞ்சாம் நம்பர் கடைபற்றிக் கதைகேட்ட ஏழுபேரிடமும் ஏழுவிதமான கதைகளை அவரால் ஒப்புவிக்க முடிந்தது.

பெரியபள்ளித் தெருவிலும் சின்ன பள்ளிவாசல் ஏரியாவிலும் யுனிவர்சல் காலனி, எஸ்ஆர் நகர் தொடங்கி மேலே அம்மன்கோவில் ஊர்கடந்து மெயின் ரோட்டிலுள்ள ராசிக் புரோட்டா கடை வரையிலும் ஐந்தாம்எண் கடையின் அருமைபெருமைகள் முன்னெப்போதுமில்லாத அளவுக்குக் கூடிக்கொண்டே இருந்தன. ஐந்தாம்எண் கடையிலுள்ள அந்த இதுதான் மைனர் சலாமை மாற்றிப் பிடித்திருப்பதாகவும், அரிகோபாலன் உடைத்துக் கொடுத்த தேங்காயின் ஒருபகுதி மைனர் சலாமின் கடையில் விழுந்ததால் அவனின் மொத்த அஸ்திவாரமும் ஆட்டம் கண்டிருப்பதாகவும் எங்கெங்கோ முளைத்த எல்லா கதைகளும் கிருஷ்ணனின் டீக்கடையில் வந்து விடிந்தன. “எல்லா மயிரையும் தூக்கிட்டு எல்லாவனும் இங்கனயே வந்துருவானுவோ... போங்களம்புலே... வந்தமா டீ குடிச்சமான்னு இல்லாம எல்லாத்தையும் எங்கிட்ட வந்து கேட்கானுவோ... சமாதானமும் சாத்வீகமும் குணங்களாகக் கொண்டிருந்த கிருஷ்ணனுக்கு இப்போதெல்லாம் எதற்கெடுத்தாலும் கோபம் பொத்துக்கொண்டு வருகிறது. காலையில் நடைப்பயிற்சி முடித்து கிருஷ்ணன் கடையில் கூடிய நண்பர்கள் மத்தியில் மனோகரன் வாத்தியாரிடம் பேங் யூஜின், “இதெல்லாம் எதுவும் கிடையாது சார்... இதப்போய் சீரியஸா பேசிட்டிருக்கியளே...” என்றபோது ஆவேசமாக உள்ளேயிருந்து வந்த கிருஷ்ணன், “அப்போ நீங்க இந்த கடைய எடுத்து ஆறுமாசம் நடத்தியளா சார்...”என்று கேட்டார்.

“எனக்கு வேற நிறைய வேலை இருக்குதே...”

“அப்போ சும்மா அதையும் இதையும் பேசாதைங்கோ சார்...”

“அண்ணேன்... கோவப்படாதைங்கோ... பட்டணம் இந்தக் கடைய எவ்வளவு வருசம் நடத்தினாரு... ஏகதேசம் இருபது வருசம் இருக்கும்லா... அப்போ எதாவது பிரச்சினை இருந்திச்சா...”

“அதுக்கு இப்போ என்னச் செய்ய சொல்லியோ..?”

“இது அதுக்குப் பொறவுதான் இந்த பிரச்சனையாயி இருக்கு... நல்லா நிதானமாக ஆலோசிச்சிப் பாருங்கோ... இது ஒரு மனப்பிராந்தி...” எனச் சொல்லிவிட்டு யூஜின் ஒருமாதிரியாக கூவை கூவுவதுபோல சிரித்தார்.

"சார் மனப்பிராந்தின்னா... எல்லாவனுக்கும் இடதுகால்தான் உடையுமா..?"

"அது ஒரு கோ இன்ஸிடெண்ட்..."

"மயிரு இன்ஸிடெண்டு" என்று மெல்ல முனங்கியபடி கிருஷ்ணன் உள்ளே போய்விட்ட பிறகும் கடையின் முன்பக்கம் சிரிப்புச் சத்தம் கேட்டபடியே இருந்தது.

அவசர சிகிட்சைப் பிரிவிலிருந்து ஜீனா சாதாரண வார்டுக்கு மாற்றப்பட்ட பிறகு அன்சாரியும் கிருஷ்ணனுமாகப் போய் மருத்துவமனையில் பார்த்தார்கள். காலிலிருந்து மேலே தொடைவரை மாவுக்கட்டு போடப்பட்டிருந்தது; மற்றபடி ஜீனாவுக்கு வேறு சேதாரம் இல்லை. அவன் நல்ல பொன்வண்டுபோல கிடந்த கிடையைப் பார்த்ததுமே அன்சாரிக்குச் சிரிப்பு வந்துவிட்டது. 'இனி ஆசுத்திரியில் கெடந்து சிரித்தால் நல்லா இருக்காது' என்பதால் கடினப்பட்டு அடக்கிப் பிடித்து,

"ஜீனா ஒண்ணும் கவலைப்படாதே... அடுத்த மாசம் வேலுமயிலு கடைய காலி பண்ணுவார்ன்னு நினைக்கேன்... திருவாழி சார்ட்ட பேசி உனக்கு மாத்தித் தாறேன்..." என்றான்.

"ஒரு மயிரும் வேணாம்டே... உங்க சங்காத்தமே இனி இல்லே... நல்லாயிருப்பே... எனக்க ஒரு மேசையும் நாலு சேரையும் தூக்கி வெளிய போட்டுட்டு அட்வான்ஸ உடனே வாங்கித்தா... ஆசுத்திரி செலவு கெடக்கு... மனோகரன் வாத்தியாருக்கு மணிமேடை முக்குல என்எஸ் கிருஷ்ணன் சிலைக்குப் பக்கத்துல ஒரு செல வைக்கணும்... படிச்சிப் படிச்சிப் பச்சப்புள்ளேக்குச் சொன்னால சொன்னாரு... அந்த கடைக்குப் போவாதலேன்னு... நான்தான் மதிக்காம உட்டுட்டேன்... இப்போ கெடந்து அனுபவிக்கேன்..."

கிருஷ்ணன் அவனின் அருகிலிருந்து கைகளைத் தடவிய படியும் அவன் தலையை வருடிக்கொண்டும் கருணையோடு மெல்லமாகக் கேட்டார், "அரிகோபாலன வேணும்ன்னா வரச் சொல்லட்டா..?"

"அந்த புண்டாமொவனப் பத்தி பேசாதையும்... அவன்தான் இவ்வளத்துக்கும் மொத்தக் காரணம்."

அன்சாரி அடக்க முடியாமல் ஜீனா கிடந்த படுக்கை யிலிருந்தபடியே சிரித்துவிட்டான். "எனக்க வேதனை ஒனக்கு

வேடிக்கையா இருக்கா அன்சாரி..? எனக்க நெலமையே பாத்தியா... மர்ம உறுப்ப மறச்சி துணிய ஒழுங்கா உடுக்க முடியாம கெடக்கேன்...”

“இல்லண்ணே . . . நான் நினைச்சனா இப்படி நடக்கும்ன்னு? இத்தனைக்கும் நீ செந்தொழுவன் கொலையப் பிடிப்போவத்துலே துணைக்கு வரவான்னு நான் கேட்கத்தானே செய்தேன்...”

என்ன காரணமோ தெரியவில்லை. திருவாழிக் கட்டிடத்திலுள்ள எல்லோரும் வரிசைவரிசையாக ஜீனாவைப் பார்க்க மருத்துவமனைக்கு வந்து போனார்கள். ஜீனா ஒரு கட்டத்தில் சகிக்க முடியாமல் அங்கிருந்த நர்சிடம் கேட்டான். “எம்மோ . . . நான் செத்துட்டம்னா இவனுவெளெல்லாம் வரிசையா பாக்க வாரானுவோ . . . ஒருத்தன் மூஞ்சிலையும் உண்மையா இரக்கமில்லே... எல்லாவனும் என்னைய சந்தோசம் கொண்டாடி பார்க்க வாரானுவம்மோ . . .” நர்சுக்கு என்ன பதில் சொல்வதென தெரியாமல் விழித்தாள். மனோகரன் வாத்தியார் தனது வாகனத்தில் வேதமாணிக்கத்தைப் பக்குவமாக இருத்தி, அரைக்கிலோ ஆரஞ்சுப் பழமும் வாங்கிக்கொண்டு மருத்துவமனைக்கு அழைத்து வந்து இரண்டுபேருமாக ஜீனாவைச் சுற்றி நின்று கொஞ்சம் ஆறுதலாகப் பேசிவிட்டு நிறைய சிரித்துவிட்டுப் போனார்கள். அவர்கள் போய் ஐந்தாவது நிமிடத்திலேயே சிலங்கா கொஞ்சம் ஆப்பிளும் ஆரஞ்சியுமாக வந்துபோனார். கதைகள் அவிழ்த்துவிடப்பட்ட மிருகத்தைப்போல பாய்ந்தோடிக்கொண்டிருந்தபோதே ஜீனாவின் கால் முறிந்த இருபதாவது நாளில் மண்டபம் திறப்புவிழா ஏற்பாடுகளைச் செய்திருந்தான்.

நாளை மண்டப திறப்புவிழாவுக்கு திருவாழி வரும்போது அவரை எவ்வாறு எதிர்கொள்வது, அவரிடம் எப்படி சகஜமாக பேசுவது என்பதில் கிருஷ்ணனுக்குத் தயக்கமிருந்தது. அவர் அன்சாரியிடம் ஒரு ஆலோசனையாகக் கேட்டார், “நமக்கு சின்னப் பள்ளியில உள்ள லெப்பைட்ட ஒரு ஐடியா கேட்போமா..?”

“என்னான்னு கேட்கது..?”

“இல்லே, இந்தக் கடையில இப்படி இப்படி பிரச்சனை யாவுது... எதாவது செய்வினை ஏவல் இதுமாதிரி இதுமாதிரி இருக்குமான்னு.”

“சரி யாருதான் செய்வினை செய்வா..?”

யோசனையோடு இருந்த கிருஷ்ணன் மெல்லமாகச் சொன்னார், " உம்முகுல்தூம் தாத்தா சொன்ன மாதிரி... சூளாமணி எதாவது செய்வினை செய்திருப்பாளா..?"

"சூளாமணி ஆளு எப்படியா பட்டவன்னு உங்களுக்குத்தான் தெரியும்."

"அவ ஒரு ஐசுவரிய உள்ளவ... ஆனா பட்டணத்துக்க மனசுல போய் உட்காந்துடனும்ன்னு பொரண்டுக்கிட்டு வந்தா... அவளுக்கு ஒரே ஏக்கம்..."

"அப்படி அவ ஏங்குற அளவுக்கு பட்டணம் என்னத்ததான் செய்தாரு..?"

"அவளுக்கு உதவி செஞ்சாரு... பாதுகாத்தாரு... அவ இங்க இருந்ததுனாலே எந்தப் பயலும் அவள நெருங்கலே... இல்லேன்னா அவள இங்க உள்ளவனுவோ இன்னொரு பிராட்டியா மாத்திருப்பானுவோ... பண்டு கடையில நிக்கத்துல மைனர் சலாம் சில தடவ பல்லிளிச்சிப் பாத்திருக்கான்... அப்போ அவன பட்டணம் அடிக்கப் போய்ட்டாரு... பொறவு ஜாஹிருக்குத் தெரிஞ்சி ஜாஹிரும் சலாமைத் தூக்கிப்போட்டு அடிச்சான்... அதோட அந்த கத முடிஞ்சி... அவ செய்யமாட்டா அன்சாரி... பட்டணத்துக்குக் கெடுதலாஒண்ணும் செய்ய மாட்டா... அடிச்சி சொல்லுவேன்... அவ அவர ஆண்டவனப் போல நெனைச்சவ..."

"வெளக்குமாறால பட்டணம் சாயிப்புக்க வீட்ல அந்த மாமி அடிச்சி விரட்டுன கோவத்துல எதாவது?"

"வாய்ப்பே இல்லே... அவளுக்கு என்ன துயரம் வந்தாலும் அவ பட்டணத்துக்க நிம்மதியில எந்த கெடுதலும் செய்ய மாட்டா..."

"ஒரு வேளை உங்க கண்ணுக்கெல்லாம் தெரியாம பட்டணத்துக்கும் சூளாமணிக்கும் ஏதாவது இருக்குமா..?"

கிருஷ்ணன் மௌனமாக இருந்தார்.

பட்டணம், சூளாமணி பற்றிய பேச்சில் இப்போதுதான் முதன்முதலாக கிருஷ்ணன் மௌனமாக இருக்கிறார். மௌனத்தை மெல்ல உடைத்தபடி,"அது எனக்குத் தெரியாமலே அன்சாரி" என்றபோது...

"இவ்வளவு நடந்திருக்கே... அப்போ அவளா இருக்காதா... சூளாமணி இப்போ எங்க இருக்கா?"

“அவள் உலகத்துல இருக்காளானே தெரியாது...”

“ஆனா அதுக்குப் பொறவுதானே அந்தக் கடை வெளங்கலே..?”

“சரி, நமக்கு நைசா லெப்பைய பாக்கலாமா...” என்றபோது

“நான் அங்கனக் கொண்டு உங்கள உடுதேன். நீங்க போய் பாத்துட்டு வாங்க... நான் உள்ளே வரமாட்டேன்...”

கிருஷ்ணன் சரி என்று எழுந்தபோது அன்சாரி வண்டியில் கிருஷ்ணனை ஏற்றிச் சின்னபள்ளி அருகே லெப்பையின் அறை வாசலில் கொண்டு விட்டான்.

லெப்பையின் இருப்பிடமாகச் சின்ன பள்ளிவாசலின் வடக்குப் பக்கம் கடைசியில் ஓடுவேயப்பட்ட பழங்காலத்து அறையிருந்தது. தொழுகை நேரம் போக மீதி நேரங்களில் அங்குதானிருப்பார். மாலை நாலுநாலரையிலிருந்து ஐந்தரை மணி வரையிலும் பொதுவாக ஓதிப்பார்க்கவென பலரும் வருவார்கள். அவருக்குக் கூலி பத்து ரூபாய். காய்ச்சல், பீச்சல், தலைவலி, உடல்வலியென நோய்க்கும் கண்ணேறு போன்ற திருஷ்டி விவகாரமென எல்லாவற்றுக்கும் அவரிடம் ஒரே மருந்துதான். அவருடைய அறையின் மூலையிலுள்ள மண்பானையிலிருந்து கொஞ்சம் தண்ணீரைக்கோரிக் கையில் வைத்துக்கொண்டு சொற்ப நேரம் அரபியில் ஓதி “பிலாய் முஸீபத்தெல்லாம் ஒழிஞ்சிப் போவட்டே” என்றபடி ஒரு கையளவுத் தண்ணீரை அள்ளிச் சம்பந்தப்பட்டவர்களின் முகத்திலடித்துவிட்டு மிஞ்சிய தண்ணீரை அண்ணாந்து குடிக்கக் கொடுத்துவிட்டு ‘ஓடு ஓடு’ என விரட்டியடிப்பார். என்ன காரணமோ தெரியவில்லை, பலருக்கும் குணம் கிடைத்துவிடுகிறது. இன்னும் சிலர் சில மனச் சங்கடங்களைச் சொல்லி வந்தால் அவர்களுக்கும் அதே பானைத் தண்ணீர்தான். சில இடங்களில் இப்படியான பேச்சு நடக்கும்,

“பைய்யனுக்குப் பத்து நாளா கழியலே. எல்லா மருந்தும் வாண்டி கொடுத்தாச்சி...”

“பேசாம சின்னப்பள்ளியில லெப்பைட்ட போய்ப் பானைத் தண்ணீ வாங்கிக் குடிங்க. சரியாபோவும்” என்பார்கள்.

உண்மையில் சரியாகப்போய்விடுகிறது. ‘இதென்ன மாயம்’ எனக் கேட்டவர்களிடம் ‘எல்லாம் படைச்சவனுக்கு குதரத்து’ என்பார். நாற்பது வருடங்களுக்கும் மேலாக இந்த ஊரிலிருக்கிறார். பூர்வீகம் வேறு எங்கோ இருக்கிறது.ஆனால் எல்லாமே அவருக்கு இங்காகிவிட்டது. அவருக்கு ஒரு வீட்டில் ஒரு நாள் சாப்பாடு.

சாப்பாடு கொடுக்க சவுரியமில்லை என்றால் மூன்று வேளை சாப்பாட்டுக்குமாகப் பணம் கொடுப்பார்கள். அப்படியாப்பட்ட நேரத்தில் லெப்பை பண்டு பட்டணம் சாயிப்புக் கடைக்குத்தான் வருவார். பட்டணம் அவருக்கு அப்போது ஒரு சவுரியம் செய்து கொடுத்தார். வீடுகளில் சாப்பாடு உண்டுமானால் சாப்பிட்டுக் கொள்ளவும், இல்லாமல் பணம் தந்தால் அதனை அவர் கைச்செலவுக்கு வைத்துக்கொண்டு அதுபோன்ற நாட்களில் இங்கு கடையில் வந்து சாப்பிடலாமென்பது அந்தச் சவுரியமாக இருந்தது. அப்போதெல்லாம் சின்னபள்ளி லெப்பைக்கு எப்படியும் மாதத்தில் நாலைந்து நாட்கள் இந்த சவுரியம் பயனுள்ளதாக இருந்ததால் அவர் எல்லா வியாழன் இரவிலும் பட்டணம் கடையில் ஒரு பாத்திஹா ஓத வந்துவிடுவார். கிருஷ்னன்தான் அதற்கான ஏற்பாடுகளைக் கடையின் ஒரு பக்கத்தில் சிறப்பாகச் செய்துகொடுப்பார். அப்படியொரு நாளில் சூளாமணியின் மகன் மூன்று வயதாக இருக்கும்போது, அவன் சீணமாக நாலைந்து நாள் இருந்ததைக் கவனித்த பட்டணம் காலையில் அவளிடம் சொன்னார், "பெண்ணே" பட்டணத்தின் அழைப்பு சூளாமணியை நோக்கி எப்போதும் இப்படித்தான் இருந்தது.

"இன்னைக்கு வியாழக்கிழமை லெப்பை வருவாரு. நான் சொன்னேம்ன்னு இவனப் பாக்கச் சொல்லு" எனச் சொல்லியபோது அந்த வியாழனில் லெப்பை பாத்திஹா முடிந்ததும் சூளாமணி மகனுக்குத் தண்ணீர் ஓதிக் கொடுத்துவிட்டு அந்த இரவு இஷா தொழுகைக்குப் பிறகு சாப்பிட வந்தபோது பட்டணத்திடம் சொன்னார், "அந்தப் பைய்யனுக்க மொக லட்சணத்தப் பாத்தா நல்ல பரக்கத்துள்ளவனா வருவான்..." என்றபோது பட்டணம், "வந்துட்டுப் போட்டு... பாவங்கள் இல்லியா ரெச்சப் படட்டும்" என்று சிரித்த மேனிக்கிருந்ததை சூளாமணி கடையின் பின்பக்கமிருந்து கவனித்தாள்.

பண்டு காலந்தொட்டுப் பழக்கத்திலிருந்த சின்னபள்ளி லெப்பையைப் பார்க்க வேண்டுமென கிருஷ்ணனின் மனம் சில நாட்களாகவே தேட்டம் கொண்டிருந்தது. அந்தத் தேட்டத்தின் நிமித்தமாக லெப்பையின் அறைக்கு உள்ளே போன கிருஷ்ணன் எல்லாவற்றையும் உரிமையோடு பேசினார். பழைய காலந்தொட்டு நிகழ்ந்தேறிய பழங்கதைகளிலிருந்து புத்தம் புதிய கதைகள் வரைக்கும் சொல்லிக் கொண்டே லெப்பையின் முகம் பார்த்திருந்தார். லெப்பை தனக்கு முன்னால் ஒரு பிங்காணத்தில் நிரம்பியிருந்த நீரைக் கவனித்துப் பார்ப்பவராக கிருஷ்ணனின் பேச்சைக் கேட்டுக் கொண்டிருந்தவர். அங்க கெடுதலா ஒரு பிரச்சனையுமில்லே நல்லாதானே இருக்கு...

என்று முடித்துக் கொண்டபோது கிருஷ்ணனுக்கு ரொம்பவும் சப்பென்றாகிப் போனது. இப்போதைக்கு அவருக்கு ஐந்தாம்எண் கடையில் என்னமோ ஒன்று இருக்கிறது என்று யாராவது சொன்னால் கொள்ளாம்போல இருந்தது. அங்கிருந்து வந்து அன்சாரியிடம் பேசும்போது சின்னபள்ளி லெப்பை சரியாகச் சொல்லவில்லை என்று சொல்லிக்கொண்டே இரவு வேதமாணிக்கத்தோடு பேசிவிடலாமென தீர்மானித்துக் கொண்டார். அவர்கள் ஒரு மேசையில் நேருக்கு நேராக உட்கார்ந்து பேசி ரொம்ப காலமாகிவிட்டது. தினந்தோறும் பார்க்கிறார், கிருஷ்ணனின் கடையில்தான் தங்குகிறார், சம்பளம் வாங்குகிறார், ஆனாலும் நேரடியாக இருவரும் பேசிக் கொள்வது ரொம்பவும் அபூர்வமான தருணங்களில்தான். அப்போதும் கூட வடக்கும் தெக்குமாக முகத்தைத் திருப்பியபடிதான் பேசுவார்கள். ஆறுமுகம் இடையில் ஒரு நல்லெண்ணத் தூதுவராக இருந்தான். கிருஷ்ணனுக்குச் சமீபகாலமாகக் கால்வலியும் ஞாபகமறதியும் கூடிவருவதாகத் தோன்றியது. கால்வலிக்கு நரம்புச்சிலந்தி நோயின் தன்மை மெல்ல மெல்ல தீவிரப்படுவதுதான் காரணமாய் இருப்ப தால், நிற்பதை முற்றிலுமாகத் தவிர்க்க வேண்டுமென டாக்டர் உறுதியாகச் சொன்னபிறகும் கிருஷ்ணனால் அதை முழுமையாகப் பாலிக்க முடியவில்லை. நரம்பு வெடிக்கிற நிலைக்கு நிறைய சாத்தியமிருப்பதாகவும் அவ்வாறு நிகழும்போது அது காலில் புண்ணாகிவிட்டால் ரொம்பவும் சிரமத்திலாழ்த்திவிடுமெனப் பலதடவை மருத்துவர் சொல்லியும் இருக்கிறார். ஆறுமுகத்திடம் கடையை ஒப்படைத்துவிட்டு இங்கு சும்மா கல்லாவிலிருந்தால் போதும் என்று வேதமாணிக்கமும் பலமுறை சாடையாகச் சொல்லிவிட்டார். அந்தச் சாடைப் பேச்சு கிருஷ்ணனை ஒருமுறை எரிச்சல்படுத்திவிட்ட து.

“ஒப்படைக்துன்னா எப்படி ...” என்றபோது கிருஷ்ணனின் முகம் சீறிய கடுவன் பூனையின் முகம்போல இருந்தது.

“ஒப்படைக்துண்ணா உன்ன போவச் சொல்லலே... அவன் பொறுப்பா பாத்துப்பான் ... எல்லாத்துக்கும் அத்து முறிஞ்சி நிக்காண்டாமில்லா ... அதத்தான் சொன்னேன் ... எங்கிட்ட யாரும் மூஞ்சியெல்லாம் சீறி வைக்கவேண்டிய அவசியமில்லே...” யென தெற்கே பார்த்துச் சொல்லிவிட்டு வேதமாணிக்கம் எழுந்து பேங்கர்ஸின் திண்டுக்குப் போனார். இந்தக் கடை எல்லாம் பட்டணத்தின் மதிப்பு மரியாதைமீது நிறுவப்பட்டதால், மனையின் முதலாளி கடையைமூடச்சொன்னாலொழியகிருஷ்ணன் கடையை மூடிவிட்டுப் போக முடியாது. மனை முதலாளி பட்டணத்தின் வாக்கின் அடிப்படையில் அப்போது கடையை நடத்த அனுமதித்த

பிறகு வாடகையும் கூட பெற்றுக்கொள்ளாமல் அந்த மனையின் மற்றைய விவகாரங்களில் வேதமாணிக்கமே பொறுப்பு. கடையை நடத்தி அவரின் அந்த இடத்தைப் பராமரித்துக்கொள்ள வேண்டும் என்பதுதான் கோரிக்கையாக இருந்தது. நிறைய பேர் சிலபல கட்டுமானத் திட்டங்களோடு ஹைதர் சாயுபுவைப் போய்ப் பார்த்தபிறகும் அவர் அவற்றில் பெரிய தால்பரியமில்லாமல் ஆகட்டும் பாக்கலாம் எனப் போய்விடுவார். எப்போதாவது இங்கு வந்துபோகும்போது ஏதேனும் கேட்க வேண்டுமென்றாலும் வேதமாணிக்கத்தைத்தான் கூப்பிடுவார். பட்டணம் முதலாளிக்கு ரொம்பவும் நெருக்கமானவர்கள் வேதமாணிக்கமா கிருஷ்ணனா என்றொரு விவாதம் ஏரியாவில் நடந்ததுண்டு. அப்படியாப்பட்ட நேரத்தில் பேபிகுட்டி, வேதமாணிக்கம் என்றும் அதனால்தான் ஹைதர் சாயுபு எப்போது இங்கு வந்தாலும் வேதமாணிக்கத்திடம் பேசிச் செல்வதாகவும் குறிப்பிடுவார். ஆறேழு வருடங்களுக்கு முந்திய ஒரு உரையாடலில்,"இந்தக் கடையைப் போட்டுவிட்டுப் போங்களென சாயுபு சொல்லிவிட்டால் நான் போய்விடுவேன், நீங்கள் இருவரும் என்ன செய்வீர்கள்," என ஆறுமுகத்தையும் வேதமாணிக்கத்தையும் நோக்கி கிருஷ்ணன் கொஞ்சம் சூடாகக் கேட்டபோது வேதமாணிக்கம் அன்று சொன்ன பதில் விசித்திரமாக இருந்தது. "அதெப்பத்தியெல்லாம் நீ கவலைப்பட வேண்டாம்... அப்படி வரும்போ பாக்குலாம்... திருவாழிக் கட்டிடத்துல ஐஞ்சாநம்பர் கடை கெடக்குல்லா... அத எடுத்து நடத்துவோம்..." வேதமாணிக்கம் வேண்டுமென்றுதான் அப்படி அழுத்தமாகச் சொன்னார்.

"ஐஞ்சாம் நம்பர் கடைய திருவாழி உங்களுக்குத் தூக்கித் தாரேம்ன்னு சொன்னாரா..?"

"ஏன் தூக்கித் தரமாட்டேம்ணு சொல்லுவாரா..?"

மெல்லிய வார்த்தைகள் அர்த்தம் மாறும் தொனியில் இனி பதிலுக்குப் பதில் பேசினால் பகையாகிவிடக் கூடாது என்று அன்று கிருஷ்ணன் அமைதியாகிவிட்டார். ஐஞ்சாம் நம்பர் கடையை ஆறுமுகமும் வேதமாணிக்கமும் எடுத்து நடத்துவோம் என்று எந்த அடிப்படையில் சொன்னார்கள் என்று கிருஷ்ணனுக்கு சின்னபள்ளி லெப்பையைப் பார்த்துவிட்டு வந்தபிறகு தீவிர சிந்தனையாக இருந்தது...

சிமெண்டு பெஞ்சில் வேதமாணிக்கமும் டயரில் கிருஷ்ணனும் இருந்து பேசினார்கள். எவருக்கும் இருக்க வாய்க்காத ஒரு விநோத இருப்பில் அவ்விடத்தில் இருவரும் மிகச் சாந்தசொரூபிகளைப் போலப் பேசினார்கள். "கொஞ்சம் பழைய கதைதான். எனக்கு

ஓர்மையில்லை. அதான் கேட்கிறே"னென ஒரு இடைவெளிவிட்டு, "...சூளாமணி கடையைவிட்டுப் போய்..."

"இங்க பாரு... சூளாமணியெல்லாம் முடிஞ்ச கதை... இப்போ எதுக்கு அத கேட்கே..?"

"அது அந்தக் கடைய நடத்தறவனுவளுக்கு கால் முறியுதுல்லா..."

"காலு முறியதுக்கும் கடைக்கும் என்ன சம்பந்தம்..?"

"மாறிமாறிப் பேசண்டாம்... எனக்கு சம்சயங்கள சரியாக்குனா போதும் அதான் கேட்கேன்."

"ம்ம் கேளு..."

"சூளாமணி கடையவிட்டுப் போய் எவ்வளவு நாள்ல டேங்கு தோண்டுனது..?"

"சரியா இரண்டு அல்லது இரண்டரை மாசமிருக்கும்..."

"இப்போ அந்த டேங்க மூடிப்பாக்கலாமா..?"

"அத எங்கிட்ட கேட்டா, நான் என்ன சொல்லதுக்கு..?" அந்த இடத்து உடமஸ்தன்ட்ட கேளு... நீ என்னமோ வந்து முதலாளிகணக்க பேசாத... உனக்கு அந்தக் காலத்துல இருந்தே எல்லாத்துலயும் மூப்பெடுத்து நிக்கதே சோலியா போச்சி..." என்றபடித் தோள்த்துண்டை எடுத்து நன்கு உதறி வேதமாணிக்கம் எழுந்தார். கிருஷ்ணனுக்கு ஒன்றும் ஓடவில்லை. கிருஷ்ணன் அதே வேகத்தில் திருவாழிக்குப் போன்பண்ணி, "மொதலாளி அந்த ஐஞ்சாநம்பர் கடையில உள்ள டேங்க ஆள்வச்சி மூடலாமா... மொதலாளி அதப்பத்தி என்ன நினைக்கியோ" என்றபோது அது எரிச்சலாக,"அந்த மயிரு அப்படியே கெடக்கட்டு" என்றபடி போனை வைத்தார். கிருஷ்ணனுக்குத் தலைவலித்து ஒருமாதிரியாக வந்ததும் இனி பேசவேண்டாமென அவர் சிமெண்டு பெஞ்சில் அப்படியே சாய்ந்து படுத்துக்கொண்டார்.

22

திருவாழிக் கட்டிடம் சீரியல்செட்டெல்லாம் போட்டு மின்னொளியில் மின்னியது. மேல்பக்கம் நாலு மூலையிலும் திராட்சைக் குலையை நரி துள்ளித் துள்ளிக் கவ்வ முயல்வதைப் போல விளக்குகளை செட்செய்து சுயம்பு சீரியல் போர்டை மாட்டியிருந்தான்.நீண்ட நேரம் ஆறுமுகம் வெறித்தபடி கிருஷ்ணன்கடையின் அந்த முகப்பில் நின்றிருந்தார். அது என்னமோ ஒன்றைச் சொல்லுவதாகப் பட்டது. அதன் அமைப்பில் இன்னும் ஆழ்ந்துபார்த்தபோது விளக்குகளின் ஒளிகள் வரிசையாக ஒன்றையொன்று துரத்தியபடி ஓடின. ஒளிகள் ஒன்றையொன்று துரத்தி ஓடுவதைப்போன்ற பேரழகு இந்த உலகில் வேறெதுவிலுமில்லை என்று அவருக்குத் தோன்றியது. மிதமான சப்தத்தில் ஒலிபெருக்கியில் முதலில் மும்மதப் பக்திப்பாடல்களும் போட்டு நாலாவதாக நல்ல நயம்சினிமா பாடல்களைப் போட்டு விட்டிருந்தான். நாற்பதாண்டுக்கால திருவாழிக் கட்டிடத்தின் ஜீவிதத்தில் இப்படியொரு மொத்த அலங்காரத்தை இப்போதுதான் அது சூடியிருக்கிறது. மறுநாள் காலைதான் சிலங்கா ஹால் திறப்பு விழா என்றாலும் இன்று மாலையே பொதுமக்கள் பார்வைக்காக ஒரு விளம்பர யுக்தியோடு சிலங்கா திறந்திருந்தான். வந்தவர்களைச் சும்மானாலும் வரவேற்று மேலே கொண்டுபோகிற வேலையை அன்சாரியிடம் சிலங்கா ஒப்படைத்திருந்ததோடு அன்சாரிக்கு பர்பிள் கலரில் ஒரு முழுக்கைச் சட்டையும் கருப்புக் கலரில் ஒரு பேன்ட்டும் புதிதாக எடுத்துக் கொடுத்திருந்தான். அதைப்

போட்டுக்கொண்டு அவன் புதுமாப்பிளை போல வலம் வந்து, வருகிற ஆட்களை மேலே அழைத்துக் கொண்டுபோய் சிலங்கா ஹாலைச் சுற்றிக் காட்டுகிற வேலையைச் சிறப்பாகச் செய்துகொண்டிருந்தான். கீழே வரும்போது பூபாலன் கடையருகே ஒரு வரவேற்பு செயர் போட்டு நின்றிருந்த சிலங்கா அவ்வாறு பார்த்துவிட்டுப் போகிறவர்களுக்குக் கொடுத்துவிட்ட பரிசுப் பொருட்கள் நல்ல தரமானதாக இருந்தன. அவன் பரிசுப்பொருட்களுக்காகப் பலவற்றை வாங்கியிருக்கிறான். பேனா, அழகு பொருள், குங்குமச்சிமிழ், பேப்பர் பூக்களென ஐம்பது ரூபாய் மதிப்பிலிருந்து நூற்றைம்பது ரூபாய் மதிப்புவரையிலுமான நிறைய பொருட்களை அடுக்காக வைத்திருந்த அந்த வரிசையில், முக்கியமாக பெங்களூரிலிருந்து பெண்களுக்கான நல்ல அழகுள்ள நூறு கைக்கடிகாரங்களும் வாங்கிவைத்திருக்கிறான். அவை குறைந்த விலையிலுள்ளவை என்றாலும் அதன் தோரணைகள் அதிகப்படியானது. ஏற்கெனவே ஹாலைப் பார்வையிடப் போகிறவர்களுக்கு சிலங்கா பரிசு வழங்குகிறான் என்ற செய்தி ஏரியாவில் பரவியபிறகு பார்வையிட வருகிறவர்களின் எண்ணிக்கை மெல்ல மெல்லப் பெருகியது. பூபாலன் கடை ஷியாமளா, பார்க்க வரலாமாவென அன்சாரியிடம் கேட்டதும் அவன் அவளை அன்பாக அழைத்துக்கொண்டுபோய் இடத்தைச் சுற்றிக்காட்டினான். கீழே வரும்போது சிலங்கா அவளுக்குப் பரிசளித்த கைக்கடிகாரத்தைச் சந்தோசமாகப் பெற்றுக்கொண்டு திரும்பக் கடைக்குப் போனதும் பலருக்கும் போன்பண்ணிக் கடிகார விசயத்தைக் கசியவிட்டிருந்தாள். நேரம் ஆகஆகக் கூட்டம் கூட்டமாகப் பெண்கள் குழந்தைகளைப் பிடித்துக்கொண்டுவந்து சிலங்கா ஹாலைச் சுற்றிப் பார்த்துவிட்டுப் போனார்கள். நிறைய குழந்தைகள், சிறுவர்கள் கையில் ஒருவிதமான ஒலி எழுப்பும் விளையாட்டுப் பொருளும் ஊதி வலுவாக்கப்பட்ட வண்ண வண்ண பலூன்களும் இருந்தன. அவர்கள் திருவாழிக் கட்டிடத்தையும் ஏரியாவையும் சுற்றி கீகீகீ என ஒலியெழுப்பியபடியும் பலூன்களை ஆளாளுக்கு அடித்துத் தட்டிவிட்டபடியும் ஓடிச்சாடி விளையாடிக் கொண்டிருந்தனர்.

ஒருமணிநேரத்துக்குள் அந்த இடத்தைத் திருவிழாக் கூட்டம்போல சிலங்கா ஆக்கிவிட்டிருந்தான். கிருஷ்ணன் கடைக்கு இந்த நேரத்தில் வந்த பிலிப், மேலும் மெருகேறியிருந்தான். அன்சாரியைப் பார்த்துப் பேசலாமென வந்திருந்த பிலிப் மேலேறி சிலங்கா ஹாலைச் சுற்றிப்பார்த்துக்கொண்டே பேசிவிடலாமென திட்டமிட்டிருந்தான். அன்சாரியைச் சுற்றிலும் நிறைய ஆட்கள் இருந்த காரணத்தினால் இயலாமல் போய்விட்டது.

அவன் நீண்ட நேரம் அங்கேயே நின்றுவிட்டு இரண்டு முறை பார்லரிலிருந்து எட்டிப்பார்த்துச் சிரித்த சிந்துவையும் அவனையும் சிலர் நோட்டமிடுவதை உணர்ந்து மெல்ல நகர்ந்து போனான். பிலிப் போன பிறகு சிந்துவுக்கும் மேலே போய்ப் பார்க்கலாமென ஆசையிருந்தது. அந்த ஆசையில்தான் அவள் அன்சாரியைப் பார்த்துவிடலாமெனச் சிலமுறை முயன்றபோது அவன் கவனிக்காதவன்போல ரொம்பவும் பரபரப்பாக நிற்கிறான். இந்த அன்சாரிக்கு என்ன ஆனது, அவன் ஏன் இவ்வாறு நடந்து கொள்கிறான் என்று சிந்துவால் அனுமானிக்க முடியவில்லை. தேக்கடியில் பிலிப்புடன் பார்த்த பிறகிலிருந்துதான் அவனின் இந்த மாற்றம் கூடியிருப்பதாக அவளுக்கு ஓர் உணர்வாக தோன்றியது. அது என்னவும் ஆகிவிட்டுப் போகட்டும். இன்று இவனை விடக்கூடாதென எண்ணிக்கொண்ட சிந்து பியூட்டி பார்லரிலிருந்து வெளியே வந்து அவன் பார்வையில்பட வேண்டி ஸ்டார்பேங்கர்ஸின் திண்டுக்கு வந்து அன்சாரியைச் சத்தமாகக் கூப்பிட்டாள். சிலங்கா கவனித்து அதை அன்சாரியிடம் சொன்னதும் அவன் நீண்ட நாட்களுக்குப் பிறகு அவளை நேராகப் பார்த்துக்கொண்டே பியூட்டிபார்லருக்குப் போனான். அவள் அவனை உட்காரச் சொல்லிவிட்டு, "ஏன் இங்கே முன்புபோல் நீ வருவதில்லை" எனக் கேட்டதும்...

"நிறைய வேலை அதான்..." என்றான்.

"போன மாதம் எல்லா கடைகளிலும் நீதான் வாடகை வாங்கியிருக்கே... எங்கிட்ட மட்டும் வரவில்லை... நீ அனுப்பியதா ஆறுமுகம்தான் வந்தார். என்னமோ ஒண்ண மனசுல வச்சிருக்கே... அது என்னான்னு தெரிஞ்சாதானே நான் சரி பண்ணமுடியும்... என் செல்லம்... உனக்கு என்னாச்சி..?"

"ஒண்ணுமில்லை..." என்று சொன்னாலும் சிந்துவின் உருக்கம் அவனை லேசாக்கியது. அவள் மீண்டும் அதே வார்த்தையைச் சொன்னாள்.

"என்னத்தையோ ஒண்ண மனசுல வச்சிருக்கே... சரி இருக்கட்டும்... உனக்கு இந்த பர்பிள் கலர் சர்ட் நல்லாருக்கு... ஆளு இன்னைக்கு அட்டகாசமா இருக்கே... ஹீரோ மாதிரி... எனக்குப் பத்து பதினைஞ்சி வயசு குறைவா இருந்திருக்கணும் இல்லேண்ணா... உனக்குப் பத்து பதினைஞ்சி வயசு கூடுதலா இருந்திருக்கணும்..."

அன்சாரி லேசாகச் சிரித்தான். அவள், "சிலங்கா ஹால் பாக்க வருகிறேன், என்னைக் கூட்டிட்டுப்போய்ச் சுற்றிக் காட்டு" என்று வெளியே இறங்கி அன்சாரியின் கையை

இறுக்கிப் பிடித்துக்கொண்டே நடந்தது வரவேற்பு நாற்காலியில் அமர்ந்திருந்த சிலங்காவைக் கடுமையாகப் பொறாமைகொள்ள வைத்தது. மேலேறிப் போகும்போதும் சிந்து அன்சாரியின் கையை விடவில்லை. அது அன்சாரிக்குக் கொஞ்சம் குறுகுறுப்பாக இருந்தது. அவன் ஒருமுறை கையை விடுவதற்கு முயன்றபோது சிந்து மேலும் இறுக்கிக்கொண்டாள். அவளுக்கு ஹால் ரொம்பவும் பிடித்துப்போய்விட்டது. அதை அவள் சிலங்காவிடம் சொன்னபோது அது அவனுக்கு ரொம்பவும் பிடித்துப் போனது. அந்த மகிழ்வோடு சிலங்கா அவளுக்குப் பரிசுப் பொருளைத் தேடியபோது அவள் அன்சாரியிடம் கொடுத்துவிடச் சொல்லிவிட்டு அவன் கரத்தைவிட்டவளாகப்போனாள்.சிந்துவின் உள்ளங்கை இளம் வெப்பம் நீண்டநேரமாக அன்சாரியின் கையில் தங்கியிருந்தது. நாலைந்து வர்ணங்களில் பூக்கள் கட்டப்பட்டு ஒரு கண்ணாடி பாட்டலின் மத்தியில் டிசைன் செய்யப்பட்டு மிக அழகாகவும் அபூர்வ தயாரிப்பாகவுமிருந்த உன்னதமான ஒரு பரிசுப் பொருளை அன்சாரியே தேர்ந்தெடுத்து சிந்துவிடம் போய்க் கொடுத்தார். அவள் அது நன்றாக இருப்பதாகவும் அவனிடம் பேச வேண்டியதிருப்பதால் பால்வெள்ளைச் செயரில் அமரவும் சொன்னாள். ஆனால் சிலங்காவின் அவசரநிலையில் அன்சாரி உடனடியாக வெளியேற வேண்டியதாகிப் போனது. திருவாழி ஆரம்பத்தில் சிலங்காவோடு இணைத்துவிட்டபோது அன்சாரிக்கு அது அவ்வளவு உவப்பானதாக இல்லாமலே இருந்தாலும் மண்டப வேலை நிறைவுற்று அதன் தோற்றத்தை முற்றிலும் புதிதான ஒன்றாக மாற்றிக் காட்டியபோது பெரும் நம்பிக்கை பிறந்துவிட்டது. சிலங்காவோடு பட்டும் படாமலும் இருந்த அன்சாரி இப்போது கொஞ்சம் அதிகமாக ஒட்டிக்கொள்ளவே விரும்பினான். சிந்துவிடம் இன்னொருநாள் சவுரியமாகப் பேசலாமென வேகமாக வெளியேறி வந்தது இப்போது தவிர்க்கப்பட முடியாமல் இருந்ததை அவளும் புரிந்திருந்தாள். இரவு ஒன்பதுமணிவரையிலும் ஆட்கள் வருவதும் பார்ப்பதும் மலைத்துப்போய் நாலுவார்த்தை மனம்குளிரப் பேசிவிட்டுப் போவதுமாகக் கிடந்தது. மலைத்துப்போய் வியப்பாகப் பார்த்து நாலு வார்த்தை பேசுவதற்கான முன்னேற்பாட்டோடும் சிலர் வந்து போனார்கள். அவன் எல்லாவற்றையும் தரவாரியாகப் பார்த்துக்கொண்டிருந்த போதும் காலை ஏழுமணிக்கெல்லாம் திருவாழி வந்துவிடுவதாகச் சொல்லியிருப்பதால் அவரின் அறையைச் சுத்தப்படுத்த வேண்டும் என்று நினைத்தான். துணைக்கு ஒருவர் இருந்தால் நன்றாக இருக்கும். பழைய பிலிப்பாக இருந்தால் அவனிடம் சொல்லலாம். இப்போது அவனின் தோற்றமும் வீட்டை விற்று வங்கியில் வைத்திருக்கும் அலாதியான

தொகையின் வழி உண்டாகியிருக்கும் கம்பீரமும் பளிச்சென பழையதுபோல எதையும் ஏவிவிட இயலாத தன்மைக்குக் கொண்டுபோய்விட்டது. மனிதனின் தோற்றமும் உடையும் பாதி கம்பீரத்தையும் கூடவே பணமும் இருந்தால் அது கடுமையான பலத்தையும் வழங்கிவிடுகிறது என்று குடித்துவிட்டு மனோகரன் வாத்தியார் சொன்னது வாஸ்தவமானது. இனி ஒருபோதும் பிலிப்பை வாழ்வில் ஏவலாளியாகப் பயன்படுத்த முடியாது. அவன் காலத்தை மீட்டெடுத்திருக்கிறான். இது ரொம்பவும் அபூர்வமாகத்தான் வாழ்வில் சிலருக்கு வாய்க்கிறது. இரும்புக் கோடரியோடு வெள்ளி, தங்கக் கோடரிகளையும் நீரிலிருந்து மேலெழுந்த தேவதை கொடுத்துப் போகிறாள். அன்சாரிக்குள் எங்கேயோ பணத்தின் மீதான கடும் மோகம் கங்காய் மெல்லப் படருகிறது. அவன் ஜீனாவோடு வடமதியில் பேபிகுட்டியின் மருமகனுக்கு இடம் பார்க்கப் போனபோது அந்த அதிர்ஷ்டம் படர்ந்த கங்கின் பரவலாய் அந்தத் தீயே தலைக்கு மேலாக வட்டமிடுவதாகக் கருதினான். அந்த ஜீனா தாயளி செவ்வாழைக் குலையில் கைவைக்கப்போய் எல்லாம் நாசமாகப் போனது. தொடர்ந்து அந்தப் பேச்சை முன்னெடுக்க மருத்துவமனை யிலிருந்து ஜீனா சொன்னபோதும் பேபிகுட்டி அதனை ஒரு மோசமான சகுனமாக உணர்ந்துவிட்டதால் இனி அது அவ்வளவுதான். உம்மாவை உம்ராவுக்கு அனுப்ப ஒரு எண்பதாயிரம்வரையிலும் செலவாகும். அது முடிந்தால் பொட்டல்புதூரில் அக்காவுக்கு எப்பாடு பட்டாவது ஒருலட்சம் ரூபாயை நிறைவாகக் கொண்டு கொடுத்தால் வீடு விசயத்திலுள்ள அவளின் எல்லா கோபங்களும் சரியாகிப் போய்விடும். உம்மாவின் உம்ரா பயணம் ஈடேறுமானால் அவளை அதன் பொருட்டாவது இங்கு சிலநாட்கள் அழைத்துக்கொள்ளலாம். எங்கிருந்தோ ஏதோ ஒன்று தனக்கு நடந்துவிடும் என்ற நம்பிக்கையில் கண்ணுக்குத் தெரியாத விரல் பிடித்து நடந்துகொண்டிருக்கிறான். ஒன்பதரைமணிக்குப் பிறகு துணைக்கு ஆளின்றி திருவாழியின் அறையைச் சுத்தப்படுத்தித் தண்ணீர் பிடித்து முடித்து அதிகாலையில் வந்துவிடுவதாகச் சொல்லிக் கொண்டு அன்சாரி புறப்பட்ட போது மேலே சிலங்கா ஹாலில் அவனின் குடும்ப உறுப்பினர்கள் சூழ்ந்திருந்தனர்.

காலை ஏழுமணிக்கே அன்சாரி வீட்டிலிருந்து அப்படியே புறப்பட்டுப் போய் பஸ்ஸ்டாண்டில் காத்திருந்து திருவாழியை பைக்கிலே அழைத்து வந்து அவருக்கு கிருஷ்ணன் கடையில் தேநீருக்கும் காலை இலகுவான உணவுக்கும் ஏற்பாடு செய்துகொடுத்துவிட்டு டீக்கடையின் பின்னால் சிமெண்டு பெஞ்சில் அமர்ந்தான். திருவாழி அவரின் அறையில் இரண்டுமணி

நேர ஓய்வுக்குப் பிறகு எழுந்து குளித்துப் புதுஉடை அணிந்து புதுமாப்பிள்ளைப்போல அலங்காரமாக வந்து காலை ஒன்பதுக்கும் ஒன்பதரைக்குமான சுபமுகூர்த்த நேரத்தில் சிலங்கா ஹாலைத் திறந்துவைத்தார். இன்று சிலங்காவைவிட திருவாழிக்குத்தான் உடை எடுப்பாக இருந்தது. 'டிரஸ் சூப்பர் சார்' எனச் சொன்ன அன்சாரியின் காதில் மெல்லமாகக் கிசுகிசுப்பாய், 'இதுக்கு வேண்டிப் புதுசா எடுத்தேன்..." என்றபோது அன்சாரி சிரித்தான். திறப்பு விழா முடிந்து சிலங்கா ஹாலைச் சுற்றிப்பார்த்தபோது மனம் முழுவதும் இப்படியொரு அமைப்பு இந்தக் கட்டிடத்தின் மேல்தளத்தில் மறைந்திருந்திருப்பதைத் தன்னால் கண்டடைய முடியாமல் போனதின் வலி அவரிடமிருந்தது. எல்லாம் விதி என்று எப்போதும் சொல்வதைப்போல இப்போதும் சொல்லிக்கொண்டவர், "முட்டலாம் மோதலாம். ஆனாலும் எவன் வாயில எது விழுமோ அது விழுந்துதான் தீரும்டே... நம்ம கண்ணுக்குத் தெரியலே, அவன் கண்ணுக்குத் தெரிஞ்சிருக்கு... அவன் தேடினான் நாம தேடலே..." என்று அவ்வப்போது அன்சாரியின் காதுகளில்கிசுகிசுப்பாய்ப் பேசிக்கொண்டே இருந்தார்.

திருவாழி இன்று தங்குவதாக இல்லை. மதியம் விருந்தை சிலங்கா ஏற்பாடு செய்திருந்தான். எனவே மதியச்சாப்பாடு முடிந்து அறையில் ஓய்வெடுத்து நாலு ஐந்து மணிவாக்கில் அன்சாரியையும் துணைக்கு அழைத்துக்கொண்டு ராஜபாளையம் புறப்படுவதாகத் திட்டம். திறப்புவிழா முடிந்த கையோடு நல்லபடியாக நடத்திச் சிறப்பாக வாழவுமென வாழ்த்திவிட்டு உடனடியாக அன்சாரியையும் அழைத்துக்கொண்டே கீழே வந்தார். கிருஷ்ணன் கடைக்குப் பின்னால் வந்தபோது கிருஷ்ணன் தயங்கியபடி ஐந்தாம்எண் கடை பற்றியும் அரிகோபாலன் பற்றியும் பேசினார். திருவாழி அதைவிட்டுத் தள்ளும்படிக் கூறிவிட்டுச் சாயா கொண்டா எனச் சொன்னார். வேதமாணிக்கத்தை அருகில் உட்காரச் சொன்னவர் நடந்து போகும் கிருஷ்ணனுக்குக் கேட்கும் விதமாகப் பின்னர் சத்தமாக இரண்டுமூணு சாயா கொண்டா என்றார். பலசரக்கு கடை அண்ணாச்சி வேகமாகச் சிமெண்டு பெஞ்சுக்குத் தேடிவந்து சுனில் பற்றிய குற்றச்சாட்டுகளை ஒப்புவிக்க இருந்தபோது,

"எனக்கு இப்போ மனசு அவ்வளவு நல்லா இல்லே. தேகமும் நல்லா இல்லே... நான் உடனே புறப்படப் போறேன்... எதுனாலும் அன்சாரி பாத்துப்பான்..." என்றபடி அன்சாரியையும் பார்த்து, "என்னான்னு பாத்துக்கடே..." என்றார். அண்ணாச்சி மெல்ல வேறு எதையோ பார்த்து நகர்பவரைப் போல நகர்ந்துபோய்விட்டார். கிருஷ்ணன் மீண்டும் டீ கொண்டு

வரும்போதும்,' அந்த டேங்க மூடலாமா எனச் சொன்னதும் "அதுபாட்டுக்கு கெடந்துட்டு போட்டு உடு... நான் ஐஞ்சாநம்பர் கடைய மறந்தாச்சி... என்னால முடியலே..." என்றபடிக் கொஞ்ச நேரம் பழைய கதைகளைப் பேசினார். உடம்பு பழையது போல ஒத்துழைக்கவில்லை. தூக்கத்தின் அளவு குறைந்து வருகிறது என்று புலம்பியவர், "மகன்கள் இனி ஊருக்கு வந்து குடியேறுவது அவ்வளவுதான், அங்கேயே அவர்கள் குடியுரிமை பெறுவதற்கான எல்லா ஏற்பாடுகளையும் செய்துவிட்டார்கள். நான் மனரீதியாக என்னையே ரொம்பவும் பரிதாபமாக உணருகிறேன்" என்றார். திருவாழி இதற்கு முன்பாக இவ்வளவு கலக்கமான நிலையில் பேசிப் பார்த்திருக்கவில்லை. அவர் பட்டும்படாமலும்தான் பேசினார். "எனக்குத்தான் இந்த கட்டிடத்தோட இரத்தமும் சதையும் உயிர்த்துடிப்பும் தெரியும். எம் புள்ளையளுக்கு இது ஒரு பணமதிப்பு அவ்வளவுதான்... ஒரு ஆட வளத்துகவனுக்கும் வெட்ட வாங்கவனுக்கும் இடையில உயிருக்கும் எடைக்குமுள்ள பார்வைதானே... ஒரு பத்துநாளா நானும் எனக்க மொவனுவளும் மாறி மாறி வாக்குவாதமும் சண்டையுமா கெடக்கோம்... உங்கள் செல்வங்களும் உங்கள் ஆண்மக்களும் உங்களுக்குச் சோதனையே இன்றி வேறில்லைன்னு குர்ஆன்ல இருக்கதா ஜாஹிருக்க அழிமாட்டத்த சொல்லி கொழும்பு முதலாளி பண்டு எங்கிட்ட பேச்சுவாக்குல சொன்னதுதான் இப்போ அடிக்கடி ஞாபகமா வருது. எல்லாத்துக்கும் ஒரு முடிவு உண்டு கிருஷ்ணா... இங்க முடிவில்லாதது எதுவுமே கிடையாது..." திருவாழியே பேசிக்கொண்டிருந்தார். யாரும் பதில் பேசவில்லை.

திறப்புவிழா சடங்குகள் முடிந்து மதியம் சாப்பிடும்போது "இந்த மாதம் இதுவரையிலும் ஏழு புக்கிங் வந்திருக்கு. முன்பு நிர்ணயிக்கப்பட்டதைவிட கூடுதலாகக் கட்டணம் வசூலிக்கிறேன். உங்கள் ஆசீர்வாதம் எப்போதும் வேண்டும்" என்றபடி சிலங்கா பவ்யம் காட்டியபோது,"என் அன்பு எப்போதுமிருக்கும். அன்சாரியோடு நாம் ஆரம்பத்தில் பேசியதுபோல நீங்கள் நடந்து கொள்ள வேண்டும்" என்றபடி அமைதியாகச் சாப்பிட்டுவிட்டு அறையில் போய் ஓய்வெடுத்தார். நாலரைக்கெல்லாம் கிருஷ்ணன் கடையில் டீக்குடித்துக்கொண்டிருக்கும்போது காசீமும் வந்தான். அவனிடம் மெல்ல சுனிலின் நலன் விசாரித்தார். காசீம் போன்பண்ணிச் சொன்னதும் சுனில் வந்து பாவம்போல திருவாழி அருகே நிற்க, அவனை அணைத்துப் பக்கத்தில் உட்கார வைத்துக்கொண்டவர், "பக்கத்துல என்னமும் அண்ணாச்சியோட பிரச்சனை உண்டா... காலையிலேயே பேச வந்தாரு... உனக்க வேர் இந்த இடத்துலதாம்டே கெடக்கு... நல்லா இருந்துக்கோ" என்றார். காசீமோடு பேசியபடியே

எல்லோரிடமும் சொல்லிக்கொண்டு திருவாழி அன்சாரி வண்டியில் புறப்பட்டுப் போனார். பேருந்து நிலையத்தில் பைக்கைப் போட்டுவிட்டு அன்சாரியும் அவருமாகக் குமுளி பஸ்ஸில் ஏறிக்கொண்டபோது அவர்கள் இருந்த இருக்கையின் முன் இருக்கையில் சாந்தினியும் பெருமாளும் இருந்தார்கள். அவள் அன்சாரியைப் பார்த்துவிட்ட பிறகு இயல்பாக இருப்பது அவளுக்கு ரொம்பவும் கடினமாகிவிட்டதால் அந்தப் பேருந்து வள்ளியூரில் நின்றபோது இருவரும் மெல்ல இறங்கிக்கொண்டனர். அவர்களைப் பார்த்தும் பார்க்காமலுமிருந்த அன்சாரியிடம் திருவாழி பழைய கதைகளைப் பேசிக்கொண்டிருக்க, அந்தப் பயணத்தில் அவரை ராஜபாளையம் வீட்டில் கொண்டுபோய் விட்டுவிட்டு அப்படியே அவன் மறுபயணம் செய்து வந்தான்.

மனிதன் எப்போதும் நிறையாத ஒரு அதிசயமான நீர்க் குடுவை; மரணத்துக்கு முன்னால் மரணமடைய தெரியாதவனாக இருப்பதால் அவன் அவ்வாறுதான் வடிவமைக்கப் பட்டிருக்கிறான் என ஆக்களி சாயிபு சின்னபள்ளியில் அதிகாலைத் தொழுகையை முடித்துவிட்டு டீக்குடிக்க வந்த இடத்தில் கிருஷ்ணனிடம் முன்பு பேசியிருக்கிறார். அதை கிருஷ்ணன் இராஜபாளையம் போய்விட்டு நேராக இங்கு வந்து படுத்திருக்கும் அன்சாரியிடம் சொன்னார். கிருஷ்ணன் எதற்காக இதை இப்போது சொல்கிறார் எனப் புரியாமல் சிமெண்டு பெஞ்சில் படுத்துக்கிடந்த அன்சாரி உறங்கிப் போனான். அவனுக்கு யாது சூசகப் பேச்சுகளிலும் லயிப்பில்லை. கிருஷ்ணனின் சூசகப் பேச்சுகளைவிட வேதமாணிக்கத்தின் சூசகப் பேச்சுகளில் நல்ல கதைகள் பொதிந்து கிடக்கும். அதனால் அதைக் காதைத் தீட்டிக் கேட்கலாமென இருக்கும். ஆனாலும் சிலங்காவின் மண்டப எழுச்சி யார்யாரையெல்லாமோ மனசுக்குள் அசைத்துப்போட்டிருப்பதாகத் தோன்றியது. அன்சாரி உண்மையிலேயே தூங்குகிறானாயென கிருஷ்ணன் முகத்தைக் கிட்டே கொண்டுவந்து பார்த்தபோது அவன் குறட்டைவிட்டுத் தூங்கினான். சிலங்கா ஹால் திறக்கப்பட்ட முதல்மாதம் அன்சாரிக்குக் கணக்கிட்டபோது ஏழாயிரம் ரூபாயும் இரண்டாம் மாதம் ஆறாயிரம் ரூபாயும் மூன்றாம் மாதம் பதினொண்ணாயிரம் ரூபாயும் வந்தபோது சிலங்காவுக்குக் கொஞ்சம் மன நெருக்கடியாகிப் போனது. ஹால் புக்கிங் நம்பர்களில் ஒன்றாக அன்சாரியின் தொலைபேசி எண்ணும் இருந்தது. அவன் பகலில் ஏகதேசம் திருவாழிக் கட்டிடத்தைச் சுற்றித்தான் வருகிறான். சிலங்காவின் ஹால் வேலைகளை மேற்பார்வை இடுவது, மோட்டர் போட்டுத் தொட்டியில் தண்ணீர் சரியாக நிறைத்து வைப்பதென நன்கு வேலை செய்கிறான். ஒன்றிரண்டு கல்யாண வரவேற்பு நிகழ்வுகள் தன் ஏற்பாட்டில் வந்திருந்ததும் கூட

அன்சாரிக்கு இப்போது நல்ல தோதாக இருக்கின்றது. அவனுக்கு மேலாளர் என்கிற அழைப்புச் சொல் கிடைத்திருப்பதும் கூடுதல் சந்தோசங்களாக இருந்தன. கடந்த வாரம் வந்திருந்த சிலங்காவின் உறவினர் அன்சாரியைப் பற்றி விசாரித்துச் சம்பள விபரங்களைக் கேட்டு நிமிர்ந்து பார்த்த அவருக்குப் பொறுமையிழப்பாகிவிட்டது. உறவினர் பையன் ஒருவன் இருப்பதாகவும் மாதம் நாலாயிரம் சம்பளம் கொடுத்தால் போதுமானது, காலையிலிருந்து இரவுவரை இங்கேயே பழிக்கிடையாய் கிடப்பான் என்றும் சொல்லிச் சென்றார். இதற்கிடையில் வயநாட்டில் அரசு வேலைத் தொடர்பாக இடம் மாறிச் செல்லும் ஒரு குடும்பத்திற்கு அவர்களின் பொருட்களையெல்லாம் ஏற்றிக்கொண்டு நம்பிக்கையான ஒருவர் அதனோடு போக வேண்டியிருப்பதால் அதன் வழித்துணையாக அன்சாரிக்கு மூன்றுநாட்கள் தேவைப் பட்டது. சிலங்காவிடம் சொல்லிவிட்டுப் புறப்பட்டுப் போய் நான்கு நாட்களுக்குப் பிறகு அவன் அங்கிருந்து வந்தபோது சிலங்கா அன்சாரியிடம் ஒரு புதிய விசயத்தைப் பேசினான். "சதவீதக் கணக்கை நிறைவுசெய்துவிட்டு மாதம் ஒரு தொகையை சம்பளமாகத் தருகிறேன். சில மாசம் நல்லா போகும், சிலமாசம் போகாது. மாசச் சம்பளம்னா உனக்கு நிலையா இருக்கும்லா..."

சிலங்கா அன்சாரியின் மீதான கருணை வடிவமாகப் பேசினாலும் அதைப் புரிந்துகொண்ட அன்சாரி கேட்டான், "மாசச் சம்பளம்னா எவ்வளவு தருவியோ..?"

"ஒரு நாலாயிரம்..."

அன்சாரிக்கு நிறைய யோசனைகள் வந்துபோனது. அவன் மீண்டும் யோசித்தபடியே, "இது நான் எடுத்த முடிவு இல்லே... திருவாழி சார்தான் உங்கள்ட்ட சொன்னது. நீங்களும் ஒத்துக்கிட்டியோ... எனக்கு நீங்க சம்பளமே தராட்டாலும் பிரச்சனை இல்லே... எதுனாலும் திருவாழி சார்ட்ட பேசிட்டு அவரு என்ன சொல்லாரோ அதுபோல முடிவு செய்ங்க," என்ற அன்சாரி ஹாலிலிருந்து கீழே இறங்கி வந்தான். அவனுக்கு மனசுக்கு என்னமோ போல இருந்தது. கிருஷ்ணன் கடைக்குப் பின்னால் வந்தவனின் முகவாட்டத்தைப் பார்த்துக்கொண்டே என்ன என்பதுபோல வந்த கிருஷ்ணனிடம் விசயத்தை அன்சாரி சொன்னபோது, சிலங்காவின் ஆசை கூடியிருப்பதாக அவர் சொன்னார். அன்சாரிக்கு நாலாயிரமோ இரண்டாயிரமோ பெறுவதில் ஒன்றும் பெரிய பிரச்சினையில்லை. அது மேலும் ஒரு சிறப்பான வருமானம்தான். ஆனால் சிலங்காவின் திடீர்க் கணக்கீடு தன்னை அவமதிப்பதாகத் தோன்றியது. கிருஷ்ணன்தான், "நீ எதுவும் பேசாதே, எப்போதும் போல இரு... அவனுக்கு

வேண்டுமானால் திருவாழியிடம் பேசட்டும்" என்றார். அன்சாரி அதை அனாயாசமாகக் கடந்து போனான். திருவாழிக்கட்டிடத்தில் மேலும் இரண்டு மாற்றங்கள் நிகழ்ந்தன. வேலுமயில் கடைசியில் நேரடியாக ராஜபாளையம் போய் திருவாழியைப் பார்த்து மூன்றாம்எண் கடையை முடிவுக்குக் கொண்டுவந்துவிட்டு அவன் ஒரு ஏடிஎம்மில் வாட்ச்மேன் வேலைக்குச் சேர்ந்துவிட்டான். திருவாழி அவனுக்கு பேண்ட்மேள இசைக் கருவிகளை விற்பனை செய்துகொள்ளவோ அல்லது அதே நிலையில் கடையை மாற்றிக் கொடுக்கவோ இரண்டுமாத அவகாசம் கொடுத்திருந்தார். வேலுமயில் கடையை விட்டதும் அதனைக் கைப்பற்றலாமென காத்திருந்த பிலிப்புக்கு இந்த அவகாசம் இடங்கேறானது. அவன் மெடிக்கல்ஷாப் திறக்கலாமென ஆயத்த வேலைகளை நம்பிச் செய்திருந்த நிலையில் இந்தக் காலதாமதமும் இரண்டுமாதங்கள் காத்திருந்தால் கடை உறுதியாகக் கிடைக்குமா என்கிற உத்தரவாதமின்மையும் அவனை எரிச்சல்படுத்தியிருந்தன. சிந்துவுக்கும் அவனுக்குமான கல்யாணத்துக்கு ஆறுமாதகால அவகாசம் எடுத்துக் கொள்ளலாமென அவளின் குடும்பத்தினர் பேசி அதற்குள் பிலிப் ஒரு கௌரவமான வேலையில் தன்னை ஈடுபடுத்திக்கொள்வதுதான் சரியானது என்கிற விசயத்தின் அடிப்படையில் போடப்பட்ட மெடிக்கல்ஷாப் திட்டம் வேலுமயிலின் நேரடி இராஜபாளையப் பயணத்தால் சிதைந்திருக்கிறது. மெயின்ரோட்டில் ஒரு கடை எடுப்பதாக இருந்தால் பலமடங்கு முன்பணமும் வாடகையும் கொடுக்க வேண்டியது வரும். ஏற்கெனவே அங்கு இந்த வகையான மேலும் சில கடைகள் இருப்பதால் அது வியாபாரத்துக்கு உகந்ததாக இருக்காது. திருவாழிக் கட்டிடத்தின் மூன்றாம்எண் கடை அசாத்திய நம்பிக்கையாக பிலிப்புக்கு இருந்தது. அன்சாரியோடு கடந்த வாரம் பேசியபோது அவன் அருகில் நின்றிருந்த கிருஷ்ணன் லேசாகச் சிரித்தபடி 'ஐந்தாம்எண் கடை சும்மாதானே கிடக்கு' என்றதும் பதில் பேசாமல் வரும்படியாகிவிட்டது. பிலிப் வீட்டோடு வீட்டடி மனை விற்றவகையில் வியாபாரத்துக்காக ஒதுக்கிவைத்திருக்கும் ஏழு லட்சம் ரூபாய்ப் போக வங்கியிலுள்ள பணத்திற்கான மாத வட்டித்தொகை கொஞ்சம் வருகிறது. அவன் பணத்தைப் பத்திரப்படுத்தியிருந்தான். ஆனாலும் ஒரு வேலையானது வருமானம் கடந்து இப்போது ஒரு தலையாயத் தேவையாக தனக்கு முன்னால் ரூபம் கொண்டிருப்பதை அவன் உணர்ந்திருக்கிறான். எல்லாம் சட்டென மாறுகிறது. கடந்த ஐந்துநாட்களுக்கு முன்னால் அண்ணாச்சிக் கடையிலுள்ள சுப்ரமணியின் அம்மா ஊரில் இறந்துபோன செய்தி வந்த மறுநிமிடம் அய்யோ எம்மாவென கத்தியபடி துணிமணி எதையும் எடுக்காமல் அப்படியே

அடித்துப்பிடித்து ஓடிப் போனவன் இன்னும் ஊர் திரும்பவில்லை. இரண்டு நாட்களாக அண்ணாச்சிக்கடை மதியம் இரண்டிலிருந்து நாலுவரை பூட்டப்பட்டிருந்தது. மூன்றுநான்கு நாட்களில் சுப்ரமணி வந்துவிடுவானென நம்பியிருந்த அண்ணாச்சிக்கு ஒரு வாரத்துக்குப் பிறகுதான் அவன் வரமாட்டான் என்ற செய்தி கிடைத்தது; ரொம்பவும் அதிர்வாகத்தான் இருந்தது. சுப்ரமணி கடைக்கு வந்து எட்டு மாதங்களாகிவிட்டன. இப்போதுதான் அவன் நன்கு கைதேர்ந்து வந்தான், இந்த நேரத்தில் இப்படியாகி இருக்கிறது. அண்ணாச்சி உச்சபட்சமான எரிச்சலில் சுனிலை இரண்டு அறுப்பு அறுத்துவிட்டு, "இந்த தாயளிங்க பார்பர்ஷாப் இங்குன வந்தால இருந்து பிடிச்சக் கேடு ஒண்ணும் உருப்பட மாட்டேங்கு..." பொன்ராஜ் வழக்கம்போலச் சிரித்தான். அவனுக்கு ஏற்கெனவே சுனிலின் கடை தண்ணி தெளிப்பு மூலமாக ஒரு ஆசுவாசமும் இப்போது சுப்ரமணியின் அம்மா இறந்ததின் மூலமாக மற்றொரு ஆசுவாசமும் கைகூடியிருக்கின்றன.

திருவாழிக் கட்டிடத்தின் சிலங்கா ஹாலால் கிருஷ்ணனின் வியாபாரம் அவ்வப்போது மழைபோல வழக்கத்திலில்லாத திடீர் வரவுகளாகப் பெருகியிருந்தது. நிகழ்வுகளுக்கு வருகிறவர்கள் திடீரெனக் கும்பலாக வந்து டீக் குடித்தனர். பூப்புனித நீராட்டு விழா, மறுவீடு, சாதாரணக் கல்யாண வரவேற்புகள் என நடந்தன. எஸ்ஆர் நகரில் புதுவீடு கட்டிக் குடியேறிய ஒருவன் மதியச் சாப்பாட்டுக்காக சிலங்கா ஹாலை புக் பண்ணியது வினோதமாக இருந்தது. ஒருமுறை அனைத்து வியாபாரிகள் சங்க ஆண்டு விழாக் கூட்டம் இங்குதான் நடைபெற்றது. கூட்டத்தில் கலந்த முந்நூறு பேருக்கும் காலை டிபன் ஆர்டர் கிருஷ்ணனுக்கும் கிடைத்தது. நாலைந்து பேரிடம் அதனைப் பிரித்துக் கொடுத்து வாங்கிச் சமாளித்தார். "எவன் எங்க உழுந்தாலும் கிருஷ்ணனுக்கு வரவுதான்" என பேபிகுட்டி சொன்னபோது வேதமாணிக்கம் விடாமல் சிரித்துக்கொண்டிருந்தார். சிலங்கா நாலாவது மாசமும் அன்சாரிக்குச் சம்பளமாக இல்லாமல் கணக்கீட்டுப்படிதான் பணத்தைக் கொடுத்தான். முகத்தில் பழையது போல சிலங்காவுக்குப் பொலிவில்லை.

"அவன் பொலிவக் கொண்டு மயிருல கெட்டியடி . . . ஒம்பாட்டுக்கு துட்ட வாண்டிட்டு போயிட்டே இரு . . . ஒசு மண்ணாங்கட்டி ஒண்ணுமில்லலா . . . வேலை செய்யத்தானே செய்யே . . . நாலு மாசத்துலேயே போட்ட முதலுக்கு இரட்டி எடுத்தாச்சி..." கிருஷ்ணன் அனாயாசமாகப் புலம்பித் தள்ளினார்.

பேக்கரி பண்டங்களைக் கடைகளுக்கு விற்பனை செய்யும் சத்தார் சுல்தான் என்று ஒருவர் கிருஷ்ணன் கடைக்கு

எப்பவாவது கப் கேக் போட வருவார். ஆள் அரவம் குறைந்த மதியம் மூன்று மணிவாக்கிலேயே அவரின் வருகை அமையும். இன்று அவர் வந்தபோது வேலுமயில் பற்றி கிருஷ்ணனிடம் ரொம்பவும் கரிசனமாகக் கேட்டபோது, பொளப்பத்து பூட்டிட்டுப் போயிட்டான் என்றார். வேலுமயிலின் போன் நம்பர் கிடைக்குமா என சத்தார் கேட்டபோது அவர் அன்சாரியைக் கூப்பிட்டுவிட்டார். சிலங்கா ஹாலின் மேலிருந்து சத்தார் சுல்தானை நோக்கி அன்சாரி வரும்போதே எங்கேயோ ரொம்பவும் பார்த்துப் பழகிய முகம்போல பளிச்செனத் தெரிந்தது. வியப்பாகப் பார்த்துக்கொண்டே வேலுமயிலின் தொலைபேசி எண்ணைக் கொடுத்தபடி, “உங்கள எங்கயோ பாத்திருக்கேனே” என்றபோது சத்தார் சுல்தான் லேசாகச் சிரித்தபடி நின்றார். அந்தப் புன்னகை இன்னும் நெருக்கமாகக் காட்டியது. அன்சாரி மலைப்பாகப் பார்த்தான். எங்கேயோ நல்ல கிட்டே இருந்து ரசித்த முகம். அவர் கேக் பெட்டியைத் தூக்கி எம்எய்ட்டியில் வைத்துக் கிளம்பப் போனார். அன்சாரி ஆனந்தமாய்க் கத்தினான், “காக்கா, நீங்க பாடகர் சத்தார்தானே..?”

சத்தார் சிரித்தார். ‘உலகத்தில் நான் உன்னருளை உவந்திடத்தான் பாடுகிறேன்’ என்கிற நாகூர் அனிபாவின் பாடலைப் புன்னகையோடு பாடும் அதே சிரிப்பு. ‘காணாப் பேரொளியே கல்புக்குள் நிறைந்தவனே’யென ஒரு சாலும் போட்டு தலையில் தொப்பி போட்டு சத்தார் அந்த தர்ஹாவில் பாடிய இசைக்கச்சேரி அப்படியே அன்சாரியின் கண்களில் துலங்கியது... முண்டியடித்து ஏழெட்டு வருடங்களுக்கு முன்னால் சத்தாரின் பாடல்களுக்கு முன்வரிசையிலிருந்த அன்சாரியின் பால்யமுகம் அவருக்குத் தெரியாவிட்டாலும் சத்தாரின் முகம் அப்படியே அவனின் மனத்தில் பதிந்துகிடக்கிறது. திடீரென மலைப்பு மாறி சத்தாரின் பேக்கரிப்பண்டப் பெட்டியும் அழுக்கேறிய எம்எய்ட்டியும் அந்தக் கோலமும் ஆச்சரியத்தையும் வருத்தத்தையும் தந்தன. எவ்வளவு பெரிய பாடகன் எங்கேயோ பிரமாண்டமாக இருப்பாரென்று பார்த்தால் ஒரு அட்டைப் பெட்டியைக் கட்டிக் கொண்டு இப்படி சுற்றுகிறாரே! அன்சாரியின் வியப்பு சத்தாருக்குப் புரிந்துவிட்டதுபோல அவரின் முகமிருந்தது.

“என்ன தம்பி அப்படி பாக்கியோ... என்னை எங்கேயோ ரொம்ப ரசிச்சிருப்பிங்கே போல இருக்கே...”

“ஆமா காக்கா... எத்தன கச்சேரியிலே... திட்டுவிளையிலே உங்க கச்சேரிக்கு நாங்க ஏழெட்டுப் பேரா ஆட்டோ புடிச்சி வந்தோம்... மறக்க முடியுமா... எங்கள் ஸலாம் நபியே எங்கள் ஸலாம்னு... உங்க குரலை மறக்க முடியாது காக்கா...”

கிருஷ்ணனும் வியப்பாகப் பார்த்துக்கொண்டிருந்தார். அன்சாரி டீ சொல்லிக்கொண்டு அவரை அன்பொழுக அழைத்தபோது மறுக்காமல் சிமெண்டு பெஞ்சுக்கு வந்த சத்தார் கொஞ்ச நேரம் பேசிக்கொண்டிருந்தார். கிருஷ்ணனுக்கு சத்தாரின் புதிய முகம் ஆச்சரியமாயிருந்தது. "உங்க புதிய முகம் எனக்கு இப்போதுதான் தெரியுது" என்றபோது சத்தார், "இல்ல... இது பழைய முகம்தான்" என்றார் சிரித்தபடி.

"இப்போ கச்சேரியெல்லாம் போறது இல்லியா..?"

"இப்போ ரொம்ப வருசமா கச்சேரியே இல்லே... ஊர் ஊருக்கு இந்த வஹாபியோ தலையெடுத்த பொறவு கச்சேரியெல்லாம் ஹராம்ன்னு சொல்லி ஒதுக்கிப் போட்டானுவோ... முன்னெல்லாம் மாசத்துல பத்து புரோகிராம் வரும். பிள்ளையோ எல்லாம் நல்ல ராகத்தா வளந்துவோ ... இப்போ ரொம்ப கஷ்டம் தங்கம்... அதான் கடைகடையா கேக்கு போடுதேன்..."

அன்சாரிக்குப் பதில் பேச வரவில்லை... அவன் கொஞ்ச நேரம் மௌனமாக இருந்துவிட்டுக் கேட்டான், "அப்போ இப்போ சுத்தமாவே கச்சேரி கிடையாதா..?"

"கிடையாது வாப்பா ... அவனுவளுக்க பொறத்தால நடக்கணும். இதுமாதிரியாபட்ட விசயங்கள்ல சமூகத்துக்கு இரக்கமும் இல்லே... இதயமும் இல்லே..."

சத்தார் சுல்தான் அமைதியாக டீ குடித்துவிட்டு விடைபெறும்போது அன்சாரியிடம் சொன்னார், "நான் இப்போ ஏடிஎம்கேயில போயிச் சேந்துட்டேன்... அதுல மாசதுக்கு ஒரு இரண்டு மூணு புரோகிராம் தருவாங்க... மீட்டிங் முன்னால நாலஞ்சி பாட்டு பாடுவேன். நாலாயிரம் ஐயாயிரம் கிடைக்கும், ஆளுவளப் பொறுத்து! சில நேரம் ஒண்ணும் கிடைக்காது ... முன்னாடி அல்லாஹ்வ பத்தியும் நாயகத்தப் பத்தியும் பாடுனேன் இப்போ அம்மாவ பத்தியும் கழகத்தப் பத்தியும் பாடுதேன்... பொழைக்கணுமில்லியா?"

"ஏடிஎம்கேக்குப் பதிலா நீங்க டிஎம்கேயில சேந்திருக்கலாமே காக்கா..."

"ஏற்கனே அங்க நம்மாளுங்க கொஞ்சம் பேரு பொழப்ப ஓட்டுறாங்க ... நாமளும் அங்கேயே போனா ... அதான் நல்லா யோசிச்சிட்டுதான் ஏடிஎம்கேயில போனேன் ... நாம வாழணுந்தான். அதுக்காண்டி இன்னொருத்தரு தலையில மண்ணள்ளிப் போடப் புடாதுல்லியா தங்கம்... இப்போ மெயின் பொழப்பா பன்னு வியாபாரந்தான் ஓடுது..."

பரிதாபமாகக் கேட்டுக்கொண்டிருந்த கிருஷ்ணனும் சொன்னார், "ஒரு கலைஞன ஒரு சமூகம் இவ்வளவு தூரம் துரத்துமாடே.... சே..." சத்தாரை இவ்வளவு நாட்களும் தெரியாமலிருந்த கிருஷ்ணன் அவர் மீது மதிப்பை ஏற்றிவைத்துக் கொண்டார். வாசலில் வந்து கொஞ்ச நேரம் அமைதியாக இருந்த அன்சாரி, "வேலுமயில் நம்பர எதுக்கு கேட்கியோ.. ?" என்றபோது, "பேண்டுமேள செட்டுக்கு ஆளிருந்தா சொல்லுங்கன்னு சொல்லியிருந்தான்... முந்தா நேத்து உவரி போயிருந்தேன். அங்க குலசேகரப்பட்டணம் பக்கத்துல ஒரு தசரா குழு பழைய மேளம் வாங்கலாம்ன்னு சொன்னானுவ... அதான் அவனுக்குத் தகவல் சொன்னா அவனுவ வந்து பார்த்து என்னமும் நல்லது நடந்து வாழ்ந்தா வாழ்ந்துட்டுப் போறான். நம்மால முடிஞ்ச நல்லதையும் செய்யணும்லா தங்கம்..." சத்தார் சுல்தான் மேலும் கொஞ்ச நேரம் திருவாழிக் கட்டிடத்தின் முன்பாக நின்று பேசிவிட்டு மெல்ல புறப்பட்டுப் போனார்.

அன்சாரிக்கு என்னடா இது மயிரப்புடுங்குன உலகம் என்பதுபோல இருந்தது. சத்தார் அந்த தர்ஹா மணலில் அமர்ந்து நபிகள் நாயகத்தை ஹதீஜா மணாளனே... என உச்சக் குரலில் நிலவொளியில் பாடிக்கொண்டே நடந்து தேம்புவது அவன் கண்ணில் தெரிந்தது. பாடிக் கதறும் சத்தார் சுல்தானின் கண்ணீர்த் துளிகள் மணலில் விழுந்து பெருகுகிறது. அன்சாரிக்கு நெஞ்சம் கனத்துப் போனது. நாலாம்எண் கடை வாசலில் சிந்து ஒரு நாயகியைப் போல நிற்கிறாள். அவளோடு போய்க் கொஞ்ச நேரம் பேசலாமென நினைத்துக்கொண்டபோதே அவள் சைகை மூலமாக அன்சாரியைக் கூப்பிட்டாள். நாம் நினைப்பது இவளுக்குச் சரியாகத் தெரிகிறது, மனசில் ஏதேனும் ஓட்டை கிடக்கிறதாவென அவன் நெஞ்சைத் தட்டிப் பார்த்துக் கொண்டு கடையில் நுழைந்து பேசத் தொடங்கியபோதே நல்ல வேடனைப்போல பைக்கில் மகேசனன் வந்து நின்றான். சிந்துவின் முகம் அஷ்டகோணலாக மாறியது. அவள் ஒன்றிரண்டு வார்த்தைகள்கூட அன்சாரியிடம் பேசியிருக்கவில்லை. வந்து நிற்கிறான். கடைசியாக கோர்ட்டிலிருந்து இறங்கிப்போனவனை இனி வாழ்வில் ஒருபோதும் சந்தித்துவிடக்கூடாதென எண்ணத்தைப் பிரார்த்தனையாக்கியவளின் முன்பு வந்து நிற்கிறான். மகேசனன் அன்சாரியைப் பெயர்சொல்லிக் கூப்பிட்டான். அன்சாரிக்கு அவனை லேசாகப் புரிகிறது. சிந்து வேகமாக உள்ளே போய்விட எழுந்து வந்த அன்சாரியிடம் சிலங்கா ஹாலை ஏற்பாடு செய்ய வந்திருப்பதாகச் சொன்னான். அவன் கேட்ட தேதி சும்மாதான் இருந்தது; ஆனாலும் அன்சாரி சிலங்காவிடம் போனில் கேட்டுவிட்டு ஹாலை முன்பதிவு செய்து

முன்பணம் பெற்று ரசீது கொடுத்தான். அவன் போன அரைமணி நேரத்தில் மீண்டும் அன்சாரியைக் கூப்பிட்டு சிந்து என்ன என்று கேட்டபோது,"அடுத்தவாரம் மகேசனனுக்குக் கல்யாணமாம்... இங்குதான் வரவேற்பு நிகழ்ச்சி வைக்கப் போகிறானாம்.. ஹால் புக் பண்ணியிருக்கிறான்." என்றான்.

"கல்யாணம் என்று அவனே சொன்னானா..?"

"ஆமா ... அப்படித்தான் சொன்னான்... குமாரகோயிலில் கல்யாணமும் மாலையில் இங்கு வரவேற்பும் விருந்துமாம்..."

"பொண்ணு யாராம்..?"

"தெரியலே... அத நான் கேட்க முடியாதுல்லா..."

நீண்ட நேரம் அந்தக் கண்ணாடிக் கதவில் சாய்ந்தபடி நின்றிருந்த சிந்து தேதி என்னைக்கு என்று மறுபடியும் கேட்டபோது அன்சாரி தேதியைச் சொன்னான். சிந்து போனில் பிலிப்பிடம் பேசியபடி அந்தத் தேதியைச் சொல்லி நாம் மீண்டும் தேக்கடியில் இரண்டுமூன்று நாட்கள் செலவிடலாம் என்றாள். அவள் குரல் உருகி விழுந்துடைந்தது. அன்சாரி மெல்ல எழுந்து வெளியே வந்தான். திருவாழிக் கட்டிடத்தின் மேலே கருமேகம் சூழ்ந்து லேசாக இருண்டிருந்தது.

23

“ஒரு கடை, வியாபாரத்துக்கு அமைந்து கிடைப்பது அவ்வளவு சுலபமான விசயமல்ல, அதில் நிறைய வாய்ப்பினைகள் அமையவேண்டும். சுற்றுப்பாடுகளில் ஏதேனும் சுணக்கம் நிகழ்ந்தாலும் அது ஒரு வியாபாரக் கடையை மெல்ல மெல்லப் பாதித்து இல்லாமலாக்கிவிடும். ஒருவிசயம் நாம் கணித்திராத இன்னொன்றின் பொருட்டு இயங்கி வரும் என்பதை அனுபவம் வாய்ந்த அந்தந்த காலங்களே தீர்மானிக்கும். எனக்கு இந்த மூன்றாம்எண் கடை பிடித்திருக்கிறது. வேலுமயில் வைத்திருந்த தன்மை குலையாமல் நான் இதை இப்படியே சில மாறுதல்களோடு நீடித்துக் கொள்ளலாமென யோசிக்கிறேன்” என சத்தார் சுல்தான் அழைத்துக்கொண்டுவந்த பவுலின் மூன்றாம்எண் கடையை உள்ளே நன்கு லயிப்பாகப் பார்த்துக் கவனித்துவிட்டு வெளியே வந்து பேசினார். ஆசை ஆசையாக ஒரு யுகத்துக்கு தூக்கிச் சுமந்து வாசித்து மகிழ்ந்த இரத்த நாளங்களைவிடவும் அணுக்கமான அந்த இசைக்கருவிகளையெல்லாம் விற்றுத்தள்ளி விட்டுப் போவதை விட அந்தக்கடை அவ்வாறே அதன் சுவடில் தொடரப்போகும் பவுலினின் யோசனை வேலுமயிலுக்கு ரொம்பவும் மகிழ்வாக இருந்தது. சத்தார் சுல்தான் இந்த விசயத்தை வேலுமயில் சார்பாக அன்சாரியிடம் பேசியபோது அவர் மீதான அதீத மதிப்பில் அவர் விருப்பப்படிக் செய்துதருவதாகச் சொல்லி திருவாழியோடு அன்சாரி பேச அவரும் ஒப்புக் கொண்டார்.

வேலுமயில் கடையைக் கைவிட்ட நிலையில் கிட்டத்தட்ட மூன்று மாதங்களுக்குப் பிறகு பவுலின் இசைக்கூடம் திருவாழிக் கட்டிடத்தின் மூன்றாம்எண் கடையில் உருவானது. பவுலினின் மனைவியும் இசையோடு தொடர்புடைய நயமிக்கவராக இருந்ததால் மூன்றாம் எண் கடையை மிக அலங்காரமாக மாற்றிக் கலைநேர்த்தியோடு புனரமைத்தார். திருவாழிக் கட்டிடத்தின் வரலாற்றில் மூன்றாம்எண் கடையின் புதிய அவதாரம் யாரும் எதிர்பாராத வண்ணமாக அந்த இடத்தின் முந்தைய சாயலையே தகர்த்தெறிந்திருந்தது. கிருஷ்ணன், பவுலின் இசைக் கூடத்தை நன்கு ரசித்தபடியே அன்சாரியிடம் சொன்னார்,

"வெளங்காத தாயளி வேலுமயிலு ஒரு அணஞ்சவிளக்குப் போல கடைய வச்சிருந்தான். ஆம்புளப்புள்ளே... எங்கன இருந்தோ வந்து எப்படி மினுக்கிருக்கான் பாரு... பொழைக்கப்புள்ளைக்கு பிச்சிப்பூ நஞ்சாடே... ஒருமாதிரி பாக்கக்கே கண்ணப் பறிக்குது... அஞ்சாறு சின்னப் புள்ளைங்க பாடல் படிக்க வருதுவோ... முசுவெட்ட பிடிச்ச வேலுமயிலுக்கே பழைய கடைக்க முகத்தையே மாத்திட்டான்." உண்மைதான், இசைக்கருவிகள் சரிப்படுத்தும் பணியையும் அது தொடர்பான சில விற்பனைகளையும் பவுலின் அதிலேயே ஏற்பாடு செய்திருந்தார். சர்ச்சில் பாடுகிற பிள்ளைகள் பையன்களென ஒரு புதிய கூட்டம் வருவதும் போவதுமாக அற்புதமாக இருந்தது. பவுலின் பேண்டு மேளம் ஆர்டர்களையும் விடவில்லை. அவற்றின் ஒப்பந்தங்களை ஏற்றுக்கொண்டு வேலுமயிலையும் இன்னும் சில புதியவர்களையும் கொண்டு வந்து பிரம்மாதமாக நடத்தினான். மாலை நேரங்களில் மூன்றாம்எண் கடையிலிருந்து வியாபிக்கும் இசையின் மென்மையில் ஏரியாவுக்கு ஒரு புதிய மயக்கம் உருவாகியிருந்தது. பவுலினுக்கு ஐந்தாம்எண் கடையையும் எடுத்து ஒரு ரிக்கார்டிங் தியேட்டர் போல அமைக்கலாமென எண்ணமிருந்தது. அதுபற்றி சத்தார் சுல்தான் வந்து அன்சாரியிடம் பேசியபோது அவன் எல்லாம் வரிசையாக ஒப்புவித்தபோது அந்தப் பேச்சு அதோடு நின்று போனது.

இரண்டு மாதங்களில் எப்படியும் வேலுமயிலின் மூன்றாம்எண் கடை ஒழியுமென நம்பிக்கையோடு காத்திருந்த பிலிப்புக்கும் சிந்துவுக்கும் பவுலினின் இசைக் கூடம் ரொம்பவும் ஏமாற்றத்தை ஏற்படுத்தியிருந்தது. அன்சாரி எப்படியாவது வேலுமயில் மாறிய பிறகு சிந்துவுக்காக மூன்றாம்எண் கடையை திருவாழியிடம் பேசி பிலிப்புக்கு வாங்கிக் கொடுக்கலாமென நினைத்திருந்தாலும் சத்தார் சுல்தானோடு வந்த பவுலினின் அணுகுமுறை எல்லா வற்றையும் ஒரே புரட்டாகப் புரட்டிப் போட்டுவிட்டது. ஒன்றின்

அருமைமீது நாம் எவ்வாறான பார்வையுடையவர்களாக இருக்கிறோம் என்பதை கடந்தமாதம் ஊருக்கு வந்தபோது மூன்றாம் எண் கடையின் விசயங்களை முன்வைத்து அதன் மகோன்னதங்களை திருவாழி பேசினார். அந்தப் பேச்சினிடையே அவர் சொன்னவை முக்கியமான பேச்சாக இருந்தது. மனோகரன் வாத்தியார், "சார் இந்த மூணாநம்பர் கடையில என்ன கடையெல்லாம் நடந்திருக்கு?" என்று கேட்டார்.

"காய்கறிக்கடை, மீன்கடை, இறைச்சிக்கடை,கேசட் கடை, கடவாபெட்டின்னு ஒருத்தன் ஒரு ஆக்கர் கடையும் ஒருவருசம்போல நடத்துனான். எல்லா எழவுக்கடையும் அதுல நடந்திருக்கு. இப்போ இந்த இசைக்கூடம்தான் நான் எதிர்பாக்காதது. ஆனா மனசுக்கு ரொம்ப திருப்தியா இருக்கு. . . சாயங்காலம் மேலே பத்மநாபன் மனைவரைக்கும் நடந்துட்டு திரும்ப இங்கன அப்படியே நடந்து வரும்போது புள்ளையளுக்கே பாட்டுச் சத்தம் காதுல தேன் பாய்ஞ்சமாதிரியே இருந்திச்சி..."

பேபிகுட்டி மூன்றாவது ரவுண்டை இழுத்துவிட்டு, "பேசாம எல்லாக் கடையையும் இசைக்கூடமா ஆக்கி விட்டுருங்க சார்" என்று பெரும் சப்தங்களோடு சிரித்தபோது...

"இசைதான் உலகம்ன்னு எம் பொண்டாட்டி சொல்லுவா... நான் வேலை சோலின்னு ஊர் ஊரா போனேன். புள்ளையோ ரெண்டுபேரும் ஹாஸ்டல்ல நின்னு படிச்சானுவோ... அவ இந்த எல்லா தனிமையையும் இசையால கடந்துபோயிப் போயி உங்க சங்காத்தமே வேணாம்டான்னு பாக்கியாட்டி நேரமே போய்ச் சேந்துட்டா... ஓய் பேபிகுட்டி இந்த உலகத்துல ஒரு மயிரும் நம்ம இஷ்டத்துக்குப் புடுங்க முடியாது..." என்றார் திருவாழி. அந்தக் குடி இரவு இசைபற்றிய பேச்சால் மேலும் மேலும் விரிவடைந்து போனது. நிறைய பாடல்கள் முணுமுணுக்கப்பட்டு நிறைவு கொண்டது.

பிலிப் மெடிக்கல்ஷாப் திட்டத்தைக் கைவிட்டுவிட்டுப் புதிய வியாபாரச் சிந்தனைகளில் ஈடுபட்டிருந்தான். அவன் வாழ்வு அவனுக்கே ஒரு மாயம்போல இருக்கிறது. தடயங்கள் இல்லாத ஒரு நீர்வழிப் பயணம்போல இன்னும் அவனுக்கு எதுவும் புலப்படவில்லை. திடீரென வானத்தைப் பொத்துக்கொண்டு விழுந்தவளைப்போல சிந்து ஒரு வசந்தகாலத்தையும் கொண்டு இந்த வாழ்வில் வந்திருக்கிறாள். அவனுக்கு உயிர்த்தெழுந்ததைப் போல இருக்கிறது. பலவற்றையும் ஆலோசித்துக் குழம்பிக் கொண்டிருந்தபோது சிந்துவின் சகோதரன், அன்சாரி, பேபிகுட்டியென பலரும் பல ஐடியாக்கள் சொல்லிச் சொல்லிக் கடைசியில் இப்போது ஒரு பிடிமானத்துக்கு வந்திருக்கிறது.

யுனிவர்சல் காலனி, எஸ்ஆர் நகர் உள்ளிட்டுப் பூர்வீகமான ஊரின் பெரும்பகுதியில் எல்லாம் சேர்த்துப் பத்து மூவாயிரம் நாலாயிரம் வீடுகள் இருக்கின்றன. சிந்து குடியேறிய வீட்டினருகே பால்சுசேட்டியின் பக்கத்தில் ஒருவீடு காலியாக வாடகைக்குக் கிடக்கிறது. அதனை எடுத்து நல்ல தரமான மளிகைச்சாமான்களை பாக்கெட் போட்டு நேரடி விற்பனை என்கிற முறையில் முதலில் பத்துநூறு வீடுகளிலிருந்து தொடங்கலாமென்கிற ஆலோசனை முதன்மையாக வந்திருக்கிறது. அதன் சாதகபாதகங்கள் ஆராயப்பட்டு இது சீரான பிறகு வாய்ப்பாகக் கடை அமைந்தால் மெயின்ரோட்டில் கூட ஒரு சூப்பர் மார்க்கெட்போல தொடங்கி விரிவுபடுத்தலாம். இப்போது இந்த ஆரம்ப அமைப்பில் கொள்முதல் விற்பனையென நல்ல படித்தரமாக இருக்கும் என்கிற கருத்து பேசப்பட்ட போது பிலிப்புக்கு இரண்டு மனமாக இருந்தது. அவன் கடும் உழைப்பை விரும்பவில்லை. மளிகைச் சாமான், ஹோட்டல் வியாபாரம் போன்றவைகள் கடினமான உழைப்பு வகையிலுள்ளது. தான் வாழ்வில் போதுமான அளவைவிடக் கூடுதலான துயரங்களை முன்னமே அனுபவித்துவிட்டதால் மேலும் யோசிக்கிறான். பிலிப்பைப் பொறுத்தவரை இன்னும் தொழிலை முடிவாக்கவில்லையென்றாலும் குச்சானின் புண்ணியத்தால் திருவாழிக் கட்டிட ஏரியாவில் அவன் பலசரக்குக் கடை தொடங்கப் போகிறான் என்ற பேச்சை எவனோ அண்ணாச்சிக் காதுக்குக் கொண்டுபோய்விட்டான். அண்ணாச்சி தனது கடையின் நிலைகுறித்து வருந்திப் போயிருந்த நேரமது. ஏற்கெனவே சுப்ரமணிபோய் இந்த எட்டு மாதங்களில் கடைக்கு வேலைக்கு வந்த ஐந்து பேர்கள் ஒருவாரம், நாலுநாள், மூணுநாளென கடையைவிட்டு ஓடோடிப் போய்விட்டார்கள். மூன்று மாதங்களுக்கு முன்னால் ஏரலிலிருந்து வந்து சேர்ந்த கந்தன் வேலைக்கு வந்த அன்றே, சாயங்காலம்போல எனக்கு எங்க அம்மைய பாக்கணும் என்று அழுது கமறிவிட்டான். முழுமாடு மாதிரி வளர்ந்திருக்கும் கந்தன் அம்மாவைத் தேடி அழுத அழுகை பரிதாபமாக இருந்தது. அண்ணாச்சி மானங்கெட்ட கிழிகிழித்து பஸ்ஸுக்கு ரூவாயும் கொடுத்து “அப்படியே ஓடிடு படுவா . . . என் கண்ணுல இனி பட்டுராதே . . .” என்றபடி அவனைக் கல்லைக்கொண்டு அடிக்காத குறையாக அனுப்பி வைத்தார். அண்ணாச்சியின் அவஸ்தையும் வேதனையும் திருவாழிக் கட்டிட ஏரியாவில் பாட்டாகக் கிடந்தது. வியாபாரம் சுணங்கிவிட்டது. ரசாக் பண்டாரியின் ஒரு ஆர்டருக்குப் பொருள் சரியாகக் கொடுக்க முடியாமல் போனபோது அவர் மேலே பிச்சபெருமாள் அண்ணாச்சிக்கடைக்கு மாறியபோது அவர் சரியாகப் பிடித்துக்கொண்டார். வியாபாரம் கைவிட்டுப்

போய் விட்டால் உடனடியாகப் போர்க்கால அடிப்படையில் ஏதேனும் செய்து மீட்கவேண்டும். கொஞ்சம் தவறினாலும் குளம் உடைப்பு போலத்தான். உடைப்பு அப்புஅப்பாக அடந்து பெரும் உடைப்பாக மாறிவிடும். அண்ணாச்சிக் கடை நிலவரம் திடீரென ஒரு குளம் உடைப்புபோல ஆகிவிட்டிருந்தது. ஆபத்பாந்தவனாக எல்லாவற்றுக்கும் ஓடிவரும் தங்கவேல் அத்தானின் ஒரு கால் வாதக்கூறால் வலுவிழந்து கிடப்பதால் அவர் இப்போது படுக்கையிலாகிப் போனது மற்றொரு இழப்பாகிவிட்டது.

அகிலன் கடையிலிருந்த காலத்தில் வியாபாரம் உச்சத்திலிருந்தது. அண்ணாச்சி சில நேரங்களில் நினைப்பதுண்டு, அந்தச் சிறிய களவில்லாமல் அவன் நல்லவனாக இருந்திருந்தால் எவ்வளவு சிறப்பாக இருந்திருக்கும்? அவன் கடைக்கு வந்து சேர்ந்தபோதிலிருந்து பெருகிய வியாபாரம் அவன் போனபிறகு படிப்படியாகக் குறைந்து இப்போது ஒரு அடப்பு முடுக்கில் போய் மாட்டிக் கொண்டதைப்போல ஆகியிருக்கிறதே! யோசித்து யோசித்துத் தூக்கம் போனதுதான் மிச்சம். வீட்டிலும் எரிச்சலைக் கொட்டிக் கொட்டி இப்போது சண்டையும் கூட்டமுமாகக் கிடக்கிறது. தங்கவேல்அத்தான் கடந்த வாரம் போனில் சொன்னார், “எப்பா ராஜகுமாரு... அந்த இடத்துல உனக்கான அறுவடை முடிஞ்சி போச்சி. இனி இடம் மாறு... அங்கன இனி முன்னேற்றம் வராது...” என்றபோதே அண்ணாச்சி ரகசியமாக யாருமறியாமல் கடையைத் தேடிக்கொண்டிருக்கிறார். குடும்பத்தை ஊரில் கொண்டு விட்டுவிட்டு மறுபடியும் முதலிலிருந்து தொடங்கிப் பிடிக்க வேண்டுமென வைராக்கியம் உள்ளிருந்தது. அண்ணாச்சிக்கு இன்னும் நாகுவிடம் கட்ட வேண்டிய சீட்டுத் தொகை நாலுமாதத் தவணை பாக்கியிருக்கிறது. முன்பு கடையிலிருந்து தினசரி எடுத்துக் கொடுப்பது ஒரு பிரச்சினையில்லாமல் இருந்தது. இப்போது அப்படியல்ல, கடும் நெருக்கடியாகிறது. வியாபாரத்தில் நெருக்கடி வரும்போது அதனை எவனாவது ஒருவன் கண்டு கொண்டு இன்னொருவனுக்குச் சொல்லும்போது அதுபரவி எல்லோரும் நாசுக்காக வசூலுக்கு வந்துவிடுகின்றனர். ஆனால் மறுசுழற்சிக்காகப் பொருட்களைத் தருவதில்லை என்கிறபோது வியாபாரத்தின் நிலை பரிதாபமாகிவிடுகிறது. மெயின் ரோடு வளைவில் நல்ல வாக்காக ஒரு கடை கிடக்கிறது என்றும் நாலு லட்சங்கள் வரையிலும் முன்பணம் எதிர்பார்ப்பிருப்பதாகவும் தகவல் வந்தபோது அண்ணாச்சி ரகசியமாகப் பார்க்கப் போனார். எதிரில் சிலங்கா எடுப்பாக நடந்து வந்துகொண்டிருந்தான். அவன் எதுப்புக்குப் போகலாமாவென யோசித்தவர் சட்டென போகலாமென்று முடிவு செய்து நடந்தார்.

சிலங்கா காட்டில் நல்ல மழை விடாமல் பெய்து கொண்டிருந்தது. அன்சாரி தன் பாட்டுக்கு அவன் வேலையைச் செய்துகொண்டிருந்தான். கட்டை நெட்டையென்று எதுவும் சிலங்காவிடம் சொல்வதில்லை. தருகிறதை வாங்கிக் கொள்கிறான் என்றாலும் கணக்கீடு சரியாக இருக்கிறதா என்பதில் கருத்தாகவும் இருந்தான். பெரிய குழப்பமில்லையென்றாலும் சிலங்காவின் மனத்தில் ஒரு தடையிருந்ததைப் புரிந்துகொள்ள முடிந்தது. அதுவும் அவன் ஒரு பெரிய சொகுசு கார் வாங்கிய பிறகு அவனின் பெகுமானம் சமீபகாலமாக முன்னிலும் அதிகமாகியிருந்தது. ஒரு உகந்த நேரத்தில் திருவாழியிடம் சிலங்கா அன்சாரியைச் சம்பளக்காரனாக மாற்றும் யோசனையை முன் வைத்தபோது அவர் பளிச்சென முகத்துக்கு நேராகச் சொல்லிவிட்டார் “தம்பி . . . அவன் நாலு வருசத்துக்கு முன்னால புருனேயில நல்ல விசா வந்தும் நான் பாத்துக்கிடேம்ன்னு சொன்னத நம்பி எங்கிட்டயே கெடக்கவன் . . . சரியா . . . இப்போ என்ன இடையில திடீர்னு..? நல்லாதானே போவுது . . . அப்றம் எதுக்காண்டி குறுக்கச் சாடுதியோ . . . எனக்குந்தான் ஒப்பந்தத்த கிழிச்சி உட்டுட்டு நம்மோ நடத்தலாமான்னு யோசனை வருது . . . நான் செய்யலலா . . . ஒண்ணு சொல்லுதேன் . . . நமக்குக் கீழ உள்ளவனுக்க வருமானத்த கணக்குப் பாத்து என்ன முஞ் செஞ்சா அவன் கண்டிப்பா இடையில ஒரு தடிய வெட்டிப் போடுவான். ஆறு கணக்க அதுபாட்டுக்குப் போறத கெடுத்துப்புடாதியே...” சிலங்கா பிறகு அந்தப் பேச்சை அப்படியே விட்டுவிட்டான்.”

கிருஷ்ணனுக்கு முன்புபோல உடம்பு ஒத்துழைக்கவில்லை. கால்வலி சகித்துக்கொள்ள முடியாத அளவுக்குப் பெருகிப்பெருகி அதன் தளர்ச்சை அவரை ரொம்பவும் படுத்துகிறது. பலமுறைகளிலும் பொறுத்துப்பார்த்து நடுவில் வேறு வழியில்லாமல் மருத்துவமனைக்குப் போனபோது மருத்துவர் பூர்வாங்கமான சில பரிசோதனைகளைச் செய்துபார்த்துவிட்டு ஒரு மாதமாவது முழு ஓய்வு தேவையென சொன்னார். அது ஆடி மாதம், வியாபாரம் மோசமாகத்தான் இருக்கும் என்பதைக் கணக்கிட்டு ஒருமாத காலத்துக்குக் கடையை முழுப்பொறுப்பாக ஆறுமுகத்திடம் ஒப்படைத்தார்.

காலம்தான் எவ்வளவு விசித்திரங்களைக் கொண்டிருக்கிறது? ஆறுமுகத்திடம் வேதமாணிக்கம், “டிபன் போடவேண்டாம், பேசாம டீயும் வடை வகைகள் மட்டும் போட்டா போதும்” என்றபோது அவன் ஆமோதித்துக் கொண்டு அவ்வாறாகவே நடந்தது. சிலங்காவும் இந்த ஜூலையில் பாதியும் ஆகஸ்டில்

பாதியும் பாழ்தான் என்று கருதியபோதுதான் காசீம் திருப்பிவிட்ட ஜவுளி வியாபாரக் கூட்டம் சிலங்கா ஹாலை வந்து பார்த்துவிட்டு நல்ல தரமான தள்ளுபடி விலையில் ஒரு மாதம் அதனை விற்பனைக் கூடமாக மாற்றிக்கொண்டது. 'இங்க என்ன மயிரெடுக்க போரானுவோ' என்கிற நையாண்டிப் பேச்சுகளை அனாயாசமாகக் கடந்து பின்னர் நல்ல கூட்டம் வரவும் வியாபாரம் பெரும் மழைபோல வலுத்துக்கொண்டது. இதன் நிமித்தமான புதிய கூட்டத்தால் ஆறுமுகத்தின் பொறுப்பிலுள்ள கிருஷ்ணனின் டீக்கடையில் நல்ல வியாபாரம் நடந்தது. போறாத குறைக்கு விற்பனையகமாக மாறிய சிலங்கா ஹாலில் அவர்கள் பத்துபன்னிரெண்டு பேர் உண்டு. அவர்களுக்கு நாலுநேரம் டீயும் பலகாரமும், மதியம், இரவுக்கான உணவும் தயார் செய்து கொடுக்கிற வேலையும் வந்து சேர்ந்தபோது ஆறுமுகம் அதை வேதமாணிக்கத்திடம் சொன்ன நேரம், வளைவு தாண்டி பிராட்டி தேர்போல நடந்து வந்துகொண்டிருந்தாள். பேங்கர்ஸின் திண்டிலிருந்த வேதமாணிக்கம்... "ஏய் பிராட்டி இங்கன வா.. .உங்கிட்ட ரெண்டு வேளம் பேசட்டு... இரி..." என்றார்.

அவள் ஒரு தினுசாகப் பார்த்துக்கொண்டே தனது பெரும் பிருட்டத்தை திருவாழிக் கடை நடையில் இருத்திக் கொண்டபடி என்னா என்பதுபோல பார்த்தாள்.

"என்னா காலையிலேயே குடிச்சிருக்கியா..."

"இது நேத்து நைட் குடிச்சது..."

"சரி போவட்டு. இப்போ செல்லப்பன் மாஸ்டர்ட்ட சோலிக்குப் போவலியா..?"

அவள் பதிலொன்றும் சொல்லாமல் கரகம் சுற்றுவதைப்போலச் சிரித்தாள்.

"சிரிச்சி முடிச்சிட்டு கேட்ட கேள்விக்கு பதிலச் சொல்லு.. போறியா போவலியா..?"

"போவலே..."

"ஏன்..?"

"செல்லப்பன் மாஸ்டருக்க பொண்டாட்டிக்கு எம் மேல சந்தேகம்..." அவளுக்குச் சிரிப்பை அடக்க முடியவில்லை... வேதமாணிக்கமும் சேர்ந்து சிரித்தார்.

"பொறவு... என்னைய வேலைக்குக் கூட்டிட்டுப் போனா நாண்டுகிட்டு கெடப்பேன்னு சொன்னாளாம்... செல்லப்பன் தாயளி இத எங்கிட்ட வந்து சொன்னான்..."

“நீ என்ன சொன்னே..?”

“போல பன்னிக்குப் பொறந்தவலே... உனக்க வேலையும் மயிருந்தான்... அவ சொன்னான்னா அவளுக்க இதுல போய் முட்டிட்டுக் கெட... நீ என்னா பெரிய மன்மதக் குஞ்சியா உன்கூட நான் கெடக்கே... கையத் தட்டிட்டு வந்துட்டேன்... ஓய் வேதமாணிக்கம் நீரு கூப்பிட்டியர்னா கூட நான் படுப்பேன் ஓய்... ஆனா செல்லப்பன் கூப்பிட்டாம்னா மத்தத அறுத்தெடுத்துப் போடுவேன்...”

வேதமாணிக்கம் நடுங்கிப் போனார். பிராட்டி சிரித்து உருண்டுகொண்டிருந்தாள். கிருஷ்ணன் கடையின் வெளியே நின்றிருந்த சிலர் கிட்டே நெருங்காமல் தூரமாய் நின்று பார்த்துக் கொண்டிருந்தனர். வேதமாணிக்கம் மெல்லக் கேட்டார் “வேலைக்கு வாறியா..?”

பிராட்டிக்குப் புரியவில்லை. வேதமாணிக்கத்தை நக்கலாகப் பார்த்துக் கொண்டு,“ஓமக்கு இப்போ முடியுமாக்கும்...” என்றபோது அவர் சிரித்துக்கொண்டே கேட்டார்,“ பலவரோழி, ஒனக்க புத்தி ஏன் இப்புடி போவுது..?”

“சும்மாதான் சொன்னேன்... என்ன வேலை? விசயத்தைச் சொல்லும்...” என்றதும் வேதமாணிக்கம் கிருஷ்ணன் கடையின் தற்போதைய இருப்பு வசத்தைச் சொல்லிக்கொண்டே மதியச்சாப்பாடும் இரவுக்குக் கொஞ்சமுமாக உணவின் அவசியத்தையும் சொல்லி வேலைக்கு வறியா என்றார்.

“நான் நின்னா இங்க உள்ள கூய்மொவனுவோ சாப்புட வருவானுவளா..?”

“இவனுவோ வெளியூர்காரனுவோதான்...”

பிராட்டி ஒப்புக்கொண்டபோது வேதமாணிக்கம், “ஒரு கண்டீசன். எக்காரணத்தக் கொண்டும் பகல்ல குடிக்கப்புடாது. எட்டு ஒன்பது மணிக்குப் பொறவு எள்ளுபோல குடிச்சிக்கோ...”

“சரி... ஆத்துலபோய் ஒரு முழுக்குப் போட்டுட்டு லேசா சாமியாடிட்டு வாறே”னென எழுந்துபோனவள், பத்துபதினோருமணி வாக்கில் நல்லா குளித்து நனைத்து தெய்வகடாட்சமாக அவ்வளவு அற்புதமாக வந்து நின்றாள். ஐம்பது வயதைக் கடந்திருக்கும் பிராட்டிக்குக் கட்டுடையாத நல்ல உடல்வாகு. வேதமாணிக்கம் அவளை அப்படியே பேங்கர்ஸின் திண்டிலிருந்து பார்த்துக்கொண்டே எழுந்து வந்தார். “வா கூய்மோளே, உள்ள போவலாம்” எனக் கடைக்குள்ளே

அழைத்துக்கொண்டுபோன அந்த நண்பகலில் பிராட்டி கடைக்கு வந்ததும் இவ்விடம் வீட்டுச் சாப்பாடு கிடைக்கும் என்ற போர்டும் புதிதாகத் தொங்கவிடப்பட்டிருந்தது.

ஆறுமுகம் வேதமாணிக்கத்தைக் கல்லாவில் இருத்தியிருந்தார். பேபிகுட்டி ஒரு மதியம் சாப்பிட்டுவிட்டு அன்சாரியிடம் "இந்த உலகத்துல சில நேரம் ஒருத்தன் முங்குனா கூட நாலுபேரு சேந்து முங்குவான்... ஆனா கிருஷ்ணன் முங்குனப் பொறவு இங்கே நாலுபேரு பொங்கிருக்கான் பாத்தியா... தான் ஒருத்தன் தாங்கி பிடிக்கலைன்னா வானம் கீழே விழுந்துரும்ன்னு நினைக்க நினைப்ப சில சூழல் அதெல்லாம் ஒரு மயிருமில்லேன்னு ஆக்கி விட்டுருது..." என்றார். அன்சாரி சிரித்தான். ஆக்களி சாயிபும் முதல்நாள் காலை கிருஷ்ணன் இல்லியா எனக் கேட்டவர் வேண்டா வெறுப்பாகத்தான் டீயை வாங்கினார். பிறகு டீயைக் குடித்தவர் கொள்ளாம் என்றார்; மறுநாள் நேத்துபோல போடுடே என்றார். மருத்துவமனையிலிருந்து வந்து வீட்டில் ஓய்வெடுத்துக் கொண்டிருந்த கிருஷ்ணனின் காதுக்குச் செய்திகள் ஒவ்வொன்றாக வந்தபோது மனிதன் மகிழ்வார் என்று பார்த்தால் அவருக்கு வேவுலாதிதான் கூடிக்கொண்டே போனது. ஆனாலும் அது கிடக்கட்டுமென காரியங்கள் வளர்ந்த வண்ணமிருந்தன.

திடீரென திருவாழிக் கட்டிட ஏரியாவில் பிராட்டி கவனிக்கத்தக்க மனுசியாக மாறி நின்றாள். அவளுக்கு ஐம்பதுவயது பிராயம் கடந்திருக்கிறது. பிள்ளை, குட்டி, கணவன், குடும்பம் என்று எதுவுமில்லை. செல்லப்பனோடுதான் நீண்ட காலமாகச் சமையல் வேலைக்குப் போயிருக்கிறாள். அவளுக்கு ஒரே ஒரு மகள் இருக்கிறாள் என்றும் எங்கேயோ வளர்த்தி எங்கேயோ பெரிய அதிகாரி ஒருவனுக்குக் கல்யாணம் கட்டிக்கொடுத்துவிட்டாள் என்றும் பிராட்டி பற்றி சில அபூர்வமான கதைகள் கால்முளைத்து நடந்துகொண்டிருந்தன. பிராட்டி பற்றிய சுவாரஸ்யங்கள் எக்கச்சக்கமானவை. அவை பேசித் தீராத கதைகள். ஆண்கள் பேசுவதற்கு ஆலாதியான கதைகள். ஆனால் அவளோடு எவனாலயும் நேரடியாகப் பேசிக்கொள்ள இயலாது. நிமிர்ந்து நடந்து வரும்போது மறைந்துகொள்ளும் ஆண்களுக்கிடையே கம்பீரமாகக் கடந்து போவாள். பிராட்டி எத்தனை சூடு சொற்களாக இருந்தாலும் சிரித்துக்கொண்டேதான் பேசுவாள். இன்னொரு தன்மையில் பிராட்டியின் சமையல் ருசி அபூர்வமானது. அவளைப்போலவே ரகசியமானதும் கூட. பத்து ஆணுக்கு நிகரான வல்லமையுடைய பிராட்டி கிருஷ்ணன் கடைக்கு வந்த பிறகு அதன் முகம் இன்னொரு மாற்றம் கண்டிருந்தது. ஒருமாத காலமாகக் கிடக்கப் பொறுக்காத கிருஷ்ணன் புறுபுறுத்துக் கொண்டே அன்சாரியைக் கூப்பிட்டுவிட்டு

அவன் வண்டியிலேயே வந்திறங்கினார். கல்லாவிலிருந்து நீங்கிய வேதமாணிக்கம்,“அவன அதுல உட்கார வைடே”யென ஆறுமுகத்திடம் சொல்லும்போதே கிருஷ்ணனுக்கு எங்கிருந்து வெப்ராளம் வந்தது என்று தெரியவில்லை,

“எவன் ஓசார மயிரும் எனக்கு வேண்டாம்.” என பலம்பிடித்து எழும்பியபோது கால்களில் இறுக்கம் கூடிச் சுற்றிக்கட்டப் பட்டிருந்த பேண்டேஜ் துணியில் இரத்தம் கசிந்தது. கிருஷ்ணனால் நிற்கமுடியவில்லை. மனத்தின் துணிச்சலை உடலின் பலமின்மை தகர்த்துவிடுகிறது. கிருஷ்ணன் தன்பாட்டுக்கு நடந்துகொண்டே இருந்திருக்க வேண்டும். ஒருமாச இருப்பு இப்போது அவரை எழும்பவிடாமல் செய்திருக்கிறது. கிருஷ்ணனைக் கண்டதும் பையைத் தூக்கியபடிப் புறப்பட நின்ற பிராட்டியிடம், “பேசாமா இரி... இனி அவன் நின்னுகிட மாட்டான்...” என்றபோது அவள் பையை வைத்துவிட்டாள். ஆறுமுகம் சொன்னான், “மொதலாளி பேசாம கல்லா கசேரியில இரிங்கோ... நான் எல்லாம் பாத்துக்கிடேன் நீங்க எனக்கு எப்பவும்போல சம்பளம் தந்தா போதும். எனக்கு மொதலாளியா ஒண்ணும் ஆவேண்டாம்...”

கிருஷ்ணன் இருந்தார். அவரின் இருப்பு மெல்ல மெல்ல இருப்பாகவே ஆனது. சிலங்கா ஹாலில் விற்பனையகம் ஆடி மாதம் நிறைவுபெற்று முடிவுக்கு வந்த பிறகும் கிருஷ்ணனின் கடை முன்னிலும் அதிக பொலிவான வியாபாரத்தைக் கொண்டிருந்தது. அன்சாரிதான் அடிக்கடி கொண்டு விடுவது, கூட்டி வருவது போன்ற வேலைகளைச் சவுரியத்துக்குத் தக்க செய்து கொடுப்பான். நேரம் வாய்க்கும் போது சிமெண்டு பெஞ்சில் அமர்ந்துகொண்டே எப்போதும் போல பேசிக் கொள்ளும் ஊர் ஞாயங்களைப் பேசிக் கொண்டிருப்பார் கிருஷ்ணன்.

கிருஷ்ணன் கடை இருக்கும் மனையில் உடமஸ்தன் சாயிப்பு ஒரு மருத்துவமனை கட்டப் போகிறார் என்றும், பின்னர் ஒரு அப்பார்ட்மெண்ட் என்றும், மேலே முழுவதும் வீடுகளாகவும் கீழ்தளம் முழுவதும் எட்டுபத்து கடைகளாகவும் கட்டப் போகிறார் என்றும் மூன்று வகை வதந்திகளை மூன்று வெவ்வேறு மனிதர்களிடம் ஒரேநாளில் குச்சான் சொல்லியிருந்தான். எனவே இந்த மூன்று விசயங்களின் மீதான பேச்சும் ஏரியாவில் புழக்கத்திலிருந்தது. பேபிகுட்டியின் ஸ்டார் பேங்கர்ஸ் திண்டில் இதுகுறித்த பேச்சு சிரிப்பும் கும்மாளமுமாகக் கிடந்தபோது நீண்ட நாட்களுக்குப் பிறகு சலாம் அமைதியாக நடந்துபோனான். அவனின் அமைதியான போக்கைக் கவனித்தவர்கள் சலாம் எங்கே இந்தப் பாதைக்குப் போகிறானென எட்டிப்பார்த்தனர். சுனிலிடம் முடிவெட்டிக் கொள்ள அவனின் கடையில்

நுழைவதாகப் பார்த்தவன் சொன்னான். சலாம் கடையைவிட்டு, கிட்டத்தட்ட பத்துமாதங்கள் கடந்த நிலையில் இன்று அதே கடையில் முடிவெட்டிக்கொள்ள வந்திருக்கும் நேரத்தில் சுனில் அங்கிருந்தாலும் இரண்டாம் இருக்கையில் அமர்த்தி சோமுவிடம் அவரைக் கவனிக்கச் சொல்லிவிட்டு மற்ற கணக்கு வழக்குகளைக் கவனித்துக்கொண்டிருந்தான். சலாமின் பக்கம் தனது பார்வையைத் திருப்பவே இல்லே. சலாம்தான் பார்வையைச் சுற்றிலும் அலைபாயவிட்டபடி இருந்தான். கடையை சுனில் ரொம்பவும் நன்றாக அலங்கரித்திருக்கிறான். தான் முதலாளியாக இருந்த இந்தக் கடையினுள் இந்த இருக்கையில் சுற்றி மூடப்பட்ட துணியோடு எதிரில் தனது பிம்பத்தைப் பார்க்கும்போது தான் ஒரு சர்க்கஸ் மிருகம்போல இருப்பதாக சலாமுக்குத் தோன்றியது. எதுவும் பேசிக்கொள்ளாமல் கடைசி வரை மௌனமாக சலூன் கசேரியில் அமர்ந்து காரியம் முடிந்ததும் கூலியைக் கொடுத்துவிட்டு அங்கிருந்து வெளியேறினான். பேங்கர்ஸின் திண்டிலிருந்தவர்கள் சிரிப்பையும் பேச்சையும் நிறுத்திவிட்டுத் தான் கடந்துபோவதுவரையிலும் அமைதியாக இருந்து, பின்னர் அவர்கள் கூட்டாகச் சிரித்தது சலாமுக்கு என்னவோ போலவும் எல்லோரும் தன்னை முதுகுக்குப் பின்னால் பரிதாபமாகப் பார்ப்பது போலவுமிருந்தது.

இரண்டாம்எண் கடையின் திண்டில் பரிகாசமும் கதையாடல்களும் எப்போதும் வழக்கமாக நடப்பதுதான் என்றாலும் சலாம் நொந்திருக்கும் நிலையில் அவையெல்லாம் தனக்காக நிகழ்த்தப்படுவதாக அவனுக்குள் தோன்றியதை அப்படியே நம்பினான். பேங்கர்ஸின் திண்டில் அவநம்பிக்கைக்கும் நம்பிக்கைக்கும் உள்ள வேறுபாட்டைப் பற்றி பேங் யூஜின் பேசிக்கொண்டிருக்கும்போதுதான் அங்கே வந்து நின்ற ஆட்டோவிலிருந்து லில்லிபாய் அவசரமாக இறங்கி சிந்துவின் பார்லரின் உள்ளே போனபோது பேச்சைவிட்டுவிட்டு திண்டு அமைதியாகிக் கலைந்துபோனது. வழக்கமாக மாதம் ஒருமுறை அல்லது இரண்டுமுறை பார்லருக்கு வந்துபோகிற லில்லிபாய் இம்முறை இரண்டுமூன்று மாதங்களுக்குப் பிறகு இன்றுதான் வருகிறாள். பிலிப்புக்கும் சிந்துவுக்குமான விசயத்தின் வீரியத்தை அறிந்திருந்ததால் அவர்களிடம் பேசிக்கொள்ள நிறைய செய்தி இருந்தது.

முக்கால்வாசிக்குப் படுத்தமேனிக்கே சாய்ந்து கொள்ளும் வசதியுடைய நாற்காலியில், கண்களில் வெள்ளிரியின் வட்டங்கள் பொருத்தப்பட்ட நிலையில் லில்லிபாய் பேசிக் கொண்டிருந்தாள். “நல்ல சாமர்த்தியமுள்ள பெண் எப்படி இருக்க வேண்டும். ஒரு ஆணை தோதாக தனக்கு தக்க வடிவமைத்துக்கொள்ள

வேண்டும். அது பருவத்தில் வாய்ப்பதில்லை. நடுநாயகமான வயதிலேயே அது சாத்தியமாகும். அப்போது எல்லா பாரஎழவுகளும் நம்மேல் விழுந்து கிடக்கும். அதனை எப்படி எடுத்து வீசுவது என்பதுதான் சிக்கல். ஆனால் நீ இப்போது ஒரு ஆணை உனக்குத் தோதாக வடிவமைத்து எடுப்பதில் நீ வெற்றிபெற்றுவிட்டாய் செல்லம்... அவனின் ஃபெர்பார்மென்ஸ் எப்படி இருக்கிறது" என்ற செல்லக் கேள்விக்கு சிந்து சிரித்துவிட்டுப் பேசாமலிருந்த போதும்,"கமான் டெல் யா... நமக்குள்ளே என்ன இருக்கு" என்று. .. லில்லிபாய் உசுப்பிய பிறகு, "ம் ஓகே நாட் பேட்" என சிந்து சிரித்துக்கொண்டே சொன்னதும் லில்லிபாய் மறுகேள்வியை வீசினாள் "இதுவரைக்கும் எத்தனை தடவையாச்சு..?"

காதில் மெல்லமாக "இலெவன்" என்றாள்.

"கல்யாணம் எப்போ வச்சிருக்கீங்க..?"

"நவம்பர் எண்ட்..."

"கூப்பிடு ... நான் திருச்சியில இருப்பேன் ... எனக்கு புரோமோசன் டிஈஓவா ..."

"சொல்லவே இல்லே..."

"அதான் இப்போ சொல்றேன்லா ..."

"எவ்வளவு நாளு?"

"குறைஞ்சது ஆறுமாசமாவது அங்க இருக்கணும்... இங்க எதாவது வேக்கன்ஸி இருந்தாலும் வரதா இல்லே..."

"அடுத்த புமோசன் என்னது ..?"

"மாவட்டக் கல்வி அதிகாரிதான் ..."

"இந்த மாவட்டத்துக்கே வந்துடுங்க..."

"இங்கயா அய்யோ... எல்லாம் காம்பத்தம் பிடிச்ச பயலுவோ... மொட்ட பெட்டீசன் போடுறதுல நம்பர் ஒன் மாவட்டம்... காராடிக் கதறிருவானுவோ... அதுவுமில்லாம இங்க அதிகாரியா வந்தேம்ன்னா... மொதல்ல மனோகரனத்தான் டிஸ்மிஸ் பண்ண வேண்டியது வரும்..."

சிந்து சத்தமாகச் சிரித்துவிட்டாள். "ஏன் மேடம் இப்படி டெரரா இருக்கியோ... அவரு மேல உங்களுக்குக் கொஞ்சம்கூட இரக்கமில்லியா..?"

"அவன் மேல இரக்கமே வரக்கூடாது... பூரா வெசம்..."

"அவருக்கு எதாவது புரமோசன் கிடைக்குமா..."

“எனக்குத் தெரிஞ்சி இந்த ஜென்மத்துல இல்லே . . . கடைசிவரைக்கும் அப்பு டவுணு ஜம்பிங்... டிரில்மாஸ்டரேதான் ...” சொல்லும்போதே லில்லிபாய் ரசித்து ரசித்துச் சிரித்துக் கொண்டிருந்தாள்.

“உங்களுக்குள்ள மேட்டர் நடந்து எவ்வளவு வருசமிருக்கும்..?”

“கண்ணுக்கெட்டுன தூரம் வரைக்கும் அப்படியொரு சம்பவம் நடந்ததா ஓர்மையே இல்லே... மூணு வருசம் முன்னாடி ஒரு சண்டே நான் டிரஸ் மாத்திட்டு இருக்கும்போது ரூம்ல வந்துட்டான்...”

“அப்புறம்..?”

“அப்புறம் என்னா கெட் அவுட் மேன்னு சொன்னேன் அங்கயே வாசல்ல நின்னுட்டிருந்தான்... இதுல லேசா சிரிப்பு வேற... எதாச்சும் அத்துமீறினா... ரேப் அட்டமட் கேஸ்ல உள்ளே போயிடுவேன்னு சொன்னதும் வெளிய போயிட்டான்...”

சிந்துவும் லில்லிபாயும் திருவாழிக் கட்டிடத்தின் நாலாம்எண் கடை அதிர்ந்து குலுங்குமளவுக்குச் சிரித்தார்கள். சிரித்து முடித்துவிட்டு சிந்து சொன்னானாள், “மனோகரன் சார் பாவம்.”

“லேடிஸ் எப்பவும் பாவம் பாக்கக்கூடாது . . . அதுவும் ஆம்புளைங்கள்ட்ட பாவம் பாக்கவே கூடாது... அவனுகளுக்கு இடுப்புக்குக் கீழேயுள்ள பொருள் மட்டுந்தான் நேரா இருக்கும் அவனுக எப்பவுமே நேராவே இருக்கமாட்டானுக...”

லில்லிபாய் ஃபேசியல் முடித்துப் போன பத்தாவது நிமிடத்தில் குப்பைகளைப் போடுவதற்காக சிந்து வெளியே வந்து எட்டிப் பார்த்தபோது ரொம்பவும் பாவமாக மனோகரன் வாத்தியார் கிருஷ்ணன்கடை முன்னால் டீயைக் குடித்தபடி நின்றுகொண்டிருந்தார். அவரைப் பரிதாபமாகப் பார்த்துக்கொண்டே சிந்து அன்சாரியைத் தேடினாள்.

மாலை ஐந்துமணிக்குப் பிறகுதான் அன்சாரி சிந்துவைப் பார்க்க வந்து பால்வெள்ளைச் செயரில் அமர்ந்திருந்தான். மூன்றாம்எண் கடையான பவுலினின் இசைக்கூடத்திலிருந்து சிலகுழந்தைகள் பாடும் பாடல் சத்தம் கோரஸாக ரம்மியமாகக் கேட்டுக் கொண்டிருந்தது. பிலிப்புடனான திருமண வரவேற்பு நிகழ்வுக்கு சிலங்கா ஹாலை ஏற்பாடுபண்ணும் நோக்கில்தான் தன்னை அழைத்திருக்கிறாள் என்று அன்சாரி நம்பியது பொய்யாகிப் போனது. “ஆறாம்எண் கடை காலியாகப் போகிறதாமே. அதில் பிலிப்புக்கு மெடிக்கல்ஷாப் வைக்கலாமா” என்ற ஆலோசனைக்காகக் கூப்பிட்டிருக்கிறாள் என்றபோது

அவன் கொஞ்சம் சலித்துக்கொண்டான். அது ஒரு ஊகம்தானே இவளுக்கு எப்படி தெரிகிறது என்றெண்ணிக் கொண்டே, "ஆறாம்எண் கடையை அண்ணாச்சி விடப்போவதாக நானும் கேள்விப்பட்டேன். ஆனால் எப்படியும் ஓர் ஆண்டானாலும் அவர் கடையை விடமாட்டார். இப்போ அதைப் பேசி பிரயோஜனமே இல்லை. ஏதேனும் நல்ல தகவல் இருந்தால் நான் உங்களுக்குச் சொல்லமாட்டேனா... என்ன" என்று கூறி மகேசனனின் கல்யாண வரவேற்புக்கு சிலங்கா ஹாலிலிருந்து எடுத்த சில புகைப்படங்களை அவ்வப்போது அனுப்பிவைத்ததைச் சொல்லிக்கொண்டான். அவளுக்குச் சலிப்பாக இருந்தது. இரண்டாம்முறையாக பிலிப்போடு தேக்கடியின் அந்த தங்குமனையில் அடங்காத ஆட்டம் ஆடிக்கிடந்த மாலைப்பொழுதில் மகேசனனின் கல்யாணத் தகவல்களைக்கேட்கும் ஆர்வமாய் அன்சாரியோடு போனில்பேசிப் பேசி அவள் எப்படி இருக்கிறாள், என்ன வயதிருக்கும், உயரமாக இருக்கிறாளா போன்ற கேள்விகளைத் தொடர்ந்து கேட்டபோது பிலிப்பே சலித்துக்கொண்டான். சிந்துவின் கழுத்துக்குக் கீழே முகம் புதைத்திருந்தவன் மெல்ல தலையைத் தூக்கி "அவள் எப்படியிருந்தால் உனக்கென்ன... விட்டுத்தள்ளு..." என்றபோதும் சிந்து நழுவிக்கொண்டே அன்சாரியிடம் போனில் பேசியபடி இருந்தாள். "நடுத்தரமான உயரத்தில் பார்க்க அழகாக இருக்கிறாள்... என்றபோது, என்னைவிட அழகா என்ற மறுகேள்விக்கு அன்சாரியிடம் பதில் இல்லாமல் அவன் திணறும்படியாகிப் போனது. பிறகு அவளின் முகம் முத்தலாக இருக்கிறது என்றபோதுதான் அவள் அமைதியானாள். ஒவ்வொரு மனிதருக்குள்ளும் இன்பங்களையும் மீறிய அடுத்தவர்களுக்கான விசயங்களில் அலைக்கழிப்பான பல கேள்விகள் கிடக்கத்தான் செய்கின்றன. மகேசனன் போய் தொலைகிறானென விட மனமில்லாமல் அன்சாரியை போனில் படாத பாடுபடுத்திய சிந்து அவளை ஒரு புகைப்படம் எடுத்து அனுப்பச் சொன்னாள். பிலிப்பின் அணைப்பில் சிக்குண்டுக் கிடந்தவளின் மனம் சிலங்கா ஹாலிலிருந்தது... திடீரென, "நீ பெண்களை வசியம் செய்து அபகரிக்கும் ஒரு மந்திரவாதி... என்னை மயக்கிவிட்டாய்" என்றபடி பிலிப்பை இறுக்கமாக முத்தமிட்டவள் "என் மனம் எனனவோ போல இருக்கிறது" என்றாள். அவன் ரொம்ப நேரமாகத் தான் வைத்திருந்த மௌத்ஆர்கானில் அவளின் ஆடையற்ற மேனியை இழுத்தணைத்துக் கொண்டு இறுக்கத்தை இசையால் நெகிழ்த்தினான். மாலை ஏழுமணிக்கு மகேசனன் தனது புதிய மனைவியோடு சிலங்கா ஹாலிலிருந்து வெளியேறிப் போவது வரையிலும் அறையில் சிந்துவின் இருப்பில் ஒரு தாகிப்பின் அவஸ்தை இருந்துகொண்டே இருந்தது. அன்சாரி

அனுப்பியிருந்த புகைப்படத்தில் மகேசனனின் மனைவியாக வந்திருப்பவள் கொஞ்சம் முத்தலான முகத்தோடு ஒரு விசித்திர சௌந்தர்யத்திலிருப்பதைப் பார்த்துக்கொண்டே, “ரொம்பவும் சுமாராக இருக்கிறாள். உன் அழகை ஒப்பிடுகையில் மலைக்கும் மடுவுக்குமான வித்தியாசமிருக்கிறது” என்று பிலிப் சொன்ன பிறகே அந்த இரவு தீப் பிடித்து எரிந்ததது. காமமும் இசையும் ஒன்றிணைந்து நள்ளிரவின் காட்டருவிபோல காணுவாரின்றி நெடுகப் பாய்ந்தோடிக்கொண்டிருந்தது.

அன்சாரி சிந்துவின் நினைவுகளைக் கலைத்துப் போட்டு விட்டுச் சிரித்தபடி, “அடுத்த பயணம் ஒன்றும் போகவில்லையா...” என அர்த்தபாவனையோடு புன்னகைத் தான்.

“இன்னும் ஒரு மாதம்தானே பிறகு பாக்கலாம்...” எனச் சிரித்தவள், “சொல்ல முடியாது. இடையில் ஆலப்புழா படகு வீட்டில் ஒரு இரவைச் செலவிடலாமென திட்டமிருக்கிறது. ஒருவேளைப் போனாலும் போவோம்...” என்றாள்.

“ம்ம் உங்கள் மகிழ்ச்சி நீடித்து நிலைக்கட்டும்... அசத்துங்க... ஏன் நீங்க வரவேற்பு நிகழ்வை இங்கே சிலங்கா ஹால்ல வைக்கலே..?”

“அவங்க ஏரியா சர்ச் பக்கத்துல ஒரு மண்டபம் இருக்கு அதுல வச்சிக்கலாம்ன்னு...”

“கிருஸ்தவ முறைப்படிதான் கல்யாணமா..?”

“ஏற்கனவே ஒருதடவை இந்து முறைப்படி பண்ணியாச்சில்லா... இப்போ கிருஸ்தவ முறைப்படிப் பண்ணிப் பாக்கலாமேன்னு சொன்ன சிந்து...” சிரித்துக்கொண்ட, “இல்லை அன்சாரி முதலில் பிலிப்பின் உறவினர்கள் முன்பாக கிருஸ்தவ முறைப்படி கல்யாணமும் பின்னர் எங்கள் உறவினர் முன்னிலையில் ஒருவாரம் தாண்டி இந்துமுறைப்படி ஒரு கல்யாணமுமாக நடத்தப்போகிறோம்... இன்னொரு விசயம் சொல்கிறேன், வெளியே சொல்லிவிடாதே... எனக்கு ஜாதகத்தில் மூன்று கல்யாணம் நடக்குமென்று இருக்கிறதாம்...”

ஆச்சரியமாகப் பார்த்த அன்சாரி கேட்டான், “அப்போ பிலிப்பும் அய்யோ பாவமா..?”

“அப்படி மூன்றாவது கல்யாணம் நடந்தால் அதை முஸ்லிம் முறைப்படி நடத்தலாமென திட்டமிட்டிருக்கிறேன்... அப்படி வரும்போது உன் வயதை பொருட்டாக மதிக்காமல் உன்னையே கல்யாணம் பண்ணிக்கொள்வேன்...”

அன்சாரி வேகமாக எழுந்து சிரித்துக்கொண்டே வெளியே ஓடிவந்தான். சிந்து கண்ணாடிக் கதவு குலுங்கச் சிரித்தபடி உள்ளே போனாள். கடையின் பக்கவாட்டில் ஒரு மரச் செயர் போட்டு அமர்ந்திருந்த கிருஷ்ணன், சிரித்தபடியே வரும் அன்சாரியைப் பார்த்து,"என்னடே" என்றபடி மௌனமாகப் பார்த்தார். அன்சாரி ஒன்றுமில்லை என்று சொல்லிக்கொண்டே ஆறுமுகத்திடம் டீ போடச் சொல்லிவிட்டு கிருஷ்ணன் அருகே நின்றபோது திருவாழிக் கட்டிடம் இரவின் ஆரம்பத்தில் விளக்குகள் எரிய கம்பீரமாக நின்றிருந்தது. கிருஷ்ணன் அருகிலிருந்து கூர்மையாகப் பார்க்கும்போதுதான் அவர் வேகவேகமாகத் தளர்ந்து வருவதை அன்சாரியால் உணர முடிந்தது. முன்புபோல எட்டுமணி ஒன்பதுமணி என்றெல்லாம் இங்கு இருப்புகிடையாது. ஆறுஆறரை கடந்தாலே அன்சாரி கொண்டுபோய் விடுவான். அன்சாரி இல்லாத நேரங்களில் சண்முகம் அல்லது காசீமின் ஆட்டோவில்கூட போய்வருகிறார். பழையதுபோல உற்சாகமான பேச்சும் இல்லை, வேறு விசயங்களில் நாட்டமும் இல்லை. காலம் தன்னை ஒருபக்கத்தில் ஒதுக்கித்தள்ளிக்கொண்டிருப்பதாக அவருக்குத் தோன்றியது. இன்று அன்சாரி பைக்கில் அழைத்துப் போகும்போது எதிரே வந்த பிராட்டியை எரிச்சலாகப் பார்த்தார். அவளை எரிச்சலாகப் பார்த்து என்னவாகப் போகிறது? அவள் இப்போது இந்தக் கடையின் புதிய வசந்தகாலமாக இருக்கிறாள். பண்டு அவள் சாமியாடுவாள். அப்படியான காலத்தில் அம்மனைப்போல தன்னை அலங்கரித்துக்கொண்டு அவளின் வருத்தும் போக்கும் மயக்கமுறச் செய்யும். திடீரென நன்றாகக் குடித்துவிட்டு ஆண்களைப்போல லெம்பி லெம்பி நடந்துபோகும் போது ஒரு சாத்தானைப்போல எதிரே போய்வருகிற எவனையும் மானங்கெட்ட வார்த்தைகளால் திட்டித் தீர்ப்பாள்..'ஆம்புளைகள் அவளைக் கண்டு பீத்தெறிக்க ஓடுவார்கள்... அது ஒரு காலம்...' நிறைய யோசனைகள் கிருஷ்ணனுக்கு வந்தாலும் அவற்றைக் குறித்துப் பேசும் ஆர்வம் முற்றிலும் குறைந்துபோய்விட்டதால், அன்சாரியின் பைக்கின் பின்னால் பேச்சற்று அமைதியாகவே இருந்தார். அவரை அன்று வீட்டில் விட்டுவந்த பிறகு கிருஷ்ணன் நான்குநாட்கள் தொடர்ச்சியாகக் கடைக்கு வரவில்லை. உடம்பு வலியென்று நாலாவது நாளில் வெந்நீர் போட்டுக்குளித்துவிட்டு காசீமின் ஆட்டோவில் வந்தவரை ஆறுமுகம் கைத்தாங்கலாகப் பிடித்துக்கொண்டுபோய்க் கல்லா கசேரியில் இருத்தினான். அப்போது அங்கு கிருஷ்ணனைப் பார்க்க வந்திருந்த புகழேந்தி முன்னமே கடையிலிருந்தார்.

திருவாழிக் கட்டிடத்தின் வெளியே ஒன்றாம்எண் பூபாலன் கடையில் ரொம்பவும் பரபரப்பாக இருந்தது. பூபாலனும்

வந்திருந்தான். புதிதாக நின்ற மூன்றுபேரில் இரண்டுபேர் ஏரியாவில் ஏற்கெனவே தெரிந்திருந்த சிட்டா வட்டிக்காரர்கள். வாக்குவாதமும் தர்க்கமுமாகக் கிடந்தது. அன்சாரியும் நின்றிருந்தான். கிருஷ்ணன் கடையில் டீக்குடிக்க நின்றவர்களும் திருவாழிக் கட்டிடத்தின் மற்றைய கடைக்காரர்களும் வெளியே வந்து பார்க்குமளவுக்கு பூபாலனின் சத்தம் மிகுதியாக இருந்தது. ஷியாமளா மூன்று சிட்டா வட்டிக்காரர்களிடம் பத்தாயிரம் பத்தாயிரம் வைத்து முப்பதாயிரம் தினசரி வசூலுக்கு வாங்கியிருக்கிறாள். அதனையும் கடையிலிருந்தே எடுத்துக் கட்டியிருக்கிறாள். பேப்பர்கடைக்குப் பணம் போகவில்லையென ஏகப்பட்ட குழறுபடிகள். ஆளாளுக்கு போனில் நேரடியாக எரிச்சல் பட்டதினால் பூபாலன் வந்து விசாரித்த பிறகே ஒவ்வொன்றாகத் தெரியவருகிறது. ஷியாமளாவின் முகத்தைப் பார்த்தால் அவ்வளவு சாந்தமாகவும் பவ்யமாகவும் இருக்கிறது. அவள் பூபாலன் கடையைக் காலிசெய்யுமளவுக்கு மடுவை அறுத்துப் பால் குடித்திருப்பாள் என்பதை யாராலும் முதலில் நம்பமுடியவில்லை. ஆனால் சுற்றிநிற்கும் சிட்டா வட்டிக்காரர்கள் நிறைய கதைகளை பூபாலனிடம் சொல்லிக்கொண்டிருந்தனர். எரிச்சலான பூபாலன் அவர்களை நாயைக் கேட்காத கேள்விகளாகக் கேட்டுக்கொண்டிருந்தான். "நீங்கெல்லாம் சோத்தத் திங்கியளாலே இல்லே வேற என்னத்தையும் திங்கியளாலே? இது எனக்க கடைலே... அவள நான் வேலைக்கு வச்சிருக்கேன்... இதுலே அவ கேட்டான யாது ஒறப்புல கொடுத்தியோ... எவ்வளவு நாளா நடக்கு... நான் இந்த கடைய இப்பவே பூட்டப் போறேன்... உங்க சாமார்த்தியம் போல கொடுத்தவள்ட்ட வாங்கிக்குங்கோ... இவ வட்டிக்கு வாங்கி கொளுக்கக்கு நான் கடை நடத்தலே..." எல்லாவற்றையும் இழுத்துப் போட்டு அடைத்துவிட்டு ஷியாமளாவின் மாப்பிள்ளையை போன்பண்ணிக் கூப்பிட்ட போது வேகமாக வந்து சேர்ந்த அவன் அங்கேயே விசாரித்து ஷியாமளாவை அஞ்சாறு அடி அடித்தான். ஆட்களெல்லாம் அவனைச் சத்தம் போட்டதும் அவளை வண்டியில் ஏற்றிக் கொண்டு வேகமாகப் போவதைப்போல போனான். பூபாலன் வட்டிக்காரன்களிடம்,"போய் எங்கயாவது சூப்புங்கலே" என்றபடி அன்சாரியிடம் ஒன்றாம்எண் கடைச்சாவியைக் கொடுத்துவிட்டு, "அன்சாரி நான் கடைக்கு வேற ஆளு பாக்கதுவரைக்கும் பூட்டி கெடக்கட்டு ..." என்றபடி திருவாழிக் கட்டிடத்தைத் திரும்ப ஒருமுறை பார்த்துவிட்டு வேகமாகப் போனான். கிருஷ்ணன் கடையிலிருந்து எல்லாவற்றையும் கவனித்துக்கொண்டிருந்த பிராட்டி,"அவளுக்கு சோலியே இதுதான்... அவ மாப்பிளையும் கூட்டுக்கள்ளன்தான்... நல்ல ஆளுவளப் பாத்து கடன் வாங்கது...

அசந்தவனுவள்ட்ட வட்டிக்கு வாங்கது… இங்க யாரெல்லாம் கடன் கொடுத்திருக்காங்கன்னு இனிதான் தெரியும்” என்றது உண்மையாகத்தான் இருந்தது. பேபிகுட்டியிடம் அம்மைக்கு உடம்பு சரியில்லையெனக் கொஞ்சம் பணம் வாங்கியிருக்கும் தகவலும், சிலங்காவிடம் பத்துப் பன்னிரெண்டாயிரம் வாங்கியிருக்கும் தகவலும் மாலைக்குள் ஏரியாவில் பரவியிருந்தது. ஒன்றாம் எண் கடையில் ஆயிரத்தித் தொள்ளாயிரத்தி எண்பதுகளில் நாராயணன் வைத்து நடத்திய லக்கி சென்டர் லாட்டரிச் சீட்டுக்கடை அந்தக் காலத்தில் திருவாழிக் கட்டிடத்தில் சக்கப்போடு போட்டதாக முன்பு கிருஷ்ணன் சொல்லியிருக்கிறார். லாட்டரி தடை செய்யப்பட்ட பிறகு மீண்டும் வருமென நம்பி ஓராண்டு நாராயணன் சும்மா வாடகை கொடுத்துப் போட்டுக் கடையை கைவசம் வைத்திருந்தார். அதன்பிறகு அவர் விட்டு இரண்டு வருடங்கள் சூப்புக் கடை நடந்தது. அதன் பிறகு போலீஸ் ஹசன் ஒரு எலக்ட்ரிக் மெக்கானிக் கடை வைத்திருந்தார். அந்த வரிசையில் ஏழாவதாகவே பூபாலனிடம் ஒன்றாம்எண் கடை மாட்டியது. வேதமாணிக்கம் பேங்கர்ஸின் திண்டிலிருந்து ஒருமுறை ஒன்றாம்எண் கடையும் பூபாலனும், சடைநாயும் புடுக்கும் பட்டபாடாய்க் கிடப்பதாகச் சொன்னபோது எல்லோரும் கூடிச் சிரித்தார்கள். பூபாலன் போனபிறகு பார்லரிலிருந்து எட்டி அன்சாரியைப் பார்த்த சிந்து, கடை காலியா என்பதுபோல கண்களால் பேசியபடிப் பார்த்தாள். அன்சாரிக்கு அவளின் விநோத அவஸ்தை சிரிப்பாக இருந்தது. இந்த திருவாழிக் கட்டிடத்துக்கு என்னமோ ஒண்ணு நடக்கப் போகிறது என்று அவன் மனத்துக்குள் ஒரு நினைப்பு ஓடியது.

ஒரு வாரம் ஓடிவிட்டது. பூபாலனுக்குப் புதிய ஆள் இன்னும் கிடைக்கவில்லை. பூபாலன் கடை ஷட்டரில் அன்சாரி சாய்ந்து கிடந்த ஒரு காலை பத்துமணிவாக்கில் அவனுக்கு ஒரு புதிய எண்ணிலிருந்து போன் வந்திருந்தது. தங்கம் பேசுவதாகச் சொன்னபோது அன்சாரி எந்த தங்கமென கேட்க, பூபாலன் கடை தங்கமெனச் சொன்னாள். ரொம்பவும் ஆச்சரியமாக இருந்தது. முடிந்தது அவ்வளவுதான் என நினைத்திருந்த தங்கம் இப்போது அன்சாரி அண்ணேன் எப்படியிருக்கியோயென ஆரவாரமாகப் பேசுகிறாள். ஒரு காலையில் நல்ல அலங்கரித்துக்கொண்டு கடைக்கு வந்தமேனியிலேயே காணாமல் போனவள் கிட்டத்தட்ட ஒன்றரை ஆண்டுகளுக்குப் பிறகு இன்று நிறைய நேரம் பேசினாள். அகிலன் நல்ல வேலையில் மஸ்கட்டில் இருப்பதாகவும் ஐந்துமாத நிறைவுற்ற ஒரு ஆண்மகன் தங்களுக்கிருப்பதாகவும் ஒரு விசயமாகத் தான் மதியம்போல ஆட்டோவில் அங்கு வருவேன் என்றும் தனக்குப் பலசரக்குக்கடை அண்ணாச்சியைப் பார்க்கவேண்டியதிருப்பதால்

அன்சாரி அண்ணன் கூட துணையாக வரணும் என்றபோது அவன் மறுக்கவில்லை. சரி என்று ஒப்புக்கொண்டவன் என்ன விசயம் என்றபோது தான் வந்து நேரில் சொல்வதாக இழுத்த அவளின் தயக்கத்தைப் புரிந்துகொண்டு அவன் நிர்ப்பந்தப்படுத்தவில்லை. அவள் சொன்னதுபோலவே மதியம் சரியாக வந்துவிட்டாள். டவுணிலுள்ள ஏதோ ஒரு ஆட்டோவில் வந்த தங்கம் பழைய பிராயக்காரியின் சாயல் முற்றிலும் மாறித் தாய்மையின் அடையாளங்கள் பூத்தமுகமாக நல்ல தேறிய தாய்மைத் தன்மையோடு இருந்தாள். அன்சாரியைப் பார்த்ததும் அவ்வளவு ஆனந்தமாகப் புன்னகைத்துக்கொண்டே மீண்டும் மீண்டும் எல்லோரின் சுகச்செய்திகளையும் விசாரித்தவளின் முகம் அவ்வளவு பிரகாசமாக இருந்தது. திருவாழிக் கட்டிடத்தைப் பார்வையால் சுற்றிப்பார்த்துவிட்டு அன்சாரியிடம்."அண்ணாச்சிட்ட சொன்னியளாண்ணே..." எனக் கேட்டபோது,"சொன்னேம்மா எதுக்குன்னு கேட்டாரு... நான் தெரியலே அந்தப் புள்ள பாக்கணும்னு சொல்லிச்சின்னு சொன்னேன். அப்படியானு ... கொஞ்ச நேரம் கம்முனு இருந்துட்டுச் சரின்னாரு... இப்போ அவருக்குப் பழைய யாவாரமில்லே... ஆளு ரொம்ப டல்லு" என்றான். தங்கத்தின் கையிலிருந்த குழந்தை அகிலனின் சாயலில் அச்சு அசலாக இருந்தது. "கோயம்புத்தூர்ல இருக்கியோன்னு கேள்விப்பட்டேனே, பொறவு..?"

"நாலுமாசம் அங்கதான் இருந்தோம்... அப்புறமா இங்கே சூழ்நிலை சரியானதும் வந்துட்டோம்..."

தங்கம் ஆட்டோவில் ஒரு அழகான வர்ணத்தில் கூடை போன்ற பை வைத்திருந்தாள். அதில் பழங்களும் அதையொட்டி ஒரு தனிப் பையில் பேக்கரிப் பண்டங்கள் நிறைந்த வெள்ளை பெட்டியுமிருந்தது. அன்சாரியையும் ஆட்டோவில் ஏற்றிக் கொண்டு புறப்படும்போது வேதமாணிக்கம் வந்து நலம் விசாரித்தபோதே ஸ்டார் பேங்கர்ஸிலிருந்து பேபிகுட்டி தங்கத்தை ஆச்சரியமாகப் பார்த்து வெளியே வந்து கடை வாசலில் நின்றபடி அகிலனைப் பற்றிக் கேட்டார். தங்கம் பதில் பேசிக்கொண்டே திரும்ப வரும்போது இப்படி வருகிறேனென புறப்பட்ட அவர்கள் அன்சாரியோடு ஆட்டோவில் யுனிவர்சல் காலனியிலுள்ள அண்ணாச்சி வீட்டுக்குப் போகிற வழியிலும் திருவாழிக் கட்டிடத்தின் கடைகள் பற்றியே பேசிக்கொண்டிருந்தாள். நினைப்பின் வீரியம் குறையாமல்,"வாழ்க்கையில மறக்கவே முடியாத ஏரியாண்ணேன்... எங்க போனாலும் ஓர்மையில வரும். .."என்றாள். அவளுக்கு பூபாலன் கடையிலுள்ள ஷியாமளாவின் கதை தெரிந்திருந்தது. அவள் இப்படி நேர்மையற்றவளாக

இருப்பாளெனத் தான் நினைக்கவில்லை என்றவள் வருத்தமான முகப்பாவனையைக் காட்டிக்கொண்டாள். அண்ணாச்சியின் வீட்டு முன்னால் ஆட்டோவிலிருந்து இறங்கியதும் குழந்தையோடு ஒரு பையையும் தூக்கிக்கொண்டு பழமிருந்த பையை அன்சாரியிடம் எடுத்துக்கொள்ளும்படி வேண்டியபோது அவன் அவ்வாறு செய்துகொண்டே கதவைத் தட்டியதும் அண்ணாச்சி கதவைத் திறந்து தங்கத்தை உள்ளே கூப்பிட்டபோது அவரின் மனைவியும் வெளியே வந்தாள். முன்னறையில் பாவம்போல பொன்ராஜ் இருந்தான். அவனைப் பார்த்து லேசாகப் புன்னகைத்துவிட்டு கடவுளே, இந்தப் பிள்ளையை ஒமது கரத்தில் ஒப்படைக்கிறேன். உமது வளையத்தில் வைத்து இந்தப் பாலகனை மேன்மைக்கு சிறப்புக்கும் உரியவனாக மாற்றும் ஆண்டவரே...” என மனசுக்குள் நொடிப்பொழுதில் மன்றாடிக்கொண்டவள், உள் அறையில் நுழைந்து தனது கையிலிருந்த பையையும் அன்சாரி தூக்கி வந்த பையையும் அண்ணாச்சி மனைவியின் கையில் கொடுத்தவளாக அங்கிருந்த சோபாவில் குழந்தையை அணைத்துப்பிடித்துக்கொண்டே அமர்ந்தாள். அண்ணாச்சிக்கு ஒன்றும் புரியவில்லை. எதற்கு வந்திருக்கிறாள், என்ன நோக்கமென யோசித்துக்குழம்பிக்கொண்டிருந்தபோது தங்கம் தயக்கமின்றிப் பேசினாள். இது எங்க குழந்தை என்று சொல்லிக்கொண்டே அகிலன் மஸ்கட்டில் இருக்கிறார் என்றபோது,“இதையெல்லாம் இப்போ எதுக்கும்மோ எங்கிட்ட வந்து சொல்லுதே... அதெல்லாம் நான் மறந்த கதை... அதெல்லாம் தெரிஞ்சிக்குறதுல எனக்கு சல்லிப் பைசாவுக்கும் பிரயோஜனம் கிடையாது. என்ன விசயமா வந்திருக்கேன்னு சொல்லு...” என்றார்.

“அகிலன் ஒங்க கடையில வேலை பாத்தப்போ எடுத்த ரூவா...”

“எடுத்ததுன்னு சொன்னா சரியாவுமாம்மா... களவாண்டதுல்லியா..?”

“களவுதான்... அப்போ இங்கே உள்ள பிரண்ட்ஸ்மாருவளோட சேந்து படம் பாக்கே சுத்துக்குன்னாக்கும் அம்பதும் நூறும் இருநூறுமாட்டு எடுத்திருக்காவிய... எப்படி கணக்குப்பாத்தாலும் ஒரு நாப்பதாயிரம் வரைக்கும் எடுத்திருப்பேம்க்குனாக்கும் கல்யாணத்துக்குப் பொறவு எங்கிட்ட சொன்னது...” அண்ணாச்சியும் அவரின் மனைவியும் மௌனமாகப் பார்த்தார்கள். அன்சாரியும்கூட அப்படித்தான் இருந்தான். திடீரென அவர் சொன்னார், “எழுபதாயிரம்ன்னு அவனே அப்போ ஒத்துக்கிட்டானே... அவன் கையெழுத்துப் போட்ட பேப்பர் இருக்கு... பீரோவுல அந்த பேப்பர் இருக்கும் எடுட்டி...”

சுபா போய் அதை எடுத்துக்கொண்டு வந்தபோது அதில் எதுவும் எழுதப்பட்டிருக்கவில்லை. ஆனால் கீழே அகிலனின் கையெழுத்து மட்டுமிருந்தது. தங்கம் அதைக் கேட்டாள்.

“இது அவன் கையெழுத்து போட்ட பேப்பர்தான... அமவுண்டு எழுதலே... ஆனா அவன் சொன்னான். இதெல்லாம் இப்போ போட்டு என்னத்துக்குப் பேசணும்.?”

“இல்லே அண்ணாச்சி... உங்க கடன மீட்டலாம்னுதான் வந்திருக்கேன்... அந்தப் பழக்கூடையில உங்க பணம் வட்டிக்கு வட்டியா சேத்து இருக்கு, எடுத்துக்குங்க... இந்த பேப்பரையும் கிழிச்சிப் போட்டுருங்க... ரொம்ப நன்றி. அண்ணாச்சி நான் கிளம்புதேன். அன்சாரி அண்ணேன் போவுமா..?” தங்கம் குழந்தையோடு எழுந்துகொண்டபோதுதான் அண்ணாச்சியின் பார்வை பழக்கூடையின் மீது போனது. சரசரவென இறங்கி நடந்த தங்கம் ஆட்டோ அருகில் நின்றபடிச் சொன்னாள்,“அதுல ஒரு லட்ச்ச ரூபாய் இருக்கு அண்ணாச்சி... களவு செய்தார்ன்னு அவர கடையில போட்டு அடிச்சியோ... அதுலகூட ஒரு ஞாயமிருக்கு. ஆணாபொறந்தவன கையக்கட்டிக் கொண்டு வந்து எனக்க முன்னாடி இருத்தினியளே... பாருட்டி உனக்க மத்தவனேன்னு... இப்போ எனக்க மத்தவனே மான்யனாக்கி வச்சிருக்கேன்... ஆனாலும் நீங்க செய்தியளே... அது இந்த ஜீவிதத்துல மறக்காது... காச ஈடுகட்டியாச்சி... வாறேன்... பாக்குலாம்” தங்கத்தின் குரல் அப்படி தீர்க்கமாக இருந்தது. அன்சாரிக்கு ஒன்றும் ஓடவில்லை. ஆட்டோவில் அவளோடு ஏறி அமர்ந்தபோது தங்கத்தின் முகத்தில் அப்படியொரு ஆசுவாசம் பரவியிருந்தது. அவள் சுகமாக சுவாசித்தபடியே,“இனி அகிலன் வந்ததும் அண்ணாச்சிய ஒருக்க பாக்கக்கு வருவான்... அது ஒரு வருத்து வருத்தா இருக்கும்... நான் கொண்டுவந்து அவருக்கு முன்னே நிறுத்துவேன்... அண்ணாச்சி அப்போ ஒன்னு வெசாப்பாரு...” என்றபடிப் புன்னகைத்த தங்கத்தை மலைப்பாகப் பார்த்துக் கொண்டிருக்கும்போது ஆட்டோ மறுபடியும் திருவாழிக் கட்டிடம் முன்பு வந்தது. தங்கம் ஆட்டோவில் அமர்ந்தபடியே அன்சாரியிடம் சொன்னாள், “எண்ணே இந்த விசயத்த இந்த ஊர்ல ஒரு ஆளு பாக்கி உடாம சொல்லுண்ணே... அகிலன் ஒருலட்ச்ச ரூபாய அவன் பொண்டாட்டி தங்கத்துட்டக் கொடுத்து அவ கொண்டு வந்து அண்ணாச்சிட்ட கொடுத்தான்னு...”

மெயின் ரோட்டிலுள்ள கடைக்கு அண்ணாச்சி முதல் தவணையாக ஒரு லட்சம் ரூபாய் முன்பணம் கொடுத்தார் என்ற தகவலோடு அந்த ஒரு லட்சம் பணத்தை அகிலன் ஒன்றுக்கு இரண்டு மடங்காகத் திருப்பிக் கொடுத்திருக்கிறான் என்றும்

திருவாழிக் கட்டிட ஏரியாவில் பரவிய செய்தி மெல்ல மெல்லப் புகைபோல பரவி அது சின்ன பள்ளிவாசல் லெப்பையின் காதுவரைக்கும் போனது. மனிதன் தனது குற்றங்களிலிருந்து மீண்டுகொள்வது ஒரு அழகிய முறையாக இருக்கிறது என்று அவர் போவோர் வருவோரிடமெல்லாம் சொன்னார். எல்லோரிடமும் அந்தச் செய்தி பரவிக்கொண்டே இருந்தது. சிந்து ரொம்பவும் ஆர்வமாக அன்சாரியிடம் உண்மைதானாவெனக் கேட்டாள்.

"பின்னே ..."

பேபிகுட்டியின் ஸ்டார் பேங்கர்ஸ் திண்டில் இன்றைய பேச்சு அகிலனின் வாழ்வும் நேர்மையும் பற்றியதாக இருந்தது. "அவன் ஒரு நல்ல பைய்யன்... அன்னைக்கே அதப் பேசி சரிபண்ணிருக்கலாம்... அநியாயத்துக்குப் போட்டு அடிச்சி... அவமானப்படுத்தி... சே என்ன மனுசன் ..."

பேச்சின் வீரியம் அண்ணாச்சியின் கடைக்கும் போய்ச் சேர்ந்து சிலர் அவரின் கடையில் சாதனம் வாங்கப் போனப்போ இந்தப் பேச்சை எடுத்தபோது அவருக்கு எரிச்சல்தான் மிஞ்சி நின்றது. "சும்மாயா தந்தா... எங்கிட்ட களவாண்ட பைசாதானே."

"ஆனாலும் கௌரவமா தரணும்லா... தந்தாம்லா... ஆம்புளே... மானஸ்தன்தானே ..."

அவருக்குப் பதில் வார்த்தையின்றித் திகைக்கும்படி இருந்தது. குச்சான் இரவு ஏழுமணிக்கு ஏரியாவுக்கு வந்துபோன பிறகு இப்பேச்சு வேறுவேறு ரூபங்களில் அலைந்தது.தொகை வலுதாக்கப்பட்டது. காட்சியிலும்கூட நிறைய வளைவுகள் ஏற்படுத்தப்பட்டன. தங்கம் பணத்தை அவரின் மூஞ்சியில் விட்டெறிந்ததாகவும் அதுமேலே காற்றில் பறந்து பறந்து இறங்கியதாகவும் இசையெல்லாம் கோத்துக் கதைகளின் சிறகுகள் அசைந்துகொண்டிருந்தபோது, அண்ணாச்சி சுனில் கடைக்கு முடிவெட்டிக்கொள்ள வந்த யூஜினிடம் பேசினார். வெகுவிரைவில் இங்கிருந்து இடம் பெயர்ந்துவிடுவேன். . . இனி இங்கு வியாபாரத்தை தொடருமளவுக்கு நல்ல சூழல் இல்லை" என்று பேசிக்கொண்டிருந்தபோது சிந்துவும் பிலிப்பும் அவர்களின் திருமண அழைப்பிதழை எடுத்துக்கொண்டு ஒரே பைக்கில் திருவாழிக் கட்டிடத்திலிருந்து புறப்பட்டுப் போனார்கள்.

24

திருவாழிக் கட்டிட ஏரியாவில் இன்று ரொம்பவும் பரபரப்பாகப் பேசப்பட்டது, சிந்து பிலிப் திருமண வரவேற்பில் பரிசு கொடுக்கப் போன அன்சாரிக்கு சிந்து கூட்டத்தில் வைத்தே மணக்கோலத்திலேயே நெற்றியில் முத்தமிட்டதும் அப்போது பிலிப்பின் முகம் கொஞ்சம் உஷ்ணமாக மாறிவிட்டதான செய்திதான். பேங்கர்ஸின் திண்டிலிருந்த சிலர் ஒரு ஒப்பாரிக் கச்சேரிபோல அதைப் பாடிக் கொண்டிருந்தனர். நல்ல மழையும் கூட,மெல்ல ஆரம்பித்த மழை பின்னர் பெருமழையாக மாறி விடாது பெய்துகொண்டிருந்தது. யுனிவர்சல் காலனியிலுள்ள சிந்துவின் வீட்டில் பிலிப்பும் சிந்துவும் மணமாகித் தங்கும் முதல் நாளாக அது இருந்ததால் அவர்களல்லாத சில உறவினர்களும் வீட்டிலிருந்தனர். அவர்களுக்கான இரவு உணவை ஷாலிஹ் பண்டாரியின் வீட்டிலிருந்து அன்சாரி கொட்டும் மழையில் ஆட்டோவில் லேசாக நனைந்தபடியே கொண்டுவந்து சேர்த்திருந்தான். மேல் அறையிலிருந்து ஈரத்துடன் முற்றத்து அறையில் நின்று உணவுப் பாத்திரங்களை எடுத்துவைப்பதைக் கவனித்த சிந்து, நனைந்திருந்த அன்சாரிக்குத் தலைதுவட்டிக்கொள்ள பிலிப்பிடம் துண்டைக் கொடுத்துவிடலாமென நீட்டியபோது பிலிப்பின் கவனம் வேறுபக்கமாக இருந்ததால் அவளே கொண்டு வந்து கொடுத்தபோது அன்சாரி அதனைப் பெற்றுத் தலையைத் துவட்டிக் கொண்டதை பிலிப் மேலே படிக்கட்டில் நின்றவாரே மேலும் கூர்மையாகப் பார்த்துக்கொண்டிருந்தான். அவசரமாகப்

புறப்பட நின்ற அன்சாரியிடம் சிந்துதான் மழை விட்டதும் போகலாமென நிறுத்தியபோது பள்ளிவாசல் ஆண்டுவிழாவை ஒட்டி ஊர்ப் பொதுக்குழு இருப்பதால் தான் அங்கு அவசரமாகப் போகவேண்டும் என்றான். காசீமும் ஊரில் இல்லை. அவன் ஸ்கூல் வேன் எடுப்பது தொடர்பாகத் திருநெல்வேலிக்குப் போனவன் இன்னும் வரவில்லையென பொதுவாகச் சொல்லிக் கொண்டிருக்கும்போது சிந்து ஊர் விசயம் பற்றிக் கேட்டாள்.

“ஆமாம் அது ரொம்ப சீண்ட்ரம் பிடிச்ச எடவாடாக இருக்கிறது. ஜமாஅத்தில் உறுப்பினராக அங்கீகரிக்கப்பட்டு முறைப்படி இருக்கக்கூடியவர்களுக்குத்தான் கல்யாணம் போன்ற சடங்குகளில் ஊர் தடையில்லா சான்று தருவார்கள். அந்த சான்றுக் காகிதம் இல்லாமல் இன்னொரு ஜமாஅத்திலுள்ள பெண்ணை நான் எவ்வாறு கல்யாணம் செய்வது? அதுகூட விடுங்கள், நான் திடீரென இறந்து போனால் என்னை எங்கே அடக்கம் செய்வது? இவ்வாறான நிலையில் ஊர் ஜமாஅத்தின் அங்கீகாரமான உறுப்பினராவது அவ்வளவு முக்கியத்துவமானது” என அவன் விளக்கிச் சொல்லி, மழையோடு மழையாக வெளியே நின்றிருந்த சண்முகம் ஆட்டோவில் பெரிய பள்ளிவாசலுக்குக் கிளம்பிப் போனான். அன்சாரியின் வலி அவளுக்குப் புரிந்ததுபோலவும் புரியாததுபோலவும் இருந்தது.

மழை விடவில்லை, வெளுத்து வாங்கிக்கொண்டிருக்கிறது. ஆட்டோ சண்முகம் சொன்னான். “இந்த மழையின் வாக்கைப் பார்த்தால் இரவு இன்னும் அடித்து பெய்யும் என்றுதான் தோன்றுகிறது.” மழை அப்படித்தான் பெய்கிறது.கடும் மழையின் காரணமாக பெரியபள்ளி பொதுக்குழுவுக்கு ஆட்களைக் காணவில்லை. ஜமாஅத்தினுடைய முக்கியஸ்தர்கள் கொஞ்சம் பேர் குடையைப் பிடித்தபடி நின்றிருந்தனர். பள்ளிவாசல் காம்பவுண்டுக்கு வெளியே ஆட்டோவிலிருந்த படியே அன்சாரி பரிதாபமாக வானத்தை வானத்தைப் பார்த்தபடி மழைக் கச்சத்தில் நனைந்து ஒடுங்கியிருந்தான். மழை மேலும் மேலும் வலுத்துக்கொண்டேயிருந்தது. “படச்சவனே, இது என்ன சோதனை”யென அன்சாரியின் மனம் அனிச்சையாகப் புலம்பியது. இப்படியே அரைமணி நேரம் கடந்த பிறகு பெரிய பள்ளி வளாகத்துக்குள் குடைப்பிடித்து நின்ற பத்திருபது முக்கியஸ்தர்களும் கலைந்துபோனார்கள். அன்சாரி ஒன்றும் புரியாமல் பரிதாபமாகப் பார்த்தபோது சண்முகம் ஓரளவுக்கு விசயத்தைப் புரிந்துகொண்டு போவோமா என்றான். ஜமாஅத் பொதுக்குழு கோரம் இல்லாமல் தள்ளிவைக்கப்பட்டு வரும் வெள்ளிக்கிழமை ஜும்மா குத்பாவில் நடைபெறும் என்று மறுநாள் செய்தி அறிந்து அந்த நாள்வரை மேலும் ஆவலாய்க்

காத்திருந்த அன்சாரிக்கு வெள்ளிக்கிழமை ஜும்மா குத்பாவுக்குப் பிறகு நடைபெற்ற பொதுக்குழுவில் வரி சேர்ப்பு விசயத்தை அடுத்த ஆண்டு மாற்றி வைக்கும்படி ஹாஜியார் முதல் குரலாய்ச் சொன்னதும் அதைப்பற்றிப் பிறகு யாரும் பேசவில்லை. காசீம் எழுந்து பேச முற்பட்டபோது ஹாஜியார் ரொம்பவும் சாமார்த்தியமாக,"நான் யாரையும் சேர்க்கக் கூடாதுன்னு சொல்லலே.. விசயத்த தள்ளி வச்சிக்கலாம்... அவ்வளவுதானே..." என்றபோது ஞாயம்தான் என்பதுபோல எல்லோரும் அமைதியாக இருந்தார்கள். காசீம் மீண்டும் பேச முனைந்தபோது அவன் குரல் அரவணைப்பின்றி அநாதையாக நின்றது. ஆனாலும் அவன் கமிட்டி நோட்டில் எழுதப்பட்டதைச் சொல்லிப் பேசியபோது ஹாஜியார் மறுபடியும், "கமிட்டி பெரிசா... ஜெனரல்பாடி பெரிசா... ஆள் சேக்கத அடுத்த வருசம் பேசலாம்..." என்றார்.

பொதுக்குழு சீந்துவாரின்றி நிறைவுபெற்றது.கடும் மனவேதனையில் கிருஷ்ணன் கடையின் பின்னாலுள்ள சிமெண்டு பெஞ்சில் படுத்திருந்த அன்சாரியின் நிலையைப் புரிந்து, கடையிலிருந்த ஆறுமுகம் புகழேந்திக்கு போன் பண்ணிச் சொன்னதும் அன்சாரியிடம் புகழேந்தி போனில் தொடர்பு கொண்டு பேசினார். "டேய்... ஊருதானடே வேணும்... நான் பாத்துக்கிடேன்... கல்யாணம் பண்ணணும்னா உம்மாட்ட சொல்லி நல்ல பொண்ணா பாருடே... நம்மகிட்ட நல்ல ஹிருதயமுள்ள ஆளுவோ இருக்கு. நான் உனக்கு ஒரு ஜமாஅத்துல இருந்து என்நோசி ஒப்பிச்சி தந்தா போதாதாடே? எவனாவது ஒரு கதவ பூட்டினா நமக்கு ஒன்பது கதவ திறக்கலாம். கேட்டீயா... இது ஜனநாயக நாடுல்லாடே. ஒரு மயிராண்டியும் சமூகப் புறக்கணிப்பு செய்ய முடியாது... எவனா இருந்தாலும் தூக்கி உள்ள போட்டுறலாம்..." சொல்லிவிட்டு புகழேந்தி சத்தமாகச் சிரித்தார். அன்சாரி கொஞ்ச நேரம் சோர்ந்திருந்தான். பிறகு ஏதோ தோன்றியதும் மெல்ல எழுந்து சுற்றிலும் பார்த்துவிட்டுப் பிருட்டத்தை லேசாக அங்குமிங்குமாகத் தட்டி விட்டு அலட்சியமாக திருவாழிக் கட்டிடத்தின் முன்பாக வந்து நின்றான்.

மூன்றாம்எண் கடையிலிருந்து கூட்டிசையோடு காற்றில் கலந்த ஒரு பாடல் காதுகளில் ராகமாய்க் கேட்டுக் கொண்டிருந்தது. என்ன பாடலெனக் கூர்ந்து கேட்பதற்காக அன்சாரி காதை அந்தப்பக்கமாகக் கவனப்படுத்தியபோது, இந்தப் பக்கத்திலிருந்து வேலுமயிலும் சத்தார் சுல்தானுமாக ஒரே பைக்கில் வந்தார்கள். நீண்ட நாட்களுக்குப் பிறகு இரண்டு பாடல் பாடும் வாய்ப்பு தனக்கு அமைந்திருப்பதாகச் சொல்லிவிட்டு வேலுமயிலின் வண்டியிலிருந்து இறங்கிய சத்தார் சுல்தான், பவுலினின் இசைக்கூடத்தை நோக்கிப் போனார். எதிரிலிருந்து பூபாலன்

வந்து ஒன்றாம்எண் கடையைத் திறந்து உள்ளே அமர்ந்த கொஞ்ச நேரத்தில் புதிதாக ஒரு பெண் வேலைக்கு வந்திருந்தாள். பூபாலன் அன்சாரியைக் கூப்பிட்டு அவளை சுகிர்தா என்றும், இடைஇடையே நீ கடையை கவனித்துக்கொள்ள வேண்டும் என்றும் சொல்லிக் கொண்டே அவளிடம் திரும்பி,"இது அன்சாரி. இங்கு என்ன உதவி தேவைப்பட்டாலும் சொன்னால் போதும்" என்றதும் நிமிர்ந்து பார்த்து சுகிர்தா புன்னகையோடு தலையை ஆட்டினாள். சுகிர்தா பார்க்க நல்ல சேலாக இருந்தாள். அவளுக்கு இன்னும் திருமணமாகவில்லை... பதினெட்டு பத்தொன்பது வயதுக்குள் இருக்கும். நல்ல மாநிறத்தில் ஐசுவரியமான முகவெட்டுக் கொண்டவளாக இருந்தாள். "இங்கதான் பக்கத்துல நிப்பேன். எதுனாலும் கூப்பிடுங்க..." என்றபடி அன்சாரி வெளியே வந்தபோது மனோகரன் வாத்தியார் கிருஷ்ணன் கடைக்கு முன்னால் நின்றிருந்தார். வழக்கமாக இந்த நேரம் வாத்தியார் வருகிற நேரமில்லையேயென யோசித்தபடி, "ஏன் சார்" என்றபோது, "புதுசா ஒரு எடவாடு அதான் நிக்கேன்" எனச் சொல்லிவிட்டு நகர்ந்தார். கொஞ்ச நேரத்திலேயே பிராட்டியும் வெளியே வந்து மனோகரன் வாத்தியார் போன பாதையிலேயே போனாள். எல்லாம் பார்த்துக்கொண்டே அன்சாரி கொஞ்ச நேரம் பேங்கர்ஸின் திண்டில் தனித்திருந்தான். பவுலினின் கடையிலிருந்து வரும் இசையை மெல்லக் கேட்டு ரசித்துக்கொண்டிருக்கும்போது வேதமாணிக்கம் திண்டுக்கு வந்து ஒட்டி அமர்ந்துகொண்டே நாலஞ்சி நாளா மனசுக்கு ஒருமாதிரியா இருக்கு... கேட்டியாடே... என்றபடி பட்டணம் நல்லா இருக்காரா தெரியுமா... என்றார்.

"ஏன் திடிர்னு கேட்கியரு..?"

"சும்மாதான்... ஒரு கனவு கண்டம்டே... அதான்..."

அன்சாரி போனை எடுத்து புகழேந்திக்கு கூப்பிட்டு பட்டணம் பற்றி விசாரித்துவிட்டு பின்னர் வேதமாணிக்கத்திடம், "அவரு எப்பவும் போல பெரிய பிரச்சனை இல்லேன்னு புகழேந்தி சொல்லாரு... முந்தா நேத்து பாத்திருக்காரே... என்ன கனவு கண்டியரு..?" என்று கேட்டான்.

"வேண்டாம் உடு..."

"அதான் சொல்லிட்டேர்லா, இனி சொல்லும்..."

"முந்தா நேத்து உச்சைக்கு தூங்கிக் கிடந்தால கனவு... கனவுல ஐஞ்சாநம்பர் கடை நடையில பட்டணமும் கிருஷ்ணனும் திருவாழியுமாட்டு மூணுபேரும் இருந்து நல்லா சிரிச்சி சிரிச்சி பேசிட்டிருக்காவோ... நான் பேசாம எழும்பிப் போங்கோன்னு சொல்லேன்... மூணுபேரும் காது கேட்காதது மாதிரி இருக்காவோ...

நான் மறுபடியும் போங்கோன்னு சொல்லுதேம்புலான்னு சொல்லிச் சத்தம் போடுதேன்... அவாளு மூணு பேரும் நீரு போவுமோய்னு என்னையப் பாத்துச் சத்தம் போட்டாவோ..."

அன்சாரிக்குக் கொஞ்சம் பதற்றமாக இருந்தது. இப்போது கிருஷ்ணன் இரண்டு நாட்களாகக் கடைக்கு வரவில்லை. திருவாழிசார் மூன்று நாளைக்கு முன்புதான் போனில் ரொம்ப நேரம் பேசினார். தங்கம் வந்து அண்ணாச்சியைச் சந்தித்துப் பணம் கொடுத்த கதைகளையெல்லாம் ரொம்பவும் ஆர்வமாகக் கேட்டார். ஆனால் அவர் கடந்த முறை வந்துவிட்டுப் போகும்போது கொஞ்சம் மனம் நிம்மதி இல்லாதது போலத்தான் பேசினார். காசீமின் ஸ்கூல் வேன் விசயமாகவே அவரின் வருகையிருந்தது. ஏன் இவ்வளவு சிரத்தை எடுத்து வருகிறீர்கள் என்றபோது காசீமுக்கு ஏதேனும் நன்மைகள் செய்ய வேண்டிய கடமை தனக்கிருப்பதாகச் சொன்னார்; அவ்வளவு ஆத்மார்த்தமாக அவரின் வார்த்தைகள் இருந்தன. "அவன் விசயத்தில் நேரடியாகப் பண உதவிகள் செய்தால் அது சிறப்பானதா இருக்காது. ஸ்கூல் வேன் விசயத்தில் எல்லாம் எண்ணியபடி நடந்தால் எப்படியும் காசீமுக்கு மாசம் பத்திருபத்தி ஐயாயிரம் ரூபாயளவில் கிடைக்கும். எப்பாடு பட்டாவது ஊருக்குள்ளே இரண்டுமூணு செண்ட் இடத்தை வாங்கி ஒரு வீட்டைக் கட்டி அவன் உம்மாவை அமர்த்திக் கொண்டால் நல்லது. நல்லா வாழ்ந்து செழித்தக்குடும்பம்" என காசீமைப்பற்றிப் பேசும்போது நம்பிக்கையும் உற்சாகமாகவும் இருந்த திருவாழி தனது மனம் அவ்வளவு ஆரோக்கியமாக இல்லையென்று நாசூக்காகச் சொன்னார். "உன்னைப் பற்றி மகன்களிடம் பேசியிருக்கிறேன். உன்னைக் கைவிட்டு விடக்கூடாது என்று சொல்லியிருக்கிறேன். எல்லாம் நம்பிக்கைதானடே... ஆனால் இந்த உலகம் எவ்வாறு இருக்குமென்று நாம் ஒன்றையும் தீர்மானிக்க முடியாது" என்றபோது அவரிடம் கொஞ்சம் கலங்கிய தோற்றம் தெரிந்தது. அன்சாரி நான் ஊர்வரைக்கும் கூட வரவா சார்... என்றபோது வேண்டாமென மறுத்து நான் போய்க் கொள்கிறேன் எனப் புறப்பட்டுப் போனார். திருவாழிக்கு உற்சாகம் குறைவாக இருந்ததை இப்போது நினைக்கும்போது அன்சாரியால் உணரமுடிகிறது. அவரின் கடைசி இரண்டு வருகையிலும் மது விருந்தும் கூட நடைபெறவில்லை. ஏதோ ஒரு பிழை இருப்பதாக அவனுக்குத் தோன்றியது. வேதமாணிக்கம் அபரிமிதமான நேரங்களில் இவ்வாறு கனவுபற்றிப் பேசுவதுண்டு. இப்போது அவர் சொல்வது கொஞ்சம் பதற்றமாக இருந்தாலும் அவன் அவரிடம், "வேற யாருட்டையும் இதப்போய்ப் பேசாதையும் எனச் சொல்லிக்கொண்டான். வேதமாணிக்கத்தோடான இந்த உரையாடல் நடைபெற்றுச் சரியாக இருபதாவது நாளில்

கிருஷ்ணனின் உடல் நிலை நல்ல பலப்பட்டு இருந்தது. காலில் பேண்டேஜ் துணி கழற்றப்பட்ட பிறகு ஓரளவுக்குக் கால்கள் நல்ல நிலையில் தோன்றியதன் நிமித்தமாக கிருஷ்ணன் கிட்டத்தட்ட பழைய உற்சாகம் பெற்றிருந்தார் ஆனாலும் டீ பட்டறைக்கு போகவேண்டாமென மகன் கேட்டுக்கொண்டதன் பெயரில் ஒரு மேற்பார்வையாளராகச் சுற்றிக்கொண்டிருந்த கிருஷ்ணனுக்கு பிராட்டியின் பிரவர்த்திகள் அவ்வளவு இஷ்டப்படவில்லை.

"அவ ராத்திரியானா குடிக்கா..."

"அவள்லா குடிக்கா... குடிச்சிட்டுப் போறா... நமக்கென்ன..."

"இல்லே அவ இங்கன இப்படி இருந்தா எப்புடி...?"

"அவ எப்படியிருந்தா நமக்கென்னா... அவளக் கெட்டி குடும்பம் நடத்தையா போறோம்? நல்ல வேலை செய்யாள்லா... அவ்வளவுதான்..."

இதற்கிடையே மனோகரன் வாத்தியாரின் மனைவி லில்லிபாய் திருச்சிக்குப் போனபிறகு அவர் சிலமுறை உணவு சமைத்துத் தரவென பிராட்டியைத் தன் வீட்டுக்கு கூட்டிக் கொண்டு போனதாக ஏரியாவில் பாட்டாகக் கிடந்தது. இப்போது கால்கட்டைப் பிரித்தபிறகு சின்னதாகத் துள்ளலுடன் நடந்துவரும் ஜீனாவும் குச்சானுமாகச் சேர்ந்து அந்தப் பாட்டை இன்னும் ஒய்யாரமாக்கினார்கள்.

குச்சானின் கட்டுக்கதைகளில் ஒன்றாகப் பிரபலமாகப் பரவியிருந்த ஸ்டார் பேங்கர்ஸை மத்திய ரிசர்வ் வங்கி கைப்பற்றிவிட்டதாக அவன் அடித்துவிட்டிருந்த கதை, ஏற்கெனவே நிலுவையிலிருந்த மனோகரன் வாத்தியார் பிராட்டி தொடர்பான கட்டுக்கதைகளைப் பின்னுக்குத் தள்ளியது. கதைகள் ஒன்றையொன்று மிகைத்துவிடுகின்றன. பேபிகுட்டியிடம் பேங் யூஜின், "ஓம்ம ஸ்டார் பேங்கர்ஸ மத்திய ரிசர்வ் வங்கி அண்டர்டேக் பண்ணிட்டுன்னு பேச்சா கெடக்கே" என்றபோது பேபிகுட்டி கோபமாய் அறுத்துக் கிழித்தார். "சார் கோவப்படாதீங்க... நீங்க கோபப்படுறீங்கன்னு தெரிஞ்சா கதைய ரொம்ப பெரிசாக்கிருவானுவோ..." என்றார் யூஜின். உண்மைதான் அப்படி கோபப்பட்டு பெரிதான கதைகள் ஏரியாவில் நிறைய உண்டு. மாதவன்பிள்ளை பண்டு நடந்துபோகும்போது பின்னாலிருந்து யாராவது டக்கு டக்கு எனச் சத்தம் போட்டால் போதும் மானதானமில்லாமல் ஏசிக்கிழிப்பார். பிறகு ஒரு டக்கு ஓராயிரம் டக்குகளாக மாறிக்கொண்டது. மத்திய ரிசர்வ் வங்கி விசயத்தில் கணிசமாக ஜீனாவின் பங்கிருப்பதை முன்னிட்டு பேபிகுட்டி அவனுக்குச் செந்தொழுவன் என ஒரு பெயரைச்

“சூட்டி எவனோ ஒருவன் உன்னை செந்தொழுவன் ஜீனா வந்தானா” எனக் கேட்டதாக அவரே அவனிடம் சொல்லிவைக்க கோபத்தின் உச்சத்தில் ஜீனா, “செந்தொழுவன் அவன் அம்மைக்க மாப்பிளை” என்று திரும்பக் கத்த அவ்வளவுதான், ஜீனாவின் புதிய நாமகரணமாக செந்தொழுவன் கோந்துபசையைப் போல அப்பிக் கொண்டது. ஜீனாவின் முகத்துக்குப் பின்னாலும் நேரடியாகவும் செந்தொழுவன் என்ற குரல் கேட்டதும் அதே வேகத்தில் அவன் திரும்ப அறுத்துக் கிழிப்பதும் பெருகிக்கொண்டிருக்கிறது. ஜீனா பால்மணியைத் துணைக்கு வைத்துக்கொண்டு இடம் பாக்க, போகவரவென நில வியாபாரத்தில் அவனுக்குச் சிலதுகள் அமைந்திருக்கின்றன.

கிருஷ்ணன் திடீரென உடல் நல்ல பலம் பெற்றுத் தேறுகிறார். இதன் நிமித்தமாக அவரின் முகம் முன்னிலும் அதிகமாகப் பொலிவுபெற்றிருந்தது. கூடிவரும் அவரின் உற்சாகம் வார்த்தைகளில் வெளிப்படுகிறது. நேற்று சிலங்கா திருவாழிக் கட்டிடத்தைக் குத்தகைக்குக் கேட்கலாமென ஆலோசனையை முன்வைத்தபோது அன்சாரி பதிலொன்றும் சொல்லாமல் நேராக கிருஷ்ணனிடம் போனான். “சிலங்காவுக்கு வயிறு பெருத்துவிட்டது. அவன் எல்லாவற்றையும் உண்ண ஆசைப்படுகிறான் . . . அவனுக்கு இப்போது சும்மா இருக்க முடியவில்லை. தரிப்பு கூடிப்போய்விட்டது. இனி திருவாழி இதையும் புடுங்கிக்கிட்டு அவனை விடப் போகிறார், பார்” என்றபடி “நீ இதுல ஒன்னும் சொல்லாம பேசாம இரு... பாத்துக்கிடலாம்” என்றார்.

“நான் என்ன பண்ணப் போறேன் . . ? சிலங்காக்கு எப்படியாவது என்னைய கழற்றிவிடணும்ன்னு ஒரு ஆலோசனை வந்திருக்குபோலே. என்னைய இதெல்லாம் பாதிக்காது... போன மாசம் எனக்கு கணக்குப் பாத்தப்போ ஆறாயிரத்தி நானூறு ரூவா வந்தது. அந்த ரூவாய தரும்போ சொல்லுதான் . . . அன்னைக்கு நான் அவசரத்துல புத்திய கடன் கொடுத்துட்டேம்ன்னு . . . ஒவ்வொருத்தனுக்கும் சும்மா கொடுத்தால கொடுக்க வேண்டியதா போச்சின்னு என்னக்கிட்ட வச்சிக்கிட்டே பூபாலன் கடையில உள்ள சுகிர்தாட்ட சொல்லுதான் . . . எப்படியாவது நான் கோவிச்சிட்டுப் போவேம்ன்னு பாக்கான் . . .” சொல்லிவிட்டு அன்சாரி சிரித்தான். கிருஷ்ணன் திருவாழிக் கட்டிடத்தின் மேலுள்ள சிலங்கா ஹாலைப் பார்த்துக்கொண்டு சொன்னார், “என்னால் இன்னும் இந்தக் கட்டுமானத்தை நம்ப முடியவில்லை. நான் நிறைய விசயங்களைக் கணித்திருக்கிறேன். என்றாலும் இந்த மாடியில் இப்படியொரு அமைப்பு ஏற்படும்ன்னு கனவிலும் நினைத்திருக்கவில்லை... பொதுவாக இவ்வாறான கடைகளுள்ள

கட்டிடங்களில் கடை ஒன்று காலியானாலும் பெரும்பாலும் அதே வகைக் கடைகள்தான் அதில் மீண்டும் முளைக்கும். ஆனால் சிலங்கா ஹால் இந்தக் கட்டிடத்தில் ஒரு புதிய முளைப்பாக இருக்கிறது. சில விசயங்களை நாம் வாழ்வில் நினைத்துப்பார்க்கவே முடியாது... இந்த பிலிப்பைப் பாரேன்... நாம் நினைச்சோமா? சிந்துவைக் கல்யாணம் பண்ணி இப்படி சரட்டு புரட்டென்று நடப்பானென்று... அவனெல்லாம் அவ்வளவுதான் எரிந்த கொள்ளி என்று கருதியிருந்தேன். கருதிக் கூட்டமுடியாத மாற்றம்... ஒரு நொடிப் பொழுதுதான் அன்சாரி, எல்லாம் தலைகீழாகப் புரண்டுவிடுகிறது. மலைப்பாக கிருஷ்ணன் பேசிக்கொண்டிருந்தார். கிருஷ்ணனும் கூட இப்போது தன் சாயாக் கடையின் நிலையைப் புரிந்துகொண்டிருக்கிறார். முதலில் போல இப்போது கடையில் எதைப் பார்த்தாலும் அவருக்கு எரிச்சலில்லை. பிராட்டியைக் காணும்போதே ஏற்பட்ட வேவுலாதி முற்றிலும் இப்போது மாறிவிட்டது. அவள் சரியான தேர்வுதான். இந்த இடத்தில் சமாளிக்கும் வல்லமை அவளுக்குத்தான் உண்டு. இந்த யோசனை ஏன் நமக்கு முன்னமே தோணாமல் போய்விட்டது என்கிற சிந்தனைதான் அவருக்குள் பரவியிருந்தது. உடல்நிலை தேறி உற்சாகம் வந்தபோதே கிருஷ்ணனுக்குச் சரளமானப் பேச்சும் வந்துவிட்டது. இன்றைக்கு கிருஷ்ணன் வழக்கத்தைவிட அன்சாரியிடம் நிறைய பேசிக்கொண்டிருந்தார். அண்ணாச்சி பற்றி, சுனிலின் கடைபற்றி, வரிசையாக திருவாழிக் கட்டிடத்தின் எல்லாக் கடைகளையும் பற்றிப் பேசிக்கொண்டிருந்தவருக்கு ஐந்தாம்எண் கடைபற்றிப் பேசும்போது ஒரு கழிவிரக்கம் ஏற்பட்டிருந்தது. “ஒரு மாயமும் இல்லை, ஆனால் ஏதோ ஒரு மாயம் இருக்கிறது. எனக்கென்னமோ அந்த டேங்கை மூடிப்பார்க்கலாம்ன்னுதான் யோசனையாக இருந்தது. ஆனால் திருவாழி அந்த பேச்சை எடுத்தாலே எரிச்சல் படுகிறார்.” இருவரும் பேசிக்கொண்டே சிமெண்டு பெஞ்சிலிருந்து மெல்ல எழுந்து நடந்து முகப்புப் பக்கமாக வந்தனர். நான்கு டிப்பர் லாரிகள் வரிசையாகப் போய்க்கொண்டிருந்தன. லாரிகளின்மீது பெரிய பெரிய பாறைகளை ஏற்றியிருக்கிறார்கள். ஒரு லாரியில் மூன்றோ நான்கோ கற்கள்தான் இருக்கும். கிருஷ்ணன் சூட்சுமமாகப் பார்த்துக்கொண்டே அன்சாரியிடம், “இது என்னடே?” என்றபோது, “பத்து இருபது நாட்களாகி விட்டது ஹார்பர் வேலையைத் தொடங்கியிருக்கிறார்கள் அனேகமாக ஆனைமலையை இதோடு காலி செய்துவிடுவார்கள்...” என்றான்.

“பொத்தைக்குப் பக்கத்துல உள்ள ஆனைமலையையா..?”

“ஆமாம் அந்த மலையைத்தான்...”

“டேங்கு தோண்டுனால உள்ள கிடந்த பாறைக்கல்ல உருட்டி ஆராச்சார் மனையில போட்ட பொறவு மத்த வக்கீலு பிளாட் போட்டப்போ ஆனைமலை பொத்தையிலதான் அந்த கல்லக் கொண்டு உருட்டித் தள்ளுனதா... மகாலிங்கம் பேசும்போது ஒருக்கச் சொன்னான்... பாத்துக்கோ...”

மேலும் லாரிகள் போவதும் வருவதுமாக அந்த வளைவிலிருந்து திருவாழிக் கட்டிடம் வளைவைக் கடக்கும் முன்னால் கடைகள் முழுவதிலும் தூசுகளை வாரித்தட்டிவிடுகிறது. சிந்து கனவுசீன் கதவைத் தூசுக்குப் பயந்து பகலில் திறப்பதே இல்லை. பவுலின் தனது இசைக்கூடத்தில் பிளாஸ்டிக்தாளால் ஆன திரைச்சீலையை இட்டு மேலும் ஒரு மறைப்பு போட்டிருந்தான். வரிசைவரிசையாக யானைகளைக் கொண்டுபோவதுபோல லாரிகளின் போக்கும் வரத்தும் அப்படியான பதற்றமாக இருந்தது. பேங்கர்ஸின் திண்டிலிருந்த வேதமாணிக்கம் பேபிகுட்டியிடம் “ஆனைமலைன்னு எவன் பேரு வச்சாம்ன்னு தெரியலே... ஒவ்வொரு கல்லும் ஒரு யானை கணக்கதான் இருக்கு...” என்றார்.

“கடல்ல கொண்டு தட்டதுல்லா... அப்படி கடக்கணும்... அதான் பெரிய பெரிய பெரிய பாளமா இருக்கு...”

“எங்கனயும் கொண்டு சரிச்சி தள்ளிர மாட்டானுவளே..?”

“சேசே... நல்ல அனுபவமான டிரைவர்மாருவளாத்தான் இருப்பான்... ஆனாலும் சொல்ல முடியாது. விதி பொடதியில சம்மணம் போட்டு இருந்தா..?” பேபிகுட்டி சொல்லிவிட்டு ஜீனாவின் செந்தொழுவன் குலைவெட்டை உதாரணப் படுத்தியபோது இருவரும் சத்தம்போட்டு ‘ஹே...’ வெனச் சிரித்தனர். திருவாழிக் கட்டிடம் ஐந்தாம்எண் கடை வளைவில் திரும்பிய டிப்பர் லாரியில் யானையின் மேல்பாகத்தைப் போல தோற்றம்கொண்டிருந்த பெரிய பாறைக் கல்லொன்று டமாரென உருண்டு கிருஷ்ணன் கடையிருந்த மனையின் மேற்கு மூலையில் வெளிப்பக்கம்சாலையின் ஓரமாகவிழுந்தது.சிரித்துக்கொண்டிருந்த வேதமாணிக்கமும் பேபிகுட்டியும் பூமி குலுங்குவதைப் போன்ற அதிர்வில் அண்டம்விட்டுப் பார்த்தார்கள். கல் யாருக்கும் இடையூறின்றி மூலையில் அப்படியே சப்பைக்கிடையாகக் கிடந்தது. பாதி வெட்டப்பட்ட யானையின் சரீரம்போல விழுந்த கல்லின் துடிப்பு இன்னும் அடங்கியிருக்கவில்லை. லாரிக்காரன் நின்று திரும்பிப் பார்த்துவிட்டு வேறு பிரச்சினையில்லை என்பதைப் புரிந்து கொண்டு நாங்களே அப்புறப்படுத்தலாமெனச் சொல்லிக் கொண்டு போய்விட்டான். எல்லோரும் கடையிலிருந்து வெளியே வந்து பார்த்தார்கள். வேதமாணிக்கம் கிட்டே நெருங்கியபோது அவர் ரொம்பவும் ஆச்சரியமாகப் பார்த்தார்.

கிருஷ்ணனும் அன்சாரியும் பின்னால் ஓடி வந்தபோது வேதமாணிக்கம் கிருஷ்ணனிடம் சொன்னார், "இது பழைய கல்லு... இப்போ ஒடைச்சதில்லே... இது ஐஞ்சாநம்பர் கடையில டேங்கு தோண்டும் போது எடுத்த கல்லுமாதிரியே இருக்கு... வேணும்ன்னா மகாலிங்கத்துட்ட கேட்டுப்பாரு... எனக்கு அப்படித்தான் தோணுது..."

கிருஷ்ணன் மலைப்பாகப் பார்த்தார். அன்சாரிக்கு எதுவும் புரியவில்லை. கல் சரியாக ஐந்தாம்எண் கடைக்கு நேர் எதிரே மறுபக்கம் கிடந்தது. சிந்து கனவுசீன் கதவைத் திறந்து வெளியே வந்து என்ன என அன்சாரியிடம் கேட்டபோது, "ஏதோ ஒரு கல்லின் கதை..." என்றான்.

"கல்லுக்கும் கதை உண்டுமா..?"

"உங்களுக்கும் எனக்கும் கதை இருக்கும்போது கல்லுமண்ணுக்கும் கதை இருக்காதா என்ன..?"

"சரி என்ன கதை?"

"அது தெரியலே..." எனச் சிரித்துக்கொண்டே, "என் காதுக்கு வரட்டும். சொல்றேன்" என மீண்டும் அவன் கிருஷ்ணன் கடைக்குப் போனான். ஆளாளுக்குப் பேசிக்கொண்டிருந்தார்கள். வெற்று லாரி திரும்பவரும்போது மறிக்க வேண்டுமென ஜீனாவும் பால்மணியும் கோபமாய்ச் சொன்னார்கள்."நல்ல வேளை விழும்போ... ஆள் யாரும் அங்கன இல்லே. நாலு பேரு கூடி நின்னிருந்தா என்ன ஆயிருக்கும்... தாயளியோ மெயின் ரோடு வழியா போவட்டு..." ஜீனாவின் குரல் வேகமெடுத்த போது ஆட்கள் பத்துப்பதினைந்துபேர் கூடிக் கற்களோடு வந்த லாரியை மறித்தபோது அரைமணி நேரத்தில் ஒரு ஒப்பந்தக்காரர் ஓடோடி வந்தார். உடனே அந்தக் கல்லை மாற்றிவிடுவதாகவும் இனி லாரியின் மட்டம் கடராமல் பார்த்துக் கொள்வதாகவும் திருவாழிக் கட்டிட ஏரியா வளைவுகளில் லாரி வேகமாகப் போகாது எனவும் இதை நடைமுறைப்படுத்த இந்த வளைவில் ஒரு ஆளைப் பணிக்குப் போடுவதாகவும் ஒப்பந்தக்காரர் எல்லாவற்றையும் சரணாகதியடைந்தவரைப் போல ஏற்றுக்கொண்டார். கல் ஒதுங்கிக் கிடப்பதால் இப்போது பிரச்சனையில்லை என்றும் இந்த வார விடுமுறை நாளில் ஆள் கொண்டு வந்து கல்லை உடைத்து அப்புறப் படுத்தி விடுவதாகவும் ஒப்புக்கொண்ட ஒப்பந்தக்காரர் விசயத்தை அழகாககைங்கரியம்செய்துவிட்டுப்போனார்.லாரிகள் வழக்கம்போல ஓடின. முதலில் ஐந்தாறு நாட்கள் ஒரு பணியாள் ஐந்தம்எண் கடையின் எதிர்ப்பக்க மூலையில் நின்று லாரிகளை மெதுவாக ஓட்டிப்போக சமிக்கை செய்துகொண்டிருந்தான்.

இப்போது அவனும் போய்விட வழக்கம்போல லாரிகள் போய் வருகின்றன. கல் அப்படியே கிடக்கிறது. இதற்கிடையே மகேசனனை விட்டு அவனது இரண்டாவது மனைவி போய் விட்டாளென ஏரியாவில் பேசப்பட்டதைக் கேள்விப்பட்டு அன்சாரியைக் கூப்பிட்டு சம்பவம் உண்மையா என சிந்து கேட்டாள்.

"அப்படித்தான் பேச்சா கெடக்கு. . எனக்கு தெரியலே..."

சிந்துவுக்கு இது விசயத்தில் இன்னும் திருப்திகரமான பேச்சு தேவைப்பட்டது.

ஜீனாவும் பால்மணியும் கிருஷ்ணன் கடைக்கு டீக்குடிக்க வந்தபோது இது சம்பந்தமான புதிய தகவலைப் பேசிக்கொண்டிருந்தார்கள். மகேசனனின் இரண்டாவது மனைவி அவனை விட்டுப் பிரிந்துபோனதிலுள்ள பேச்சுகள் நீண்டுகொண்டிருந்தன. ஜீனாவுக்கு நடை இன்னும் சரியாகவில்லை. நாலுமுறைக்கு ஒருமுறையாவது துள்ளிப்புட்டானைப்போல இடது காலில் ஒரு தென்னல் வருகிறது. அவன் இந்தத் தென்னல் காலோடு வந்து மகேசனனின் இரண்டாம் மனைவி பிரிந்துபோனதின் சுவாரஸ்யங்களைப் பேசிக்கொண்டிருக்கிறான். சரியாகக் காரணம் தெரியவில்லை. ஆனால் அவள் அவனைவிட்டுப் போய்விடுவாள் என்று அன்றே தோன்றியதாக ஒருவன் சொன்னான். ஏன் அப்படி தோன்றியது என்ற கேள்விக்கு அவன் பதில் எதுவும் சொல்லாமல் மோங்கினான். இடையில் குச்சான் ஒரு கதையைக் கட்டியிருந்தான். பிலிப்பு ஏதோ ஒரு வலைதளத்தில் அடைமழையும் பெடைக்கோழியும் என்று ஒரு பதிவு போட்டிருந்தான் என்றும் அது சூசகமாகத் தன்னைத் தாக்குவதாக ஆறேழு பேர் சொல்லிக்கொண்டு நடந்ததாகவும் பிலிப்பின் அந்தப் பதிவுதான் காரணமென மகேசனன் கருதுவதால் பிலிப்பைக் கத்தியால் குத்த வாய்ப்பிருப்பதாகவும் ஒரு புதிய வதந்தியைக் கசியவிட்டிருந்ததோடு கத்திக் குத்தொன்றும் பிலிப்புக்குப் புதிதில்லை என்பதால் அதில் பெரிய பிரச்சினையில்லை என்று சிரித்தும் சிரிக்காமலும் பால்மணி பேசினான்.

கிருஷ்ணன் அன்சாரியிடம் சொன்னான், "இதுல எவனுக்குக் கிறுக்குன்னு தெரியலே. . ." ஒரு கட்டத்தில் எரிச்சலின் உச்சமான கிருஷ்ணன், "எந்திரிச்சிப் போங்கலே... பன்னிக்குப் பொறந்தவனுவளே..." என்றபடி சிமெண்டு பெஞ்சில் வெள்ளத்தைக் கோரி ஊற்றிவிட்டார். பின்னர் குச்சான் சரியாக ஐந்தாம் எண் கடை முன்னால் நின்றபடி ஜீனாவிடம் சிலங்கா ஹாலில் நடைபெற்ற பெரும்பாலான கல்யாணங்கள் அவ்வளவு

வெற்றிகரமானதாக இல்லையென்பதை ரொம்பவும் அழுத்தமாகச் சில உதாரணங்களையும் காட்டிப் பேசினான். அன்சாரி இதை கிருஷ்ணனோடு பேசியபோது, "இந்த எழவ உடு... அவனுவோ சிலங்கா ஹால சோலியமுடிக்க பிளான் போடுதானுவோ... எதோ ஒரு லேண்ட் எடவாடுல சிலங்கா குறுக்கே தடிய வெட்டிப் போட்டுருப்பான் போல அத மனசுல வச்சிட்டுதான் ஜீனா இந்த வேலையள குச்சான வச்சி செய்யான்... இப்போ ஜீனாக்க சகவாசம் குச்சாங்கூடயாக்கும். மரப்பட்டிக்கு ஈனாபட்சி கூட்டுன்னுள்ள கதையா ஆயிருக்கு... சவத்த மண்ணள்ளிப் போடு... நீ நைசா திருவாழி சார்ட்ட பேசி இந்தக் கல்லத் தூக்கிப்போட்டு ஐஞ்சாநம்பர் கடையில உள்ள டேங்க மூடுவோமான்னு கேளு..."

"நாலஞ்சி நாளு பொறுத்துப் பேசலாம்... முந்தாநாள்... நைட் திருவாழிசார் பேசும்போது அவ்வளவு சுரத்தையா பேசலே... அவரு கொஞ்சம் மனசு சரியில்லாம இருக்காரு... பயலுவோ ரொம்ப டார்ச்சர் பண்ணுதானுவோபோல... இவருக்கு அவனுவள்ட்ட போவ இஷ்டமில்லே... அவனுவோ இங்க வந்து இனி வாழதுக்கு வாய்ப்பே இல்லே... அங்கயே குடியுரிமை வாங்கிட்டானுவோன்னும் ஒரு பேச்சு இருக்கு..."

"இவருக்கு இங்க வேற யாரும் ரொம்ப பெரிசா இல்லல்லா... பேசமா போவவேண்டியதுதானே..."

"அதெல்லாம் போவ மாட்டாரு... ராஜபாளையத்துல உள்ள வீடு தோட்டத்தையும் கூட அவனுவளுக்குப் பிரச்சனையில்லே போல... இது அம்மைக்குச் சொத்துல்லா. ரொம்பநாளா வித்துடணும்னுதான் நிக்கானுவோ... இடையில இவரு தடையா நிக்கதுனால அவனுவளால ஒண்ணும் செய்ய முடியலே... இங்கே நல்ல வேல்யூ இருக்குல்லா..."

"திருவாழிக் கட்டிடமும் மனையும் சேர்ந்தா எவ்வளவுக்குப் போவும்?"

"இன்னைக்குள்ள வெலைக்கு எப்படி பாத்தாலும் கோடி மறியும்?"

"அப்போ... சாதாரணமானவன் கைபோட்டுக்கிட மாட்டான்..."

"நல்ல கைதான் வரணும்"

அன்சாரியும் கிருஷ்ணனும் கட்டிடத்தை மேலும் கீழுமாக ஒரு ராயல் லுக்கில் புதிதாகப் பார்ப்பவர்களைப்போல பார்த்துக்கொண்டு நின்றபோது வளைவில் நின்றிருந்த ஜீனா நோட்டம் பார்த்துக்கொண்டே சொன்னான், "ரெண்டு பேரும்

கட்டிடத்த வாங்கப் பாக்குறவனுவோ மாதிரியே பாக்கானுவோ பாரு...”

ஜீனாவின் காதில் பால்மணி சொன்னான், “அதெல்லாம் சொல்லமுடியாது ஜீனா... திடீர்ன்னு கேரளா லாட்டரியில இரண்டாயிரத்துப் பதினைஞ்சி புத்தாண்டு பம்பர் குலுக்கல் கிருஷ்ணனுக்கு ஐஞ்சு கோடி அடிச்சின்னா.”

ஜீனா பால்மணியை ஒருமாதிரியாகப் பார்த்து, “என்ன முழுத்தத்துல வாய வைக்கேன்னு தெரியலே... ஆனாலும் கிருஷ்ணனுக்கெல்லாம் அடிக்காது... ஒண்ணாமத்தது அவன் பம்பர் குலுக்கல் லாட்டரி எடுத்திருக்கணுமில்லா...

“போய் நைசா கேட்டுரட்டா..?”

பால்மணி சாயங்காலம்போல கிருஷ்ணனிடம் வேறு வேறு பேச்சைக் கொடுத்துக்கொண்டே லாட்டரி பற்றி பொதுவாகக் கேட்டபோது, “ம்ம் பால்ராமபுரத்துக்கு மச்சினனப் பாக்கப்போனால இரண்டு டிக்கெட்டு எடுத்தேன்... வந்தா மலை, போனா மயிரு...”

பால்மணி திரும்பச் சொன்னபோது ஜீனாவுக்குக் கண்ணுமுழி பிதுங்கியது.

அந்த இரவில் சிலங்கா ஹாலை புக் பண்ணியிருந்தவர்களில் இரண்டுபேர் தங்களது புக்கிங்கை ரத்து செய்துவிட்டிருந்தனர். அன்சாரி ஏனென்று கேட்டபோது... “இல்லே சவுரியப்படலே...” என்றார்கள். சிலங்காவுக்கு விசயத்தைப் போன் பண்ணிச் சொன்னபோது மறுநாள் காலை சிலங்கா அந்த நபர்களைத் தேடிப் போய்ச் சந்தித்தான். நிறையப் பேச்சுக்குப் பிறகு சிலங்கா ஹால் பற்றி குச்சான் பேசிச் சென்ற அபிப்பிராயங்கள்... அந்த அபிப்பிராயங்களின் வழி உண்டாகிய கோலங்கள் எல்லாவற்றையும் புரிந்துகொண்ட சிலங்கா, மறுநாள் சாயங்காலம் ஜீனாவையும் குச்சானையும் பால்மணியையுமாகக் கூப்பிட்டு அவர்களுக்கு நல்ல வாய்ப்புள்ள இட எடவாடுபற்றிப் பேசினார். இந்தப் பேச்சினுடைய இன்னொரு வெளிப்பாடாக நான்கைந்து நாட்களுக்குப் பிறகு சிலங்கா குச்சானை அழைத்துச் சென்று தன் வீட்டின் பின்னாலுள்ள தேங்காய் குடோனில் போட்டு அடித்து உதைத்து நல்ல சாப்பாடும் வாங்கிக்கொடுத்து அப்படியே திருவாழிக் கட்டிடத்தின் முன்னால் கொண்டு வந்து இறக்கிவிட்டதாக சுனிலின் கடையில் முடிவெட்ட வந்த சிலங்காவின் மச்சினன் பேசிக்கொண்டிருந்தான். இது நடந்த மறுவாரத்திலிருந்து குச்சானைக் காணவில்லை. ஒரு மாதம் கடந்தும் குச்சானின் நடமாட்டம் முற்றிலும் இல்லாமல் போனதால்

திடீரென அவன் காணாமல் போனவர்கள் பற்றிய பேச்சில் ஒருவனாக மாறிப்போயிருந்தான். பேங்கர்ஸின் திண்டிலிருந்து வழக்கமான பேச்சுகளில் இன்று திடீரென மையம் கொண்ட காணாமல் போனவர்கள் பற்றிய பேச்சில் குச்சானின் பெயர் முளைத்தபோது சிலர் அது நல்லதுதான் என்றனர்.

குச்சான் யார் என்று பெரும்பாலானவர்களுக்குத் தெரியவில்லை. வெறுமனே குச்சான் என்றுதான் எல்லோரும் சொல்லவும் கேட்கவுமாக இருந்திருக்கின்றனர். அவன் காணாமல் போவதற்கு முந்திய நாள் பால்மணியோடுதான் போனான் என்ற பேச்சு வளர்ந்தபோது பால்மணியிடம் கேட்டார்கள், "அவன் நீங்கள் சொல்லும் நாளில் அவன் என்னோடு வரவில்லை. அதற்கும் பத்து தினங்களுக்கு முன்னால்தான் வந்தான். பிறகு அவன் கிருஷ்ணன் கடையில் வந்து ஆறுமுகத்திடம் சாயா குடித்திருக்கிறானே" என்றபோது ஒருசிலர் வாஸ்தவம்தான் என்றார்கள். குச்சானின் தகப்பன் அவன் சிறுபிள்ளையாக இருக்கும்போதே குடும்பத்தை உதறி விட்டுப் போனவன் என்றும் இப்போது வயதான பார்வைக்குறைபாடுள்ள தாயார் மட்டுந்தான் என்கிற விபரங்களையெல்லாம் பேங்கர்ஸின் திண்டிலிருந்தவர்கள் பேசினார்கள்.

"அவனுக்கு இன்னும் கல்யாணமாகவில்லை."

"வயது எப்படிப் பார்த்தாலும் முப்பத்திஏழுக்கு மேலே இருக்கும்.."

"குச்சான் என்பதுதான் அவன் பெயரா?"

"இல்லை, வேறு ஒரு அழகான பெயர் உண்டு... ஆனால் யாருக்கும் அவன் பெயர் தெரிந்திருக்கவில்லை."

பழைய ரோடு ரெயில்வே கேட் அருகே ஒருவன் அடிபட்டு இறந்துகிடப்பதாகச் செய்தி வந்ததும் அது குச்சானாகத்தான் இருக்கும் என்று பலரும் ஓடிப் போய்ப் பார்த்தார்கள் அது அவனில்லை என்றான பிறகு புதிய கதையொன்று தாவாளமிட்டிருந்தது. தோட்டியோடு அருகே சுற்றுலா பஸ் டயர் பழுதாகி நின்றபோது அதனை அவசரமாகச் சரி செய்யப் போன பவித்திரனோடு குச்சான் போனான் என்றும் அதன் பிறகுதான் அவனைக் காணவில்லை என்றும் ஜீனா சொன்னான். பிறகு பவித்திரனை தேடிப்பிடித்துக் கேட்டபோது, "இது உண்மைதான்: ஆனால் வண்டி சரியான பிறகு அவனைக் கொண்டு வந்து ஆனைமலைப் பொத்தைக்கு திரும்பும் பாதையில் விட்ட"தாகச் சொன்னான். ஆனைமலைப் பொத்தையின் பாதையில் குச்சான் இறங்கக் காரணமென்ன, அங்கிருந்து குச்சான் எங்கே

போனான் என்ற விவரங்கள் யாருக்கும் தெரியாது. மாதம் மூன்று கடந்திருக்கிறது.பலகதைகளைக் கட்டிவிட்ட குச்சான் பலகதைகளாக மாறிக்கிடக்கிறான். காணாமல் போன கண்ணன் என்ற ஷேக்கின் கதையில் உலவியதைப்போல ஒரு கதையாக, அந்தச் சுற்றுலா பஸ்ஸிலிருந்த அழகிய பெண்ணொருத்தி குச்சானை மயக்கி அந்த வண்டியிலேயே ராஜஸ்தான் பக்கம் கொண்டுபோய்விட்டதாகவும், அவனை அவள் மயக்கியதில் அவனுக்குத் தன்னையே தெரியாமல்போய்விட்டதாகவும் பேசிக்கொண்டார்கள் அவனுக்குத் தான் யார் என்றே தெரியாமல் போய்விட்டால் அவன் எப்படி இங்கு வருவான் என்றபோது ஞாயம்தானேயெனக் கேட்டவர்களும் உண்டு.

சிமெண்டு பெஞ்சில் படுத்திருந்த அன்சாரியிடம் பிராட்டி சொன்னாள், “அந்த குச்சான் பைய்யன் கடைசியா அந்த கல்லுல இருந்ததப் பார்த்தேன்” என்றதும் தள்ளி நின்று கேட்டுக் கொண்டிருந்த கிருஷ்ணன் வேகமாக வெளியே வந்து மேற்காகப் பார்த்தார் லாரியிலிருந்து விழுந்த கல் இன்னும் அப்படியே பாதியாக வெட்டிப்போடப்பட்ட யானையைப் போலக் கிடந்தது. அதன் நேர் மேலே ஆகாயத்தில் கருத்துத் திரண்டிருந்த மேகம் ஒரு கொடூரமான மிருகத்தைப் போல இருப்பை வைத்துக்கொண்டு எதையோ அள்ளி முழுங்கும் முனைப்புடன் சுழல்வதுபோல பதுங்கிக்கிடந்தது.

25

நேற்று இரவில் கடும் காற்று வீசியிருந்ததால் அதிகாலையிலேயே சின்னபள்ளி வளைவுகடந்து ரோடு முழுவதும் குப்பையும் கூளமுமாகக் கிடந்தது. காற்றோடு லேசாக மழைபெய்திருந்ததால் திருவாழிக் கட்டிட ஏரியாவில் பரவிக்கிடந்த சவறுகள்மீது ஈரம்பாய்ந்து அது ஒரு விசித்திர கோலம் பூண்டிருந்தது. கடைக்குள் கிடந்த ஆறுமுகத்திடம், "ஆளக் கொண்டு போறது மாதிரி பேக்காத்து அடிக்குப் பாத்துக்கோ. எடையில பயங்கரமான சத்தம் கேட்டு என்னமோ முறிஞ்சி விழுகது மாதிரி... நான் பாக்கட்டா? என்று வேதமாணிக்கம் கேட்டபோது தூக்கக் கலக்கத்திலேயே ஆறுமுகம், "பேசாம படுவோய். சாமத்துல இறங்கிப் போவப்புடாது. வெள்ளன சின்னபள்ளியில பாங்கு விழிச்சப்பொறவு பாக்குலாம்" என்று பதிலுக்குச் சத்தம் போட்டான்.

காற்றின் ஓசையும் ரொம்பவும் விசித்திரமாகவே இருந்தது. சாமம் இரண்டரைமணிக்குப் பிறகு தகரம் அடர்ந்து காற்றில் பறப்பதுபோல பேரிரைச்சல். பண்டு சங்கிலிப் பேய்க்கதையில் சங்கிலியைப் பேய் அத்துக்கொண்டு உருண்டு புரள்வதைப்போன்ற ஒரு நினைப்பாக வேதமாணிக்கத்துக்கு இருந்தது. கடையின் சமையலறையிலுள்ள நீண்ட வலுப்பமான பெஞ்சில் பிராட்டி கால்களைப் பரப்பி ஒரு மலங்கிடாயைப் போலக் கிடக்கிறாள். வெளியே சத்தம் மிகைப்பட்டு மேலும் மேலும் சுருண்டு புரள்கிறது. கிருஷ்ணன் கடையின் உள்பக்கக் கதவுக்கு ஒரு வலிய இரும்புப்பட்டை உண்டு. அந்தப்

பட்டையை நகர்த்தித் தூக்கினால்தான் மற்றத் திறப்புகளைத் திறக்க இயலும். வேதமாணிக்கம் இரண்டுமூன்று முறை இரும்புப்பட்டையருகே வந்துவந்து தயங்கியபடி பின்னேயும் திரும்பப் படுக்குமிடத்துக்கே போய்விட்டார். வெளியே மழை பொழியும் சப்தமில்லை, வெறும் காற்று மட்டும்தான். அவர் மனசுக்கென்னமோ திருவாழிக் கட்டிடத்தைக் காற்று சுருட்டிக்கொண்டு போவதுபோல இருந்தது. காற்றின் பேரோசை அங்கிருந்துதான் வருவதாகப்பட்டது. மேலும் மேலும் அங்கிருந்துதான் வினோத சப்தங்களும் எழுந்தபடி இருக்கின்றன. ஆறுமுகமாவது அவ்வப்போது படுக்குமிடத்திலுள்ள பாயில் புரண்டகொள்கிறான். பிராட்டியிடம் எந்த அசைவுமில்லை, செத்துப்போனவள் போலக் கிடக்கிறாள். கைகளைத் தோளின் பின்பக்கமாகப் படரவிட்டு அவள் கிடக்கும் தோரணையே பயமூட்டுவதாக இருக்கிறது. 'என்னவும் ஆகிவிட்டுப்போகட்டும் சின்னப்பள்ளியில் பாங்கு சொன்னப் பிறகு இரும்புப்பட்டையை விலக்கிக் கதவைத் திறக்கலா'மென வேதமாணிக்கம் கண்ணை மூடிக் கிடந்தபோது வெளியே மழை பொழிவதுபோன்ற ஓசையும் காற்றின் ஓசையோடு கலந்து கேட்டுக்கொண்டிருந்தது. மரம் முறிந்து விழுவது போன்ற ஓசையோடு இரும்புப் பொருட்கள் பறந்து துள்ளித்துள்ளி அடங்குவதுபோன்ற ஓசையும் ஒரே நேரத்தில் எழுந்தடங்கின. இதன் பிறகு ஒருமணி நேரத்துக்குப் பிறகே சின்னபள்ளிவாசலில் லெப்பை பாங்கு சொல்லும் சத்தம் கேட்டது. வேதமாணிக்கம் எழும்பாமலே கிடந்தார். ஆறுமுகம் மெல்ல எழும்பி மின்சாரம் இல்லாததைப் புரிந்துகொண்டு, தீப்பெட்டியைத் தேடித் தப்பி கிருஷ்ணனின் கண்டுபிடிப்பான அந்த டப்பா விளக்கில் நெருப்பைப் பொருத்தினான். மஞ்சள் வெளிச்சம் பரவியதும் சமையலறையில் நுழைந்து பிராட்டியை நோக்கிச் சத்தமிட்டுக் கொண்டே முகம் கழுவினான். பாய்லரில் எரியவிடத் தேவையான கங்கை அடுப்பில் ஊதிவிட்டபடி மீண்டும் கத்தியபோதே பிராட்டி எழுந்து வந்தாள். "சாமத்துல பயங்கர காத்து பேய் வந்தால வந்திச்சே" என்றபோது ஆமாம் எனச்சொல்லிக்கொண்டே உள்ளே இருந்த இன்னொரு டப்பா விளக்கை எரியவிட்டு இரும்புப்பட்டையை நீக்கிக் கதவைத் திறந்தான் ஆறுமுகம். அவனுக்குத் துல்லியமாகத் தெரியவில்லை. இருளில் மங்கலாகத்தான் அந்தக் காட்சிகள் கிடந்தன. திருவாழிக் கட்டிடத்தின் முன்பாக பூபாலனின் ஒன்றாம்எண் கடை தாண்டிச் சவுட்டிச் சுருட்டப்பட்டதுபோல நீண்ட தகரங்கள் கிடந்தன. கிருஷ்ணன் கடையிருக்கும் மனையின் கிழக்குப் பக்கமிருந்த வேப்பமரத்தின் பெரிய கொப்பொன்று ஒடிந்து கிடந்தது. இதென்ன மாயம்போல இருக்கிறதேயென யோசித்துக் கொண்டே ஆறுமுகம்

வேதமாணிக்கத்திடம் போனபோது அவர் உறங்குவதுபோல பாவலாசெய்து கிடந்தார்.

இன்னும் வெளிச்சம் பரவியிருக்கவில்லை. ஒரு விறகுக்கட்டையில் அடுப்படியிலுள்ள பழைய துணியைச் சுற்றி அதில் மீந்த பழைய சமையல் எண்ணெய்யை நனைத்து நெருப்புவைத்துக் கொளுத்திக்கொண்டே அதனைத் தூக்கியபடி வேதமாணிக்கமும் பிராட்டியும் ஆறுமுகமுமாக வெளியே வந்தார்கள். சிலங்கா ஹாலின் மேற்கூரையிலுள்ள தகடுகள் சிலது சுருண்டு ரோட்டில் கிடந்தன. கல்லைக் கொண்டுபோன லாரியிலிருந்து விழுந்துகிடந்த அந்தப் பழைய கல்லை மூடியதுபோல கிருஷ்ணன் கடை மனையிலுள்ள வாராச்சி மரம் முறிந்து விழுந்துகிடந்தது. கடும் குப்பையும் கூளமுமாய்க் கிடந்த அந்த இடம் இப்போது யுத்தம் முடிந்த ஒரு பிரதேசம் போல தெரிந்தது. அதையும் ஐந்தாம்எண் கடை வளைவையும் தாண்டி மூவரும் மெல்ல மெல்ல நடந்துபோனபோது ஏழாம்எண் சுனிலின் கடையை முழுவதுமாக மூடியபடி சிலங்கா ஹாலின் மேலே இருந்த தொட்டி அதன் இரும்புத்தூணோடு சரிந்துவிழுந்தும் மேற்கூரையின் ஒரு பாளம் அடர்ந்து விழுந்தும் கிடந்தன. வேதமாணிக்கம் மெல்ல அண்ணாந்து பார்த்தார். அவருக்கு சிலங்காவின் மண்டபம் சிதிலமாகிக் கிடப்பது மங்கலாகத்தான் தெரிந்தது. நெருப்பின் வெளிச்சத்தில் மூவரும் பார்வையைச் சுற்றவிட்டபோது பிராட்டி சொன்னாள்,

"வாதை இறங்கி ஆடுனாலே காத்து கதறடிச்சிருக்கு. இதெல்லாம் வந்து சாடுனா யாரு பிடிச்சி கெட்ட முடியும்? சவறுபோல ஆக்கிப்போட்டுருக்கு..."

இன்னும் ஆள் அரவம் தொடங்கியிருக்கவில்லை. "நாம் கடைக்குப் போய்விடலாம். யாராவது இப்போது அகஸ்மாத்தாக வந்தால் நாம் மூவரும் இப்படி தீப்பந்தத்தோடு நிற்பதைப் பார்த்தால் பயந்துவிடுவார்கள்," என்றார். கிருஷ்ணன் முன்புபோல இப்போது காலை ஐந்தரை மணிக்கெல்லாம் கடைக்கு வருவதில்லை. எப்படியும் எட்டுமணி கடந்துவிடும். எனவே ஆறுமுகம் ஆறரைமணிவாக்கில் போன் பண்ணி கிருஷ்ணனுக்குச் சொன்னான். கிருஷ்ணனால் நம்பமுடியவில்லை. உடனடியாக திருவாழிக்கட்டிட ஏரியாவுக்குப் பறந்துவர விரும்பினார். அன்சாரி திருச்சூர் போயிருக்கிறான். அவன் இங்கிருந்தாலாவது வந்து அழைத்துக் கொண்டு போவான். சிலங்காவின் மண்டபம் காற்றில் துவம்சமாகிக் கிடக்கிறது என்று ஆறுமுகம் மொட்டையாகச் சொன்னதால், போய்ப் பார்த்தால்தான் அதன் வீரியம் தெரியும்.

அன்சாரிக்கு போன் பண்ணலாமென்று போனை எடுத்தவர், போய்ப் பார்த்துவிட்டு பேசலாமென போனை வைத்துவிட்டு அங்கு பக்கத்திலுள்ள ஒரு பையனின் பைக்கில் வேகவேகமாகக் குளிக்காமல் கொள்ளாமல் வந்துவிட்டார்.

பத்துநூறுபேர்களுக்கும் மேலாக ஆட்கள் கூடி நின்றார்கள். மைனர்சலாம் முகத்தில் புன்னகைபரவ நின்றிருந்தான். நடைப்பயிற்சி ஆட்கள், பேபிகுட்டி, மனோகரன் வாத்தியார் என பரிட்சயமானவர்களும் பரிட்சயமற்றவர்களும் நின்றிருந்தனர். கிருஷ்ணன் சுற்றிலும் பார்த்தபோது ஒரு பெரிய கூரைத்தகரம் உருண்டு சப்பிப்போய் வண்டிக்காரப்பிள்ளையின் பார்வையிலுள்ள மாதவன்பிள்ளை மனையில் கிடந்தது. அவரின் மனையிலும் சில மரங்களின் கொப்புகள் விழுந்துகிடந்தன. சிலங்கா ஹால் பொத்துச் சிதறிக் கிடந்தது. தகரங்கள் தூக்கி வீசப்பட்டதில் அதன் உள் அலங்கார வேலைகளுக்காக இணைக்கப்பட்ட கம்பிகள் இழுத்துக்கொண்டதால் சில இடங்களில் முழுஉடைவும் சில இடங்களில் கீறி அப்படியே ஒட்டியபடியும் இருந்தன. மேற்கும் வடக்கும் பக்கவாட்டு அலங்காரச் சுவராக இருந்த மூங்கில் சுவர் மேற்குப்பக்கம் முற்றிலும் சேதமாகியிருந்தது. வடக்குப்பக்கமுள்ள அது இருப்பிலிருந்து விலகி உள்வாங்கிச் சாய்ந்திருந்தது. கிருஷ்ணன் அன்சாரியின் சாவியால் திறந்து மேலேறிப்போய்ப் பார்த்தார். சிலங்காவின் மண்டபம் சர்வமும் நாசமாகியிருப்பதாகத் தோன்றியது. ஆறுமுகத்திடம் வந்தபேசிவிட்டு, சிலங்கா இன்னும் வரலியா என்றபோது மதுரையிலிருந்து வந்து கொண்டிருக்கிறான் திருநெல்வேலி தாண்டி விட்டானாம் என்று தெரிய வந்தது. அன்சாரிக்குத் தகவலைச் சொன்னால் அவன் திருவாழிக்குச் சொல்வானென யோசனையோடு அன்சாரிக்கு போன்பண்ணினார்.

மூன்று நாட்களுக்கு முன்னால் அம்மாண்டி விளையருகே திருச்சூரிலிருந்து வந்த யானையைத் திரும்ப ஃபோர்நாட்ஸெவனில் அழைத்துக்கொண்டு போகிற வேலை டிரைவர் கோபனுக்கு வந்திருந்தது. அவன் இதற்குமுன்னாலும் நீண்ட தொலைவுக்கு வாகனத்தில் யானையைக் கொண்டு போய்வந்த அனுபவமுடையவன். சாதாரண பாரத்தைக் கொண்டு செல்பவனைப்போல ஓட்டிச் செல்லாமல் கடும் கட்டுப்பாட்டோடு வாகனத்தை இயக்குகிற யுக்தி தெரிந்திருக்க வேண்டும். எதிரில் வரும் வண்டிக்கு இடம் கொடுப்பதற்காகப் பட்டென சாலையின் பக்கவாட்டில் வண்டியை வளைத்து நெளித்து ஏற்றிஇறக்க முடியாது. என்னவானாலும் சாலையின்

தடத்திலிருந்து இறங்காத தன்மையைக் கொண்டிருக்க வேண்டும். இந்த அனுபவம்கொண்ட கோபனுக்கு ஓட்டம் வந்தபோது வழக்கமாகக் கிளியாகப்போகும் கப்பல்ராஜன் அன்று இல்லாமல் போய்விட்டான். அதனால் கோபனுக்கு இந்தப் பயணத்தில் ஒரு கிளியாக ஒரு வழித்துணைவன் இருந்தால் கொள்ளாமெனத் தோன்றியபோது அவன் கப்பலிடமே தொலைபேசியில் கேட்டான், "எவனாவது இருந்தா அனுப்பி உடுடே." கப்பல், தொலைபேசியில் அன்சாரியைத் தொடர்புகொண்டு விசயத்தைச் சொன்னபோது அவனுக்கு ரொம்பவும் ஆர்வமாக இருந்தது. ஒரு யானையைக் கொண்டுபோகும் பயணத்தைக் கேட்டமாத்திரத்திலேயே பிடித்துவிட்டது. கோபனைப் பார்க்கப்போகும் முன்னால் திருவாழியிடம் போன் பண்ணி விசயத்தைச் சொல்லிக் கொண்டான். அவர் நீண்ட நேரம் சிரித்துக்கொண்டே,

"எனக்கும் இதுபோல நிறைய ஆசைகள் இருக்குடே. இனி இதெல்லாம் அவ்வளவுதான். ஒரு பறவையைப் போன்ற பருவம் எல்லார் வாழ்விலும் வந்தாலும்கூட அதை எல்லோரும் அனுபவிப்பதில்லை.ம்ம் ... ஜாலியா போயிட்டுவா ..." எனச் சொல்லிவிட்டார். ஆனால் சிலங்காவுக்கு அது இஷ்டப்படவில்லை. "இங்கே உன்னுடைய தேவை இருக்கிறது. எனவே இப்போது மூன்று நாட்கள் போக முடியாது. நான் அனுமதிக்கவும் மாட்டேன்" என்று தீர்மானமாகச் சொல்லிவிட்டு அலங்கார மேடையருகே போய் நின்றுகொண்டான். அன்சாரி மீண்டும் போய் சிலங்காவிடம், "நான் திருவாழிசாரிடம் பேசிவிட்டேன். அவர் போயிட்டு வா என சொல்லியிருக்கிறார் ..." என்றான்.

"உன்ன யாரு வேலைக்கு வச்சிருக்கா ... நானா திருவாழியா .. ?"

"எண்ணே ... மூனுநாளு நமக்கு இங்கே ஒரு புக்கிங்குமில்லே... நான் போயிட்டு வரதுனால என்ன பிரச்சனை ?"

"கேட்டதுக்குப் பதில் சொல்லு. உன்ன வேலைக்கு வச்சிருக்கது நானா திருவாழியா .. ?"

"திருவாழிசாரு ..."

சிலங்காவின் முகம் பயங்கரமாக மாறியது..அவன் வாயிலிருந்து புறப்பட்ட கெட்ட வார்த்தையை முழுங்கிக் கொள்வது அன்சாரிக்குப் புரிந்தது. அவன் நிதானமாக அடக்கிக் கொண்டு, "நான்தான் சம்பளம் தாறேன் ..." என்றான்.

"எனக்கு ஒரு சம்பளம் திருவாழிசார்தான் தாராரு ... நீங்க தர்றது ஆடருக்குள்ள கமிசன் ..."

“உனக்கு திருவாழி தரது நக்காபிச்சை பைசா... நான் தர்றது அப்படியில்லை...”

அன்சாரி கொஞ்ச நேரம் சும்மா நின்றபடி, “நான் இதெல்லாம் சாருட்ட பேசவா ...” என்றபோது, சிலங்காவின் நிதானம் தவறிப்போனது. அவன் சொன்னான், “உனக்க சாரு, எனக்க மத்ததுல உள்ளத புடுங்கித் தள்ளிருவாரோ ... சரி போ ... ஆனா இதுக்குப் பொறவு இங்க நீ வரப்புடாது ...”

“இங்க வரப்புடாதுன்னு நீங்க சொல்ல முடியாதுல்லா ...”

“உனக்க சாரயே சொல்ல வைக்குதம்புலே... போல மண்டச்சி மொவனே ... எவனாலயும் சிலங்காவுக்க ஒரு மயிரக் கூட புடுங்க முடியாது ... போ போ ...”

அன்சாரி பதிலொன்றும் பேசாமல் சிலங்காஹாலிலிருந்து கீழே போகும் படிக்கட்டை நோக்கி நடந்தபோது மேலும் ஆவேசமாக சிலங்கா, “லேய் ... நீ போயிட்டு வரும்போ ... உன்ன இந்த பில்டிங்குலேயே நான் நுழைய விடாம பாத்துக்கிறேன் ... நல்லா ஒருக்க சுத்திப் பாத்துட்டுப் போ ...” என்றான்.

‘சரிண்ணே’ என்றபடி அன்சாரி படியிறங்கிக் கீழே போய் கிருஷ்ணனிடம் வேறெதுவும் பேசாமல் யானைக் கதையைச் சொல்லிவிட்டு வண்டியை எடுத்துக்கொண்டு மேற்குப் பாதை வழியாக அம்மாண்டிவிளையில் கோபனைப் பார்க்கப் போனான். அதிலிருந்து இப்போதுவரை மூன்றுநாட்கள் கடந்து போயிருக்கிறது. கிருஷ்ணன் போன் வரும்போது கருணாகப்பள்ளி கடந்து கோபனின் வாகனம் வந்துகொண்டிருந்தது. “எப்போ வந்து சேருவே” என்றபோது “இன்னும் நாலுமணி நேரமாவது ஆகிவிடும். உச்சைக்கு முன்னால் அங்கு வந்துவிடுவேன்” எனச் சொல்லிக்கொண்டே யானையின் பேச்சைத் தொடங்கியவனிடம் கிருஷ்ணன் சிலங்கா மண்டபத்தின் சிதைவுக் கதையைச் சொன்னார். அன்சாரிக்கு ரொம்பவும் அதிர்ச்சியாக இருந்தது. இப்படியெல்லாம் நடந்துவிடாது என்று அவன் நம்பியிருந்தாலும் கிருஷ்ணன் ஒவ்வொன்றாகச் சொல்லச் சொல்ல அவன் மனத்தில் அந்தக் காட்சிகள் எப்போதோ எங்கேயோ தான் இவ்வாறெல்லாம் ஒரு கனவு கண்டிருப்பதாக அல்லது இவை மங்கலாக வேறோதோ ஒரு பிரதேசத்தில் நடந்ததுபோல அவனுக்கு இருந்தது. அவனால் எதையும் இப்போதும் நம்ப முடியவில்லை. சிலங்கா கோபமாய்ப் பேசியபிறகு வரும்வழியிலேயே திருவாழிசாருக்குச் சொல்லிவிடலாமாவென யோசித்தான். பிறகு அது வேண்டாமென விட்டுவிட்டான். காலம் சரி செய்யும் என்று திருவாழிசார் அடிக்கடி

சொல்லுவார். அதைத்தான் அவனும் சொல்லிக்கொண்டான். சிலங்கா மண்டபம் திறந்த இந்த ஒன்றரையாண்டுகளில் பலமுறை கோபப்பட்டுப் பேசியிருக்கிறான்.வரம்புமீறிய வார்த்தைகளையும் வீசியிருக்கிறான். இரண்டாவது நாளில் அவனே அவற்றைச் சரிசெய்துவிடுவான். "அன்சாரி ஒரு எமோசனல்ல பேசிட்டேன். ஒன்னும் மனசுல நெனைக்காதப்போ ... திருவாழி சாருட்ட என்னமும் சொன்னியா ..?"

"இல்லே சொல்லலே... சொல்லமாட்டேன் ..."

"நல்லதுப்போ ... நான் எதாவது கோவத்துல பேசிட்டாலும் நீ அவருட்ட ஒண்ணும் சொல்லப்புடாது . . . நானே சமாதானமாயிடுவேன் ... சரியாப்போ ..."

"சரிண்ணேன்."

இப்படியாகத்தான் சிலங்காவின் கோபமிருந்திருக்கிறது. அன்சாரி திடீரென ரொம்பவும் மௌனமாக இருப்பதைப் புரிந்து கொண்டே கொல்லம் கடந்துவந்துகொண்டிருந்த வண்டியினுள்ளிருந்து கோபன் என்னாச்சி அன்சாரி என்றபோது அவன் ஓரளவுக்கு விசயத்தைச் சொல்லிக்கொண்டே திருவாழிக்கு போன்பண்ணியபோது அவர், "கேள்விப்பட்டேன். காசீம் போன்பண்ணிச் சொன்னான். நீ இப்போ எங்கே வந்திட்டிருக்கே?" என்று கேட்டார்.

"கொல்லம் தாண்டிட்டேன் ..."

"சரி. நீ போய்ப் பாத்துட்டு என்னைய கூப்பிடு ... சிலங்கா நல்ல சம்பாரிச்சிட்டான் ... இயற்கையா ஒண்ணு நடந்திருக்கு ... இதோட அவன முடிச்சிவுடணும் ... நீ பாத்துட்டுச் சொல்லு ... அவனும் ஏரியாவுல இல்லே போல இருக்கு ... நடக்கது நடக்கும். ம்ம் ... வந்துட்டு பொறவு கூப்பிடு."

'சரி சார்' என்றான். மீண்டும் அன்சாரி யோசனையாக இருந்தான்.அவன் யானையோடு போகும்போது அம்மாண்டிவிளையிலிருந்து வண்டியின் முன்னே கோபனுக்கு அருகிலிருந்தாலும் திருவனந்தபுரம் களைக்கூட்டத்தில் சாயா குடிக்க நிறுத்தியபோது பாகனிடம் யானைக் கதைகளை ஆர்வமாய்க் கேட்டான். அவன் சொற்ப நேரத்தில் சிலவற்றைச் சொன்னதும் நானும் கொஞ்சதூரம் பின்னாலிருக்கட்டுமா என்றதும் கோபனும் ஒத்துக்கொண்டான். அவனுக்கு மேற்கொண்டு ஒரு ஒன்றரைமணிநேரப் பயணம் இந்த வாழ்வில் வியக்கப் போதுமான அனுபவமாக அமைந்திருந்தது. யானை

திருவாழி ௸ 391 ௸

காலை அங்குமிங்குமாக அசைக்கமுடியாத அளவுக்கு அழகாக ஒரு வரையறைக்குள் நிறுத்தியிருந்தார்கள். மிக நடுக்கத்தோடு யானையின் பின்னங்காலைத் தொட்டுப்பார்த்தான். பிறகு தயக்கம் விலகி மெல்ல வருடிக்கொண்டான். பெரிய உருவம் என்றாலும் ஒரு குழந்தையின் குணம்தான் அதனிடமிருப்பதாகப் பின்னாலிருந்த பாகனும் பாகனுக்குத் துணையாக இருந்தவனும் சொல்லிக்கொண்டே வந்தனர். பேச்சு பச்சை மலையாளத்தில் போய்க்கொண்டிருந்தது. தானும் ஒரு அர்த்தத்தில் இந்த யானையைப் போல இருப்பதாக அவனுக்குத் தோன்றியபோது அந்தத் தோன்றுதல் ஏனோ அவனுக்கு ஒரு சுகானுபவமாக இருந்தது. அந்த இருப்பை, அந்த உரையாடலை அவன் மனத்துக்குள் நிரப்பிக்கொண்டே இருந்தான். பிறிதொரு நாளில் கிருஷ்ணன் கடையின் சிமெண்டு பெஞ்சிலமர்ந்தும் சிந்துவின் பால்வெள்ளைச் செயரிலமர்ந்தும் இந்த யானையைப் பற்றியும் பாகன்கள் சொல்லிக்கொண்டிருக்கும் யானைக் கதையின் சுவாரஸ்யங்களையும் வச்சி விளம்பவேண்டுமென சுருதிக்கூட்டி வைத்திருக்கிறான். ஆனால் தொடர்ச்சியாக வந்துகொண்டிருக்கும் சிலங்கா ஹாலின் செய்திகளில் யானை மூழ்கிக் கிடக்கிறது.

காலை பதினொன்னே முக்காலுக்குப் பிறகுதான் சிலங்கா வந்து சேர்ந்தான். ஆங்காங்கே கூடிநின்றவர்கள் சிலங்கா வந்ததுமே, ஒரு சாவு வீட்டில் சடலத்தை எடுக்க ஒருவரின் வருகைக்காகக் காத்திருப்பவர்கள் அந்த மனிதர் வந்ததும் மொத்தமாகக் கூடுவதுபோல பரபரவென கூடிக் கொண்டார்கள். காரிலிருந்து இறங்கிய சிலங்கா ரோட்டில் நின்றபடியே நிமிர்ந்து மண்டபத்தைப் பார்த்தான். அவனிடம் சொல்லப்பட்டதைவிட சேதாரம் அதிகமாக இருந்தது. ஆட்களைச் சுற்றிப் பார்த்தான். அதில் பலரும் அவன் மண்டபம் திறப்புக்கு முந்திய நாள் மேலே சுற்றிப்பார்க்க வந்தவர்களாக இருந்தனர். மேலேறிப்போன சிலங்காவின் பின்னால் பேபிகுட்டியும் ஜீனாவும் கூடவே போனார்கள். யூனிவர்சல் காலனியிலுள்ள நிறைய வீடுகளிலும் மேல்மாடியில் போடப்பட்டிருந்த செட்டுகள் காற்றில் பறந்துள்ளன. மின்சாரக்கம்பங்கள் உடைந்து விழுந்துள்ளதால் இன்னும் மின்சாரம்கூட வரவில்லையென ஜீனா சொல்லிக்கொண்டான். சிலங்கா எதையும் காதில் வாங்கிக்கொள்ளாமல் மேலேறிப்போய்ப் பார்த்தான். மேலே பொத்துக்கொண்ட இடங்கள் வழியாக மழைநீர் இறங்கியதால் கார்பெட்கள் நனைந்து ஈரத்தில் கனத்துப்போய்க் கிடந்தன. இருக்கைகள் அங்குமிங்குமாகச் சிதறியிருந்தன. சுற்றுச்சுவர்போல அலங்காரமாக அமைக்கப்பட்டிருந்த மூங்கில் கட்டமைப்புகள் உடைந்து தொங்கியபடிக் கிடப்பது சிலங்காவைக் கொஞ்சம் வருத்தமாக்கியது. மண்டப அமைப்பில்

ஆகச்செலவுள்ள விசயமாக இருந்தது. அவன் நீண்ட நேரமாக அதன் இடிபாடுகளின் மையத்தில் நின்றிருந்தான். பரிதாபமாகப் பார்த்துக் கொண்டிருந்த பேபிகுட்டி எதுவும் சொல்லாமல் அமைதியாகக் கீழே இறங்கிவந்து திண்டிலிருந்த வேதமாணிக்கத்தைக் கடந்து பேங்கினுள்ளேயே போய்விட்டார். கொஞ்ச நேரம் மௌனமாக நின்றிருந்த சிலங்கா பிறகு வேகவேகமாக இறங்கிக் கீழே வந்து நேராக கிருஷ்ணன் கடையின் முன்னால்போய் இனிப்புக் கூட்டி ஒரு டீ போடுங்கண்ணேன் என்றான். வெளிப்பிரகாரத்தில் கிடந்த மர ஸ்டூலில் அமர்ந்துகொண்டே அன்சாரிக்கு போன் பண்ணினான். "என்ன அன்சாரி எப்படியிருக்கே, எல்லாம் அறிஞ்சிருப்பேல்லா… எங்க இருக்கே…" என்று கேட்டான்.

"நான் அம்மாண்டிவிளை வந்துட்டேன். கோபன் கடையிலருந்து எனக்க பைக்க எடுத்துட்டு ஒரு இருவது நிமிசத்துல அங்க வந்துடுவேன்" எனச் சொல்லிக்கொண்டே அன்சாரி போனைத் துண்டித்தான். சிலங்காவிடம் கிருஷ்ணன் பவ்யமாக டீயை நீட்டினார்.

அந்தப் பேய்க்காற்று இரவிலானதால் ஆட்களுக்குச் சேதமில்லாமல் போனதாகவும் இல்லையென்றால் இந்த மண்டப மேற்கூரைத் தகடுகள் சில உயிர்களையேனும் காவு வாங்கியிருக்குமெனவும் வேதமாணிக்கம் பேங்கர்ஸின் திண்டிலிருந்து இயல்பாகப் பேசிக்கொண்டிருந்தார். மற்றபடி யாரும் அங்கு பேசிக்கொள்ளவில்லை. ஆட்கள் பலபேர் கூடிநின்றும் கூட பேச்சற்ற மௌனமே நிறைந்திருந்தது. சிலங்கா தீவிரமான யோசனையிலாழ்ந்தவனைப் போல டீயை மிடறு மிடறாகப் பருகிக்கொண்டிருந்தான். மீண்டும் போனை எடுத்து எவரெஸ்ட் வெல்டிங் நெல்சனிடம் பேசிக்கொண்ட பிறகு பத்துநிமிடங்கள் கடந்து சோர்ந்துபோய் பைக்கில் வந்த அன்சாரி அதை ஓரமாக நிறுத்தினான். சிலங்கா அருகில் செல்ல லேசாகப் பயந்தவனாகவே உள்நடுக்கத்தோடு போய் நின்றான்.

"சாருட்ட எதாவது பேசுனியா..?"

"இந்த சம்பவத்த சொன்னேன்…"

"நீ திருச்சூர் போவத்துல நான் பேசிக்கிட்டத சொன்னியா?"

"இல்லே… நான் அதெல்லாம் சொல்ல மாட்டேன்…"

"சரி, மேலபோய்ப் பாத்துட்டு வாயேன்…"

அன்சாரி மௌனமாகப் போனான். அங்கு வாசலின் அருகே சுகிர்தா நின்றிருந்தாள். வேறு யார்யார் இங்கு நிற்கிறார்களென

அன்சாரியின் பார்வை எங்கும் போகவில்லை. அவன் மேலேறிப் போகும்போதே அங்கு வந்த எவரெஸ்ட் நெல்சனையும் சிலங்கா மேலே போய்ப் பார்த்து வரும்படிச் சொன்னான். கிருஷ்ணன் கடையின் பின்னாலுள்ள சிமெண்டு பெஞ்சில் போய் இருந்த சிலங்கா பிறகு படுத்துக்கொண்டான். பிராட்டி லேசாக எட்டிப் பார்த்தபோது கிருஷ்ணன் சைகையால் அவளை உள்ளே போகச் சொல்லிவிட்டு மாறி நின்றுகொண்டார். அந்தப் பரந்த இடத்தில் ஏற்கெனவே குவிந்து கிடக்கும் சப்புச்சவறுகளோடு மரங்கள் முறிந்துவிழுந்து ரொம்பவும் அகோரமாகக் கிடந்தது. கிருஷ்ணன் தனது கடைக்கு முன்னால் ஒரு தாழ்வாரம் அமைத்திருந்தார். இந்தச் சுழல்காற்றில் அது ஒரு சேதாரமும் ஆகியிருக்கவில்லை. அதுபோல அண்ணாச்சிக் கடை முன்னாலுள்ள தாழ்வாரம் தகரத்திலானது; அதுவும் துளிபோலவும் சேதப்படாமல் இருந்தது சிலருக்கு மலைப்பாக இருந்தது. முடிஞ்சது முடிஞ்சி அவ்வளவுதானென வேதமாணிக்கம் பேங்கர்சின் திண்டிலிருந்து எழுந்துவிட்டார். "நல்ல நல்ல மனுசனுவளே போயிரானுவோ இது மயிரே மாத்திரம் தகரக்கூரைதானே..." தோள்த்துண்டை உதறியபடித் தனது பிருட்டத்தில் ஒரு தட்டும் தட்டிக்கொண்டார்.

அன்சாரி மேலேயிருந்து எவரெஸ்ட் நெல்சனோடு கீழே இறங்கி சிலங்கா முன்னால் வந்ததும் சகிக்கமுடியாமல் கதறி அழுதுவிட்டான். அவனின் அழுகை சிலங்காவுக்கு ரொம்பவும் மலைப்பாக இருந்தது. பேச்சுக்குப் பேச்சு நாசூக்காக மல்லுகெட்டும் வெடலைப்பையன் ஒரு பிள்ளைப்பூச்சியைப்போல அழுகிறானே! அன்சாரியை நெருங்கிக் கிட்டே வந்த கிருஷ்ணன் அவனைத் தாங்கிக்கொண்டு அந்த டிராக்டர் டயரில் சாய்த்து உட்கார வைத்தார்.

சிலங்கா எவரெஸ்ட் நெல்சனைக் கொஞ்ச நேரம் மௌனமாகப் பார்த்து, "நெல்சா, சுளுவா சரிபண்ண வாய்ப்பிருக்கா..." என்று கேட்டான்.

"இல்லே... திரும்பதான் பண்ணணும்... முன்னவிட செலவு கூடும்... நிக்கிற பைப்பும் பெண்டாயிருக்கு..."

சிலங்கா எழுந்தான், "இதெல்லாம் பிரிச்சி மாத்ததுக்கு எத்தனை நாள் வேணும்?"

"ஒரு பதினைஞ்சி நாளாவது ஆவும்."

"சரி எல்லாத்தையும் பிரிச்சி எடுத்துரு... வேலைக்கூலிக்கு நிக்குமா..?"

பாத்துக்கலாமென நெல்சன் மெல்லமாகச் சொன்னான்.

“அன்சாரி, நான் நம்ம முகுந்தன்ட்ட பேசுறேன் ... அவன் வந்தாம்னா உள்ளே கெடக்க செயர் மேசை எல்லாம் எடுத்துக்கச் சொல்லு ... நெல்சா பிரிச்சி மாத்திட்டு பில்டிங்குல அந்த டேங்க பழையது போல போட்டுக் கொடுத்துடு ... அன்சாரி இத கையில வச்சிக்கோ”வென ஏழாயிரம் ரூபாயை அவன் பாக்கெட்டில் திணித்தபடி, “எதுனாலும் திருவாழி சாருக்குச் செய்து கொடுக்கலாம் ... எனக்கு எந்த வருத்தமுமில்லே ... நான் போறேன்” என நடந்தபடி, “அன்சாரி, கிருஷ்ணன்ணுக்கு இப்போ குடிச்ச சாயாக்குப் பைசா கொடுக்கலே. நீ கொடுத்துடு” என்றபடி காரில் ஏறிப் புறப்பட்டுப் போனான்.எல்லோரும் அதி மௌனமாகப் பார்த்துக்கொண்டு நின்றனர். சிலங்கா ஆவேசமாகப் பேசி ஏதேனும் பிரச்சினை நிகழும் என்றே பலரும் கருதினார்கள். அன்சாரிகூட அம்மாண்டிவிளையிலிருந்து பைக்கில் வரும்போதே எப்படியும் சிலங்காவோடு வாக்குவாதம் கடுமையானதாக இருக்குமென்றே கருதியிருந்தான். அவன் மண்டபம் இவ்வளவு கடும் சேதப்பட்டு இல்லாமல் போகுமென்று கருதவில்லை. இந்த வாழ்வில் கடந்த ஒன்றரையாண்டுகளாக இன்னொரு அந்தஸ்திலாக்கித் தன்னை அணைத்துப் பிடித்திருந்த அந்த அலங்காரமான இடத்தின் சிதைவு, சிதைவு என்றால் ஒரு பெரும் மிருகம் சின்னஞ்சிறிய உயிரைக் குதறிப்போட்டது போல கிடந்த கிடையைக் கண்டபோது அன்சாரி தன்னை அறியாமலேயே கதறிவிட்டான். அவன் இப்படி நினைத்திருக்கவில்லை. ஏதோ சிறிய சேதம் ஏற்பட்டிருக்கும், ஒரு சின்ன அசைப்பில் சரிசெய்துவிடக்கூடியதாக இருக்குமென்ற எண்ணம் தோற்றுப்போய்ப் பரிகசிப்பதுபோல அந்த இடம் கிடந்தது. திருவாழியும் அன்சாரியிடம் போனில் திரும்பத்திரும்ப அவன் ஒண்ணுமே சொல்லலியா அவன் ஒண்ணுமே சொல்லலியா என்றே கேட்டுக்கொண்டிருந்தார். அவன் ஏதாவது கோபமாய்ச் சொல்லிச் சென்றிருக்க வேண்டும். ஒரு மனிதன் கோபமற்று மென்மையாகக் கடந்துபோவதும் கூட பயத்தை விதைக்கிறது. எல்லாவற்றையும் சரிசெய்து மின் இணைப்பு உள்பட அனைத்தையும் உரிய வகையில் செய்து, பழைய கட்டிடத்தை அப்படியே திருவாழியிடம் ஒப்படைக்க வேண்டும் என்று சிலங்கா நெல்சனுக்குக் கட்டளையாக சொல்லிச் சென்றிருப்பதை அன்சாரி சொன்னபோது அது அவரைக் கொஞ்சம் அசைத்திருந்தது. “என்னடே செய்யதுக்கு? நான் அவனுட்ட போன்பண்ணி பேசவா ...” என பாவம்போல அன்சாரியிடம் கேள்வியாகக் கேட்டார். சிலங்கா போனதோடு அங்கிருந்த கூட்டமும் மெல்ல மெல்ல விலகியது.மேற்குப்பக்கம் ஏழாம்எண் கடையின் மீது

சாய்ந்துவிழுந்து கிடக்கும் அந்த இடிபாடுகளைச் சுலபத்தில் அகற்ற முடியாததால் சுனில் இன்று கடை திறக்காமல் போய்விட்டான். எனவே நெல்சன் நாலைந்து ஆட்களைக் கொண்டுவந்து முதல்கட்டமாக பொன்னம்மா மனை பொதுக்கிணற்றினருகே சரிந்துகிடந்த தொட்டியை எடுத்து மாற்றி அத்தோடு சரிந்திருந்த டவரிலிருந்தும் தங்களது வேலையை ஆரம்பித்தார்கள். அன்சாரி அந்தப்பக்கம் போகவே இல்லை. கோபன் தந்த ஆயிரத்தி நானூறோடு சிலங்கா சட்டைப் பையில் வைத்த பணத்தையும் கிருஷ்ணன் கையில் பாதுகாப்பாகக் கொடுத்துவிட்டு சிமெண்டு பெஞ்சில் கிடந்துறங்கினான். இரண்டுமுறை இடையில் நெல்சனின் ஆட்கள் அவனை எழுப்பவந்தபோதும் கிருஷ்ணன் எழுப்பவிடவில்லை. "கழியாம ஒறங்காம்போ... நீங்களே என்னான்னு பாத்து செய்யுங்கோ..." என்றே சொல்லி அனுப்பினார். அவன் ரொம்பவும் உடைந்துபோயிருக்கிறான் என்று புரிந்து கொண்டிருந்த கிருஷ்ணன் கடையின் பின்பக்கமாக யாரையும் போகவிடவில்லை. சிந்துவும் அன்சாரி வெளியே வருவானென ஒன்றிரெண்டு முறை வெளியே வந்து வந்து பார்த்துவிட்டுப் போனாள். திருவாழிக்கட்டிட ஏரியா இன்று பேரமைதி பூண்டிருந்தது. ஆனாலும் ரகசியம் பேசுபவர்களைப்பல கிசுகிசுப்பாக இயற்கையின் மகிமை, மனிதர்களின் அகங்காரம், தொடங்கி எல்லா தெறிப்புகளும் தவிடுபொடியாகிவிடுகிறது. அடுத்தடுத்த நொடிகளில் நிகழ்ந்துவிடுகிற அசாத்தியங்களென இவ்வாழ்வின் பாடுபொருட்கள் ரகசியமாக அங்கு ஊர்ந்து கொண்டுபோயின. கிருஷ்ணன் கடைக்குப் பின்னால் முறிந்துவிழுந்த மரக்கொப்புகளை வெட்டிமாற்றி நீக்குவதற்காக மூனாஷாகுலை வேலைக்கு விட்டிருந்தார். இடையில் வந்துபோன மனோகரன் வாத்தியார் மட்டுமே பகிரங்கமாகச் சிரித்தபடி பேங்கர்ஸின் திண்டுக்குப் போனார்.

யானை ஒன்று கிருஷ்ணன் கடையின் பக்கவாட்டுப் பாதைவழியாக நுழைந்து அன்சாரியருகே வந்து நின்று தனது துதிக்கையால் அவனை வாரியெடுத்து அவன் காதருகே ஒரு ரகசியம் போல சொன்னது, "அன்சாரி எழும்பி வீட்டுக்குப் போடே... இந்த உலகத்துல என்னமெல்லாம் கெடக்கு. நீ போய் உனக்க காரியத்தப் பாரு... சரியா?"

சரி என்று அவன் தலையாட்டுகிறான்.

யானையின் முதுகில் முட்டாக்குப் போட்டுப் பாதி முகத்தை மறைத்தபடி ஒரு பிராயக்காரி இருக்கிறாள். அவள் முகம் துல்லியமாகத் தெரியவில்லை. ஆனால் அவள் அழகாக இருக்கிறாள். அன்சாரி அவளைப்பார்த்து நீ யாரு என்றதும் அவள் வெட்கப்பட்டுக் கொண்டே என்னைய தெரியலையாக்கும் என்று கேட்டாள்.

"தெரியாததுனாலத்தானே கேட்கேன் நீ யாரு?"

அவள் மீண்டும் வினோதமாகச் சிரித்துக்கொண்டு, "நான் தமீமா" என்றதும் யானை பலமான சப்தத்தை எழுப்பியது. அன்சாரி திடுக்கிட்டபடி எழுந்து அமர்ந்தபோது கிருஷ்ணன் அவனைப் பார்த்து ஓடி வந்தார். "இங்க நின்ன யானைய எங்கே" என கிருஷ்ணனிடம் கேட்டான் அன்சாரி.

26

திருவாழிக் கட்டிடத்தின் மேல்தளத்தில் சிலங்கா அரங்க வேலையை ஆரம்பித்ததும் ஒரு மாதத்துக்குள் வேலையை முடித்துவிடுவேன் என்று சொல்லியிருந்தாலும் அன்னா இன்னாவென அந்த வேலை அப்போது முழுமைபெற நாலேமுக்கால் மாதம் வரையிலுமானது. இப்போது நெல்சனும் அவனின் ஆட்களுமாகச் சேர்ந்து சிதிலமான அரங்கைப் பிரித்தெடுத்துக் கட்டிடத்தைப் பழையது போல கொண்டுவர பதினைந்து நாட்களுக்கும் மேலாகிவிட்டது. வேலை தொடங்கி இரண்டாவது நாளின் மாலைப்பொழுதில்தான் சுனில் கடைமுன்னால் கிடந்த இடிபாடுகளை அப்புறப்படுத்தி முடித்தார்கள். பின்னரே சுனிலால் கடை திறக்க முடிந்தது. மேலே தண்ணீர்த் தொட்டி வேலை சரியாகாததால் அவன் கிணற்றிலிருந்து தண்ணீர் கோரி எடுத்துக் கொள்ளும்படியாக இருந்தது. இப்போது பதினைந்து நாட்களுக்குப் பிறகு ஏகதேசம் திருவாழிக் கட்டிடம் சிலங்கா அரங்கு அமைப்பதற்கு முந்தைய தன்மையை அடைந்திருக்கிறது. அன்று காரிலேறிப் போன பிறகு சிலங்கா இந்தப் பக்கத்தில் இதுவரையிலும் வரவுமில்லை வர விரும்பவுமில்லை என்று பேசிக்கொண்ட நெல்சன், சிலங்கா மறுபடியும் அரபு நாட்டுக்குப் பயணப்பட தயாராகிவருவதாகச் சொன்னான். முதலில்

நான்கைந்து நாட்கள் சுரத்தையில்லாமல் இருந்த அன்சாரியை கிருஷ்ணன் மெல்ல தேற்றியெடுத்து பழைய ஆளாக உலவவிட்டார். இதற்கிடையே ஜீனா ஒருவனை அழைத்துக்கொண்டுவந்து காலிமாடியை வியாபாரப் பயன்பாட்டுக்கு திருவாழி வாடகைக்குத் தருவாரா என்ற பேச்சைத் தொடங்கியபோது மனோகரன் வாத்தியார் ஜீனாவை மானதானமில்லாமல் அறுத்துக் கிழித்தபோது அவர்களுக்கிடையே அது வாக்குவாதமாகக் கிடந்தது.

கிருஷ்ணன் கடைக்கு முன்னால் இப்போது நல்ல வெளிச்சம் பரவியிருந்தது. அதுபோல திருவாழிக் கட்டிடத்தின் எல்லாக்கடைகளிலும் கொஞ்சம் உஷ்ணம் கூடியிருந்தது. சுகிர்தா அன்சாரியிடம் இப்போ நாலஞ்சி நாளா கடையில நல்ல சூடு என்றபோது பூபாலன்ட்ட சொல்லி ஏசி வாங்கி வைக்கச் சொல்லு என்றபடி மேலேறிப் போய்த் தொட்டியைத் திறந்து பார்த்தான். நேற்றுதான் நெல்சன் அந்த வேலையை நிறைவு செய்திருந்தான். அங்கிருந்து ஒரு பொதுவான குழாயை ஒன்றாம்எண் கடையின் பக்கவாட்டுப் பாதைக்குக் கொண்டுவந்து அனைத்துக் கடைகளுக்குமான குழாய் அமைப்பை நெல்சன் முறைப்படி அமைத்திருந்தான். ஈபி லைனையும் பிரித்து வெளியே உள்ள கம்பத்தில் சுற்றிப் பாதுகாப்பாகக் கட்டி விட்டு எலக்ட்ரீசன் ஜானகிராமனிடம் அதைப் பார்த்துக் கொள்ளும் பொறுப்பைக் கொடுத்துமுடித்துவிட்டு மேலேறிப் போவதற்கான கதவின் பூட்டையும் சாவியையும் அன்சாரியிடம் ஒப்படைத்தான்.மண்டபம் அமைத்தபோது திருவாழி அறையின் அருகே இருந்து மேலே செல்ல படிக்கட்டும் அந்தப் படிக்கட்டை ஒட்டிச் சமையல்கூடமும் இருந்தன. மொத்தப் பிரிப்பில் எல்லாம் காலியாகி இடம் முன்புபோல இப்போது விசாலமாகக் கிடந்தது. அன்சாரி மேலே நிற்பதைக் கவனித்த கிருஷ்ணன் ஆறுமுகத்திடம் சொல்லிவிட்டு மேலேறி வந்தவர் அன்சாரியோடு சேர்ந்து நின்று சுற்றிலும் பார்த்தார். பொன்னம்மா மனையும் மேலே பத்பநாபனின் மனையும் காலத்தால் பலரூபங்கள் மாறிக் கிடக்கின்றன. எல்லாம் ஒரு சுற்றுதலாகப் பார்த்துக்கொண்டு, “இந்த உலகமும் மனுசனுவளும் ஒரு அதிசயந்தாம்புடே” என்றபோது அவர் முகத்தில் அந்தச் சிலாகிப்பு அப்பிக் கிடந்தது. கிருஷ்ணன் வடக்குப்பக்கம் எட்டிப்பார்த்தபடி, “அன்னா அதுலதான் சாயங்காலம் கொஞ்ச நேரம் பட்டணம் சேர் போட்டு உட்கார்ந்திருப்பாரு… அன்னா அந்த மூலையிலதான் ஜாஹிர் இருந்து கூட்டா குடிகுடின்னு குடிப்பான்… எவ்வளவு மனுசனுவோ இந்த பில்டிங்குல புழங்கிப் போயிருக்கானுவோன்னு நினைக்கே… இதுல கொஞ்சம் பேரு இப்போ உலகத்துல இல்லே.

இன்னும் கொஞ்சம் பேரு எங்க இருக்காம்னே தெரியலே... சும்மா ஒரு கணக்கா பாத்தாக்கூட இந்த ஏழு கடையிலயும் ஏழாயிரம் வாழ்க்கை இருக்கும்...” என்றார். அப்படியே மேற்கு மூலையில் நின்று ஆகாயத்தைப் பார்த்தார். அன்சாரி மெலிதாகச் சிரித்துக்கொண்டே அவரைப் பார்க்க என்ன பாக்கே என்றபடி கீழே இறங்க தொடங்கும்போது சின்னபள்ளியில் லெப்பை ராகத்தாக மக்ரிபுக்கு பாங்கு சொல்வது கேட்டது. பழைய ஜோசியர்தான் லெப்பையின் பாங்கு சொல்லும் ராகத்தை, கல்யாணி ராகத்திலிருப்பதாக சொல்லுவார். பாங்கு முடியட்டும் என்று இருவரும் நின்றிருந்தார்கள். இன்று லெப்பையின் பாங்கில் நல்ல ராகமிருந்தது. எப்போதும் நல்ல ராகம் இருக்கும் என்று சொல்லமுடியாது. அபூர்வமாக நல்ல ராகமெடுப்பார்.பாங்கு முடிந்ததும் கிருஷ்ணன் கேட்டார்.

“இந்த லெப்பைக்கு எந்த ஊருடே..?”

“எனக்கு தெரியாது...”

“அவருக்கு குடும்பம் எதாவது உண்டா..?”

“அவரு ஊரு எதுன்னே தெரியாது... பொறவு குடும்பம் உண்டான்னு எங்கிட்ட கேட்டா..?”

“முப்பது முப்த்தஞ்சி வருசத்துக்கு மேலா நான் பாக்குதேன்... அவருக்க ஊரு எது குடும்பம் உண்டா... எவனுக்கும் தெரியாது இங்கயே கெடக்காரு... பழிக்கெடை...”

“நீங்கதானே என்ன எழவுனாலும் போய் பாப்பியோ.. கேட்க வேண்டியதுதானே..?”

“ஒருக்க கேட்டேன்...”

“பொறவு என்ன சொன்னாரு..?”

“கிருஷ்ணா உன் சோலி மயிரப் பாத்துட்டுப் போறியான்னாரு...”

அன்சாரி சத்தமாகச் சிரித்துவிட்டான். பிறகு கிருஷ்ணனும் சிரித்துவிட இருட்டுகிறது என்றபடி இருவரும் படியிறங்கினர். மாடியின் நுழைவாயிலைப் பூட்டிய அன்சாரி சொன்னான், “திருவாழி சார் மூணு நாளா ஒரே போனுதான் அரைமணிக்கூருக்கு ஒருக்க பேச்சு... என்னாச்சி அன்சாரி... என்ன நடக்கு... நான் சொன்னேன் ஒருக்க வந்து பாக்கியளா சாருன்னு... வேண்டாம் அன்சாரி. எனக்கு மனசு அவ்வளவு சரியா இல்லே... நான் அடுத்தமாசம் வாறேம்ன்னு சொன்னாரு... இன்னைக்கு காலையிலயும் இரண்டுதடவை பேசுனாரு... அவருக்கு என்னைய

நினைச்சி கொஞ்சம் சங்கடம்... நான் சொன்னேன், இல்லே சார்... எனக்கு எப்பவுமே ஒரு வழி திறந்துட்டே இருக்கும்ன்னு சொன்னதும் அவரு உண்மைதாம்புடேன்னு சிரிச்சாரு..."

"இன்னைக்கு எப்போ பேசுனாரு..?"

"மதியம்போல. நம்ம சத்தார்சுல்த்தான் காக்கா வந்தால பேசிட்டு நின்னம்புலா, அப்போதான். இனி இப்போ எட்டு மணிக்குக் கூப்பிடுவாரு..."

இருவரும் பேசியபடி ஒன்றாம்எண் கடையருகே ரோட்டில் வெளியேறி கிருஷ்ணன் டீக்கடையை நோக்கி நடக்கும்போது பார்லரின் வெளிநடையில் நின்றிருந்த சிந்து அன்சாரியைக் கூப்பிட்டபோது கிருஷ்ணன் அப்படி போனார். அன்சாரி சிந்துவின் பார்லரின் உள்ளே பால்வெள்ளைச் செயரில் போய் அமர்ந்தான். அதன் பிறகு, "அந்த யானைக் கனவு மறுபடியும் எப்பவாவது வந்ததா அன்சாரி" என்றாள். சிந்துவிடம் கடந்தவாரம்தான் அன்சாரி இதுபோல சொல்லியிருந்தான். அதன்பிறகிலிருந்து அவள் அடிக்கடி யானைக்கனவுபற்றி அவனிடம் கேட்கிறாள். ஏன்டா இவளிடம் சொன்னோம் என்கிற அளவுக்குக் கேள்வியாகக் கேட்டுக் கொல்கிறாள். "அந்த யானையின் மேல் மங்கலாக இருந்த பெண் தமீமா என்று பெயர் சொன்னாள் என்றாயே, உனக்கு தமீமா என்று யாரையாவது தெரியுமா..?"

"யாரையும் தெரியாது. நான் அந்தப் பெயரையே இப்போதுதான் கேட்கிறேன்..."

"யானை பேசியதாகச் சொன்னாயே, அந்த யானையின் குரல் எப்படியிருந்தது..?"

"எனக்க வாப்பாக்க சத்தம்போல..."

"தமீமாவின் சாயல் எங்காவது பார்த்ததுபோல தோன்றியதா..?"

"அப்படி ஒன்றுமில்லை... புத்தம் புதிய முகம்... ஆனால் அவள் என் வாழ்வில் எப்படியும் வருவாள்... பின்னர் ஒரு கனவில் அவளை மலைப்பாங்கான கடல் சூழ்ந்த ஒரு பகுதியில் கண்டேன்."

"அப்போ யானை இருந்ததா..?"

சிந்து மேலும் பேச முயன்றாள். "போதும் யானையைத் தவிர நீங்க வேற எதாவது பேசுங்க..." என்றவன், "பிலிப்பை எங்கே இன்று காணவில்லையே"யெனப் பேச்சைத் திருப்பி விட்டான்.

“பிலிப்பும் வேலுமயிலும் பவுலினுமாகச் சேர்ந்து மதுரைக்கு ஒரு இசை நிகழ்வுக்காகப் போயிருக்கிறார்கள்...”

“நீங்கள் வேலுமயில் கடையை விட்ட நேரத்தில் அப்படியே அதைக் கைப்பற்றி இருக்கலாம்... தேவையில்லாமல் மெடிக்கல்ஷாப் என்று மல்லுகட்டிட்டியோ...”

“மெடிக்கல்ஷாப் என்பதில்தான் உறுதியாக இருக்கிறார். எங்க அப்பாவுக்கு அதில் நல்ல அனுபவமிருக்கிறது. அண்ணாச்சி கடை மாறினால் எனக்கு நீ சொன்ன வாக்குப்படி அந்தக்கடையை வாங்கித் தரவேண்டும்.”

“கண்டிப்பாக... உங்களுக்காக திருவாழியிடம் பேசுவேன். ஆனால் அண்ணாச்சி மறுபடியும் கடையை சூப்பராக்கிட்டு வாராரு... பொன்ராஜ் கைதிருந்திட்டான். அதுனால இப்போ மதியம் அவன்தான் கடைய பாக்கான்... அவனுக்கு ஒருபோனும் வாங்கிக் கொடுத்திருக்காரு. ஒருவேளை மெயின் ரோட்ல சூப்பர் மார்க்கெட் திறந்தாலும் இந்தக் கடைய பொன்ராஜ்க்குக் கொடுப்பார்ன்னு கேள்விப்பட்டேன்...”

“சரி, அது கெடக்கட்டும் அன்சாரி... நானும் பிலிப்பும் மூனுநாள் முன்னாடி ஒரு ஐடியா போட்டோம். உங்கிட்டனால சொல்லுதேன்... நீ திருவாழி சாருட்ட பேசி மேலே ஒரு சின்ன ரூம் கெட்டித் தந்தா நான் பார்லர அங்க மாத்திட்டு இதுல மெடிக்கல் வச்சிக்கலாம். என் கண்ணே, அன்சாரி நீ நெனைச்சா நடக்கும்டா...” சிந்து உருகுவதுபோல கெஞ்சினாள்.

“சிலங்கா விசயத்துல இருந்து நானும் மீளலே. திருவாழிசாரும் இன்னும் சரியாயி வரலே... அதுனால அத இப்போ பேசது சரியாவாது... எனக்கு சிலங்கா ஹால இப்போ நினைச்சாலும் அவ்வளவு வேதனையாவுது...”

“நீ எதுக்குச் செல்லம் வேதனைப்படுதே . . . பாவம் ஒருத்தனையும் விடாது. சிலங்கா வெளிநாட்ல ஒரு பெட்ரோல் பங்கு இன்சார்ஜா வேலைபாத்த எடத்துல அந்த அரபிக்குத் தெரியாம ஒரு பெரிய தொகைய அடிச்சி மாத்திக் கொண்டு வந்தவனாக்கும் . . . அதான் காத்து சுருட்டிக்கொண்டு போயிருக்கு...”

“யாரு சொன்னா..?”

“பிலிப்புட்ட சிலங்கா சொந்தக்காரன் ஒருத்தன் சொல்லியிருக்கான்...”

"சொந்தக்காரனுவோ சும்மா வேவுலாதியில என்னமும் சொல்லுவானுவோ. நம்ம எதுக்கு அதெல்லாம் பாத்துட்டு..." அன்சாரி மெல்ல எழுந்தான்.

"நீ இப்பவெல்லாம் என் டிரஸ்ஸப்பத்தி ஒண்ணுமே சொல்லதில்லே."

"நீங்கதான் பிலிப் வந்த பொறவு கேக்கதே இல்லே..."

"சரி இப்போ கேட்கேம்ன்னு வச்சிக்கோ..."

சிந்துவை ஒரு பார்வை பார்த்துக்கொண்டே அன்சாரி வெளியே வந்தபோது மூன்றாம்எண் கடையை பவுலினின் மனைவி பூட்டிக்கொண்டிருந்தாள். நல்ல இளம் காற்று வீசிக்கொண்டிருந்த வேளையில் அன்சாரி பின்னால் சிமெண்டு பெஞ்சை நோக்கிப் போனபோது அங்கே பிராட்டியும் கிருஷ்ணனுமாக ரொம்பவும் ஜாலியாகக் கதையடித்துக்கொண்டிருந்தார்கள். எட்டுமணிக்கு திருவாழிசாருக்கு போன் பண்ணவேண்டுமென நினைத்துக் கொண்டே அன்சாரி டிராக்டர் டயரில் போய் அமரவும், புகழேந்தி ஆட்டோவில் வந்து பட்டணத்தின் உடல்நிலை கொஞ்சம் சரியில்லாமல் இருப்பதாகச் சொன்னார். கிருஷ்ணனும் வேகமாகச் சட்டையைப் போட்டுக்கொண்டு புகழேந்தியோடு ஆட்டோவில் புறப்பட்டுப் போன பத்தாவது நிமிடத்தில் திருவாழியின் போன் வந்தது. பட்டணத்தைப் பற்றி விசாரிக்கத்தான் திருவாழி கூப்பிடுகிறார் என்றெண்ணியபடி போனை எடுத்தபோது திருவாழிக்குப் பதிலாக வேறு யாரோ ஒருவர் பேசினார். ஒன்றிற்கு இரண்டுமுறை அன்சாரி தானேயென உறுதிப்படுத்திக் கொண்டே, "அவருக்கு உடம்புக்கு சரியில்லே... மதுரையில ஹாஸ்பிட்டல்ல சேத்திருக்கு... நீங்க புறப்பட்டு வர்றீங்கன்னா வாங்க..." என்றார்.

"எங்கிட்ட மதியம் பேசுனாரே... என்ன திடீர்னு? என்ன செய்யுது... எப்படியிருக்காரு... என்ன உடம்பு" என்றபோது, அங்கே இருந்து பேசிய நபர், "இப்போ நிறைய பேச முடியாது... ரொம்ப சீரியசா இருக்காரு... ஒன்னுஞ் சொல்ல முடியாது... நீங்க வரதா இருந்தா உடனே புறப்பட்டு வாங்க..." என்றபடி போனை வைத்துவிட்டார்.

அன்சாரிக்கு ஒன்றும் ஓடவில்லை. வேதமாணிக்கம்தான் அன்சாரியின் முகபாவனையின் மாற்றத்தைப்பார்த்துக்கொண்டே... என்னாச்சிஎன்னாச்சியெனவிடாமல்நச்சரித்துக்கொண்டிருந்தார். கிருஷ்ணன் வேறு பட்டணத்தைப் பார்க்க புகழேந்தியோடு போய்விட்டதால் பதற்றமான அன்சாரி வேதமாணிக்கத்திடம் விசயத்தைலேசாகச் சொன்னான். உம்மாவிடம் போனில் திருவாழி

சாருக்கு உடல்நிலை சரியில்லையெ வந்த போன் விவரத்தைச் சொல்லிவிட்டு, கிருஷ்ணன் கடையின் பின்னாலிருந்து முகப்புக்கு வேகமாக ஓடிவந்து பேங்கர்ஸின் திண்டருகே நிறுத்தியிருந்த தனது பைக்கை எடுத்துப் பேருந்து நிலையம் விரைந்தான். அங்கிருந்து மதுரை பேருந்தில் ஏறி இருக்கையில் சாய்ந்துகொண்டவன் படச்சவனேயெனப் பிரார்த்திக்கலானான். அவனை வேறு வேறு விநோதமான எண்ணங்கள் சூழ்ந்து வியாபித்துக்கொண்டன. அது நிலையற்ற பயணமாக இருந்தது. மீண்டும் ஒருமுறை திருவாழி எண்ணுக்குப் போன் பண்ணிப்பார்த்தான்; அது எடுக்கப்படவில்லை.

அன்சாரி மதுரையை அடையும்போது இரவு இரண்டுமணிக்கு மேலாகிவிட்டது. பயணத்தின் நெடுகிலும் நினைப்பில் கிடந்தவனுக்குப் போன்கள் வந்தவண்ணம் இருந்தன. கிருஷ்ணன் போன் பண்ணிப் பதற்றமாகக் கேட்டபோது "ஒன்றும் தெரியவில்லை. அங்கு போனால்தான் தெரியும். நான் கூப்பிடுகிறேன்" என்றான். பேபிகுட்டி, புகழேந்தி, மனோகரன் வாத்தியார், சுனில், காசிமெனத் தொடர்ச்சியாகப் பலரும் அவனின் போனில் வந்துகொண்டிருந்தார்கள். திரும்பத்திரும்ப ஒரே பதிலைச் சொல்லி மனம் கனத்துக்கிடந்தது. பேருந்து இன்னும் நகராததுபோலவே இருக்கிறது. இந்தப் பேருந்தின் சக்கரங்கள் சுழன்றும் ஏன் இன்னும் வந்து சேராமல் இருக்கிறதென ஐயப்பாட்டோடு அவன் சாலையின் பக்கங்களைப் பார்க்கையில் பரவிக்கிடக்கும் இருளை வெளிச்சம் வெட்டித்தள்ளிக்கொண்டிருந்ததும் தெரிகிறது. நள்ளிரவில் மதுரை மாட்டுத்தாவணியில் இறங்கி வேகவேகமாக வெளியே வந்து ஆட்டோவிலேறி அந்தத் தனியார் மருத்துவமனையை அடைந்து எங்கே யாரை விசாரிப்பதெனத் தெரியாமல் தெவங்கி நின்றபோது ஸ்ரீபதி என்பவர் வெளியே வந்தார். அவரின் முகம் கண்டபோது அன்சாரி அவரைச் சிலமுறை திருவாழியோடு ராஜபாளையத்தில் சந்தித்த நினைவிருந்தது. மேலும் சில உறவினர்கள் ஆங்காங்கே ரொம்பவும் சோகமாக நின்றிருந்தனர். அந்தச் சூழல் விபரீதமாய் உணரும்படியாக அன்சாரிக்கு இருந்தது. அவன் ஸ்ரீபதியிடம் மெல்லக் கேட்டான், "சார் எப்படி இருக்காவோ . . . சாரப் பாக்கலாமா . . ."

"பாக்க உடலே . . . நிலமை ரொம்ப மோசமா இருக்கு . . ."

"மோசமான்னா . . ?"

"அவரு வழக்கமா சாயங்காலம் நாலுமணிக்கு இங்க ஒரு கடைக்குப் போவாரு. . . ஐஞ்சு மணிவரைக்கும் காணாதவுடனே கடைக்காரர் ஜெபராஜி போன் பண்ணிருக்காரு . . . தொடர்ந்து

போன் எடுக்காததுனாலே... அவரே வீட்டுல போய் இவரப் பாத்தப்போ மயங்கிக் கிடந்திருக்காரு... அப்புறம் அங்க லோக்கல்ல ஒரு ஹாஸ்பிட்டல் கொண்டு போனோம்... டாக்டர் பாத்துட்டு... மதுரை போயிடுங்கன்னு சொல்லிட்டாரு..."

"சார் எதாவது சொன்னாரா..?"

"அவருக்கு இன்னும் நினைவு வரலே... மூளையில இரத்தக் கசிவுன்னு சொல்லாங்க... கோமா நிலையிலதான் இருக்காரு... ஒண்ணும் சொல்ல முடியாதாம்..."

அன்சாரி அப்படியே அந்தப் பாதையின் விளிம்பில் இருந்துவிட்டான். அவனுக்கு யாரிடம் பேசுவது, என்ன செய்வது என்று ஒன்றும் தெரியவில்லை. ஸ்ரீபதிதான் அன்சாரியின் தோளைத் தொட்டு லேசாக அனத்தியபடி, "அவரோட பையனுகளுக்குத் தகவல் சொல்லியாச்சி. நாளைக்குக் காலையில இரண்டுபேரும் கிளம்புறாங்க... நாளைக்கு ராத்திரிக்குள்ளயே மதுரை வந்துடுவாங்கன்னு நினைக்கிறேன்."

அன்சாரி விடியும்வரை மருத்துவமனை வளாகத்திலேயே இருந்தான். டாக்டர் யாரையும் பார்க்க அனுமதிக்கவில்லை. காலையில் ஒன்பது, பத்துமணிவரையிலும் அங்கேயே தாக்குப்பிடித்து நின்றிருந்தபோது கிருஷ்ணன் மீண்டும் போன் பண்ணினார். அவர் திருவாழிக்கு ஏதோ ஒரு பாதிப்பு என்றுதான் நம்பியிருந்தார். அன்சாரி சொன்ன தகவல் ரொம்பவும் அதிர்ச்சியாக இருந்தது. அவர் அன்சாரியைச் சமாதானப்படுத்திப் பக்கத்தில் வெளியே ஏதேனும் அறையெடுத்துத் தங்கும்படிச் சொன்னபோது திருவாழிக் கட்டிட ஏரியா முழுவதும் பேச்சு பரவலாகி லேசான பதற்றமாகவும் இருந்தது. சிலர் கூடிக்கூடிப் பேசினர். "சொல்லக் கணக்கவச்சிப் பாக்கும்போ... தப்பது கஷ்டம்ணுதான் நெனைக்கேன்..." என்றார் பேபிகுட்டி.

ஜீனாவும் பால்மணியும் பேங்கர்ஸின் திண்டில் ரொம்ப சோகமாக இருப்பதுபோல இருந்தனர். வேதமாணிக்கம் பேபிகுட்டியிடம் "பட்டணம்தான் சீரியசா கெடக்காருனு புகழேந்தியும் கிருஷ்ணனுமாட்டு ஆட்டோவுல போனாவோ... பட்டணத்துக்கு டாக்டர் ஒரு ஊசி போட்டதோட..." ஜம்முனு ஆயிட்டாராம். பாவம் திருவாழி ஒன்னும் ஆவாது" என்றபோது பேபிகுட்டி, "இல்லவோய்... பிரைன்ல இரத்தக்கசிவுன்னா... அவர் கையை மேலே தூக்கினார். பேபிகுட்டியின் அனுமானம் சரியாகத்தான் இருந்தது. திருவாழியின் மகன்கள் இரவு வந்து சேர்ந்த மறுவிடியலுக்கு முன்பே அவர் இறந்து போனதாகத் தகவல் சொல்லப்பட்டது. நேரக்கணக்கில் திருவாழி

அதிகாலை ஐந்து முப்பது மணிக்கு இந்த இகலோக வாழ்வை நிறைவுசெய்துகொண்டார். கடைசி வரை மருத்துவமனையில் அன்சாரியால் திருவாழியைப் பார்க்க முடியவில்லை. மகன்கள் வந்த இரவில் அவர்கள் இருவரையும் மருத்துவமனை நிர்வாகம் திருவாழி அனுமதிக்கப்பட்டிருந்த அந்தச் சிறப்புப் பிரிவுக்குள் அனுமதித்திருந்தது. மகன்களுக்கு அன்சாரியைத் தெரியும். அவனைச் சற்றுக் கருணையோடு ஒரு பார்வை பார்த்தனர். இளையமகனின் மகனுக்கு மூன்றரை வருடங்களுக்கு முன்னால் ஊரில் வைத்திருந்த இரண்டாம் பிறந்தநாள் விழாவில் அன்சாரி முக்கியமாக அங்கு நின்றிருந்ததால் அவர்களுக்கு முகப்பரிட்சயமிருந்தது. அதுவுமில்லாமல் திருவாழியும் அன்சாரியைப் பற்றிப் பலதருணங்களில் அவர்களிடம் பேசுவதுண்டு. பொன்னுபோல அப்பாவைக் கவனித்துக் கொள்ளும் நல்ல சேவகன்...

நண்பகலுக்கு முன்னால் திருவாழியின் இறுதிக் காரியங்கள் அனைத்தும் செய்து முடிக்க திட்டம் தீட்டியிருந்தனர். மகன்கள் இருவரும் வந்துவிட்டதால் வேறு யாருக்காகவும் காத்திருக்கத் தேவையில்லாமல் இருந்தது. அன்சாரி அதிகாலையிலேயே கிருஷ்ணனிடம் போன் பண்ணிச் சொல்லி விட்டான். அங்கிருந்து வேனில் பேபிகுட்டி, கிருஷ்ணன், வேதமாணிக்கம், ஆறுமுகம், மனோகரன் வாத்தியார், ஜீனா, பால்மணி, அண்ணாச்சியென இராஜபாளையத்துக்குக் கிளம்பினார்கள். கிருஷ்ணன் பட்டணம் வீட்டுக்குத் தகவல் சொல்லியிருந்தார். பட்டணத்தின் மகளும் பேரனும் ஒரு காரில் கிளம்புவதாகச் சொல்லி மாமா கூட வாரியளாயென கிருஷ்ணனைக் கேட்டபோது அவர் காசீமின் வேனில் போகும் கதையைச் சொன்னார். அன்சாரி அங்கு பாவம்போல தனிமைப்பட்டு நின்றிருந்தான். திருவாழிக்கிட்டேயிருந்து பார்க்கும் ஒரு விசயமென்றால் அவர் கண்ணசைப்பார், அதற்கொப்ப காரியங்களை ஓடிச்சாடி செய்து முடிக்கும் அவனுக்கு இப்போது அந்தப் பேருலகம் வீழ்ந்துகிடப்பதாகத் தோன்றியது. இனி என்ன என்கிற கேள்விகள் அவனுள் எழுவதும் வீழ்வதுமாக இருந்த நேரத்தில்தான் காசீமின் வேன் வந்து நின்றது. அவர்கள் வரிசையாக இறங்கி வந்தார்கள். அவனுக்குக் கொஞ்சம் இளைப்பாறுவதைப்போல இருந்தது. பேபிகுட்டி ஒரு பெரிய ரீத்தை வைத்து திருவாழியை வணங்கினார். நீண்ட மௌனத்தைத் தவிர மகன்களிடமிருந்து வேறு பேச்சுகள் ஒன்றும் எழவில்லை. மதுரை ராஜாஜி மருத்துவமனையில் திருவாழியின் அப்பா இறந்தபோது அவர் அப்படி திவங்கித் திவங்கி அழுதார். காலம் நாகரிகமாகி இருக்கிறது. படித்து வெளிநாட்டில் வேலைபார்க்கும் பிள்ளைகள் மரணத்தின்

பொருட்டுக் கொஞ்சம் மௌனம் கடைப்பிடித்தபடி நிற்கிறார்கள். காற்றில் ஒரு காகிதப் பக்கம் பட்டென புரண்டு மறைவதுபோல நிகழ்ந்தேறிவிடுகிற காரியங்கள் குறித்து ஒரு எத்தும் பிடியுமில்லை... பன்னிரெண்டு மணிக்கு போனில் சிரிக்கச் சிரிக்கப் பேசிய மனிதர் ராத்திரி எட்டுமணிவாக்குலே கூப்பிடுடேயென உரிமையாகச் சொன்ன காத்திருப்பின் அவகாசத்தில் பேச்சு மூச்சற்று விழுந்து இவ்வளவு அவசரஅவசரமாக எங்கே போய்ச் சேரப்போகிறார்? ஒன்றும் புரியவில்லை. அன்சாரி பிரம்மைப்பிடித்தவன் போல ஒவ்வொரு காரியத்திலும் கூட நின்றிருந்தான். முடிந்துவிட்டது. எல்லாம் முடிந்து திரும்பப் புறப்படுகையில் அன்சாரியும் காசீமின் வண்டியிலேயே ஏறிக்கொண்டான். ஆளாளுக்கு எதையெதையோ பிரயாணத்தின்போது பேசிக் கொண்டிருந்தார்கள். என்றாலும் அன்சாரி வெறித்தபடியே ஊர்வந்து சேரும்வரை வெளியே நிலைகுத்திய பார்வையுடன் அமர்ந்திருந்தான். வீட்டுக்குப் போய்க் குளித்துவிட்டு உறங்காது கிடந்தவனை உம்மாதான் தலைமாட்டிலிருந்து அதையும் இதையும் சொல்லிக்கொண்டிருந்தாள்.

“இந்த துனியா வாழ்வு இப்படித்தானே மொனே... எல்லா உயிருக்கும் மரணம் உண்டுமில்லியா... படச்சவன் குறிச்ச நேரம் முன்னேபின்னே பிந்தாதுலா... புள்ளே எல்லாத்தையும் புரிஞ்சிக்கிட்டு பொறுக்கணும்... எண்ணத்துல இருந்து வெளியே வாங்கோ... நல்லா சாப்புடு... நல்லதா யோசனைப் பண்ணு... நமக்குச் சோத்துப்பருக்கை உள்ளதுவரைக்கும் நமக்கு உலகம் உண்டு. அத அழகுபோல ஆக்கணும்... அழகுபோல ஆக்கணுமில்லியா மொனே...” கேள்வியாக கேட்டாள்.

“ஆமாம்மா... அழகுபோல ஆக்கணும்...”

“அப்போ புள்ளே இப்படிக் கெடக்காம... செல்லம்போல எழும்பி ஸலவாத்துச் சொல்லி முகத்த கழுவுங்க...”

“நான் குளிச்சம்புலா...”

“அது இருக்கட்டும்... இப்போ ஒருக்க முகத்த கழுவுங்கோ...”

அன்சாரி உம்மா சொன்னதுபோல மெல்ல எழுந்து ஒரு செம்பு நீரில் மூன்று முறை முகத்தைக் கழுவினான். பிறகு அந்த இரவில் அடித்துப்போட்டதைப் போல அவன் தூங்கினான்.

மறுநாள் காலை கிருஷ்ணன் கடைக்கு வந்து சிமெண்டு பெஞ்சில் படுத்துக் கிடந்தபடியே அருகிலிருக்கும் வேதமாணிக்கத்திடம் அன்சாரி கேட்டான், “ஆட்கள் இறந்தவுடனே எங்கே போகிறார்கள்..?”

“அது இறந்துபோன ஆட்களிடம் போய்த்தான் கேட்க வேண்டு”மெனச் சொல்லிவிட்டுச் சிரித்தார். திருவாழியின் நினைவுகளே இப்போது அன்சாரியின் மனம் முழுவதும் நிறைந்துகிடக்கிறது. திரும்பத் திரும்ப அவர்கள் மரணத்தைக் குறித்துப் பேசிக்கொண்டிருக்கும்போது எதிரே ரோட்டில் கடந்துபோன ஜீனா முன்னிலும் அதிக உற்சாகமாக இருப்பது போலத் தோன்றியது. அன்று மாலையே திருவாழிக் கட்டிடம் விற்பனைக்குக் கிடப்பதாக ஏரியாவில் பரவலாகப் பேச்சு இருந்தது. ஜீனா வந்து அன்சாரியிடம் கேட்டான், “விற்பனைக்குக் கெடக்குன்னு ஒரு பேச்சு இருக்கே உண்மையா ... மாப்ளே ... நம்மகிட்ட ஆளு இருக்கு ...”

“எனக்குத் தெரியலே... பேச்சு இருக்குன்னு சொல்லேல்லா பேசுன ஆளுட்ட போய்க் கேளு ...”

ஜீனாவும் பால்மணியும் வந்த வேகத்திலேயே திரும்பப் போய்விட்டார்கள். அன்சாரி யோசனையாக நின்றிருந்த போதுதான் ஒரு சிறுப்பக்காரனின் பைக்கின் பின்னாலிருந்த மகாலிங்கம் கிருஷ்ணன் கடைக்கு வந்தார். பிறகு கிருஷ்ணனும் அவருமாக நடந்துபோய் அந்தக் கல்லைக் கொஞ்ச நேரம் சுற்றிச் சுற்றிப் பார்த்தார்கள். கூட வேதமாணிக்கமும் நின்றார். மகாலிங்கம் பார்த்துவிட்டு சிமெண்டு பெஞ்சுக்கு வந்தபோது ஆறுமுகம் கொண்டு வந்த டீயைக் குடித்துக் கொண்டே, “எனக்கு உறுதியா தெரியலே ... ஏகதேசம் இதுமாதிரிதான் ... ஆனா இது ரொம்ப பழைய கல்லுதான் பாத்துக்குங்கோ... எனக்கு கொஞ்சம் ஆச்சரியமாத்தான் இருக்கு” என்று சிரித்தபடியே, “தாயளி உலகத்துக்க போக்க பாத்தியளா ... கரைக்ட்டா வந்து திரும்ப உழுந்திருக்கே... இதாம்னு நெனைக்கேன் ...”

“அப்போ இதான் அதா ...”

“அது மாதிரிதான் இருக்கு ... இப்போ அந்த ஆராய்ச்சி மயிரு என்னத்துக்குச் சவத்தப்போட்டு சமுட்டித் தள்ளுங்கோ... போட்டா” என எழுந்தபடியே நின்று பின்னர் கிருஷ்ணனிடம் சொன்னார், “இந்தக் கல்ல தூக்கிப்போட்டு டேங்க மூடதும் ஒருவகையில நல்லதுதான் ...”

“யார்ட்ட சொல்லது ...”

“திருவாழிட்ட சொல்லுங்கோ ...”

“அவருதான் போயிட்டாருல்லா ...”

“எப்போ .. ?”

“அது ரெண்டு நாளாச்சே ...”

“அப்போ யாருட்டையும் சொல்லுங்கோ … போட்டா …” மகாலிங்கம் நினைவுவிட்டுப் போனவரைப் போல பேசினார். “பண்டு ஊரச்சுத்தி நிறைய கல்லுகள் இருந்திச்சி அடையாளமா கெடக்கும்.. இப்போ ஒண்ணையும் காணலே… சின்னபள்ளியில ஒத்தக் கல்லுல ஒரு பெரிய கல்தொட்டிக் கிடந்து வலிய கிணத்த மூடுனால உருட்டித்தள்ளி அதுலபோட்டு மூடிட்டானுவோன்னு சொன்னாவோ… சப்பாத்து ஆலமூட்ல ஒரு பாறைகல்லு கிடந்து ஆளுவோ படுத்து படுத்து நல்ல பாலிசா இருக்கும். அதுவும் எங்கே போச்சின்னு தெரியலே… எல்லா வளமையையும் ஒழிச்சி போட்டானுவல்லா … கஞ்சி தொட்டிக் கல்லு, பாவு ஆத்துர கல்லு … சாயத் தொட்டிக் கல்லு … ஒரு பாடு கல்லு உண்டு … என்ன எழவோ மண்ணள்ளிப் போடுங்கோ. போட்டா …” மகாலிங்கம் ஒவ்வொரு வார்த்தையும் பேசிவிட்டு போட்டா போட்டா என்றபடி நின்றார். பிறகு சும்மானாலும் போட்டா என்றபோது கிருஷ்ணன் ‘எங்கப் போவப்போறியரு…’ என்றதும் மறுபடியும் போட்டா என்றார்.

கிருஷ்ணன்தான் மகாலிங்கத்தைக் கூட்டிக் கொண்டு வந்த சிறுப்பக்காரனிடம், “எப்போ நல்லா இருப்பே … இவர பொன்னுபோல கொண்டு ஊட்ல உட்டுருப்போ. உனக்குப் புண்ணியம் கிடைக்கட்டு…” கிருஷ்ணன் இரண்டு கையாலேயும் அவரைக் கும்பிட்டபோது அவன் சிரித்துக்கொண்டே மகாலிங்கத்தை பைக்கில் அமர்த்தி அழைத்துக்கொண்டு போன பத்தாவது நிமிடத்தில் அன்சாரியின் போனில் திருவாழியின் மூத்த மகன் தொடர்புகொண்டு பேசினான். அன்சாரியின் அன்பான மனதையும் அவன் அப்பாவுக்கு உற்ற துணையாக இருந்ததையும் மகிழ்வோடு குறிப்பிட்டுப் பேசிக் கொண்டே அவர்கள் திருவாழிக் கட்டிடத்தை விற்பதற்கான அவசியமுடையவர்களாக இருப்பதன் காரணகாரியங்களை விளக்கிவிட்டு, “உனக்கு எதாவது நாங்கள் சிறப்பாகச் செய்வோம். அப்பா எங்களிடம் சொல்லியிருக்கிறார். எனவே, எதிர்காலம்பற்றி எந்தக் கவலையும் உனக்கு வேண்டாம். உன்னை நாங்கள் எங்களுடைய சகோதரனாகப் பார்ப்போம்.நாளை ஒரு வழக்கறிஞர் அங்கு வருவார். உன்னுடன் பேசுவார். அவருக்குத் துணையாக இருக்கணும்” எனப் பேசிமுடித்தான். அன்சாரிக்கு மனத்துக்கு இதமாக இருந்தது. அவர்கள் உரிமைப்பட்டவர்கள்… அவர்களுடைய இடம், அவர்கள் விற்கிறார்கள். இதில் நமக்கென்ன இருக்கிறது, ஆனாலும் கருணையாலும் அன்பாலும் அவன் நிறைத்திருந்த வார்த்தைகள் அன்சாரிக்கு நெஞ்சத்தைக் குளிர்வித்திருந்தது. சரியாகச் சொல்வதானால் திருவாழியின் மரணத்தின் வலி இந்த அனுசரணையான பேச்சுக்குப் பிறகு இப்போதுதான் அவனிலிருந்து மறைந்திருக்கிறது.

மறுநாள் காலையில் சொன்னது போலவே ஒரு வழக்கறிஞர் அன்சாரியைத் தொடர்புகொண்டு விவரமாய்ப் பேசிக்கொண்டே வந்து சேர்ந்தபோது, அன்சாரி அவரை திருவாழிக் கட்டிடத்தின் எல்லா இடங்களிலும் சுற்றிக்காட்டினான். திருவாழியின் அறைச் சாவி அன்சாரியிடம் இருப்பதால் அதனையும் திறந்து பார்த்துவிட்டுக் கட்டிடத்திலுள்ள எல்லா கடைக்காரர்களிடமும் விசயத்தை மென்மையாக எடுத்துச்சொல்லிப் பேசினார். விற்பனை செய்யப்பட இருப்பதால் தேவைப்பட்டால் கடைகளைக் காலி செய்ய வேண்டும்; புதிதாக வாங்குகிறவர்கள் என்ன ஒப்பந்தத்தில் வருகிறார்கள் என்பதைப் பொறுத்துத்தான் சில முடிவுகளை மேற்கொள்ள இயலுமென எல்லோருக்கும் எழுத்துமூலமாக தகவல் கொடுத்துக் கையொப்பம் பெற்றுக்கொண்டார். பேபிகுட்டிதான் பல சந்தேகங்களைக் கேட்டார் என்றாலும் வந்திருந்த வழக்கறிஞர் மென்மையாகப் பேசிவிட்டுப் பிரச்சினையில்லாமல் பார்த்துத் தரலாம் என்றபடி ஐந்தாம்எண் கடையைத் திறந்து பார்த்தார். அன்சாரி லேசாக அதன் கதையைச் சொன்னதும் அவர் சிரித்துக் கொண்டே கதை நன்றாக இருப்பதாகவும், அலுவலகத்துக்கு வந்தால் இதன் மற்ற கதைகளையும் தான் கேட்க ஆவலாக இருப்பதாகவும் சொன்னார். மின் இணைப்பு விவரங்கள், கடையின் நீளஅகலங்களென எல்லா விவரங்களையும் எழுத்துப் பூர்வமாகக் கையிலுள்ள டைரியில் குறித்துக்கொண்டார். அன்சாரியிடம் மிக அன்பாகவும் மரியாதையாகவும் பேசிவிட்டுச் சென்ற பிறகு அன்றைய மாலை நாளிதழின் இரண்டாம் பதிப்பில் திருவாழிக் கட்டிடம் விற்பனை குறித்த விளம்பரத்தில் தொடர்புக்கு அன்சாரி என்று அவனின் பெயரும் போன் நம்பரும் இருந்தன. அந்த விளம்பரத்தின் கீழே இந்த இடத்தின் சட்ட விசாரணைக்கு என வழக்கறிஞர் பெயரும் அவரின் எண்ணும் இருந்தது. அதைத் தொடர்ந்து திருவாழிக் கட்டிடம் விற்பனைச் செய்தி நாலாபக்கமும் பறந்து திரிந்தது.

27

அன்சாரிக்கு இந்தக் காலையில் இது பதினோராவது போன். அவன் போன் ஒலித்த வண்ணமிருக்கிறது. பல கேள்விகள், நீங்கள் உரிமையாளரா புரோக்கரா . . . என்ன பதில் சொல்வது? புரோக்கர் என்று சொல்ல அவன் விரும்பவில்லை; உரிமையாளர் என்று சொல்ல முடியாது. "நான் யாரா இருந்தா உனக்கென்னலே. வேணும்னா வந்து இடத்தப்பாரு... பிடிச்சா பேசு இல்லியா போயிட்டே இரி... மூஞ்சில அடிச்சமாதிரி இப்படி சொல்லுடே..." கிருஷ்ணன் அலட்சியமாகச் சொல்லிவிட்டார். இப்படியெல்லாம் ஒரு மனிதனிடம் திண்டுக்குமுண்டு பேசமுடியுமா என்ன? "நான் ஓனருக்கு வேண்டப்பட்ட ஆளு... இடத்தப் பாருங்கோ . . . பிடிச்சா . . . வக்கீல்ட்ட பேசலாம்" என்றான்... எல்லா நாளிதழ்களிலும் மறுநாளும் அதே விளம்பரம் வந்திருந்தது. மனோகரன் வாத்தியார் வேறொரு ஆளைவைத்துப் பேசிப்பார்த்தார். இன்னொருமுறை வேறொரு நம்பரிலிருந்து அவரே குரலை இறுக்கிப் பேசினார். ஜீனாவும் பால்மணியும் சம்பவத்தை மலைப்போடு பார்த்தார்கள். அவர்கள் ஊகங்களில் பேசி ஒருவாரம்கூட கடந்திருக்கவில்லை. ஜீனா பால்மணியிடம் கிசுகிசுத்தான். "பாத்தியா மாப்ளே... எனக்க ஊகம் சரியா இருக்கா?"

"அதான் மாப்ள, எனக்கும் மலைப்பா இருக்கு... எப்படியாக்கும் இது..?"

"அதாம்புடே ஞானமுங்கது..."

பூமி பலசுற்றும் சுற்றிப் பலமுறை புரண்டும்விட்டதுபோல இருக்கிறது. இரண்டு நாட்களாக கிருஷ்ணனின் பம்பர் குலுக்கலைப் பற்றிக் காராடிக் காம்பாத்திக்கொண்டிருந்தபொழுது அவரின் லாட்டரியில் ஒன்றுமில்லாமல் போனபிறகுதான் ஜீனாவுக்கு மனச்சமாதானம் கிடைத்தது. அந்தச் சந்தோஷத்தைக் கடக்கும் முன்னால் இப்போது அன்சாரியின் பெயர் போட்டு விளம்பரம் வந்தபிறகு அவனுக்கு உறக்கம்போய்விட்டது. அவனுக்கு மட்டுமல்ல, மனோகரன் வாத்தியாருக்கும் அது சகிக்க முடியாமல்தான் இருந்தது. மனிதர்கள் தொடர்ச்சியாக ஒருவரோடு நெருங்கியிருப்பதும் எப்போதும் கண்களில் பட்டுக்கொண்டிருப்பதும் இந்த வாழ்வில் ரொம்பவும் துரதிர்ஷ்டமானது. இந்தத் துரதிர்ஷ்டப் புள்ளிகளை இனிமையாய்க் கடந்துவிடுவது ஞானம் நிறைந்ததும் சவாலானதும் கூட. அன்சாரிக்கும் மனோகரன் வாத்தியாருக்குமிடையே அவ்வாறான ஒரு சவால்தான் இருந்தது. போவது போகட்டும் பார்க்கலாம் என்பதுதான் அன்சாரியின் முன்னோக்கிய நடை. இப்போதைய இந்த வாய்ப்பின் மீதான பொறாமைக் கண்களை அவனும் கவனிக்கத் தவறுவதில்லை. மனோகரன் வாத்தியார் ஜீனாவிடம் சொன்னார்... "இந்தத் தொழில்ல பெரிசா ஒண்ண முடிச்சிட்டாம்னா... நம்பிக்கை வந்துடும். நம்பிக்கைதான் பெரிய சொத்து... அடுத்ததா வாய்ப்பும் அவனையே தேடிப்போகும். அதான் ஆள் இருந்தா பாரு... நாமே சேர்ந்து நேரா அந்த அட்வகேட்டுட்ட பேசி முடிக்கலாம்" என்றபடி மனோகரன் வாத்தியார் விளம்பரத்திலுள்ள வக்கீலின் நம்பரில் பேசினார். "சார் நீங்க யாரா இருந்தாலும் அன்சாரிட்ட பேசுங்கோ... அன்சாரி ஓகேன்னு சொன்னா நானே பார்ட்டிட்ட நேரா வந்து பேசுவேன்" என முடித்துக்கொண்ட போது மனோகரன் வாத்தியாருக்கு மூக்குடைப்பட்டதுபோல இருந்தது.

அன்சாரிக்கு ஒரு பெருந் தொகை வரப்போவதாக ஆளாளுக்குக் கட்டிவிட்ட கதைகள் ஏரியாவில் இன்னொரு பக்கத்தில் மேய்ந்துகொண்டு கிடக்கின்றன. சிந்துவும் கொஞ்சம் இறுக்கமாகத்தான் பார்க்கிறாள். நேசத்திலிருந்து விலகும் அவளின் இறுக்கமானது பிலிப்புக்கும் கடை விசயத்தில் ஒரு ஓதும்பாடு எட்டாத நிலையில் வந்திருக்கிறது. இந்தக் கடையையும் காலிசெய்ய வேண்டிய நிலை வந்தால் அது ஒரு நிர் கதி தன்மைக்கொண்டுபோய்விடக் கூடும் என்கிற அச்சம் அவளுக்கு. எனவே திருவாழிக் கட்டிடம் விற்பனையாகாமல் கிடையாய்க் கிடக்க வேண்டுமென அவள் உள்ளுக்குள் பிரார்த்தித்துக்கொண்டாள்.

திருவாழிக் கட்டிட மனையின் ஒன்பது சென்டுக்கும் சென்ட் ஒன்றுக்குப் பதின்மூன்று லட்சம் விகிதம் மொத்தம் ஒரு கோடியே பதினேழு லட்சம் இறுதி விலையாகத் தீர்மானிக்கப்பட்டிருந்தது. திருவாழியின் மகன்கள் தொடர்ச்சியாகப் பல தளங்களிலும் விளம்பரப்படுத்தியிருந்ததால் எங்கிருந்தெல்லாமோ யார் யாரோ பேசினார்கள், வந்தார்கள், பார்த்தார்கள், போனார்கள். வியாபாரி ஒருவன் சென்ட்டுக்கு ஒன்பது லட்சம் என்றால் நாளையே பத்திரப்பதிவு செய்யலாமென வந்தான். வழக்கறிஞர் அவனைப் பேசவிடாமல் புறக்கணித்து அனுப்பினார். மூன்றாவது நாள் காலையில், காலையில் என்றால் அதிகாலையில் சின்ன பள்ளிவாசலில் சுப்ஹ் தொழுகை முடிந்தவுடனேயே கிட்டத்தட்ட விடியும்முன்னால் கட்டிடத்தின் முன்பாக ஒரு உயர்தரமான கார் வந்து நின்றது. இன்னும் அன்சாரி வந்திருக்கவில்லை. ஆள் யார் எவரென விசாரிக்கலாமென கிருஷ்ணன் மெல்லப் போய்ப் பார்த்தார். ஒரு அணக்கமுமில்லை. ஆனால் காருக்குள் யாரோ இருந்து பார்த்துக்கொண்டிருப்பது மங்கலாகத் தெரிந்ததைக் கவனித்த கிருஷ்ணன் திரும்ப கடைக்கே வந்துவிட்டார். பிறகு காலை பதினோரு மணிக்கு அதே கார் மறுபடியும் வந்தது. காரிலிருந்து இறங்கிய முப்பது வயது பிராயமுள்ள நல்ல தோற்றத்தோடு இருந்த ஒருவன் அன்சாரியை போனில் அழைத்துக் கட்டிடத்தைப் பார்க்க விரும்புவதாகச் சொன்னதும் அன்சாரி ஏழாம்எண் கடையின் பக்கவாட்டுப் பாதை வழியாக அழைத்துக் கொண்டுபோனான். வந்தவன் பின்னாலுள்ள கிணற்றை நன்றாக உற்றுப் பார்த்தான். வெயிலுக்கு நெற்றியில் கையைச் சாய்த்துப் பிடித்தபடி மேல்நோக்கிக் கட்டிடத்தின் புறத்தோற்றத்தைச் சுற்றிலும் பார்த்தபின், திருவாழியின் அறையைத் திறந்து உள்ளேயும் பார்த்தான்.

"மேல பாக்கலாமா" என்றபோது அன்சாரி தலையாட்டிக்கொண்டே மேலே அழைத்துச் சென்றான். கீழே வளைவுத் திருப்பத்தில் லாரியிலிருந்து விழுந்து கிடந்த ஆனைமலைப் பொத்தையின் கல்லருகே மனோகரன் வாத்தியாரும் ஜீனாவும் இரையெடுத்த மலைப்பாம்புபோல நின்று பார்த்துக்கொண்டிருந்தார்கள். அவர்களுக்கு மேலே நின்று பார்ப்பவன் இடம் வாங்க வந்திருக்கும் ஆள் என்றதும் வெளியே நிற்கும் அவனின் கார் இருவரின் முகத்தையும் மென்தன்மை அற்றதாக ஆக்கியிருந்தது. கீழே இறங்கி வரும்போது வந்தவனை இருவரின் கண்களின் வன்ம பார்வையில் விழாதவாறு அன்சாரி அடைக் கட்டிக் கொண்டு போனான்.

ஒன்றாம்எண் கடை, இரண்டாம் எண் கடையென எல்லா கடைகளையும் வரிசையாகப் பார்த்தவன் ஐந்தாம்எண்

கடையைத் திறக்கச் சொல்லிப் பார்த்தான். ஐந்தாம்எண் கடையின் தொட்டி மூடியின் மீது காலால் தட்டிப்பார்த்துக்கொண்டே, “இந்தக்கடையில ஏதோ பிரச்சனைன்னு வெளியே ஒரு பேச்சிருக்குல்லே...” என்று கேட்டான்.

“அது சும்மா சார்...”

“ம்ம் பரவாயில்லே...” என்று சிரித்துக்கொண்டே, “நீங்க இதுல என்னவா இருக்கீங்க..?” என்று வினவினான்.

“சும்மாதான் சார்... இறந்துபோன திருவாழி சாருக்கு உதவியா இங்க உள்ளத கவனிச்சிப்பேன். அவ்வளவுதான்... ரொம்ப வருசம் முன்னாடி இது ஹோட்டலா இருந்தப்போ எனக்க வாப்பா இங்க வேலை பாத்தாரு... அப்படி நான் பழக்கமானவன்...”

“உங்க தகப்பனார் பேரு...”

“மைதீன்கண்ணுன்னு சொன்னா இங்க எல்லாருக்கும் தெரியும்...”

அவன் அன்சாரியைப் பார்த்துச் சிரித்தான். ஏழாம்எண் கடையின் பக்கவாட்டுப் பாதையை மேலும் ஒருமுறை பார்த்துக்கொண்டு, “சரி பாக்கலாம்...” என்றபடி வெளியே வந்தான். மாதவன்பிள்ளை மனைவரை நடந்து போய்விட்டுத் திரும்ப கிருஷ்ணன் கடையருகே வந்து அங்கேயும் ஒரு பார்வை பார்த்துவிட்டு, “பேசுகிறேன் பாக்கலாம்” என்று சொல்லிவிட்டுப் புறப்பட்டுப் போனான். எல்லாவற்றையும் கடையின் வெளிப்பிரகாரத்தில் நின்றுபார்த்துக் கொண்டிருந்த கிருஷ்ணன், கார் வளைவு கடந்து போனதும் அன்சாரியிடம் ஆள் யாரெனக் கேட்டார்.

“தெரியலே... பாக்க வந்திருக்காம்... பாத்துட்டுப் போறான்.”

“எப்படி முடிய மாதிரி தெரியுவா..?”

“அப்படித்தான் தெரியுது...” என்று அன்சாரி சொல்லும்போது.. கிருஷ்ணன் கடையின் பின்னாலிருந்து பேங்கர்ஸின் திண்டு நோக்கிப் போன வேதமாணிக்கம் “இவன் முடிப்பாம்டே...” என்று சொல்லிச் சென்றதும் கிருஷ்ணன் பூரிப்பாய்ச் சிரித்தார்.

மாலை ஐந்துமணிக்குப் வழக்கறிஞர் அன்சாரிக்கு பிறகு போன் பண்ணினார். “நாளை காலையில் ரெடியாக இருக்க வேண்டுமெனவும் நாம் இராஜபாளையம் போக வேண்டியது வரும். காரில் போய்விட்டு காரிலேயே வந்துவிடலாம்...” என்றதும் அன்சாரி சரி என்றான்.

இரவு எட்டுமணிக்கு மேல் திருவாழிக் கட்டிடம் விலை போய்விட்டதாகவும் இரண்டொருநாளில் பத்திரப்பதிவு என்றும் பேச்சு பரவலானது. அன்சாரியிடம் ஆளாளுக்குப் போன்பண்ணிக் கேட்டார்கள். அவன் இல்லை என்றான். கடைசியில் காசீமின் போன் வந்தபோது, "ஆமா மாப்ளே, விலைமுடிஞ்சின்னுதான் நம்பகமான தகவல். நீ வேற யாருட்டையும் இப்போ சொல்ல வேண்டாம்... கடைசியா பனிரெண்டுவச்சி ஒண்ணு எட்டுக்கு முடிச்சிருக்காவோ ... நாளைக்குக் காலையில வக்கீல் இராஜபாளையத்துக்குப் போக என்னையும் கூப்பிட்டிருக்காரு... அங்க போனாதான் முழு விபரமும் தெரியும். . நான் போயிட்டு பேசேன்," என போனை வைத்தான்.

காலை எட்டு எட்டரைமணிக்கெல்லாம் வழக்கறிஞரும் அன்சாரியும் ஒரு காரிலும் நேற்று காரில் வந்தவன் மேலும் சிலரோடு தனது காரிலுமாக இராஜபாளையம் போய்ச் சரசரவென விசயங்கள் பேசிமுடிக்கப்பட்டது. அன்சாரிக்கு என்ன நடக்கிறது என்று தெரிவதற்கு முன்பே சட்ட நடவடிக்கை உட்பட தேவையான அனைத்து ஆவணங்களும் சேகரிக்கப்பட்டு முறைப்படி வங்கிக் கணக்கில் பணம் சேர்க்கப்பட்டு மாலை நாலு மணிக்குள் எல்லாம் நிறைவுபெற்றது. இதிலிருந்து நான்காவது நாள் பத்திரப்பதிவு; அந்தத் தினம் திருவாழியின் மகன்கள் இங்கு வந்து நடைமுறையை முடித்துக் கொள்வார்கள். அதற்கு அடுத்தநாள் திருவாழிக்கான சப்பிரதாயச் சடங்குகளையும் முடித்துக்கொண்டு புறப்படவும் தயாராகிவிட்ட திட்டம் வகுக்கப்பட்டிருந்தது. வந்தவன் கார் முதலிலேயே கிளம்பிவிட்டபிறகு திருவாழியின் மகன்கள் இருவரும் அன்சாரியை உள்ளே அழைத்து இரண்டு லட்ச ரூபாயைப் பணமாகக் கொடுத்தார்கள். அன்சாரிக்குக் கொஞ்சம் நடுக்கமாக இருந்தது. வழக்கறிஞரே அன்சாரியை காரில் கொண்டுபோய் வீட்டில் விடக் கேட்டுக்கொண்டனர். திருவாழியின் மூத்தமகன் தனது தொலைபேசி எண்ணைக் கொடுத்து அன்சாரியிடம், "எந்த விசயமாக இருந்தாலும் என்ன தேவையாக இருந்தாலும் சொல்ல வேண்டும். உனக்கொரு நல்ல வேலையை சரி செய்யலாம்... ஒன்றும் கவலைப்பட வேண்டாம்" என்று சொல்லிக்கொண்டபோது அவன் நெகிழ்ந்து போயிருந்தான். திருவாழிக் கட்டிடத்திலுள்ள எல்லா கடைகளும் மூன்று மாத அவகாசத்தில் ஒப்படைக்கப்பட வேண்டும். அது வழக்கறிஞரின் பொறுப்பில் விடப்பட்டது.

இரவுஒன்பதுமணிக்குமுன்னமேஇங்குவந்துவிட்டபோதிலும் அன்சாரியை வழியில் இறக்கிவிடாமல் வழக்கறிஞர் விஜயகுமாரே

அவனின் வீட்டில் கொண்டுபோய் விட்டுவிட்டு எந்த உதவி தேவைப்பட்டாலும் தன்னிடம் பேசவேண்டும் என்று சொல்லிக் கிளம்பியவர் தன் அலுவலகம், வீட்டு முகவரிகளையும் தனிப்பட்ட தனது தொலைபேசி எண்ணையும் அவனுக்குக் கொடுத்துவிட்டுப் போனார். இவ்வளவு பணத்தை முதன்முதலாக அன்சாரி சொந்தமாக இப்போதுதான் வீட்டுக்குக் கொண்டுபோகிறான். உம்மாவுக்குப் பதற்றமிருந்ததைப் புரிந்தவனாக அவளிடம் நடந்த எல்லாவற்றையும் சொன்னான். அவள் கிருஷ்ணனிடம் உடனே சொல்லச் சொன்னபோது அன்சாரி அவருக்கு போன் பண்ணி விசயத்தை ஒப்புவித்தான். “நல்லா இருடே ... வேற எவன்ட்டயும் சொல்லாதே... எல்லாம் காராட்டம் பிடிச்சப் பயலுவோ...” என்றார். உண்மையில் கிருஷ்ணனுக்கு ரொம்பவும் சந்தோசமாக இருந்தது. பொட்டல்புதூரிலுள்ள அக்காவுக்கு இதில் ஒரு லட்ச ரூபாயைக் கொடுக்கப் போவதாகவும் நாளையே அங்கே உம்மாவை அழைத்துக் கொண்டு போய்விட்டு இரண்டு நாட்கள் சென்றுதான் இங்கு வரப்போவதாகவும் சொன்னான். “பணம் கொண்டு போகிறாய். பஸ்ஸில் போக வேண்டாம். காசீமின் வண்டியில் போ” எனச் சொன்னார் கிருஷ்ணன். அவரின் குரலில் ஆனந்தமிருந்தது. பணமும் பொருட்களுமாய்ப் போனால் பகையும் மாறிவிடும். மீண்டும் அவள் குடும்பமாய் இங்கு வந்துபோவது போல நிலைமையைச் சீராக்கிவிடலாம். அவளையும் மச்சானையும் பிள்ளைகளையும் ஒரு இரண்டு மூன்று நாட்கள் இங்கு விருந்துக்கு அழைத்துவரலாம். அன்சாரி உம்மாவோடு ஆலோசித்து வெள்ளனை சுபுஹூக்கே கிளம்பலாமென முடிவு செய்து படச்சவனேயென படுத்துக்கொண்டே ரொம்ப நேரம் யோசனையாகக் கிடந்தான். அன்சாரிக்குப் பின்னிரவுத் தூக்கத்தில் நிகழ்ந்த கனவில் அவன் தன் வாப்பாவின் புன்னகையான முகத்தைக் கண்டான்.

அது ஒரு புதன்கிழமையாக இருந்தது. அன்சாரி பொட்டல்புதூர் போன மறுநாள் காலை ஒன்பதரை மணி இருக்கும். முன்பு ஒருமுறை வந்த உயர்தரக் காரே திருவாழிக் கட்டிடத்தின் ஐந்தாம்எண் கடை தாண்டி வளைவில் நின்றது. கிருஷ்ணன் தனது கடையின் வெளித்தாழ்வாரத்தில் நின்று காரைக் கவனித்துக்கொண்டிருந்தார். இந்தக் காலம்தான் என்னவெல்லாம் செய்கிறது? கொஞ்ச நேரத்துக்கு முன்னாடிதான் போனில் அன்சாரி, மச்சானின் பாசப்பிணைப்பை ஒப்புவித்திருந்தான்.

“இருக்கும்டே... ரூவாய்க்கு எபெக்ட்டு இல்லாம போவுமா... பாசம் வரத்தான செய்யும்... மச்சான் இங்க ஊருக்கு சொக்காரிய கூட்டிட்டு வாரேம்ன்னு சொல்லிட்டானா?”

“பின்னே...” அன்சாரி கலகலவென போனிலேயே சிரித்தான்.

“எப்போ வருவே..?”

“இன்னைக்கு சாயங்காலம் புறப்பட்டு ராத்திரி வீட்டுக்கு வருவேன்... நாளைக்குக் காலையில அங்க வருவேன்... நாளைக்குப் பத்திரப்பதிவுல்லா... திருவாழி சாருக்க மொவனுவோ வருவாங்கோ... நான் கூட மாட நிக்கணுமுல்லா... அதான் காசீமுக்க வண்டியிலேயே வந்துடுவோம்...”

“வாடே... வாடே... உன்னத் தேடி ஒருத்தன் வந்தான். கண்ணூர்ல ஒரு வைத்திய சாலையில அவன் அப்பாவ சேக்கப்போறானாம். மூணுமாசம் கூட இருந்து பாக்கணுமாம். செலவெல்லாம் போக மாசம் பத்தாயிரம் தாறேம்ன்னு பேசுனான்... அன்சாரி வரட்டுன்னு சொல்லிவச்சிருக்கேன்...”

“நான் அங்க வந்து ரெஜிஸ்டர் முடிஞ்சி சாருக்க மொவனுவோ போனதும் கண்ணூருக்கு வேணும்னா போவுலாம்...”

அன்சாரியோடு பேசியதை மனசுக்குள் அசைபோட்டபடிக் கடைக்கு முன்னால் நின்றிருந்த கிருஷ்ணனை நோக்கி காரிலிருந்த டிரைவர் இறங்கி நடந்து வந்தான். காரிலிருந்து இறங்கிய பெண்மணி ஏழாம்எண் கடையின் பக்கவாட்டுப் பாதை வழியாக நடந்து உள்ளே போயிருந்தாள். டிரைவர் கிருஷ்ணனின் அருகில் வந்து, “அந்த அம்மா உங்கள பாக்கணும்ன்னு கூப்பிட்டாங்க...” என்றான்.

“என்னையா...”

“நீங்க கிருஷ்ணன்தானே..?”

“ஆமா...”

“அப்போ உங்களத்தான்...”

கிருஷ்ணன் ஆறுமுகத்திடம் சொல்லிவிட்டு டிரைவருக்குப் பின்னால் நடந்தபோது, டிரைவர் கார் அருகே நின்றுகொள்ள ஏழாம்எண் கடைப் பக்கவாட்டுப் பாதையில் உள்ளே போனபோது கிணற்றைப் பார்த்தபடி நின்றிருந்த பெண்மணியின் முகம் பரிச்சயமான முகமாக இருந்தது. கிருஷ்ணன் ஊடுருவிப் பார்த்தார். அவள் பார்வையைப் புரிந்துகொண்டே நல்ல பிரகாசமான புன்னகையோடு, “கிருஷ்ணன்ணேன், நான் சூளாமணி” என்றாள். இலேசாகத் தடுமாறிய கிருஷ்ணன் ஆதரவாகக் கிணற்று மதிலைப் பிடித்துக்கொண்டார்.

கிருஷ்ணனின் கண்கள் இன்னும் சிமிழவில்லை.

சூளாமணி குழாயைத் திருக்கி ஒரு கையில் தண்ணீரைப் பிடித்துக் குடித்தாள். அவள் முகத்தில் ஓர் ஆனந்தம் பரவியது.

"அண்ணேன்... எனக்க மொவன்தான் இந்த கட்டிடத்த வாங்கியிருக்கான்... பெங்களூர்ல கன்ஸ்ட்ரக்சன் கம்பெனி சொந்தமா வச்சிருக்கான்..."

சூளாமணி அவ்வளவு சாந்தமாக வார்த்தைக்கு வார்த்தை நல்ல இடைவெளிவிட்டுப் பேசினாள். கிருஷ்ணனுக்கும் அவளும் அவள் பேசும் விதமும் ஒரு கனவுபோல இருந்தன.

சுற்றிலும் ஒரு வட்டமாகப் பார்த்துவிட்டு மீண்டும் கிணற்றை எட்டிப் பார்த்த சூளாமணி, "நம்ம மொதலாளி எப்படி இருக்காரு?" என்றபடி மெல்லப் பட்டணம் பற்றி விசாரித்துப் பேச ஆரம்பித்தாள். திருவாழிக் கட்டிடத்தின் மேலே இதமாக வீசிக்கொண்டிருந்த காற்றில் "பெண்ணே" என்ற அவரின் குரல் கலந்திருந்தது.

பின்னுரை

1

புனைவு எழுத்துகளிலும் திரைப்படங்களிலும் ஊடுருவிப் பார்க்கும் மூக்குக் கண்ணாடி பற்றிய சுவாரஸ்யமான குறிப்புகள் வருவதுண்டு. அணிந்து கொண்டிருப்பவரின் எதிரில் வருகிறவர்களை நிர்வாணமாய்க் காட்டும் கண்ணாடி அது. உயர்நிலைப் பாதுகாப்பு மண்டலங்களில் வழிச்சுமைகளைச் சோதனையிடும் எக்ஸ்-கதிர் காமிரா போன்ற ஒன்று.

ஒரு பொது நிகழ்ச்சியில் நீங்கள் கலந்து கொள்ளும்போது அம்மாதிரியான கண்ணாடியை அணிந்துகொண்டு யாரோ ஒருவர் உங்களைக் கண்காணித்துக்கொண்டிருப்பதை நீங்கள் கவனித்து விடுகிறீர்கள். நீங்கள் என்ன செய்வீர்கள்? ஒரு கணம் நிர்வாணத்தின் அவமானம் உங்களை உலுக்கியெடுக்கும். பிறகு, 'அப்படியெல்லாம் நடக்க வாய்ப்பில்லை' என்று மனம் தன்னைத் தேற்றிக்கொள்ள முயலும்.

அது போலவே, மனிதனின் மனவோட்டத்தைப் படித்தறியும் வரம் பெற்ற ஒருவன் முன்னால் வந்து நின்றால் என்னாகும் என்று கற்பனை செய்து பாருங்கள்! நீங்கள் பதற்றமாகிவிடலாம். ஆடைக்குள் மனிதர்கள் எல்லோருமே நிர்வாணம்தான். ஆடை என்னும் அரிதாரத்தினுள் நிர்வாணம் என்னும் உண்மை ஒளிந்து கிடப்பதுதானே யதார்த்தம்? நாமும் சக மனிதர்களும் அரிதாரங்களோடும், முகமூடிகளோடும் பற்பல நாவுகளோடும்தானே வாழ்ந்து தீர்க்கிறோம்? இவற்றின் துணையின்றிப்

பிறவிப் பெருங்கடலைக் கடப்பது சாத்தியமில்லை என்று உறுதியாக நம்புகிறோம், நம்பச் செய்கிறோம். அதற்கான சொற்களை நம் நனவிலியில் உற்பத்தி செய்துகொண்டே இருக்கிறோம். மனத்தை மற்றொருவர் படித்தறிந்துவிடக் கூடாது என்பதற்காகத்தானே இத்தனை ஆகிருதிகள், அடவுகள்!

2

கடந்த சில மாதங்களாக, மனம் தொடர்பான நூல்களைச் சேகரித்து வாசித்துக்கொண்டிருக்கிறேன் - எம்.வி.வெங்கட்ராம், கோபி கிருஷ்ணன், போகன் சங்கர், ரைஸ் இஸ்மாயில்... பிறழ்வு, போதாமை, வளர்ச்சிக் குறைபாடுகளுக்கு உள்ளான மனித மூளையானது சூழலை, மனிதர்களை எவ்வாறு அணுகுகிறது என்பது சுவாரஸ்யமானது. எனில், மனமே மர்மங்களின் தொகைதான்.

வில்லின் நாண்போல, இறால்மீன்போலத் தெறிக்கும்; கணவாய் மீன் போல, கணிக்க முடியாதபடி திசையை மாற்றிக்கொள்ளும்; பச்சோந்தி போல, நிலைமைக்கேற்றபடி நிறம் மாறும்; குளத்தில் எட்டுப் போடும் பூச்சிபோல, மீண்டும் மீண்டும் ஒரே இடத்தில் வளையவரும்; சிலந்திபோல, மெல்லியவோர் இழையில் தொங்கிக்கொண்டிருக்கும்; இரையை எதிர்நோக்கிப் பொறுமையாய்க் கிளையின் மீது கிடக்கும் மலைப்பாம்புபோல, இரைமீது பாயும்முன் பதுங்கும் புலி போலக் கிடக்கும். மனம் ஒரு சதாவதாரி. கணந்தோறும் புதுப்புது அவதாரங்கள் பூண்டு கொண்டிருக்கும். மனித மனத்தைப் பின்தொடர்வது அத்தனை இலேசானதல்ல.

மீரான் மைதீன் என்னும் படைப்பாளிக்கு மனங்களை வாசிக்கும் திறன் மிகவே வசப்பட்டிருக்கிறது. அவரது எழுத்துகளை வாசிக்கையில், பல பொழுதிலும் மனம் நிர்வாணமாகி நிற்பதான சுவச்சத்தை உணர்கிறோம். அந்த எழுத்து குற்றம் சுமத்தும் சுட்டுவிரலை நம்மீது சுட்டுவதில்லை. மேலே போய் உட்கார்ந்துகொண்டு உபன்யாசம் நிகழ்த்துவதில்லை. பாவனைகளற்ற அந்த எழுத்து, நமக்குள் உயிர்த்திருக்கும் மனிதனைச் சுயபரிசோதனைக்கு ஆட்படுத்துகிறது. அதுவே மீரானின் எழுத்தின் பலம் எனத் தோன்றுகிறது.

3

சங்க இலக்கியங்களில் நிலத்துக்கும் வாழ்வுக்குமான உறவும், திணை நிலங்களுகிடையிலான பரஸ்பர உறவும் முக்கியமான பாடுபொருட்களாக அமைந்திருக்கின்றன. சங்கம் மருவிய

காலத்துக்குப் பிறகு, தமிழ்ச் சமூகத்துக்கு நேர்ந்து போன பெருவிபத்து, திணைநிலங்களுக்கு இடையிலான உரையாடல் நின்றுபோனதுதான். அதன் நீட்சியாக, நிலமும் உறவும் சிதைவுகளைச் சந்தித்துக்கொண்டிருக்கின்றன. அவ் உரையாடலை மீட்டெடுப்பது இலக்கியத்தினால் சாத்தியமாகும் என்னும் நம்பிக்கை மீரானைப் போன்றவர்களின் எழுத்தினால் உயிர்த்திருக்கிறது.

கன்னியாகுமரி மாவட்டத்தில், மீரான் மைதீன் ஊருக்கும் என் கடற்கரைக்கும் மிஞ்சிப்போனால் பதினைந்து கிலோமீட்டர் தொலைவுதான். ஆனால் அவை ஒன்றையொன்று அறிந்திராத இரு வேறு உலகங்களாய் இருக்கின்றன.

ரம்ஜான் போன்ற விழாக் காலங்களில் மாலை வேளைகளில் அண்டைக் கிராமமான குறுஞ்சாலியன் விளையிலிருந்து 'முஸ்லிம் பெண்'களும் விருந்தினர்களும் ஆண்களுடன் கூட்டம் கூட்டமாய்க் 'கடல் பார்க்க' எங்கள் கடற்கரைக்கு வருவதைச் சிறுவயதில் வேடிக்கை பார்ப்போம். பளபளக்கும் வண்ணங்களும் மினுமினுப்புகளும் கொண்ட அப்பெண்களுடைய புத்தாடைகளும் நகைகளும் ஒப்பனை அலங்காரங்களும் அவர்கள் ஏதோவொரு தேவலோகத்திலிருந்து வருவதுபோல் என் சிறுவயது நினைவுகளில் பதிந்திருக்கிறது. வார்ந்துபோகும் அலையில் கால்களை நனைக்கும்போது அப்பெண்களிடம் வெளிப்படும் குதூகலமும் கூச்சல்களும் என்னை ஆச்சரியப்படுத்தும். கடலில் காலை நனைப்பதில் அப்படியென்ன பேரதிசயம் இருக்கிறது என்று எண்ணியதுண்டு. வெறும் ஒரு கிலோமீட்டர் தொலைவிலிருக்கும் கடலில் காலை நனைப்பதற்கு ஓர் இசுலாமியப் பெண் ரம்ஜான்வரை காத்திருக்க வேண்டியிருப்பதை அந்த வயதில் நான் அறிந்திருக்கவில்லை. சியோன்புரம் உயர்நிலைப் பள்ளிக்குப் போனபோது அவ்வூரிலிருந்து ஓர் இரஹீம் வந்தான்; புகுமுக வகுப்புக்குப் போனபோது ஓர் அப்துல் காதர் வந்தான். அவர்களோடு பெரிதாய் எவ்வித உறவுப் பரிமாற்றமும் நிகழ்ந்ததாய் நினைவில்லை. அவரவர் தரப்புக் கற்பிதங்களோடும் பாதுகாப்பு அரண்களோடும்தான் நாங்கள் பழகியிருக்கிறோம்.

ஆய்வுப் படிப்பில் வழிநடத்திய அறிஞர் அனிஃபா பட்டப்பேற்றை முன்னிட்டுத் தன் வீட்டில் எனக்கு விருந்து கொடுத்தார். இசுலாமியப் பண்பாட்டின் முதல் நேரடி அனுபவமாக அமைந்த விருந்தோம்பல் அது. ஆனால் அந்தச் சமூகத்தைச் சற்று அணுக்கமாய்ப் புரிந்துகொள்ள வாய்த்தது, தோப்பில் முஹம்மது மீரானின் 'ஒரு கடலோர கிராமத்தின் கதை' வாசிப்பின் மூலம்தான்.

முஹம்மது மீரானுக்குப் பிறகு இசுலாமிய சமூகங்களைக் குறித்த பொதுவெளியின் கற்பிதங்களைத் தகர்த்தெறிந்த முக்கியமான படைப்பு மீரான் மைதீனின் ஓதி எறியப்படாத முட்டைகள். இசுலாமியச் சமூகத்தில் பெண்ணின் இடம் என்னவென்பதன் அடையாளமாக ஆயிஷா என் மனத்தில் ஆழப் பதிந்துபோனாள். ஓச்சை, ஒரு காதல் கதை போன்ற புதினங்களும் பலாமரம் நிற்கும் வீட்டுக்குக் கிளம்பிக் கொண்டிருக்கிறான், சித்திரம் காட்டி நகர்கிறது கடிகாரம் உள்ளிட்ட மீரானின் சிறுகதைத் தொகுப்புகளும் அச்சமூகம் மாற்றுச் சமய, சாதி சார்ந்த சமூகங்களோடு தன்னைப் பொருத்திக்கொள்வதிலும், அதே வேளையில் தன் பண்பாட்டுத் தனிமையைத் தக்கவைத்துக் கொள்வதிலும் சந்திக்கிற சிக்கல்களையும் பேசுகின்றன. அத்தோடு, இசுலாமியரின் பண்பாட்டுப் பலகணிகளின் வழியாக மாற்றுச் சமூகங்களின் வாழ்வைப் பார்வையிடவும் முயல்கின்றன. ‘தமிழ்ச் சூழலில் இசுலாமியர் வாழ்வு’ என்னும் வரைபடத்தில் மீரான் மைதீனின் இடம் இதுவெனத் தோன்றுகிறது.

‘இசுலாத்தில் சாதி இல்லை’ என்கிற மேலோட்டமான பார்வையைத் தாண்டி, அச்சமூகங்களுக்குள் தூய்மைவாதத்தை நிறுவும் அடுக்குகள் தெளிவாய் வரையறுக்கப்பட்டிருப்பதைப் பொதுவெளிக்கு உணர்த்திய ஜாகிர் ராஜாவின் எழுத்துகளுடனும், மறைந்த அர்ஷியாவின் படைப்புகளுடனும் எனக்குச் சிறு பரிச்சயமுண்டு. மீரான் மைதீனின் எழுத்து அவற்றிலிருந்து வித்தியாசமான வாசிப்பனுபவத்தைத் தருகிறது. அறிவின் வெளிச்சக்கீற்று நுழைய முடியாத மூடுண்ட சமூகத்தில் ஒடுக்குதலும் ஒடுக்குறுதலும் எத்தனை இயல்பாய் நிகழ்ந்துவிடுகின்றன என்கிற உண்மையின் புழுக்கத்தை ஏற்படுத்தியது மீரானின் எழுத்து. வக்கிரங்களை அரங்கேற்றுவதற்கு மனிதர்கள் சமய நம்பிக்கைகளை இலாவகமாய்ப் பயன்படுத்திக்கொள்வதை நுட்பமாய் உணர்த்துபவை அவரது படைப்புகள். அவ்வாறு, மீரானின் கதைகள் கால-இட பேதங்களைக் கடந்து மனிதர்களை எழுதிச் செல்கிற பயணமாய் மாறிவிடுகின்றன. சாதாரண மனிதர்களின் மொழியில் மனித மனவோட்டத்தைப் பிரதியிடும் உரையாடல்கள் அக்கதைகளின் முத்திரைப் பண்பாய் அமைந்திருக்கின்றன. அவருடைய படைப்புகள் அலைமனதின் வரைபடங்களாய் மனத்தில் தெளிகின்றன; அவை மானுடத்தையும் இயற்கையையும் ஒருசேரக் கொண்டாடுகின்றன.

டீக்கடை நாயரின் வீடு பற்றியெரிகிறது; அதைப் பள்ளிவாசலிலுள்ள ஹாவுளுத் தண்ணீர் அணைக்கிறது. சாத்தான்கோவில் யானை சிலையொன்று காணாமல்

போகிறது; அங்கு பொழுதுபோக்க வரும் சாயுபு பையன்மாரிடம் பிள்ளைமார்களுக்குச் சந்தேகம் எழுகிறது. கோலப்பபிள்ளை சார், 'நாங்க தாய் பிள்ளையோ... எவனுவோ செய்தாலும் அவனுவோ செய்யமாட்டானுவோ' என்கிறார். இந்த நம்பிக்கையை அச்சமூகத்துக்குக் கொடுப்பதுதான் இன்றைய தேவையும் ஆகும். காலம் எதிர்பாராத திருப்பங்களை ஏற்படுத்தலாம்; பெரும் பிணக்குகள் நேரலாம். எல்லாவற்றையும் இப்படிப்பட்ட பரஸ்பரப் புரிதல் இலேசாக்கிவிடுகிறது. இங்கு மீரான் சமூகம் ஏக்கத்தோடு காத்துக்கிடக்கும் நற்செய்தியைக் கொணரும் குடுகுடுப்பைக்காரனாக மாறுகிறார்.

நகைச்சுவையையும் பகடியையும் முற்றாய்த் தவிர்த்துவிட்டு மீரானின் படைப்புகளைப் பேசுவது சாத்தியமில்லை. மனித மனத்தின் இயக்கத்தை வேறொரு கோணத்திலிருந்து அணுகும் யத்தனிப்பாகவும் பகடியை வாசிக்கலாம். வாழ்வெனும் துயர்க்கடலை நகைச்சுவை என்னும் துடுப்பைத் துழைந்து கடந்துபோகிற சாதாரண மனிதர்களை அவர் படைப்பில் பார்க்கலாம்; பொழுதைக் கழித்தலை மட்டுமே இலக்காய்க் கொள்ளுகிற எள்ளல்களையும் காணலாம்; ஊடாக, பகடியின் இலக்காகிவிடுகிறவர்களின் மனக்கிலேசங்களையும் காணலாம் (சிறுகதை: குட்டியாப்பாவின் செல்); புண்படுத்திச் சுகம்காணும் கீழ்மையைப் பார்க்கலாம்; மனங்களில் நிரம்பி வழியும் கபடினை, வன்மத்தைக் காணலாம் (புதினம்: ஓதி எறியப்படாத முட்டைகள், ஒச்சை); கையெட்டும் தூரத்தில் நின்று ஒருவனைத் துப்பாக்கியால் சுட்டுவிட்டு, பிறகு அவனை எடுத்துச்செல்ல 108ஐ அழைக்கும் ஆபத்பாந்தவான்களையும் காணலாம் (ஒச்சை); இரையை அச்சுறுத்திக் கபளீகரம் செய்யும் குச்சிப்பூச்சியின் அடவுகளைப் பார்க்கலாம். மறுபுறம், எதற்கும் படியாத கம்பீரத்தைப் பார்க்கலாம் (சிறுகதை: மாதுளம் மரத்தில் வாழும் தென்றலைக் கொல்லும் முயற்சிகள் தோற்கின்றன); வாசிப்பில் எல்லாவற்றையும் கடந்து வருகிற நாம் இறுதியில், 'மானுடம் நிலைபெறும்' என்கிற நம்பிக்கையின் கரையை வந்தடைகிறோம் (ஒரு காதல் கதை). கரையில், எவ்விதமான பாவனையுமின்றி, வாழ்வின் மீதான தீராக் காதலோடு நம்மை ஆரத் தழுவிக்கொள்ள படைப்பாளி மீரான் காத்திருக்கிறார். ஆறுதல் தரும் அத்தோள்களில் சாய்ந்து சற்றே இளைப்பாறிக்கொள்ளலாம்.

4

மீரானின் புனைவுகளில் மற்றுமொரு முத்திரைக் கூறாய் அமைவது அவரது சூழலியல் பார்வை. தமிழர்தம் தொன்மை அறத்தின்

குறியீடாய் அமையும் 'யாதும் ஊரே யாவரும் கேளிர்' என்னும் கருதுகோள், மானுட நேயத்தைக் கொண்டாடும் இந்த உலகப் பார்வையைக் கடந்து சக உயிர்களை, அவற்றைத் தாங்கி நிற்கும் இயற்கையைத் தழுவிக்கொள்ளும் மாபெரும் தமிழ் அறமாக உயர்ந்து நிற்கிறது, 'பிறப்பொக்கும் எல்லா உயிர்க்கும்' என்னும் கருத்து. கடந்த நூற்றாண்டின் இறுதியில் முன்வைக்கப்பட்ட 'சூழலியல் இறையியல்' கருத்தின் இன்றைக்குப் பரவலாய்ப் பேசப்படுகிற 'பல்லுயிரிய இனவரைவிய'லும் இக்கருதுகோளின் நீட்சியே. வெந்தயம் சேர்த்து, பச்சை மசாலா அரைத்துச் சமைத்தால் விலாங்கு மீனின் ருசியும் மருத்துவ மதிப்பும் என்னவாயிருக்கும் என்பதை அனுபவித்து அறியாதவரல்ல பட்டாளம். குட்டையில் தனிமையில் கிடக்கும் விலாங்கு மீனுக்குத் துணையாக பட்டாணிக் குளத்திலிருந்து எப்படியேனும் ஓர் இணையைக் கொண்டுவந்து சேர்த்துவிட வேண்டும் என்ற ஆசையே அவரின் இப்போதைய கரிசனமாய் இருக்கிறது. ஒருபுறம் தனிமை வாழ்க்கை தனக்கு ஏற்படுத்தும் தவிப்பையும், மறுபுறம் சக உயிரின் மீதான அக்கறையையும் வெளிப்படுத்தும் இடமாகிறது (கலுங்குப் பட்டாளம்).

தொலைந்துபோன நேற்றைய வாழ்வின் அடையாளமாய் ஒரு புளியமரத்தை முன்னிறுத்துகிறார் சுந்தர ராமசாமி (ஒரு புளிய மரத்தின் கதை). மனிதப் பேராசையின் நிமித்தமாய் அழிந்துகொண்டிருக்கும் போர்னியோ வனத்தினுடையவும், அங்கு தவிக்கும் பழங்குடிகளுடையவும் அடையாளமாய் ஒரு மூதாய் மரத்தை முன்னிறுத்துகிறார் நக்கீரன் (காடோடி). 'எங்கள் கொற்றவை வனத்தினுள் உறைகிறாள்' என்கிறான், ஆப்பிரிக்கப் பழங்குடித் தலைவன் (சிதைவுகள்/ சினுவா ஆச்சிபி). வழிபடும் அணங்கின் ஆற்றலைப் பனைமரத்தில் ஏற்றி, அதனடியில் நெய்தல் சிறுகுடியின் மன்றம் கூடுவதாய்ச் சங்க இலக்கியக் குறிப்பொன்று சுட்டுகிறது. இம் மரபின் தொடர்ச்சியாக, 'ஓதி எறியப்படாத முட்டை'களில் மீரான் மைதீன் மையப்படுத்தும் 'பள்ளி வேம்பு' உள்ளது. 'கலுங்குப் பட்டாளம்' புனைவில் அது ஒரு கலுங்காக இருக்கிறது. பள்ளி வேம்பின் இருப்பையும் அதனூடாக இழையும் சுகமான காற்றையும் அனுபவித்த மனிதனின் நன்றிக் கடனாகலாம்; அல்லது, இரையாளம் குளத்தில் மூழ்கிக்களித்த குழந்தைமையின் மீட்டெடுப்பாகலாம் (ஓதி எறியப்படாத முட்டைகள்). பச்சையையும் தளும்பும் குளத்துநீரையும் விதந்து பாடுகையில் மீரானுக்கு நூறு நாவுகள் முளைத்துவிடுகின்றன. ஒரு சூழலியல் அறிஞனால் செய்துவிட முடியாத மனவித்தை இது.

ஒரு தலைமுறைக் காலத்துக்குள், தன் கண் முன்னே, தான் அனுபவித்து வளர்ந்த பசுமை போர்த்திய நிலங்களும் நீர்நிலைகளும் வயல்களும் 'வளர்ச்சி'த் தேவைகளின் பொருட்டு உருமாறிப் போனதைக் குறித்த மீரானின் கவலை நம்மைத் தொற்றிக் கொள்கிறது. அவ்வூரின் வனப்புக்கும் வளத்துக்கும் கட்டியம் கூறிநின்ற நன்னீர்நிலையை ஓர் இரயில் பாதை சிதைத்துவிடுகிறது (ஓதி எறியப்படாத முட்டைகள்). வயல்வெளிகள், ஓடைகள், பனங்காடுகள், தலைமுறைகளாய்ப் புழங்கிவந்த பொதுவெளிகள்- இப்படி ஒவ்வொன்றும் நகர விரிவாக்கப் பெரும்பசிக்குத் தீனியாகிறது. பாலங்களாக, நால்வழிச் சாலைகளாக அவை மாறிக்கொண்டிருக்கின்றன. மேற்குத் தொடர்ச்சி மலையின் கடையெல்லையில், கன்னியாகுமரி மாவட்டத்தின் பண்பாட்டு அடையாளங்களாக அமைந்திருந்த இப் பொதுச்சொத்து வளங்கள் முற்றாக அழிந்துபோன பிறகு, வரும் தலைமுறையினருக்கு நாம் எதை விட்டுச்செல்லப்போகிறோம்? பள்ளி வேம்பும் கலுங்கும் இக்கேள்வியின் வெளிப்பாடாய்த் தோற்றம் கொள்கின்றன.

5

மனித வாழ்வின் சாத்தியப்பாடுகளைப் புதுப்புதுக் கோணங்களில் வரைந்து பார்க்கும் கலைஞனான மீரானின் புதிய படைப்பு - திருவாழி.

சிறுநகரின் ஒருபுறத்தில் நிற்கும் திருவாழிக் கட்டிடம் ஓர் உயிரியக்கமாய் நமக்குள் விரிகிறது. ஒற்றைச் செல்லிலிருந்து உறுப்புகளும் மண்டலங்களுமாக விரிவுகொள்ளும் ஒரு சிசுவைப் போல, அக்கட்டிடம் காலந்தோறும் பலவகை மனிதர்களால் உருமாறும் கதையாகவும், அப்பிரதேசத்தின் பண்பாட்டியல் வரலாறாகவும் ஆகிறது. 'குப்பையாண்டிப் பிள்ளையின் சுவர்' சிறுகதையில் காலம் குறித்த ஓர்மையைக் கட்டமைக்கும் அவரது கைவாகினைச் சிலாகிக்கலாம். இந்நாவலில் பல்சமூகச் சூழலுக்கே உரித்தான மனித உறவுப் போக்குகளை, கொண்டும் கொடுத்தும் வாழ்ந்தாக வேண்டிய சூழலைப் பேசுகிறார் மீரான். காலந்தோறும் மாறும் வானிலை, இயற்கையின் போக்கைத் தீர்மானிப்பதும், மனித நடவடிக்கைகள் காலநிலையின் போக்கைத் தீர்மானிப்பதுமான பரஸ்பரத் தன்மை ஒரு யதார்த்தம். அது போலவே, தேவைகளின் நிர்ப்பந்தங்களும் மனித உறவுகளும் பரஸ்பரத் தன்மை கொண்டவை. நாவலின் ஓரிடத்தில், 'மனிதர்கள் ஏன் காணாமல் போய்விடுகிறார்கள்?' என்கிற கேள்வி எழுகிறது; அப்படிக் காணாமல் போகிற பலரும் இன்னோரிடத்தில், வேறோர் அடையாளத்தில் வாழ்ந்துகொண்டிருக்கிறார்கள் எனும் குறிப்பும்

இடம்பெறுகிறது. வாழ்ந்து தீர்ப்பதன் சுமையைச் சொல்வதாக அவ்விவாதம் விரிகிறது. மற்றோரிடத்தில் பட்டணம் சாயிபு விடலைப் பையனான கிருஷ்ணன் நாயரிடம் சொல்கிறார் - "எவனோட கஷ்டத்தையும் ஆர்வமாய்ப் பாக்கக் கூடாது, போய் வேலையைப் பாரு..." மானுட அறத்தின் அடிப்படைப் பாடத்தை மனிதன் மறந்துவிடக் கூடாது என்கிற பார்வை இது.

கதையினூடே வருகிற நன்மையின் மனிதர்கள் கடவுளால் தீக்கிரையாக்கப்பட்ட சோதோம், கொமாரா நகரங்களை நினைவுபடுத்துகிறார்கள். பைபிளின் தொடக்க நூலில், பாவம் பலுகிக் கிடக்கும் அந்நகரங்களை அழிக்கத் தீர்மானிக்கிறார் கடவுள். 'இந்நகரில் நூறு நீதிமான்கள் வாழ்ந்தால் அவர்களின் பொருட்டு இந்நகரை அழிக்காமல் விட்டுவிடுவீரோ?' என்று ஆபிரகாம் கடவுளிடம் இறைஞ்சுகிறார். கடவுள் ஒப்புக்கொள்கிறார். நீதிமான்களைத் தேடிச்செல்லும் ஆபிரகாம் முடியாமல் கடவுளிடம் திரும்பி வருகிறார். நூறு படிப்படியாய்க் குறைந்து ஒன்று என்றாகிறது. ஒரு நீதிமானைக்கூட ஆபிரகாமினால் கண்டடைய முடியவில்லை. நகரங்கள் தீக்கிரையாக்கப்படுகின்றன. ஆபிரகாமின் சிக்கல் மீரானுக்கு எழவில்லை. உலகம் ஏன் அழிந்துவிடக் கூடாது என்பதற்கு அவர் காரணங்களை அடுக்குகிறார் - நன்மை நிரம்பிய மனிதர்களின் வடிவத்தில். பட்டணம் சாயுபு, திருவாழி போல எதிர்பார்ப்பு ஏதுமின்றி புண்ணியங்களை விதைத்துச் செல்கிறவர்களாக, தங்களுக்குக் கிடைத்த கருணையை மற்றவர்களுக்குப் பகிர்ந்து அளிப்பவர்களாக, அல்லது சூளாமணியைப் போல நன்றியை வெளிப்படுத்த வழியின்றிக் காணாமல் போகிறவர்களாக...

இப்படி, ரங்கோலியின் அழகோடு வலம்வரும் மனிதர்களில் அன்சாரி நம் தனிக் கவனத்தை ஈர்க்கிறான். வாழ்வில் எக்கணத்திலும், எதன் பொருட்டும் ஒருவன் நம்பிக்கை இழக்க வேண்டியதில்லை எனும் அனுபவப் பாடமாக நம் மனதில் அவன் விரிகிறான். மனிதர்களுக்குக் கொடுக்க அவனிடத்தில் அளவற்ற அன்பு சுரந்துகொண்டிருக்கிறது; நிபந்தனையற்ற அன்பு. சமயக் கற்பிதத்தின் கூட்டு மனநிலையும் அதைத் தன் வசதிக்கேற்ற வகையில் பயன்படுத்திக்கொள்ளும் உள்ளூர்ச் சமூகமும் அந்த அன்பின் முன்னால் ஒன்றுமேயில்லை என்றாகிவிடுகிறது.

ஓதி எறியப்படாத முட்டைகள் தொடங்கி, திருவாழி வரை மீரான் இந்த அறத்தைச் சலிப்பின்றி இசைத்துக் கொண்டேயிருக்கிறார். ஆராச்சார் நிலம் பற்றிய அவரது குறிப்புகளைச் சுட்ட வேண்டும். 'நீதி செத்த இடம் ஒருபோதும்

வெளங்காது' என்கிறது ஒரு பாத்திரம். ஆராச்சார் நிலம் நிகழ் தலைமுறையின் மீது ஏற்படுத்தும் வலியை 'கயிறுகள் உருவங்களாயின' (சித்திரம் காட்டி நகர்கிறது கடிகாரம்) என்னும் சிறுகதையிலும் பேசியிருக்கிறார். ஆராச்சார் நிலம் கடந்த காலத்தின் படிமமாக நம் மனத்தில் உருவம் கொள்கிறது; 'நாகரிக வரலாற்றில் இலட்சோப இலட்சம் மனிதர்களின் குருதி கடவுளர் பொருட்டு, அதிகாரத்தின் பொருட்டு சிந்தப்பட்டதன் பெறுமதி என்ன?' என்கிற கேள்வியாய் உயர்கிறது. அந் நோய்க்கூறிலிருந்து இன்றளவும் மனிதகுலம் விடுபட முடியாமல் தவிப்பதன் நினைவூட்டாக இப்படிமத்தை எதிர்கொள்ளலாம்.

6

கல்விப் புலத்தில் இப்படியொரு கருத்து உள்ளது: 'ஒரு திறமையான ஆசிரியர் ஆர்வமிக்க மாணவராகவும், அறிவுப் பயிற்சியில் தடகள வீரராகவும் தொடர வேண்டும்'. போலவே, ஒரு சிறந்த படைப்பாளி தொடர்ந்து பயணம் செய்பவராகவும் வாசிப்பவராகவும் இருக்க வேண்டும். மீரான் மைதீன் பயணங்களினால், நுட்பமான வாசிப்பினால் தன் வாழ்வை நிரப்பிக்கொள்கிறார். தடயவியல் அறிஞனின் விளக்குபோல, நம் மனத்தின் இருள் மண்டிய சந்துகளில் தனது எழுத்தினால் வெளிச்சம் பாய்ச்சுகிறார். சமயங்களில் ஓர் இரவுப் பாடகன்போல நம் மனக்குழந்தையைத் தாலாட்டித் தொட்டிலில் இடுகிறார். மனிதம் ஊற்றெடுக்கும் மனத்திலிருந்து எழுகிற எழுத்துக்கு மட்டுமே சாத்தியப்படுகிற ஒன்றல்லவா அது!

கலிங்கராஜபுரம் **வறீதையா கான்ஸ்தந்தின்**
19.02.2023

மீரான் மைதீனின் பிற நூல்கள்
(காலச்சுவடு வெளியீடுகள்)

கவர்னர் பெத்தா
(சிறுகதைகள்)

ரூ.130

ஒரு கனாபோல் நம்மைக் கடந்தோடும் காலத்தைக் கையில் பிடித்து வைத்துக்கொள்ள முடியவில்லை. கடந்து செல்லும் ஒவ்வொரு விநாடியும் காலத்தின் கரைதல் மட்டுமல்ல; அவை நம் மனத்தின் ஈரத்தையும் துடைத்துச் செல்கின்றன. வெறுமையாக நம்மைச் சூழப்போகும் தருணங்களை உடைத்தெறிந்து மீண்டும் நமக்குள் பசும்புல்போல் தழைக்க வைப்பதே மீரான் மைதீனின் கதைகள்! மனிதர்களை விட்டுச் செல்ல முடியவில்லையென்றால், நாம் மண்ணைவிட்டும் செல்ல முடியாது. மண்ணும் மனிதர்களுமாகக் கலந்து கட்டும்போது ஒளிர்கிற அன்பை - நேயத்தை ஓர் இலக்கியம் சுடராக நம் முன்னே கொண்டுவந்து கொட்டுகிற எழுத்துகள் மீரானுடையவை. "பார் இவ்வுலகை! பார் அதன் இன்பத்தை!" என்று சொல்வதற்கான கலை நயம் என்னவாக இருக்க முடியுமோ. அவ்வாறே இருந்துவிட்ட சில கதைகளின் தொகுப்பு இது.

- களந்தை பீர்முகம்மது

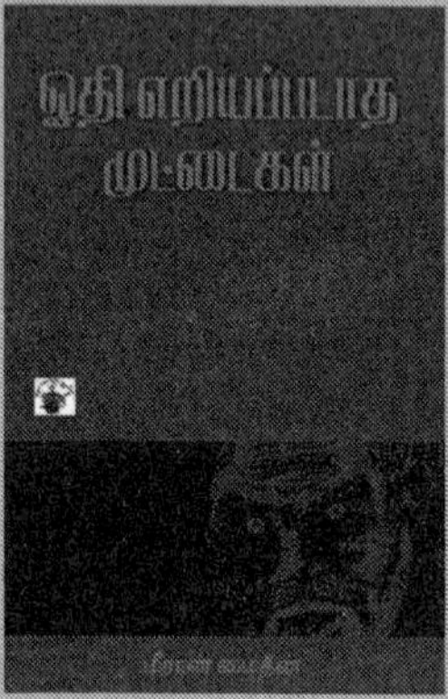

ஓதி எறியப்படாத முட்டைகள்

(நாவல்)

ரூ.290

இஸ்லாமிய சமூகத்தின் இருவேறு உலகங்களின் இயல்புகளைச் சொல்கிறது மீரான் மைதீனின் நாவல். பொருளாசையும் தரித்திரமும் கொண்ட இருவேறு மனித இயற்கைகளின் மோதலில் முன்நகர்கிறது இதன் கதையோட்டம். காணும் செல்வத்தையெல்லாம் தன்னுடைய தாக்கிக்கொள்ளும் ஹமீது சாகிபு. வறியவனான குச்சித்தம்பி இருவருக்கும் இடையில் நடக்கும் சதுரங்க விளையாட்டின் பின்புலத்தில் பல்வேறு மனிதர்கள் உருட்டப்படுவதை யதார்த்தமும் மீபுனைவுமாக விரித்துச் சொல்கிறார் மீரான் மைதீன்.

அஜ்னபி

(நாவல்)

ரூ.390

மதவாதிகளாகவும் தீவிரவாதிகளாகவும் ஊடகங்கள் சித்தரிக்கும் இஸ்லாமியச் சமூகத்தில் எளிய மனிதர்கள் இருக்கிறார்கள். அவர்களுக்குப் பூனைகளை விரும்பும் தங்கைகள் இருக்கிறார்கள். திருமணத்திற்கு ஒரு பெண்ணை நிச்சயித்துவிட்டு ஐயாயிரம் மைல் கடந்து மகன் வருவானா என்று காத்திருக்கும் வாப்பாக்கள் இருக்கிறாரகள்.

அவர்கள் உரிய வயதில் கல்வி கற்க முடியாமல் குடும்பத்தைப் பிரிகிறார்கள். வீட்டில் நிகழ்கிற எந்த நிகழ்விலும் கலந்துகொள்ள முடியாமல் இருந்தாலும் தனக்கென ஒரு சொந்த வீடு கட்ட அயல்தேசத்தில் உழைக்கிறார்கள். சகோதரியின் திருமணம் ஒளிநாடாவில் வரும். விரும்பும்போதெல்லாம் பார்த்துக்கொள்ளலாம். நிச்சயித்த பெண்ணின் நிழற்படம் அஞ்சலில் வரும். தனிமையில் அதனுடன் பேசிக்கொள்ளலாம். மரணமும் செய்தியாக வரும். தனியறையில் அழுதுகொள்ளலாம்.

அரபு நாடுகளில் பிழைக்கப்போகிற இஸ்லாமியச் சமூகம் சார்ந்த எளிய மனிதர்களின் உணர்வுபூர்வமான ஆவணம். சர்வதேசத் திரைப்படத்தின் கூறுகளோடு இது பொருந்திப் போவதற்கான காரணம் இதன் யதார்த்தம். அங்கதமும் நகைச்சுவையும் சேர்ந்து நுட்பமான அரசியல் பார்வையுடன் சுவாரஸ்யமாக எழுதப்பட்டிருக்கும் இந்த நூலைச் சமீபத்தில் தமிழில் நிகழ்ந்த முக்கியமான பதிவு என்று சொல்லாம்.

- செழியன்